பையன் கதைகள்

உள் அட்டையில் காணும் சிற்பக் காட்சியில், பகவான் புத்தரின் அன்னை மாயாதேவி கண்ட கனவின் பலனை மன்னர் சுத்தோதனருக்கு நிமித்திகர் மூவர் விளக்குகின்றனர். அவர்களுக்குக் கீழே அமர்ந்து அந்த விளக்கத்தை எழுதுகிறார் ஓர் எழுத்தர். எழுதும் கலையைச் சித்தரிக்கும் முதல் இந்தியச் சிற்பம் இதுவாகவே இருக்கலாம்.

நாகார்ஜுன மலைச்சிற்பம் கி.பி. இரண்டாம் நூற்றாண்டு. (படஉதவி: நேஷனல் மியூசியம், புது தில்லி)

பையன் கதைகள்

(சாகித்திய அகாதெமி பரிசு பெற்ற நூல்)

மலையாள மூலம்
வி.கெ.என்

தமிழாக்கம்
மா. கலைச்செல்வன்

சாகித்திய அகாதெமி

Payyan Kathaikal - Tamil translation by M. Kalaiselvan of Vadake Kutaley Narayanankuti Nayar's an award winning (1982) Malayalam short stories, Sahitya Akademi, New Delhi, 2016, **Rs. 365/-**

© சாகித்திய அகாதெமி

முதல் பதிப்பு : 2016

தலைமை அலுவலகம்:

சாகித்திய அகாதெமி, 'இரவீந்திர பவன்,' 35, பெரோஸ்ஷா சாலை, புது தில்லி - 110 001.

விற்பனை அலுவலகம்:

'ஸ்வாதி,' மந்திர் சாலை, புது தில்லி - 110 001.

மண்டல அலுவலகங்கள்:

மத்தியக் கல்லூரி வளாகம், பல்கலைக்கழக நூலகக் கட்டடம், டாக்டர் அம்பேத்கர் வீதி, பெங்களூரு - 560 001.

4, டி.எல். கான் சாலை, கொல்கத்தா - 700 025.

172, மும்பை மராத்தி கிரந்த சங்கிரகாலய சாலை, தாதர், மும்பை - 400 014.

சென்னை அலுவலகம்:

குணா பில்டிங்ஸ், 443, அண்ணா சாலை, தேனாம்பேட்டை, சென்னை - 600 018.

ISBN-978-81-260-5014-7

Rs. 365.00

Visit our Website at http://www.sahitya-akademi.gov.in

Laser Execution by: *VSN* - **Image Digital,** ***Chennai - 17.***

Cover Design: PSS Rao - Spectrum Graphics Studio, Chennai - 17.

Printer: Mani Offset, Chennai - 78.

வி.கெ.என் (1932 - 2004)

வடக்கேக் கூட்டாலெ நாராயணன்குட்டிநாயர், 1932 ஏப்ரல் 6-ம் நாள் திருச்சூர் மாவட்டம், திருவில்யாமலையில் பிறந்தார். 1959 முதல் 69 வரை டில்லியில் பத்திரிக்கைத் துறையில் பணியாற்றினார். கேரள சாகித்திய அகாதெமி விருது (ஆரோஹணம்-1970), சாகித்திய அகாதெமி விருது (பையன் கதைகள் -1982), முட்டத்து வர்க்கி விருது (பிதாமகன் -1997) போன்ற விருதுகளைப் பெற்றுள்ளார். கேரள சாகித்திய அகாதெமியின் துணைத்தலைவராகவும், குஞ்சன் நம்பியார் அறக்கட்டளையின் தலைவராகவும் பணியாற்றிய இவர் 2004-ம் ஆண்டு ஜனவரி 25-ம் நாள் இயற்கை எய்தினார்.

பொருளடக்கம்

கர்னல்	11
பிரம்ம முகூர்த்தம்	20
ஆனந்தம்	30
சவாரி	38
போராட்டம்	46
பணவீக்கம்	68
தேவகணம்	73
பரிசு	87
மதிய உணவு	99
எழுத்தறிவற்றோர்	121
குடிசைவீடுகள்	136
ஆயிரம் தலைவாங்கி	148
காலகட்டம்	168
சம்பூர்ண சோசியலிசம்	189
தோசை	211
அம்பி	218
கொடுமை	229
பாதிக்கனவு	245
விருந்தோம்பல்	261
இலட்சுமிக்குட்டி	270
திறப்புவிழா	276
ஊ!	284

டப்பாஸ்	292
திருமேனி	301
திக்குவிஜயம்	312
நித்திரை	319
வியாபாரம்	324
பாங்காங்கில் ஓர் இரவு	333
அமரன்	339
ஹிப்பினி	345
வேதாந்தம்	355
இலக்கியவித்தை	375
சோற்றுக்காக	380
ஒருவாரம்	383
ஒன்பதாம் சிம்பனி	453
ஆக்ட் ஒண், சீன் டூ	467
சினாரியோ	476
ஒலிச்சித்திரம்	498
சினிமா	505
ஓம்!	534
பூர்வீகக்கதை	546
குசேலமாளிகை	554
ஓர் இரவு	557
நரியும் நாரியும் மற்றும் பிறவும்	561
புளித்தண்ணி	564
சித்திரங்கள்	570
அக்கினி	581
பையனது ஃபர்ஸ்ட் லேடி	586

உமன்ஸ் லிப்	652
வர்க்கப் போராட்டம்	657
முளைக்குருத்து	660
இருபத்தொன்றாம் நூற்றாண்டு	662
சத்தியம்	664
பூர்ஷ்வாசி	672
டிப்பணி	675
என் (கணவனின்) கதை	677
மூன்றாவதும் காக்கை	679
தேங்காய்	687
நோபல்பரிசு	690
ஜீவாத்மா	693
வர்க்கம், வர்ணம்	696
கருப்புப்பணம்	698
கிஷ்கிந்தா காண்டம்	703
மாவீரன்	708
ஹர் ஹைனஸ்	715
அவுட்	725
நிலை நிற்பியல்	728
கூடாநட்பு	730
தாகூர்	732
பூர்வீகம்	734
சௌந்தர்யலகரி	741
பானோபசாரம்	744
பையன்	746

* * * *

கர்னல்

பையன் அப்போது டிஃபன்ஸ் காலனியில் தங்கி யமுனையில் குளித்து ஹவுஸ்காசுடன் ஓட்டி ஊறவாடிக் கொண்டிருந்த காலம். அது ஒரு பொற்காலம். எந்தக் குறையும் இல்லை. டிஃபன்ஸ் காலனி என்று சொன்னால் ஆடம்பரம் பொறுக்க முடியாது. தலை நகரத்தில் மிகவும் சிறந்த வசிப்பிடமென்றும், மிக அழகிய குடில்கள் நிறைந்த கூடென்றும் அழகை ஆராதிக்கின்றவர்கள் மீண்டும் மீண்டும் வருணிக்கின்ற இடம். டிஃபன்ஸ் காலனி முகவரி இருந்தால் நகரத்தில் முழுக் குடியுரிமை கிடைத்து விட்டதென்றும், வாழ்வதற்கான அனைத்துத் தகுதிகளையும் பெற்றுவிட்டதாகவும் பொருள் கொள்ளலாம். முன்னரே வந்து குடியேறியவர்களுள் பையனும் ஒருவன்.

டச்சு மாதிரியில் வடிவமைக்கப்பட்ட ஒன்றரை மாடிக் கட்டடத்தின் அரைமாடியில்தான் பறவையான பையன் கூடுகட்டி யிருக்கிறான். அரைமாடி என்று சொன்னால் தரைத்தளம் மட்டுமே உள்ள கட்டிடத்தின் மொட்டை மாடியில் அமைந் திருக்கும் ஒரேயோர் அறை என்று பொருள். அறையைச் சுற்றிலும் சிமெண்ட் போடப்பட்ட விசாலமான முற்றம். கோடைக்காலத்தில் பரமசுகம். சிமெண்ட் சூடாகிப் பழுத்துத் தொடர்ந்து வெப்பத்தை வெளியேற்றும். அறைக்கு உள்ளே பாங்காவுக்குக் கீழே இருந்தாலும் படுத்தாலும் கம்பளி மூடிக் கணப்புக்கு முன்னே குத்திட்டு இருப்பதைப் போலத்தான், எழவே மனம் வராது. யமுனையைத் தவிர நாட்டில் எங்கும் தண்ணீர்ப் பிரச்சனையே இல்லை. குளிர்காலத்தில் இதை விடவும் சுகம். இரவிலும் பகலிலும் பனிக்கட்டியின் கூர்மையான குளிர் ஊசி முனையில் பள்ளி கொள்வதுபோல் இருக்கும். பீஷ்ம பிதாமகனைக் கண்முன்னே காணலாம். இருபத்து நான்கு மணிநேரமும் ஐஸ் அணிந்த தண்ணீர், குழாயை மூடினாலும் சொட்டுச் சொட்டாகச், சொரிந்து கொண்டிருக்கும்.

இவ்வளவு வசதிகள் கொண்ட முகவரிக்கு முப்பது நாட்களுக்கு ஒரு முறை நூற்றிருபது ரூபாய் மட்டுமே பையன் வாடகையாகக் கொடுத்து வருகிறான். தண்ணீருக்கும் மின்சாரத்திற்கும் தனியாகக் கொடுக்க வேண்டும். எல்லாவற்றையும் முன் கூட்டியே கொடுத்தால் போதும். லாபம் என்றுதான் பையன் கூறுகிறான். மரங்களுக்கு கீழே தங்கி டிஃபன்ஸ் காலனியிலுள்ள வீட்டு உரிமையாளர்களுக்கு இதைவிடக் கூடுதலாக வாடகை கொடுப்பவர்கள் எத்தனையோ பேரைப் பையனுக்குத் தெரியுமாம். அதை வைத்துப் பார்க்கும்போது லாபம் தானே.

உத்தியோகத்திலிருந்து ஓய்வு பெற்று, வீடுகட்டி வீர சொர்க்கம் புகுந்த ஒரு மேஜருக்குச் சொந்தமானதுதான் இந்த மாளிகை. முதல் மற்றும் இரண்டாம் உலகப் போர்களில் அவர் போர் புரிந்திருக்கிறார். ரொம்பலுடன் போரிடமுடியவில்லையே என்று சாகும்வரை வருந்திக் கொண்டிருந்தாராம். இப்போது ரொம்பலிடம் பேசி வருத்தத்தைப் போக்கியிருப்பார் என்றுதான் பையன் கூறுகிறான். பையனுக்கு முகவரி கொடுக்கும் போது அவர் உயிரோடு இருந்திருக்கிறார். பிறகு திடீரென்றுதான் இறந்து போயிருக்கிறார். இருந்தாலும் இறுதி நிமிடம் வரை மரணத்தைத் தள்ளிப் போட்டுக் கொண்டிருந்த ஒரு பொறுமைசாலியாக இருந்தார் மேஜர், என்பதுதான் பையனின் வாதம்.

எதார்த்த வாழ்க்கையில் சுடலைப் பத்திரகாளியும், நடிப்பில் மேஜரின் மனைவியுமான ஒரு பெண்மணிதான் ஒவ்வொரு மாதமும் ஒன்றாந்தேதி வந்து வாடகை வசூலித்துக் கொண்டிருந்தாள். ஒவ்வொரு முறையும் தவறாமல் அவள் வந்ததால் பையனும் தவறாமல் வாடகை கொடுக்க வேண்டிய நிலையில் இருந்தான். ஒரு மாதமாவது வாடகை கொடுக்காமல் அந்தப் பணத்தில் சரியாக இரண்டு வேளையும் உணவு உண்ண வேண்டுமென்று பலமுறை ஆசைப்பட்டிருக்கிறான். நீண்ட காலமாக ஒன்றும் நடக்கவில்லை.

அப்படியிருக்கும் போது ஒருநாள் மாலைநேரம் கீழே தரைத்தளம் முழுவதும் உண்டு உறங்கி வசித்துவந்த வங்காளிக் குடும்பம் வீட்டைக் காலி செய்து விட்டுப் பெட்டி படுக்கையுடன் தெருவில் இறங்கிச் செல்வதைப் பையன் பார்த்தான். அதன் பிறகு ஏறக்குறைய இரண்டு மாதம் வரை வீடு காலியாகி அழுது வடிந்தது. சரியான ஆள் கிடைக்கவில்லை என்றுதான் மேஜரின் மனைவி பையனிடம் கூறினாள்.

ஐநூறு ரூபாய் கொடுப்பதற்குத் தகுதியுள்ள நல்ல நிலையில் வாழ்க்கை நடத்துபவர்கள் குடியிருக்க வரும்வரை வீடு ஓய்வெடுக் கட்டும் என்பதுதான் காளியின் எண்ணமாம்.

இரண்டு மாதங்களுக்குப் பிறகு ஒருநாள் காலையில் பையன் கண்விழித்தபோது கீழே வீட்டைச் சுற்றி ராணுவ நடவடிக்கைகள் நடைபெறுவதைக் கண்டான். ஒரு ராணுவ வண்டியிலிருந்து வீரர்கள் சாமான்களை இறக்குகின்றனர். இயந்திரத் துப்பாக்கிகளை ஆகாயத்தை நோக்கி உயர்த்துகின்றனர். வடக்கன் பாட்டுப் பாடுகின்றனர். பையன் ரகசியமாக விசாரணை செய்ததிலிருந்து தரைத்தளத்தில் பாசறையை அமைத்துக் கொள்ள வந்திருப்பது ஒரு கர்னல் என்பதைத் தெரிந்து கொண்டான். ஒன்பது மணி ஆனவுடன் மூக்குவரை நீராகாரம் அருந்திவிட்டு வேலைக்குச் செல்லும்போது அடக்க முடியாத ஒரு பாதுகாப்பு உணர்விற்குப் பையன் ஆட்பட்டான். போர் மூண்டால் கீழே கர்னல் இருக்கிறாரல்லவா.!

வேலை முடிந்து உலகிற்கு உல்லாசத்தை அறிவித்துவிட்டுப் பறந்து சென்று கூட்டிற்குள் புகும் வேளையில், தரைத்தளத்தில் வெளிச்சம் தெரிவதைப் பையன் பார்த்தான். ஒரு சீமை நாயின் குரைப்பொலி கேட்டது. ஒரு பெண்மணியின் பெருங்குரலும் கேட்டது. கர்னலின் தர்மபத்தினியாக இருக்க வேண்டும். யுத்தத்திலும் சமாதானத்திலும் கணவனுக்குச் சக்தி கொடுக்கின்ற ஏகாதசி விரதக்காரி. ராணுவ வண்டியும் இயந்திரத் துப்பாக்கியும் அப்போது அங்கே இல்லை. மறுநாள் காலையில் கர்னலைச் சந்திக்கலாம் என்று தீர்மானித்த பையன் மீண்டும் சுபிட்சமாக நீராகாரம் அருந்தி விட்டுக் கம்பளியைப் போர்த்திக் கொண்டு கணப்பருகே படுத்துத் தூங்கிவிட்டான்.

எட்டுமணி ஆனவுடன் பையன் நீராகாரம் அருந்தி உடைமாற்றிக் கீழே இறங்கினான். மார்பிள் போன்ற செங்கற்கள் பதித்த வராந்தாவில் நடந்து காலிங் பெல்லை அழுத்தினான். சீருடை தரித்த வேலைக்காரன் கதவைத் திறந்தான். கை இரண்டையும் மேலே தூக்கிச் சரணடைவதாகக் காண்பித்துக்கொண்டு கர்னல் சாகிப் இருக்கிறாரா என்று கேட்டான். புறப்பட்டுப் போய் விட்டார் என்று வேலைக்காரன் கூறினான். அவன் கூறியதை ஆமோதிப்பதைப் போல் முதல்நாள் குரைத்த சீமைநாய் உள்ளேயிருந்து இரண்டு முறை குரைத்தது. கையைக் கீழே இறக்கிய பையன் திரும்பி நடந்தான்.

மாலையில் திரும்பி வந்த பையன் காதைக் கூர்மையாக்கிக் கொண்டு படுத்திருந்தான். அச்சத்தை ஏற்படுத்தும் பெண்குரலும் சீமைநாயின் சத்தமும் மட்டுமே கேட்டன. ஆண்குரல் என்பது அறவே இல்லை. என்னடா கர்னல் இவன்? பையன் தனக்குத்தானே சொல்லிக் கொண்டான். இருபத்து நான்கு மணிநேரமும் யுத்தம் புரிகின்ற ஒரு வித்துவான். சரி, நாளைக் காலையில் சென்று அவனைப் பிடித்து விடுவோம்.

மறுநாள் காலையில் மணியடித்தபோதும் வேலைக்காரன் முதல்நாள் கதையைத்தான் கூறினான். கர்னல் போய் விட்டார். ‘அப்படியானால் கர்னல் ஒரு வித்தியாசமான பறவைதான்’ பையன் நினைத்தான்: சுற்றுப்புறத்தில் உள்ள பறவைகளுக்கு கண்விழித்துச் சிறகடித்து ஒலியெழுப்ப ஒரு சான்ஸ் கிடைப்பதற்கு முன்பே பறந்து செல்கின்ற ஒரு பறவை. சுற்றுப்புறப் பறவைகள் எல்லாம் தூங்கிய பிறகு மட்டுமே கூட்டை வந்தடைகின்ற பறவை. அப்படியானால் கர்னலின் பத்தினிதான் நாள் முழுவதும் வீட்டை கட்டுப்பாட்டுக்குள் வைத்திருப்பாள். ஓரடிகூட அணிவகுப்பு நடத்திச் சொன்னால், பையன் எண்ணினான், கர்னலுக்குச் சொந்த வீட்டில் பெரிய கமான்ட் ஒன்றுமில்லை. பரஸ்பர ஒப்பந்தத்தின் அடிப்படையில் அவரும் மனைவியும் தங்களுடைய கமான்டுகளை எல்லைக்கோடு வரைந்து பிரித்து வைத்திருப்பதைப் போலத்தான், கர்னலுக்கு ரெஜிமண்ட். அவருடைய மனைவிக்கு வீடு. ‘போடா துரும்பே! என்று கூறிய பையன் ஒரு வில்லன் சிரிப்புச் சிரித்து விட்டு நடையைக் கட்டினான்.

இருந்தாலும் வெப்பமானியின் ரசமட்டம் போல் பையனின் மனத்தில் வெறுப்பும் வைராக்கியமும் உயர்ந்து கொண்டே வந்தன. உயிரோடு இருந்தால் மறுநாள் கர்னலைப் பிடிக்க வேண்டும். அவன் ஆள் எப்படி என்று பார்த்து விடுவோம். இவ்வளவு சீக்கிரமாகப் புறப்படுகின்ற கிளி உண்டா? அப்படியானால் அதைக் கூட்டில் வைத்துதான் பிடிக்க வேண்டும். நாளைக் காலை ஏழு மணிக்குக் கீழே இறங்கி மணியடித்து நான் உள்ளே செல்லப் போகிறேன்.

பகல் முடிந்து இரவு வந்தது. முக்கால் இரவு முடிந்து விட்டது. ஒரு வேளை ஏழுக்கு முன்பே கிளி புறப்படுகிறதென்றால் பிடிப்பதற்கு வசதியாக விடியும் வேளையில் பையன் உடை தரித்து மொட்டைமாடியில் பதுங்கி இருந்தான். ஏழு மணியானது. கிளி

கீழேதான் இருக்கிறது என்பதை உறுதி செய்து கொண்டு, ஏழு முடிந்த ஒரு நிமிடத்தில் வேலையைத் தொடங்கிய பையன் கீழே இறங்கி வராந்தாவை வலமாகச் சுற்றிவந்து மணியடித்தான். வேலைக்காரன் கதவைத் திறந்தான். அவன் வாயிலிருந்து வசனங்கள் வருவதற்குள் பையன் உள்ளே நுழைந்துவிட்டான். வேலைக்காரன் வேகமாக உள்ளே சென்றான். 'என்ன வேண்டு மானாலும் போய்ச் சொல்லிக் கொள்,' பையன் தனக்குத்தானே கூறிக் கொண்டான். 'கர்னலைப் பார்க்காமல் இனி ஓர் அடிகூடப் பின்வைக்க மாட்டேன்.'

வரவேற்பு உணவறையில் பையன் காலூன்றி நின்றான். சுற்றுப்புறம் பசுமையாக இருக்கிறது. பச்சை நிறத்தில் சுவர், அதே நிறத்தில் சோபா, கம்பளம், கர்ட்டன், பூங்கொத்து, ரெப்ரிஜிரேட்டர் மற்றும் பல. எல்லாம் பரஸ்பரம் மேச் ஆகியிருந்தது. சரியாக மேச் ஆகவில்லை என்று தோன்றிய இடங்களில் மேச் பாக்ஸ்கள் அடுக்கி வைக்கப்பட்டிருந்தன. குரைக்கும் சீமை நாய்கள் கடிப்பதற்கு வசதியாகச் சோபாவுக்கு அடியில் பச்சை நிறத்தில் படுத்திருக்கிறதா என்று பையன் குனிந்து பார்த்தான். 'பிளீஸ் டேக் யுவர் சீட்' பையன் தனக்குத் தானே கூறினான். இங்கே ஃபார்மாலிட்டி ஒன்றும் இல்லை. உனது வீடென்று எண்ணிக்கொள். சோபாவை நோக்கித் தாழ்ந்து கொண்டிருந்த போதுதான் அச்சமூட்டும் பெண்குரல் கேட்டது: "யெஸ்," பையன் பார்த்தான். பச்சை நிற வாசலுக்கருகில், பச்சைக் கர்ட்டனை நீக்கி, பச்சை நிறச் சேலையும், கையில்லாத பச்சை நிறச் சோளியும் அணிந்து பச்சை லிப்ஸ்டிக் போட்டு, பச்சை நிறமான ஒரு நடுத்தர வயதுப் பெண் தடித்துக் கொழுத்துத் ததும்பி நிற்கிறாள். எல்லைப் போரில் எதிர்த்து நிற்க முடியாமல் தோற்றுப்போன சேலையும் ரவிக்கையும் அவளது மார்புப் பகுதியிலும் தோள்பட்டையிலும் சுருங்கிக் கிடக்கின்றன. கர்னலின் மனைவி!

அந்தப் பெண்ணை மேலும் கீழும் பார்த்துவிட்டுப் பையன் நினைத்தான்: 'நீ சீற்றம் மிகுந்த காளைக் கன்றாக நிற்கிறாய். உன் கொம்பை உயர்த்தி நில்.'

பையன் இவ்வாறு கூறினான்: "மேலேதான் எனது தொழுவம். கர்னலைப் பார்க்கலாமென்று நினைத்து வந்தேன்."

அவள் சிரித்தாள்: "உட்கார்."

சோபாவின் ஓர் ஓரத்தில் அவளும் அமர்ந்தாள். அதைத் தொடர்ந்து ஏற்பட்ட அசைவுகள் அடங்கியவுடன் அவள் கேட்டாள்:

“இடம் எப்படி இருக்கு?”

“பரவாயில்ல” பையன் கூறினான்: “ஒரு ரூம்தான் இருக்கு திருமணம் ஆகாதவன் அதனாலே அதுபோதும்.”

“ஓகோ!” அவள் உரக்கச் சிரித்தாள்: “நான் இந்த இடத்தைக் கேட்டேன்.” ‘இந்த’ என்பதிலிருந்த அழுத்தம் பையனை நடுநடுங்க வைத்தது.

‘உனக்கு இது வேணும்’ பையன் தனக்குள் பேசினான்: ‘உன் இடத்தைப் பற்றி யாராவது விசாரிப்பாங்கன்னு நீ நெனச்சியா! உனக்கு இது வேணும்.’

“ரொம்ப நல்ல வீடு,” பையன் சொன்னான்: “அழகா இருக்கு”

கூறியது தவறென்பதைப் பையன் உணர்ந்தான். சொல்லியா யிற்று, இனி என்ன செய்வது!

ஒருவேளை, கர்னலின் மனைவி தான் கூறியதை எழுதி வாங்கிக் கொள்வாள் என்று பையன் எண்ணினான்.

ஆனால், அவள் அவ்வாறு செய்யவில்லை. தோட்டக்காரன் வேலை செய்து கொண்டிருப்பதைக் கண்ணாடிச் சன்னல் வழியாகச் சுட்டிக் காட்டியவாறு அவள் கூறினாள்:

“நான் இங்கு வந்தபோது முற்றத்தைப் பார்க்கவே சகிக்க வில்லை. ஒரு மாதம் கழிச்சு வந்து பார், அங்கே எல்லாம் ரோஜாப் பூவா இருக்கும்.”

“அழகா இருக்கும்” எதிர்காலத்தில் மலரப்போகின்ற பூக்களை மனத்திற்குள் நினைத்துக் கொண்டு பையன் கூறினான். நினைக்கவும் செய்தான்: ‘நூறு பூக்கள் மலரட்டும். நூறு கர்னல்கள் தங்களுக்குள் முட்டி மோதிக்கொள்ளட்டும்!’

‘முதல் கேள்வியைச் சரியாகப் புரிந்து கொள்ளாததால் தன்னுடைய பதில் தவறாகிவிட்டது’ பையன் நினைத்தான்: இனி என்ன சொல்வது? ஆலோசனையில் மூழ்கினான். அப்போது அவள், முடியிலிருந்து விழுந்த ஒரு ஹெயர்பின்னை எடுப்பதற்குக் குனிந்தாள். அப்போது கழுத்திலிருந்து காதங்களுக்குக் கீழே

மேன்மையான எல்லைப் பிரதேசங்களைப் பலவீனமாகத் தடுத்து நிறுத்தியிருந்த அவளுடைய சோளியின் அணிவகுப்பு நிலைகுலைந்து மீட்டர் கணக்கில் புள்ளிவிவரக் கணக்குகள் மிகப் பெரிய அலைகளாக உயர்ந்து பிளந்தது. உத்தண்ட சாஸ்திரிகளுக்குப் பிறகு தோன்றிய உன்னதமான பெண் ரசிகனாகிய பையன் கண்களை அகலத்திறந்து வைத்துப் பார்த்தான். எழுந்தாலோ? பிறகு?

'பையா பையா பையா!...' பையன் தனக்குள்ளே கூறினான்: 'மெதுவா போ. வண்டியக் கியரில் ஓடவிடு. உன் முன்னே பெரிய வளைவு!'

'கர்னல் வந்தால்' பையன் நினைத்தான். 'தொலைந்தது! வராமலிருக்கட்டும்.'

அறையின் ஒரு மூலைக்குச் சென்று பச்சை முக்காலியில் இருந்த புத்தரின் சிலையைச் சுட்டிக் காட்டியவாறு பையன் சொன்னான்:

"அழகான சிலை. இவ்வளவு நல்ல புத்தரை நான் இதற்கு முன்பு பார்த்ததில்லை."

அவளுக்கு அது மிகவும் பிடித்துப் போனது. சேலையால் மூடப்பட்டிருந்த ஒரு காலை அநாயாசமாகத் தூக்கி மற்றொரு காலின் மீது வைத்து, இரண்டு கைகளையும் தலைக்குப் பின்னே கோர்த்துப் பிடித்து மல்லாந்து சிரித்தவாறு அவள் கூறினாள்:

"நான் அதை வாங்டாக்கில் வாங்கினேன்."

தான் பூமியிலிருந்து நழுவுவதாகப் பையனுக்குத் தோன்றியது. ஆனந்தவள்ளி, தடித்த அழகி, பொம்மி, அழகு சுந்தரி, பறக்கும் வண்டு, பஞ்சகல்யாணி, அதே போஸில் தான் சாகும் வரை அவள் அமர்ந்திருக்கட்டும் என்று பையன் ஆசைப்பட்டான். அவள் அப்படி அமர்ந்திருந்தபோது அனைத்து எல்லைக் கோடுகளும் மறைந்து விடுகின்றன. பேரலைகள் பின்னோக்கி மடிந்து வீழ்கின்றன. அதி உன்னதமான, வளங்கொழிக்கின்ற, உழுது புரட்டிய மண்ணின் மணம் வீசுகின்ற வசந்த பூமி கஜம் கஜமாகக் கட்டவிழ்ந்து கிடக்கிறது. பையனின் சித்தம் மது அருந்திய மனநிலைக்கு செல்கிறது.

'கர்னல் வராமலிருக்கட்டும்!' பையன் மீண்டும் நினைத்தான்.

'வந்தால் நான் அவரைக் கொன்றுவிடுவேன்.'

அவளுடைய எண்ணத்தையும் புரிந்து கொண்ட பையன் அதன் பிறகு ஒருநிமிடமும் வீணாக்காமல் படபடவென்று பேசினான்:

"ரேடியோகிராம் மிகவும் புது மாடலென்று தோன்றுகிறதே. இந்த மாடலை இதற்குமுன் நான் பார்த்ததே இல்ல."

ஆனந்தவள்ளிக்கு ஆனந்தம் பொங்கியது. அவள் அந்த நிமிடமே வேறொன்றும் செய்யாமலிருந்தது தன்னுடைய துர்பாக்கியம் என்றுதான் பையன் எண்ணினான்.

"காசாவிலிருந்து ஒரு நண்பர் கொண்டு வந்து கொடுத்தார்." ஒரு ரகசியம் கூறுகின்ற சுவாரஸ்யத்துடன் சொன்னாள்.

களங்கமற்ற பாவனையைத் தன் முகத்தில் வரவழைத்துக் கொண்ட பையன் சற்று முன்னோக்கி நகர்ந்து அவளுடைய கண்களை உற்று நோக்கியவாறு கேட்டான்:

"கியூரியோஸ் நிறைய இருக்கிறது. அப்படித்தானே?"

பஞ்சகல்யாணி உருகுவதைப்போல் பையனுக்குத் தோன்றியது. அவள் சொன்னாள்:

"ஒரு புது டேப்ரிகார்டர் இருக்குது. காட்டித் தாரேன்."

அவள் எழுந்தாள். அந்த நிமிடத்தில் அங்கே தோன்றிய வேலைக்காரன் கேட்டான்:

"உணவு எடுத்து வைக்கட்டுமா?"

பையனுக்கு செத்தால் போதுமென்று தோன்றியது. இப்போது கர்னல் வருவார். அவருடன் அமர்ந்து இவள் உணவு உண்பாள். இப்போதைக்கு என்னால் இந்தக் காட்சியைப் பார்க்க முடியாது நான் புறப்படுகிறேன். இனியொருநாள்......

"ரொம்ப மகிழ்ச்சி." கண்களில் துக்கத்தைப் படர விட்டவாறு பையன் கூறினான்: "இன்னொருமுறை வருகிறேன். கர்னல் சாகிப்பை அப்போது பார்த்துக் கொள்கிறேன்; பை!"

"கர்னல் சாகிப்பைப் பார்க்கணுமா?" பொம்மியின் கண்களில் பிரகாசம் படர்ந்தது. "வா!"

அவள் குறுக்காக நடந்து முன் வாசலைத் திறந்தாள். நடக்கும் போது பஞ்சகல்யாணி ததும்பினாள். குலுங்கிச் சிரித்தாள். அவளுடைய அங்கங்கள் தெறித்துச் சிதறுமென்று பையனுக்குத் தோன்றியது. தெறித்தால், பையன் மனதிற்குள் நினைத்தான்: 'நான் அவற்றை அள்ளியெடுத்துக் கொண்டு ஓடிவிடுவேன். ஒருபோதும் திரும்பக் கொடுக்க மாட்டேன்! என்னவானாலும் கர்னலைப் பற்றி இப்போது சொல்லத் தேவையில்லை. தொலையட்டும்!'

வராந்தாவில் காலிங்பெல்லுக்கு எதிரே வாசலின் பக்கத்தில் தொங்கவிடப்பட்டிருந்த சிறிய பெயர்ப்பலகையைச் சுட்டிக் காட்டி அவள் கூறினாள்:

"பிளீஸ் மீட் தி கர்னல்."

பையன் பெயர்ப்பலகையில் இருந்த புராணத்தை மனதிற் குள்ளே வாசித்தான்: 'லெப்டி.கர்னல் (மிஸ்) ரேணு, எம்.டி.'

பூமி தனது காலடிகளிலிருந்து நழுவிச் செல்வதைப் போல் பையனுக்குத் தோன்றியது. மீண்டும் கண்களில் களங்கமற்ற தன்மையைக் குழைத்துப் பூசியவாறு கைகூப்பி அவளை வணங்கி நிற்கும் நேரத்தில், அழகி வேலைக்காரனை அழைத்து இப்படிக் கூறியதைப் பையன் கேட்டான்:

"ரெண்டு பேருக்கு உணவு எடுத்து வை."

அதன் பிறகு வந்த நாட்களெல்லாம் மிகவும் இனிமையானது என்றுதான் பையன் கூறுகிறான். இரண்டுவேளை குளியல், மூன்றுவேளைச் சாப்பாடு, புல், பருத்திக்கொட்டை, பிண்ணாக்கு, கோழிமுட்டை, ஆட்டுப் பால், மாத்திரை, தங்கபஸ்பம், உயிருள்ள காட்டெருமையின் இறைச்சி. அப்படியென்றால், பையன் கூறுகிறான், அதன்பிறகு ஹவுஸ்காஸ் காலனிப் பக்கமே போக வில்லை என்று அர்த்தம்.

பிரம்ம முகூர்த்தம்

மினுமினுப்பான தடித்த கம்பளிக்குள் அங்கமெல்லாம் தளர்ந்து தூங்குகின்ற ரேணுவை வருடியவாறு பையன் படுத்திருந்தான். தெளிந்து வீழ்கின்ற ஒரு சிறிய அருவிதான் அவன் நினைவுக்கு வந்தது. இல்லையென்றால் வளைந்து நெளிந்து பாய்கின்ற ஒரு நதி. நதியைத் தீண்டியவாறு நடந்த போது பையன் நினைத்தான்: 'வழுவழுப்பான பளிங்குக் கோபுரங்கள், பட்டுப் போன்ற மணற்பரப்பு, அழகிய வட்ட வடிவச் சுழல், சந்தனக் கோபிநாமம் போல் நீண்ட செழிப்பான பசும்புல் தீவு. அதற்கடுத்து நதி இரண்டாகப் பிரிந்து பாய்கிறது. சலசலத்து, ததும்பித் ததும்பி, தாளத்துடன் பாய்கிறது. என்ன ஒரு எழிலான நதி', பையன் நினைத்தான்: 'என்ன அழகிய, மிக அழகான நதி!'

நதியைப் பாதியில் கைவிட்டு பையன் அவளை இறுக அணைத்தவாறு படுத்திருந்தான். பற்களைக் கடித்தவாறு முணுமுணுத்தான்: "அழகான அழகியே, பேராறே, பெரியாறே, உனக்கு மேலேயும் கீழேயும் சுக்கான் துலைந்து விருப்பம்போல் சஞ்சரிக்கின்ற சிறு ஓடமாக மாறினேன் நான். உன்னுடைய பையன்."

வெளியே, டெல்லி டிஃபன்ஸ் காலனியில் பனி தலைவிரித்து ஆடிக்கொண்டிருந்தது. சன்னலுக்கு அந்துப் பக்கம் பூந்தோட்டமும் பாதையும் மரணித்துப் பிரகாசிக்கின்ற தெருவிளக்கின் வெளிச்சத்தில், கடுங்குளிரை உண்டு உணர்ச்சியற்றுக் கிடக்கின்றன. கம்பளிக்கு அடியிலிருந்து கையை வெளியே எடுத்தால் குளிர் கொத்திவிடும் போல் தோன்றியது. ஆயிரம் தலைகளுடனும் அதைவிட இரண்டு மடங்கு விஷப்பற்களுடனும், அடைத்துப் பூட்டிய படுக்கை அறையைத் தவிர அனைத்துத் திசைகளிலும் பனி என்ற ராஜநாகம் பதுங்கியிருப்பதாகப் பையனுக்குத் தோன்றியது. அறையின் ஒரு மூலையில், நீண்ட நிலக்கரிக் கனல் போன்று மின்னிக் கொண்டிருந்த எலக்ட்ரிக் ஹீட்டர்தான் விடியும் வரையிலும் கடுங்குளிரைத் தடுத்து நிறுத்திக் கொண்டிருந்து. சுற்றிலும், மேலேயும் முற்றிலும் பனிப்பிரளயம்.

பையன் எண்ணினான், 'எங்காவது ஒரு சிறிய துவாரம் திறந்தால் போதும் பனி அலை அலையாகப் பாய்ந்து அறை நிரம்பிவிடும். அப்படியானால் பஞ்ச பூதங்களால் பாதிக்கப்பட்டு நானும் ரேணுவும் மரணித்தவாறுதான் காலையில் கண்விழிப்போம். ஆனால் ரேணுவைக் கட்டியணைத்தவாறு கொஞ்சம் கொஞ்சமாக மரணமடைவது ஒரு மகத்தான மரணமாக இருக்கும், பையன் நினைத்தான். மறுபிறப்பில்லாத மரணம். அனைத்து மரணங்களுக்கும் இறுதி - இறுதியான அமைதி. ஒருநாள் நான் அதையும் சாதித்து விடுவேன்', பையன் நினைத்தான். 'சரி, முதலில் இந்த வேலைகள் எல்லாம் முடியட்டும். ஒரு சுகமான மரணத்தையும் அனுபவித்துப் பார்த்து விடுவோம்.'

சிந்திப்பதற்கு வேறொன்றும் இல்லாததால் பையன் தொடர்ந்து சிந்தித்தான். சுகமரணத்தைத் தானமாகக் கொடுக்கின்ற இந்தக் குளிர்பனிக்கு மற்றொரு மறுபக்கமும் இருக்கிறது. காரணம், லௌகிக விஷயங்களுக்கு விடைகொடுத்து, குளித்துத் திருநீறு பூசி கடவுளை வணங்க வேண்டிய நேரம்தான், நான் இப்போது கண் விழித்து நதியோடு படுத்திருக்கின்ற இந்த நான்காம் யாமமாகிய பிரம்மமுகூர்த்தம். கடுங்குளிர் அதற்குத் தடை போடுகிறது. கத்தியை யாருடைய கழுத்தில் வைப்பது என்று சுயமாகச் சிந்தித்து முடிவு எடுக்க வேண்டிய மனிதனை இந்தக் கடுங்குளிர், படுத்துக் கொண்டே நிறைவேற்றும் பாவச்செயல்களைச் செய்யுமாறு தொடர்ந்து தூண்டிக் கொண்டிருக்கிறது. குளிர்பிரதேச நாடுகளில் தர்மம் குறைந்து வருவதில் ஆச்சரியமொன்றும் இல்லை, பையன் ஒரு சொற்பொழிவாளனைப் போன்று சிந்தித்தான். மிதவெப்ப மண்டலத்திலும் மத்திய தரைக்கடல் பகுதியிலும் அமைந்திருக்கின்ற கேரளாவைப் பாருங்கள். அங்கே தர்மத்திற்குத் தீங்கு நேரவில்லை. மாலைநேரம் வரையிலும் மாலைநேரம் முடிந்த பின்னரும் என்னதான் வேலை இருந்தாலும் பிரம்மமுகூர்த்தத்தில் அங்கே மனிதர்கள் - ஆண்களும் ஆயிரம் தலைவாங்கிய பெண்களும் - அனைவரும் பாவங்களுக்கு முற்றுப்புள்ளி வைத்துவிட்டு, எழுந்து பாயை உதறி வைத்து விட்டு மூன்று முறை குளிக்கின்றார்கள். நெற்றியில் நீறணிகின்றார்கள். இறைவனைத் துதிக்கின்றார்கள். வயிறார உண்ணுகின்றார்கள். நிலையான ஓர் அமைச்சரவைக்காக 'இடம் வலம்' பாராமல் ஓட்டுப் போடுகின்றார்கள். அதனால்தான் அந்தச் சிறிய நிலப்பகுதிக்குச்

சூரியனைச் சுற்றுகின்ற இந்தப் பெரிய உலகத்தில் வரி இல்லாமல் ஓர் இடம் நிரந்தரமாகப் பிரித்துக் கொடுக்கப்பட்டுள்ளது.

கட்டிலுக்குப் பின்னால் ரகசியமாக ஒளிவீசிய நீல வெளிச்சத்தில், பையன் தலையணைக்கு அடியிலிருந்து கடிகாரத்தை எடுத்து ரகசியமாகப் பார்த்தான். ஐந்து மணிதான் ஆகிறது. குளிர்பிரதேசங்களில் சூரியன் பாவச் செயல்களை முடித்துக் கொண்டு பாய் சுருட்டி எழும்போது எட்டு மணி ஆகிவிடும். இன்னமும் மூன்று மணிநேரம் இருக்கிறது. பிரம்ம முகூர்த்தம் நடந்து கொண்டிருக்கிறது. ரேணுவை எழுப்பினால் என்ன? பையன் நினைத்துப் பார்த்தான்.

'அதன்பிறகு?' பையனது ஜீவாத்மா கேட்டது.

'நீராடு. இறைச் சிந்தனை அது ஒன்றுதான் மரணத்திற்கு......' பரமாத்மா பாடியது.

'அது முடியாது, வேறு என்ன?' ஜீவாத்மா நாடக பாவனையில் மைக் மூலமாகக் கேட்டது.

'தொடர்ந்து விக்கிரக ஆராதனை நடத்து. வேகமாக செய்யக்கூடிய செயல்தானே,' பையன் கடைசி வார்த்தையைக் கூறினான்.

மினுமினுப்பான தடித்த கம்பளியை அவளுடைய முகத்திலிருந்து நீக்கிய பையன் ரேணுவின் முகத்தைப் பார்த்தான். ஆனந்தவள்ளி அழகாகத் தூங்குகிறாள். மருத்துவப் படிப்பில் உயர்பட்டம் பெற்ற ஒருத்தியால் மட்டுமே இது முடியும் என்பதைப் போல அவளுடைய மூச்சுக்குழல் சீராக இயங்கிக் கொண்டிருக்கிறது. இந்தச் செயல் நடைபெறும் போது அவளது உன்னதமான மார்புப் பகுதி உயர்ந்து தாழ்ந்தது. நுரையும் குமிழும் இல்லாமல் தாளத்தோடு உயர்ந்து தாழ்கின்ற ஒரு சிற்றலைதான் பையனுக்கு நினைவு வந்தது. பழுத்த அடைக்காயின் நிறமுள்ள அந்த அழகியின் கண் இமைகள் கூம்பி அடைந்திருக்கின்றன. இதழ்களின் இடைவெளியில் வெண்மையான ஒரு பல் தெரிகிறது. காதில் அசைந்தாடுகின்ற ஆபரணத்திலுள்ள பெரிய வெள்ளைக் கற்கள் அதனோடு போட்டியிடுகின்றன. தலை வைத்திருக்கின்ற இடத்தில் வெண்மையான உறையிடப்பட்ட டன்லப் தலையணை குழிந்திருக்கிறது. கழுத்து வரை வருகின்ற தலைமுடி குழியைச் சுற்றிச் சிதறிக் கிடக்கிறது. மின்னுகின்ற

கழுத்தில் நரம்புகள் பின்னிப்பிணைந்து தூங்குவதைப் போல் காணப்படுகின்றன.

இறை நினைப்பு பையனது பரமாத்மாவை ஏறி மிதித்து எங்கோ சென்றுவிட்டது.

அவளோடு நெருங்கி நெருங்கிப் படுத்து இனியும் நெருங்க முடியாது என்ற நிலை வந்த போது பையன் அவளுடைய சங்குக் கழுத்தில் இதழ்களால் பூப்போலத் தீண்டினான். ஒருமுறை, இன்னொரு முறை, பூ விழிக்கும் வரை.

கர்னல் தலையசைத்துக் கண் திறந்தாள். முதலில் மெதுவாக, பிறகு பையனைக் கண்டவுடன் ஒரே மூச்சில் கண்களை அகலத் திறந்தாள்.

சுப்ரபாதம் என்று கூறியவாறு பையன் அவளது தலைமுடிகளுக்கிடையே விரல்களை ஓடவிட்டான். ரேணு சிரித்தாள்.

படுக்கையில் முழங்கை ஊன்றிக் குனிந்து அவளது மூக்கில் தன்னுடைய மூக்கை உரசியவாறு பையன் சொன்னான்:

"ரேணு எழுந்திருடீ."

"மணி என்ன ஆச்சு?"

"அஞ்சு."

"தூக்கம் வரலியா? உனக்கு என்ன ஆயிற்று?"

"என்னைப் பற்றிய துக்கம்," பையன் கூறினான். "நாளையைப் பற்றிய எண்ணங்கள் எனக்குள் துளிர் விடுகின்றன."

"எதாவது நடப்பதற்குள் உன்னை ஒரு மனநல மருத்துவரிடம் அழைத்துச் சென்று பரிசோதிக்கணும்."

"தினமும் பிரம்மமுகூர்த்தத்தில் குளித்து, சந்தனம் பூசினால் எனக்கு எந்த பரிசோதனையும் வேண்டாம்."

"பிரம்மமுகூர்த்தமா? அதென்ன முகூர்த்தம்?"

"நாலு மணியிலிருந்து சூரியன் உதிக்கிற வரை உள்ள யாமம்."

"ஓகோ."

"என்ன ஓகோ?"

"இவ்வளவு காலம் இந்த முகூர்த்தத்தில் குளிக்காம இருந்ததால உனக்கு ஒண்ணும் நடக்கலியே."

"இல்லை, ஆனால் இன்று முதல் நடக்கப் போகிறது."

"என்ன நடக்கும்?"

"நேரங்கெட்ட நேரத்தில் பாவம் எனக்குள் இருந்து அதன் விகாரத்தை வெளிப்படுத்தும்."

பையனைக் கைகளுக்குள் பொத்திப் பிடித்தவாறு ரேணு சொன்னாள்:

"இந்த முன்னுரையெல்லாம் இதுக்குத் தானா!"

தழும்பி வழிந்த அவளது மார்புப் பகுதி தன்னுடைய மார்பில் நிறைந்து ததும்பிய போது தான் அப்படியே உருகிக் கொண்டிருப்பதாகப் பையனுக்குத் தோன்றியது.

கட்டளைக்குக் கீழ்படிந்தது போல நதியில் மூழ்கியவாறு பையன் சொன்னான்:

"முன்னுரையெல்லாம் இல்லை."

"அப்படின்னா?"

"துர்சிந்தனை இல்லை."

"பிறகு?"

"பூர்வ சிந்தனை"

"பிம்மி..... பிம்மியைப் பற்றியா?"

"இல்லை."

"அப்புறம்? கமான்." கர்னல் பையனைப் பிடித்து உலுக்கினாள்.

பையனுக்குத் தான் மூழ்கி இறந்து விடுவதைப் போல் தோன்றியது.

"கேரளத்தைப் பற்றிய நினைவுகள்," பையன் கூறினான்.

"அந்த மக்கிப்போன மாநிலத்தில் நீ என்ன செய்து கொண்டிருந்தாய்?"

“கேரளாவில் இருந்த போது,” பையன் சொன்னான்: “நான் தினமும் பிரம்மமுகூர்த்தத்தில் எழுந்து விடுவேன். தினமும் காலையில் குளித்திருந்தேன், திருநீறு பூசியிருந்தேன், இறைவனுக்கு ஆள் அனுப்பியிருந்தேன்.”

“என் இனிய சந்நியாசிப் பையா,” ரேணு கேட்டாள், “நீ யாருடைய அவதாரம்?”

“என் சித்தியாலதான் இன்றைக்கு நான் இந்த நிலையில் இருக்கிறேன்.”

“உன்னுடைய சித்திக்கு வந்தனம்.”

“இன்றைக்கும் கேரளாவில் எல்லோரது செயல்களும் பிரம்மமுகூர்த்தத்தில் தான் தொடங்குகின்றன,” பையன் கூறினான்.

“பித்துப் பிடித்துப் பிதற்றும் போதுதான் உன்னிடம் ஆண்மை வெளிப்படுகிறது,” ரேணு கூறினாள்.

“நீ பேச்சை மாற்றுகிறாய்,” பையன் சொன்னான்: “கேரளாவில் வயதுவந்த அனைவரும் பிரம்மமுகூர்த்தத்தில் எழுந்து, நீராடி, நல்லதையே சிந்திக்கின்றனர் என்று நான் கூறினால் நீ அதை நம்பவேண்டும்.”

“அவர்கள் அப்படிச் செய்திருக்க வேண்டுமென்று நான் விரும்புகிறேன்.”

“அவர்கள் அப்படிச் செய்கின்றனர்.”

“அப்படியானால் இந்த ஜனத்தொகைப் பெருக்கமும் பட்டினியும் அங்கிருந்து நீங்கியிருக்க வேண்டுமே.”

“இனிமேல் அது நீங்கிவிடும்.”

“முகூர்த்தம் துணைபுரியட்டும்,” ரேணு சொன்னாள்.

“பிரம்மமுகூர்த்தத்தைப் பற்றி ஒரு புராணமே இருக்கிறது.” திடீரென்று நினைவுக்கு வந்தவனாகப் பையன் கேட்டான்: “நீ அதைக் கேட்கிறாயா?”

“சுவாரஸியமா இருக்குமா?”

“கிளாஸிக்தான். கேட்டால் தினமும் இந்த முகூர்த்தத்தில் நீ எழுந்து விடுவாய்.”

“ரொம்ப போரடிக்காம இருந்தா நான் பொறுத்துக் கொள்வேன்.”

“எனது நண்பன் அசுவகோசத்து அஷ்டமூர்த்தி நம்பூதிரிதான் இந்தப் புராணத்தை இயற்றியவன்,” பையன் சொன்னான்.

“யார் இந்த கேரக்டர்?”

“மகாபண்டிதன். பிரஜையுள்ளவன், கவிஞன், போகி. கேரளா முழுவதும் அவனுக்கு ஒன்று, இரண்டு, மூன்று சம்பந்தம் இருக்கிறது.”

“திருவாளர் மூன்றில் நிறுத்துவதற்கான காரணம்?”

“மூன்றுக்கு அதிகமான நபர்களிடமும் தன்னிடமும் நேர்மையாளனாக இருக்க முடியாது என்ற உறுதியான நம்பிக்கை.”

“உத்தமன்” ரேணு கூறினாள்: “புராணத்தைச் சொல் கேட்போம்.”

“திருவனந்தபுரத்திலும் திருச்சூரிலும் கோழிக்கோட்டிலும் தான் நம்பூதிரிக்குச் சம்பந்தம். நம்பூதிரியைப் பொறுத்தவரை எத்தனை சம்பந்தம் என்பது முக்கியமல்ல, அதிகாலை எத்தனை மணிக்கு எழுகிறான் என்பதுதான் முக்கியம். பிரம்மமுகூர்த்தம் என்று சொன்னால், சொன்ன முகூர்த்தத்தில் நான்காம் யாமத்தில் எழுந்து விடுவான். அதன்பிறகுதான் வேறு வேலை எல்லாம்.”

“சுருக்கமாகச் சொல்லப்போனால் அதிகாலையில் கண் விழித்து எழுகின்ற கலைதான் சம்பந்தம் என்று நம்புகிறான் மூடன்,” ரேணு சொன்னாள்.

“நீ சொல்வது ஓரளவு சரி,” பையன் சொன்னான்: “ஆனால் நம்பூதிரி மூடன் அல்ல பண்டிதனாக்கும்.”

“எப்படியோ இருந்துட்டுப் போகட்டும். மீதியைச் சொல்லு.”

திருவனந்தபுரம் சம்பந்தம் திறப்புவிழா நாளன்று, இரவு நம்பூதிரி மனைவியிடம் கூறினான்:

“ம்... பெரும்பிறந்தேல் பொன்னம்மா ஒரு விஷயம். பிரம்ம முகூர்த்தத்தில் நாலாம் யாமம் ஆரம்பத்தில் என்னெ எழுப்பி விடணும் கேட்டியா? ”

“அதற்கென்ன?” பொன்னம்மா சொன்னாள்: “கூப்புடுறேனே?

திருமேனிஸ்டார் சும்மா படுத்திருந்தாப் போதுமாக்கும்."

நற்காரியங்கள் எல்லாம் நடந்து முடிந்த பிறகு நம்பூதிரியும் பொன்னம்மாவும் தூங்கினார்கள். பொழுது புலரும் முன்பு பொன்னம்மா நம்பூதிரியை எழுப்பினாள். நம்பூதிரி வெளியே வந்து நட்சத்திரத்தைப் பார்த்தவாறு பொன்னம்மாஸ்டாரிடம் கூறினான்:

"ம்... ரொம்பச் சரி. நாலாம் யாமமென்றால் நாலாம் யாமம். பொன்னம்மா எப்படிச் சரியாக எழுப்பினாய்?"

"ஓ... இதிலென்ன இருக்குது?" பிறந்தது முதல் சம்பந்தம் முடிந்து பிரம்மமுகூர்த்தத்தில் பெரும் புள்ளிகளை எழுப்பிவிட்டவளைப் போல் பொன்னம்மா கூறினாள்: "நாலாம் யாமத்தின் தொடக்கத்தில்தானே, தங்கம் குளிரும். தங்கத்தாலி குளிர்ந்த போது நான் உங்களை எழுப்பினேன். அவ்வளவுதானாக்கும்."

"பொன்னம்மா நீ சளைத்தவள் இல்லை. நம்பூதிரி சொன்னான். சற்றும் சளைத்தவளில்லை."

அடுத்தமாத ரவுண்டுக்குத் தயாராக இருக்கும்படிக் கூறிவிட்டு நம்பூதிரி திருச்சூருக்குப் பயணமானான். மாலை நேரம் திருச்சூரை அடைந்தான். குளித்து முடித்து வடக்கு நாதரைத் தொழுதான். பிராமண மடத்தில் தொண்டைவரை உணவுண்டு உடம்பை ஃபிற்றாக்கினான். சுத்தமான தாம்பூலம் தரித்தபின், ராந்தல் விளக்குடன் பாப்பியம்மாவின் வீட்டைச் சென்றடைந்தான். விளக்குத் திரியைக் குறைத்துவிட்டுச் சம்பந்தத்திற்காகத் தீட்டுப்பட்டான். பொழுதுபோக்கும் ஸ்பெஷல் திருச்சூர் கலைகளும் முடிந்த பின்னர் இரண்டாம் யாமத்தின் முடிவில் நம்பூதிரி பாப்பியம்மாவிடம் கூறினான்:

"ம்... பாப்பியின் கச்சேரி கம்பீரமாக்கும். பிரம்மமுகூர்த்தத்தில் கூப்பிடணும் கேட்டியா?"

அப்படியே ஆகட்டும் என்றாள் பாப்பியம்மா.

மட்டுமல்ல சரியாக நான்காம் யாமத்தில் நம்பூதிரியையும் தட்டி எழுப்பினாள். நம்பூதிரி வெளியே வந்தான். நட்சத்திரங்களை ஆராய்ந்தான். சரியாக நான்காம் யாமம். பிரம்மமுகூர்த்தம்.

"பாப்பியால் எப்படி முடிந்தது?" நம்பூதிரி கேட்டான்.

“என்ன முடிந்தது? ” பாப்பி திரும்பக் கேட்டாள்.

“நாலாம் யாமமென்று சரியாக எப்படிக் கண்டு பிடிக்க முடிந்தது?”

“மூணு யாமத்துக்குத்தான் வெளக்குல எண்ணெய் ஊத்தினேன். வெளக்கு அணைஞ்சப்போ நான் உங்களெத் துட்டி எழுப்பிவிட்டேன்!”

“பாப்பியின் அறிவே அறிவு!” நம்பூதிரி பெருவிரலை அசைத்துக் கொண்டு சொன்னான்: “ம்... இது பிற பொழுது போக்குகளுடன் போட்டியிடும் என்று பொருள்!”

அடுத்தமாதம் திருவனந்தபுரம் போய்விட்டுத் திரும்பும் போது வருவதாகவும், உபகரணங்களைப் பழுது பார்த்து சுத்தமாக வைத்திருக்க வேண்டுமென்றும் கூறிவிட்டு நம்பூதிரி தலைச்சேரிக்குப் பயணமானான்.

கண்களில் அஞ்சனம் தீட்டி, ஆலிலைத் தாலி அணிந்து, வயநாட்டு மஞ்சள் தின்று, துளுநாட்டுப் பட்டுடுத்தி பி. பாஸ்கரன் கூறியுள்ள பிற அலங்கார விதிகளை எல்லாம் பின்பற்றி ஒப்பனை செய்து கொண்டு பைங்கிளி மாக்கம் காத்திருந்தாள். தாமதமின்றி நம்பூதிரியும் வந்து சேர்ந்தான். கடத்தநாட்டுக் களரியில் பொருது நள்ளிரவான போது நம்பூதிரி ஒரு வழியாகி விட்டான். பாதித் தூக்கத்தில் நம்பூதிரி மாக்கத்திடம் கூறினான்: “ம்..... தூக்கத்திலும் நம்மைச் செண்டையடிக்குமாறு பண்ண வேண்டாம். நாலாம் யாமத்தில் கூப்பிடணும் கேட்டியா?”

நான் பார்த்துக் கொள்கிறேன் என்றாள் மாக்கம்.

சொன்னவாறு செய்து விட்டாள்.

நம்பூதிரி கண்விழித்துச் சுற்றிலும் நோக்கிய பின் ஆகாயத்தைப் பார்த்தான். நான்காம் யாமம் என்றால் இதுதான் நான்காம் யாமம். இப்படி ஒரு நான்காம் யாமத்தைச் சமீப காலத்தில் எங்கும் கண்டதில்லை.

“அதிசயம்!” நம்பூதிரி கேட்டான்: “மாக்கம் நீ எப்படி இதை நாலாம் யாமம் என்று கண்டுபிடித்தாய்? ”

மாக்கம் சொன்னாள்: “ம்... எனக்கு ‘வெளிக்கு’ நெருக்கிய போது நான் உங்களைக் கூப்பிட்டேன் அவ்வளவுதான்.”

உற்பத்தியாகும் இடம் முதல் கழிமுகம் வரை சீற்றத்துடன் உயர்ந்து எழும்பிய ஒரு சிரிப்பலை, நதியை ஒரு புரட்டு புரட்டி விட்டது. சற்றுத் தாழ்ந்து உயர்ந்து பரந்து வதைக்கின்ற பொற்குடங்களுக்கு இடையில் பையன் முங்கிப் போனான்.

ஒரு குழந்தையைப் போல் அவனைத் தன் மீது இழுத்துப் போட்டுக் கொண்ட ரேணு சொன்னாள்: "வா பையா."

அவன் அவளுக்குள் இறங்கிச் செல்லும் போது இடறிய குரலில் கர்னல் கேட்டாள்: "ஏய் பையா! அந்த நம்பூதிரி நீதானே?"

☯

ஆனந்தம்

ஏதோ ஒரு நூலகத்தின் பதின்மூன்றாவது ஆண்டு விழாவில் சொற்பொழிவாற்றுவதற்காகப் பையனுக்கு அழைப்பு வந்தது. தபாலில் அல்ல; நேரடியாக மனித வடிவில். சொற்பொழிவாற்றிப் பழக்கமில்லை என்று பையன் கூறினான். சொற்பொழிவாற்ற முன் அனுபவம் எதற்கு என்று விழாக்குழுவினர் கேட்டனர். ஆளுக்குத்தான் மதிப்பு. உங்களுடைய கதைகள் எல்லாம் மக்களுக்கு மனப்பாடம். கதாசிரியரை நேரில் காண வேண்டுமென்ற ஆவேசம். கொஞ்சம் அவ்விடம் வரை வந்து விட்டுத் திரும்புங்கள் போதும். சொற்பொழிவைப் பற்றிக் கவலைப்பட வேண்டாம்.

பையன் கேட்டான்:

"எவ்வளவு தூரம் வரும்?"

"முப்பது நாழிகை."

"முப்பது நாழிகையா?"

விழாக் குழுவினர் கூறினர்:

"நாழிகை ஒரு பிரச்சினையே இல்லை. கார் உள்ளது. இரவு எட்டு மணியிலிருந்து பத்துவரைதான் சொற்பொழிவு. அதன் பிறகு விடியும் வரை கலைநிகழ்ச்சிகள்தான். கலைநிகழ்ச்சிகளைக் காண விரும்பினால் இருக்கலாம், நிற்கலாம், இல்லாமலும் போகலாம். எப்படியானாலும் இரவு உணவு அங்குதான். அது முடிந்து மீண்டும் கூட்டைச் சென்றடைவதற்கு வாகனம் ஏற்பாடு செய்யப்பட்டுள்ளது."

பையன் கேட்டான்:

"எப்போது இந்த வரலாறு?"

"வரும் புதன்கிழமை."

பையன் சொன்னான்:

"நான் வருகிறேன். ஆனால் அன்றிரவே திரும்ப வேண்டும்."

அதற்கொன்றும் சிரமமில்லை என்று விழாக்குழுவினர் கூறினர். "அட்வான்ஸ் எதாவது வேண்டுமா?"

ஒரு பைசா கூட வேண்டாமென்று பையன் கூறினான். சொற்பொழிவு இலவசம்.

அது வழக்கமில்லை என்று விழாக்குழுவினர் கூறினர். "செலவுபோக ஒவ்வொரு சொற்பொழிவாளருக்கும் தலை யெண்ணிக் கணக்குப் பார்த்து பதினைந்து ரூபாய் கூலி கொடுக்க வேண்டுமென்று பட்ஜெட் இருக்கிறது. வாங்கித்தான் ஆக வேண்டும்."

பையன் கூறினான்:

"அந்தத் தொகையை நான் இப்பொழுதே நூலகத்திற்கு அன்பளிப்பாகக் கொடுத்து விட்டேன் என்று எண்ணிக் கொள்ளுங்கள்."

விழாக்குழுவினர் ஒப்புக் கொண்டனர். சரியாக ஐந்து மணிக்குக் கார் அனுப்புவதாகக் கூறினர். வழிகாட்டுவதற்கு விழாக்குழுவிலிருந்து ஒருவர் வருவார். அவருடைய இடம் முன்பக்க ஸீட். பின்ஸீட் முழுவதும் பையனுக்காக ஒதுக்கப்பட்டிருக்கும். அதில் வெள்ளைப் போர்வையும் கருப்புக் கம்பளமும் விரிக்கப் பட்டிருக்கும். குத்துவிளக்கும், பூங்கொத்தும் வைக்கப்பட்டிருக்கும். 'தாமதம் செய்யமாட்டீர்கள் அல்லவா!'

ஞாயிறு முடிந்தது. திங்களும் செவ்வாயும் கடந்தன. புதன்கிழமை வந்தது. மாலைநேரம் மஞ்சள் வெயில் பத்தடி நீண்டபோது பையன் காய்ச்சிய எண்ணெய் தேய்த்துக் குளித்தான். தலைவாரினான். இஸ்திரி போட்ட வஸ்திரம் அணிந்து கொண்டான். கிராமத்திலுள்ள தனது வீட்டு முற்றத்தில், இராமராஜாபகதூர் இரண்டாம் பாகத்தைப் போல் உலாவினான்.

ஐந்தரை மணிக்குக் கார் வந்தது. ஃபோர்டு கார், பத்தாண்டு களுக்கு முன்புள்ள மாடல், பெரிய ஐந்து. சொன்னது போலவே முன்சீட்டில் விழாக்கமிட்டியின் ஒரு நபரும் டிரைவரும்

அமர்ந்திருந்தனர். பின்சீட் முழுவதும் பையனுடைய சிம்மாசனம்.

பையன் வேட்டியை அவிழ்த்து விட்டு, மூச்சுக் காற்றை இழுத்தவாறு வண்டியில் ஏற முயன்றான். அப்போது டிரைவர் கூறினார்:

"வண்டி செல்ஃப் எடுக்கவில்லை. கொஞ்சம் கை வைக்க முடியுமா?"

பையனும் வழிகாட்டியும் பெரிய ஜந்துவின்மேல் கை வைத்துக் தள்ளினர். வண்டி மெதுவாக உருளத் தொடங்கியது. இரண்டு பர்லாங்தூரம் வந்தபோது ஜந்து திடீரென்று அலறித் துடித்தது. கையிலிருந்து பறந்து செல்கின்ற பறவையைப் போல் விர்ரென்று பாய்ந்தது. வாய்ப்பை நழுவ விடாமல் பயணிகள் வண்டிக்குள் தாவிக் குதித்தனர். ஃபோர்டு கார் பறந்தது.

மாசிமாத மிதவெப்பக் காற்றைக் கிழித்துக் கொண்டு ஃபோர்டுகார் பறந்தது. பாதித்தூரம் சென்ற பிறகு விழாக்குழு பிரதிநிதி முன்சீட்டிலிருந்து திரும்பிப் பையனிடம் கேட்டார்:

"தாகமெடுக்கிறதா?"

பையன் சொன்னான்:

"ஆமாம்."

"ஏதாவது குடிக்கிறீர்களா?"

"குடிக்கலாமே."

"சோடாவா? இளநீரா?"

"இளநீர்"

"இப்போதே ஏற்பாடு செய்கிறேன்."

ஒரு நாழிகை தூரம் ஜந்து பறந்தது. அப்போது சாலை யோரத்தில் இருந்த ஓர் ஓலைக் குடிசை கார் முன்னே வந்து கச்சிதமாக நின்றது. விழாக்குழு பிரதிநிதி சைகை காட்டிய வுடன் டிரைவர் ஜந்துவுக்கு பிரேக் போட்டார். வழிகாட்டி வெளியே இறங்கி, குடிசைக்குள் நுழைந்தார். பையன் சீட்டில் அமர்ந்தவாறு ஒரு சிகரெட்டிற்குத் தீ வைத்தான்.

மூக்கு சீவப்பட்ட ஓர் இளநீருடன் பிரதிநிதி திரும்பி வந்தார். பையன் இரண்டு கைகளாலும் பற்றிப் பிடித்துக் கொண்டு

இளநீரைக் குடித்தான். குளிர்ந்த நீரை வயிறு நிறையக் குடித்ததால் வெடிமருந்துத் திரிக்குக் குடலில் நெருப்புப் பற்ற வைத்தது போல் தோன்றியது. விரைவில் வெடித்துச் சிதறியது.

பையன் சொன்னான்:

"நல்ல தண்ணி!"

விழாக்குழு பிரதிநிதி கேட்டார்:

"இன்னும் வேணுமா?"

"நிகழ்ச்சி நடக்குற இடத்துல கிடைக்குமா?"

"தாராளமா கிடைக்கும்."

"அப்படீன்ன அங்கேயே போய் குடித்துக் கொள்ளலாம்."

சொற்பொழிவாளன் காரில் ஏற முயன்றபோது டிரைவர் கூறினார்.

"நான் தண்ணி குடிக்கல!."

பிரதிநிதி கூறினான்:

"போய் குடிச்சிட்டு வா."

"காசு?"

"போய் குடி. நூலகத்துக்கு அங்கே பற்று இருக்குது."

பையன் வெளியே இறங்கினான். சிகரெட் புகையை மூக்கின் வழியாக வெளியேற்றியவாறு எதைப் புற்றிச் சொற்பொழிவாற்றுவது என்று ஆலோசித்தான். உடனே கரு கிடைத்தது. மகான்களின் தேர்ந்தெடுத்த நூல்களை மட்டுமே பொதுமக்கள் படிக்க வேண்டும். அரைகுறையாகப் படிப்பதால் பயனில்லை. இது எழுதியவருக்கும் வாசிப்பவருக்கும் பொருந்தும். என்னவானாலும் வளரும் எழுத்தாளர்கள் தங்களது எல்லா நூல்களையும் படிப்பது நல்லது. அது அவர்களுக்கும் அவர்களது வாசகர்களுக்கும் நன்மை பயப்பதாகும்.

பையன் தனது கருத்தைப் பிரதிநிதியிடம் பரிமாறினான்.

பிரதிநிதி சொன்னார்:

"ஏதாவது பேசுங்கள் போதும். பேச்சு முக்கியமில்லை, ஆள் யாரென்பதுதான் முக்கியம்."

டிரைவர் சிரிப்பை அடக்கிக் கொண்டு வந்தார். வானத்தைப் பார்த்தவாறு கூறினார்:

“வண்டி செல்ஃப் எடுக்கவில்லை.”

பிரதிநிதி கேட்டார்:

“எதுக்காக இஞ்சினை நிறுத்தினாய்?”

டிரைவர் சொன்னார்:

“என்னை விட்டுவிட்டு நீங்க போய் தண்ணீ குடிச்சதால எனக்குக் கோபம் வந்துருச்சு.”

பிரதிநிதி சொன்னார்:

“நல்ல டிரைவர்!”

பையன் சொன்னான்:

“டிரைவர் என்று பன்மையில் சொல்வது தவறு. டிரைவன் என்று சொன்னால் போதும்.”

பிரதிநிதி சொன்னார்:

“சரி, டிரைவன்.”

டிரைவன் கூறினான்:

“இலேசா கை வையுங்க.”

ஒரு பர்லாங் தூரம் கை வைத்தபோது பெரிய பறவைக்கு உயிர் வந்தது.

தண்ணிக்கு மேலே காற்றும் அடைந்தவுடன் பையனுக்கு அறிவு விரிவடைந்தது. சொற்பொழிவுக்கான வசனங்கள் சுருள் சுருளாக உருகி வந்தன. மனதிற்குள் சொற்பொழிவு தொடங்கியது.

நிகழ்ச்சி நடக்கும் இடத்தை அடைந்தபோது ஏழுமணிக்கு மேலாகி விட்டது. நெல் அறுவடை செய்யப்பட்ட வயல் நடுவே பனையோலையால் மறைத்துக் கட்டப்பட்ட மேடை. நூலகத்திற்கு இனியும் எத்தனையோ மைல் கிராமப்புறத்திற்குள் செல்ல வேண்டும். வாகனம் மற்றும் சொற்பொழிவார்களின் வசதிக்காக ஆண்டுவிழா ரோட்டோரத்து வயல்வெளியில் இறக்கப் பட்டுள்ளது. சடங்கு முடிந்த மறுநாள் அடுத்த நெல் சாகுபடிக்கான வேலைகள் தொடங்கிவிடும்.

பெட்ரோமாக்ஸ் வெளிச்சத்தில் வயல்வெளி நிறைய ஒரு பெரிய ஜனத்திரள் சிதறிக் கிடந்தது. பையனும் பிரதிநிதியும் மக்கள் கூட்டத்தைப் பிளந்து கொண்டு மேடையை நோக்கி நடந்தனர். நடக்கும் போது ஆட்கள் பையனைப் பார்த்துச் சிரித்தனர். கேலிச் சிரிப்பன்று. உற்சாகமூட்டும் சிரிப்பும் அன்று. இரண்டிலும் சேராத சிரிப்பு. ஆழமற்ற சிரிப்பு. முழு வேதாந்தச் சிரிப்பு. தனக்குத்தானே சிரித்துக் கொள்வதைப் போன்ற சிரிப்பு. இல்லையென்றால் தனக்கு அவ்வாறு தோன்றுகிறதா? பையனுக்கும் சந்தேகம்.

தொங்கிக் கிடந்த கர்ட்டனை நீக்கிக் கொண்டு பிரதிநிதியைப் பின் தொடர்ந்து சென்ற பையன் மேடையின் பின்பக்கத்தை அடைந்தான். அங்கே ஒரு பக்கத்தில் நாடக நடிகர்கள் தாங்களே சிரித்துக் கொண்டு வேடமணிகின்றனர். மறுபக்கத்தில் விழாக் குழுத்தலைவரும் பிற உறுப்பினர்களும் இளநீர் குடித்துவிட்டு முகம் முழுவதும் சிரிப்புடன் சாய்ந்து சாய்ந்து அமர்ந்திருக்கின்றனர். எல்லா மூலைகளிலும் இளநீர் குன்றுபோல் குவித்து வைக்கப்பட்டுள்ளது.

பையன் உள்ளே நுழைந்தவுடன் நாடக வேடதாரிகளைத் தவிர அனைவரும் எழுந்து நின்றனர். உறுப்பினர்கள் தலைவரை அறிமுகப்படுத்தினர். பிற பேச்சாளர்கள் வரவில்லை என்று கூறினர்.

தலைவர் கேட்டார்:

“இளநீர் குடித்தீர்களா?”

பையன் சொன்னான்:

“ஒன்று.”

அனைவரும் ஏதும் செய்ய முடியாதவர்களாகச் சிரிக்கத் தொடங்கினர். சிரித்துக் கொண்டே ஒன்றன்பின் ஒன்றாக இரண்டு இளநீரைப் பைனுக்குக் கொடுத்தனர். தொண்டை நரம்பு புடைக்க கண்டா கர்ணன் இரண்டையும் இரண்டே மடக்கில் குடித்துத் தீர்த்தான்.

மேலும் இரண்டு வெடிகள் வயிற்றுக்குள் வெடித்துச் சிதறிய போது பையனுடைய சோர்வெல்லாம் குருவிபோல் பறந்து விட்டது. பிடிப்பதற்காகப் பையன் கை நீட்டினான். எட்டவில்லை.

தலைவர் சிரித்தவாறே கேட்டார்:

"இனி பேசி முடித்தபின் குடிக்கலாமே."

பையன் சொன்னான்:

"ஆமாம். இல்லைனா பேச்சு மறந்து போகும்."

பிரதிநிதிகள் சிரித்துத் தரையில் விழுந்தனர். தலைவர் அடக்கமாகச் சிரித்தார். பையன் தலையைப் பின்னுக்குச் சரித்தவாறு சிரித்தான்.

தலைவர் பையனது கையைப் பிடித்துக் கொண்டு மேடையில் ஏறினார். மேசைக்குப் பின்னால் நாற்காலியில் உட்கார வைத்தார். தானும் அமர்ந்தார்.

வலது பக்கத்திலிருந்த உறுப்பினர் ஒருவர் மெதுவாகச் சிரித்தவாறு கயிற்றை இழுத்துக் கர்ட்டனை உயர்த்தினார்.

மேடையிலிருந்த மரியாதைக்குரியவர்களைக் கண்டவுடன் சிரித்துக் கொண்டிருந்த பொதுமக்கள் குலுங்கிக் குலுங்கிச் சிரித்தனர். வயிற்றில் கைவைத்தனர். சிலர் முழங்கால்களில் நின்று குனிந்தனர். பரமபக்தர்கள் கை கூப்பினர்.

தென்னை மரத்தில் விழுகின்ற தண்ணீர் போன்று சிரிப்பின் தாளம் சுற்றிலும் அலையலையாகப் பரவி ஒலித்தது.

தலைவர் எழுந்து மைக் அருகே சென்றார். பையனைச் சுட்டிக் காட்டி, மக்களைப் பார்த்துக் கூறினார்:

"இதோ இப்போது சொற்பொழிவாளர் பேசத் தொடங்குவார்."

பையன் எழுந்து சிரித்துக் கொண்டே முன்னே சென்று மைக்கைக் கட்டிப் பிடித்தான். மெதுவாகத் தொடங்கினான்:

"அம்புள பெரியுரே..."

பின் வரிசையிலிருந்து ஒருவர் கை கூப்பியவாறு எழுந்தார்.

தலைவர் கேட்டார்:

"பேச வேண்டுமா?"

"மேண்டா..."

"ஓ பிறகு? "

கூப்பிய கைகளுக்குச் சொந்தக்காரன் சிரித்தவாறு பையனிடம் கூறினான்:

"வாள்ந்தி எட்க்கனும்னா வாள்ந்தி எட்த்துட்டு பேல்சு. ஆழ்க்கும் அவசலமிள்ள."

☯

சவாரி

பார்ட்டி முடிந்தபோது மணி பதினொன்றாகி விட்டது. டின்னர் இல்லை. காக்டெயில்ஸ் மட்டும்தான். இருந்தாலும் இவ்வளவு நேரமாகிவிட்டது. இதற்கிடையில் மூன்று பெண்களையும் இரண்டு ஆண்களையும் தூக்கிச் சென்றாகிவிட்டது. பெண்கள் தனக்குத் தெரிந்தவர்களா என்று பையன் உற்றுப் பார்த்தான். தெரிந்தவர்களாக இருந்தால் எப்படியாவது வீட்டில் கொண்டுபோய்ச் சேர்க்க வேண்டுமே. அதற்கு அவசியமில்லை. அவர்கள் தெரிந்தவர்கள் இல்லை. எல்லாம் புதுமுகங்கள். வாழ்க்கையில் முதலாவதாகவோ இரண்டாவதாகவோ பார்ட்டிக்கு வந்தவர்களாக இருக்கலாம். அதனால்தான் இப்படி. இரண்டு மூன்று பார்ட்டியானால் எல்லாம் சரியாகி விடும்.

ஹோட்டலுக்கு வெளியே வந்தபோது சாணக்கியபுரிக்கு மேலே முழுநிலவு முகாமிட்டிருக்கிறது. ஒளிமங்கிய சந்திரன். சந்திரனின் கேலிச்சித்திரம். இல்லையென்றால் பையன் எண்ணினான்: சாணக்கியபுரிக்கு மேலே சந்திரன் எப்படி சந்திர பிரதாபனாக உயர்ந்தான்? கீழே வெளியுறவுத்துறை சார்ந்த பிரமுகர்கள் வசிக்கும் இடம். கொல்லவும் கொலை செய்யவும் அதிகாரம் படைத்த அயல் தேசத்தவர்கள். என்ன செய்தாலும் கேள்வியுமில்லை கேட்பாருமில்லை. சூரியன் கூட சாணக்கியபுரியில் வடக்கிலிருந்து உதிப்பதாகத்தான் கேள்வி. அப்படியிருக்க இந்த பாலீஷ் போட்ட சந்திரன் எம்மாத்திரம்!

நுழைவு வாயிலில் கூடியிருந்த ஜனக் கூட்டத்தைப் பையன் பரிசோதனை செய்தான். என்னுடைய வழியில் போகின்றவர்கள் யாராவது இருக்கிறார்களா? இருக்கிறாளே, ஒருத்தி இருக்கிறாளே நீலிமா. அந்த வழியாகப் போகவில்லை யென்றாலும், மிகவும் அழகியான அவளை இன்னொருமுறைப் பார்த்தால் அவளுடன் போகவேண்டிய நிலை ஏற்படும். கட்டாயப்படுத்தி வண்டியில்

ஏறவைத்து விடுவாள். பார்ட்டிக்கு நடுவே இரண்டுமுறை கன்ஃப்ரண்டாசி முடிந்து விட்டது. இரண்டு முறையும் தந்திரமாகத் தப்பித்துவிட்டேன். வெளியுறவுத்துறையின் பிரதி- நிதி நடத்துகின்ற பார்ட்டியாக இருந்ததால் சிரமமின்றித் தப்பித்து விட்டேன். இனிமேல் பார்த்தால் தப்பமுடியாது. அழகி, ஒரு நாவல் எழுதிக் கொண்டிருக்கிறாளாம். பெருநாவல். ஆயிரம் பக்கங்கள் வரும். சமகாலத்தைப் பிரதிபலிக்கும் நாவல் என்று கூறுகிறாள். அவளுடன் போனால் அவ்வளவுதான். எழுதியது வரையிலும் வாசிக்க வைத்துக் கேட்பதும், இனி எழுத வேண்டியவற்றுக்கு உற்சாகமூட்டுவதுமாகப் பொழுது விடிந்துவிடும். அதுகூடப் பரவாயில்லை. ஆனால் அடுத்த நாள் என்ன நடக்கும்? சொல்வதற்கு ஒன்றுமில்லை. சொன்னாலும் தீராது. சத்தியவதி கண்டுபிடித்து விடுவாள். காளிதேவியின் அழகிய அவதாரமல்லவா. அதன் பிறகு வரும் நாட்கள் எல்லாம் ஒரே திருவிழாதான். கேள்வி, எதிர்க்கேள்வி, சமாதானம், யுத்தம். நாட்டிற்கான பாதுகாப்புப் பணிகள் எவ்வளவோ இருக்கும் போது சொந்த யுத்தத்தில் கர்னலை உட்படுத்துவது அவ்வளவு சரியல்ல. மட்டுமல்ல, தின்னுகின்ற சோற்றில் தூசி அள்ளிப் போடக் கூடாது என்று திருச்சூர் மாவட்டத்தில் ஒரு பழமொழி இருக்கிறது. நான் அதைச் செய்யமாட்டேன்.

பையன் அழுத்தமாக மீண்டும் கூறினான்:

'அதை மட்டும் நான் செய்யமாட்டேன்'

நீலிமா பார்த்துவிடாதவாறு, பையன் கூட்டத்திலிருந்து பின் வாங்கினான். வாசலைக் கடந்து ஹோட்டலின் ஃபோயருக்குச் சென்றான். தப்பிப்பதற்கு இரண்டு வழிகள் உள்ளன, பையன் சிந்தித்தான். ஒன்று கர்னலை அழைத்து கார் அனுப்பச் சொல்ல வேண்டும். இல்லை என்றால் மரியாதையாக டாக்ஸி பிடித்துச் செல்ல வேண்டும்.

பையன் மனதிற்குள் பாடினான்:

'இது ரெண்டும் நடக்காத காரியம். அதைப்பற்றிச் சிந்தித்து ஆவதென்ன?

டாக்சி பிடித்துப் போவதென்றால் ஒரு சிறிய சிக்கல் இருக்கிறது. கைவசம் ஐந்து ரூபாய்தான் இருக்கிறது. நீண்ட நாட்கள் பாதுகாத்து வைத்திருக்கும் முதல். கூடுதலாகச் சல்லிக்

காசு கூடக் கிடையாது. கார் வாடகை மூன்றிலிருந்து நான்கு ரூபாய்க்குள் இருக்கும். இரவு நேரமானதால் ஒருவேளை அதை விடக் கூடுதலாகவும் இருக்கலாம். ஒருத்தனும் சரியான மீட்டர் பொருத்தியிருக்க மாட்டான். ஐந்து ரூபாயை விட அதிகமாகக் கேட்டால் நான் என்ன செய்வது? ரேணுவைத் தூக்கத்திலிருந்து எழுப்பிக் கடன் வாங்கவா? ச்சே, பையன் ஃபோயரில் உலவிக் கொண்டு தனக்குத்தானே சொன்னான். தன்மானமற்ற தற்குறியே ஒரு போதும் நீ அதைச் செய்யாதே.

அப்படியென்றால் குட்டியம்மாவைக் கூப்பிட்டு வண்டி வசதியைப் பற்றிக் கேட்போம்.'

பையன் வரவேற்பறைக்குச் சென்று ரிசிவரை எடுத்து நம்பரைச் சுழற்றினான். எதிர் முனையில் நீண்ட நேரம் மணியடித்துக் கொண்டிருந்தது. யாரும் எடுக்கவில்லை. ஆனந்தவள்ளி தூங்கியிருப்பாள். டாக்சி பிடித்துப் போய் விடுவதென்று பையன் முடிவெடுத்து ரிசிவரை வைக்கப் போனான். அப்போது திடீரென்று மணியோசை நின்றது.

தூக்கச்சடவுடன் ரேணு பேசினாள்:

"ஹலோ!"

பையன் சொன்னான்:

"இங்கே நான்."

கர்னல் சிரிக்கின்ற சத்தம். கணவனும் மனைவியுமாக நாடகம் நடித்தபோது நான் கற்றுக் கொடுத்த டயலாக்கின் ஒரு பகுதியை ரேணு கூறினாள்:

"பிள்ளைங்களோட அப்பா இவ்வளவு நேரமா எங்க போயிருந்தீங்க?"

"பார்ட்டிக்கு."

"போகமாட்டேன் என்றல்லவா சொன்னீர்கள்?"

"அதன்பிறகு போய்விட்டேன்."

"ஹோட்டலில் இருந்தா பேசுகின்றீர்கள்?"

"ஆமா."

"பார்ட்டி முடியலியா?"

"மங்கலகரமா முடிஞ்சுது."

"டின்னர் இருந்ததா?"

"இல்ல."

"அப்படீன்னா வேகமா வந்து எதாவது சாப்பிடுங்க."

பையன் நாடகப் பாங்கில் பேசினான்:

"மினி கி மா! கானா ஹை?"

மினியுடைய அம்மா சோறு சாப்பிட்டாச்சா?, (மினி நாடகத்தில் வருகின்ற மகள்).

கர்னல் கூறினாள்:

"நீ வருவாயென்று நினைத்து நான் கொஞ்சமாகத்தான் சாப்பிட்டேன். பாதி பட்டினி."

"அவ்வளவு போதும். சமீப காலமாக நீ ரொம்பக் குண்டாகிட்டே போறே."

"ஷட்டப்!"

"நான் சொல்ல வந்தது அதல்ல."

"என்ன சொல்ல வந்தாய்! எதுக்கு இந்த லாங் டிஸ்டன்ஸ் டயலாக்?"

"அவசியமிருக்கிறது."

"நீ எவ்வளவு குடித்தாய்?"

"ரொம்பக் குறைவு."

"நீ பேசுவதைக் கேட்டால் அப்படி இல்லியே."

பையன் கேட்டான்:

"கைவசம் கார் இருக்கிறதா?"

"அனுப்பணுமா?"

"தொந்தரவு இல்லையென்றால்."

"பார்க்கட்டும்."

திடீரென்று பையன் கூறினான்:

"இல்லைன்னா வேண்டாம். வேறொரு வழியிருக்கு?"

"என்ன?"

"நீலிமா வண்டியோட இங்குதான் இருக்கிறாள். அவகிட்ட ஒரு லிப்ட் கேட்கிறேன்."

அதைக் கேட்காத மட்டில் ரேணு கூறினாள். சத்தம் பூப்போன்று மென்மையாக இருந்தது:

"பையா இங்க பார், வேணும்னா நான் கார் எடுத்துட்டு வர்றேன். இல்லைன்னா டாக்சியில் வா."

"குட், டாக்சியிலேயே வர்றேன்."

"நீ தூங்க மாட்டியே?"

"தூங்கமாட்டேன். ஆனா, நீ டாக்சியிலதான் வரணும்."

பையன் டெலிபோனைத் தொட்டுச் சத்தியம் செய்தான். ரிசீவரை வைத்தான். வெளியேறினான்.

கூட்டம் கலைந்து கொண்டிருந்தது. நீலிமாவைக் காணவில்லை.

பையன் டோர்பாயிடம் சொன்னான்:

"டாக்சி."

மைக்ரோபோன் மூலமாக டாக்சி ஸ்டாண்டுக்குத் தூது அனுப்பப்பட்டது.

ஒரு நிமிடம் முடிந்தது. இரண்டு நிமிடம் முடிந்தது. வண்டி வரவில்லை.

பையன் கேட்டான்:

"என்னவாயிற்று?"

டோர்பாய் கூறினான்:

"சார், ஸ்டாண்டில் டாக்சி இல்லையோ என்னவோ."

பையனுக்குக் கோபம் வந்தது.

"பிறகு எதுக்குடா, ஃபைஸ்டார் ஹோட்டல்னு பேர் வச்சிருக்கீங்க. இன்னொரு முறை கூப்பிட்டுப் பார், இல்லைன்னா மேனேஜருக்குப் ஃபோன் போட்டுக் கொடு."

பதறிப்போன டோர்பாய் மீண்டும் தூது அனுப்பினான்.

இம்முறை ஒரு வண்டி வந்தது. துருப்பிடிக்கத் தொடங்கி யிருந்த ஒரு லாண்ட் மாஸ்டர். ஆனால், இந்த இடத்தில் குறிப்பிட்டுச் சொல்ல வேண்டியது காரைப் பற்றி அல்ல. டிரைவரைப் பற்றித்தான். பயில்வானைப் போன்ற ஒரு சர்தார்ஜி வண்டியிலிருந்து இறங்கினான். எட்டடி உயரம் குறுக்காக மூன்றடி நீளம். தூண் போன்ற இரண்டு கைகள், சிங்கத்தின் முகம். சிவந்த கண்கள், அவனுக்கு முன்னர் ஆறடி உயரத்திற்குச் சொந்தக்காரனான பையன் கூடக் குழந்தையாகி விட்டான்.

சர்தார்ஜி நேராக டோர்பாயிடம் சென்று கேட்டான்:

"என்னடா சாலா டாக்சி டாக்சின்னு கத்திக்கிட்டிருக்க. ஸ்டான்டில வண்டி வேண்டாமா?"

ஹோட்டல் வேலைக்காரன் தப்பிப்பதற்காகப் பையனைப் பார்த்தான்.

பையன் தலையிட்டான்:

"ஓய் சர்தார்ஜி, டாக்சி எனக்குத்தான்."

பயில்வான் கூர்மையாகப் பையனைப் பார்த்தான். கார் கதவைத் திறந்து கொடுத்தவாறு கூறினான்:

"ஏறி உட்காருங்க."

பையனுக்கு 'மூடு' போய்விட்டது. 'பகனை' மனத்தில் நிறுத்திக் கொண்டு வண்டியில் ஏறினான்.

சர்தார்ஜி ஸ்டியரிங்கைப் பிடித்து ஏற்ய போது வண்டி குலுங்கியது.

பயில்வான் வாய் திறந்தான்:

"எங்க போகணும்?"

"டிஃபன்ஸ் காலனி."

"எந்த பிளாக்?"

"அது அங்க போய்ச் சேர்ந்த பிறகு சொல்றேன்".

சர்தார்ஜி ஒன்றும் பேசாமல் வண்டியை ஓட்டினான்.

ஹோட்டலுக்கு வெளியே வந்து வலது பக்கம் திரும்பிய போது பையன் கேட்டான்:

"எங்கே போற?"

"டிஃபன்ஸ் காலனிக்கு."

"இடப்பக்கம் தானே போகணும்."

"இந்த வழியாகவும் போகலாம்."

பையன் சர்தார்ஜிக்குப் பின்னால் சீட்டின் மேல் இடித்துக் கொண்டு கூறினான்:

"நான் சொல்றேன் இடப்பக்கம் போனால் போதும்!"

சர்தார்ஜி திடீரென்று வண்டியை நிறுத்தி, ரிவர்ஸ் எடுத்தான். திரும்பிப் பையன் கூறிய வழியில் சென்றான். ஒரு வார்த்தைகூடப் பேசவில்லை.

'அப்போ, நீ ஒரு பேப்பர் புலிதான்', பையன் எண்ணிக் கொண்டான். 'இடம் வரட்டும் உன் வீரியத்தை நான் இல்லாமலாக்குகிறேன்.'

காலனியில் டி பிளாக்கிலுள்ள குறிப்பிட்ட எண் கொண்ட வீட்டிற்குத் திரும்புகின்ற பாதை வந்தபோது வண்டியை நிறுத்துமாறு பையன் கூறினான். போர் மூண்டதென்றால் கர்னலுக்குத் தெரியப்படுத்த வேண்டாமே.

பையன் கீழே இறங்கினான். தொடர்ந்து சர்தார்ஜியும் இறங்கினான்.

சர்தார்ஜி இறங்கும் போது அலையில் உயர்கின்ற படகைப் போல் வண்டி உயர்ந்தது.

பையன் கேட்டான்:

"எவ்வளவு?"

காரை முன்பக்கமாக வலம் வந்து நின்ற பயில்வான் குனிந்து மீட்டரைப் பார்த்துவிட்டுக் கூறினான்:

"மூன்று ரூபா எண்பது காசு."

பையன் முன்னே சென்று சர்தார்ஜியின் மூக்கிற்குக் கீழே நின்று கொண்டு கேட்டான்:

"மூணு ரூபா எண்பது காசா?"

பயில்வான் கொட்டாவி விட்டவாறு கூறினான்:

"ஆமா."

பையன் சொன்னான்:

"மீட்டர் சரியில்லை."

"எப்படி?"

பீமனின் சிவந்த கண்களை உற்று நோக்கியவாறு பையன் சத்தமாகக் கூறினான்:

"நான் சொல்றேன் மீட்டர் சரியில்லை!"

சர்தார்ஜி வண்டியின் பானட்டில் சாய்ந்து நின்றான். சட்டைக் கைகள் இரண்டையும் முட்டிக்கைவரை மடித்து வைத்து விட்டுச் சன்னமான குரலில் கேட்டான்:

"பணம் கொடுக்க முடியுமா?"

அரக்கன் போருக்குத் தயாராகி விட்டான், என்று பையனுக்குப் புரிந்தது. நானும் தயாராக வேண்டியதுதான். பையன் வலது பக்கச் சட்டைக் கையை சுருட்டி மேலேற்றினான். உள்ளங்கையை இறுக்கி முட்டிக் கை மடக்கி மசில் வரவைத்தான். சர்தார்ஜியிடம் கூறினான்:

"பார்த்தாயா?"

சர்தார்ஜி ஆர்வத்தோடு குனிந்து பார்த்தான். திடீரென்று இடி இடிப்பது போன்று சத்தமாகச் சிரிக்கத் தொடங்கியவன் லேசாகத் தோளைத் தட்டியவுடன் பையனுடைய முட்டுக்கால் வளைந்து விட்டது.

பெரிய ஆலமரம் போல் அசைந்து கொண்டிருந்த சர்தார்ஜி சிரிப்புக்கு நடுவே கூறினான்:

"டிகே பாபா! காசெல்லாம் ஒண்ணும் வேண்டாம். நீ போ!"

☯

போராட்டம்

முன்புபோல் பையனால் சாப்பிட முடியவில்லை. ஒரு கோழிமுட்டை சாப்பிடுவதற்குள் வயிறு நிரம்பி விடுகிறது. நான்கு கவளம் சோறு உள்ளே செல்வதற்குள் திகட்ட ஆரம்பித்து விடுகிறது. பொரித்த கோழியைப் பார்த்தாலே குமட்டிக் கொண்டு வருகிறது.

பையன் பயந்து விட்டான். உடற்பயிற்சியாளனின் உருவத்தி லிருக்கும் தனது விக்கிரகத்தை வருத்தம் தோய்ந்த மனத்தோடு நிலைக்கண்ணாடியில் பார்த்தான்.

முன்புபோல், உணவுக்கடவுளான அன்ன பிரபுவை இனியொருபோதும் என்னால் உண்ண முடியாதா? கண்ணாடியில் தென்படுகின்ற தனது விக்கிரகத்திடம் பையன் கேட்டான். ஒரு போராட்டம் எனது சப்த நாடிகளையும் தளர்வடையச் செய்து விட்டதா?

பரமாத்மா பையனைப் பார்த்து மென்மையாகப் புன்னகைத்தது. பையனுக்கு அது இன்னொரு உலகத்திலிருந்து வருகின்ற புன்னகை போல் தோன்றியது.

எவ்வளவு சுவையான உணவாக இருந்தது! பையன் நினைத்துப் பார்த்தான்: 'அப்போது நாட்டில் நிலவி வந்த பஞ்சமும் பசியும் என்னைப் பாதிக்கவில்லை. கொடுத்து வைத்தவர்களுள் நானும் ஒருவனாக இருந்தேன். ஆர்மி ரேஷன். கர்னலின் இல்லம். காலையில் கோழி முட்டையும் கான்ஃப்ளேக்ஸும். நண்பகலில் முழுமையான அறுசுவை உணவு. இடைப்பட்ட நேரங்களில் தேநீரும் தின்பண்டமும். இரவில் சிக்கனும் சப்பாத்தியும் இல்லையென்றால் சப்பாத்தியும் சிக்கனும். இதற்கிடையேதான் பல பகலிரவுகளும் கடந்து சென்றன.'

'அப்படி இருந்த எனக்கு இப்படியொரு நிலை ஏற்பட்டு விட்டது.'

'கர்னல் இங்கே இல்லாத காரணத்தால்தான் எனக்கு இவ்வாறு நேர்ந்தது, பையன் தனக்குத் தானே பேசிக் கொண்டான். சீலாவதியின் நற்குணமும் கேதரின் மகாராணியின் அதிகார பலமும் கொண்ட அவள் இங்கே இருந்திருந்தால் போனவாரம் நான் அந்த வீரதீரச் செயலைச் செய்ய முன் வந்திருக்க மாட்டேன். அன்புள்ளம் கொண்ட அவள் ஷில்லாங் சென்றிருந்த நேரத்தில் நான் செய்யக் கூடாததை எல்லாம் செய்து விட்டேன். ஆனந்தவள்ளி ஒரு மாதத்தில் திரும்பி வந்துவிடுவாள். ஆனால் அவள் எனக்கு இரண்டு மாதத்திற்குத் தேவையான உணவையும் சமையற்காரனையும் ஸ்டாக் வைத்துவிட்டுத் தான் சென்றிருக்கிறாள். நல்ல பையனாக நேரத்திற்கு நேரம் சாப்பிட்டுவிட்டு அடங்கி ஒடுங்கி இருந்தால் போதுமானதாக இருந்தது. உழைக்கும் வர்க்கத்தினரின் உரிமைகளை மீட்டெடுக்க அவர்களுக்குத் தெரியும். அதில் தலையிட வேண்டிய அவசியம் எனக்கு இல்லை.'

வேலைக்காரன் விளம்பரம் செய்து கொண்டே அறைக்குள் நுழைந்தான்:

"சார், உணவு தயாராகிவிட்டது"

பையன் இன்னொருமுறை தன் பரமாத்மாவைப் பார்த்து ஊமைமொழியில் வருத்தப்பட்டான்.

முடியாதென்று தெரியும். இருந்தாலும் முயற்சி செய்யலாம் என்று முடிவெடுத்தான். உணவறைக்குச் சென்று காலை உணவிற்குத் தலைமையேற்று நாற்காலியில் அமர்ந்தான். ஆம்லெட், டோஸ்ட், கான்ஃப்ளேக்ஸ், பால், காபி ஆகியவற்றை வேலைக்காரன் மேசையில் பரப்பி வைத்தான். வாயில் எச்சில் ஊறியது. ஆனால் வயிறு எதிர்ப்புத் தெரிவித்தது.

ஒரு டோஸ்ட்டையும் ஒரு துண்டு ஆம்லெட்டையும் கஷ்டப்பட்டு வயிற்றுக்குள் அனுப்பிய பையன் ஒரு மிடறு பாலும் குடித்தான். அவ்வளவுதான். அதன் பிறகு ஒன்றும் சாப்பிட முடியவில்லை. வாந்தி வருவது போல் இருந்தது. கண்முன்னே எத்தனையோ அழகிய உணவுப் பொருட்கள் பயனற்றுக் கிடக்கின்றன. ஒரு வாரத்திற்கு முன்பாக இருந்திருந்தால், பையன் நினைத்துப் பார்த்தான். 'எனக்கு இவையெல்லாம் அம்பது காசு அப்பளத்திற்குச் சமம்.'

பையன் தளர்ந்து விட்டான். சாதுவானவன், தன்னை முடியைப் பறிகொடுத்த சாம்சனாகவும், தடி இல்லாத சிலம்பாட்டக்காரனாகவும் எண்ணினான்.

இனியொருபோதும் முன்பைப்போல உணவு உண்ண என்னால் முடியாதா? பையன் மனவருத்தத்துடன் தனக்குத் தானே கேட்டான். யாரும் பதில் கூறவில்லை. ஆதரவற்றவன் என்ற உணர்வு தன் அங்கத்தில் அடி முதல் முடி வரை குண்டூசிகளாகக் குத்துவதுபோல் தோன்றியது.

திடீரென்று பையன் பதற்றமடைந்தான். ஆகாரத்தின் மீது ஆர்வம் குறைந்துவிட்டது என்ற சுலோகத்தைக் கூறத் தொடங்கி ஒரு வாரமாகிவிட்டது. உடம்பு பாதியாக இளைத்து விட்டது. இதே நிலை எத்தனை நாள் நீடிக்கும்? ரேணு திரும்பி வந்து என்னைப் பார்த்தால் அடையாளம் கண்டு கொள்வாளா? அழகான நாரிக்கும் நரிக்கும் வருத்தம் தோன்றாதா? மார்பில் அடித்துக் கொண்டு அழும் ஒப்பாரிப் பாட்டு கேட்காதா? கண்ணீர் புகைக்குண்டு வீச்சும் குண்டுவெடிப்பும் நிகழாதா? கல்லறையும் ஊர்வலமும் கண்களுக்குத் தெரியாதா?

அப்போது பையனுக்கு ஒரு சந்தேகம். முழுக் கதையும் தெரிந்தால் அவள் முதலில் யாரைக் கொலை செய்வாள்? அனைவரையும் கொன்று விடுவாள். ஆம் முதலில் யாரைக் கொல்வாள்? என்னையா பிரஸ் தொழிலாளியையா அல்லது போலீஸ் சூப்பிரண்டையா?

கொடியவன் என்ற செல்லப் பெயரில் அழைக்கப்பட வேண்டுமென்று ஆசைப் படுகின்ற போலீஸ் சூப்பிரண்ட், பையன் நினைத்தான். போலீஸ்காரனின் உருவத்தில் உலவுகின்ற மனித மிருகம்.

என்னுடன் படித்தவன், என் நண்பன்தான். ஒரே நிழலில் ஒன்றாக விளையாடி ஒரே எண்ணத்தோடு வளர்ந்தோம். ஒருவருக்கொருவர் உறுதுணையாக இருந்தோம். ஒன்றாம் வகுப்பு முதல் கல்லூரி வரை ஒன்றாகவே படித்தோம். நான் ஒரு வகுப்பில் ஃபெயிலான போது என்மீது பரிதாபம் கொண்டு உடன் வரட்டுமென்று நினைத்து அவன் அடுத்த வகுப்பில் ஃபெயிலானான். அடுத்த வகுப்பில் அவன் ஃபெயிலானபோது அதற்கடுத்த வகுப்பில் நானும் ஃபெயிலானேன்.

சிறப்பான ஆண்டுகள் சில உருண்டோடுகின்றன. கல்லூரி படிப்பு முடிந்தது. இருவரும் நாட்டுக்குத் தொண்டு செய்வதென்று அக்னி சாட்சியாகச் சத்தியம் செய்தோம். போட்டித் தேர்வுகளை எழுதினோம். ஐ.ஏ.எஸ்-லும் ஐ.பி.எஸ்-லும், அவனுக்கு ரேங்க் கிடைத்தது. எனக்கு ஐ.ஏ.எஸ்ஸிலும் ஐ.பி.எஸ்ஸிலும், ஐ.எஃப்.எஸ்ஸிலும் வீரப்பதக்கம் கிடைத்தது. முடிவு தெரிந்ததும் இருவரும் இரண்டு கிளாஸ் நன்னாரி சர்பத் குடித்தோம்.

அவன் சொன்னான்:

"நான் ஐ.பி.எஸ் சேரப்போறேன், நீ?"

நான் ஆலோசித்தேன்: 'என்னுடைய திறமைகள் அனைத்தும் அங்கீகரிக்கப்பட்டுவிட்டன. ஐ.சி.எஸ் நாடகம் ஓடுகின்ற காலமாக இருந்திருந்தால் அதிலும் நான் மூன்று ஆஸ்கார் வாங்கியிருப்பேன். இனி எனக்கு அரசாங்க உத்தியோகம் வேண்டாம். நான் திறமைசாலி என்று அரசாங்கம் ஒத்துக் கொண்டுள்ளது. அது போதும்.'

நான் கூறினேன்:

"நான் அரசாங்க வேலையில் சேரப்போறதில்லை."

அவன் விழுந்து விடுவான் என்று தோன்றியது.

அவன் கேட்டான்:

"பிறகு?"

சொந்தமாக ஏதாவது தொழில் செய்யப் போறேன்.

அவன் கூறினான்:

"உனக்கு பைத்தியம்."

அவனுக்குப் பைத்தியமில்லை. ஆனால் அவனுக்கு என்மீது பொறாமையாக இருந்தது. இதோ இங்கே அரசாங்கத்தின் மூன்று முக்கியத் தேர்வுகளில் வெற்றிபெற்று முழுமையாக ஞானபீடத்தில் ஏறி நிற்கின்ற ஒருவன், அனைத்தையும் துரும்பாக எண்ணி இகழ்கிறான். இந்த நெஞ்சுரம் தனக்கு இல்லையே என்னும் மிகப் பெரிய துயரம்தான் அவனது அப்போதைய மனநிலையின் நகல்.

எனக்குச் சிரிப்பு வந்தது.

அவன் சென்ற பிறகு நான் அறைக்குள் சென்று கதவைப் பூட்டிவிட்டுத் தனியாக இருந்து சிரித்தேன்.

அவன் போலீஸ் வேலையில் சேர்ந்தான். பயிற்சிக் கல்லூரிகளுக்குச் சென்று ஒரு ஜனநாயக நாட்டில் குடிமக்களிடம் நடந்து கொள்ள வேண்டிய முறைகளைப் பற்றிப் பல விதத்திலும் பயிற்சி பெற்றான். இறுதியில் பிரின்சிபல் கூறியதையும் கேட்டான்: 'இனிமேல் இங்கு படித்ததை எல்லாம் மறந்துவிட்டு ஜனங்களை அடித்து வதைத்து அடக்கி வைக்க வேண்டும். அவர்களுக்கு வேறொரு மொழியும் புரியாது.'

கடைசியில் கற்ற வித்தைகளை எல்லாம் சாமார்த்தியமாகப் பயன்படுத்திய அவன் மக்களைச் சித்திரவதை செய்தும் அச்சுறுத்தியும் பதவி உயர்வு பெற்றான். ஏ.எஸ்.பி.யில் இருந்து டி.எஸ்.பி ஆனான். பிறகு எஸ்.பி ஆகிவிட்டான்.

ஆனால் நான், சொன்ன வாக்கைக் காப்பாற்றிவிட்டேன். சொந்தமாக ஒரு வேலையைத் தேர்ந்தெடுத்தேன். பத்திரிக்கைத் தொழில். இதில் நானும் படிப்படியாக உயர்ந்தேன். முதலில் பத்திரிக்கை நிருபரானேன். பிறகு பத்திரிக்கை நிருபரானேன். மீண்டும் பத்திரிக்கை நிருபரானேன். யாருக்கும் அஞ்சாமல் சுயமாகச் சிந்திக்கலாம், எழுதலாம். சேட்டுக்குச் சொந்தமான பத்திரிக்கை நிறுவனம். நூறு ரூபாய் சம்பளம். ரேணு இல்லையென்றால் கேவிக்கேவி அழவேண்டி வந்திருக்கும் என்று தினசரிப் புராணம்.

'எல்லாம் நன்மைக்கே', ஆனால் அவன் எதற்காக நான் இருக்கும் நகரத்திற்கு வரவேண்டும். சூப்பிரண்டாகப் போவதற்கு வேறொரு ஊரும் கிடைக்கவில்லையா?

அவன் செய்த வேலை இருக்கிறதே! நினைத்தவுடன் எனக்குக் கோபத்தில் மூக்கு வியர்த்தது. கோபத்துடன் திட்டமிட்டேன்: 'அவனுக்கு ஒருநாள் வைக்கிறேன் வேட்டு!'

முன் அனுமதி பெறாமல் அரசாங்க கிங்கரன் நகர வீதியில் என்னை எதிர் கொண்டான். மூன்று மாதத்திற்கு முன்பு தொலைந்த பொருள் கையில் கிடைத்த மகிழ்ச்சியில் என்னைக் கட்டிப் பிடித்தான்.

அவன் சொன்னான்:

"ஹலோ பையன் பாய் இப்போதுதான் உன்னைப் பற்றி நினைத்தேன்."

நான் சிரித்தேன்,

அவன் சொன்னான்:

"பழைய நினைவுகள் என்னைச் சுற்றிச் சுற்றி வலம் வருகின்றன."

நான் ஏளனமாகச் சிரித்தேன்.

அவன் கேட்டான்:

"நீ இப்போது என்ன வேலை செய்கிறாய்?"

அனைத்தும் கூறினேன். என்னுடைய சுதந்திரத்தைப் பற்றி வருமானத்தைப் பற்றி, ரேணுவைப் பற்றி, காலநிலையைப் பற்றி.

அவன் சொன்னான்:

"டேய், உனக்கு இது தேவையா?"

சொன்னபோது அவன் அழுது விடுவான் எனத் தோன்றியது.

நான் கேட்டேன்:

"எது தேவையில்லை?"

அவன் கூறினான்:

"ஃபாரின் சர்வீஸில் போயிருந்தால் நீ இப்போது ஏதாவது ஒரு மேஜர் எம்பஸியில் ஃபஸ்ட் செக்ரட்டரி தெரியுமா?"

"அப்புறம்?"

அவன் கை விரித்தான்:

"உனக்குப் பைத்தியம்."

ஏறக்குறைய அதே மாதிரிதான் நானும் சிரித்தேன். தலையைப் பின்பக்கமாகச் சரித்து, உதட்டைச் சுழித்து, தோளைக் குலுக்கிச் சிரித்தேன்.

அவன் தேநீர் குடிக்க வீட்டிற்கு அழைத்தான். நான் போகவில்லை. பதிலுக்கு நான் அவனை நெய்யப்பம் சாப்பிட ரேணுவின் வீட்டிற்கு அழைத்தேன். அதில் இரண்டு உள்நோக்கம் இருந்தது. அவனைவிடப் பத்து மடங்கு சிங்கங்கள் ராணுவத்தில்

என் கைவசமிருக்கிறது என்று அவனையும், ராணுவத்தில் மட்டுமல்ல, காவல் துறையின் மேல் மட்டத்திலும் எனக்குப் பிடி இருக்கிறது என்று ரேணுவையும் இம்ப்ரஸ் செய்யலாமே.

இரண்டும் நடந்தது. இன்னொன்றும் நடந்தது. நானும் இம்ப்ரஸ்டு ஆனேன்.

கர்னலின் வீட்டில், பட்டுப் போன்ற புல்வெளியில் அமர்ந்து காபி அருந்தும்போது அவன் கூறினான்:

"பையன் பத்திரிக்கை நிருபரானது ஒரு டிராஜடியாகி விட்டது."

கர்னல் கேட்டாள்:

"எப்படி?"

அவன் விவரித்தான்:

"ஃபாரின் சர்வீசில் சேர்ந்திருந்தால் அவன் இப்போது ஏதாவது மேஜர் எம்பசியில்......."

கர்னல் குறுக்கிட்டுக் கூறினாள்:

"சூரியனில் போய் இருந்தாலும் புத்திசாலிகளுக்கு அரசாங்க உத்தியோகம் ஒத்து வராது, பையன் அதிபுத்திசாலி."

'மூடனே!' என்று அழைத்தது போல் அவனுக்குத் தோன்றி யிருக்க வேண்டும். ஏனென்றால் அவன் இன்னும் கொஞ்சம் காபியைக் குடித்துவிட்டு இடத்தைக் காலி செய்தான்.

அதன் பிறகு அவ்வப்போது நான் அவனை ஆங்காங்கே சந்தித்தேன். ஆனால் என் வேலையைப் பற்றி ஒன்றும் சொல்ல வில்லை.

இருந்தாலும் நான் புத்திசாலி என்ற பொறாமை மனோபாவம் அவனுக்குள் ஒரு மினியேச்சர் அக்னி பர்வதத்தை ஊதிப் பெரிதாக்கியிருக்க வேண்டும். எனக்கு வேட்டு வைப்பதற்காக அவன் தருணம் நோக்கிக் காத்திருக்கிறான். இல்லையென்றால் இவ்வாறு செய்ய வழியில்லையே.

பிரஸ்ஸிலிருந்து ஒரு தொழிலாளியை வேலையை விட்டு நீக்கிய கதையை அவன் எப்படியோ மணம்பிடித்திருக்கிறான்? நான் ஆச்சரியமடைந்தேன். செய்தித் தாளில் படித்திருப்பான்.

அப்போது ஒரு சந்தேகம் - போலீஸ்காரர்கள் செய்தித்தாள் படிப்பார்களா? பதில்: இந்தப் போலீஸ்காரர்கள், பதவிக்கும் மேலாக தாங்கள் ஒரு புத்திசாலி என்று எண்ணிக் கொண்டு அதையும் செய்வார்களாக இருக்கலாம்.

தொழிலாளியின் கதையை நினைத்தபோது எனக்குச் சிரிப்பு வந்தது. இருந்தாலும் உணவு உண்ண முடியாத சூழ்நிலையில் இருக்கின்ற எனது கௌரவத்தை எண்ணிச் சிரிப்பை அடக்கிக் கொண்டேன்.

தொடர்ந்து ஒரு வாரம் தொழிலாளி வேலைக்கு வரவில்லை. மேனேஜ்மென்ட் அவனை வேலையை விட்டு நீக்கியது. அப்போது தொழிலாளி, தான் வேலைநிறுத்தத்தில் ஈடுபட்டிருப்பதால் தன்னைப் பணி நீக்கம் செய்யும் அதிகாரம் மேனேஜ்மென்ட்டுக்கு இல்லை என்று வாதிட்டான். வாதத்தை ஏற்றுக் கொண்டு அவனை மீண்டும் பணியில் சேர்க்க நிர்வாகம் முன்வரவில்லை. எனக்கும் தோன்றியது ஒரு விதத்தில் அல்ல, பலவிதத்திலும் இது சற்றுச் சிக்கலான விஷயம்தான். வேலை நிறுத்தப் போராட்டத்தில் ஈடுபடுவதற்குத் தொழிலாளிக்கு உரிமை உண்டு. வேலையிலிருந்து நீக்குவதற்கான அதிகாரம் மேனேஜ்மெண்டுக்கு இல்லை. அப்படியே பணி நீக்கம் செய்ய வேண்டுமென்றாலும் அதற்கும் சில நிபந்தனைகளைப் பின்பற்ற வேண்டும். முதலில் தொழிலாளியின் மீது குற்றம் சுமத்தி நோட்டீஸ் கொடுக்க வேண்டும். பதில் கொடுப்பதற்கு ஒரு குறிப்பிட்ட நாளை முடிவு செய்ய வேண்டும். பதிலைப் பரிசீலிக்க வேண்டும். தொழிலாளி வக்கீல் மூலமாக ஆஜராகிறேன் என்று கூறினால், அதற்கு அனுமதி தர வேண்டும். ஆனால் மேனேஜ்மென்ட் வக்கீலைப் பற்றிச் சிந்திக்கவே கூடாது. அதன் பிறகு கேஸை தொழிலாளிக்கு எதிராகவும் அனுகூலமாகவும் பரிசீலிக்க வேண்டும். முடிவு தொழிலாளிக்குச் சாதகமாகவே இருக்க வேண்டும். இந்தக் கேஸில் இதொன்றும் நடக்கவில்லை. இயல்பான நியாயங்கள் எல்லாம் இங்கே மீறப்பட்டுள்ளன. வதைக்கப்பட்டுள்ளன.

தார்மீகக் கோபம் என்னை நிம்மதியிழக்கச் செய்தது.

தொழிலாளியை அழைத்துக் கூறினேன்:

"உன்னுடைய கேஸை நான் பார்த்துக் கொள்கிறேன்."

தொழிலாளி கூறினான்:

"சாருக்கு வந்தனம்."

தனிமனிதனாகக் கோஷமிட்டுக் கொண்டு மேனேஜ்மெண்ட் முன்னர் சென்று நான் வாதிட்ட போது மேனேஜ்மெண்ட் சிரித்தது.

நான் சொன்னேன்:

"சிரிக்க வேண்டாம்."

"ஏன்?"

"வரலாற்றில் இன்று வரை சிரித்தவர்கள் எல்லாம் அழுதிருக்கிறார்கள்."

மேனேஜ்மெண்ட் மீண்டும் சிரித்தது.

நான் கேட்டேன்:

"தொழிலாளி விஷயத்தில் என்ன சொல்கிறீர்கள்?"

"இந்த விஷயத்தில் ஒன்றும் செய்ய முடியாது."

"முடிவாகத்தான் சொல்கிறீர்களா?"

"உங்களைப் பணிநீக்கம் செய்யாமலிருக்க முயற்சி செய்கிறோம்."

தொழிலாளியை அழைத்து நான் கூறினேன்:

"மேனேஜ்மெண்ட் வழிக்கு வருவதாகத் தெரியவில்லை."

பயந்துபோன தொழிலாளி கேட்டான்:

"சார், இனி நான் என்ன செய்வேன்?"

நான் கூறினேன்:

"நீ ஒன்றும் செய்ய வேண்டாம், நான் செய்கிறேன். உன்னை மீண்டும் வேலையில் சேர்த்துக் கொள்ளும் வரை நான் உண்ணா விரதப் போராட்டத்தில் ஈடுபடப் போகிறேன்."

தொழிலாளி கூறினான்:

"நன்றி சார்."

தொழிலாளிகள் உணர்ச்சி வசப்பட்டு உருகினர். பத்திரிக்கை களில் செய்தி வெளியானது.

அவனும் வந்தான். ஆபீசுக்குத்தான் வந்தான். அவன் கேட்டான்: "பையா செய்தி உண்மையாடா?"

நான் கேட்டேன்:

"என்ன செய்தி?"

"நீ உண்ணாவிரதம் இருக்கப் போகிறாய் என்ற செய்தி."

"உண்மைதான்."

அவன் கெஞ்சினான்:

"வேண்டாம்டா!"

"ஏன் வேண்டாம்?"

"இதெல்லாம் உன்னால் முடியாதது."

"அப்படி என்று நீ நினைக்கிறாய்."

"கர்னல் இங்கே இல்லாததால்தான் உனக்கு இந்தப் பைத்தியம்? "

நான் கூறினேன்:

"டேய் போலீஸ்காரா! கர்னல் அல்ல, ஜனரல் மோண்ட்கோமறி இங்க இருந்தாக்கூட நான் உண்ணா விரதம் இருப்பேன். உனக்குத் தெரியுமா? கோழையான நீயெல்லாம் எங்கிருந்தடா பிறந்து வந்தாய்?"

அவன் பயமுறுத்தினான்:

"நான் கர்னலுக்குத் தந்தியடிப்பேன்."

"வேகமா போயி அடிச்சிட்டு வாடா."

அவன் மீண்டும் அச்சுறுத்தினான்:

"நீ போராட்டம் தொடங்கினால் நான் அதை ஒன்று மில்லாமல் செய்து விடுவேன்."

"அதற்கொரு கருப்பு ஆடு இன்னும் பிறக்கவில்லை."

அவன் கடைசியாகக் கூறினான்:

“நீ உண்ணாவிரதப் போராட்டம் தொடங்கக் கூடாது.”

“இல்லை நான் தொடங்குவேன்.”

“அப்படியென்றால் போராட்டம் வெற்றிபெறாது. உன் கதி! அதோ கதி!”

அவனை அதே ஸ்பாட்டில் மடக்குவதற்காக நான் வார்த்தைகளைத் தேடிக் கொண்டிருந்தேன். அதற்குள் அவன் போய்விட்டான்.

அடுத்தநாள் சுப்ரபாதம். கடைசிப் பறவையும் விசும்பைச் சென்றடைந்த முகூர்த்தம். நான் காலையுணவு உண்டபின் வேண்டுமளவு குடித்து முடித்தேன். அதன் பிறகு கால் நடையாக உண்ணாவிரத மேடையை நோக்கிப் புறப்பட்டேன். வழியில் தொழிலாளிகள் மாலையணிவித்து என்னை வரவேற்றனர். அவர்கள் என்னை ஆபீஸின் வடக்குப் பக்க முற்றத்திற்கு ஊர்வலமாக அழைத்துச் சென்றனர். அங்குதான் உண்ணாவிரதப் பந்தல் அமைக்கப்பட்டிருந்தது.

ஒரு கயிற்றுக் கட்டிலில் ஏறிப் படுத்துக்கொண்டு நான் வரலாற்றைத் தொடங்கி வைத்தேன். தொழிலாளிகள் கோஷங்கள் எழுப்பினர். வழிபோக்கர்கள் வாய்விட்டு அழுதனர்.

உண்ணாவிரதம் என்றால் உணவருந்தாத நிலை, நான் தருக்க சாஸ்த்திர பண்டிதனைப் போல் சிந்தித்தேன். இந்த நிலையைப்பற்றி முனிவர்கள் என்ன கூறியிருக்கிறார்கள்? கிளாஸிக்குகளை ஒவ்வொன்றாக நீண்ட நேரம் நினைத்துப் பார்த்தேன். இல்லை எதுவும் சொல்லவில்லை. முனிவர்கள் இதைப்பற்றிக் கூறியதாக ஒன்றுமில்லை. அப்படியென்றால் வேறு யாராவது கூறியிருக்கிறார்களா? மீண்டும் நினைவு கூர்ந்தேன். கிடைத்து விட்டது. ஒருவர் கூறியிருக்கிறார். யார் கூறியது? ஆதி சங்கரர் கூறியுள்ளார். என்ன கூறியுள்ளார்? பிருகதாரணியக உரையில் பகவான் கூறுகிறார்:

‘போஜனநிவ்ருத்தெள ம்ரியத ஏவ னாத்மவேதனம்’

அப்படியென்றால் என்ன பொருள்? அப்படியென்றால் உணவை விட்டு நீங்கினால் மரணம் நிச்சயம். ஆத்மாவைக் கண்டடைதல் என்பதல்ல பொருள். சந்தேகமில்லை. அப்படி யானால் ஆத்மாவைக் காணாமல், அதாவது பணிநீக்கம் செய்யப் பட்ட தொழிலாளியை மீண்டும் சேர்த்துக் கொள்வதைப்

பார்க்காமல் எனது ஆத்மா கூடுவிட்டுப் பறந்து விடுமா? நான் இறந்து விடுவேனா? சரிதான்.

என்னிடமிருந்து நீண்ட பெருமூச்சு வெளிப்பட்டது. நான் சுற்றிலும் பார்த்தேன். முற்றத்தில் நிற்கும் மாமரத்தினடியில் இரண்டு ஓலைக்குடிசைகள் உயர்கின்றன. ஒரு தொழிலாளியைக் கூப்பிட்டுக் கேட்டேன்:

"அந்த மாளிகைகள் எதற்கு?"

தொழிலாளி தலையைச் சொறிந்தான். புன்னகை புரிய முயன்றான். பிறகு கேட்டான்:

"ஏன்னு சாருக்குத் தெரியலையா?"

"தெரியலையே."

தொழிலாளி கூறினான்:

"சாருக்கு அன்றாடக் கடமைகளை நிறைவேற்றத்தான்."

"அப்படியென்றால்?"

"ஒன்று குளியலறையும் கழிப்பறையும் கம்பைன்டு."

நான் ஒரு கண்ணைச் சிமிட்டியவாறு ரகசியமாகக் கேட்டேன்:

"இன்னொன்று?"

தொழிலாளி மெதுவான குரலில் கூறினான்:

"இரவுநேர உண்ணும் விரதத்திற்கு."

என்னுடைய வயிறு குலுங்கிச் சிரித்தது. மெதுவான குரலில் கேட்டேன்:

"என்னவெல்லாம்?"

தொழிலாளி இன்னும் மெதுவான குரலில் கூறினான்:

"புட்டு, கடலை, நேந்திரப்பழம்."

நான் கட்டிலிலிருந்து துள்ளி எழுந்து குசு குசுத்தேன்:

"யாரும் பார்க்க மாட்டார்களே."

"கடவுளைத் தவிர."

"எனக்கு கடவுள் நம்பிக்கை கிடையாது."

"அப்படியானால் யாரும் பார்க்க மாட்டார்கள்."

நான் கட்டிலில் சாய்ந்தேன், கீதையை எடுத்துப் படித்தேன்.

'கர்ம்மண்யே வாதிகாரஸ்தே மா ஃபலேசு கதாசன.'

கடமையைச் செய். பலனுக்கு ஆசைப்படாதே. கொஞ்ச கொஞ்சம் பலன்கள் புட்டு வடிவத்திலும் கடலை உருவத்திலும் வருகிறதென்றால் அதை அனுபவிக்கலாம். ஸ்ரீகிருஷ்ணன் அதற்கெல்லாம் ஒன்றும் சொல்லமாட்டான். இதற்கெல்லாம் அவன்தானே வழிகாட்டி! விருப்பம் போல் வெண்ணையும் பெண்ணும் களவாடித் தின்ற சத்திய வடிவானவன் அல்லவா? முன்மாதிரிப் பையனின் லீலைகளை நினைத்தபோது நான் அசந்து விட்டேன். நம்பூதிரிப்பாடின் பாகவதம் படித்தது நினைவுக்கு வந்தது. புனிதமானவன்! பிராமணன் உறுதி யாகக் கூறியிருக்கிறான்: 'பகவான் ஸ்ரீ கிருஷ்ணன் பதினாறாயிரத் தெட்டு கோபியர்களுடன் ஒரே நேரத்தில் பல விதமான விளையாட்டுக்களை விளையாடினானாம். என்னால் முடியாது சாமி!'

உச்சிப் பொழுதான போது பசி என்னை வாட்டியது. இருந்தாலும் சகித்துக் கொண்டேன். பற்களைக் கடித்தேன். பேண்ட் பெல்ட்டை சற்றே இறுக்கி விட்டேன். சூரியன் மறையும் வரை எப்படிப்பட்ட பசியையும் பொறுத்துக் கொள்வேன் என்று உறுதிமொழி எடுத்துக் கொண்டேன். இன்னொருமுறை கீதையைப் படித்தேன். அப்படியிருந்தும் நான்கு மணியானபோது சோர்ந்து விட்டேன். மயக்கம் வருவதுபோல் தோன்றியது. ஒரு தொழிலாளியைக் கூப்பிட்டு நிலைமையைக் கூறினேன்.

அவன் உபதேசித்தான்:

"இப்போது கண்மூடித் தூங்குங்கள். இரவு ஏழு மணிக்கோ எட்டு மணிக்கோ எழுந்திருக்கும்போது எல்லாம் தயாராக இருக்கும். முதல் மாளிகைக்குச் சென்று கடமைகளை நிறைவேற்றி விட்டு இரண்டாவது மாளிகைக்குச் சென்று உண்ணும் விரதம் நடத்தலாம்."

கேட்கும் போது எனது குரல் மிகவும் தளர்ந்திருந்தது.

"ஆபத்தொன்றும் ஏற்படாதல்லவா?"

தொழிலாளி சொன்னான்:

"ஒரு சுக்கும் வராது. போன முறை நகரத்தில் உண்ணா விரதத்தில் உட்பட்டிருந்தவனின் அன்றாடப் பணியே இதுதான். போராட்டம் மூன்று நாள் நீடித்தது. அன்றாடப் பணிகளைத் தவறாமல் நிறைவேற்றியதால் போராட்டம் முடியும் போது அவனுடைய உடலில் பத்து கிலோ எடை கூடியிருந்தது."

நான் நிம்மதியடையந்தேன். ஆவேசமடைந்தேன். மேனேஜ்மெண்ட் அவசரப்பட்டு தொழிலாளியை வேலையில் சேர்க்காமல் இருந்தால் நல்லது. போராட்டம் நீடிக்க வேண்டும். ரேணு திரும்பி வரும்போது முடிந்தால் போதும்.

நான் கண்மூடினேன். உடனே தூங்கி விட்டேன். ஒரு யுகம் முழுவதும் தூங்கியது போல் தோன்றியது. தொட்டு உலுக்கியபோதுதான் கண்விழித்தேன்.

மாய உலகில் இருப்பதைப் போல் தோன்றியது. எல்லா திசையிலும் வெளிச்சம். நல்ல வெளிச்சம். வெளிச்சத்தின் வெள்ளப்பெருக்கு!

கண்ணைக் கசக்கி விட்டுச் சுற்றுமுற்றும் பார்க்கிறேன். கட்டிலுக்கு அருகில் ஒரு தொழிலாளி நிற்கிறான். பத்திரிக்கை அலுவலகத்தின் மேலிருந்தும் எதிரே உள்ள கட்டிடத்தின் மேலிருந்தும் எத்தனையோ விசைமான அலகு மின்சார சக்தி கொண்ட இரண்டு ஒளிர் விளக்குகள் முற்றம் முழுவதையும் பகலைவிடக் கூடுதலான வெளிச்சத்தில் குளிப்பாட்டிக் கொண்டிருக்கின்றன. ஓலை வேய்ந்த மாளிகைகளின் உட்பகுதி ஆகாயத்தைவிடத் தெளிவாக ஒளி வீசிப் பிரகாசிக்கிறது. முற்றத்தின் நான்கு மூலைகளிலும் நான்கு போலீசுக்காரர்கள் நிற்கின்றனர். அது மட்டுமின்றி கட்டடத்திற்கு மேலே இரண்டு ஃபோட்டோகிராபர்களும் நிற்கின்றனர்.

திடீரென்று இடிஇடித்து மின்னியதைப் போல் எனக்கு எல்லாம் புரிந்து விட்டது. அவன் சதி செய்து விட்டான்! உண்ணும் விரதத்திற்கு வழியில்லாமல் போய்விட்டது. நான் கூண்டில் சிக்கிக் கொண்டேன்!

காவலுக்கு நின்ற தொழிலாளி குனிந்து எனது காதில் கிசு கிசுத்தான்:

"போலீசுக்காரர்கள் சதி செய்து விட்டார்கள்!" (எனக்குத் தெரியாதது போல்)

தொழிலாளி மீண்டும் கூறினான்:

"சாப்பிடத் தேவையான எல்லாம் பக்கத்து டீ கடையில் தயாராக இருக்கிறது. ஆனால் எப்படிக் கொண்டு வருவது?"

"எப்படியாவது கொண்டுவரக் கூடாதா?"

"அப்படியே கொண்டு வந்தாலும், சார் உங்களால சாப்பிட முடியுமா?"

"எப்படியாவது சாப்பிட முடியாதா?"

"ஃபோட்டோ கிராபர்கள் ஃபோட்டோ எடுக்க மாட்டார்களா?"

"ஐயோ! வேற ஒரு வழியுமில்லையா?"

முரடனான தொழிலாளி சொன்னான்:

"இன்றைக்கு இரவு என்னவானாலும் முடியாது."

நான் கேட்டேன்:

"டீ கடையில போய் சாப்பிட்டால் என்ன?"

தொழிலாளி சொன்னான்:

"சாப்பிடலாம், ஆனால் பத்திரிக்கையில் ஃபோட்டோவோட செய்தி வரும்."

"ஐயோ!"

நான் கட்டிலில் மல்லாந்து விழுந்தேன்.

தொழிலாளி சொன்னான்:

"சார் இப்பப் பொறுமையா இருங்க. காலையில் ஏதாவது வழி கண்டுபிடிக்கலாம்."

மயக்கம் வருவதற்கு முன்பு நான் கூறினேன்:

"அந்தப் புட்டு, கடலை, பழத்தையெல்லாம் யாரும் சாப்பிடாமப் பார்த்துக்கோ."

அதன் பின்னர், நான் நள்ளிரவுக்குப் பிறகுதான் கண் விழித்தேன். எல்லாம் அப்படியேதான். வெளிச்சம், போலீசுக்காரர்கள், போலீஸ் ஃபோட்டோ கிராபர்கள். தொழிலாளிகள் ஒருவர்கூட அங்கே இல்லை. அவர்களின் வாடையே இல்லை. மரணத்தை எதிர்நோக்கியவாறு நான் எனக்குள்ளேயே பேசிக்கொண்டேன்: 'எனக்கு வேணும். மூன்று வேளையும் ஒரு குறையுமில்லாமல் ஒருத்தி எனக்கு அன்னம் படைத்துக் கொண்டிருந்தாள். நான் அதை மதிக்கவில்லை. அளவுக்கு அதிகமாகச் சாப்பிட்டேன். படிப்படியாக அன்னத்தின் மீது எனக்கு வெறுப்பு வந்தது. நிந்தித்தேன். அன்னமே இறைவன். நான் இறைவனை நிந்தனை செய்தேன். அப்படியென்றால் எனக்கு இந்த நிலைதான் வரவேண்டும். அன்னத்தின் மீது கொண்ட கோபத்தால் நான் பட்டினி கிடந்து மரணமடையப் போகிறேன். நாளை, காலைச் சிற்றுண்டி சாப்பிடுகின்ற முகூர்த்தத்திற்குள் வயிற்றுக்குள் ஒன்றும் செல்லவில்லையென்றால் முகூர்த்தம் முடிந்து ஒரு நிமிடத்திற்குள் எனக்கு மரணம் நிச்சயம். இப்போதே நான் இரண்டு வேளை உணவு உண்ணவில்லை. எலும்பும் தோலுமாக மாறிவிட்டேன். இனிமேல் சாப்பாடு கிடைக்குமென்று ஏங்கிக் கொண்டிருக்க வேண்டாம். எனக்கு எதற்கு இந்தத் தொழிலாளி பாசம்! இப்போது இங்கே ஒருவனாவது இருக்கிறானா? இல்லை, இனி வரவும் மாட்டார்கள். எனக்காக வரவழைக்கப்பட்ட புட்டையும் கடலையையும் நேந்திரம் பழத்தையும் அவர்கள் தின்று தீர்த்திருப்பார்கள். நன்றாக தூங்கிக் கொண்டிருப்பார்கள். கலர்கலராகக் கனவுகள் கண்டு கொண்டிருப்பார்கள். நான் எச்சிலை விழுங்கிக் கொள்கிறேன். எனக்கு அழிவுக்காலம் தொடங்கிவிட்டது. எனது ஆட்டம் முடிந்து விட்டது. பள்ளிக்கூடம் பூட்டப்பட்டுவிட்டது. எரிந்து முடிந்துவிட்டது. மரணம் நெருங்கி விட்டது. எனது பிரியத்திற்குரிய ரேணுவை இனிமேல் பார்க்க முடியாது. நான் அவளுக்குத் துரோகம் செய்து விட்டேன். போலீஸ் சுப்பிரண்டைக் குறை சொல்லவில்லை. அவன் போலீஸ் புத்தியைக் காட்டி விட்டான். எனது புத்தியை நான் காட்டவும் இல்லை. நன்றாகக் கிடைத்துவிட்டது. பேஷாகி விட்டது போதும் போதுமென்றாகி விட்டது. நான் ஒரு மரக் குதிரையே! எனக்கு இதுவும் வேணும்! இன்னமும் வேணும்!'

மரணத்தை எதிர் கொள்ளத் தயாராகி நான் படுத்து விட்டேன். மனதிற்குள் மரணவாக்குமூலம் எழுதுகிறேன். மயக்கமாகிய அதளபாதாளத்திற்குள் ஆழ்ந்து போகிறேன்.

சூரியன் உதித்தபோது உயிருள்ள சவமாகிய நான் கண் திறந்தேன். கட்டிடங்களுக்கு மேலே சூரிய உதயத்தைப் பார்க்க வேண்டுமா என்று எனக்குள் ஒரு தயக்கம். வேண்டாம். பார்க்க வேண்டாம். புவிப்பரப்பில் யாதோர் உயிரையும் நான் பார்க்க விரும்பவில்லை. பார்த்ததெல்லாம் போதும்.

பொழுது புலர்ந்து விட்டது. கதிரவன் இனி திரும்பிச் செல்லமாட்டான் என்று அதிகார பூர்வமான அறிவிப்பு வந்த பிறகே போலீஸ்காரர்கள் ஒளிர்விளக்குகளை அணைத்தனர். இருந்தாலும் அவர்கள் அங்கிருந்து நகரவில்லை.

நான் இப்போதும் உணவை எதிர்பார்க்கிறேனா? நான் எனக்குள்ளேயே கேட்டுக் கொண்டேன். அப்படி யென்றால் நான் ஒரு முட்டாள். சைரன் ஒலிக்கிறது. இடியட்டாகி விட்டேன். என்னால் இனி செய்யத்தக்கது மரணத்திற்கான நிமிடங்களைஎண்ணுவது மட்டும்தான். நான் மெல்ல மெல்ல என் முன்னோர்களின் சந்நிதியை நோக்கிச் சென்று கொண்டிருக்கிறேன்.

ஒன்று செய்திருக்கலாம். நான் வரும்போது கையில் ஒரு மணியும் எடுத்து வந்திருக்க வேண்டும். அதையும் அடித்துக் கொண்டு 'மரணத்தின் கடைசி நிமிடங்கள்' என்ற பாடலைப் பாடிக்கொண்டு இருந்திருக்கலாம். வேண்டாதவை என்றும் சிந்தையில் தோன்றாது. எத்தனையோ முறை சபிக்கப்பட்டவன் நான்.

காலைச் சிற்றுண்டிக்கான நேரம் நெருங்கியது. இன்னும் சில வினாடிகள் மட்டுமே மீதமிருந்த வேளையில் பலமான சத்தங்கள் கேட்டன. நான் தலை உயர்த்திப் பார்த்தேன். பாடகர்கள் குழுவைப் போல் தொழிலாளர்கள் கூட்டமாக வருகின்றனர். கூட்டத்தை வெறுப்புடன் பார்த்தேன். யாருக்காக நான் ஊண்ணாவிரதம் இருக்கிறேனோ அந்தத் தொழிலாளி மட்டும் கூட்டத்தில் இல்லை. அது இயற்கை தானே. அவன் எப்படி வருவான், எப்படி என் முகத்தைப் பார்ப்பான்? உடனடியாகத் தொழிலாளர் வர்க்கத்தின் போராட்ட வாசகத்திற்கு ஒரு பாட பேதத்தை உருவாக்கிய நான் அதை மனதிற்குள் சொல்லிப் பார்த்தேன்:

'உலகத் தொழிலாளர்களே, ஒன்றுபடுங்கள்!'

உங்களுக்கு ஓர் இழப்பும் ஏற்படாது, பையனது உயிரைத் தவிர!

வரட்டும்! பயனற்ற ஜன்மங்கள்! மகத்தான மரணத்தைத் தழுவவிருக்கின்ற எனக்கு அவர்களோடு என்ன உறவு.

நான் கண்மூடிப் படுத்திருந்தேன்.

கூட்டம் அருகில் வந்தது.

ஒருவன் கூப்பிட்டான்:

"சார்"

நான் கண்ணைத் திறக்கவில்லை.

ஒருவன் சொன்னான்:

"ஒன்றும் நடப்பதுபோல் தெரியவில்லை. போலீசும் பரிவாரமும் இங்குதான் இருக்கிறார்கள்."

(அது எனக்குத் தெரியாதாக்கும்!)

ஒருவன் சொன்னான்:

"நாங்கள் ஒரு வழி கண்டுபிடித்து விட்டோம்."

(நானும் கண்டுபிடித்திருக்கிறேன். மரணத்திற்கான வழி)

ஒருவன் சொன்னான்:

"பணிநீக்கம் செய்யப்பட்ட தொழிலாளி காணாமால் போய் விட்டான் என்று அறிவித்து விடுவோம்."

(எங்கே போனாலும் பேயாகச் சென்று அவனைப் பிய்த்துத் தின்று விடுவேன்)

மற்றொருவன் சொன்னான்:

"அவனே சென்றுவிட்ட பிறகு உண்ணாவிரதம் அர்த்தம் இழந்து விட்டதே. இனிமேல் அதையேன் தொடர வேண்டும்."

நான் கேட்பது உண்மையா, நான் நினைத்துப் பார்த்தேன்: 'இசையின் நீரூற்று? தேன்மழை? மூழ்கி மடியப் போகிறவன் கைகளுக்குக் கிடைத்த மரத்துண்டு?'

இன்னொருவன் சொன்னான்:

"நீங்கள் உண்ணா விரதத்தை முடித்துக் கொள்ளலாம்."

நான் கண்ணைத் திறந்தேன். எனக்கு முன்னே தேவ தூதர்கள் கூட்டமாக நிற்கின்றனர். பாபுவுக்கு தாழ்த்தப்பட்டவர்கள் ஹரிஜனங்கள் என்றால் எனக்கு தொழிலாளர்கள் ஹரி ஹர புத்திரர்கள். ஆற்றல் மிக்கவர்கள், அறிவாளிகள், அனுபவம் வாய்ந்த புரட்சியாளர்கள். அடுத்த ஆண்டு சபரிமலைக்குச் செல்ல வேண்டியவர்கள்.

ஆறுமாதமே ஆன இளம் மான்ஸ்டரைப் போல் களங்க மின்றிச் சிரித்தேன்.

ஒருவன் சொன்னான்:

"போராட்டத்தை முடிவுக்குக் கொண்டுவர எலுமிச்சைச் சாற்றை நாங்கள் எடுத்து வந்துள்ளோம்."

அமிர்தம் ஒரு பெரிய கிளாஸ் நிறைய இருந்தது. நான் உடனே எட்டிப்பிடித்து வாங்கி ஆசையோடு குடித்தேன். பாதிதான் குடிக்க முடிந்தது. மீதியுள்ள பாதி உள்ளே இறங்க வில்லை.

அன்றுதான் ஆரம்பம்.

மேசையின் மேல் உண்ணப்படாமல் மிச்சமிருக்கின்ற ஆம்லெட், டோஸ்ட், கான்ஃபிளேக்ஸ், பால் முதலியவற்றைக் கண்ணில் செந்நீர் வருமளவுக்குப் பையன் பாவமாகப் பார்த்துக் கொண்டிருந்தான்.

வேலைக்காரன் சொன்னான்:

"சார், இப்ப கொஞ்ச நாளாச் சரியா சாப்பிடறதில்லை. மேம் ஸாப்புக்கு தெரிஞ்சா என்னைத் திட்டுவாங்க."

பையன் மௌனமாக வெளியே பார்த்துச் சிந்தித்துக் கொண்டிருந்தான். அன்னம் எனக்கு சாபம் கொடுத்திருக்குமோ? அப்படியானால் சாப விமோசனம் என்ன? உடனே டாக்டரைக் காண்பது தான்.

பையன் எழுந்து நடந்தான். சாலைக்கு வந்தான். முதலில் வந்த டாக்சியைப் பிடித்து டாக்டரிடம் சென்றான்.

மருத்துவர் பையனுடைய நண்பர். அவர் பையனை வரவேற்று அமர வைத்தார். குசலம் விசாரித்தார். தயங்கித் தயங்கி பையன் வந்த விஷயத்தைக் கூறினான்.

டாக்டர் பையனை மேசைமேல் விரித்துப் போட்டார். மேலும் கீழும் புரட்டிப் போட்டு பரிசோதித்தார். ஆறாம் விலாவெலும்பைத் தட்டி வாயு பரிசோதித்தார். உறுப்புகளை எல்லாம் ஒவ்வொன்றாக பிரித்து மேய்ந்தார். குழல் வைத்தும், தொலைநோக்கி வைத்தும் கண்ணாடி வைத்தும், மை வைத்தும் பார்த்தார். முன்கதைச் சுருக்கம் கேட்டார்.

கதையை விவரித்து முடித்தவுடன் டாக்டர் நீண்ட பெருமூச்சு விட்டார். பையனுக்குத் துயரம் மிகுந்தது.

டாக்டர் கேட்டார்:

"உண்ணாவிரதப் போராட்டம் எவ்வளவு நேரம் நீடித்தது?"

பையன் சொன்னான்:

"இருபத்து நான்கு மணிநேரம்."

கிராத மூர்த்திக்குத் தொண்டு புரிகின்ற டாக்டர் மந்திரித்தார்:

"சிவ, சிவா!"

பையன் பதற்றத்துடன் கத்தினான்:

"டாக்டர்!"

தீவிரமான சிந்தனையுடன் உலவிக் கொண்டிருந்த டாக்டர் சொன்னார்:

"நீண்ட நேரம் நீடித்த உண்ணாவிரதம்தான் காரணம். தொடர்ந்து அன்னப் பிரவாகம் நடக்காததால் குடல் அடைத்து விட்டது."

தனக்கு மிகவும் பிடித்த பெண் கதாசிரியரைப் போல் பையன் சிந்தித்தான்:

"எனது பாவம், பாவம் குடல்!"

டாக்டர் கூறினார்:

"இனிமேல் இது குணமாவது சந்தேகம்தான்."

பையன் அழுது புலம்பினான்:

டாக்டர் ஆறுதல் கூறினார்.

"இருந்தாலும் முயற்சி செய்து பார்க்கலாம். ஜென்ம நட்சத்திரம் என்ன?"

பையன் தேம்பியபடி கூறினான்:

"பூரம்"

டாக்டர் கூறினார்:

"பூரத்தில் பிறந்த புருஷன். நல்ல பையன்! ஒரு வேலை செய். எல்லா மாதமும் ஜென்ம நட்சத்திரத்தன்று சிவன் கோவிலுக்கும், விஷ்ணு கோவிலுக்கும் சென்று மாலையிட்டு வழிபட்டு வா."

"அப்படியே செய்கிறேன்."

"நைவேத்தியமும் செய்து விடு."

"சரி."

"இப்போது என்ன தசை? "

"சனி."

"தீமை யாருடையது?"

"கேதுவினுடையது."

"இது முடிந்தால்?"

"சுக்கிரனுடையது."

"சுக்கிரன் எங்கே நிற்கிறான்?"

"பதினொன்றில்."

"தனியாகவா?"

"இல்லை. வியாழனுடன்."

"நல்லது, பிறகு?"

"லூனா 17ன் பார்வையும் படுகிறது."

டாக்டர் சொன்னார்:

"அப்படியானால் ஒரு குறையும் நேராது. இருந்தாலும் கேதுவின் கேடு விளைவிக்கும் காலம் முடிவதுவரை ஒரு துதியைச் சொல்ல வேண்டும். தினமும் நூற்றொரு முறை, என்ன சொல்லுவாயா?"

"சொல்கிறேன்."

டாக்டர் கூறினார்:

"மனதில் பதிய வைத்துக்கொள்."

'பலாச புஷ்பஸங்காசம் தாரகாக்ரஹமஸ்தகம்

ரௌத்ரம் ரௌத்ராத்மகம் ஹோரம் தம் கேதும் ப்ரணமாம்யஹம்'

பையன் கூறினான்:

"மனப்பாடமாகிவிட்டது."

டாக்டர் மேசைக்கருகே போய் உட்கார்ந்து எழுதத் தொடங்கினார்.

பையன் கண்ணீரைத் துடைத்து விட்டு ஆடைகளை எடுத்து அணியத் தொடங்கினான்.

நூறு ரூபாய்க்குரிய பேட்டண்ட் மருந்துகளின் பட்டியலை பையனுக்கு நேரே நீட்டிக் கொண்டு டாக்டர் சொன்னார்:

"இடையிடையே இந்த மருந்தையும் சாப்பிடு. எல்லாம் சேரும்போது உடல் நலம் சீராகி விடும்."

ஔஷதங்களின் பட்டியலைப் பாராயணம் செய்து கொண்டு வெளியே வருகின்ற வேளையில் பையன் தனக்குத் தானே கூறிக் கொண்டான்:

"என்னுடைய அப்பிராணியான குடல் மட்டும் திறந்து விட்டால் இனியொரு போதும் நான் அதையும் அன்னத்தையும் அனாதையாக விட்டுவிட மாட்டேன். இது ரேணுவின் தலைமீது சத்தியம்!"

☯

பணவீக்கம்

ஜகந்நாத பண்டிதர் கிராமத்திலுள்ள தனது வீட்டின் வெளிப்புறத் திண்ணையில் சம்மணமிட்டு அமர்ந்து ஆங்கில நாளேட்டைப் படித்துக் கொண்டிருக்கிறார். நேற்றைய பத்திரிக்கை. கிராமத்திலுள்ள பிரமுகர்கள் எல்லாம் பத்திரிக்கை படித்து முடித்துவிட்டு அப்போதுதான் வந்து சேர்ந்திருந்தனர். பத்து மணி ஆகிறது. பண்டிதர் குளித்தபின் தேவாரம் படித்து விட்டு ஓர் அவுன்ஸ் காப்பியை உள்ளே தள்ளிவிட்டு அதன் பிறகுதான் சம்மணாசனத்தில் அமர்ந்திருக்கிறார். பத்திரிக்கை படித்து முடித்தபின் பதினோரு மணிக்கு நேராக உள்ளே சென்று சாப்பிட வேண்டியதுதான். தர்ம பத்தினி அதிகாலையில் ஆறுபைசா கொடுத்துக் கீரை வாங்கியதைப் பண்டிதர் மணம் பிடித்திருந்தார். ஆகையால் கீரைச் சாம்பாரும், கீரைப் பொரியலும்தான் அன்றைய ஸ்பெஷல். ஜோசியம் தெரிந்த பண்டிதர் கணித்து விட்டார். குழம்புக்குக் கொஞ்சம் சோறு.

விபூதி சந்தனம் முதலியன பூசிக் கொண்டிருக்கும் ஐம்பத்தைந்து வயதுடைய ஜகந்நாதன் விரித்துப் போட்ட முடியை விரல்களால் கோதிவிட்டுக் கொண்டே தலையை ஆட்டியவாறு ஒருவரி விடாமல் பத்திரிக்கைச் செய்தியைப் பாராயணம் செய்து கொண்டிருந்தார். எவ்வளவு நல்ல பத்திரிக்கை! பண்டிதர் ஆச்சரியப்பட்டார். இந்தியத் துணைக்கண்டத்தில் இது போன்ற தரமான பத்திரிக்கை வேறொன்று இல்லை. சிறந்த செய்திகள், தலைசிறந்த தலையங்கம். இவ்வளவு நன்றாக இதையெல்லாம் எழுதக் கூடிய அந்தச் சிங்கம் யாரு? யாராவது ஒரு பிராமண குமாரனாகத்தான் இருப்பான். அவனுடைய வாயில் சர்க்கரை அள்ளிப்போட வேண்டும். கடவுளே! நாடு முழுவதும் கம்யூனிஸ்ட்டானாலும் குட்டிச் சுவரானாலும் இந்தப் பத்திரிக்கை மட்டும் நிலைத்திருக்க வேண்டும்! இல்லை யென்றால் கறியும் மீனும் சாப்பிடுவதைப் போன்றதாகி விடும். வாழ்க்கை வாழச் சாத்தியமற்றதாக மாறிவிடும்.

பத்திரிக்கையைப் படித்துப் படித்து ஆசை அடங்காத பண்டிதர் விளம்பரங்களையும் படிக்கத் தொடங்கினார்.

அப்போது பக்கத்துக் கிராமத்தில் பிரபலமாக விளங்கக் கூடிய பையன் அந்த வழியாகச் சைக்கிளில் வந்து இறங்கினான்.

“யாரு, பையனா?” பண்டிதர் கேட்டார்.

“ஆமா” என்று கூறிக்கொண்டே பையன் சைக்கிளுக்கு ஸ்டாண்ட் போட்டான். காரணமின்றி இரண்டு முறை மணியடித்தான். இடுப்புத்துணியில் சொருகி வைத்திருந்த பொடி டப்பியை வெளியே எடுத்தான். இரண்டு விரல்களால் அதைச் சிறிது நேரம் தாளம் தட்டித் தாலாட்டிய பிறகு, திறந்து ஒரு சிட்டிகைப் பொடியை எடுத்தான். கிழக்காகத் திரும்பி நின்று சூரியனை வணங்கி விட்டு ‘ச்சீம்’ என்று மூக்கில் திணித்தான். நன்றாகத் தும்மினான்.

ஜகந்நாத பண்டிதருடைய மூக்கில் நீர் ஊறியது. அவர் கேட்டார்:

“ஒரு சிட்டிகை பொடி தாரும் ஓய்!”

பொடி டப்பியைப் பண்டிதரிடம் நீட்டிக் கொண்டு பையன் வெளித்திண்ணையில் கறையொதுங்கினான். பண்டிதருக்கு அருகில் சம்மணாசனத்தில் அமர்ந்தான்.

பண்டிதர், பையனிடமிருந்து சூரணடப்பியைப் பிடுங்கினார். இனியொரு பையனைக் காணும்வரை இருக்கட்டும் என்ற அளவுக்குப் பொடியை உள்ளே இழுத்தார்.

பையன் கேட்டான்:

“நன்னா இருக்கேளா?”

இப்போதைக்கு மூக்குத்துவாரம் பொடி வைத்து முத்திரை செய்யப்பட்டுள்ளதால் பண்டிதர் வெறும் வாயால் பேசினார்:

“சேமமா இருக்கேன்.”

“பிள்ளையாண்டான்கள்?”

“பிள்ளையாண்டான்களும் சேமம்.”

“மூத்த பிள்ளை எங்கே இருக்கிறான்?”

"பாம்பே ரிஸர்வ் பேங்கில்."

"சம்பளம் எவ்வளவு?"

"ஆயிரம் ரூபாய்."

"பேஷான சம்பளம்!"

பண்டிதர் சொன்னார்:

"பணவீக்கத்திற்கு முன்னே பேஷாதான் இருந்துச்சு. வீக்கத்திற்குப் பின்னே எல்லாம் ஒன்றுதான்."

பையன் கேட்டான்:

"பணவீக்கம்னா?"

அந்த வார்த்தையைக் கண்டு பிடித்தவரைப் போலப் பண்டிதர் சுலபமாகச் சொன்னார்:

"டீவால்யூஷன்!"

பையன் சொன்னான்:

"இப்போ புரிஞ்சுது. ஆமா, அவன் எவ்வளவு பணம் அனுப்புவான்?"

பண்டிதர் ஆகாயத்தைப் பார்த்துக் கொண்டு அலட்சியமாகக் கூறினார்:

"அவனோட செலவுக்கு 400 ரூவா வெச்சுக்கிட்டு மீதி 600 ரூவாயை அனுப்பிடுவான்."

"மாசா மாசம்?"

"மாசா மாசம்."

"ரெண்டாவது மகனோ?"

"ரயில்வேயில இஞ்சினியர்."

"எங்க?"

"மெட்ராஸ்ல"

"சம்பளம்?"

"எண்ணூறு ரூவா."

“எவ்வளவு அனுப்புவான்?”

“அவனோட கைச் செலவுக்கு 300 வெச்சுக்கிட்டு மீதி 500 ரூவாயை அனுப்பிடுவான்.”

“மாசா மாசம்?”

“மாசா மாசம்.”

“அப்படின்னா ஆறும் அஞ்சும் சேர்ந்து 1100 ரூவா.”

“ஆயிரம்னு வெச்சுக்கோ!”

“வெச்சாச்சு. மூணாவது மகனோ?”

“அவன் ராஷ்ட்ரபதி பவன்ல ஸ்டெனோகிராபர்.”

“எவ்வளவு சம்பளம்?”

“கொஞ்சந்தான்.”

“கொஞ்சம்னாலும்......?”

“செலவெல்லாம் போக 300 ரூவாதான்.”

“எவ்வளவு அனுப்பி வைப்பான்?”

“அவனோட வட்டச் செலவுக்கு நூறு ரூவா வெச்சுக்கிட்டு மீதி இருநூறு ரூவாயை அனுப்பி வைப்பான்.”

“அப்டீன்னா,” பையன் சொன்னான்: “மூணு புள்ளைகளும் மாசா மாசம் 1300 ரூவாய் மணியார்டர் அனுப்புறாங்கன்னு அர்த்தம்.”

“1200 ரூவான்னு வை. நூறு ரூவா அப்படி இப்படின்னு செலவாயிடும்.”

“இருந்தாலும் 1200 ரூபா ஒரு பெரிய தொகைதான்!”

“ஆனால்,” ஜெகந்நாத பண்டிதர் கூறினார், “பணவீக்கத்திற்குப் பிறகு 1200 ரூபாய்க்கு 600 ரூபாயோட மதிப்புதான் இருக்கு. எதுக்குமே பத்தமாட்டேங்குது.”

“அப்படின்னாலும் பொம்பள புள்ளைங்க இல்லையே!” பையன் கூறினான், “அதுவே பெரிய விஷயம்.”

பண்டிதர் ஒத்துக் கொண்டார்:

"ஆறுதல் அது ஒண்ணுதான்."

அப்போது பண்டித பத்தினி தைலாம்பாள் வராந்தாவின் வாசலில் மறைந்து நின்றுகொண்டு பதியிடம் கேட்டாள்:

"ஏண்ணா போஸ்ட் மேன் போனான் பார்த்தேளா?"

பண்டிதர் பதறிக் கொண்டு பதில் கூறினார்:

"பார்த்தேன், நன்னா பார்த்தேன்."

பண்டித பத்தினி புலம்பினாள்:

"கிருஷ்ணா!"

பண்டிதரும் கூறினார்:

"கோவிந்தா! கோபாலா!"

பையன் கேட்டான்:

"என்ன வருத்தம்?"

ஜகந்நாத பண்டிதர் மார்பில் கை வைத்தார்.

"பையா! புள்ளைங்க ஊர்லருந்து புறப்பட்டுப் போயி ஒரு வருஷமாயிருச்சு. ஒருத்தனும் ஒரு பைசாவோ ஒரு கடிதமோ அனுப்பட்டுமே! ஐயோ!"

☯

தேவகணம்

ஒரு மார்கழி மாதத்தில்தான் அந்த அசம்பாவிதம் நடைபெற்றது. ஒரு வெள்ளிக்கிழமை அதிகாலை நேரம். ரோகிணி நட்சத்திரம். கிராமத்திலுள்ள ஐயப்ப பக்தர்கள் குளித்துவிட்டு வேட்டைக்கொரு மகன் கோவிலுக்குச் சாமி கும்பிடச் சென்றிருந்தனர். சரணம் பாடியவாறு பக்தர்கள் கோவிலைச் சுற்றி வந்தனர். அதே வேகத்துடன் கோவில் கருவறைக்குக் கியூவாகச் சென்றனர். முதலில் சென்ற பக்தன் மணியடித்து விட்டுக் கை கூப்பியவன்தான் சாமியே என்று அலறியவாறு தரையில் விழுந்தான். பாம்பு கடித்திருக்குமோ என்று மீதியிருந்த நான்கு பக்தர்களுக்கும் சந்தேகம். நால்வரும் ஒருவருக்கொருவர் கைகளைக் கோர்த்துக் கொண்டு கீழே விழுந்து கிடந்த சாமியைச் சுற்றி ஒரு மனித வளையம் உருவாக்கிய பிறகு கருவறையிலிருக்கும் மூலவரைப் பார்த்தனர். அவர்களுக்கும் தலை சுற்றியது. வேட்டைக்கொரு மகனின் விக்கிரகத்தைக் காண வில்லை.

முதல்நாள் மாலையில் சிலையை அதே இடத்தில் பார்த்தவர்கள் இருக்கிறார்கள். குருக்கள் வந்து பூஜை செய்து விட்டுப் போயிருக்கிறார். காலையில் வேட்டைக்கொரு மகனுக்குப் பூஜையில்லை. காரணம் குருக்களுக்கு வேறோர் இடத்தில் சாந்தி. அப்படியானால் மிக முக்கியமான சங்கதி தெளிவாகியது. முதல்நாள் மாலையிலிருந்து மறுநாள் காலை வரைக்கும் உள்ள இடைப்பட்ட நேரத்தில்தான் சிலை காணாமல் போயிருக்கிறது.

கம்பிவடமில்லாத் தந்தி மூலமாகச் செய்தி கிராமத்திற்குள் பரவியது. கூக்குரல் ஒலியும் மார்பில் அடித்துக்கொண்டு அழும் ஓசையும் எழுந்தன. பல வழிகளிலும் பாய்ந்து செல்லும் சரங்களைப் போலக் கதிர் முற்றி விளைந்து நிற்கும் வயல்கள் வழியாகச் செய்தி ஒவ்வொரு வீட்டையும் சென்றடைந்தது. குழந்தைகள் முதல் பெரியவர்கள் வரை அனைவரும் எழுந்து பாயைச் சுருட்டி மடக்கி மூலையில் வைத்து விட்டுக் குலதெய்வத்தின் கோயிலை நோக்கிப் படையெடுத்தனர்.

கூட்டத்தில் கிராமத்திலேயே மிகவும் வயதான பாருப்பாட்டியும் இருந்தாள். பாட்டி கெந்திக் கெந்தி நடந்து முன்னால் வந்த போது கூட்டம் இரண்டாகப் பிரிந்து நின்றது.

பாட்டி கோவில் நடைக்குச் சென்று மார்பில் அடித்துக் கொண்டு அழுதாள்:

"வேட்டைக்கொரு மகனே, என்னையும் கூட்டிட்டுப் போ!"

ஊரில் மிகவும் வயதான கிழவனாகிய இட்டிராரிச்சன் நாயர் கிழவியை எட்டிப் பிடித்துக் கொண்டு கூறினான்:

"கெழவி இங்க கெடந்து சாவாதே!"

கிழவி சொன்னாள்:

"இல்ல நான் சாவத்தான் போறேன்!"

இளைஞர்கள் தலையிட்டு கிழவியைப் பலமாகப் பிடித்து இழுத்துக் கிராமத்துக்குத் திருப்பி அனுப்பினார்கள். போகும் போது கிழவி சபதம் செய்தாள்:

"பொழுது சாயுறதுக்குள்ள என் வேட்டைக்கொரு மகனைப் பார்க்கலைன்னா நான் தூக்குப் போட்டுச் செத்துப் போய்டுவேன்!"

ஒரு குரல் கேட்டது:

"மாமரத்திலயா? புளியமரத்திலயா?"

வேறொரு குரல் சொன்னது:

"அபசகுனமாகப் பேசாதடா."

ஊர் நாட்டாமை கோப்பன்நாயர் பூஜை செய்யும் குருக்களுக்கு ஆளனுப்பினார். நாட்டாமையாவதற்கு முன்பு கோப்பன்நாயர் சால்ட் இன்ஸ்பெக்டராக வேலை பார்த்தார். வேட்டைக்கொரு மகன் உதவியோடு தாராளமாகச் சம்பாதித்தார். கோப்பன்நாயருக்கு வேட்டைக்கொரு மகன் மீதும் வேட்டைக்கொரு மகனுக்குக் கோப்பன்நாயர் மீதும் மிகுந்த அன்பும் ஈடுபாடும் உண்டு. இருவரும் ஒன்றாக விளையாடி வளர்ந்தவர்கள்.

நாட்டாமை குருக்களை விசாரணை செய்தார். இரவு எட்டு மணிப் பூஜையை முடித்துவிட்டுத் தான் புறப்பட்டுச்

செல்லும்போது முழு விக்கிரகமும் இங்கேதான் இருந்ததென்று குருக்களாகிய கர்நாடகப் பிராமணர் வாக்குமூலம் கொடுத்தார். 'கருவறையைப் பத்திரமாகப் பூட்டி விட்டுத்தான் போனேன். சாவி என்னுடைய கையில்தான் இருக்கிறது. இதோ இதுதான் அது'.

நாட்டாமை கூறினார்:

"கருவறை பூட்டித்தான் இருக்குது. சரி. சாவியும் குருக்களுடைய கையில தான் இருக்குது. விக்கிரகத்தை மட்டும் காணலை. அப்டீன்னா குருக்கள் தானே திருடியிருக்கணும்?"

குருக்கள் கூறினார்:

"சிவ சிவா! வேட்டைக்கொரு மகனின் சிலையை நான் திருடுவேனா? சிவ சிவா! நான் தான் சிவன் கோவில்ல நிரந்தரப் பூசாரி. வேட்டைக்கொரு மகனின் தகப்பன்சாமிதான் சிவன். திருடணும்னா நான் சிவனையே திருடியிருப்பேனே. ரெண்டாம் நம்பர்காரனைத் திருட வேண்டுமா? சிவ சிவா!"

நாட்டாமை கூறினார்:

"அதுவும் சரிதான். குருக்கள் திருடியிருப்பார்னும் சொல்லிட முடியாது."

பிறகு, வேறு யார் திருடியிருப்பாங்க?

கிராமத்தில் சம்பந்தம் செய்து கொண்டு டிஎஸ்.பி. ஆபிஸில் அப்பர் டிவிஷன் கிளர்க்காக வேலை செய்கின்ற ஒருவன் முன்னே வந்து சொன்னான்:

"அதே மாதிரிப் பூட்டும் சாவியும் வெச்சிருக்கிற வேறு யாராவது திருடியிருப்பாங்க. போலீசுல விவரம் சொல்லணுமா?"

நாட்டாமை வேண்டாமென்று அழுத்தமாகக் கூறினார். சாமி விஷயத்தில் போலீஸ் தலையிடுவது சரியில்லை. தொழில் குழப்பங்களில் அவர்கள் தலையிடுவதை விட இது மோசமானது. அது மட்டுமல்ல போலீசு தலையிட்டால் அதன் பிறகு அவர்கள் பின்னால் நடப்பதற்குத்தான் நமக்கு நேரம் இருக்கும். அதுக்கு எங்க பணம் இருக்கு?

எந்தக் கட்சி ஆட்சிக்கு வந்தாலும் போலீசு போலீசுதான். இந்தக் கேசுக்கு கிராமத்திலேயே துப்பு கிடைக்குமான்னு

பார்ப்போம்.

இப்போது கிராமத்தில் பலசரக்கு வியாபாரியான மணியன் செட்டியார் முன்னே வந்தார். தான் ஒரு விஷயத்தைச் சொல்லப் போவதாக நாட்டாமையிடம் கூறினார்.

உடனே சொல்ல வேண்டுமென்று நாட்டாமை கேட்டுக் கொண்டார்.

தான் ஏதாவது சொல்லப் போய் தனக்கு ஆபத்து ஏதாவது நேர்ந்து விடக் கூடாதென்று செட்டியார் வேண்டிக் கொண்டார்.

அந்தப் பொறுப்பை நாட்டாமை ஏற்றுக் கொண்டார்.

மணியன் செட்டியார் கூறினார்:

"கடந்த ஒரு வாரமா சாயங்காலமாயிருச்சுன்னா கோயில்ல ஒரே அமர்க்களம்."

நாட்டாமை கேட்டார்:

"ஏன் என்ன காரணம்?"

மணியன் செட்டியார் கூறினார்:

"பையனும் அவன் கூட்டாளிகளும் சேர்ந்து சாராயம் குடிக்கிறதாப் பேச்சு அடிபடுது."

தானும் அதைக் கேள்விப்பட்டதாக நாட்டாமை கூறினார்.

மணியன் செட்டியார் சொன்னார்:

"முந்தாநாள் ராத்திரி நான் கடையைப் பூட்டிட்டு வீட்டுக்குப் போய்ட்டிருந்தேன். கோயிலுக்குப் பக்கத்தில் போகும் போது ஒரு காட்சி. விளக்குக் கம்பத்தில எரிய வேண்டிய விளக்கு ஓட்டுச் சட்டியில் எரிஞ்சிட்டிருந்தது. அதைச் சுத்தி பையனும் கூட்டாளிகளும் உட்காந்திருந்தாங்க."

கூட்டத்திலிருந்து ஒரு கல்லூரி மாணவன் வேகமாக வரப்பில் இறங்கி ஓடினான்.

நாட்டாமை கேட்டார்:

"யாரு அந்தப் பையன்?"

மணியன் செட்டியார் கூறினார்:

"நல்லவீட்டுக் கோவிந்த நாயரோட மகன் நித்தியானந்தன். பிரீடிகிரி படிக்கிறான். பையனுடைய சீடன். கதையெழுதக் கற்றுத் தருவதாகச் சொல்லியிருக்கிறானாம். குருவுக்கு விவரம் சொல்ல ஓடியிருப்பான்."

நாட்டாமை சொன்னார்:

"இவன் லீவுக்கு வரும் போதெல்லாம் புகார்தான்."

"போன தடவை ஐயப்பன் பாட்டுக்கு எதிர்ப்பாட்டு பாட வெச்சான். அவனால ரொம்பத் தொந்தரவு."

மணியன் செட்டியார் சொன்னார்:

"இந்தத் தடவ அவனைச் சும்மா விடக் கூடாது. சாமி விஷயமாக்கும்."

நாட்டாமை ஒரு எடுபிடிக்காரனை அழைத்துக் கூறினார்:

"போய் பையனை இங்க வரச் சொல்லு."

எடுபிடி சொன்னான்:

"இப்பத்தான் விடிஞ்சிருக்கு, அவரு பத்து மணிக்கு முன்னால எழுந்துக்க மாட்டார்."

நாட்டாமை சொன்னார்:

"நான் வரச் சொன்னதாகச் சொல்லு. எழுந்திருக்கலைன்னா எழுந்திருக்க வை. அவன் வீட்டுத் தலைவருன்னா நான் ஊர்த் தலைவரு. இது சாமி விஷயம். தூக்கமெல்லாம் அப்புறம்.....!"

பொடியன் சென்ற பிறகு மணியன் செட்டியார் சொன்னார்:

"பையங்கிட்ட நான்தான் சொன்னேன்னு சொல்ல வேண்டாம்."

நாட்டாமை கேட்டார்:

"நீர் ஏன் பயப்படுறீர்?"

மணியன் செட்டியார் சொன்னார்:

"தெரிஞ்சது, அவன் என்னையப்பற்றி கதையெழுதிருவான். பசங்க அதைக் கடைக்கு முன்னாடி வந்து அப்படியே மனப் பாடமாச் சொல்லுவாங்க. ஊரே சிரிக்கும். வியாபாரம் நடக்காது."

நாட்டாமை சொன்னார்:

"அவன் அவ்வளவு பெரிய ஆளாயிட்டானா?"

அடுத்த நிமிடம் எடுபிடி பறந்து வந்து கோவிலை வட்டமடித்து நாட்டாமைக்கு முன்பு தரையில் இறங்கிக் கூறியது இதுதான்:

'பையன் தூங்கிக் கொண்டிருந்தார். எழுந்திருக்கும்படி கூறியபோது என்னையும் வேட்டைக்கொரு மகனையும் நிறையக் கெட்ட வார்த்தைகளால் திட்டினார். இனியொருமுறை இப்படி வந்து எழுப்பினால் அடித்துத் துவைத்து விடுவேன் என்று கூறினார். நாட்டாமை அவரைப் பார்க்க வேண்டுமானால் பன்னிரண்டு மணிக்கு வீட்டுக்கு வரச் சொன்னார். இல்லையென்றால் மாலை வழக்கமான நேரத்தில் கோயிலில் பார்க்கலாமாம்.'

நாட்டாமை சொன்னார்:

"அப்போ சிலையைத் திருடினது அவன்தான்னு தெரிஞ்சு போச்சு."

மணியன் செட்டியார் கேட்டார்:

"அங்கே போறீங்களா?"

மார்பை ஆறு இஞ்ச் வெளியே தள்ளிக் கொண்டு நாட்டாமை சொன்னார்:

"நானா?, அவன் அவ்வளவு பெரிய ஆள் இல்ல. அவனுக்குக் கதையெழுதத் தெரியும்னா எனக்கும் கதையெழுதத் தெரியும். சாயங்காலம் இங்க வரட்டும். அப்போ நான் யாருன்னு காட்டுறேன்."

குருக்கள் கேட்டார்:

"அதுவரை சிலை இல்லாம......?"

நாட்டாமை கேட்டார்:

"இப்படி இக்கட்டான சூழ்நிலையில் என்ன பரிகாரம் பண்ணலாம்?"

குருக்கள் கூறினார்:

“ஒரு சங்கற்ப பூஜை நடத்தணும். நாழி அரிசி, நாழி நெய், நான்கு ராத்தல் சர்க்கரை, நாப்பது நேந்திரம் பழம், நாலு பட்டுத்துண்டு, நாலு பூவன்கோழி இதையெல்லாம் வெச்சுப் பூஜை செஞ்சா அதன் பிறகு விக்கிரகம் இல்லாவிட்டாலும் வேட்டைக்கொரு மகன் இங்கே இருப்பது நிச்சயம்.”

“எப்போ பூஜை செய்யணும்?”

“சாயங்காலம்.”

கிராமத்தில் வரி பிரித்துப் பொருள்களை வாங்கி அனுப்புவதாக நாட்டாமை உறுதியளித்தார். கண்ணீர்ப்புகைக் குண்டு தேவைப்படவில்லை. கூட்டம் சமாதானமாகக் கலைந்து சென்றது.

சம்பவத்தைக் கண்டு அதிர்ச்சிக்குள்ளான ஐயப்ப பக்தர் களின் நிலை ஆபத்தான கட்டத்தைக் கடந்துவிட்டதென்று மருத்துவமனையிலிருந்து மத்தியானம் வெளிவந்த அதிகாரப்பூர்வ அறிக்கையில் மருத்துவர்கள் கூறியுள்ளனர். மயக்கமடைந்து விழுந்த ஹரிஹர சுதனுக்கு மருத்துவமனையில் தொடர்ந்து சிகிச்சையளிக்கப்பட்டு வருகிறது. மீதியுள்ளவர்கள் முதலுதவிக்குப் பின் மருந்தும் மந்திரமும் கொடுக்கப்பட்டு துரத்தி விடப்பட்டுள்ளனர்.

சாயங்காலநேரம். சங்கற்ப பூஜையின் போது பையன் கோவில் வளாகத்திற்குள் கர்ட்டனை விலக்கி அரங்கில் ஏறினான். பக்தர்கள் கண்ணீரும் கம்பலையுமாக பகவான் சந்நிதியில் கூடியிருக்கின்றனர். வேட்டைக்கொரு மகனே வேட்டையாடி வா, வாத்தே பத்து வா முதலிய முழக்கங்கள் எழுந்து காற்றோடு கலந்தன.

நாட்டாமை பையனை ஒரு மூலைக்கு அழைத்துச் சென்றார். கூடவே சென்ற பையன் நாட்டாமையின் மூக்குக்கு நேராக ஒரு சிகரெட் ஆஃபர் கொடுத்தான்.

நாட்டாமை கூறினார்:

“இது புகைப்பிடிக்கிற நேரம் இல்ல.”

பையன் கேட்டான்:

“அப்படீன்னா இது எதுக்கான முகூர்த்தம்?”

"வேட்டைக்கொரு மகனின் விக்கிரகம் காணாமப் போயிருச்சு."

"நானும் கேள்விப்பட்டேன்."

"என்ன தோணுது?"

"சிலவேளை சபரிமலைக்குப் போயிருக்கும்."

நாட்டாமைக்குக் கோபம் வந்தது:

"நீ திருடுனதாகத்தான் பேசிக்கிறாங்க."

பையன் கேட்டான்:

"யார் பேசுறது?"

"பொதுமக்கள்."

"அப்படீன்னா, போய் போலீசுல புகார் கொடுங்க."

"அப்போ நீ ஒத்துக்க மாட்ட, அப்படித்தானே?"

"ஆமா."

"முடிவாத்தான் சொல்றியா?"

பையன் இரண்டு எழுத்துக்கள் உள்ள ஒரு வார்த்தையைக் கூறினான்.

நாட்டாமை நடுங்கிப் போனார். நடுங்கியவாறே பின்வாங்கினார்.

மறுநாள் கிராமசபை கூடியது. அடுத்தநாள் கோவிலில் சுற்றுவிளக்கு நடத்த முடிவு செய்யப்பட்டது. நிகழ்ச்சியில் *வெளிச்சப்பாடுதான் இன்றியமையாத இடம் வகிப்பவர். அவர்மேல் வேட்டைக்கொரு மகன் வருவார். சிலை திருடியவனை வெளிச்சப்பாடு வெளிச்சம் போட்டுக் காட்டி விடுவார். திருடன் அந்த இடத்தில் ஆஜராகவில்லையென்றாலும் வெளிச்சப்பாடு அவன் வீட்டை மணம்பிடித்துச் சென்று, கள்ளனைக் கண்ணுக்குக் காட்டிவிடுவார். அவன் வெளிநாட்டிற்குச் சென்றிருந்தாலும் வெளிச்சப்பாடு* ஜெட் விமானமாக மாறி சீறிப்பாய்ந்து சென்று கள்ளனைக் கையோடு கூட்டி வருவார். சர்வமும் இறைவன்

---

* வெளிச்சப்பாடு - கோவில்களில் அருள்வாக்குக் கூறுபவர்.

என்றால் எந்திரமும் அவனேயல்லவா.

வீரநாயர்தான் *வெளிச்சப்பாடு. கிராமத்தில் அவர் ஒரு புலி. நடுத்தர வயதுடையவர். வீரபாகு ராமன்நாயர்.

சபை வீரபாகுவிடம் கேட்டது:

"திருடனைப் பிடிக்க முடியாதா?"

"பிடிக்கலாம்."

"ஏதாவது உதவி வேணுமா?"

"முன்பணமா அஞ்சுரூவா வேணும்."

"எதுக்கு?"

"ஒரு பூஜை செய்யணும்."

சபை தொகைக்கான பில்லைப் பாஸாக்கியது.

இரவும் பகலும் உரசிக் கொள்ளும் அந்தி நேரமானவுடன் வெளிச்சப்பாடின் சிலம்பொலி எட்டுத் திக்கிலும் முழங்கியது. பட்டாடை உடுத்தி, செஞ்சந்தனம் பூசி, முடியை விரித்துப் போட்டுக் கொண்டு கையில் வாளேந்தி வீரவாகு அரங்கிற்குள் நுழைந்தார்.

கோயில் பத்திரதீப வெளிச்சத்தில் ஜனக் கூட்டம் நடுங்கியவாறு நின்று கொண்டிருந்தது.

வெளிச்சப்பாடு மூன்று முறை கோயிலைச் சுற்றி வந்தார். ஹிய்யா! ஹிய்யா! பின்னர் எம்.ஜி.ஆர் போல தலையைச் சுற்றி வாளைச் சுழற்றினார். செஞ்சந்தனம் வியர்வையில் ஊறியதால் இரத்தம் சொட்டுச் சொட்டாக நெற்றியிலிருந்து வழிந்தது.

பையன் கோயில் வெளிப்பிரகாரத்திற்கு வெளியே ஒரு மூலையில் நின்று கொண்டிருந்தான். கூடவே நண்பர்கள் கூட்டம். வெளிச்சப் பாடு அசைந்து அசைந்து பையனருகே வந்து சேர்ந்தார். பிறகு டயலாக்குகளை வீசினார். எழுத்துகளை வித்தியாசமான இசையில் பாடலாக்கிக்கொண்டு வெளிச்சப்பாடு கூறினார்:

திருடனை நான் பிடிப்பேன். நான் பிடிப்பேன் திருடனை. ஹிய்யா! ஹிய்யா!

மக்கள் மூச்சை அடக்கிக் கொண்டு நின்றிருந்தனர். வெளிச்சப்பாடு, பையனின் மூக்குக்கு கீழே நின்று கொண்டு சொன்னார்:

"என் இடத்துல வந்து நீ சாராயம் குடிக்கிற?"

பையன் கூறினான்:

"அம்மா! தாயே! இங்கயிருந்து திருடுபோயிட்டன்னு கேள்விப் பட்டனே, எப்போ தாயே திரும்பி வந்த?"

வெளிச்சப்பாடு கேட்டார்:

"சாராயம் குடிக்கிற, இல்லையா?"

"தாயே நான் கொஞ்சம் குடிப்பேன்னு உனக்குத்தான் தெரியுமே!"

"என் இடத்துலயா?"

பையன் சொன்னான்:

"குடிக்கணும்னு முடிவெடுத்தால் அதன் பிறகு அடியேன் எந்த இடம்னு பார்க்கமாட்டேன்."

"இனிமேல் என் இடத்துக்கு வந்து குடிச்சா நான் முத்தை வாரித் தூவிடுவேன்!"

பையன் வெளிச்சப்பாடின் கையைப் பிடித்துக்கொண்டு மெதுவான குரலில் கேட்டான்:

"எவ்வளவு குடிச்சே?"

"ஹிய்யா! ஹிய்யா!"

"எவ்வளவு குடிச்சே?"

"ஹிய்யா! ஹிய்யா!"

பையன் மந்திரித்தான்:

"சொல்லலைன்னா நான் உன்ன போலீசு ஸ்டேஷன்ல கொண்டு போய் விட்டுருவேன்."

வெளிச்சப்பாடு குளிர்காய்ச்சல் வந்தவனைப் போல் நடுங்கினார்.

பையன் கேட்டான்:

"சொல்லுடா சொண கெட்டவனே!"

வெளிச்சப்பாடு தாவித்தாவி கோயில் வளாகத்திலிருந்து வெளியேறினார்; கூடவே பையனும்.

நாட்டாமையும் கூட்டமும் பின் தொடர்கின்றனர் என்பதை அறிந்த வெளிச்சப்பாடு கட்டளையிட்டார்:

"திருடுபோன பொருளைத் தேடிப் போறேன். என் பின்னால் யாரும் வரவேண்டாம். வந்தா நான் சும்மா விட மாட்டேன் ஹிய்யா! ஹிய்யா!"

கூட்டம் பின் வாங்கியது.

வெளிச்சத்திலிருந்து சிறிது தூரம் மாறி வயலின் ஒரு மூலைக்குச் சென்றவுடன் வெளிச்சப்பாடு பையனிடம் கூறினார்:

"என்னைக் காட்டிக் கொடுத்திடாதே. என்னெக் காப்பாத்து."

பையன் கேட்டான்:

"சரி அதை எங்க வச்சிருக்கன்னு சொல்லு."

வெளிச்சப்பாடு கூறினார்:

"ஓடைக் கரையிலிருக்கிற பூவரசு மரத்துக்கடியில."

"சரி, நீ போ."

வெளிச்சப்பாடு அழுது விடுபவரைப் போலக் கேட்டார்:

"விக்கிரகம் எங்கேன்னு கேட்டா நான் என்ன சொல்றது."

"கொண்டு வாரேன்னு சொல்லு."

சில நிமிடங்களில் பையன் கோயிலுக்குள் நுழைந்தான். சட்டையைக் கழற்றி இடுப்பில் கட்டியிருந்தான். வாளுக்குப் பதிலாகக் கைகளை விறைப்பாக ஆட்டியவாறு வந்தான். முடியை விரித்துப் போட்டிருந்தான். தளர்ந்து போன வெளிச்சப்பாட்டின் ஆட்டம் பையனுக்கு எதிரில் ஒரு மெழுகுவர்த்தியைப் போல அணைந்து ஓய்ந்தது!

வெளிச்சப்பாடின் ராகத்தில் கையை ஆட்டிக் கொண்டு பையன் கூறினான்:

"நீங்க யாரும் என்னை மதிக்கிறதில்லை, எனக்கு யாரும் சரியாக விளக்கு ஏத்துறதில்லை."

கூட்டம் அமைதியாக நின்றது. நாட்டாமையும் குழுவினரும் முன்னே வந்தனர்.

பையன் உருமினான்:

"எனக்குக் கிராமம் புல்லுக்குச் சமம். நான் வைசூரியை வாரி வீசிடுவேன்!"

மக்கள் ஓலமிட்டு அழுதனர்:

"அம்மா, வேட்டைக்கொரு மகா! இந்த ஒரு தடவை மன்னிச்சிக்கோ!"

பையன் கேட்டான்:

"இனி எனக்கு விளக்கு தடைபடுமா?"

"இல்ல."

"எல்லா அசுவதி நாளிலும் விளக்கு ஏத்துவீங்களா?"

"விளக்கு ஏத்துவோம்."

"சத்தியமா?"

"வேட்டைக்கொரு மகன் மேல சத்தியம்!"

பையன் கேட்டான்:

"பாரு கிழவியை எங்கே?"

பாருப்பாட்டி கண்ணீர் விட்டவாறு முன்னே வந்தாள்.

"வேட்டைக்கொரு மகனே நான் இங்கதான் இருக்கேன்!"

பையன் கேட்டான்:

"இனி தூக்கு மாட்டிகிட்டு செத்துப் போவியா?"

"மாட்டேன்!"

"சத்தியம்?"

"சத்தியம்."

பையன் சொன்னான்:

"நீ தூக்குப் போடறதுக்காகப் போனா நான் உன்னைக் கொன்னுடுவேன்."

பாருப்பாட்டி கூறினாள்:

"அம்மா! அம்மா!"

பையன் கேட்டான்:

"என் சிலையைப் பாக்கணுமா?"

கூட்டம் குரல் எழுப்பியது:

"ஆமா…! ஆமா…!"

பையன் சொன்னான்:

"கிணத்துல போய்ப் பாருங்க. நான் என்னையே கிணத்துல தூக்கிப் போட்டுட்டேன்."

"வேட்டைக்கொரு மகனே, தாயே!"

தனது செட்டைச் சேர்ந்த இரண்டு பேர் கிணற்றுக்குள் குதிக்கின்ற சத்தம் கேட்டவுடன் பையன் தரையில் மயங்கி விழுந்தான்.

நாட்டாமையும் குழுவினரும் பையனைச் சுற்றி நின்று ஒரு பாதுகாப்பு வளையம் உருவாக்கினர்.

பெண்கள் பையனின் காலைத் தொட்டு வணங்கினர்.

'வேட்டைக்கொரு மகனே! காப்பாத்து!'

நாட்டாமை கூறினார்:

"பால் கொண்டு வாங்க! விசிறி எடுத்துட்டு வாங்க!"

மக்கள் கூறினர்:

"சத்திய வடிவானவனே! தாயே!"

கிணற்றுக்குள்ளிலிருந்து தவளைகள் சத்தமாகக் கூறின:

"சிலை கெடைச்சிருச்சு."

நாட்டாமை கூறினார்:

"வேட்டைக்கொரு மகன் சிந்தாபாத்!"

மக்கள் அப்படியே கூறினர்:

"வேட்டைக்கொரு மகன் சிந்தாபத்."

நாட்டாமை கூறினார்:

"வேட்டைக்கொரு மகனை நம்பாதவங்க ஒழிக!"

மக்கள் கூறினர்:

"வேட்டைக்கொரு மகனை நம்பாதவங்க ஒழிக!"

பையனுக்கு வேகமாக விசிறிக் கொண்டே நாட்டாமை கூறினார்: 'சேட்டை செஞ்சாலும் இவன் தேவகணங்கள்ல ஒருத்தனாக்கும்.'

பரிசு

பையன் தங்கியிருக்கின்ற ஒற்றை அறையின் சன்னலும் தூரத்தில் தெரிகின்ற மருத்துவமனையின் மணிக்கூண்டும் ஒரே நேர்கோட்டில் இருக்கின்றன. சன்னலிலிருந்து முந்நூறு கஜம் தூரத்தில் மணிக்கூண்டு இருக்கிறது. இது கணக்கில் மேல் படிப்புப் படித்த மாணவனாகிய பையன் நிர்ணயித்திருக்கின்ற தூரம். தவறாக இருப்பதற்கு வாய்ப்பில்லை. நாள்தோறும் இந்தக் கடிகாரத்தின் முகத்தில் விழித்துத்தான் பையனுக்குப் பொழுது விடிகிறது.

தலையணையில் தலையைத் திருப்பி வைத்த பையன் ஒரு கண்ணை மூடியவாறு மெதுவாக மணிக்கூண்டைப் பார்த்தான். ஏமாற்றி விட்டது. சோம்பேறிக் கடிகாரம், மிகவும் சிரமப்பட்டு எட்டரை மணியைக் காட்டுகிறது. பத்துமணி வரையாவது தூங்க வேண்டும் என்றுதான் படுத்தான். இரவுக்கு முதுமை பாதிக்கும் முகூர்த்தமான மூன்று மணிக்கு வேதனையுடன் தூங்கிக் கொண்டிருக்கும் கர்னலின் படுக்கையிலிருந்து எழுந்து மேலே வந்து மரம் போல் கட்டிலில் விழுந்திருந்தான்.

ஐந்து மணி நேரத்திற்கும் மேலாகத் தூங்கியிருக்கிறேன். இனி உறக்கம் வராது. ஒரு குறையுமற்ற ஒரு சிறந்த நாள் பிறந்திருக்கிறது. முக்கியமாக அதனாலேயே தூக்கம் வராது.

இன்று பையனது 23-வது பிறந்தநாள். இருபத்து மூன்று ஆண்டுகள் நான் வாழ்ந்திருக்கிறேன். பையன் பெருமையோடு நினைத்துப் பார்த்தான். இன்னும் எட்டு ஆண்டுகள் இப்படியே கழிந்ததென்றால் அதன்பிறகு வேகம் குறைந்து விடும். ஒன்றிரண்டு திருமணம் செய்து கொண்டு மூன்று நான்கு குழந்தைகளுமாக அப்படியே காலம் ஓடிவிடும்.

அதற்கு இனியும் எவ்வளவோ காலமிருக்கிறது! பையன் படுக்கையில் இருந்து எழுந்து உட்கார்ந்து கொண்டு தனக்குத் தானே பேசிக் கொண்டான். உடனே நடக்கக் கூடிய விஷயங்களைப் பற்றிச் சிந்துத்துப் பார். கீழே தூங்குகின்ற ரேணுவை

எண்ணிப்பார். அவள் உனக்குப் பிறந்தநாள் பரிசாகக் கொடுத்த விலை உயர்ந்த பேண்டையும் பட்டுச் சட்டையையும் நினைத்துப் பார். மாலையில் அவள் தரவிருக்கின்ற ரகசியமான பரிசுப் பொருளைப் பற்றி ஆலோசித்துப் பார்.

பரிசுப் பொருள் என்னவாக இருக்கும்? பையன் நினைத்துப் பார்த்தான். பொதுவாகச் சொல்லப்போனால் அது ஒரு பெரிய பொருள் என்றுதான் அவள் சொல்லியிருந்தாள். அது என்னவாக இருக்கும், உடம்பைப் புஷ்டியாக்குவதற்கான ஏதாவது பெரிய மாத்திரையாக இருக்குமோ?

பையன் எழுந்து சென்று சன்னல் திண்டில் உட்கார்ந்து கொண்டு வெளியே பார்த்தான். மணிக் கூண்டுக்கு அந்தப்பக்கம் டிஃபன்ஸ் காலனிக்கு நடுவே ஓடிக் கொண்டிருந்த துர்நாற்றம் வீசுகின்ற கழிவுநீர்க் கால்வாய் வெயிலில் காய்ந்து கிடக்கிறது. காலனியைக் கடந்து, மூன்று மொகலாய வம்சத்தாரின் கல்லறைகளையும் கடந்து, கோதம்பு வயல்களையும் கடந்துசென்ற கால்வாய், மிகவும் தூரத்தில் யமுனையில் கரைந்து காணாமல் போய்விட்டது. பூமியின் இயற்கை அமைப்பைப் பற்றி பையனுக்கும் ஒரு கற்பனை உதித்தது. பனிக்காலம் பலாத்காரம் செய்துவிட்டுப் போனதால் களையிழந்து காணப்படும் பூமிப் பரப்பு, பையன் தனக்குத் தானே கூறிக் கொண்டான்: நன்றாக இருக்கிறதே. 'இதை ஏதாவது கதையில் சேர்த்து விடுகிறேன்.'

காலை உணவுக்குக் கீழே வரமாட்டேன் என்று பையன் அவளிடம் கூறியிருந்தான். பத்து மணிக்குத்தான் எழ முடியும் என்ற நினைப்பில் அவ்வாறு கூறியிருந்தான். ஒன்பது மணி கூட ஆகவில்லை. இந்நிலையில் கீழே சென்று காலையுணவு சாப்பிடுவதைத் தவிர வேறு வழியில்லை. குளித்து விட்டுக் கீழே செல்லலாம் என்று எண்ணிக் குளியலறைக்குச் சென்ற பிறகுதான் இன்று குளிக்க முடியாது என்று தெரிய வந்தது. குழாயில் தண்ணீர் வரவில்லை. (காலனியில் முதல் தளத்தில் உள்ள வீடுகளுக்குத் தண்ணீர் வருவது அபூர்வம். அப்படியே வந்தால் அதிர்ச்சியில் மயக்கம் வந்துவிடும்)

நீராடுதல் முதலிய காலைக்கடன்களை எல்லாம் கீழே மாற்றினான் பையன். டூத் பிரஸும் மாற்றுத் துணிகளையும் எடுத்துக் கொண்டு கீழே சென்றான்.

உணவு-வரவேற்பறையில் வேலைக்காரன் காலைச் சிற்றுண்டி பரிமாற மேசையைச் சுத்தம் செய்து கொண்டிருந்தான். பையன் கேட்டான்:

"மெனு என்ன?"

வேலைக்காரன் சொன்னான்:

"சாகிப் பிரேக்பாஸ்டுக்கு வரமாட்டீங்கன்னுதானே மேம் சாகிப் சொன்னாங்க."

"அதெல்லாம் மறந்துடு" பையன் கேட்டான்:

"இப்போ என்ன இருக்குது?"

"என்ன தயாராக்கணும்?"

"மீட் ஏதாவது இருக்கா?"

"நேத்து ராத்திரி வெச்ச சிக்கன் இருக்குது."

"அதை எடுத்துச் சூடாக்கு"- பையன் கூறினான்.

"புரோட்டா போடு, முட்டையை எடுத்து அவிச்சுவை."

"சரி, சாகிப்."

குளித்த பிறகு உடுத்துவதற்கான உடைகளை சோபாவில் வைத்தவாறு பையன் கேட்டான்:

"மேம் சாகிப் எங்கே?"

"பாத்ரூம்ல."

பையன் குளியலறையை நோக்கி நடந்தான். மூடப்பட்டிருந்த கதவுக்கு அந்தப் பக்கத்திலிருந்து ஷவரின் சீழ்க்கையொலி உயர்ந்து வந்தது. தனக்கு மனப்பாடமாக இருக்கும், அவளது நிர்வாணமான புவியியல் பாடத்தைத் தண்ணீரின் ஈர்க்குச்சி முனைகள் சீட்டியடித்தவாறு நக்குவதை மனக் கண்ணில் கண்ட பையன் மனதிற்குள் வருந்தினான். கதவைப் பலமாகத் தட்டியவாறு பையன் கூப்பிட்டான்: "மேம்!"

ஷவர் சீட்டியடிப்பதைத் திடீரென்று நிறுத்தியது. அவள் கேட்டாள்:

"யாரது?"

"நான் தான் மேம்!"-பையன் சொன்னான்

"ஓ... பையனா!" அவள் கூறினாள்: "இந்தப் பிறந்தநாள் உனது வாழ்க்கையில் மீண்டும் மீண்டும் மலர எனது வாழ்த்துக்கள்!"

"நன்றி மேம்!"

"ராத்திரி நீ எப்போது மேலே போனாய்?"

"மூணு மணிக்கு, நீ நல்ல உறக்கத்தில் இருந்தாய்."

"அப்புறம்?"

"சீக்கிரமே எழுந்து விட்டேன்," பையன் கூறினான்: "குளிக்கணும்னு நெனச்சேன், குழாயில் தண்ணியில்ல. குழாயில் எப்படித் தண்ணி வரும்? நீதான் இங்க நீராடிட்டிருக்கியே?"

"அது பொய்," அவள் கூறினாள்: "பையா உனக்குக் குளிக்கிற பழக்கமெல்லாம் இருக்குதா?"

"முதல்லயெல்லாம் இல்லை" பையன் கூறினான்: "உங்கூடச் சேர்ந்த பிறகு ஒட்டிக் கொண்டதுதான் இந்தப் பழக்கமெல்லாம்."

அவள் சிரித்தாள்.

அப்போது பையன் கேட்டான்:

"உன்னோட நீராட்டுவிழா முடிய எவ்வளவு நேரமாகும்?"

"ஒரு மினிட்" அவள் சொன்னாள்: "உனக்கு பிரேக்ஃபாஸ்ட் வேண்டாமா?"

"அதெல்லாம் நான் வேலைக்காரன்கிட்டச் சொல்லிட்டேன்."

"என்ன சொன்னாய்?"

"சிக்கனும் புரோட்டாவும் தான். உங்கிட்ட வேற என்ன இருக்கு?"

பலமாகச் சிரித்துக் கொண்டு அவள் கூறினாள்:

"ஏய் பையா! ரொம்பக் குறைவாச் சொல்லியிருக்கியே?"

"ரொம்பக் குறைவு"- பையன் சொன்னான்.

"இப்படியே போனால் நீ என்னைப் பட்டினி போட்டுக் கொன்று விடுவாய்."

“ஏய் பையா!” அவள் கூப்பிட்டாள்: “நீ எனக்கு ஒரு உதவி செய்வியா?”

“என்ன செய்யணும்னு சொல்லு!”

“ஒன்றில்ல, ரெண்டு உதவி.”

“கமான்!”

“இன்னைக்கு உன்னோட பிறந்த நாள், சரிதானே?”

“ரொம்ப சரி, ரொம்ப நல்ல நாள்.”

“பிறந்த நாளை முன்னிட்டு நான் உனக்கு நல்ல லஞ்சு தரப் போறேன்.”

“நல்லது.”

“இரவில் டின்னரும்.”

ரொம்ப மகிழ்ச்சி.

“உன்னுடைய ஒத்துழைப்பு இல்லைன்னா ரெண்டும் நடக்காது.”

“அதெப்படி!” பையன் கேட்டான்.

“பையா! நீ பிரேக் ஃபாஸ்ட் சாப்பிடும்போது லஞ்சுக்குக் கொஞ்சம் இடத்தையும், லஞ்ச் சாப்பிடும்போது டின்னருக்கு கொஞ்சம் இடத்தையும் ரிசர்வ் பண்ணி வைப்பியா?”

“நகைச்சுவை சொல்லிவிட்டதாக நினைக்கிறாயா?”

“உண்மைதான் பையா” அவள் சொன்னாள்: “நீ சாப்பிடு வதைப் பார்க்கும் போது எனக்குப் பயமாக இருக்குது.”

“அதுவும் சரிதான்”- பையன் சொன்னான்.

“இனி.... நீ எனக்கு ஒரு உதவி செய்வியா!”

“என்ன செய்யணும்?”

“ராத்திரி சாப்பாடு முடிஞ்சவுடனே நான் என்னோட கூட்டில போய் உறங்குவதற்கு நீ அனுமதிக்கணும்.”

“ஓகோ!” திடீரென்று அவளுடைய குரலில் கடுமை தோன்றிய தைப் பையன் கவனித்தான்.

"உன்னோட தூக்கத்த நானா கெடுத்தேன்? சாப்பிட்டவுடன் நீ போ. உன்ன யாரும் தடுத்து நிறுத்தலையே."

"சரி மேம்"- பையன் மிகவும் அமைதியாகக் கூறினான். சொல்லி முடிப்பதற்கு முன் அவள் பேசத் தொடங்கினாள்: "நீ எதுக்குக் கீழே இறங்கி வந்து கஷ்டப்படணும். டின்னரை நான் மேலேயே கொடுத்தனுப்பறேன். நீ உன்னோட நாசமா போன அறையிலிருந்து சாப்பிட்டுக்கோ."

"சரி மேம்."

"லஞ்சுக்கும் நீ வர வேண்டாம்" அவள் கூறினாள்: "அதுவும் மேலே அனுப்புறேன்."

"சரி மேம்."

"பிரேக்ஃபாஸ்ட்டும்" அவள் சொன்னாள்: "நீ மேலேயே இருந்துக்கோ. கீழே இறங்கி வரவே வேண்டாம். அங்கேயே இருந்தாப் போதும்."

"சரி மேம்"- பையன் அமைதியாகக் கூறினான்.

இம்முறை அவள் சத்தமாகக் கூவினாள்:

"ஏய் பையா! நீ அங்கேயிருந்து சரி மேம் சரி மேம்னு சொல்லாம உன் வேலையைப் பார்த்துகிட்டுப் போ....."

"ரேணு என் செல்லமே" பையன் கேட்டான்: "உனக்கு என்ன ஆயிற்று?"

ஷவரின் சத்தம். தான் குளிக்கின்ற சத்தம் கேட்காமலிருக்க அவள் செய்த வேலையாக இருக்கும். பையன் நினைத்துக் கொண்டான்.

ஒரு நிமிடம் சென்ற பிறகு ஷவரின் சத்தம் நிலைத்தது. அவள் சொன்னாள்:

"சாரி, பையா!"

"மறந்து விடு மேம்" பையன் சொன்னான்.

"நீ இவ்வளவு தூரம் வருந்துமளவுக்கு ஒன்றும் நடந்து விடவில்லை. அப்புறம், நீ சாப்பாட்டை மேலே அனுப்பும்போது அப்படியே குளியலையும் மேலே அனுப்பி விடு. ஓ.கே?"

“சரி” அவள் கூறினாள்: “ சரி நீ இப்போ போய் நல்ல பையனா டிராயிங் ரூம்ல உட்காரு, நான் இதோ வெளியே வரப் போறேன்.”

“இங்க பாரு மேம்!” பையன் சொன்னான்: “இல்லைன்னா வேறொரு வழியிருக்கு.”

“என்ன வழி?”

“நீ குளிச்சிட்டே இரு. நான் உள்ள வந்து பல் தேய்க்கத் தொடங்கறேன். கண்ண மூடிக்கறேன்.”

“ஷட்டப்!”

“மேம்! எங்கிட்ட மறைச்சு வைக்கிறதுக்கு உங்கிட்ட எ,ன்ன ரகசியமிருக்கு?”

“ஏய் பையா! இந்த சர்ச்சில் ரூஸ்வெல்ட் வசனமெல்லாம் எங்கிட்ட வேண்டாம், நீயே வெச்சுக்கோ, இதை நீ நகைச்சுவைன்னு நெனைச்சுகிட்டு எங்கிட்ட அஞ்சாவது முறையா சொல்ற. கொஞ்சம் கருணை காட்டு பையா, ப்ளீஸ்.”

பையன் டிராயிங் ரூமுக்குச் சென்று தான் வேலை செய்கின்ற நாளிதழை விரித்து தான் முதல் நாள் எழுதிய செய்தியை எடுத்துப் படித்தான். பரவாயில்லையே, தண்ணீர்ப் பஞ்சத்தைப் பற்றியும், பார்வையற்றவர்கள் மீது சக மனிதர்கள் காட்ட வேண்டிய பரிதாபத்தைப் பற்றியும் ஒரு மத்திய அமைச்சர் உணர்வுப் பூர்வமாகப் பேசியது எட்டுப் பாயிண்டில் அழகாகச் சிறப்பு நிருபர் என்ற பெயரில் அச்சடித்து வந்துள்ளது. ‘நீ திறமைசாலி!’ பையன் தனக்குத் தானே சொல்லிக் கொண்டான். ‘உள்ளூர்ச் செய்திகள் எழுதுவதற்கு உன்னைவிட்டால் ஆளில்லை. உன்னுடைய நிலைமை இருக்கிறதே, பையா அது எல்லோருக்கும் வரவேண்டும்.’

“பையா நீ போய் குளி”, பெட்ரூமிலிருந்து அவள் குரல் கொடுத்தாள்.

சோபாவிலிருந்து மாற்றுத் துணிகளை எடுத்துக் கொண்டு பையன் குளியலறைக்குச் சென்றான். வழக்கம்போல் வியர்க்கும் வரை உடற்பயிற்சி செய்தான். ஒரு சிகரெட் புகைத்தான். ஷவருக்குக் கீழே நீண்ட நேரம் நின்று கொண்டிருந்தான். ஒரு பாடல் இயற்றி இசையமைத்துப் பாடினான். ஆடையணிந்து கிரீம் தேய்த்துத் தலை வாரினான்.

பாத்ரூமிலிருந்து வெளியே வந்து காலைச் சுத்தமாகத் துடைத்து ஷூவுக்குள் நுழைத்துக் கொண்டு வரவேற்பறை சாப்பாட்டு அறையை நோக்கி நடந்தான். உணவுகள் பரப்பப்பட்ட சாப்பாட்டு மேசைக்கு முன் அவள் காத்திருந்தாள்.

முப்பத்தெட்டு வயது ஆகியிருந்தாலும் இவள் இப்போதும் மிக அழகாகவே இருக்கிறாள் என்று பையன் பலமுறை எண்ணியிருக்கிறான். இப்போது இருக்கை ததும்புமாறு அவள் உட்கார்ந்திருப்பதைக் கண்டபோதும் பையனுக்கு அதே எண்ணம் தான் மனதிற்குள் ஓடியது. ஆனந்தவள்ளி அழகாகவும் அற்புத மாகவும் இருக்கிறாள். கழுத்து வரை நீண்டிருக்கிற அவளுடைய முடி ஷாம்பு போட்டு குளித்ததால் மாம்பூ மணம் பரப்பிக் காற்றில் அலட்சியமாக அலைபாய்ந்து கொண்டிருக்கிறது. என்ன அழகான உதடுகள். பையன் நினைத்துக் கொண்டான் லிப்ஸ்டிக் போடாததால்தான் இவள் இவ்வளவு அழகாக இருக்கிறாள். மென்மை பூத்துக் குலுங்கும் அவளது தோள்பட்டையிலும் நடுப்பகுதியிலும் கிள்ளி அவளுக்கு இன்ப வேதனையைக் கொடுக்கத் தோன்றியது. பையன் நேராக அவளுக்கு முன்னே சென்று நின்று தலை குனிந்து நிமிர்ந்தான். கனிவான அவளது பெரிய கண்களை உற்று நோக்கியவாறு பையன் கூறினான்:

"மேம், நான் உனக்கு ஒரு காம்ளிமென்ட் தரட்டுமா!"

"கண்டிப்பா"- அவள் கூறினாள்: "நீ முதல்ல உட்காரு பையா."

அவளருகே நாற்காலியில் அமர்ந்து கொண்டு பையன் சொன்னான்:

"நீ அழகா இருக்க மேம்."

"நன்றி பையா" அவள் சொன்னாள்: "ஆனா இது நீ தினமும் சொல்வது தானே?"

"நான் இன்றைக்கும் அதைத் திரும்பச் சொல்றேன் மேம்! அது மட்டுமல்ல......" பையன் நிறுத்தினான்.

"மட்டுமல்ல?" அவள் சற்று முன்னோக்கி வந்து நெருங்கி உட்கார்ந்தாள்.

"மேம், நீ ஆடம்பரமில்லாம இந்த போஸ்ல இருக்கும் போது..." பையன் மீண்டும் நிறுத்தினான்.

"ஆடம்பரமில்லாம, இந்த போஸ்ல இருக்கும் போது?" அவள் பையனின் கை விரல்களை வருடியவாறு கேட்டாள். "இருக்கும் போது..." பையன் மீண்டும் நிறுத்தினான்.

"இருக்கும் போது?"

வானிலை அறிவிப்புகள் போன்று பையன் சொன்னான்: "ஆண்டுகள் உன்னிடமிருந்து உதிர்ந்து விழுகின்றன."

குருதி அவளது கன்னங்களில் கொடி உயர்த்தியது. "பையா" மென்மையான குரலில் கூறினாள்: "நீ எங்கிட்டச் சொன்ன மிக அழகான சங்கதி இது."

அவள் தன்வசமிழந்தாள், காரியங்கள் மங்கலகரமான கட்டத்தை நோக்கி நீங்கின. அப்போது பையன் அவளது தோளில் தட்டிக் கூறினான்: "மேம் வா சாப்பிடுவோம்."

பையன் ருசித்துச் சாப்பிட்டான். அவள் ஒன்றும் பேசவில்லை. நான் சொன்ன அழகான சங்கதியை அவள் அசைபோட்டுக் கொண்டிருக்கிறாள், பையன் நினைத்தான். பாவம் நல்ல பெண். அசை போடட்டும்.

காஃபி குடித்துக் கொண்டிருக்கும் போது பையன் கேட்டான்:

"மேம், எனக்கு ஒரு உதவி செய்வியா!"

"கண்டிப்பா, பையா."

"முடியாதுன்னு சொல்லக் கூடாது."

"ஒருபோதும் சொல்ல மாட்டேன்."

"சாயங்காலம் நீ எனக்கு கொடுக்கப் போவதாகச் சொன்ன பொருள் என்ன? அளவில் பெரிதாக இருக்கிற அந்தப் பரிசு?"

"ஓ... இதுதானா?" அவள் சிரித்தாள்.

"அது என்ன பொருள், மேம்?" பையன் கேட்டான்.

"பொறுத்துக்கோ பையா" அவள் சொன்னாள்: "சாயங்காலம் வரைக்கும் பொறுத்துக்கோ."

"ப்ளீஸ்! மேம்" பையன் சொன்னான்: "அதை நீ இப்போ தர வேண்டாம். அது என்னன்னு மட்டும் சொன்னாப் போதும்."

“வேண்டாம் பையா” அவள் சொன்னாள்: “சொன்னால் அதுல ஒரு சுவாரஸ்யம் இருக்காது. தயவு செய்து சாயங்காலம் வரை காத்திரு.”

உடனே பையன் கூறினான்:

“அது என்னன்னு எனக்குத் தெரியும்”

“என்னது?”

“உனக்கும் தெரியுமே!” பையன் சொன்னான்: “பிறகு எதுக்கு நான் சொல்லணும்.”

“பையா அது நீ கனவுல கூட நினைச்சுப் பார்க்காத பொருள்” அவள் சொன்னாள்.

“ஆனால், அது என்னன்னு எனக்குத் தெரியும்.”

“என்னது?”

“உடம்புக்கு ஒரு குதிரையோட பலத்தைக் கொடுக்கக் கூடிய ஒரு பெரிய மாத்திரை.” பையன் பலமாகச் சிரித்தான்.

பையன் குடிப்பதற்காக எடுத்து வைத்திருந்த காஃபி கப்பைத் தடாரென்ற சத்தத்துடன் மேசைமேல் வைத்துவிட்டு அவள் கூறினாள்: “நீ ஒரு முட்டாள்.”

“ஓகோ!” பையனுக்குக் கோபம் வந்தது.

“உனக்கு உம்மேலேயே நம்பிக்கை இல்லையா?” அவள் கேட்டாள்: “உனக்கு எதுக்கு பையா மாத்திரை? நீ ஒரு மிருகம் பையா! உறுதியான உடம்பும், உணர்ச்சியும் உள்ள ஒரு மிருகம்! உனக்கு மருந்தே தேவையில்லை.”

“பின் எதுக்காக நீ தினமும் மாத்திரை தருகிறாய்?”

“ஐயோ பையா” அவள் பல்லைக் கடித்துக் கொண்டு கூறினாள்: “உனக்கு விட்டமின் மாத்திரையைப் பார்த்தாத் தெரியாதா! நேராநேரத்துக்குச் சாப்பிடாம பகல் முழுதும் அலைஞ்சு திரிஞ்சு நடக்கிற உனக்கு நான் விட்டமின் மாத்திரை தந்தா நீ நினைக்கிற... ச்சே இவ்வளவு பெரிய முட்டாளா பையா நீ?”

“முட்டாளென்று நீ முடிவு செய்து விட்டாய், சரி விடு” பையன் சொன்னான். அவன் மேசைமேல் கிடந்த சிகரெட்

பாக்கெட்டைத் திறந்து ஒரு சிகரெட்டை எடுத்து உதட்டில் பொருத்தினான். அவள் தீக்குச்சியை உரசிக் கொண்டே கூறினாள்:

"பையா நீ மூட் அவுட் ஆக வேண்டாம். இன்னைக்கு உன்னோட பிறந்த நாளாக்கும்."

அவள் கனவு கண்டிருந்த நூற்றுக் கணக்கான பூக்கள் இப்போது உண்மையிலேயே மலர்ந்து விரிந்திருக்கின்ற பூந்தோட்டத்தைப் பார்த்துக்கொண்டு பையன் கூறினான்:

"உன்னோட ரகசியம் நிறைந்த பிறந்தநாள் பரிசுதான் என்னோட மூட் அவுட்டாகக் காரணம் அது என்னன்னு சொல்லிடு."

"சாயங்காலம் வரை உன்னால பொறுக்க முடியாதா?"

"முடியாது, மேம்" பையன் சொன்னான்.

"பையா" பையனுடைய பார்வையைப் பின் தொடர்ந்து பூந்தோட்டத்தைப் பார்த்துக் கொண்டு அவள் சொன்னாள்: "ஒரு ரகசியமும் இல்லை. அதை இப்போதே நான் உனக்குத் தரத் தயாராக இருக்கிறேன். ஆனால்......"

"என்ன மேம்?"

"அதைப் பார்த்து விட்டால், ஒருவேளை நீ என்னை வெறுத்து விடுவாய்....."

"இல்லை" பையன் சொன்னான்: "அது என்னவானாலும் எனக்குத் தா."

"பையா" அவனது கண்களின் ஆழங்களுக்குள் இறங்கிச் சென்று அவள் சொன்னாள்: "அதைக் கொடுத்தா நீ என்னை வெறுத்திடுவியா?"

"எதுக்காக மேம்?"

"வெறுக்க மாட்டேன்னு சொல்?"

"வெறுக்க மாட்டேன்."

"கண்டிப்பாக?"

"கண்டிப்பாக."

"அப்படீன்னா வா." அவள் எழுந்து பெட்ரூமுக்கு நடந்தாள்

அவளுடைய இடுப்பைச் சுற்றிப் பிடித்துக் கொண்டு கூடவே பையனும் நடந்தான். மெத்தையைத் தூக்கிக் கீழே இருந்த ஒரு பெட்டியை எடுத்துப் பையனிடம் நீட்டினாள். நீலத்தாளில் சுற்றப்பட்டு வெள்ளை நிற ரிப்பனால் கட்டப்பட்ட ஒரு சதுர வடிவப்பெட்டி.

பையன் ரிப்பனை அவிழ்த்து மேலே சுற்றியிருந்த நீலத்தாளைப் பிரித்தான். அட்டைப் பெட்டி. அதனுடைய மூடியைத் திறந்தான். மிருதுவான வெள்ளைத்தாளில் சுற்றப்பட்ட பொருள். பார்த்த ஒரு சில வினாடிகளில் அது ஒரு பாம்பாக இருக்குமோ என்று பையனுக்குத் தோன்றியது, அதன் பிறகுதான் உண்மையிலேயே அது என்னவென்று தெரிந்தது. மிருதுவான வெள்ளை நிறத்தாளை நீக்கிய பையன் அதைக் கையில் எடுத்தான். மூன்றிழைகளால் பின்னப்பட்ட ஒரு பயங்கரமான சாட்டைவார். புத்தம் புதிது. கருகருவென்று மின்னிக் கொண்டு ஐந்தாக மடக்கி வைக்கப்பட்டுள்ளது. பையன் சாட்டையின் மடிப்புகளை நிமிர்த்திவிட்டுத் தோளுயரத்திற்குத் தூக்கிப் பிடித்தான். அதன் நுனிப்பகுதி தரையைத் தொட்டது.

பையன் அவளது முகத்தைப் பார்த்தான். அவள் பையனையே உற்றுப் பார்த்துக் கொண்டிருந்தாள். கலவரம் முற்றி வெடித்து விடுவதைப் போல நின்று கொண்டிருந்தாள்.

அவளிடமிருந்து இரண்டடி பின் வாங்கிய பையன் சாட்டையை வேகமாக வாயுவில் சுழற்றி அடித்தான். வீச்சென்று ஒலி எழுப்பி முழங்கியது. திடீரென்று அவளுடைய பாவனை மாறியது. கலவரம் வெடித்தது. சாட்டை வார் காற்றில் மோதி முழங்கிய போது தனது தொடையில் ஒரு சூட்டுக் கோலால் ஒரு சூடு வைத்ததைப் போன்று அவள் துடித்தாள். கீழ் உதட்டைப் பற்களால் கடித்து அழுத்திப் பாதி மூடிய கண்களில் அடக்கிக் கொள்ள முடியாத ஆவேசத்துடன் அவள் நின்றாள்.

“பயங்கரமா இருக்கும்” பையன் கேட்டான்: “எப்போ வேணும் மேம்?”

அவள் ஓடி வந்து பையனை உரசிக் கொண்டு நின்றாள். பையனது முட்டிக்கைகள் இரண்டையும் பிடித்து உலுக்கிக் கொண்டு நினைவு மயங்கியவளாக முணுமுணுத்தாள்:

“ராத்திரி பையா, ராத்திரி!”

☯

மதிய உணவு

ஒரு மணி ஆனவுடன், பசி அலாரத்தின் கட்டாயத்துடன் பையனைப் பற்றிக் கொண்டது. இந்தியன் ஸ்டாண்டேர்டு டைம் ஒருமணி ஐந்து நிமிடம் ஆனவுடன் பையனால் பசியைப் பொறுத்துக் கொள்ள முடியவில்லை. அழுகை வந்துவிடும்போல் தோன்றியது. பாக்கெட்டில் கிடந்த சில்லறையை எண்ணிப் பார்த்தான். ஒரு ரூபாய் எண்பது பைசா இருக்கிறது. சாயங்காலம்வரை அறிவைக் கூர்மையாக வைத்துக் கொள்வதற்குத் தேவையான சார்மினார் சிகரெட் இரண்டு பாக்கெட் வாங்கி விட்டால் மீதி ஒரு ரூபாய் நாற்பது பைசா இருக்கும். மெட்ராஸ் ஹோட்டலில் ஒரு சாப்பாடு ஒரு ரூபாய் இருபத்தைந்து பைசா. சமீபத்தில் தான் விலையைக் கூட்டியிருக்கிறார்கள். அதற்கு முன்பு பல ஆண்டுகளாக ஒரு ரூபாய்க்கு ஒரு சாப்பாடு என்ற பொற்காலமாகத்தான் இருந்ததாம். அப்படியானால் தொண்டைக்குழிவரை ஒரு சாப்பாடு சாப்பிட்டுவிட்டு, இரண்டு பாக்கெட் சிகரெட்டும் வாங்கினால் மிச்சம் பதினைந்து பைசா இருக்கும். சாயங்காலம் கூட்டைச் சென்றடையப் பேருந்துக்கு முப்பதுகாசு வேண்டும். பற்றாக்குறையை எப்படிச் சமாளிப்பது? பையன் ஆலோசித்தான். சிகரெட் பிடிப்பதை விட்டு விடுவதென்பது ஒருபுறம் இருக்கட்டும், புகைப் பிடிப்பதைக் குறைப்பதென்ற பேச்சுக்கே இடமில்லை. அன்றாடச் சாப்பாட்டில் அதையும் ஒரு பகுதியாகத்தான் பையன் கருதிக் கொண்டிருக்கிறான். இப்போது சில நாட்களாக, உற்பத்தியாளர்கள் அதில் மிளகுப் பொடியையும் உப்பையும் கலந்து விடுவதாகப் பையன் புகார் கூறுகிறான். புகைப்பிடிக்கும் போது காரமாகவும் புளிப்பாகவும் இருக்கிறதாம். நிறைய மோர் குடித்துவிட்டுப் புகைப்பிடித்தால் சில வேளைகளில் போதையும் சித்திக்குமாம். இவ்வளவு நன்மை செய்கின்ற அதை எளிதில் விட்டு விட முடியுமா? வேறு ஏதாவது இருந்தால் சொல், பையன் நெற்றியைச் சுருக்கித் தனக்குத் தானே கேட்டுக் கொண்டான்.

மேனோனுடைய அலுவகத்துக்குப் போனால் என்ன என்று பையன் சிந்தித்தான். புரட்சியைச் சிருஷ்டிக்கின்ற கட்சியின்

தலைநகரத்து மெஸ்ஸிலிருந்து மேனோனுக்கு எடுப்புச் சாப்பாடு வரும். மன்னராட்சி காலத்து விருந்துகளை நினைவுபடுத்துகின்ற சாப்பாடு. நல்ல ருசியான மோர்க்குழம்பு. இளம் மஞ்சள் நிறத்திலுள்ள சுவையான அவியல். கறிவேப்பிலை, வாழைக்காய், முருங்கைக்காய், பச்சை மிளகாய் முதலியன பச்சை நிறத்தில் மூங்கியும் மூங்காமலும் கிடக்கின்ற சுவையான சாம்பார். சுவை கூட்டும் பொரியல். மாங்காயை வெட்டிச் சிறு சிறு துண்டுகளாக நறுக்கி, மிளகாய்ப் பொடியும் காயப்பொடியும் உப்பும் கலந்து ஊற வைத்த புது ஊறுகாய். குமிழ்கள் நிறைந்த அப்பளம். நல்ல மோர். ஒரு சாப்பாட்டை இரண்டு பேர் திருப்தியாகச் சாப்பிடலாம். ஆனால் மேனோன் இரண்டுபேரைப்போல் உட்கார்ந்து கொண்டு ஒரே மூச்சில் இந்தச் சாப்பாடு முழுவதையும் ஒரு கை பார்த்து விடுவார் என்று அவருடன் இருக்கும் தாடிகோவிந்தன் கூறுவார். இரவு, வீட்டிலும் இந்த எடுப்புச் சாப்பாடுதான். அதில் முக்கால் பகுதியை இரவில் சாப்பிட்டு விடுவார். மீதிச் சோற்றில் தண்ணீர் ஊற்றி வைத்துவிடுவார். காலையில் பழைய சாதமென்று சொல்லி மீண்டும் சாப்பிடுவார். வீட்டிலிருக்கும்போது எப்போதும் சாப்பாடும் கையுமாகத்தான், மேனோனைப் பார்க்கமுடியுமென்று தாடி கூறுவார்.

தாடிகோவிந்தன் சொல்ல வந்தது என்னவென்றால் ராணுவம் மாதிரியே புரட்சியும் அதன் வயிற்றின் மீதே மார்ச் ஃபாஸ்ட் செய்கிறது என்பதுதான்.

'இருந்தாலும், கையறு நிலையில் ஒரு நேரம் மேனோனைப் பட்டினி போடுவதில் தவறு ஒன்றும் இல்லை', பையன் நினைத்தான். 'அக்சென்டோடு வரும் ஆக்ஸ்போர்டு ஆங்கிலத்தைக் கேட்க வேண்டிய பிரச்சனை ஒன்று வரும், அவ்வளவுதான், ஆனால் ரொம்ப தூரம் போக வேண்டுமே. வெயிலும் அதிகமாக இருக்கிறது, வேண்டாம். மெட்ராஸ் ஹோட்டலுக்குப் போய் ஐயரை ஒரு வழி பண்ணி விடுவோம். நன்றாகச் சாப்பிட வேண்டும். மூன்று நான்கு முறை சாதம் வாங்க வேண்டும். அதே மாதிரி கூட்டு பொரியல் மோர் அப்பளம் ஊறுகாய் எல்லாம் வாங்க வேண்டும். பத்து நாள் இப்படியே தொடர்ந்து சாப்பிட்டால் ஐயர் சட்டி பெட்டியெல்லாம் கட்டிக்கொண்டு திருட்டு ரயில் ஏறி விடுவான். பிறகு அவனது மணம்கூட இந்த மாகாணத்தில் நிலைத்திருக்காது. வாரேண்டா நான்!' பையன் எழுந்து அறைக்கு வெளியே வந்து லிப்டில்

இறங்கிக் காணாட்டு ப்ளேசின் வராந்தாக்கள் வழியாக ஐயரை இலக்காக்கி நடந்தான்.

கண்ணாடிக்கு உள்ளே ஆடைகள் தொங்கிக் கொண்டிருந்த ஒரு ரெடிமேட் கடைக்கு முன்னே நின்றான். சாம்பல் நிறமுடைய ஒரு புஷ்சர்ட் பையனின் கவனத்தை ஈர்த்தது. 'இதைத் தைத்தவன் ரசனையுள்ள தையல் கலைஞனாக இருப்பான்' பையன் நினைத்தான். 'காலர் வெட்டியிருப்பதைப் பார்த்தாலே நாக்கில் எச்சில் ஊறுகிறது. அதை உடம்பில் அணிந்தாலே ஒரு கௌரவம் வந்துவிடும். நடுத்தர வயதுப் பெண்கள் வரிசையாக வந்து வலையில் வீழ்ந்து விடுவார்கள். அந்தச் சட்டையின் மார்பில் இரண்டு இஞ்ச் சதுரமுள்ள வெள்ளைத்தாளில் 37 ரூபாய் 50 காசு என்று அதன் விலை எழுதிஒட்டப்பட்டிருந்தது. நான் உயிரோடு இருந்தால், பையன் அந்தச் சட்டையைப் பார்த்துக் கூறினான். மூணு மாசத்துக்குள்ள உன்னை நான் ஏன் உடம்புல மாட்டுவேன்.'

வராந்தாக்களைக் கடந்து, வெயிலில் இறங்கி ஜனக் கூட்டத்தைப் பிளந்து கொண்டு பையன் நடந்தான். பழி வாங்குவதைப் போல் கொளுத்துகின்ற கொடுமையான வெயில். அபூர்வமாகச் சில காகங்கள் மட்டுமே பறக்கின்றன. இந்த ஊரைத் தலைநகரமாக தேர்ந்தெடுத்தவனுக்குத் தேநீர் வாங்கிக் கொடுக்கணும், பையன் தனக்குத்தானே சொல்லிக் கொண்டான். இப்படியும் ஒரு நகரமா?

'சிரிக்கும் பிரபு' (Laughing lord) என்ற நகரத்திலேயே சிறந்த ஹோட்டலுக்கு முன் நின்றான் பையன். எதிரே பாதையோரத்தில் வாகனங்கள் நிறுத்தப்பட்டுள்ளன. புதுப்பணக்காரர்கள் உணவுண்ண வந்துள்ளனர். மூன்று ஐந்தாண்டுத் திட்டங்கள் மூலம் நாட்டுக்குக் கிடைக்க வேண்டிய அதிக வருமானம் எங்கே போனது என்பதைக் கண்டறிவதற்காக அரசாங்கத்தால் ஒரு குழு அமைக்கப்பட்ட விஷயம் பையனுக்கு நினைவு வந்தது. இது போன்ற ஹோட்டல்களை அந்தக் குழு பார்வையிடுமானால் காணாமல் போன பணத்தின் ஒரு பகுதிக் கணக்கு கிடைத்துவிடும். தங்கத்துக்கு நிகரான விலையுள்ள உணவுப் பண்டங்கள், பாண்டு வாத்தியம், நடனம், குடிசை ஒழிப்புத்திட்டம், வயது வந்தோருக்கு வாக்குரிமை, பொதுவுடமைக் கோட்பாடு. முறைப்படி ஒருமுறைச் சத்தமாகச் சிரிப்பதற்குத் தடையேதும் இருக்கிறதா என்று சிந்தித்த பையன் இடம்வலம் நோக்கினான்.

திடீரென்று தனக்கு நன்றாகத் தெரிந்த அந்த நம்பர் கண்ணில் பட்டது. 3463 என்ற எண்ணுள்ள ஆனந்த வள்ளியின் ஃபோக்ஸ் வேகன் பாதையோரத்தில் கார்களுக்கு நடுவே சரிவாகப் பார்க் செய்யப்பட்டுள்ளது

பையன் இடுப்பில் கை வைத்து நின்று காரைப் பார்த்தவாறு கூறினான்: 'திருடி! இந்தச் சொர்க்கத்துலதான் மதியச் சாப்பாடு சாப்பிடுவேன்னு எங்கிட்டச் சொல்லவே இல்லையே. இதுதான் உன்னோட கற்பொழுக்கமா!'

ஒருவேளை, திடீரென்று முடிவு செய்யப்பட்டதாக இருக்கலாம் பையன் எண்ணினான். இல்லையென்றால் வேறு ஆண்கள் யாராவது சாப்பிட அழைத்திருப்பார்கள். முன்பே முடிவு செய்யப்பட்டிருந்தால் என்னிடம் சொல்லியிருப்பாளே.

போய் சுற்றுப்புறத்தைச் சோதனை செய்து பார்த்து விடுவோம். பையன் தனக்குள் கூறிக் கொண்டான். ஆனால் அவளுக்குத் தர்ம சங்கடமாகி விடுமோ? வருத்தப்பட மாட்டாள். பையன் தனக்குத்தானே சொன்னான். அவள் அப்படிப்பட்டவள் அல்ல. யாராக இருந்தாலும் அறிமுகப்படுத்தி வைப்பாள். சிலவேளை யாராவது ராணுவ அதிகாரிகளாக இருக்கலாம். அப்படியானால் அவள் அறிமுகப்படுத்துவாள்: மீட் 'கர்னல் வசிட்டர்' அல்லது 'ப்ரிகேடியர் சுக்கிராச்சாரியார்' இல்லையென்றால் 'ஜனரல் விசுவாமித்திரர்.' அப்போது பையன் நினைத்தான், நானே அறிமுகமாவேன்: 'ஃபீல்டு மார்ஷல் பையன்'!

பத்தடி தூரம் ஹோட்டலின் நுழைவு வாயிலை நோக்கிப் பையன் நடந்தான். 'சிரிக்கும் பிரபு' என்ற 'புராணம்,' ஆங்கில மொழியில் பெரிய எழுத்துக்களால் எழுதப்பட்டு, வெங்கலச் சங்கிலியால் பிணைக்கப்பட்டு கருமையான மார்பிள் பதித்த சுவரில் தொங்கவிடப்பட்டுள்ளது. பல்லவர் காலச் சிற்பக்கலை மாதிரியில் செதுக்கி உருவாக்கப்பட்ட மிகப்பெரிய நுழைவு வாயில். வாயிலில் காக்கி சீருடையும், சீருடைக்கு மேல் மார்பில் குறுக்காகத் தொங்கவிடப்பட்ட தோல் பெல்ட்டும் அணிந்த அதிகாயனைப் போன்ற ஒரு சர்தார்ஜி காவலுக்கு நிற்கிறான். இந்தக் கதியை அடைவதற்குமுன் அவன் பட்டாளத்தில் பணிபுரிந்திருக்க வேண்டும். பையன் நினைத்துப் பார்த்தான், தளர்ந்துபோன சிங்கம்தான் அவனது நினைவில் வந்தது.

பையன் படியில் ஏறியபோது சிங்கம் தலை வணங்கி நிமிர்ந்து வாயில் கதவின் பித்தளை வளையத்தைப் பிடித்து இழுத்தது. கதவு உள்ளொதுங்கி வழிவிட்டது. பையன் உள்ளே நுழைந்தான். மெரூன் நிறத்திலுள்ள கெட்டியான கர்ட்டனுக்கு பின்னாலிருந்து பாண்டு வாத்திய இசை வேகமாக வெளியேறி வந்தது.

பையன் கர்ட்டனை விலக்கினான். விசாலமான கூடம். கடைக்கோடி கண்களுக்குத் தென்படவில்லை. ஒன்றும் தெளிவாகத் தெரியவில்லை. சுவரில் ஆங்காங்கே மொட்டு விட்டிருக்கின்ற மெல்லிய வெளிச்சத்தில் ஹாலில் மேசையைச் சுற்றிலும் உட்கார்ந்திருக்கின்ற உருவங்கள் கறுப்புக் கறுப்பாகத் தெரிகின்றன. தூரமாக இருக்கின்ற அந்த மூலையில் உள்ள ஒரு மேடையில் பாண்டு வாத்தியக் குழுவினர் முழு வேகத்துடன் இசையெழுப்பிக் கொண்டிருந்தனர். மைக்குக்கு முன்னால் ஒல்லியான உடல்வாகு கொண்ட வெளிநாட்டு இளம்பெண் ஒருத்தி குலுங்கிக் குலுங்கிச் சில வெளிநாட்டு ஒலிகளை வெளியிட்டுக் கொண்டிருக்கிறாள். பாடுகிறாள் போலும், பையன் நினைத்தான். பாடட்டும், பாடட்டும், பையன் சொன்னான்: இசையை யாருக்கும் குத்தகைக்கு விடவில்லையே. தூரத்தில் வடகிழக்கு மூலையில் மேசையின் இருபுறமும் இரண்டு பெண்கள் அமர்ந்திருக்கிறார்கள். அவர்களில் தனக்கு முதுகைக் காட்டியவாறு உட்கார்ந்திருப்பவள் கர்னலா? சந்தேகம். கண்ணுக்குத் தெரியாத ஏ.சி இயந்திரம் பரப்பியிருக்கின்ற குளிர்ச்சியில் மூழ்கியவாறு பையன் மெதுவாக நடந்தான். கெட்டியான ரத்தினக் கம்பளத்தின் மீது நடக்கும் போது கால்கள் தாழ்ந்து போவது போன்றும் எவ்வளவு நடந்தாலும் அதே இடத்தில் நிற்பது போன்றும் தோன்றியது. பாதிதூரம் சென்றவுடன் உட்கார்ந்திருப்பது அவள்தான் என்று உறுதி யானது. அப்படியானால் இன்னொரு பெண் யார்? பையன் மீண்டும் நடந்தான், வேகமாக. ஒரு மைல் நடந்திருப்போம் என்று தோன்றியபோது அவளுக்குப் பின்னால் நின்றிருந்தான். பையன் சொன்னான்: "குடாஃப்டர் நூண் கர்னல்."

அவள் திரும்பிப் பார்த்தாள்: "ஏய் பையா, நீயா!"

பையன் மேஜைக்கு அருகே போய் நின்றான். இன்னொருத்தி கர்னலை விட இளையவள். மெலிந்த உடல்வாகு, முடியைக் காதளவிற்குச் சரியாக வெட்டியிருக்கிறாள். கோயிலுக்கோ

எதற்கோ நேர்ந்து கொண்டிருப்பாளோ என்னவோ உடம்பில் ஆபரணமொன்றும் இல்லை. இதழ்களில் லிப்ஸ்டிக்கும் இல்லை. தூய வெள்ளாடை அணிந்திருக்கிறாள். இவள் எந்தக் குழுவைச் சேர்ந்தவள்? பையன் நினைத்துப் பார்த்தான். ஓவியமா, இலக்கியமா, சமூகசேவையா, பணம் பிரித்தலா, கூட்டுறவு சங்கமா? உடனே பையனால் ஒரு முடிவுக்கும் வரமுடியவில்லை.

"பேரர்" கர்னல் அழைத்தாள்: "ஒரு சேர் கொண்டு வா."

பின்னர் பையனை அவளுக்கு அறிமுகப்படுத்தினாள்: "பத்திரிக்கையாளர், வளர்ந்து வரும் புத்திசாலி, எனது அயல் வீட்டுக்காரன்" (நல்ல அயலான் என்று நான் சொல்ல மாட்டேன்)

அவளைப் பையனுக்கும் அறிமுகப்படுத்தினாள்: "மிஸ் நீலிமா. கல்கத்தாவில் எனது இளம் பருவத்துத் தோழி. மத்திய அமைச்சர் சர்க்காருடைய புதல்வி. ஐக்கிய நாட்டு இளைஞர் அமைப்பின் இந்தியப் பிரதிநிதி. எப்போதும் வெளிநாட்டில்தான் இருப்பாள். போனவாரம்தான் ரோமில் இருந்து வந்திருக்கிறாள்."

பையன் ரோமாபுரிக்காரியை வணங்கினான். அவளும் வணங்கினாள். பின்னர் கூறினாள்:

"ரேணு உங்களைப் பற்றி இப்போதுதான் சொல்லிக் கொண்டிருந்தாள்."

பையன் சிரித்தான், பிறகு தனக்குள்ளேயே சொன்னான்:

'பார்த்தாயா பூதமே! அவள் நீ இல்லாத நேரத்தில்கூட அவளுடைய தோழியிடம் உன்னைப் பற்றிப் பேசிக் கொண்டிருக்கிறாள். அப்படிப்பட்ட ஒருத்தியின் கற்பைப் பற்றி நீ சற்று நேரத்திற்கு முன்பு நடுரோட்டில் வைத்துச் சந்தேகப் பட்டுவிட்டாய், உன்னைத் தட்டிக் கேட்க ஆளில்லை என்று நினைத்துவிட்டாய். நீ ஒரு நீசப்பிறவி.'

பையன் ரேணுவிடம் கூறினான்: "இவ்வளவு அழகான இடத்துல என்னைப் பற்றி நெனச்சதுக்கு ரொம்ப நன்றி."

"சாப்பிடுவதற்கான நேரம் நெருங்கும்போது" ரேணு சொன்னாள்: "நான் உன்னை மறக்கவே மாட்டேன்."

ஐக்கிய நாட்டுக்காரி சிரித்தாள்.

'சீ சிரிக்கண்டாம் துரையம்மா சீ சிரிக்கண்டாம்'

ஹாஜியார் உம்மாவிடம் கூறுவதைப் பையன் நினைத்துப் பார்த்தான்.

பேரர் நாற்காலியுடன் வந்தான். பையன் உட்கார்ந்தான்.

"நீ இங்கே எப்படி வந்தே?" ரேணு கேட்டாள்.

"சாப்பிடறதுக்காக மெட்ராஸ் ஹோட்டலுக்குப் போயிட்டிருந்தேன்" பையன் சொன்னான்: "போற வழியில உன் காரு வெளியில நிக்கிறதைப் பார்த்தேன். உடனே உள்ளே வந்துட்டேன்."

ரோமிலிருந்து வந்தவளின் கண்களில் ஒரு மின்னல் மின்னி மறைவதைப் பையன் கவனித்தான். 'ஒரு வேளை உண்மையைப் பேசியதால் என்னைப் பாராட்டியிருப்பாளோ' பையன் நினைத்துக் கொண்டான்.

"நான் உனக்கு போன் செய்தேன்." ரேணு பையனிடம் சொன்னாள்: "நீ ரூம்ல இல்லன்னு எக்ஸேஞ்சில் சொன்னாங்க."

"எத்தனை மணிக்கு போன் செய்தாய்?"

"பன்னிரண்டு மணிக்கு."

"நான் லைப்ரரியில் இருந்திருப்பேன்."

திடீரென்று சுற்றிலும் கைதட்டல் ஓசை கேட்டது. பையன் திரும்பிப் பார்த்தான். ஒல்லியான அழகி பாட்டுப்பாடி முடித்திருந்தாள். ஜனங்கள் அவள் பாடிய பாடலைப் புகழ்ந்து கைதட்டியிருக்கிறார்கள்.

"வந்து ரொம்ப நேரமாயிட்டதா?" பையன் கேட்டான்.

"ஐந்து நிமிடம் ஆகவில்லை" ரேணு சொன்னாள்: "மெனு கார்டுக்காக காத்திட்டு இருந்தோம். அப்போதுதான் நீ வலிய வருகிறாய்."

"அப்போ சாப்பிட்டு முடிக்கவில்லை!"

"இல்ல."

"நானும் இந்த நிகழ்ச்சியில் பங்கு பெறுவதைப் பற்றி உங்களுடைய அபிப்பிராயம்?" இரண்டு பேரையும் மாறி மாறிப் பார்த்துப் பையன் கேட்டான்.

"நீங்க ரெண்டு பேரும் என்னோட கெஸ்ட்" நீலிமா சொன்னாள்.

"வலிய வந்து விட்டேன், வேற வழியில்லை அப்படித்தானே, இல்லையா?" பையன் கேட்டான்.

"கமான் பையா!" நீலிமா சொன்னாள்.

'என்னது?' பையன் நினைத்தான். 'பையான்னு கூப்புடுற அளவுக்கு நாம அன்னியோன்னியமா ஆயிட்டமா? ரோமாபுரிக்காரீ! நீ ஒரு சிங்காரிதான்டீ.'

பையன் ரேணுவைப் பார்த்தான், டையலாக் கேட்காத மட்டில் அவள் அமர்ந்திருக்கிறாள். பையன் சொன்னான்:

"உன்னோட காரை வெளியில பார்த்தவுடனே யாராவது பாய்ஃபிரண்டா இருப்பாங்களோன்னு நெனச்சேன்."

"உன்னை நிராசைப்படுத்தியதற்காக வருத்தப்படறேன்" ரேணு கூறினாள்: "இன்னொரு முறை பார்க்கலாம்."

மெனுகார்ட் என்ற பெரிய புத்தகத்தைத் தூக்கிக் கொண்டு பேரர் வந்தபோது அதை வாங்கி ரோமாபுரிக்காரியிடம் நீட்டியவாறு ரேணு சொன்னாள்: "நீலிமா நீ ஆர்டர் கொடு."

"பையன் ஆர்டர் கொடுக்கட்டும்" நீலிமா சொன்னாள்: "டேஸ்ட் எப்படின்னு பார்க்கலாமே."

'உன்னை விட பெரிய வில்லிகளை எல்லாம் வளைத்துப் போட்ட டேஸ்ட் தான் என்னோட டேஸ்ட்,' பையன் நினைத்தான்.

"டேஸ்ட் நல்லாவே இருக்கும்" ஓலையை வாங்கிக் கொண்டு பையன் கூறினான். பிறகு ஆர்டர் செய்தான்: "ஸ்பானிஷ் சூப், தந்தூரி ரொட்டி, காஷ்மீரிச் சிக்கன், ரோஸ்ட் லாம்ப், பிரெஞ்சு சலாடு, இரண்டு வகைப் பாயசம், காஃபி."

"ஃபஸ்ட் கிளாஸ்" நீலிமா சொன்னாள்.

அப்போ சாப்பாட்டு விஷயத்துல நீயும் என்னை மாதிரித் தான், பையன் நினைத்தான். பரவாயில்லையே.

ரேணு சிரித்தாள்.

"என்ன விஷயம்?" பையன் கேட்டான்.

“உன்னோட கூச்சமில்லாக் குணம்” ரேணு சொன்னாள்.

‘சரி நீ சிரிச்சுட்டிரு’ பையன் நினைத்தான். ‘அதற்கிடையில் நான் ரோமாபுரிக்காரியைக் கொஞ்ச நேரம் விசாரணை செய்யறேன்.’

“அப்போ... ரோம்ல என்ன செய்திட்டிருந்தீங்க?” பையன் கேட்டான்.

“ஐக்கிய நாட்டு இளைஞர்கள் கூட்டமைப்பின் நிர்வாகக் குழுவில் உறுப்பினராக இருந்தேன். அவள் முன்னே நகர்ந்து உட்கார்ந்து மேசைமேல் முட்டிக் கைகளை ஊன்றிக் கொண்டு சொன்னாள்.”

“ஃபிரான்ஸிலிருந்து மொஸ்யா பெல்வோன் வந்திருந்தாரா?”

“வந்திருந்தார். அவரைத் தெரியுமா?”

“பழைய நண்பர்” பையன் அலட்சியமாகக் கூறினான்.

இரண்டு ஆண்டுகளுக்கு முன்பு ஒரே ஒருமுறைதான் பையன் அவரைப் பார்த்திருக்கிறான். அதுவும் பிரஸ்காரர்கள் நடத்திய ஒரு பார்ட்டியில் அந்த மனுசனுக்குப் பையனைத் தெரியுமா என்பது பற்றிப் பையனுக்கே தெரியாது. இருந்தாலும் எதற்கு விட்டுக் கொடுக்க வேண்டும்?

நீலிமாவின் கண்கள் பிரகாசித்தன, அவள் சொன்னாள்: “இந்த ஆண்டு பிரசிடெண்ட் அவருதான்.”

“ஓ... அப்படின்னா அவருக்கு ஒரு வாழ்த்துச் செய்தி அனுப்பணுமே.”

“இந்தப் பனிக்காலத்தில் ஒருவேளை அவர் டெல்லிக்கு வருகை தருவார்.”

“வரும்போது எனக்குத் தெரியப்படுத்தணும், கேட்டீங்களா!” பையன் வேண்டிக் கொண்டான்.

“கண்டிப்பாக.”

‘இப்படியாக உனது கொட்டத்தை நான் அடக்கியிருக்கிறேன்’ பையன் நினைத்தான்.

“பையா நீயும் அந்த அமைப்புல இருந்தாய் அல்லவா?” ரேணு கேட்டாள்.

"ரெண்டு ஆண்டுகளுக்கு முன்புவரை நானும் இருந்தேன்" பையன் கூறினான்.

"பிறகு எதுக்காக விலகுனீங்க?" நீலிமா கேட்டாள்.

"இதுக்கெல்லாம் எங்கே நேரம்?" பையன் கூறினான்: "முழுமையாகச் செயல்பட முடியலைன்னா ஒரு அமைப்புல உறுப்பினரா இருந்துட்டு என்ன பிரயோஜனம்?"

"அது சரியல்ல" நீலிமா கூறினாள்: "நீங்க மீண்டும் உறுப்பினராகணும்"

"கண்டிப்பா உறுப்பினராக வேண்டும்!" ரேணு கூறினாள்.

'என் தங்கக் கட்டி என்னை நீ ஏளனம் செய்கிறாய்' பையன், நினைத்தான்.

"முக்கியமாக எங்கள் பிரசிடெண்டின் இந்திய நண்பர் அமைப்பில் உறுப்பினராக இல்லை என்பது கஷ்டம்" நீலிமா கூறினாள்.

"பார்க்கலாம்" பையன் அழகாகப் புன்னகைத்துக் கொண்டு சொன்னான்: "நாம இனியும் சந்திப்போமே, அப்போது இதைப் பற்றிப் பேசலாம்."

"தாங்க்யூ."

இப்போது மேசைக்கடியில் பையன் தனது வலது கால் ஷூவின் மேல் ஓர் அழுத்தத்தை உணர்ந்தான். ரேணு பிரேக்கை மிதிக்கிறாள். அவன் அவளைப் பார்த்தான். ஆனந்தவள்ளி ஒன்றும் தெரியாதவளைப் போல, மீண்டும் பாட்டுப்பாடத் தொடங்கியிருக்கின்ற ஒல்லிக்குச்சி உடம்புக்காரியைப் பார்த்துக் கொண்டிருக்கிறாள்.

பையன் ரோமாபுரிக்காரியை நோக்கினான். நாவல், சிறுகதை முதலியனவற்றை எழுதிப் பழகுகின்ற வேலையில்லாப் பட்டதாரிகள் கூறுவதைப் போல அவள் அவனையே ஆழ்ந்து நோக்கிக் கொண்டிருக்கிறாள்.

அப்போது சூப்பு வந்தது. அதைப் பருகுவதற்குத் தயாராகிக் கொண்டே, பையன் விசாரணையையும் தொடர்ந்தான்:

"இத்தாலி எப்படி இருக்கிறது?"

"அழகான நாடு!" அவள் கூறினாள்.

'ஸ்கூப்!' பையன் நினைத்தான். 'நீ ரோமுக்குச் சென்று சம்பவம் அனைத்தையும் நேரில் பார்க்கவில்லையென்றால் இங்கே யாரும் நம்பியிருக்க மாட்டார்கள்.'

"நாட்டையும் மக்களையும் பற்றி மூன்று நான்கு கட்டுரைகள் எழுதலாமே?" பையன் கேட்டான்.

"எழுதினால் வெளியிட முடியுமா?"

"என்னுடைய பத்திரிக்கையில் வெளியிட முயற்சி செய்யலாம்."

"தாட்வில் பி ஃபைன்!"

செந்தாமரைத் தண்டு போன்றவளே அதுல என்னடி கஷ்டமிருக்கு-பையன் நினைத்தான். மந்திரியின் மகள் என்று சொன்னால் போதும், எழுத்தறிவற்றவன், வணிகர்களுக்கு வட்டிக்கு விடும் பத்திரிக்கை நிறுவனர், மூக்கால் நடந்து உன் முன்னே வந்து நிற்பான்.

"ஆனால், ஒரு விஷயம்" பையன் சொன்னான்.

"என்ன அது?"

"பதிலுக்கு நீ எனக்கு ஒண்ணு ரெண்டு உதவிகள் செய்யணும்." சூப்பைப் பருகியவாறு பையன் கூறினான்.

திடீரென்று ரேணு கண்டிப்பு நிறைந்த பார்வையொன்றைப் பையன் மீது படரவிட்டாள். அதைப் பொருட்படுத்தாமல் பையன் கூறினான்:

"அரசாங்கத்தின் மேல்மட்டங்களில் நடக்கின்ற விஷயங்களை யாரும் அறியாமல் உருவியெடுத்து முன்கூட்டியே எனக்குத் தெரியப்படுத்த வேண்டும், ஸ்கூப்புகள், புரிஞ்சுதா?"

"ப்ளீஸ் நீலிமா" ரேணு சொன்னாள்: "அது உன்னால முடியும், ப்ளீஸ் ஹெல்ப் பையன்."

அவளுடைய கண்டிப்பு நிறைந்த பார்வையின் உட்பொருள், நான் தவறாக ஏதும் பேசிவிடக் கூடாது என்பதுதான், பையன் நினைத்தான். சொன்னது புத்திசாலித்தனம் என்று தெரிந்தவுடன் ஆறுதலடைந்திருக்கிறாள். அழகான இந்தக் குந்தாணிகள்

இவ்வளவு அறிவிலிகளா?

"சரி, என்னால் இயன்றவரை செய்யறேன்" நீலிமா சொன்னாள்: "அப்பாவை அறிமுகப்படுத்தறேன். அவருக்கு உங்கள ரொம்பப் பிடிக்கும்."

இனி ஒரு மரமண்டையன் மந்திரியோட அறிமுகம் ஒண்ணு தான் கொறச்சல், பையன் நினைத்தான்.

ஒல்லிக்குச்சி அழகியின் பாட்டு முடிந்தபோது மீண்டும் கைதட்டல் ஓசை எழுந்தது. இம்முறை கைதட்டும் ஓசை விட்டு விட்டு அங்கொன்றும் இங்கொன்றுமாக மட்டுமே எழுந்தது. காரணம் என்னவென்று பையன் அலசி ஆராய்ந்தான். பதில்: பெரும்பாலான இசைப்பிரியர்கள் உணவுப் பிரியர்களாகி விட்டனர்.

பையன்: (அகம்) 'இப்போது ஒரு நகைச்சுவை உருவாக்கு கிறேன்.'

(புறம்) "அறைக்குள் அடைப்பட்டுப் போன அச்சம் கொண்ட ஒற்றைப்புறா சிறகடிப்பது போன்ற கைதட்டல் ஓசை."

"கவிதையல்லவா!" கிண்ணத்திலிருந்து தலையை உயர்த்தியவாறு ரோமாபுரிக்காரி கூறினாள்: "கவிதை எழுதுவ துண்டா?"

"இல்லை" பையன் கூறினான்.

"எனக்கு எப்பவும் தோணும், பையன் கவிதை எழுதினா நல்லாயிருக்குமேன்னு" ரேணு கூறினாள்.

"நீங்க கவிஞர்தான்!" இன்னொருத்தி.

'நீ இப்போது சிரித்தாய் என்றால்' பையன் தனக்குள் கூறினான்: 'நான் உன்னை நாடு கடத்தி விடுவேன்.'

"உங்க ரெண்டு பேருடைய நம்பிக்கையும் என்னைப் பாதுகாக்கட்டும்" பையன் கூறினான்.

தூரத்தில், வளைவு திரும்பி ஊது கொம்போடு கூடிய தலைப்பாகையும் கோழித்தூவலும் சூடிய பேரர்கள், ரொட்டி கோழி ஆடு முதலிய பதார்த்தங்களுடன் வந்து கொண்டிருக் கின்றனர்.

பையன் சொன்னான்:

"காஷ்மீரக் குக்குடத்தையும் பொரித்த அசக்கிடாவையும் கவனத்துடன் சத்தமிடாமல் சாப்பிட வேண்டும், அதனால் இவற்றையெல்லாம் சாப்பிடும்போது என்னிடமிருந்து எந்தப் பேச்சுச் சத்தமும் வராது. இது ரேணுவுக்கும் நல்லாத் தெரியும். நீலிமா பொறுத்துக் கொள்."

"இனி பொதுவான விஷயங்களைப் பற்றிப் பேசினாலும் அப்போது உன் வாயிலிருந்து ஒரு வார்த்தையையும் வெளிவராது என்பது எனக்குத் தெரியும்" ரேணு கூறினாள்.

"தாட்ஸ் எ குட் ஒண்!" நீலிமா சொன்னாள்.

பையன் சாப்பிடுவதைப் பார்த்துக் கொண்டிருப்பதே ஓர் ஆனந்தம் என்று பையனைப் பற்றி நன்றாகத் தெரிந்த ரேணுவைப் போன்றோர் கூறுகின்றனர். புசிக்கும் பணியைத் திருந்தச் செய்வானாம். பார்த்துக் கொண்டிருப்பவர்களின் வயிறு நிரம்பி விடுமாம்.

இப்போது பையன் முதலில் ஆட்டு வறுவலை ஆக்கிரமித்தான். இரண்டு கை விரல்களையும் பயன்படுத்தி அதன் உறுப்புகளை ஒவ்வொன்றாகப் பிய்த்துச் சத்தமின்றிச் சாப்பிட்டான். எலும்புகளைத் துடைத்துத் தூய வெண்ணிற மாக்கிப் பிளேட்டின் ஓர் ஓரத்தில் அழகாக அடுக்கி வைத்தான். தவணைகளாகத் தண்ணீர் குடித்தான். அதுவும் தீர்ந்தவுடன் காஷ்மீரக் குக்குடத்தின் பிளேட்டையும், தந்தூரி ரொட்டிப் பிளேட்டையும் அருகில் எடுத்து வைத்து ரொட்டியைச் சிறு சிறு துண்டுகளாக்கி அதை ஒவ்வொன்றாகக் குக்குடத்தில் முக்கி எடுத்து ருசித்துச் சாப்பிட்டான். இரண்டு முறை ரொட்டி-குக்குடம், ஒரு முறை சலாடு, இரண்டு முறை ரொட்டி- குக்குடம் ஒரு முறை சலாடு-அதுதான் முறை வைப்பு. ஒரு துளி கூட வெளியே சிந்தவோ சிதறவோ இல்லை. பதார்த்தங்களைப் பார்த்தால் எச்சில் ஊறாது, பையன் சாப்பிடுவதைப் பார்த்தால்தான் வாயில் எச்சில் ஊறும். அவ்வளவு அழகு.

அனைத்து நல்ல விஷயங்களும் ஓரளவுக்கு வந்தவுடன் தீர்ந்து விடுவதைப் போல், சாப்பிட்டுச் சாப்பிட்டு பையனது வேள்வியும் ஒரு வழியாக முடிவுக்கு வந்தது. மடியில் விரித்திருந்த துணியால் கை வாய் துடைத்து நாற்காலியில் சாய்ந்து உட்கார்ந்து கொண்டு பையன் சொன்னான்: "அற்புதமான லஞ்ச்!"

தாய்க்குலங்கள் பையனுக்கு இணையாக வருவதற்குப் போட்டிப் போட்டு முயற்சித்தனர்.

“இனி பேசத் தொடங்கலாமா?” ரோமாபுரிக்காரி கேட்டாள்.

“புட்டிங்கும் தீரட்டும்” ரேணு சொன்னாள்.

“பரவாயில்லை,” பையன் சொன்னான்: “இவ்வளவு நேரம் இரண்டு பெண்கள் எதுவும் பேசாமல் இருந்திருக்கிறீர்கள் அல்லவா? சாதனையை முறியடித்து விட்ட காரணத்தால் உங்களுக்கு ஒரு வாய்ப்பு வழங்கப்படுகிறது, இனிப் பேசுகிறேன்.”

“கட்டுரை எழுதினால்” மந்திரிகுமாரி கேட்டாள்: “மூலம் பார்த்துத் தரமுடியுமா?”

‘அப்போ இதுதான் உன்னோட கவலை’ பையன் நினைத்தான்

“அப்படியென்றால்?” பையன் கேட்டான்.

“திருத்திக் கொடுக்கணும்” அவள் சொன்னாள்: “ஏன்னா நான் இதுவரை உரைநடை எழுதியதில்லை.”

‘ஐயோ!’ பையன் நினைத்தான். ‘அப்படியென்றால் கவிதை தான் உனக்குப் பரம விரோதியா?’

“அது பார்க்கலாமே” பையன் சொன்னான்: “ஆனா ஸ்கூப்போட விஷயம் நீ பார்த்துக் கொள்ள வேண்டும்.”

“என்னால் இயன்றவரை எதுவாக இருந்தாலும்” அவள் சொன்னாள்.

பையனது கால் மீண்டும் அழுத்தத்தை உணர்ந்தது.

உரைநடை எழுதியதில்லை என்று கூறிய காரணத்தால், அழுத்தத்தை மதிக்காமல் பையன் கேட்டான்:

“கவிதை எழுதுவதுண்டா!”

“எப்போதாவது” அவள் கூறினாள்.

‘நீ ஒரு அவசரக் குடுக்கையாக இருக்கிறாய்’ பையன் தனக்குத் தானே கூறிக் கொண்டான். ‘கவிதை திருத்த வேண்டுமென்ற நிலையும் உனக்கு வரப் போகிறது. உன்னோட அவசர குணத்துக்கு உனக்கு இது வேணும்.’

“கடைசியாக உருவாக்கிய படைப்பு எது?” பையன் கேட்டான்.

“இயற்கைக் காட்சிகள் என்னை எழுதத் தூண்டுகின்றன” பெண் வெளிச்சப்பாட்டைப் போல் குதித்துக் கொண்டு அவள் கூறினாள்: “ரோமிலிருந்து பாரிசுக்குப் பறந்து செல்லும்போது ஆல்ப்ஸ் மலைத்தொடரில் அருவியும் மேகமும் மர வீடுகளும் நிறைந்த ஓர் அற்புதமான காட்சியைக் காணமுடியும்.’

“உடனே அதைப்பிடித்து எழுதி விட்டாய்?”

“எழுதிக் கொண்டிருக்கின்றேன்” அவள் கூறினாள்: “நமது மொழி இலக்கியங்களில் இப்படிப்பட்ட கவிதைகள் இல்லையென்று தோன்றுகிறது.’

“அப்படின்னா எந்த மொழியில் எழுதுகிறாய்?” பையன் கேட்டான்.

“ஆங்கிலத்தில்.”

பையனுக்கு நடுமுதுகில் ஓங்கி அடித்தது போல் தோன்றியது. இவளது போக்கு சரியில்லை, பையன் நினைத்தான். இந்த எண்ணத்தை முளையிலேயே கிள்ளி ஏறிய வேண்டும். இவள் இங்கிலீஷில் கவிதை எழுதினால் அப்புறம் ஆல்ப்ஸ் மலைத்தொடரால் ஒரு போதும் தலை நிமிர்ந்து நிற்கவே முடியாது. ஊழிக்காலம் வரை அந்த அவப்பெயர் நிலைத்துவிடும். காதும் காதும் வைத்தாற்போல் இந்தச் செய்தியை இங்கேயே முடித்து விட வேண்டும்.

“நமது இலக்கியத்தில் அப்படிப்பட்ட காட்சிகள் இல்லையென்று சொல்வது முற்றிலும் சரியல்ல” பையன் கூறினான்.

‘விமானம் இல்லாத அந்தக் காலத்திலேயே ஆகாய வீதியிலிருந்து பருந்துப் பார்வையால் கங்கையை வருணிக்கின்ற ஒரு காட்சி, காளிதாசனில் இருக்கிறது:

‘தஸ்யோத்ஸங்கே பரிணத ஈவ ஸ்ரஸ்த கங்காதுகூலாம்

ந த்வம் த்ருஷ்டா ந புனரழகாம் ஜ்ஞாஸ்யஸே காமசாரின்’

இமவானின் இடுப்பைச் சுற்றி வெள்ளி அரை ஞாணம் போல் சுற்றிக் கி[illegible]க்கின்ற கங்கை. எப்படி?”

"ஓ... மை!" ஒரு வாய் புட்டிங்கை அறியாமல் விழுங்கிய அழகி சொன்னாள்: "என்ன ஒரு காட்சி! என்ன ஒரு காட்சி! சமஸ்கிருதமும் தெரியுமா?"

"பதினாறு வயதிருக்கும் போதே" பையன் சொன்னான்: "சம்ஸ்கிருதத்திலும் ஆங்கிலத்திலுமுள்ள கிளாசிக்குகளை யெல்லாம் முடித்து விட்டேன். அந்த அறிவு மட்டுமே இப்போது எனது சொத்தாக இருக்கிறது."

பையா நீ இவளைச் சரியான இடத்தில் அடித்து வீழ்த்தி விட்டாய் என்று, ரேணு பையனின் காலை அழுத்தினாள்.

"இவ்வளவு திறமை வாய்ந்த நீங்கள் பத்திரிக்கையில் உழன்று கொண்டிருப்பது எவ்வளவு பரிதாபத்திற்குரியது!" நீலிமா சொன்னாள்.

அதை நான் பார்த்துக் கொள்கிறேன், பையன் நினைத்தான். சங்கதி அதுவல்ல. இனி நீ காளிதாசனைக் கடத்திக் கொண்டு போய் கவிதை எழுது. எப்படி எழுதுகிறாய் என்று பார்ப்போம்.

சிறிது நேரத்திற்கு பிறகு ரோமாபுரிக்காரி கூறினாள்: "கட்டுரை எழுதும் போது ஏதாவது சந்தேகம் வந்தால் தாங்களை எங்கே எப்படித் தொடர்பு கொள்வது?"

அப்படீன்னா நீ கவிதையைக் கைகழுவி விட்டாய்! பையன் நினைத்தான், ஆல்ப்ஸ் மலைத்தொடர் தப்பிவிட்டது!

"ஆபிஸுக்குப் போன் செய்தால் போதும்" பையன் சொன்னான்.

"ஒரு நாள் வீட்டுக்கு வாங்க" அவள் சொன்னாள்: "நாளை டின்னருக்கு வரமுடியுமா?"

பையன் ஏதாவது சொல்வதற்கு முன்பு ரேணு கூறினாள்:

"கண்டிப்பா நாங்க வருகிறோம் நீலிமா. இந்தச் சூடெல்லாம் கொஞ்சம் தணியட்டும்."

இம்முறை காலில் ஏற்பட்ட அழுத்தம் பையனுக்கு வலித்தது.

"33124 இதுதான் என்னுடைய டெலிபோன் நம்பர்" நீலிமா சொன்னாள்.

"நினைவில் வச்சுக்கறேன்" பையன் சொன்னான்:

“சில வேளை மறந்துவிடும், டயரில் எழுதி வையுங்க ப்ளீஸ்!”

“டயரக்டரியில இருக்காதா?” ரேணு மிரட்டுவதுபோல் கேட்டாள்.

“இருக்காது” நீலிமா சொன்னாள்: “என்னோட தனி ஃபோன் கிடைத்து மூன்று நாள்தான் ஆகிறது. அப்பா ஏற்பாடு செய்து கொடுத்தது.”

“பரவாயில்லை’ பையன் நெற்றியைத் தொட்டுக் கொண்டு கூறினான்: “இங்கே குறித்து வைத்து விட்டேன், 182 ன் வர்க்கம் 33124.”

“ஓ மை!” இருக்கையிலிருந்து பாதி எழுந்த நிலையில் அவள் கூவினாள்: “மேத்த மாட்டீஷியனுமா?”

பையன் அலட்சியமாகச் சிரித்தான். கதகளியில் இராவணனு டைய வேடம் பையனுக்கு நினைவு வந்தது. நீ யாரு? டேய் ய் ய்...!

‘தாட்ஸ் கிரேட்” அவள் கூறினாள்.

மேடை முழுவதும் உனது கட்டுப்பாட்டுக்குள் வந்து விட்டது, பையன் தனக்குத்தானே கூறிக் கொண்டான்: ‘உன்னைப் பற்றிய ஆராதனை அவளது கண்களில் மயில்மார்க் தீப்பெட்டிக் குச்சிகள் உரசிய நெருப்பாகக் கனல்வதைப் பார்த்தாயா?’

காலில் மீண்டும் அழுத்தம் ஏற்பட்டபோது பையன் ரேணுவின் முகத்தைப் பார்த்தான். அவள் கேட்டாள்:

“பையா உனக்கு சிகரெட் வேணுமா? அதோ பாய் போகிறான்.”

பையன் பார்த்தான். சர்க்கஸில் இருப்பவனைப் போல் விசித்திரமான வேடம்பூண்ட ஒருவன் கழுத்தில் கட்டித் தொங்கவிடப்பட்ட ஒரு தட்டில் நிறையத் தூமபானப் பொருட்களுடன் சுற்றிலும் சஞ்சரிக்கின்றான். ஒரு சுருட்டைப் புகைத்துத் தள்ளுவோம் என்று முடிவு செய்த பையன் அந்தக் கதாபாத்திரத்தை அழைத்தான்:

“டேய் ஹவானா இருக்குதாடா?”

“இருக்குது சார்.”

"ஒண்ணு கொடு."

காசு கொடுப்பதற்காக இருவரும் போட்டி போட்டுப் பர்ஸை திறந்தனர்.

"நான் கொடுக்கிறேன் நீலிமா" ரேணு சொன்னாள்.

"நோ நோ நான் கொடுக்கிறேன்" நீலிமா கூறினாள்.

நீலிமா நோட்டுடன் வருவதற்குள் ரேணு கொஞ்சம் சில்லறையை அள்ளித் தட்டில் போட்டு அவனை அந்தப் பகுதியிலிருந்தே விரட்டியடித்து விட்டாள்.

'டேய்!' பையன் மனதிற்குள் சொல்லிக் கொண்டான்: 'உனது சில்லறை அதிர்ஷ்டத்திற்கு ஓர் அளவே இல்லையா? நீ ஒரு பயங்கரமான மைனர்தான் போ!'

பேரர் காஃபியுடன் வந்தபோது ரேணு அவனிடம் கூறினாள்: "பில், கொண்டு வா."

"ஏன் இந்த அவசரம்?" நீலிமா கேட்டாள்.

கைக்கடிகாரத்தைப் பார்த்துக் கொண்டு ரேணு சொன்னாள்: "ரெண்டரை மணிக்கு ஒரு மெடிக்கல் கான்பிரன்ஸ் இருக்குது, அஜண்டா பேப்பரெல்லாம் பார்க்கவே இல்லை."

"இன்னும் பதினைஞ்சு நிமிஷம் இருந்துட்டுப் போவோமே" நீலிமா சொன்னாள்.

"ஸாரி மை டியர்!" ரேணு கூறினாள்: "இன்னொரு நாள்."

ரோமாபுரிக்காரி ஒன்றும் செய்ய இயலாதவளாகப் பையனைப் பார்த்தாள்.

"லஞ்ச் என்னுடையது சரியா" அவள் ரேணுவுக்கு நினைவூட்டினாள்.

"இதில என்ன இருக்கு?" ரேணு சொன்னாள்: "யாரு கொடுத்தா என்ன?"

"அது முடியாது" நீலிமா சொன்னாள்: "நீங்க ரெண்டு பேரும் என்னோட கெஸ்ட்."

"சரி."

"வேண்டாம், பில் நான் கொடுக்கிறேன்" சுருட்டின் ரசிகனாகிய பையன் நறுமணப் புகையை ஊதிவிட்டுக் கொண்டே சொன்னான்: "என் கையில ஒரு பிடிச் சில்லறை இருக்குது."

நீலிமா சிரித்தாள்.

"நீ இதுவரை பேசியதில் இது ஒண்ணுதான் நகைச்சுவை" ரேணு சொன்னாள்.

"இந்தக் காஃபியுடன் கொஞ்சம் நல்ல பிரெஞ்சுப் பிராந்தி இருந்ததுன்னா நல்லா இருக்கும்" பையன் சொன்னான்.

"கொஞ்சம் ஷார்த்ரோஸ் வீட்டில் இருக்கு" நீலிமா கூறினாள்.

"ஒரு நாள் அதை ஒரு கை பார்த்திருவோம்" பையன் சொன்னான். உடனே மேசைக்கடியிலிருந்து காலையும் இழுத்துக் கொண்டான்.

"யூ இர் வெல்கம்" அவள் சொன்னாள்.

பில் வந்தவுடன் நீலிமா கைப்பையைத் திறந்து ஒரு நூறு ரூபாய் நோட்டை எடுத்துத் தட்டில் வைத்தாள். புது நோட்டு. அமைச்சராகிய அப்பா மகளுக்காக மனமுவந்து அச்சடித்து கொடுத்தது போலத் தோன்றியது.

"நூறு ரூபாயைப் பார்த்தவுடன்தான் நான் இங்கே முதன் முதலாக வந்த நிகழ்ச்சி நினைவுக்கு வருது" பையன் சொன்னான்: "சும்மா ஒரு ரசனைக்காக வந்தேன். முதன்முதலா சம்பளம் வாங்கிய நாள். காஃபி குடித்து முடித்த பிறகு பில் கொண்டு வந்த பேரரிடம் கேட்டேன்: 'நூறு ரூபாய்க்கு சில்லறை இருக்குமல்லவா?' அவன் பார்த்தானே ஒரு ஏளனமான பார்வை. அப்போதே நான் செத்துப் போயிருக்க வேண்டும். பிறகு என்னைப் பார்த்து ஒரு கேள்வி கேட்டானே: ஸர், ஆயிரம்னா சொன்னீங்க?"

"பிறகு? அதன் பிறகு?" ரோமாபுரிக்காரி கேட்டாள்.

"அதன்பிறகு நடந்ததொன்றும் நினைவில்லை" பையன் சொன்னான்: "என்னைத் தூக்கிக் கொண்டுபோய் வெளியே போட்டார்கள் என்றுதான் மாலைப் பத்திரிக்கைகள் செய்தி வெளியிட்டன."

"அது சரி!" ரோமாபுரிக்காரி குலுங்கிக் குலுங்கிச் சிரித்தாள்: "அதன் பிறகு இன்றைக்குத்தான் இங்கு வருகிறீர்களா?"

"ஆமாம்."

"உண்மையாகவா?" ரேணு கண்களைக் கூர்மையாக்கிக் கொண்டு கேட்டாள்.

மகாபாரதச் சுலோகத்தின் ஒரு பகுதிதான் பையனுக்கு நினைவு வந்தது: 'பாஞ்சாலி கூர்த்த விழியாளே.'

"ஸாரி" பையன் சொன்னான்: "போன மாதம் என் பிறந்த நாளன்று நானும் ரேணுவும் இங்குதான் வந்து சாப்பிட்டோம்."

"என்ன ஒரு சரியான ஞாபகம்!" ரேணு சொன்னாள்.

பையன் தலைகுனிந்து மன்னிப்பு கேட்டான்: "ஸாரி, பேபி!"

"பரவாயில்லை, மறந்துவிடு" ரேணு சிரிப்பது போல முகத்தை வைத்துக்கொண்டு கூறினாள்.

ரோமாபுரிக்காரி, இருவருக்கும் ஒரே மாதிரி முக பாவனையைக் காட்டிக் கொண்டு ஆதரவற்றவளைப் போல அமர்ந்திருந்தாள்.

மீதிப் பணத்துடன் ஹோட்டல் சிப்பந்தி வந்தவுடன் ரேணு எழுந்தாள்: "புறப்படுவோம்."

நீலிமா, சிப்பந்திக்குத் தாராளமாக டிப்ஸ் கொடுப்பதைப் பையன் கவனித்தான். பணத்தின் மீது உனக்கு இவ்வளவுதான் மதிப்பா? பையன் நினைத்தான்.

பெண்கள் முதலில், பிறகு ஆண் என்ற நியதிப்படி அவர்கள் வெளியே வந்தனர். எதிரே தெரிந்த கடையைச் சுட்டிக் காட்டியவாறு ரேணு நீலிமாவிடம் கூறினாள்:

"நீ வாட்ச் கடைக்குப் போகணும்னுதானே சொன்னாய்."

"ஆமா, போகணும்."

"நீ அந்த வேலையை முடிச்சிட்டு நில்லு. நான் பையனை ட்ராப் பண்ணிட்டு வர்றேன்."

"நான் நடந்து போய்க்கிறேன்" பையன் சொன்னான்: "பக்கத்துல தானே!"

"இல்லை" ரேணு கூறினாள்: "நான் உன்னைக் கொண்டு போய் இறக்கி விடுறேன்."

அது சரி; பையன் நினைத்தான், நீ எதையோ என்னிடம் சொல்ல விரும்புகிறாய். சரி வா.

"சரி" நீலிமா பையனிடம் கூறினாள்: "இன்னொரு நாள் பார்க்கலாம்."

"கண்டிப்பாகப் பார்க்கலாம்" பையன் சொன்னான்: "லஞ்சுக்கு நன்றி"

அது வேண்டாம், என்று அவள் கண்களால் கூறினாள். இவ்வளவு சீக்கிரம் நடந்து முடிந்துவிட்ட இந்தச் சந்திப்பு ஒரு டிராஜடிதான் என்றுகூறி பையனுக்காகவே உருவாக்கிய சூடான ஒரு புன்னகையை அவன் மீது வீசினாள்.

காரில் ஏறும்போது பையன் ஹோட்டல் வாசலில் நின்று கொண்டிருந்த சர்தார்ஜியைப் பார்த்தான். சிங்கம் தளர்ந்து போய் தூக்கக் கலக்கத்துடன் நிற்கிறது.

வாகனம் புறப்பட்டவுடன் ரேணு கேட்டாள்: "நீலிமா எப்படி?"

"உன்னுடைய தோழி அல்லவா?" பையன் சொன்னான்: "மோசமா இருப்பாளா?"

"இருந்தாலும் நீ சரியான ஆளுதான் பையா?"

"என்ன ஆயிற்று?"

"உன்னோட கவனமெல்லாம் ஆவ மேலதான் இருந்தது, என்னைப் பார்க்கவோ என்னுடன் ஒரு வார்த்தை பேசவோ உனக்கு நேரமில்லை."

"கமான் பேபி!" பையன் சொன்னான்.

"அதற்கிடையில் நான் உன் பிறந்த நாளுக்கு வாங்கிக் கொடுத்த மதிய உணவைக் கூட நீ மறந்து விட்டாய்!"

"ஸாரி மை டியர்!" பையன் கூறினான்: "அது என்னுடைய தவறுதான், மன்னித்து விடு."

"இங்க பாரு பையா" ரேணு கூறினாள்: "எனக்குத் தெரியாம நீ அவளைப் போய் பார்க்கவோ அவளுக்குப் ஃபோன்

செய்யவோ செய்தேன்னு வச்சுக்கோ.....”

“என்ன நடக்கும்?”

“நான் உன்னைக் கொன்றுவிடுவேன்!” ஸ்டியரிங்கை விரல்களால் இறுகப் பற்றிக்கொண்டு முன்பக்கம் பாதையை முறைத்துப் பார்த்துக்கொண்டு அவள் சொன்னாள்.

பையன் தனது கழுத்தைத் தொட்டுப் பார்த்துக் கொண்டு கூறினான்: “நீ ஒரு பைத்தியம்!”

“என் பையத்தியத்திற்கு நான் வைத்தியம் பார்த்துக்கறேன்.” அவள் சொன்னாள்: “ஆனா, இன்றிலிருந்து நீ என் கண்காணிப்பில்தான் இருக்கணும்.”

“போடீ!”

ஆஃபிஸின் நுழைவு வாயிலில் கார் நின்றது.

பையன் இறங்கும் போது அவள் கேட்டாள்:

“நீ சாயங்காலம் எத்தனை மணிக்கு வீட்டுக்கு வருவாய்?”

“ஏழு மணிக்கு, நீ?”

“ஏழுக்கு முன்பே வந்துடுவேன்.”

“பை!”

“பையா நாம இன்றைக்குக் கொஞ்சம் கோண்யக் பிராந்தி குடிக்கலாம் ஓ.கே?”

“அப்படின்னு மெதுவாகவா சொல்கிறாய்?” பையன் உரத்த குரலில் கூவினான்: “நீ பெண் சிங்கம்டீ!”

“பை!”

கார் திரும்பிச் செல்வதைப் பார்த்தவாறு பையன் நின்றான். குடிசையின் வடிவிலுள்ள அந்தக் கிரீம் நிறம் கொண்ட சிறிய வாகனம் நடைபாதையைக் கடந்து வளைவில் திரும்பிக் கொண்டிருந்தபோது பையன் தலையில் கை வைத்துக் கொண்டு மனதிற்குள் கூப்பாடிட்டுக் கத்தினான்: ‘என்னைக் கொல்லுங்கடி வேசிகளா, என்னைக் கொல்லுங்க!’

☯

எழுத்தறிவற்றோர்

நகரத்திலுள்ள குடிசைப்பகுதிகளை மையமாக வைத்து பத்திரிக்கையில் ஒரு கட்டுரைத் தொடர் எழுதுவதைப் பற்றிப் பேசவேண்டும் என்ற பொய்க் காரணத்தோடு பையன் பத்திரிக்கை ஆசிரியரின் அறைக்குச் சென்றான். இந்தப் பொய்க் காரணம் கழுத்தில் ருத்திராட்ச மாலையாகத் தொங்கியது. பத்திரிக்கை நிறுவனரும், தனியார்த் துறையில் அதிகளவில் லாபம் ஈட்டுகின்ற ஒரு கம்பெனிக்குச் சொந்தக்காரனும், கிருஷ்ண பக்தனுமான சேட்டு, அன்றைக்குக் காலையில் பத்திரிக்கை ஆசிரியரை வீட்டிற்கு வரச்சொல்லியிருந்த செய்தி எப்படியோ பையன் காதுக்கு எட்டியிருந்தது. பத்திரிக்கை ஆசிரியரின் தலைக்கு மேலே இன்னொருவனைச் சீஃப் எடிட்டராக அமர்த்துவதற்குச் சேட்டு ஆலோசித்துக் கொண்டிருக்கிறார் என்று பையனுக்கு முன் கூட்டியே செய்தி வந்திருந்தது. சீஃப் எடிட்டராக வரப் போகிறவன் மத்திய அமைச்சர் சர்க்காருக்கு வேண்டியவன் இப்போதிருக்கும் பத்திரிக்கை ஆசிரியரை விடத் தகுதியுள்ளவன். பத்திரிக்கை ஆசிரியர் எழுத்தறிவில்லாதவர், ஆனால் புதிதாக வரக்கூடிய பண்டிதன் எழுத்துக் கூட்டி வாசிப்பவன் என்பது மட்டுமல்ல, எழுத்துகளுக்கு எதிரியாகவும் செயல்படுபவனாம். அப்படியென்றால் வேலையில் அமர்த்தப்படுவதற்கான வாய்ப்பு அதிகமாகக் காணப்படுகிறது என்று பையன் நினைத்தான்.

பத்திரிக்கை ஆசிரியரின் அறைக்கதவு திறந்து வைக்கப் பட்டிருந்தது. கதவுக் கண்ணாடியைத் தட்டிவிட்டுப் பையன் உள்ளே நுழைந்தான். மேசை மேல் முட்டிக்கைகளை ஊன்றி வழுக்கைத் தலையில் உள்ளங்கைகளை வைத்துக் கொண்டு குனிந்த நிலையில் ஆசிரியர் அமர்ந்திருக்கிறார். கதவைத் தட்டியது அவர் காதில் விழவில்லை. அப்படியானால் காட்சியில் சோகத் தின் நிழல் கவிந்திருக்கிறது என்று பையனுக்கு புரிந்தது.

“குட்மார்னிங் சார்” பையன் மேசைக்கு எதிரே நின்று கொண்டு கூறினான்.

பத்திரிக்கை ஆசிரியர் தலை உயர்த்தினார்: "ஓ... பையனா, வா உட்கார்"

பையன் உட்கார்ந்தான்.

ஆசிரியரின் முகத்தில் வியர்வை துளிர்த்திருந்தது.

"என்ன விசேஷம்?" பத்திரிக்கை ஆசிரியர் கேட்டார்.

"சார், நான் நினைக்கிறேன்" பையன் சொன்னான்:

"நம் நகரத்தைச் சுற்றிலும் நிலை கொண்டிருக்கிற மிகவும் பழைமையான குடிசைப்பகுதிகளைப் பற்றி நமது பத்திரிக்கையில் ஒரு கட்டுரைத் தொடர் எழுதினால் என்ன? சமூகத்தின் மேல் தட்டில் இருக்கக் கூடிய சில குந்தாணிகள்தான் இந்தக் குடிசைப் பகுதிக்குச் சென்று சமூக சேவை செய்து அவற்றை அப்படியே வைத்திருக்க உதவுகிறார்கள். இவர்களுடன் ஒரு நேர்முகக் கலந்துரையாடல் நடத்தி..."

"ஒரு நிமிஷம்" ஆசிரியர் கூறினார்: "ஒரு விஷயம் கேட்கட்டுமா?"

"கேளுங்க, சார்."

"இந்தக் கூட்டத்தில் நீ இப்போது எந்தக் குந்தாணியைக் காதலிக்கிறாய்?"

"இது என்ன சார், கேள்வி?"

"பையா" பத்திரிக்கை ஆசிரியர் சொன்னார்: "யோக்கியனை மாதிரி நடிக்காமல் யாருன்னு சொல்லு."

"இப்போது நான் சொல்வதெல்லாம் உண்மை" பையன் சொன்னான்: "பெரும்பாலான சமூக சேவகிகளும் எனது தோழிகள், ஆனால் யார் மீதும் காதல் இல்லை."

"நீ அதிர்ஷ்டக்காரன்" சுவரில் சன்னலுக்குக் கீழே முணங்கிக் கொண்டிருக்கின்ற குளிரூட்டி இயந்திரத்தை உற்று நோக்கிக் கொண்டு பத்திரிக்கை ஆசிரியர் கூறினார்: "வேலையிலும் சமூகத்திலும் நீ மிக வேகமாக உயர்ந்த நிலையை அடைவாய்."

உன் ஆசிக்கு நன்றி! பையன் மனதிற்குள் நினைத்துக் கொண்டான். ஆனா வயசான பிறகும்கூட உன் ஆசைக்கு அளவில்லாமல் போய்விட்டதே.

"சார்" பையன் சொன்னான்: "சிறப்புக் கட்டுரையின் பொருள் உங்களுக்குப் பிடித்திருக்கிறதென்றால்..."

"இனிமேல் எல்லாம் அவன் வந்த பிறகு செய்தால் போதும்." ஆசிரியர் வெறுப்புடன் பேசினார், "பொறுப்பெல்லாம் அவன் ஏற்கட்டும்."

அப்படியானால் அது நடந்து முடிந்துவிட்டது, பையன் நினைத்துக் கொண்டான்.

"எவன்?"

"சீஃப் ஏடிட்டர்"

"எந்தச் சீஃப் எடிட்டர்?"

"சாஸ்திரி, மத்திய அமைச்சர் சர்க்காருக்குக் காய்கறி வாங்கிக் கொடுக்கிறவன். 1930-ல் ஏழுநாள் சிறைக்குப் போய் நாட்டுக்காகத் தியாகம் செய்த......"

"சிறை சென்று வந்த தியாகி" பையன் சொன்னான்.

"அவனேதான்" பத்திரிக்கை ஆசிரியர் மகிழ்ந்தார்.

"அவனுக்குச் சீஃப் எடிட்டர் வேலையா?" பையன் ஆச்சரியப் படுபவனைப் போலக் கேட்டான்.

"அப்படித்தான் சேட்டு கூறினார்" பத்திரிக்கையாசிரியர் சொன்னார்: "நாளையிலிருந்து அவன் இங்கே வருவான்."

"பத்திரிக்கை ஆசிரியராவதற்கு அவனுக்கு என்ன தகுதி இருக்கிறது?" பையன் கேட்டான்.

"என்ன தகுதி வேணும்? எல்லாம் எழுத்தறிவில்லாத பரம்பரை தானே?" ஆசிரியர் சொன்னார்: "சேட்டு, சாஸ்திரி அவனோட அமைச்சர் சர்க்கார் எல்லாருமே அந்த வம்சம் தானே?"

'பிரதர்,' பையன் நினைத்துக் கொண்டான், 'இப்போது நீ சொன்னது எனக்கு ரொம்ப பிடித்து விட்டது. வேறொருத்தனுக்கு எழுத்தறிவில்லை என்ற வசனம் உன் வாயிலிருந்து வருவதுதான் ரொம்பச் சரி.'

"இதெல்லாம் எப்போது நடந்தது?" பையன் கேட்டான்.

பத்திரிக்கை ஆசிரியர் இருக்கையிலிருந்து முன்னே நகர்ந்து அமர்ந்து கொண்டு சொன்னார்: "நீ இதை யாரிடமும் சொல்லக் கூடாது."

இல்லையென்று பையன் தலையாட்டினான்.

"இன்று காலை சேட்டு என்னை வரச் சொல்லியிருந்தார்" ஆசிரியர் சொன்னார்: "அங்கே சாஸ்திரியும் இருந்தான், அப்போது தான் நியமனம் நடந்தது. அவனுக்குச் சம்பளம் எவ்வள வென்று தெரியுமா?"

"நாலு இருக்குமா?"

"இன்னொன்றும் சேர்த்து, மாதம் ஐயாயிரம்."

சந்தர்ப்பத்திற்கு ஏற்றவாறு பையன் வாய் பிளந்து மீண்டும் வியப்படைவது போலப் பாவனை செய்தான்.

"மேலும், வழக்கம் போலக் கார், வீடு, உபசரிப்புக்கு ரெண்டாயிரம் ரூபா......" பத்திரிக்கை ஆசிரியர் கூறினார்.

'ஆனா, உனக்கு வயிறு பற்றி எரிய வேண்டிய ஒரு அவசியமும் இல்லை.' பையன் நினைத்துக் கொண்டான். 'சம்பளம் கொஞ்சம் குறையுமே தவிர ஏறக்குறைய உனக்கும் இதுதான் கிடைக்கிறது.'

"அவன் பொய்க்கணக்கு எழுதி உபசரிப்புக்கான அலவன்ஸ் தொகையை ஒரு பைசா விடாமல் எல்லா மாசமும் வசூலித்து விடுவான்" பத்திரிக்கை ஆசிரியர் கூறினார்: "கூடிப்போனால் ஒரு மாசம் முழுவதும் நூறு ரூபாய்க்குக் குடிப்பான், அதுவும் எவனாவது விஸ்கி வாங்கிக் கொடுக்கலைன்னா மட்டும்தான்."

'உன்னைப் போலத்தான்' பையன் நினைத்தான்; 'ஒரு கூட்டணி உருவாக்கினால் குடி விஷயத்தில் இரண்டு பேருக்கும் லாபம் கிடைக்கும்.'

"கஷ்டம்தான்" பையன் சொன்னான்.

"சேட்டு அவனை எனக்கு அறிமுகப்படுத்திய விதம்தான் எனக்கு ரொம்பப் பிடிச்சிருந்தது" ஆசிரியர் கூறினார்: "ஒரே நேரத்தில் பிஸினஸ் மீதும் பத்திரிக்கை மீதும் கண்ணை நட்டும் திறமை மிக்கவனாம்!"

“ஒவ்வொன்றுக்கும் தனித்தனியாகக் கண் வைத்திருப்பானோ என்னவோ” பையன் கூறினான்.

“இருக்கலாம்.”

“பத்திரிக்கையைக் கவனிக்க எந்தக் கண்ணோ?”

“அதை நான் கேட்கவில்லை.”

“கேட்டிருக்க வேண்டும்” பையன் சொன்னான்.

“இனியும் கேட்கலாமே.”

‘ஆமா’ பையன் நினைத்தான். ‘நீ கேட்பாய், சேட்டு டெலிபோனில் கூப்பிட்டாலே எழுந்த நின்று பதில் சொல்கிற நீ பேசுகிறாயாக்கும், பேச்சைக் கேட்டால் பெரிய வீரன் என்று நினைக்கத் தோன்றும்.’

“நீ குடிசைகளைப் பற்றி சொன்னாயல்லவா” பத்திரிக்கை ஆசிரியர் கூறினார்: “குடிசையில் பிறந்து தனது சொந்த முயற்சியினால் இன்று ஆகாயத்தைத் தொடுமளவிற்கு வளர்ந்திருக்கிறான் சாஸ்திரி என்றுதான் சேட்டு கூறினார்.”

“அப்படியானால் முதல்ல சாஸ்திரியைப் பற்றி ஒரு சிறப்புக் கட்டுரை எழுதுவோம்” பையன் சொன்னான்.

“தைரியமிருந்தால் கேட்டுக்கோ எழுதிக்கோ” பத்திரிக்கை ஆசிரியர் கூறினார்.

“இங்கே தைரியத்தைப் பற்றிய பேச்சுக்கே இடமில்லை”, பையன் சொன்னான்: “போனா எனக்கு மாசம் நானூறு ரூபாய்தான். இவ்வளவு பெரிய நகரத்தில் இந்தத் தொகையைச் சம்பாதிப்பதற்கு நிறைய வழிகள் உள்ளன. சமூக சேவகிகள் மேற்கொண்ட திட்டங்களுக்கு உதவி செய்தால் இதைவிடக் கூடுதலாகக் கிடைக்கும். கூடவே சாப்பாடும் கிடைக்கும்.”

பையனது கருத்துக்கு எதிர்ப்புத் தெரிவித்துக் கொண்டு பத்திரிக்கை ஆசிரியர் கூறினார்:

“சிறுவயதிலேயே அம்மா அப்பா இறந்து விட்டதால் சீஃப் எடிட்டர் தெருவில்தான் வளர்ந்தான். தெரு ஓரங்களில் பல வீரதீரச் செயல்களை நிறைவேற்றிய பிறகு பதினேழாவது வயதில் கதாநாயன் சேட்டுவின் அலுவலகத்தில் பியூனாக வேலைக்குச் சேருகிறான். இருபத்தொன்றாவது வயதில் கணக்குப் பிள்ளை,

அதற்கிடையயே 1930-ல் நாட்டின் விடுதலையைத் துரிதப் படுத்துவதற்காகச் சரியாக ஒரு வாரம் சிறைக்குச் செல்கிறான். சிறையிலிருந்து விடுதலையடைந்த பிறகு வருமான வரி ஆலோசகனாக மீண்டும் சேட்டுவின் சர்வீஸில் சரணாகதி அடைகிறான். சுதந்திரத்திற்குப் பிறகு வேலையை ராஜினாமா செய்துவிட்டு முழுநேர அரசியல் வாதியாக மாறிவிட்டான்.

சிறைக்குப் போகவேண்டிய வேலை இல்லையல்லவா, படிப்படியாக தலைவரான சர்க்காரின் மனசாட்சியைப் பாதுகாப்பவனாகவும், சர்க்கார் அமைச்சரானவுடன் அவரது வீட்டிற்கு வேண்டிய காய்கறிகள் வாங்குபவனாகவும் பதவி உயர்வு பெற்றான். சர்க்கார் நிதியமைச்சராக ஆன கையோடு சாஸ்திரி சேட்டுவின் பத்திரிக்கையில் சீஃப் எடிட்டராகப் போகிறான்.”

“அப்படியானால் இவனுக்குப் பத்திரிக்கை அலுவலகத்தில் வேலை செய்த அனுபவம் இல்லையா?” பையன் கேட்டான்.

“அதெல்லாம் நிறைய இருக்கிறது என்றுதான் சேட்டு சொல்கிறார். எப்போது எங்கே என்று கேட்டால் என்னிடம் பதில் இல்லை.”

“கேள்விக்கும் இடமில்லை” பையன் சொன்னான்: “கதையைப் போன்று பத்திரிக்கை நிர்வாக அனுபவத்திலும் கேள்வி இல்லை.”

“பத்திரிக்கையின் சர்க்குலேஷனைப் பல மடங்கு உயர்த்துவதற்கான ஒரு திட்டத்தோடுதான் சாஸ்திரி வருகிறானாம்” பத்திரிக்கை ஆசிரியர் கூறினார்.

“லட்சியம் ஆகாயமாக இருக்கும்” பையன் சொன்னான்: “கூடவே கள்ளச் சந்தையில் நியூஸ்பிரிண்ட் விற்பதற்கான திட்டமும் இருக்கும்.”

“எனக்கும் அப்படித்தான் தோன்றுகிறது.”

“ஆசிரியர் குழுவின் கூட்டத்தைக் கூட்டவில்லையா?” பையன் கேட்டான்.

“எதற்கு?”

“இந்தச் செய்தியைச் சொல்வதற்கு.”

"அவர்களெல்லாம் இப்போது அறிந்திருப்பார்கள்" பத்திரிக்கை ஆசிரியர் கூறினார்: "நான் மேனேஜரிடம் விவரத்தைச் சொல்லிவிட்டேன். ஆசிரியர்கள் கூட்டத்தை அவர் வந்த பிறகு நடத்தட்டும்."

"அவரை எங்கே பிரதிஷ்டை செய்யப் போகின்றீர்கள்?" பையன் கேட்டான்.

ரத்தினக் கம்பளம் விரித்து, ஏசி இயந்திரம் பொருத்தப்பட்ட தனது அறை முழுவதும் கண்களைச் சுழல விட்டுக்கொண்டு பத்திரிக்கை ஆசிரியர் கூறினார்:

"இங்கே தான்."

"அப்படியானால் தாங்கள்?"

"வேற எங்கேயாவது போய் உட்கார வேண்டும். சீஃப் எடிட்டருக்கு அடுத்ததாகத்தானே எடிட்டர்."

'அப்படியானால் தாங்கள் தங்கள் விதிக்கு கட்டுப்பட்டு விட்டீர்கள்' பையன் நினைத்தான், 'அதுதான் தங்களுக்கு நல்லது.'

'அப்போது பத்திரிக்கை ஆசிரியர் கூறினார்: "சிறப்புக் கட்டுரைத் தொடர் பற்றி சீஃப் எடிட்டிடர் வந்தவுடன் பேசு."

பையன் வந்தனம் சொல்லிவிட்டு எழுந்தான். அறைக்குத் திரும்பிச் செல்லும் போது நினைத்தான்: 'மந்திரிகுமாரி நீலிமா மனது வைத்தால் அதிர்ஷ்ட காற்று என் மீது வீசும். ஆயிரத்து இருநூறு ரூபாயும் சிறப்புச் செய்தியாளர் அதாவது பருந்து என்ற பட்டமும் கிடைக்கும். அவளைப் போய் பார்த்தால் என்ன? தனியாகப்போய் அவளைப் பார்த்தால் அதன் பிறகு தலையை மொட்டையடித்து காவி உடை தரித்துக் காசிக்குப் போய் விட வேண்டியதுதான். ரேணுவுக்குத் தெரிந்தால் கொன்று விடுவாள். எதுவானாலும் வரட்டும் பார்ப்போம். அவசரப்பட்டுச் செத்துப் போகவோ சந்நியாசி ஆவதற்கோ முயற்சி செய்ய வேண்டாம்.'

பிற்பகல் நான்கு மணியாகும்போது பையன் லைப்ரரியில் அமர்ந்து படித்துக் கொண்டிருந்தான். அப்போது பியூன் வந்து சொன்னான்: "ஆசிரியர் கூப்பிடுகிறார்."

பையன் சென்றான். அறையில் ஆசிரியரும் மேனேஜரும் இருந்தனர். பத்திரிக்கை ஆசிரியரின் அசையும் சொத்துக்க ளெல்லாம் அறையிலிருந்து அகற்றப் பட்டிருந்தன. மட்டுமல்ல

சீஃப் எடிட்டருக்காக அறை அலங்கரிக்கப்பட்டிருந்தது. அறையின் நடுவில் குறுக்காக அரை நிலா வடிவில் ஒரு பெரிய மேசை போடப்பட்டிருந்தது. மேசைக்குப் பின்னால் முன்னும் பின்னும் திரும்பி, சுற்றிச் சுழன்று களரிச்சண்டை மேற்கொள்வதற்கு வசதியாக ஒரு ரோலிங் சேர் போடப்பட்டிருந்தது. மேசையின் மேல் மூன்று டெலிபோன்கள், நோட்டுப்புத்தகம், பேப்பர், பென்சில், பேனா, கத்தி, கத்தரி, பசை முதலிய பத்திரிக்கை நிர்வாகத்திற்குத் தேவையான ஆயுதங்கள் எல்லாம் அடுக்கி வைக்கப்பட்டிருந்தன. கதவுக்கும் மேசைக்கும் நடுவில் ஒரு பெரிய திரை தொங்க விடப்பட்டிருந்தது. 'வாசலைக் கடந்து உள்ளே வருபவன் சீஃப் எடிட்டரைக் காணாமல் திடுக்கிட்டு ஒரு சுற்று சுற்றிக் கண்டுபிடிக்கட்டும் என்ற உத்தேசமாக இருக்கலாம்' பையன் நினைத்துக் கொண்டான்.

“டேய் அறை எப்படி இருக்குது?” பத்திரிக்கை ஆசிரியர் கேட்டார்.

“குறையொன்றுமில்லை” பையன் சொன்னான்: “இருந்தாலும் மேனேஜரும் இங்க இருக்கிறதுனால எனது அபிப்ராயத்தைச் சொல்கிறேன்.”

“என்ன அபிப்பிராயம்?” மேனேஜர் கேட்டார்.

“சுவரில் ஒரு பெரிய ஆகாயத்தினுடைய ஆயில் பெயிண்ட் நீல நிறத்துல தொங்க விடணும்.”

“எதற்காக” பத்திரிக்கை ஆசிரியர் கேட்டார்.

“சேட்டும் சீஃப் எடிட்டரும் பத்திரிக்கையின் சர்க்குலேஷனுக்கு வைத்திருக்கின்ற எல்லையின் அடையாளமாக.”

“உன் சிந்தனை நன்றாக இருக்கிறதே” ஆசிரியர் சொன்னார்.

“ஆகாயத்தோட ஓவியம் தானே?” மேனேஜர் சொன்னார்: “இரண்டு நாட்களில் ஏற்பாடு செய்கிறேன்.”

“மறக்க வேண்டாம்” பையன் சொன்னான்.

“ஆகாயம்தானே வேணும்?” மேனேஜர்.

“ஆகாயம் வேற நிறத்துல இருந்தா அது, இல்லையென்றால் நீலம்.”

“எந்த நிறம் முதலில் கிடைக்கிறதோ அது”- மேனேஜர்.

'இவனுங்களையெல்லாம் தலை குனிந்து வணங்கணும்' பையன் நினைத்து கொண்டான். 'நேரடியாகச் சொன்னாலும் புரியாது, ஜாடைமாடையாகச் சொன்னாலும் புரிந்துகொள்ளத் தெரியாது. நாளைக்கு வருகிறவன் இவர்களை விட அதிபுத்தி சாலியாக இருப்பான்.'

மேசைக்குப் பின்னாலிருந்த ரோலிங் சேரையே உற்று நோக்கிக் கொண்டு ஆசிரியர் நின்றார். 'இருக்கையில் சாஸ்திரி இருப்பதைப் போலவும் செய்தித்தாளின் நாலா பகுதிகளையும் பற்றி விரிவாக விளக்கம் கேட்பதைப் போலவும் ஆசிரியர் கனவு கண்டு கொண்டிருப்பாரோ என்னவோ' பையன் நினைத்தான்; 'இப்படியே போனால் சாதுவான இவருக்கு இரவில் தூக்கம் வராதே. கண் மூடினால் தான் கூண்டில் ஏறி நிற்பதைப் போலவும் சாஸ்திரி தன்னைக் குறுக்கு விசாரணை செய்வது போலவும் கனவுகள் வருமே.'

"நாளை எத்தனை மணிக்கு அவர் எழுந்தருள்கிறார்?" பையன் கேட்டான்.

"பத்தரை மணிக்கு" பத்திரிக்கை ஆசிரியர் கூறினார்.

"இந்தியன் ஸ்டேன்டர்டு டைம் தானே?"

"உனக்கு தமாஷாக இருக்கிறது" ஆசிரியர் அறையிலிருந்து வெளியேறியவாறு கூறினார்: "சரி, என்னவானாலும் காலையில் பத்து மணிக்கு வந்து விடு."

"பத்து மணிக்கா?"

"வாடா" ஆசிரியர் சொன்னார்: " நாளை ஒரு நல்ல நாள் அல்லவா!"

'அவையில் பேச அஞ்சுபவனாகிய பத்திரிக்கையாசிரியர் தார்மீக உதவிக்குத் தன்னையும் கூட்டுச் சேர்த்துள்ளார்' பையன் நினைத்தான்; 'சரி பத்து மணிக்குப் போவோம்.'

டீ கடைகளில் ஏறி இறங்கி, நகரத்தைச் சுற்றி வந்து, இரண்டு மூன்று சொற்பொழிவுகளைக் கேட்ட பையன், இரவு எட்டு மணிக்குப் பிறகு டிஃபன்ஸ் காலனியிலுள்ள தனது ஒற்றை அறைக் கூட்டிற்குள் வந்து புகுந்தான். குளித்து உடைமாற்றினான். உணவு முதலிய தேவைகளுக்காகக் கீழே அழகியும், குந்தாணியும், பட்டாளத்துக்காரியுமான தனது கேர்ள் ஃபிரண்டின் வீட்டிற்கு

பதுங்கிப் பதுங்கி நடந்தான்.

சாப்பிட்டுக் கொண்டிருக்கும்போது பையன் கர்னலிடம் சொன்னான்: "ரேணு, சேட்டு புதுசா ஒருத்தனை சீஃப் எடிட்டராக வேலைக்குச் சேர்ந்திருக்கிறான்."

"ஆளு யாரு?"

"மத்திய அமைச்சர் சர்க்காரின் சிப்பந்தி, பேரு சாஸ்திரி. மேல்படிப்பில் பட்டம் பெற்றவன். அவனது வாக்குமூலத்தின்படிப் பார்த்தால் அவன் ஒரு விவரமில்லாதவன்."

"உனக்கு ஏதாவது பலன் இருக்குமா?"

"சர்க்காரின் தொண்டனாக இருப்பதால் உன்னுடைய தோழி நீலிமா நினைத்தால் ஏதாவது செய்ய முடியும்."

"என்ன செய்யவேண்டும் சொல்."

'அழகான ராட்சசியிடம் சற்று விளையாடிப் பார்ப்போம்' பையன் நினைத்தான். பிறகு சொன்னான்: "நீ சொல்ல வேண்டிய தில்லை, நானே சொல்லிக் கொள்கிறேன். நீலிமாவும் என்னுடைய கேர்ள் ஃப்பிரண்டு தானே."

பஞ்சகல்யாணி குனிந்து தலையைச் சற்றே முன் பக்கம் நீட்டிப் பையனுடைய கண்களைப் பார்த்துக் கேட்டாள்: "உன்னை நான் இப்பவே கொல்லட்டுமா? இல்ல சாப்பிட்டு முடித்த பிறகு கொல்லட்டுமா?"

"வழக்கம் போல் சாப்பிட்டு முடித்த பிறகு"

பையன் கூறினான்:

ஆனந்தவள்ளி தலையைப் பின்பக்கமாகச் சாய்த்துக்கொண்டு சிரித்தாள்.

குறி இலக்குமாறிச் சென்றுவிட்டது. இனி அவளைக் கோபப்பட வைக்க முடியாது. அதனால் பையன் சொன்னான்:

"சரி விடு, இனியும் டைம் இருக்கிறது, இதைப்பற்றி அப்புறம் பேசலாம்."

இவ்வாறு சுவையான உணவும், சுகமான நித்திரையுமாக அன்றைய இரவு முடிந்து அடுத்த நாள் பொழுது புலர்ந்தது. காலைக் கடன்களை எல்லாம் முறைப்படி செய்து முடித்த பையன்

காலை பத்துமணிக்கு ஆபீஸைச் சென்றடைந்தான். பத்திரிக்கை ஆசிரியரும் மேனேஜரும் அவனுக்கு முன்பே அங்கே இருந்தனர். பையன் மேனேஜரின் செயல்பாடுகளைக் கவனித்தான். தூக்கித் தலையில் வைத்துக் கொள்ளவும் தயாராக இருப்பவன் ஒவ்வொரு அறையாகச் சஞ்சரித்து, அழகையும் தூய்மையையும் சோதனை செய்து கொண்டிருக்கிறான்.

பையன் பத்திரிக்கை ஆசிரியரின் சிறிய அறைக்குள் நுழைந்தான். அப்போது பையன் நினைத்துப் பார்த்தான். 'நேற்று வரை இவனுடைய நிலை எப்படி இருந்தது. நான் நான் என்ற அகங்காரம் கொண்டிருந்த பத்திரிக்கை ஆசிரியன் எங்கே?, இதோ இடுங்கிய அறைக்குள் அடிபட்ட பூனையைப் போலப் அமர்ந்திருக்கிறான்.'

"உட்கார் பையா" பத்திரிக்கை ஆசிரியர் கூறினார். அப்போது சுற்றுப்புறத்தைச் சோதனை செய்து விட்டு மேனேஜர் உள்ளே நுழைந்தார்.

"பத்தரை மணிக்குத்தானே வருகிறார்?" ஆசிரியர் மேனேஜரிடம் கேட்டார்.

"ஆமாம்."

"வரவேற்பு ஏற்பாடுகளையெல்லாம் செய்து விட்டீர்களா?"

"ஆமாம். மாலைகள் எல்லாம் வந்து விட்டன. அவருடைய கார் கேட்டிற்குள் நுழைந்தவுடனே நமக்குத் தெரியப்படுத்த வேண்டுமென்று ரிஸப்ஸனில் சொல்லி வைத்திருக்கிறேன்."

"ரொம்ப நல்லது."

மேனேஜர் போய்விட்டார்.

"நானும் போகிறேன்" பையன் கூறினான்.

"இருடா" பத்திரிக்கை ஆசிரியர் கூறினார்: "இங்க உட்கார்ந்து ஏதாவது பேசிக் கொண்டிரு."

எனக்கு அரண்மனைக் கதை சொல்லியின் வேலை கொடுத்திருக்கிறான், பையன் நினைத்துக் கொண்டான். இங்கேயே உட்கார்ந்து கொண்டு எதாவது கதை சொல்லணுமாம்!

பத்து முடிந்து நிமிடங்கள் செல்லச் செல்ல சீஃப் எடிட்டர் பத்திரிக்கை ஆசிரியரின் நரம்புகளுக்குள் கொஞ்சம் கொஞ்

சமாக நுழைந்து கொண்டிருக்கிறார் என்பதைப் பையன் புரிந்து கொண்டான். சாதுவுக்கு இருப்புக் கொள்ளவில்லை. வைக்கோல் துரும்புகளைப்போல் சிகரெட்டுகளைப் பற்ற வைக்கிறார், புகைக்கிறார், அணைக்கிறார்.

பத்து முப்பது, பத்து முப்பத்தைந்து, பத்து நாற்பது.

பத்திரிக்கை ஆசிரியர் மேனேஜரை ஃபோனில் அழைத்தார்.

"இன்னும் வரவில்லையா?"

"இல்லை."

"இன்ன செய்வது?"

"பத்து நிமிஷம் கூடக் காத்திருப்போம்."

"சரி."

வேறு ஒரு டயலாக்கும் இல்லை. எவ்வளவு நேரம் சிகரெட்டையே புகைத்துக் கொண்டிருப்பது? பையனுக்கு அலுத்து விட்டது.

"நான் போகிறேன்" பையன் எழுந்தான்.

"உட்காருடா!" பயந்து அலறியது போல் பத்திரிக்கை ஆசிரியர் சொன்னார்.

நாற்பது நிமிட நேரத்தில் பத்திரிக்கை ஆசிரியர் தன்னிடம் பேசுகின்ற இரண்டாவது வசனம், பையன் நினைத்தான்.

பத்து ஐம்பது, ஐம்பத்தைந்து, பதினொன்று

ஆசிரியர் மீண்டும் மேனேஜருக்குப் போன் செய்தார்.

"வரவில்லையா?"

"இல்லை."

"என்ன ஆயிற்று?"

"தெரியவில்லையே."

"சேட்டுக்குப் ஃபான் செய்யட்டுமா?"

"பத்து நிமிஷம் கூடப் பார்ப்போம்."

"சரி."

“பத்து நிமிஷம் பார்ப்போம். அவன் சொன்னால் போதும்.”

ரிசீவரைத் திரும்ப வைத்து விட்டுப் பத்திரிக்கை ஆசிரியர் கூறினார்: “இந்த மனுஷன் வந்து தொலைஞ்சா என்ன..! இவனுக் கெல்லாம் காத்துக் கொண்டிருப்பதைவிட பேசாம வேலையை ராஜினாமா செய்துட்டுப் போயிடலாம்.”

‘அதை நீ செய்வாய்’ பையன் நினைத்தான். ‘ஏய் மிஸ்டர்! கணபதி என்று கூட எழுதத் தெரியாத நீ மூவாயிரம் ரூபாய் சம்பளமும் அதுக்கு மேல அலவன்சும் கிடைக்கிற ஒரு வேலையை ராஜினாமா செய்து விட்டு அவ்வளவு எளிதில் போய்விடுவாயா?’

டெலிபோன் அலறியது. ஆசிரியர் ரிசிவரை எடுத்து ‘ஹலோ’ என்று கூறினார். பின்னர் திடீரென்று எழுந்து நின்று பேசத் தொடங்கினார். “நாங்க உங்களுக்காக காத்துக் கொண்டிருக் கிறோம் சார்... பன்னிரண்டு மணிக்கா... ஏன்... சார்?

ரிசீவரை வைத்தபிறகு ஆசிரியர் உட்கார்ந்தார். பின்னர் பையனிடம் கூறினார்:

“இதென்ன வித்தை.”

“எது?” பையன் கேட்டான்.

“சீஃப் எடிட்டர்தான் இப்போது பேசினார்.”

“என்ன ஆயிற்று?”

“பன்னிரண்டு மணிக்கு ஆபீசுக்கு வருவாராம் சௌக்கிதாரிடம் சொல்லி வைக்கச் சொல்கிறார்.”

“எதற்காகவாம்?”

“கேட்டேன், பரவாயில்லை என்று கூறி ஃபோனை வைத்து விட்டார்.”

“கிறுக்குத்தனமும் இவருடைய ஒரு குவாலிஃபிகேஷனா?” பையன் கேட்டான்.

பத்திரிக்கை ஆசிரியர், சௌக்கிதாரை அழைத்து வருமாறு ஆள் அனுப்பினர். சில நிமிடங்களில் காக்கிதரித்த முன்னாள் பட்டாளத்துக்காரன், புலி, சௌக்கிதார் சந்நிதிக்கு வந்து சலாம் அடித்தான்.

"சரியாகப் பன்னிரண்டு மணிக்குக் கேட்டில் அட்டென்ஷனில் நில்" பத்திரிக்கை ஆசிரியர் புலியிடம் கூறினார்: "சீஃப் எடிட்டர் வருகிறார்."

"உண்மையாகவா சார்?" புலி கேட்டது.

"என்ன உண்மையாகவா?"

"இல்லை சார்" புலி சொன்னது: "கொஞ்சம் நேரத்திற்கு முன்பு, சுமார் பத்தரை மணி இருக்கும். வேஷ்டி உடுத்தித் தொப்பி வைத்த ஒரு ஆள் ஸ்கூட்டரில் கேட்டில் வந்து இறங்கினார். யாரைப் பார்க்க வேண்டுமென்று கேட்டவுடன் அவர் நமது பத்திரிக்கையின் சீஃப் எடிட்டர் என்று கூறினார்."

"அப்புறம்?" ஆசிரியர் எழுந்து நின்று கொண்டு கேட்டார்.

"இங்கே பத்திரிக்கை ஆசிரியர் இருக்கிறார். இப்போதைக்கு ஆள் தேவையில்லை என்று நான் கூறினேன்."

"ஐயோ!"

"அப்போது அவன் பத்திரிக்கை ஆசிரியரைப் பார்க்க வேண்டுமென்று கூறினான்."

"கடவுளே!"

"உடனே நான் அவனை அங்கிருந்து துரத்தியடித்து விட்டேன்."

"நீ ஏன் அப்படிச் செய்தாய்?" பசு மூச்சுவிடுவதைப் போல மூச்சு விட்டுக் கொண்டு பத்திரிக்கை ஆசிரியர் கூறினார்: "அவர் தான் சீஃப் எடிட்டர்."

"எனக்கு எப்படி சார் தெரியும்? யாரும் என்னிடம் சொல்ல வில்லையே."

"இந்தச் சம்பவத்தை நீ ஏன் இதுவரை என்னிடம் சொல்ல வில்லை."

"அந்த ஆள் ஒரு கிறுக்கன் என்று நான் நினைத்து விட்டேன் சார்."

திடீரென்று பத்திரிக்கை ஆசிரியரின் முகம், புன்முறுவல் பூத்தது. அவரிடம் காணப்பட்ட கலவரம் பாம்புச் சட்டை போல் அவரிடமிருந்து உரிந்து போனது. அவர் இருக்கையில்

அமர்ந்தார். கொட்டாவி விட்டார். ஒரு சௌக்கிதார் சீஃப் எடிட்டரிடம் இப்படிப் பேச முடியுமென்றால் தனக்கு அதை விடக் கம்பீரமான தோரணையில் வசனங்களை அள்ளி விட முடியும். தான் இனிமேல் யாருக்கும் பயப்படப் போவதில்லை. ப்பூ.....!

மேனேஜர் அறைக்குள் வந்தார். சீஃப் எடிட்டரைப் பற்றி ஒரு விபரமும் இல்லையே. அவர் கூறினார்: "சேட்டுக்கு ஃபோன் செய்யலாமா?"

அதற்கு அவசியமில்லை, பையன் எழுந்து சௌக்கிதாரின் முதுகைத் தட்டிக் கொண்டு சொன்னான்: "இதோ நிற்கிறார், சீஃப் எடிட்டர்!"

☯

குடிசை வீடுகள்

அன்புள்ள பையா,

நேற்று நீ நிகழ்ச்சிக்கு வரவில்லை. கண்டிப்பாக வர வேண்டுமென்று நான் உனக்குக் கடிதம் எழுதியிருந்தேன். டலிபோனில் அழைத்திருந்தேன். வருகிறேன் என்று நீயும் சொல்லியிருந்தாய். ஆனாலும் வரவில்லை. இனி சில நாட்களுக்குப் பிறகு பார்க்கும்போது நீ எழுபத்திரண்டு காரணங்கள் கூறுவாய். என்னை முட்டாளாக்கப் பார்ப்பாய். அதையெல்லாம் நான் நம்பப் போவதில்லை. மத்திய மேற்கு கிழக்கு இந்தியாவில் பிரபலமான உன்னுடைய பத்திரிக்கையைத் தவிர மீதியுள்ள அனைத்துப் பத்திரிக்கையாளர்களும் வந்திருந்தனர். நீ வராமல் போனதற்கான காரணம் எனக்குத் தெரியும். நேற்றுக் காலை வீட்டிலிருந்து புறப்படுவதற்குச் சில நிமிடங்களுக்கு முன்புகூட நான் உனக்குப் ஃபோன் செய்தேன். உனக்குத் தெரிந்திருக்குமே! ஒரு வேளை அந்த ஃபோன்தான் உன்னை வரவிடாமல் தடுத்துவிட்டதோ. ரேணுதான் ஃபோன் எடுத்தாள். நீ புறப்பட்டுச் சென்றுவிட்டதாகக் கூறினாள், ஒரு நிமிடத் தயக்கத்திற்குப் பிறகுதான் இப்படிக் கூறினாள். ஆனால் மிகவும் தைரியத்துடன், ஒரு ரெஜிமெண்ட் கமாண்ட் கொடுக்கிற, அல்லது ஒரு பொறுப்பான கர்னலின் அதிகார தோரணையில் கூறினாள். அவளுக்கு அருகில், அல்லது அந்த வீட்டிலாவது நீ கண்டிப்பாக இருந்திருப்பாய் என்பது எனக்கு நன்றாகத் தெரியும். ஏனென்றால் ஏழரை மணிக்குக் காலை உணவு தயாராகியிருக்காது. எவ்வளவு இக்கட்டான சூழ்நிலையாக இருந்தாலும் நீ சாப்பாட்டை முடிக்காமல் கூட்டை விட்டு வெளியேற மாட்டாயல்லவா! (ஒரு வேளை இறந்த பிறகு இந்தப் பழக்கத்தை மாற்றிக் கொள்வாய்). என்னுடைய நிகழ்ச்சிக்குப் போகக் கூடாதென்று ரேணு உனக்குக் கட்டளை பிறப்பித்திருப்பாள். ராணுவ நீதிமன்றத்திற்கும், உணவுக்கும் பயந்து நீயும் கட்டுப்பட்டிருப்பாய். என்மீது யாரும் பொறாமைப்பட வேண்டிய அவசியம் இல்லை.

அவள் உன்னைப் பற்றிக் கனவு காண்பதற்கு முன்பே உனது அகம் புறம் அனைத்தையும் அடி முதல் முடி வரை அறிந்தவள் நான் என்பதும் அவளுக்குத் தெரியும். இருந்தாலும் தெரிந்தது போல் காட்டிக் கொள்ள மாட்டாள். வேண்டாம். அதனால் யாருக்கு என்ன நஷ்டம்? எனக்கு வேட்கையும் விருப்பமும் வரும் என்றெல்லாம் யாரும் நினைக்க வேண்டாம்.

நான் உன்னிடம் கூறுவது இது மட்டும்தான்: கழைக் கூத்தாடிப் பெண்கள் உன் வாழ்க்கைக்குள் வந்து போவார்கள். யார் வந்தாலும் சரி போனாலும் சரி, நீ உன் சுதந்திரத்தை விட்டுக்கொடுக்கக் கூடாது. கூத்தாடிப் பெண்கள் பலமுறை வருவார்கள். ஆனால் சுதந்திரம் என்பது ஒரு முறை மட்டும்தான். இந்தியாவிற்கு ஆகஸ்ட் பதினைந்து அன்று ஒருமுறைதான் சுதந்திரம் வந்தது. நேற்று நீ செய்தது சுதந்திரத்தைத் தொலைத்த செயலாகும். நெஞ்சில் ஈரம் இல்லை என்று கூறுவதைக் காதால் மட்டுமே கேட்டிருக்கிறேன். நேற்று நீ அதைச் செய்து காட்டி விட்டாய்.

இன்று காலையில் நீ செய்தித் தாள்களைப் பார்த்திருப்பாய். எல்லாச் செய்தித்தாள்களிலும் எனது நிகழ்ச்சி படங்களுடன் வந்திருக்கிறது. கேடு கெட்ட உனது பத்திரிக்கையில் மட்டும் செய்தி வரவில்லை. நான் அதைச் செய்தித் தாளாகவே கருத வில்லை. பிற பத்திரிக்கைகளில் வெளிவந்திருக்கும் செய்தி யைப் படிக்கும்போது குற்ற உணர்ச்சி உன்னிடமிருந்து கொட்டாவியாக வெளிப்படும் என்று எனக்குத் தெரியும். இந்த உணர்ச்சியை இன்னும் கொஞ்சம் தூண்டி விடுவதற்காகத்தான் இதை நான் எழுதுகிறேன். நேற்று நடந்தவற்றை நீ முழுமையாகத் தெரிந்து கொள்ளும்போது சோறு தருபவள் சொன்ன பேச்சைக் கேட்டுப் போகாமல் இருந்து விட்டோமே என்று நீ நீண்ட பெருமூச்சு விடுவாய். அந்தச் சத்தம் இங்கு வரை கேட்கும்.

மேலும், நீ வராமல் போனதற்கான காரணத்தை என்னிடம் சரியாகச் சொல்ல வேண்டும். நீ மனப்பூர்வமாக என்னுடைய நிகழ்ச்சியைப் புறக்கணிக்கவில்லை அல்லவா? உபதேசம் கேட்டதால் தானே புறக்கணித்தாய்? உண்ட சோற்றுக்கு நீ நன்றி காட்டிவிட்டாய். விசுவாசமான பிராணி. கலப்படம் இல்லாத அல்ஸேஷன். அதனால் பிராயச்சித்தம் செய்தால் நீ மீண்டும் நற்கதியை அடைவாய்.

என்னுடைய நேற்றைய அனுபவங்களைப் பற்றித்தான் எழுதுகிறேன். எனது ஃபோட்டோவையும் இத்துடன் அனுப்பு கிறேன். உனது பத்திரிக்கையில் நீ என்னைப்பற்றி ஒரு கவர்ஸ்டோரி எழுத வேண்டும். ஞாயிற்றுக் கிழமைப் பதிப்பில் எழுதினால் மிகவும் நன்று. ஒரு சமூக சேவகியின் ஒருநாள் என்றோ அல்லது வேறுமாதிரியோ தலைப்பை வைத்துக் கொள். அதெல்லாம் உனது விருப்பம். ஆனால் என்னைப் பற்றிய இந்தச் சிறப்புப் பகுதியை உனது பத்திரிக்கையில் நீ எழுதவில்லை என்றால் உனது பழைய முழுநேரத் தோழியும் நீ அன்புடன் அழைக்கின்ற மாடப்புறாவும், அன்னப்பேடும், பௌடர் மோகினியுமாகிய நான் இனிமேல் உன்னிடம் பேசமாட்டேன். உனக்கு ஃபோன் செய்ய மாட்டேன். உன்னை நினைத்துக்கூடப் பார்க்க மாட்டேன்.

நேற்றைய தினத்தைப் போன்று நிறைய தினங்கள் என் வாழ்க்கையில் வரவேண்டுமென்று நான் விரும்பவில்லை. இன்று காலையில் உணவு உண்ணும் போது அவர் என்ன சொன்னாரென்று தெரியுமா? ஒரு நாளில் பதினைந்து மணிநேரம் சேவை செய்யுமளவிற்குச் சமுதாயத்தின் நிலை மோசமாகிவிடவில்லையாம். அப்படி இருந்தால் அந்தச் சமுதாயம் தொண்டு செய்வதால் முன்னேற்றமடையாதாம். அதை அழிந்துபோக விடுவதுதான் நல்லதாம். நான் ஒன்றும் பேசவில்லை. தலை குனிந்து சிரித்தேன். அவர் சொல்வதும் சரிதான். அவரை நான் அதிகம் வேதனைப்படுத்தக் கூடாது. இல்லையென்றாலும் போதுமான அளவிற்கு அவருக்குத் தலைவலி இருக்கிறது. ஆறு மாதத்திற்கு முன்பு ஒரு கட்டடத்தைக் கட்டி முடித்தார். அரசாங்கத்திடமிருந்து இன்னும் பில் வர வில்லை. யாரோ ஓர் இன்ஜினியர் வேலையில் குறை கண்டு பிடித்திருக்கிறானாம். இன்னொரு பெரிய கட்டட வேலையைக் குறிப்பிட்ட காலத்திற்குள் முடிப்பதற்காக இப்போது பிளாக் மார்க்கெட்டில் சிமெண்ட் தேடி அலைந்து கொண்டிருக்கிறார். செய்து முடித்த வேலைக்குக் கூலி கிடைக்கவில்லை. வேலை செய்யத் தேவையான பொருள்கள் கிடைப்பதில்லை. எனக்குச் சந்தேகமே இல்லை. இந்த நாடு அழியத்தான் போகிறது. எவ்வளவு சீக்கிரம் அழியும் என்ற கேள்வி மட்டுமே இப்போது மிஞ்சுகிறது. நேற்று அமைச்சரைப் பார்த்து நறுக்கென்று நாலு வார்த்தைகள் கேட்டேன். 'ஐயோ இனியும் பணம்

கிடைக்கவில்லையா! வெட்கக்கேடு' என்று மன்னிப்புக் கேட்கும் விதமாகப் புலம்பினார். உடனே ஃபைலை வரவழைத்துப் பார்ப்பதாக, யமுனையின் மீது சத்தியம் செய்து கூறினார். அவர் ஃபைலைப் பார்ப்பதுதான் நல்லது. இல்லையென்றால்.....

எழுதுகின்ற விஷயத்தில் நான் ஒரு முட்டாள். எங்கேயோ தொடங்கி எதையோ எழுதிக் கொண்டிருக்கிறேன். ஒரு நிமிடம் பொறுத்துக்கொள் உனது நினைவுகளை நான் சற்று புதுப்பித்துக் கொள்கிறேன். நான் சேவை புரிந்து வருகின்ற குடிசைகள் நிரம்பிய சேரியில் நேற்று ஆரோக்கிய வாரம் கொண்டாடினோம். காலையில் கண் விழித்தவுடனே காலனியில் எங்கள் சங்க உறுப்பினராகிய பகதூர் வீட்டு வாசலில் வந்து நிற்கிறான். நீ பகதூரைப் பார்த்திருக்கிறாயா? திறமையான பையன் கல்வியறிவு மட்டும் இருந்திருந்தால் உன்னை அவன் காதங்களுக்கு அப்பால் விரட்டியிருப்பான். சங்கச் செயல்பாடுகளைத் திறமையாக நடத்திச் செல்வான்! குளித்து உடைமாற்றிக் கொண்டு காலை உணவை விழுங்க வேண்டிய நிலைதான் ஏற்பட்டது. அவன் வாசலுக்கு வெளியே காத்துக் கொண்டு நிற்கும்போது, நிதானமாக ஏதாவது செய்ய முடியுமா என்ன? அதன் பின்னர் நேராக அமைச்சரின் வீட்டுக்குச் சென்றோம். அவர்தான் நிகழ்ச்சிக்குத் தலைமை தாங்கியவர். நாங்கள் சென்றபோது அவர் குளித்து, கும்பிட்டு, விபூதியணிந்து, தொப்பிதரித்து, கூப்பிய கைகளுடன் தயாராக இருந்தார். அதன் பிறகு அங்கிருந்து காலனிவரை கவர்மெண்டு செலவுதான். ஆம், கொடி பறந்து கொண்டிருந்த மாநில அரசுக்குச் சொந்தமான காரில்தான் பயணம் மேற்கொண்டோம்.

காலனியில் திரண்டிருந்த ஜனக்கூட்டத்தைக் கண்ட அமைச்சர் மிரண்டு போனார். பின்னர் நிகழ்ச்சி முடியும் வரை பிரம்மாண்டம் பிரமாண்டம் என்ற பல்லவிதான் அவருடைய வாயிலிருந்து வந்து கொண்டிருந்தது. கவர்மெண்டும் இதற்காக ஒரு தொகையை ஒதுக்கியிருக்குமானால் நிகழ்ச்சி இதைவிடப் பிரமாண்டமாக அமைந்திருக்கும் என்று சொல்வதற்கு வார்த்தைகள் உதடுவரை வந்து விட்டன. குடிசைகளை நிர்வகிப்பதற்கு அரசாங்கமும் ஒரு தொகையைத் தருமானால்-காலனியில் ஒரு நிகழ்ச்சி நடத்துவதற்கு ஆகும் செலவைப் பற்றி அவருக்கு என்ன தெரியும்? ஆட்களை நிகழ்ச்சிக்கு அழைத்து வர வேண்டுமென்றால் ஒருநாள் கூலி கொடுக்க

வேண்டும். அது மட்டுமல்ல வேறு செலவுகளும் இருக்கின்றன. இருந்தாலும் அமைச்சர் இதையாவது சொன்னாரே? அவருக்கு நன்றி. அவருக்கு காபினெட் அந்தஸ்து இருந்திருந்தால் அவருடைய அபிப்பிராயத்தை நான் எழுத்துப்பூர்வமாக எழுதி வாங்கியிருப்பேன்.

நான் அழைத்த அனைவரும் வந்திருந்தனர், உன்னைத் தவிர. வெளியுறவுத் துறை சார்ந்தவர்கள், சமூக சேவகிகள், பத்திரிக்கையாளர்கள், வானொலி நிலையத்தார் அனைவரும் வந்திருந்தனர். நமக்குத் தொலைக்காட்சி இல்லையென்ற குறையை நேற்றுத்தான் உணர்ந்தேன். இப்போது டெல்லியில் இருப்பதைப் போல மின்மினி டெலிவிஷன் இல்லை. நாட்டின் ஒரு கோடியிலிருந்து இன்னொரு கோடிவரை வியாபித்துக் கிடக்கின்ற டெலிவிஷன். இதைப் பற்றி யாரும் சிந்தனை செய்யாமலிருப்பது வியப்பாக இருக்கிறது. பத்திரிக்கைகளும் மௌனமாக வேடிக்கை பார்த்துக் கொண்டிருக்கின்றன என்பது அதைவிட ஆச்சரியம். அரசாங்கத்திற்குப் பொதுத்துறை மூலமாக தொலைக்காட்சி நிலையங்களை ஏற்படுத்தக் கூடிய திறமை இல்லையென்றால் அவற்றைத் தனியார் துறைக்கு விட்டுக் கொடுக்க வேண்டியது தானே? அப்படியென்றால் நானும் ஒரு கை பார்த்து விடுவேன். அமெரிக்காவில் மிஸஸ் ஜான்சன் என்ன செய்கிறாள் தெரியுமா? அவளுடைய டெலிவிஷன் கம்பெனியையும் இன்ஷூரன்ஸ் தொழிலையும் ஒரு சேரக் கவனித்துக் கொள்கிறாள். என்ன ஓர் அந்தஸ்து!, ஆனாலும் பாவப்பட்ட மக்களை அவள் மறந்து விடுகிறாளா? இல்லை. அதுதான் பெண்ணின் குணம்.

வீரத்திருமகன் பாலித்தானியன் அம்பாஸடர் சீக்கிரமே வந்து சேர்ந்திருந்தார். அவர் குனிந்து என்னுடைய தோளைத் தட்டிக் கூறினார்: 'பேபி உலகத்திலேயே நான் பார்த்ததில் குடிசைகள் நிறைந்த மிகவும் அழகான சேரி இதுதான். இதை எப்போதும் இதே மாதிரி வைத்துக் கொள்ள வேண்டும்.' எனக்கு மயிர்க் கூச்செறிந்தது. அவருக்குத் தெரியாதா? அவர் போகாத இடமிருக்கிறதா? அவருடைய வாயிலிருந்து இப்படியான வார்த்தைகள் வருகிறதென்றால் அது நான் செய்த புண்ணியம். எனது நீண்டகாலச் சமூக சேவைக்கான பலன், நேற்று அவர் கூறிய அந்த ஒரே வாக்கியத்தில் கிடைத்துவிட்டதாகவே உணர்ந்தேன். வாழ்நாள் முழுவதும் நினைவில் வைத்துக்கொள்ள வேண்டிய

வார்த்தைகள். அந்த நேரத்தில் மிஸஸ் நாயர் அங்கே இல்லாமல் போய்விட்டாள். அவள் இந்த வார்த்தைகளைக் கேட்டிருக்க வேண்டும். கேரளாவிலிருந்து இரண்டாயிரம் நாழிகை தூரம் கடந்து இங்கே வந்து குடிசைப் பகுதிகளில் சேவைபுரியும் அவள் வேறுபல வேலைகளையும் செய்து கொண்டிருக்கிறாள். வெளியுறவுத் துறை உறுப்பினர்களை விட்டுவிடுவோம். ஓர் இணை அமைச்சர்கூட இதுவரையிலும் அவளுடைய எந்த நிகழ்ச்சியிலும் கலந்து கொண்டதில்லை. காரணம் அவள் நல்ல குடிசைப் பகுதியில் சேவை செய்யவில்லை. அழைத்த பிறகும் அவள் வராமல் இருந்தது நல்லதுதான் வந்திருந்தால் பொறாமையால் வெந்து உருகிப் போயிருப்பாள்.

நேற்றைய நிகழ்ச்சியைப் பற்றி ஒரே வாக்கியத்தில் சொல்வதென்றால், சிறப்பாக நடந்து முடிந்தது. காலனிச் சிறுவர்களின் கடவுள் வாழ்த்துப்பாடல் சிறப்பாக இருந்தது. தலைவர்களும் அமைச்சர்களும் மற்றுமுள்ள அனைவரும் நன்றாகப் பேசினார்கள், அமைச்சரின் சொற்பொழிவு அனைவரையும் கவர்ந்தது. பாவம் சொந்தத் தொகுதியில் நடந்த நிகழ்ச்சியில்கூட இவ்வளவு கூட்டத்தைப் பார்த்திருக்க மாட்டார். அவர் என்னவெல்லாம் பேசினார்! உடனடியாகக் கவர்ண்மெண்ட் காலனிக்கு மின்சாரம் வழங்குமாம். தூய்மையான குடிநீர் வழங்குமாம், காலனியில் பள்ளிக்கூடம் திறக்கப் போகிறார்களாம், பெண்களுக்கு இலவசமாக லூப் கொடுப்பார்களாம். சிரிப்பை அடக்க நான் பட்ட பாடு! பேசி முடித்தவுடன் நான் அவரிடம் கூறினேன்: ‘தயவு செய்து இதை யெல்லாம் செய்து விடாதீர்கள். மக்கள் செத்துப் போவார்கள். எங்களுக்கு கிடைக்க வேண்டிய காண்ட்ராக்ட் பணத்தை மட்டும் கிடைக்கச் செய்யுங்கள் அதுவே போதும்!’ அப்போதுதான் ‘ஸாரி ஸாரி உடனே ஃபைலை வரவழைத்துப் பார்க்கிறேன், பணத்தைத் தரச் சொல்கிறேன்’ என்று சொன்னார். சொன்ன வார்த்தையை காப்பாற்றுவார் என்று நான் நம்புகிறேன். அப்படிச் செய்யவில்லையென்றால், சுய விளம்பரத்திற்காகவும் பப்ளிசிட்டிக்காகவும் என்னுடைய குடிசைப் பகுதிகளில் ஏறி இறங்கலாம் என்ற எண்ணத்துடன் அவர் இனியும் அலைந்து நடக்கவேண்டாம் (கவர் ஸ்டோரியில் இந்தப் பகுதியை நீ அடிக்கோடிட்டுக் காட்ட வேண்டும்).

நிகழ்ச்சியின் கடைசிச் சில நிமிடங்களில் ஒரு வேடிக்கை நிகழ்ந்தது. தேசிய கீதம் பாடவேண்டிய நேரம் வந்தபோது யாரும் எழவில்லை. பாடுவதற்கு யாரையும் ஏற்பாடு செய்யவு மில்லை. காலனியிலுள்ள பையனும் பிரதிநிதிகளும் நானும் இதைப்பற்றிச் சிந்திக்கவே இல்லை. ஒரு நிமிடம் உலுக்குகின்ற அமைதி! நீ நினைத்துப் பார் பையா. தேசிய கீதம் பாடாமல் நிகழ்ச்சி முடிந்திருந்தால் அது எப்படிப் பட்ட அபகீர்த்தியாக முடிந்திருக்கும். திடீரென்று என்னுடைய மூளையில் வெளிச்சம் மின்னியது. நான் என்ன செய்தேன் தெரியுமா? சந்தர்ப்பத்திற் கேற்றவாறு நடந்து கொண்டேன், அவ்வளவுதான். ஆம், எழுந்து நின்று தனியாகப் பாடினேன்: ‘ஜன கண மன’ அந்த ஆறு எழுத்துக்களை மட்டும்தான் பாட முடிந்தது. அதன் பிறகு ஓர் எழுத்தைக்கூட என்னால் பாட முடியவில்லை. எப்படி முடியும்? மக்கள் கைதட்டுகின்றனர், கத்துகின்றனர், மீண்டும் கை தட்டுகின்றனர். நான் புளகாங்கிதம் அடைந்தேன். கண்களில் நிராசை நிரம்பியது. அமைச்சரின் முகத்தைப் பார்க்க வேண்டுமே. இனி ஒரு போதும் ஒட்டவே ஒட்டாது என்பதைப் போல அமைச்சரின் அதரங்கள் அகலப் பிளந்து நின்றன. (மதிய உணவுக்குப் பிறகு அது பழைய நிலையை அடைந்து விட்டதாம்).

நிகழ்ச்சி முடிந்து செல்லும்போது பாலித்தானி அம்பாஸடர் என்னிடம், ‘பேபி சாயங்காலம் காக்டெயிலும் டின்னரும் மறந்து விடாதே’ என்று கூறினார். மரியாதை என்று சொன்னால் இதுதான் மரியாதை. எவ்வளவு சிறிய விஷயம் நடந்து கொண்டிருக்கும் போதுகூட 'எவ்வளவு பெரிய விஷயத்தை நினைவில் வைத்திருக்கிறார்! இந்தியர்கள் எத்தனை பேரிடம் இந்த மரியாதை இருக்கிறது? பையா! நீ என்ன சமாதானம் சொன்னாலும் நான் ஏற்றுக் கொள்ள மாட்டேன். நம் நாடு மரியாதை என்னவென்று அறியாத நாடு.

அமைச்சரை வீட்டில் விட்டுவிட்டு நேராகக் கிளப்புக்குச் சென்றேன். வீடு வந்தவுடன் அமைச்சர், சாப்பிட்டு சற்று ஓய்வெடுத்து விட்டுச் செல்லலாமே என்று ஒரு நமட்டுச் சிரிப்புடன் கூறினார். போதுமா கொண்டாட்டம்! இவனை மாதிரியுமா ஆட்கள்! மனிதக் குரங்கின் பேப்பர் பேக் எடிசன் போன்று இவனெல்லாம் ஓர் ஆண்மகன். சாமார்த்தியமாக அவனிடமிருந்து விலகி விட்டேன். கான்ட்ராக்ட் பணம் வர வேண்டும், அதற்காக மரியாதையுடன் நடந்து கொண்டேன். (நீ

எல்லோரிடம் சென்று மிஸஸ்-க்கு அமைச்சருடன் அந்தரங்கத் தொடர்புள்ளது என்று சொல்லிக் கொண்டு நடந்தாயானால் - நான் உன்னைக் கொன்று விடுவேன்!)

கிளப்புக்குச் சென்றபோது மணி பன்னிரண்டு. குடிசைப் பகுதி சேவகர்களின் நிர்வாகக்குழு கூட்டம், பின்னர் மதிய உணவு. நான் சென்று சேர்வதற்குள் பேச்சுக்கள் தொடங்கி விட்டன. மதிய உணவுக்குப் பிறகும் விவாதம் தொடர்ந்தது. பட்ஜெட்தான் முக்கியமான அஜெண்டா. அதனால் என்ன சாப்பிட்டேன் என்றே தெரியவில்லை. என்னவெல்லாமோ எடுத்துச் சாப்பிட்டேன். ஒரு பற்றாக்குறைப் பட்ஜெட்டை முன்னால் வைத்துக் கொண்டு எப்படி திருப்தியாகச் சாப்பிட முடியும். சாப்பிட்டதை எப்படி நினைவு கூற முடியும்? குடிசை வீடு திட்டம் தொடங்கிய அன்று முதலே தொடங்கியதுதான் இந்தப் பற்றாக்குறைப் பட்ஜெட் தலைவலி, பற்றாக்குறைப் பணவிநியோகத்தைப் பற்றி (Deficit Financing) நிதியமைச்சர் எனக்குப் பாலபாடம் கற்றுக் கொடுத்தால் நன்றாக இருக்குமே என்று நான் ஆசைப்பட்டேன். பேச்சுக்களும் விவாதங்களும் முடிந்த பிறகு கமிட்டி வழக்கம் போல் ஒரு முடிவுக்கு வந்தது; தகுந்த முறையில் பற்றாக் குறையை நிறைவு செய்வதற்கு எனக்கு அதிகாரமளித்து கமிட்டி தீர்மானம் கொண்டு வந்தது. தீர்மானம் ஏகமனதாக நிறைவேறியது. நான் எப்படியாவது பற்றாக்குறையைச் சரி செய்து விடுவேன் என்ற கமிட்டியின் விருப்பம் எனக்கும் மிகவும் பிடித்திருந்தது. குடிசைப்பகுதிகளை அப்படியே வைத்திருப்பதற்கான செலவு ஆண்டுதோறும் அதிகரித்துக் கொண்டே வருகிறது. கான்ட்ராக்ட் வகையில் எங்களுக்கு வர வேண்டிய பில்லுகள் இனியும் வந்து சேரவில்லை. இப்படியே போனால் சீக்கிரத்தில் நானும் குடிசை வீட்டுக்கே சென்று விடுவேன் போலத் தோன்றுகிறது. (இந்தப் பகுதியில் என்னை நீ எப்படி வேண்டுமானாலும் வருணிப்பதற்கு நான் உனக்கு அதிகாரமளிக்கிறேன்).

மனம் அலுத்துவிட்டது என்று கூடச் சொல்லலாம். இப்படியாக நிகழ்ச்சி நிறைவு பெற்றது. அப்போதும் எனக்குத்தான் கஷ்டம். சொந்தமாகக் கார் இல்லாத கமிட்டி உறுப்பினர்கள், அவர்களை - உன்னுடைய பாஷையில் 'அந்தக் குந்தாணிகளை' - அவரவருடைய வீடுகளில் கொண்டுபோய் விட வேண்டும். அதுவும் என்னுடைய தலையில் வந்து விடிந்தது. கொண்டு

சென்று இறக்கி விட்டால் சும்மா விட்டார்களா? இல்லை. ஒரு நிமிடம் அவர்களுடைய வீட்டிற்குள் வந்துவிட்டுப் போக வேண்டுமாம். உடனே நான் ஊகித்தது சரிதான். ஒருத்தி என்னை வீட்டிற்குள் அழைத்தது, எங்கிருந்தோ எப்படியோ கிடைத்த ஒரு ஜெர்மன் தயாரிப்பான ஃபிரிட்ஜைக் காட்டுவதற்கு, இன்னொருத்தியின் வீட்டில் காட்சிப் பொருளாக நான் கண்டது ஒரு டஜன் சயாம் பூனைக்குட்டிகள்! போரடித்து விட்டது. நீ சொல்வது சரிதான் பையா. இந்தச் சமூகத்திற்குப் பைத்தியம். இந்தக் குந்தாணிகளை எல்லாம் கமிட்டி உறுப்பினர்களாகத் தேர்ந்தெடுத்த என்னைச் சொல்ல வேண்டும். ஃப்ரிட்ஜும் சயாம் பூனைக்குட்டிகளும்! எனக்கு காண்பித்துக் கொடுப்பதற்குக் கிடைத்த பொருட்கள்! நான் இவற்றையெல்லாம் பார்க்காத மாதிரி! ஐயோ பாவம்! குடிசையிலிருந்து வந்தவளா நான்! உன்னைப் போன்று கண் இமைக்காமல் பெண்களின் முகத்தை நேருக்கு நேராகப் பார்த்து மோசமான வார்த்தைகளைப் பேசுகின்ற திறமைஎனக்கு இல்லாமல் போய்விட்டதே என்று நான் கவலை கொண்டேன். இதைச் சொல்லும் போதுதான் நினைவுக்கு வருகிறது. உனது வாதம் சரிதான். சில நாட்களுக்கு முன்பு ஒரு டின்னரின் போது ஆர்மி மனநல மருத்துவர் டாக்டர் பண்டாரி கூறினார்ர். எல்லா வித்தைகளிலும் நிபுணனாக இருந்தால் மோசமான வார்த்தைகளைப் பேசுபவனைப் பெண்கள் மிகவும் விரும்புவார்களாம், அவனுக்குப் பயப்படுவார்களாம். அவனை வாழ்த்துவார்களாம். இப்படிச் சொல்வதால் நான் உன்னைப் புகழ்ந்து கூறுகிறேன் என்று தவறாக எடுத்துக் கொள்ள வேண்டாம். நீ அவ்வளவு புனிதமானவனும் இல்லை. உனக்கும் உன்னுடைய ரேணுவுக்கும் (இதைக் கூறும்போதுதான் நினைவு வருகிறது உனக்கு முன்பு டாக்டர். பண்டாரிதான் ரேணுவுக்கு நண்பர்) நீ பெரிய அப்போலோக் கடவுள் என்று நினைப்பு. அந்த நினைப்பை விட்டுவிடு. இன்னும் எத்தனையோ ஆண்கள் இருக்கிறார்கள். வீணாகப் பெருமை பேசிக் கொண்டு நடக்க வேண்டாம். மெல்ல முடிந்ததையே உண்ண வேண்டும். அளவுக்கு மீறி அடித்தால் சாரைப்பாம்பும் கடிக்கும். கயிற்றில் ஏறி விளையாடினாலும் கீழே வந்த பிறகு தான் பரிசு. ஓடும் குதிரை தாவும் குதிரை தண்ணீரைக் கண்டால் நிற்கும் குதிரை. இல்லம் நிறையட்டும். வள்ளம் நிறையட்டும். குதிர் நிறையட்டும்.

குந்தாணிகளிடமிருந்து விடைபெற்றுக் கொண்டு வீடு வரும்போது ஆறுமணியாகிவிட்டது. ஒரே சோர்வு. நேராகச்

சென்று ஷவருக்குக் கீழே நின்றேன். தலை துவட்டி உடைமாற்றி வெளியே வந்தபோது மணி ஆறரை. ஏழு மணிக்கு பாலித்தானி எம்பஸியில் காக்டெயில், அதன் பிறகு டின்னர். அவர் வந்தவுடன் புறப்பட வேண்டியதுதான். அப்போது ஒரு சிறு குறிப்புடன் டிரைவர் உள்ளே நுழைகிறான். 'அவரால் வர முடியவில்லை, கட்டட வேலை நடைபெறும் இடத்தில் இருக்கிறார். ஸாரி, ஆனால் நான் போக வேண்டும். கண்டிப்பாகப் போக வேண்டுமாம். வெளிநாட்டு நிலவாரத்திலுள்ள விருந்து. ப்ளீஸ், டார்லிங், நீ நல்ல பெண்ணாக டிரைவரையும் அழைத்துக் கொண்டு போய்வா.' எனக்கு அழுகை வந்து விட்டது. பாவம் அவருக்கு ஒரு நிமிடம்கூட ஓய்வென்பதே இல்லை. அப்படியிருந்தும் எனது ஒரு சாயங்காலத்தையும் அவர் பாழாக்க விடமாட்டார். அவரால் வரமுடியாவிட்டாலும் நான் போக வேண்டுமாம். அன்பால் கொன்று விடுவார். என்மீது அவ்வளவு விருப்பம். அவ்வளவுதான் சொல்ல முடியும். எத்தனை பெண்களுக்கு தங்களுடைய கணவரைப் பற்றி இவ்வாறு கூற முடியும்? மிஸஸ் நாயரால் கண்டிப்பாக முடியாது. சரிதானே, நீயே சொல்.

என்ன செய்வது? எனக்கு விருப்பமே இல்லை. இருந்தாலும் அவர் சொல்லிவிட்டாரே என்பதற்காக! தனியாகச் சென்றேன். ஏழுமணி முடிந்து சில நிமிடங்களுக்குள் எம்பசியை அடைந்தேன். அப்போதே கூட்டம் நிறைந்திருந்தது, இலவசமாக மதுபானம் கிடைக்கிறதென்றால் கூடுகின்ற கூட்டத்தைப் பற்றிச் சொல்லவா வேண்டும். ஒழுக்கமற்றவர்கள்! நிறையப் பேர் வேலிதாண்டி வந்தவர்கள் என்று ஒரே பார்வையில் புரிந்து விட்டது. இதில் எத்தனை பேர் டின்னருக்கு அழைக்கப்பட்டிருப்பார்கள் என்ற பயம் வந்தது. (நல்லவேளையாக நிறையப் பேரை அழைக்க வில்லை) அம்பாஸடர் புன்னகை பூத்த முகத்துடன் ஓடி வந்து என்னை வரவேற்றார். அவருடைய கைகுலுக்கலுக்கு என்ன ஒரு சக்தி! என் கன்னம் கன்றிப் போனது. நூற்றொரு விழுக்காடு ஆண்மை ததும்புகின்ற உருவம். நாஸருக்கு அடுத்து உலகில் மிகவும் அழகான ஆண்மகன். கதாநாயகன், ஏனோ இன்னும் திருமணம் செய்து கொள்ளவில்லை. அது அவரது விருப்பமாக இருக்கலாம். சரி விடு. இருந்து விட்டுப் போகட்டும்.

என் கணவரால் வரமுடியவில்லை மன்னிக்க வேண்டும் என்று கூறியவுடன் அவர் சொன்னார்: 'பேபி நீ வந்து விட்டாயே அதுவே போதும். கணவன் மனைவி எல்லாமே நீதான்.' நான்

என்ன சொல்லுவேன்? குறும்புக்காரர் என்று கூறினேன்.

நான் கேட்டேன்: "எக்ஸலென்சி, இந்த முறை உங்களிடம் சிறப்பான பொருளாக என்ன இருக்கிறது? போனமுறை டேப்பரிக்கார்டரும் டிவியும் கொண்ட ஒரு பெட்டி, இம்முறை?"

அவர் எனது தோளில் கைபோட்டுக் கொண்டு கூறினார்: "வா."

நாங்கள் எம்பசியிலுள்ள டிராயிங் அறையை நோக்கி நடந்தோம். சுற்றிலுமிருந்த தலைகள் எல்லாம் எங்கள் பக்கமாகத் திரும்புவதை என்னால் பார்க்க முடிந்தது. மிஸஸ் நாயர் அந்தக் கூட்டத்தில் எங்காவது நிற்கிறாளா என்று என் பார்வையை ஓடவிட்டேன். இல்லை. அவள் இருந்திருக்க வேண்டும்.

வரவேற்பறையின் ஒரு மூலையில் ஒரு மேசையின் மேல் அழகுப் பொருட்கள் பரப்பி வைக்கப்பட்டுள்ளன. தாள், கண்டா பரணங்கள், காலகூட விஷம், கார்க்கோடகன் பாம்பு.....

'என்ன வேண்டுமானாலும் எடுத்துக் கொள்' எக்ஸலென்சி கூறினார். அப்போதும் அவருடைய கை என் தோளின் மீதுதான். அழுத்தமாகக் கிள்ள வேண்டாமென்று யாசித்துக் கொண்டு நான் சொன்னேன்: 'எக்ஸலென்சி இப்போது ஒன்றும் வேண்டாம். தாங்க்ஸ், இன்னொரு முறை.'

பொருட்கள் எனக்குப் பிடிக்காமல் இல்லை. ஆனால் ஆந்த இடத்தில் வைத்து எப்படி வாங்கிக் கொள்வது அவற்றுடன் வெளியே வந்தால் ஜனக்கூட்டத்தில் அனேகருக்கு நெஞ்சுவலியும் மரணமும் நிகழும் அல்லவா.

இதை எழுதும்போது இன்னொன்றும் நினைவுக்கு வருகிறது, அடுத்தவாரம் அவரை டின்னருக்கு அழைக்கவேண்டும். பத்து நாட்களுக்குப் பிறகு எந்தப் பொருளும் எஞ்சியிருக்காது. சமூகம் என்ற அக்வேரியத்திலுள்ள கடல் கன்னிகள் அவரையும் சேர்த்து அனைத்தையும் கொத்தி விழுங்கிவிடுவார்கள். அவர்மீது நான் கூறும் ஒரேயொரு புகார் இது. எல்லா பொறுக்கிகளையும் அழைத்து விடுவார். கொஞ்சம் கூட யோசிப்பதே இல்லை. கண்ணில் கண்டதை எல்லாம் எல்லோருக்கும் எடுத்துக் கொடுத்து விடுவார்.

திரும்பி வெளியே வந்தவுடன் யாரை முதலில் பார்த்தேன் என்று தெரியுமா? உன்னால் ஊகிக்க முடியாது. தலைகீழாக நில். வாயைப் பிளந்து கொண்டு யோசித்துப் பார். தெரியவில்லையா? சரி. சொல்லட்டுமா? மிஸஸ் நாயருடைய பாய்ஃப்பிரண்ட் பத்மகாந்த். தற்கொலைக்குப் பிறகு எழுந்து வந்தவனைப் போல் காணப்பட்டான். பாவம்! நான் திடுக்கிட்டுப் போனேன். என்ன கேட்டாலும் பதிலே இல்லை. தலையாட்டுவான், முணங்குவான், அவ்வளவுதான். ஒரு வார்த்தை வர வைப்பதற்கு என்னவெல்லாமோ செய்து பார்த்தேன். கடைசி அஸ்திரத்தையும் பயன்படுத்தி விட்டேன். பயன் இல்லை. மிஸஸ் நாயரைப் பற்றி அவன் வாயிலிருந்து ஒரு வார்த்தை கூட வெளிவரவில்லை. அவளது பெயரைச் சொல்வதற்கே அவன் அருவருப்பு அடைவதாகத் தோன்றியது.

அப்படி வரட்டும். அங்கு தான் இருக்கிறது சங்கதி. மிஸஸ் நாயர் பாய்ஃப்பிரண்டை மாற்றியிருப்பாள். அடியே கள்ளி! மூன்று மாதத்திற்குள் உனக்கு இன்னொரு பாய்ஃப்பிரண்டா? இந்த முறை யார்? பஞ்சாப்காரனா பெங்காலியா ஆப்பிரிக்காகாரனா? எவனாவது ஒருத்தன் இருப்பான். எனக்கு நன்றாகத் தெரியும் (நான் கைதட்டிப் பந்தயம் கட்டுகிறேன். உறுதிமொழி அளிக்கிறேன். சூதாட்டம் ஆடுகிறேன். அஞ்ஞாத வாசம் செய்கிறேன்) பையா, நீ இதைக்கண்டு பிடிக்க வேண்டும். இப்படியும் கொழுப்பெடுத்த ஒருத்தி இருப்பாளா? கேரளாவிலிருந்து டெல்லிக்கு வந்து அவளது திமிறைக் காட்டுகிறாளா. இதை வெளியே கொண்டுவர வேண்டும். ஒரு வாரம் எடுத்துக் கொள். பத்து நாட்கள்கூட எடுத்துக்கொள். ஆனால் பையா கண்டு பிடித்து விடு. கவர்ஸ்டோரி அப்புறம் எழுதலாம். முதலில் இதைக் கண்டுபிடி. எனக்காக, உனக்காக, நமக்காக முதலில் இதைச் செய். நீ நினைத்தால் நடக்கும். உனக்கு என்ன வேண்டுமானாலும் தருகிறேன். எப்பாடு பட்டாவது கண்டுபிடிப்பேன் என்று உறுதிமொழி எடுத்துக்கொள். வைராக்கியத்தோடு வேலையில் இறங்கு, ப்ளீஸ் பையா, ப்ளீஸ்.....

உன் அன்புள்ள,
பிம்மி பிம்மி.

ஆயிரம் தலை வாங்கி

வேலையெல்லாம் முடிந்த போது, வானம் தெளிந்த போது மணி ஆறு தாண்டியிருந்தது. உடனே பறந்து கூட்டைச் சென்றடைவதால் பலன் ஒன்றும் இல்லை. பையன் நினைத்துப் பார்த்தான். ஆனந்தவள்ளி இங்கே இல்லை. சுற்றுப்பயணம் சென்றிருக்கிறாள். யுத்த பூமிகளைப் பார்வையிட்டுவிட்டு ஒரு வாரத்திற்குப் பிறகுதான் திரும்பி வருவாள். வீடு உண்டு, உணவு கிடைக்கும், வேலைக்காரன் இருக்கிறான். ஆனால், ஆனந்தவள்ளி இல்லாமல் இவையெல்லாம் இருந்து என்ன பயன்? பையன் உதட்டைப் பிதுக்கினான். ஆகையால் ஆக்கப்பூர்வமாக ஏதாவது செய்து விட்டுக் கூட்டுக்கு லேட்டாகச் செல்வதுதான் அதி புத்திசாலித்தனம். என்ன செய்யலாம், நகரத்தைச் சுற்றியடித்து அன்று செய்த பாவங்களைக் கழுவிக் களைந்து விடலாம். இந்த நகரத்தில் நான் செய்த பாவங்கள் இந்த நகரத்திலேயே புதைக்கப்பட வேண்டும். பையன் சமஸ்கிருதம் கலந்து தனக்குள்ளேயே சொல்லிக் கொண்டான். பின்னர் மூல பாடத்தை மொழிந்தான்:

'கும்பகோணே க்ருதம் பாபம்
கும்பகோணே வினச்யதி.'

ஒரு கம்ப்யூட்டர் இயந்திரத்தின் காதில் சொல்லிக் கொடுத்ததைப் போன்று செய்யுளின் மொழிபெயர்ப்பு பையனின் தலையில் மின்னியது:

'கும்பகோணத்தில் செய்த பாவங்கள்
கும்பகோணத்திலேயே புதைக்கப்படுகின்றன.'

'டேய்!' பையன் தனக்குத்தானே சொல்லிக் கொண்டான், 'பரவாயில்லையே, நீ இரண்டாம் குஞ்ஞுக்குட்டன் தம்புரானே தான்! ஆனால், சூத்திரனாகப் பிறந்து விட்டாய். நீ தம்புரான் வம்சத்தில் உதித்திருந்தால் உனது மொழிபெயர்ப்பு விருத்தத்திற்கெல்லாம் விருத்தமாக அமைந்திருக்கும். வருத்தம் வேண்டாம். இந்தப் பிறவியில் இனியுள்ள நாட்களில் ஒன்றன்பின் ஒன்றாக

நற்செயல்கள் புரிந்து அடுத்த பிறவியில் சிறந்த குலத்தில் சென்று பிறந்து விடு.'

செய்யுளை யாரிடம் சென்று சொல்லிக் கேட்க வைக்கலாம்? பாதையோரத்தில் நின்றவாறு பையன் சிந்தித்தான். தடியை எடுத்து மேலே எறிந்து முடிவு செய்யலாம். பையன் தடியை எறிந்தான். ஆகாயத்தில் சிலம்பம் ஆடிய தடி, தரையில் வந்து விழுந்து வடக்கு திசையைச் சுட்டிக்காட்டியது. உக்கிரனின் பத்திரிக்கை அலுவலகத்தைத்தான் தடி சுட்டுகிறது. பையன் தனக்குத்தானே சொல்லிக் கொண்டான். 'நல்லது, அவ்வப்போது எழுத்தறிவு உள்ள ஒருவரைக் காண்பதும் அவருடன் வசனங்களைப் பரிமாறிக் கொள்வதும் ஆனந்தமே. உக்கிரனை இலக்காகக் கொண்டு நடையைக் கட்டுவோம்.'

பையன் சாலையைக் குறுக்காகக் கடந்து காணாட்டு ப்லேசின் வராந்தாக்களில் உள்ள தூண்களின் நிழலில் நடந்தான். ஆறுமணி கடந்த பின்பும் சூடு ஆறவில்லை. சிறிய ஓர் உலகத்திற்குச் சற்று மேலே பெரியதொரு நெருப்புக் கோளம் போன்று சூரியன் நிர்வாணமாக நின்று எரிந்து கொண்டிருக்கிறான். பையனுக்கு, ஆவிக்குள் ஊளையிட்டுக் கொண்டு நடப்பதைப் போலத் தோன்றியது. வறுவல்களைப் போன்று எவ்வளவோ மனிதர்கள் சாலையில் நடந்து செல்கின்றனர். இதில் உயர்திணைப் பெண்பாலில் அடங்குகின்ற வறுவல்களைப் பிடித்துப் புசித்தால் எவ்வளவு சுவையாக இருக்கும், பையன் நினைத்துப் பார்த்தான்.

இறுதியில் பத்திரிக்கை அலுவலகத்தின் நுழைவு வாயில். பையன், படியேறி முதல் தளத்தை அடைந்தான். வராந்தாவின் இடப்புறமாக நடந்து வெட்டிவேர் படர்ந்து நீர் ஊற்றிய வாசல் தூணைக் கடந்து நூலகத்திற்குள் நுழைந்தபோது நல்ல குளிர்ச்சி.

ஹாலின் மத்தியப் பகுதியில் புத்தகங்கள் அடுக்கி வைக்கப்பட்டிருக்கும் கண்ணாடி அலமாரிகளுக்கு நடுவே, பத்திரிக்கையின் வார, மாத இதழ்கள் சிதறிக் கிடக்கின்ற மேசைக்குப் பின்னால் டைப்ரைட்டர் எந்திரத்திற்கு முன்பு உக்கிரன் தியானத்தில் ஆழ்ந்திருக்கிறார். கண்மூடித் தியானம் செய்கிறார். சிகரெட் புகைந்து கொண்டிருக்கிறது. மேசைக்குக் கீழே கால் அசைகிறது. நாளை ஞாயிற்றுக் கிழமைச் செய்தித் தாளுக்கு எழுத வேண்டிய தலையங்கத்தைப்பற்றிச் சிந்தித்துக் கொண்டிருப்பார், பையன் நினைத்தான். 'எதைப்பற்றி எழுதுவது

என்று மனதிற்குள் வாக்கெடுப்பு நடத்திக் கொண்டிருப்பார். கலை? காலம்? காலநிலை? காவியம் எதுவாக இருந்தாலும் அழகாக எழுதுவார். எதைப்பற்றி எழுதுகிறார் என்பதன்று எப்படி எழுதுகிறார், என்பதில்தான் உக்கிரனின் திறமை அடங்கி யிருக்கிறது. கதாநாயகனின் கைவிரல்கள் டைப்ரைட்டர் கீபோர்டில் சஞ்சரிக்கத் தொடங்கினால் மொழி இரண்டு கைகளையும் மேலே தூக்கிக் கொண்டு சரணடைந்து விடுகிறது.'

இருக்கைக்கு அருகே சென்று தவத்திற்கு இடையூறு ஏற்படுத்திக் கொண்டு பையன் கூறினான்:

"கண் திறக்க வேண்டும் சாமி! இந்தத் தவத்திற்கு ஓர் அந்த மில்லையா?"

உக்கிரன் கருவிழிகளை உருட்டிக்கொண்டு விழித்தார். தனது இடி போன்ற குரலில் கேட்டார்: "நாட்டில்தான் இருக்கிறாயா பையா?"

எதிரே இருந்த இருக்கையில் அமர்ந்து கொண்டு பையன் கேட்டான்: "நாளைய செய்தித்தாளுக்கான இலக்கிய சிருஷ்டியாக இருக்கும்."

"ஆமாம் சரிதான்" உக்கிரன் முகம் சுழித்துக் கொட்டாவி விட்டவாறு கூறினார்: "இது அலுத்துப் போய்விட்டது."

"ஒரு விவரம் தெரிய வேண்டும்" பையன் ரகசியமாகக் கூறினான்.

"காதில் ஓது."

"ஆக மொத்தம் வாரத்தில் செய்யக் கூடிய ஒரே ஒரு வேலை இந்த ஒரு பக்கத் தலையங்கம் எழுதுவதுதான் என்று நான் சொன்னால்..."

"நான் அதற்கு மறுப்புத் தெரிவிக்க மாட்டேன்" உக்கிரன் வாக்கியத்தை முழுமையாக்கி அதற்கொரு முற்றுப்புள்ளியும் வைத்தார்.

மீண்டும் பையன் சொன்னான்: "இதற்குப் பிரதிபலனாக ஒவ்வொரு மாதமும் நான்கு இலக்கம் கொண்ட ஒரு தொகை என்று நான் சொன்னால்......"

"அதையும் மறுக்க மாட்டேன் என்று நான் கூறுகிறேன்."

“அதனால்தான் நானும் கம்யூனிஸ்ட் ஆவதற்கு முடிவு செய்து விட்டேன்.” முன்னாள் கம்யூனிஸ்ட்காரனாக இருந்த உக்கிரனிடம் பையன் கூறினான்.

“என்ன நடந்தது?”

“இரவுபகலாக இதே தொழிலில் ஈடுபட்டிருக்கிற எனக்குக் கிடைப்பதோ வெறும் நானூறு ரூபாய்தான்.” பையன் இடது கையை உயர்த்தி கற்பனையில் ஒரு மைக்கை வரவழைத்துக் கொண்டு கூறினான்: “சமத்துவம் எங்கே? பொதுவுடைமைக் கோட்பாடு எங்கே? புள்ளிவிவரக் கணக்கு எங்கே?”

“கோபக்காரனும் இளைஞனுமாகிய நீ ஒரு சிங்கம்” உக்கிரன் கூறினார்: “சீக்கிரம் கம்யூனிஸ்டில் சேர்ந்துவிடு. நன்மை கிடைக்கும்.”

“மனிதனின் முதல் எதிரி முதலாளித்துவம் என்பது எனக்கு முதலிலிருந்தே தெரியும்’ பையன் கூறினான்.

“பிறகு ஏன் கம்யூனிஸ்ட் ஆவதற்கு இவ்வளவு தாமதம்?”

“விருப்பத்திற்கு மாறாக ஆசைப்பட்டு விட்டேன்” பையன் கூறினான்: “ஒரு வேளை முதலாளித்துவம் மனம் மாறிவிட்டால்?”

“ஒரு போதும் மாறாது” சிகரெட்டை ஆஷ்ட்ரேயில் அழுத்தி அணைத்த உக்கிரன் கூறினார்: “தலைவர் முன்பு ஒருநாள் ஸ்டடிகிளாஸில் கூறியது முற்றிலும் உண்மை. இன்றைக்கும் அதே நிலைதான் நீடிக்கிறது. முதலாளித்துவம் எந்தத் தடியால் நம்மை அடிக்கிறதோ அதே தடியால் நாமும் முதலாளித்துவத்தைத் திருப்பி அடிக்க வேண்டும். இதில் சந்தேகத்திற்கு இடமே இல்லை.”

“அப்படித் திருப்பி அடித்ததால்தான் இருபத்தெட்டு மாதங்கள் கேரளாவில் மக்கள் ஆட்சி நடைபெற்றது.”

“அது மக்களாட்சி இல்லை” உக்கிரன் கூறினார்: “மயிலாப்பூர் பண்டிதரின் கூற்றுப்படி அன்றைக்கு நடந்தது பஞ்ச பிராமணர்களின் ஆட்சி.”

“பஞ்ச பிராமணர்களா?” புருவத்தைச் சுழித்துக் கொண்டு பையன் கேட்டான்: “சர்தார்ஜி சொன்ன பஞ்சபாண்டவர் கதை இல்லையே?”

“அது என்ன கதை?”

“யூனியன் பப்ளிக் சர்வீஸ் கமிஷன் சர்தார்ஜியிடம் கேட்டதாக ஒரு வதந்தி. பஞ்ச பாண்டவர்கள் யாவர்? பஞ்சாப் சிங்கம் விரல் எண்ணிக் கொண்டு சொன்னானாம். ஒருவன் பீமன், இன்னொருவன் ஆர்ஜுனன், இன்னொருவன், இன்னொருவன், ஐந்தாவதொருவனின் பெயர் மறந்து விட்டது.”

கண்ணை மூடிப் பல்லைக்காட்டிச் சிரித்த உக்கிரன் கூறினார்: “அப்படியா, ஆனால் மயிலாப்பூர் பண்டிதரின் பஞ்ச பிராமணர்கள் அனைவருக்கும் பெயர் இருக்கிறது.”

“யாரெல்லாம்?”

“முதலமைச்சர் இ.எம்.எஸ், அமைச்சர் வி.ஆர்.கிருஷ்ணய்யர், தலைமைச் செயலாளர் இராகவாச்சாரி, ஹோம் செக்கரட்டரி கிருஷ்ணமூர்த்தி, இன்ஸ்பெக்டர் ஜனரல் சீனிவாச ஐயர்.”

“அப்படியென்றால் நடந்தது கம்யூனிஸ்ட் ஆட்சி இல்லை என்பதுதான் பண்டிதமதமா?”

“அப்படிச் சொல்லவில்லையடா” உக்கிரன் கூறினார்: “மயிலாப்பூர் பண்டிதர் எல்லா விஷயங்களுக்குமே பிராமணர்-பிராமணர் அல்லாதவர் என்ற அடிப்படையில் தான் கருத்துக் கூறுவார். வெற்றிபெறுபவன் பிராமணன், தோல்வி அடைபவன் பிராமணன் அல்லாதவன். இவர்கள் அனைவரும் ஹிட்லர் வெற்றி பெற்றபோது ஜெர்மனையும், 1962-ல் சீனா முன் வரிசையில் இருந்தபோது சீனமொழியையும், நடந்து முடிந்த பாகிஸ்தான் ஆக்கிரமிப்பின்போது உருதுவும் கற்றுக் கொண்ட கூட்டத்தினர். ஆபத்துக்கு உதவுமல்லவா?”

“அப்படியென்றால்” பையன் கூறினான்: “கேரளாவில் உள்ள பிராமணர்களும் சற்றும் சளைத்தவர்கள் இல்லை.”

“எப்படிச் சொல்கிறாய்?”

“பஞ்ச பிராமணர் கேரளாவை ஆட்சி செய்து கொண்டிருந்த காலம். ஸ்ரீநகரில் ஜவஹர்லால் நேருவைச் சந்தித்து விட்டு ஈ.எம்.எஸ் இந்தியத் தலைநகரை வந்தடைகின்றார். கேரளா ஹவுசில் பத்திரிக்கையாளர்களைச் சந்திக்கிறார். மத்திய மாநில அரசுகளுக்கு இடையேயான உறவையும், அரசியல் அமைப்புச் சட்டங்களையும் பற்றி விரிவாக விவாதித்த பிறகு ஒரு

பத்திரிக்கை நிருபர் கேட்கிறார்: 'காஷ்மீரிப் பிராமணன் கேரளப் பிராமணனுக்குக் கொடுத்த விருந்தில் என்னென்ன உணவு வகைகள் பரிமாறப்பட்டன?''

இ.எம்.எஸ்: "மீன், பலவகையான மாமிசங்கள், முட்டை இன்னும் பல..."

கேள்வி: "கேரளா விஷயத்தில் காஷ்மீர்ப் பிராமணன் கூறிய உபதேசம் என்ன?"

இ.எம்.எஸ்: "அது எனக்குத் தெரியாது."

"இப்படி இஎம்எஸ்-ஆல் மட்டுமே பதில் சொல்ல முடியும்!" உக்கிரன் கூறினார்.

"கதை முடியவில்லை" பையன் கூறினான்.

"முடிந்தால் உனக்கு அடி கிடைக்கும், சொல்லு, சொல்லு"

"ஹிந்துப் பத்திரிக்கை, செய்தியை விரிவாக வெளியிடுகிறது" பையன் கூறினான். "மறுநாள் பாலக்காடு கல்பாத்தி கிராமத்தில் ஹிந்துவை முன்னிறுத்தி வழக்கமான விவாதம் அரங்கேற்றம்."

ஆட்சியமைப்பில் மாநிலத்திற்கும் மத்திய அரசிற்கும் உள்ள உறவைப்பற்றி இ.எம்.எஸ். கூறியிருந்ததைப் படித்துவிட்டுப் புளகாங்கிதம் அடைந்த ஒரு பட்டர் கூறினார்:

"இ.எம்.எஸ் என்ன அழகாச் சொல்லியிருக்கான்! அரசியல் சட்டம் ஒரு மாநிலத்துக்கு ஒண்ணும் வேறொரு மாநிலத்துக்கு இன்னொன்றும் கிடையாது. ராஜ்ஜியம் முழுதுக்கும் ஒண்ணு தான்."

"என்ன ஓய்!" வேறொரு பட்டர் கூறினார்:

"ராஜாஜியை விட்டால் இ.எம்.எஸ்தான் இந்த ராஜ்யத்தி லேயே அதிபுத்திசாலி!"

"கம்யூனிஸ்ட்டா இருப்பதால்" மூன்றாவதொருவன் கூறுகிறான்: "கம்யூனிஸத்தோட நோபிள் பிரின்ஸ்பல்ஸ்தான் அவன் ஃபாலோ பண்றான். இந்தக் காலி ஈழப்பசங்கள் கோபியும் கிட்டுவும் மாதிரியா!"

"போன ஸெஞ்சுரியில பிறந்திருந்தா" ஒருவர் பெருமூச்சுடன் கூறுகிறார்: "மார்க்ஸ் பிச்சை வாங்கியிருக்கணும்."

பேசிக் கொண்டும் பத்திரிக்கை வாசித்துக்கொண்டும் இருந்த பட்டர் கூட்டம், இறுதியில் இஎம்எஸ் மீனும் முட்டை யும் சாப்பிட்ட பகுதியில் வந்து நின்றது. திடீரென்று அங்கே அமைதி நிலவியது. மதியம் உணவு கிடையாது என்று தாக்கீது கிட்டியதைப் போன்ற மௌனம். ஒருவர் வருத்தம் தோய்ந்த முகத்துடன் கேட்கிறார்: "என்னடா இது, இ.எம்.எஸ் ஆட்டையும் மீனையும் உண்டிருப்பானா?"

தொடர்ந்து மீண்டும் ஒரு நிமிட மௌனம். உடனே கூட்டத்தில் ஒரு வயதான பல் நீண்ட பட்டர் பூணூலை இழுத்துப் பிடித்துக் கொண்டு கூறினார்: "சாப்பிடுவானா? இளங்குளம் பிராமணன் ஆட்டைத் தின்பானா? மீன் சாப்பிடுவானா? ஒருபோதும் சாப்பிட்டிருக்க மாட்டான். பிரஸ் கரஸ்பாண்டன்ட்ஸெ ஹியூமர் பண்றதுக்கு ஏதாவது சொல்லி யிருப்பான், இன்டிஸ்க்ரீஷன்!"

பட்டர்களின் தொண்டையிலிருந்து நீண்ட நிம்மதிப் பெருமூச்சு வெளியேறியது!

உக்கிரனுக்குச் சிரிப்பு வரவில்லை. பயங்கரமான கோபத் துடன் கேட்டார்: "படைத்தவனே புரட்சியைக் கொண்டு வந்தாலும் இந்த நாட்டில் ஏதாவது நல்லது நடக்குமென்று நீ நினைக்கிறாயா?"

"படைத்தவன் மீது சத்தியமாக, நடக்காது' பையன் கூறினான்.

"இதை நான் படைத்தவனிடமும் சொல்லியிருக்கிறேன்" பையன் கூறினான்.

உக்கிரன் வாட்சைப் பார்த்துக்கொண்டு கேட்டார்:

"அப்புறம் என்ன விசேஷம்?"

"ஒரு சுலோகத்தை மொழி பெயர்த்திருக்கிறேன்" பையன் கூறினான்.

"சொல், கேட்கட்டும்."

பையன் கும்பகோணப் புராணத்தைக் கூறினான்.

"நன்றாக இருக்கிறது" உக்கிரன் கேட்டார்: "சாயங்காலம் என்ன நிகழ்ச்சி?"

"அதற்குத்தான் தாங்கள் இனியும் இலக்கியம் இயற்றி முடிக்க வில்லையே?"

"முடித்து விட்டு?"

"கனிந்து ஏதாவது கட்டளை இடுங்கள்."

"பீர் போதுமா?"

"ரொம்ப நல்லது."

"சரி மணி ஏழாகட்டும் ஏதாவது பார்க்கலாம்."

"படைத்தவன் கருணை காட்டினான்" பையன் கண்களை மூடியவாறு கூறினான்: "இப்படி ஏதாவது பொழுதுபோக்கு இல்லையென்றால் நான் இன்றைக்குச் செத்துப் போய்விடுவேன். எவ்வளவு சூடு!"

"கொடுமையான இந்தக் கோடைக்காலம்தான் நம் நாட்டைப் பீடித்திருக்கும் சாபக்கேடு" குளிர் காலத்தின் வக்கீலைப் போல் உக்கிரன் கூறினார்: "அடிதடி, கொலை, கொள்ளை, கலகம், போர், ஏன் நம் நாட்டில் பிரிவினை நடந்தது கூடக் கோடைக்காலத்தில்தான். மகாபாரத யுத்தமும் கோடையில்தான். கிருஷ்ணனிடம் அர்ஜுனன் கூறிய புகாரும் கோடையைப் பற்றியதுதானே." உக்கிரன் தட்டச்சு இயந்திரத்தில் ஒரு பாய்போன்ற பெரிய தாளைச் செருகிக் கொண்டு கூறினார்: "முகம்ச பரிசுஷ்யதே' என்பதுதான் கீதையின் வாக்கியம்."

பையன் வாய் திறப்பதற்குள் உக்கிரன் நிமிர்ந்து உட்கார்ந்து கொண்டு இரண்டு விரல்களால் டைப்ரைட்டரைத் தட்டத் தொடங்கினார். தலையங்கத்திற்குக் கரு கிடைத்திருக்கிறது. பையன் நினைத்தான், கோடைக்காலங்களில் என்றோ, வேறு எப்படியோ தலைப்பு வைத்திருப்பார். எப்படி வேண்டுமானாலும் இருக்கட்டும். என்னதான் எழுதினாலும் சேட்டுவின் பத்திரிக்கை சிறப்படையப் போவதில்லை.

பையன் உக்கிரனின் பையிலிருந்து ஒரு சிகரெட்டை உருவி நெருப்புப் பற்ற வைத்து இருக்கையில் சாய்ந்து அமர்ந்து கொண்டு புகைவிடத் தொடங்கினான். உக்கிரன் தொடர்ந்து தட்டிக் கொண்டிருக்கிறார். இருபது நிமிடத்திற்குப் பிறகு கொட்டுச் சத்தம் நின்றது. எந்திரத்திலிருந்து தாளை உருவி, எழுத்துப் பிழைகளைப் பேனாவால் திருத்திய பின், சிப்பாயி

வசம் கொடுத்து அவனைப் பத்திரிக்கை ஆசிரியர் என்ற எழுத்தறிவில்லாதவனின் அறைக்கு அனுப்பி வைத்தார். பின்னர் கடிகாரத்தைப் பார்த்துவிட்டுக் கூறினார்: "டேய்! ஆறே முக்கால் தான் ஆகிறது, ஏழு மணிவரை என்ன செய்வது?"

"ஏழு மணிக்கு என்ன நடக்கப் போகிறது?" பையன் கேட்டான்.

"கிளப்புக்கு போக வேண்டுமென்று நினைத்தேன்" ஏழு மணிக்குத்தான் நடை திறப்பார்கள். உடனே சென்றால் நன்றாகவா இருக்கும்? சரி, பத்து நிமிடம் கழித்து போகலாமே."

"அப்படியென்றால் ஏழு ஆகட்டும்" பையன் கூறினான்: "பதினைந்து நிமிடக் கஷ்டம் தானே?"

"நான் இதோ வருகிறேன்" உக்கிரன் எழுந்து பாத்ரூமுக்கு நடந்தார்.

அப்போது மேசை மேலிருந்த டெலிபோன் அலறியது. பையன் ரிசீவரை எடுத்தான். "யெஸ்... யாரு... சாமியா? உக்கிரன் இருக்கிறார்... என்ன ஆயிற்று? ஓ...பாய்... குட், குட்... குட்... ஹோல்டன் இதோ வந்து விட்டோம்."

ரிசீவரை வைத்துவிட்டுப் பையன் எழுந்து பாத்ரூமை நோக்கி நடந்தான். பாத்ரூம் கதவைத் தட்டிக் கொண்டு பையன் சொன்னான்: "உக்கிரா கம் அவுட். மீதியை அப்புறம் பார்த்துக்கலாம்."

கதவைத் திறந்து கொண்டு உக்கிரன் கேட்டார்: "உனக் கென்னடா ரொம்ப அவசரமா?"

"சங்கதி அதுவல்ல" பையன் கூறினான்.

"வேற என்ன?"

"கீழே பாக்கியலெட்சுமி நமக்காக நிர்வாணமாகக் காத்துக் கொண்டிருக்கிறாள்.'

"அசிங்கமாகப் பேசாதடா?"

"கீழே காரில் நிறையப் பீர் பாட்டில்களுடன் சாமி காத்திருக் கிறான், இது அசிங்கமா?"

“நேற்றுவரை அவன் பட்டினியாகக் கிடந்தானே” உக்கிரன் நம்பிக்கையில்லாமல் கூறினார்: “இன்று அவனுக்கு எங்கிருந்து பணம் கிடைத்தது.”

“அது எனக்குத் தெரியாது” பையன் சொன்னான்: “இன்று இரண்டு மணிமுதல் அவன் பணக்காரன்.”

“அப்படியென்றால் நட.”

உக்கிரனும் நானும் லைப்ரரியிலிருந்து வெளியேறி வராந்தாவைச் சுற்றி வந்து லிப்ட்டுக்குள் நுழைந்து கீழே இறங்கி வரவேற்பறை மேசையில் இருந்த பூச்சூடிய பறக்கும் அழகியை வலம்வந்து, நெருப்பில் வெந்து கிடக்கின்ற சாலையை அடைந்தோம். சாலையின் ஓரமாக நிறுத்தப்பட்டிருந்த டாக்சியின் பின் சீட்டிலிருந்து நீண்டு மெலிந்திருந்த நான்கைந்து விரல்கள் கண்ணாடிக்குப் பின்னே உயர்ந்தன.

பாதி மூடிய கண்களுடன் ஓவியன் பின் சீட்டில் ஒய்யாரமாகச் சாய்ந்து உட்கார்ந்திருக்கிறான். கதர் ஜிப்பாவிற்குள் தனது கனமற்ற உடலைச் சொருகி வைத்திருக்கிறான். பட்டுப்போல் மின்னுகின்ற அவனது தலைமுடி விளைந்த கோதுமை வயலைப் போன்று இரண்டு பக்கமும் சாய்ந்து விழுந்து கிடக்கிறது. பாதி காலியான பீர் பாட்டிலை அவனது கை விரல்கள் வாஞ் சையோடு தடவிக் கொண்டிருக்கின்றன.

“வா மச்சான்” சீட்டில் ஓரமாக உட்கார்ந்து கொண்டு ஓவியன் கூறினான்: “ரிஸப்ஷனுக்குப் போய் ஃபோன் செய்து விட்டு இப்போதுதான் வந்தேன், அதற்குள் தளர்ந்து விட்டேன்.”

உக்கிரனும் பையனும் கதவைத் திறந்து கொண்டு காருக்குள் ஏறினர். சீட்டுக்கு அடியில் பீர் பாட்டில்கள் பச்சைக் குழந்தைகளைப் போல் வரிசையாகப் படுக்க வைக்கப்பட்டிருந்தன. குழந்தைகள் தூங்கிக் கொண்டிருப்பதைப் போல் தோன்றியது. அந்தச் செல்லங்களுக்கு நோவு ஏற்படாத விதத்தில் பையனும் உக்கிரனும் காலை மெதுவாக எடுத்து வைத்தனர்.

“சர்தார்ஜி, நகரத்தைச் சுற்று” ஓவியன் டிரைவரிடம் கூறினான்.

கார் ஓடத் தொடங்கியவுடன் ஓவியன் இருவருக்கும் ஒவ்வொரு பாட்டில் பீர் எடுத்துக் கொடுத்தான்; திறப்பதற்கான

கருவியையும் கொடுத்தான். அகம் மகிழ்ந்து அதை ஒரு முறை உறிஞ்சிக் குடித்த உக்கிரன் கேட்டார்:

"எப்படி?"

"அபாரம்" இரண்டு மிடறு தொண்டைக்குள் இறக்கிய பிறகு உதட்டோரத்தில் ஒட்டியிருந்த நுரையை நாக்கால் வழித்தெடுத்துக் கொண்டு பையன் கூறினான்.

தலை விரித்தாடும் வெப்பத்தினால், வறண்டு போன உடம்பிற்குள் உள்ளொதுங்கிய ஆன்மாவின் ஆழ்கடலுக்குள் குளிர்ச்சியான திரவம் இறங்கிச் செல்லும்போது குளிர்மையின் இரண்டு பக்கக் கூர்மையுள்ள ஒரு காயங்குளம் வாளை விழுங்கியதுபோல் பையனுக்குத் தோன்றியது, காயங்குளம் கொச்சுண்ணியைப் போலவும் தோன்றியது.

"பணம் எங்கிருந்து கிடைத்தது?" உக்கிரன் ஓவியனிடம் கேட்டார்: "ஏதாவது ஓவியம் விற்றாயா?"

"கவர்ண்மெண்ட் பணம்" தனது தாழ்ந்து நீளும் குரலில் ஓவியன் கூறினான்: "ஒரு வருடத்திற்கு முன்பு ஓர் எக்ஸிபிஷனுக்காக ஓவியம் தீட்டினேன். அதற்குக் கூலி."

"எவ்வளவு கிடைத்தது?" பையன் கேட்டான்.

"900 ரூபாய், ஒரு மணிக்குப் பிறகுதான் ரிசர்வ் பேங்க் செக்கைக் கொடுத்தார்கள். இரண்டு மணியான போது கஷ்டப் பட்டு மாற்றி விட்டேன்." தொண்டை நரம்புகள் புடைக்கும் படியாக பாட்டிலைத் தலைகீழாகக் கவிழ்த்துக் குடித்த பிறகு ஓவியன் கூறினான்: "இனிமேல் கவர்ன்மெண்ட்க்கு ஒரு வேலையும் செய்ய மாட்டேன்."

ஏன்? என்ன நடந்தது?" உக்கிரன் கேட்டார்.

"அமைச்சர் சொல்லிவிட்டாரே என்பதற்காகத்தான் அந்த வேலையைச் செய்தேன். ஒரு வருடத்திற்குப் பிறகும் பணம் கொடுக்கவில்லை. அமைச்சர் தலையிட்டதால் இப்போது கிடைத்திருக்கிறது. அதற்கிடையில் ஒரு தேர்தல் வராமல் போனதும் அமைச்சர் தோற்காமல் போனதும் எனது அதிர்ஷ்டம்."

"இதை வைத்து ஒரு கதையை, எழுதி விடலாமோ?" பையன் கேட்டான்.

"தாராளமாக, வேண்டுமென்றால் எழுதிக்கொள்."

"சுருக்கமாகச் சொல்."

"இப்போது வேண்டாம்" உக்கிரன் இடைபுகுந்து கூறினார்: "முதலில் மதுபானம், பிறகு கதை."

சூரியபகவான், தாடி கோவிந்தனைப் போன்று மரக் குடிசைகளுக்குப் பின் மறைந்தவாறு சஞ்சரிக்கிறான். சூடு குறையவில்லை. நேர்கோட்டைப் போன்று அமைந்திருக்கின்ற அகலமான சாலையில் கார் வேகமாகச் செல்லும்போது இருமருங்கிலும் இருக்கின்ற பெரிய மரங்கள் எதிரே ஓடி வந்து பெரிதாவதும் பின்னே சென்று சிறிதாவதுமாக மாறிக் கொண்டிருந்தன.

மதுரா சாலைக்குச் சென்றவுடன் திடீரென்று கூட்டம் அதிகமாகக் காணப்பட்டது. சாலையைக் குறுக்காக கடந்து சென்று கொண்டிருக்கின்ற ஒரு முதியவருக்கு அருகில் வந்தவுடன் சர்தார்ஜி பிரேக்கில் கால்வைத்து வண்டியை வளைத்து நிறுத்தி விட்டு, முதியவரைப் பார்த்துக் கூறினான்: 'பேன்சோது'! பின்னர் சிறிது நேரம் பஞ்சாபியில் அழகான வார்த்தை மழை. இவர்கள் எல்லாம் எங்கிருந்து வருகிறார்கள். வயசான நாய்களை எல்லாம் ஏன் கொல்லாமல் விட்டிருக்கிறார்கள்? இதுகள் எல்லாம் இப்படி நடந்ததென்றால் மோட்டார் காரின் ஆயுள் குறைந்து விடும்.

"பரவாயில்லை சர்தார்ஜி" உக்கிரன் கூறினார்: "வயதானவரா யிற்றே!"

சிங்கம் தலையைத் திருப்பிக் கொண்டு தனக்குள் முணுமுணுத்தது: 'பேன்சோது!'

"அடுத்த கதைக்கான ஆரம்பவரிகள் கிடைத்து விட்டன" பையன் கூறினான்.

"எங்கே சொல், கேட்கலாம்" ஓவியன் கூறினான்.

"குளிர்காலமாகிய பெண் தன்னுடைய ஆடைகளை ஒவ்வொன்றாகக் களைந்து கொண்டிருந்தாள். ஏறக்குறைய எல்லா வற்றையும் களைந்து, கொழுகொழுவென்று வெண்மையான அங்கங்களுடன் நின்றிருப்பதைக் காணும்போது அவளுடைய உருவம் மாறி வருவதாகத் தோன்றியது. அப்போது ஒருநாள் ஒரு சர்தார்ஜி ரோட்டின் நடுவே டாக்சியைத் திடீரென்று

நிறுத்திவிட்டுக் கீழே இறங்கித் தன் வண்டியிலிருந்த பயணியிடம் தகாத வார்த்தைகளால் வாக்குவாதத்தை ஆரம்பித்தான். இதோ இன்னொரு கோடைக்காலம் வந்துவிட்டது."

"முடிந்ததா?" ஓவியன் கேட்டான்.

"முடிந்தது."

"நன்றாக இருக்கிறது!" உக்கிரன் சொன்னார்: "ஆனால் மொழிநடை சற்று ஒளிவிட வேண்டும்."

"படியெடுக்கும் போது சரியாக எழுதிவிடுகிறேன்."

தரியாகஞ்சு சுற்றி செங்கோட்டை வழியாகக் கார் காஷ்மீரி கேட்டை அடைந்தவுடன் உக்கிரன் கேட்டார்:

"எங்கே செல்கிறோம்?"

"பல்கலைக்கழகம் வழியாகப் போகலாம்" ஓவியன் கூறினான்.

"ஏன்?"

"ஒன்றுமில்லை, சும்மா சுற்றிவிட்டு வருவோம்."

மணி ஏழு தாண்டிவிட்டதால், வாட்சைப் பார்த்துக் கொண்டு உக்கிரன் கூறினார்: "கிளப்புக்குப் போவோம். இன்று சனிக்கிழமையல்லவா கிளப்பில் என்ன நடக்கிறதென்று பார்த்து விட்டுத் திரும்புவோம்."

"கிளப்புக்குச் செல்ல வேண்டுமா?" ஓவியன் கேட்டான்.

"பாக்கெட்டில் இருக்கிற பணம் காலியாகும்வரை நீ டாக்சியை விடமாட்டாயா?" பையன் கேட்டான்.

"ஆமாம்."

"கிளப்புக்குப் போவோம்" உக்கிரன் சர்தார்ஜியின் முதுகில் தட்டிக்கொண்டு கூறினார்:

"நியூடெல்லிக்கு வண்டியைத் திருப்பு."

"மீதி இருக்கிற பீர் பாட்டில்களை என்ன செய்வது?" ஓவியன் கேட்டான்.

"அது ஒரு பிரச்சினையா?" உக்கிரன் கூறினார்: "கிளப்பில் தலை காட்டிய பிறகு நாம் மீண்டும் நகரத்தைச் சுற்றுவோம்.

சர்தார்ஜி வண்டியைத் திருப்பினார்.

மாலைநேரம், இருட்டு தவணை முறையில் இறங்கி வந்து சாலையிலுள்ள வெளிச்சத்தில் கலக்கிறது. மின்சார சக்தியின் பாவைவிளக்கு சிவப்புக் கோட்டையின் இடைவெளிகளில் ஒளிவிடத் தொடங்கியவுடன் வெளிச்சத்தின் இதழ்கள் அடர்ந்து தெரிவது போல் இருந்தது.

தரியாகஞ்சை நெருங்கியபோது ஓவியன் ஒரு தெருவைச் சுட்டிக்காட்டிக் கூறினான்: "முகலாயப் பேரரசனின் 'சிவப்பு வெளிச்சப்' பகுதியாக இருந்தது. இப்போதும் ரகசியமாக நடந்து கொண்டிருக்கிறது. நடனமும், பாட்டும்....."

"இதிலெல்லாம் எனக்கு விருப்பமில்லை" உக்கிரன் கூறினார்: "பெண்களுக்குப் பின்னால் அலைவதும் அவர்களை வளைத்துப் பிடிப்பதுமெல்லாம் நேரத்தை வீணாக்கும் செயல்கள். மயக்கம் தரும் எவ்வளவோ நல்ல விஷயங்கள் இந்த உலகில் இருக்கின்றன. மதுபானம் அருந்துதல், புத்தகம் படித்தல், எழுதுதல்..."

"உனக்கு?" ஓவியன் பையனிடம் கேட்டான்.

உக்கிரன்தான் பதில் கூறினார்: "அவனுக்குத்தான் பட்டாளத்துக்காரி இருக்கிறாளே! இரண்டு வேளைக் குளியல், விருந்து, சம்பந்தம், பாக்கெட் மணி..."

"கர்னல் சாகிப் இங்கு இருக்கிறாளா?" ஓவியன் கேட்டான்.

"இல்லடா" பையன் கூறினான்: "தளவாட முகாம்களைப் பார்வையிடச் சென்றிருக்கிறாள்."

"நீ விரக தாபத்தில் இருக்கிறாயா?"

"ரொம்பப் பசிக்கிறது" பையன் கூறினான்: "அழகான ராட்சசி சீக்கரமாக இங்கு வந்து சேர்ந்தால் போதும்."

"உனது முன்னாள் ராட்சசிகளுக்கு விஷயம் தெரியுமா?"

"எனக்குத் தெரியாது. ஒரு வேளை தெரிந்திருக்கலாம்."

"அவர்கள் உன்னைக் கொலை செய்யவில்லையா?"

"ஏன்?" பையன் கேட்டான்: "நான் அவர்களிடம் நன்றாகத் தானே பழகுகிறேன்."

"நல்ல பையன்!" ஓவியன் கூறினான்: "ஆனால், நான் ஒன்று சொல்லட்டுமா, உனது பயணம் ஆபத்தானது."

"ஆபத்தொன்றுமில்லை" எவ்வித மாறுபாடுமின்றிப் பையன் கூறினான்: "எல்லாக் குந்தாணிகளையும் எனக்குப் பிடிக்கும். அவர்கள் அனைவரும் மிகவும் நல்லவர்கள்!"

"இதை எழுதி வாங்கிக்கொள்" உக்கிரன் ஓவியனிடம் கூறினார்: "வெளியுறவுக் கொள்கையல்லவா."

"வேசிப் பெண்களுடன் உனக்கேதும் அனுபவம் இல்லையா?" ஓவியன் உக்கிரனிடம் கேட்டான்.

"அனுபவமில்லை" உக்கிரன் சொன்னார்: "இருக்கிறதோ, ஆம், அனுபவம் மாதிரி ஓர் அனுபவம் ஏற்பட்டுள்ளது."

"அப்படியென்றால்?"

"கடந்த ஆண்டு நான் கல்கத்தாவிற்குச் சென்றிருந்தேன். அங்கே கிராண்ட் ஹோட்டலில் பத்து நாட்கள் தங்கி இருந்தேன். முதல்நாள் இரவு சாப்பாட்டுக்குப் பிறகு ஹோட்டலிலிருந்து வெளியேறி ஒரு வெற்றிலை பாக்கு கடைக்குச் சென்றேன். வெற்றிலை போட்டுக் கொண்டிருக்கும்போது மறைவிலிருந்து ஒருவன் வெளியே வந்தான். பெரிய மீசை, பெங்காலி வேட்டி, தங்கச் சங்கிலி. கூட்டிக் கொடுப்பது அவனது குலத்தொழில் என்று நெற்றியில் எழுதி ஒட்டியிருந்தான். ஸார் பெங்காலிப் பெண். இருபது வயது. நுகராத மலர். சிறந்த குடும்பம்."

"போடா!"

வெற்றிலை தின்று முடித்த பிறகு நான் அறைக்குத் திரும்பினேன்.

இரண்டாவது நாள்:

"சார் பத்தொன்பது வயது, ஆங்கிலோ-இந்தியன் அழகி. அண்ணன் ஆர்மியில் ஜெனரல்."

"போடா!"

மூன்றாவது நாள்:

"பதினேழு வயது பிரெஞ்சுக்காரி சார், மெடிக்கல் காலேஜில் படிக்கிறாள். தங்க நிறம், பரிசுத்தமானவள்."

"போடா!"

கடைசிநாள்:

"சார், பதினான்கு வயது அமெரிக்கப் பெண், ஃபுல் பிரைவேட் ஸ்காலர் சார்!"

"போதுமே" பையன் சொன்னான்: "ஆனால் என்னுடைய அனுபவம் வித்தியாசமானது. திருச்சூரில் ஏற்பட்ட அனுபவம். ஏஜெண்ட் மூன்று பெண்களின் விவரத்தைக் கூறினான். ஒருத்திக்கு நடுத்தர வயது. இன்னொருத்திக்கு இருபத்தெட்டு வயது. மூன்றாமவள் பதினேழு வயதுப் பெண். இவளைப் பற்றி அவன் கூறினான்: "சார் இவள் கொக்காலத்தைச் சேர்ந்தவள். பி.ஏ. பாஸாகியிருக்கிறாள்."

"இவளையே வரச்சொல்" நான் சொன்னேன்: "வரும் போது சர்டிபிகேட்டையும் எடுத்துக்கொண்டு வரச்சொல்."

"கிரான்ட்!" ஓவியன் கூறினான்: "இந்த விஷயத்தில் நீ வீர சிங்கமாக்கும்!"

கிளப் ஹாலில் திருச்சூர் பூரத்திருவிழாவைப் போல் கூட்டம் நிறைந்திருந்தது. காரணம், ஒன்று சனிக்கிழமை இரவு. இரண்டு மதுபானம், மூன்று இந்த கூட்டத்திற்கிடையில் ஒருபெண். கிராப்பு வெட்டி மெலிந்து உயரமான ஒரு பெண். வயது பதினெட்டு முதல் எண்பதுவரை எது வேண்டுமானாலும் இருக்கலாம். சிறு சிறு மேசைகளைச் சுற்றி நான்கு அல்லது ஐந்து பேர் கூட்டம் கூட்டமாக உட்கார்ந்து குடித்துக் கொண்டிருக்க, பத்திரிக்கைகாரர்களான அவர்களுக்கு நடுவே ஒரு புத்தகக் கட்டுடன் சீட்டியடித்தவாறு அவள் ஒரு மேசையி லிருந்து இன்னொரு மேசைக்குத் துள்ளித் துள்ளி சஞ்சரித்துக் கொண்டிருக்கிறாள். அவளுடைய சலனத்திற்கேற்றவாறு அங்கிருந்த ஆண்களின் தலைகள் எல்லாம் திரும்புகின்றன.

"கடவுளே!" ஓவியன் கூறினான்: "இவள் இங்கேயும் வந்து விட்டாளா?"

"பப்ளிக் ரிலேஷன்ஸாக இருக்கும்" உக்கிரன் கூறினார்.

"யார் இவள்?" பையன் கேட்டான்.

"உனக்குத் தெரியாதா?" ஓவியன் கேட்டான்: "நீ எந்த உலகத்திலடா இருக்கிறாய்? இவள் தானே அந்தக் கவிதாயினி,

நிசாசரி? நடந்து முடிந்த இந்தியா-பாகிஸ்தான் போரில் இந்தியா வெற்றி பெறுவதற்கு இவளது கவிதைதான் பிரம்மாஸ்திரமாக இருந்து உதவியது."

"அவசர நிலைக்காலம் நிலைநிற்பதும் இவளது கவிதையால் தான்" உக்கிரன் கூறினார்.

ஹாலின் ஓரத்தில், வாயு மூலையில் ஒரு சிறிய மேசை மட்டும் காலியாக இருந்தது. அந்த இடத்தை அவர்கள் ஆக்கிர மித்து கொண்டனர்.

உட்கார்ந்ததுதான் தாமதம்:

"ஹேய்... வியங்ஸ் சீட்டியொலி. கவிதாயினி ஓடிவந்து நான்காவது நாற்காலியில் ஓர் உப்பு மூட்டைபோல் சரிந்தாள். கையில் ஒரு புத்தகத்தின் ஐந்தாறு பிரதிகள். அவற்றை வாள் போன்று தலைக்கு மேல் சுழற்றிக் கொண்டிருந்தாள்."

"என்ன புத்தகம்?" ஓவியன் சலனம் இல்லாமல் கேட்டான்.

"இன்றுதான் வெளியிடப்பட்டது" அவள் வாள் வீசிக் கொண்டு கூறினாள்.

"கவிதையா'- ஓவியன்.

அவள் சடக்கென்று தலையைத் திருப்பிக் கொண்டு 'என்ன கேள்வி கேட்கிறாய் நீசனே' என்பதைப் போல், அஃப்கோர்ஸ்! என்று கூறினாள்.

பையன் ஃபிகரை கண்ணிமைக்காமல் பார்த்தான். கண்களைக் கண்டவுடன் ஆடிமாதம் ஆழிப்பரப்பில் செத்து விரைத்த பரல்மீன் ஞாபகம்தான் வந்தது. அவளது மெலிந்த கைகளில் பூனைரோமங்கள் அடர்ந்திருந்தன. புள்ளிவிவரக் கணக்குகள் அதிகமாகத் தென்பட்டது மார்பிடத்தில்தான். அது பொய்யாக இருக்குமோ, பையன் நினைத்தான். உண்மையானதாக இருப்பின் மிகவும் நன்று.

"பீர் குடிக்கிறாயா?" உக்கிரன் கவிதாயினியிடம் கேட்டான்.

"தாங்ஸ்!" அவள் தலையை ஆட்டிக்கொண்டு கூறினாள்: "நான் சக்ரவர்த்தியின் கெஸ்ட், எனது ட்ரிங்ஸ் அங்கே இருக்கின்றது."

"புத்தகம் கொடுத்ததற்கு நன்றி" ஓவியன் கூறினான். "கவனத்தோடு பாராயணம் செய்து விடுகிறேன்."

"தன்யவாத்!" அவள் ஒரு சுத்தமான இந்தி வார்த்தைக்கு நெருப்பிட்டு எறிந்தாள்: "ஆயிரம் வரிகள் வரக்கூடிய ஒரு காதல் கவிதை எழுதிக் கொண்டிருக்கிறேன்" என்று கூறியபடியே பையனை நோக்கித் திரும்பிக் கேட்டாள்:

"ஸாரி, உங்க பெயர் எனக்குத் தெரியாது, ஆனால் போன வாரம் கூட நாம் பார்த்திருக்கிறோம்."

கண்களை மூடித் திறந்துகொண்டு பையன் கேட்டான்:

"எங்கு பார்த்தோம்?"

"வால்காவில், நீங்கள் கர்னல் ரேணுவின் டான்ஸிங் பார்ட்னராக இருந்தீர்கள் அல்லவா?"

"டேய் நீ இதுவும் செய்கிறாயா?" உக்கிரன் கேட்டார்.

என்ன பதில் சொல்வதென்று பையன் யோசித்துக் கொண்டிருந்தான். அதற்குள் ஹாலின் நடுவிலிருந்து சக்ரவர்த்தி அவளை அழைத்தான். சீட்டியொலி, "இதோ வந்துவிட்டேன்" அவள் ஓவியனிடம் கூறினாள்: "எல்லாக் கவிதைகளும் ராணுவ வீரர்களைப் பற்றியது, படித்துப் பாருங்கள்!"

அனைத்துக் கண்களும் தன் மீதுதான் இருக்கின்றன என்பதை உறுதிப்படுத்திக் கொண்டு அவள் வெட்டி வெட்டி நடந்தாள்.

"இங்கே வந்திருக்கவே கூடாது" உக்கிரன் கூறினார்: "ஒரு பீர் வாங்கி மூன்று பேரும் ஒரே மூச்சில் குடித்து விட்டு வெளியேறுவோம். டாக்சியில் இருந்து பீர் குடிப்பதுதான் நல்லது."

பீர் ஆர்டர் செய்யப்பட்டது.

ஓவியன் புத்தகத்தை பையனது மடியில் வீசி எறிந்து விட்டுக் கூறினான்: "இதை எப்படியாவது ரகசியமாக அழித்து விடு. யாருக்கும் தெரியக்கூடாது. அவமானம்!"

"ஆனால்... யார் இவள்?" பையன் கேட்டான்.

"ஷீலா, கவிதாயினி, சமூகசேவகி, எளிதில் எங்கும் நுழைந்து விடும் திறமை கைவரப் பெற்றவள்" ஓவியன் கண்களை மூடிக் கொண்டு கூறினான்.

"இந்த நாட்டுக்கு வந்த சாபக்கேடு!" பீர் மூன்று கிளாசுகளில் முக்கால் கிளாஸ் வீதம் ஊற்றிக் கொண்டு உக்கிரன் கூறினார்.

"ஆயிரம் வரிகள் உள்ள அவளுடைய ஒரு காதல் கவிதை!" ஓவியன் கூறினான்.

"அதாவது" பையன் சொன்னான்: "ஆயிரம் தலை வாங்கிய அபூர்வ சிந்தாமணி!"

பையன் ஒரு மிடறு பீர் குடித்தான். புத்தகத்தைத் திருப்பினான். சிறிய புத்தகம், நாற்பது பக்கம், எல்லாம் கவிதைகள். அட்டையும், அச்சும் அழகு. ஒரு மத்திய அமைச்சர் அணிந்துரை எழுதியிருக்கிறார். விலை மூன்று ரூபாய். கவிதாயினி கூறியதுபோல அனைத்துக் கவிதைகளிலும் மையப்புள்ளி ராணுவ ஜவான்.

பையன் வாசித்தான்:

'புந்தி ஜா புந்தி ஜா
கரம் ஜபர் புந்தி ஜா'

(நெய்தெடு பெண்ணே நெய்தெடு பெண்ணே
கம்பளி ஆடை நெய்தெடு நெய்தெடு நீ)

மற்றொன்று:

**'ஆம்கா அச்சார் குட்கா அச்சார்
நிம்பு கா அச்சார் மிர்ச் கா அச்சார்
ஈஸ் அச்சார் காகே வீர் சிபாஹி
அப்னா சௌரிய திகாயே!'**

(மாங்காய் ஊறுகாய் மிளகாய் ஊறுகாய்
எலுமிச்சை ஊறுகாய் சர்க்கரை ஊறுகாய்
ஊறுகாய் தின்பாய் என் வீர சிப்பாயி
காட்டுக காட்டுக நீ உன் வீரத்தை!)

"ரொம்ப நன்றாக இருக்கிறது" உக்கரன் கூறினார்: "மதுபானத்திற்குப் பதிலாக ராணுவ வீரனுக்கு ஊறுகாய் கொடுத்தால் ரொம்ப நன்றாக இருக்கும். யுத்தம் விறுவிறுப்பாக

இருக்கும்."

"டேய் பையா" ஓவியன் கூறினான்: "கவிதை முக்கியமல்ல, அவள்தான் முக்கியம். கௌண்டி ஹவுஸ் 127ம் நம்பர் அறையில் வாசம் புரிகிறாள். அறைக்குத் திறவுகோல் இல்லை. அவள் கதவைப் பூட்டுவதும் இல்லை. இந்தச் சங்கதிதான் மர்மம், பிரதானம்."

'ஒரு கை பார்த்து விடுகிறேன்' பையன் நினைத்துக் கொண்டான்.

பீர் குடித்து முடித்து உக்கிரன் எழுந்தார்: "புறப்படுவோம் எழுந்திருங்கள்"

ஹாலிலிருந்து வெளியே வரும் போது பையன் சக்கரவர்த்தியின் மேசையைப் பார்த்தான். ஈக்கள் ஒன்றுக்கொன்று சண்டையிட்டுக் கொண்டிருக்கின்றன. அடிதடி, திடீர் தாக்குதலும், போரும் நடக்கிறது. பயங்கரமான சீட்டியொலியும் போர் முழக்கமும் கேட்கிறது.

காரில் ஏறியவுடன், ஒருமுறைக் கூட உறுதி செய்து கொள்வோம் என்று எண்ணிய பையன், ஓவியனிடம் ரகசியமாகக் கேட்டான்:

"சரி, அவளுடைய அறை எண் என்னவென்று கூறினாய்?"

☯

காலகட்டம்

வெளியே சட்டம் கடுமையாகப் பயன்படுத்தப்பட்டுக் கொண்டிருந்த காலகட்டம். (காலம் என்றுதான் முதலில் ஏழுதினேன். அது போதாது என்று பையன் கூறுகிறான். அவ்வப்போது சிறைவாசம் அனுபவித்து வெளியேறும் பையன் இப்போதெல்லாம் எந்தக் கால அளவையும் காலகட்டம் என்றுதான் சிறப்பிக்கின்றான். ஒரு நிமிடமானாலும், ஒரு யுகமானாலும் காலகட்டம்தான் இப்படிப் பித்தனாகிய பையனின் விருப்பத்திற்கு இணங்கிக் காலகட்டம் என்று எழுதுகிறேன். வாசகர்கள் காலம் என்று படித்தால் போதும், படிக்கவில்லை என்றாலும் தனக்கு ஒன்றும் நேரப்போவதில்லை என்கிறான் பையன்).

வெளியே சட்டம் கடுமையாகப் பயன்படுத்தப்பட்டுக் கொண்டிருந்த காலகட்டம். அப்போது, சிறையில் பதினாறடி சமசதுரமுள்ள ஒரு 'ஏ' கிளாஸ் அறையில் பையன் ஏகாந்தவாசம் அனுபவித்துக் கொண்டிருக்கிறான். அறையோடு சேர்ந்து குளியலறையும் கழிவறையும் இருந்தன. அறையின் முன் பக்கமும் பின்பக்கமும் வராந்தாக்கள். பின் வராந்தாவிலிருந்து பார்த்தால் கண்ணுக்கெட்டிய தூரம் வரை சிறைத்தோட்டம். பழமரங்கள் அடர்ந்த செழிப்பான தோட்டம். அதற்கு அந்தப்பக்கம் உயரமான சிறைச்சுவர், அதற்கும் அந்தப்பக்கம் ரீட்ரெடிங் செய்யும் நிலைக்கு வந்து விட்ட ரப்பர் டயரைப் போன்று ஒட்டிக்கிடக்கின்ற அரபிப் பெருங்கடல்.

கொரில்லாப் போர் மூலம் 120 பேரின் உதவியுடன் நாட்டைக் கைப்பற்றித் தனியொருவனாக நாட்டில் சோசியலிசத்தை நடைமுறைப்படுத்த, ஐந்தாண்டுத் திட்டம் தீட்டி நாட்டிற்கு எதிராகச் செயல்பட்ட பெருங்குற்றத்திற்காகப் பையன் சிறையில் அடைக்கப்பட்டுள்ளான். ஆதாரங்கள் அரசாங்கத்தின் கைவசம் இருக்கின்றதாம் காலகட்டம் வரும் போது விசாரணை நடத்தப் படுமாம். அதுவரைச் சிறையில் கிடந்து நரக வேதனை அனுபவிக்க வேண்டும்.

நீரிலும் நெருப்பிலும் பையனுடனேயே இருக்கின்ற கர்னல் ரேணுவை ஏன் அரசாங்கம் கைது செய்யவில்லை, அது போகட்டும் ராணுவ நீதிமன்றம் கூடக் கைது செய்யாதது ஏன் என்று பையனது நண்பர்கள் ஆச்சரியப்பட்டு நின்றனர். ரகசியம் மெதுவாகத்தான் கசிந்தது. பையன் இந்தத் திட்டங்களை எல்லாம் கர்னலிடம் கூறவில்லையாம். வேறு ஏதோ இடத்தில் வைத்துத் திட்டம் தீட்டினானாம். அது மட்டுமல்ல, ரகசியப் போலீசுக்குத் தகவல் தெரிந்து விட்டதை அறிந்து கொண்ட பிறகு கைது செய்யப்படுகின்றவரை மூன்று நாட்கள் கர்னலின் வீட்டுப் பக்கமே போகவில்லையாம். ஒரு ரெஜிமண்ட் ராணுவம் பையனைத் தேடி அலைந்தது. கண்டு பிடிக்க முடியவில்லை. பிறகு பத்திரிக்கையில் செய்திதான் வந்தது. சோசியலிசத்தைப் பரப்பும் முயற்சி, தேசத்துரோகம் இழைத்தல் முதலிய குற்றங்கள் சுமத்தி தேசப்பாதுகாப்புச் சட்டப்படி பையனைக் கைதுசெய்து ஏதோ ரகசியமான இடத்திற்குக் கொண்டு சென்றிருக்கிறார்கள். வாடகைக்கு அமர்த்தப்பட்ட விமானத்தில் கொண்டு சென்றார்கள் என்றும், இல்லை தனி ரயில் வண்டியில் அழைத்துச் சென்றார்கள் என்றும் அனைத்தும் அறிந்த பத்திரிக்கையாளர்கள் பரஸ்பரம் சொல்லிக் கொண்டார்கள். கைது செய்யப்பட்ட இடம் முதல் காவலில் வைக்கப்படும் இடத்திற்குக் கொண்டு செல்லப்படும் வரையிலும், இந்த ரகசியம் வெளிப்பட்டு விடாமல் இருப்பதற்காக அரசாங்கம் நாடு முழுவதும் மின்சாரம் - தபால் தந்தி - கம்பிவடத் தந்தி - விமானம் - ரயில் - பேருந்துப் போக்குவரத்து முதலியவற்றையெல்லாம் ஸ்தம்பிக்கச் செய்து விட்டதாம். காபினட் அமைச்சர்கள் இந்த விவரத்தை வெளியே சொல்லி விடுவார்களோ என்று பயந்து, பையன் அஞ்ஞாத வாசம் புரியும் இடத்தை அடைவது வரையிலும், காபினட் செயலாளர் தொடர்ந்து காபினட் கூட்டத்தை நடத்திக் கொண்டிருந்தாராம்.

விவரம் அறிந்தவுடன் கர்னல் மயங்கி விழுந்து விட்டாளாம். வேலைக்காரன் தண்ணீர் தெளித்து மருந்துகொடுத்திருக்கிறான். அப்படியிருந்தும் ரேணுவுக்கு மயக்கம் தெளியவில்லையாம். ரேணுவின் இடத்திற்குப் பதவி உயர்வு பெறத் துடித்துக் கொண்டிருந்த ஒரு லெப் கர்னல் இனி ரேணு உயிர் பிழைக்க மாட்டாள் என்று கூறினாளாம். இறுதியில் இயந்திரத் துப்பாக்கியால் வானத்தை நோக்கிச் சுட்டபோது ரேணுவுக்கு

மயக்கம் தெளிந்து விட்டதாம். கண்விழித்த ரேணு, 'எனக்கு- எனக்கு இனி யார் இருக்கிறார்கள், காளியாத்தா என்னைக் கைவிட்டு விட்டாயே' என்று தனது குலதெய்வமாகிய வங்காளத்துக் காளிதேவியைப் பெங்காலி மொழியில் கூவியழைத்து நெஞ் சில் அடித்துக் கொண்டு அழுதாளாம். அந்த அடியின் ஓசை புராதன யுத்த பூமியான பானிபட் வரையிலும் கேட்டதாம். கண்டு நின்றவர்கள் அழமுயன்று அடக்கிக் கொண்டார்களாம்.

பையனைச் சிறைக்குள் கொண்டு சென்ற போது சாயங்காலமாகி விட்டது. மத்தியான நேரம் என்று பையன் கூறுகிறான். பாதுகாப்பின் பொருட்டு தேசிய பாதுகாப்புச் சட்டத்தைப் பயன்படுத்திச் சூரியனை அஸ்தமிப்பதைப் போல் நடிக்க வைத்தார்களாம். தன்னைப் பின்தொடர்ந்து வந்த தரை-விமானம்-கப்பல் படைகளின் மேலதிகாரிகளிடமும் காவல்துறை உயர் அதிகாரிகளிடமும் விடை பெற்றுக் கொண்ட பையன் அறைக்குள் நுழைந்து பெட்டியைத் திறந்து குளிப்பதற்காகத் துண்டை எடுத்தான். உடைகளையும் எடுத்துக் கொண்டு குளியலறைக்குச் சென்றான். வெந்நீர் டேப்பைத் திறந்து வைத்தான். வெகுநேரம் கடந்த பிறகும்கூட குளிர்ந்த நீர் மட்டுமே வந்து கொண்டிருந்தது. பையனுக்கு ரகசியம் புரிந்தது விட்டது. வெந்நீர்க் குழாய் வேலை செய்யவில்லை. இப்போது பார்த்து விடுகிறேன் என்று தனக்குத்தானே கூறிக்கொண்டே பையன், அறையை விட்டு வெளியே வந்தான். கைதட்டி 'யாரங்கே' என்று சத்தமாகக் குரல் கொடுத்தான். ஒரு வார்டன் பையனுக்கு முன் தோன்றி சலாம் அடித்தான். நீச குணம் கொண்ட அவனை வெறுப்புடன் அடி முதல் முடி வரைப் பார்த்த பையன் கூறினான்:

"சூப்பிரண்ட் இல்லையா? கூப்பிடு."

துண்டை இடுப்பில் சுற்றிக் கொண்டு அவனை இடது கையால் பிடித்து ஒதுக்கி நிறுத்திய முன்னாள் கால் பந்தாட்ட வீரனாகிய பையன் தனது உறுதியான உடலைக் காட்டிக் கொண்டு வராந்தாவில் உலாத்தினான். சிறிது காலகட்டத்திற்குப் பிறகு சூப்பிரடெண்ட் வந்தார். காராகிரகத் தலைவனாகிய இந்தக் கெஸட்டடு அதிகாரியைப் பார்க்காதவனைப் போல் பையன் உலாத்தலைத் தொடர்ந்து கொண்டிருந்தான். சிறிது நேரத்திற்குப் பிறகு சூப்பிரண்டு குரைத்தார்: "கூப்பிட்டீர்களா, சார்?"

பையன் உலாத்தலுக்கிடையே திடீரென்று நாடகப்பாங்கில் திரும்பி நின்று சூப்பிரண்டின் இரண்டு கண்களுக்கிடையிலும் தனது கண்ணை நட்டுக்கொண்டு கேட்டான்:

"நான் யாரென்று தெரியுமா?"

"மரியாதைக்குரிய ஒரு அரசியல் கைதி" சூப்பிரண்டு கூறினார்.

"எப்படித் தெரியும்?"

"ஜெனரலும் இன்ஸ்பெக்டரும் உடன் வந்தபோதே எனக்குப் புரிந்து விட்டது" சூப்பிரண்டு கூறினார்: "முன்பு மகாத்மா காந்திக்கும், ஜவஹர்லால் நேருவுக்கும் மட்டுமே இத்தகைய மரியாதைகள் இருந்தன".

"அந்தக் காலத்திலும் நீங்கள் இருந்தீர்களா?"

"இல்லை."

"பிறகெப்படித் தெரியும்?"

"படித்துத் தெரிந்து கொண்டேன்."

'பரவாயில்லையே,' பையன் நினைத்துக் கொண்டான்: 'ஜெயில் சூப்பிரண்டுகள் புத்தகம் வாசிக்கத் தொடங்கி விட்டார்களா? நாடு எங்கே சென்று கொண்டிருக்கிறது?"

"சரி" பையன் கேட்டான்: "என் பெயர் தெரியுமா?"

"சிறைப் பதிவேட்டில் பையன் என்றுதான் எழுதப் பட்டுள்ளது" சூப்பிரண்ட் கூறினார்: "ஆனால் உண்மையான பெயர் அது இல்லை என்று எனக்குத் தெரியும்."

"சரியான பெயரைத் தெரிந்துகொள்ள வேண்டுமா?

"வேண்டாம் சார்."

"இல்லை தெரிந்து கொள்ள வேண்டும்" பையன் சொன்னான்: "பிரான்ஸ் காஃப்கா என்பதுதான் எனது பெயர்."

சூப்பிரண்டு பையனை உற்றுநோக்கிக் கொண்டு கூறினார்:

"சரிதான், இல்லையென்றாலும் சாரைப் பார்த்தால் கொல்லத்துக்காரனா, கோட்டையத்துக்காரனா என்று தெரியாது. வெள்ளைக்காரனென்றே நினைக்கத் தோன்றும்."

'டேய்... டேய்... டேய்!' பையன் மனதிற்குள் பேசினான்: 'கொஞ்சம் இடங் கொடுத்தால் தலைமீது ஏறி உட்கார்ந்து விடுவாயே..... நிறுத்துடா.'

மகிழ்ச்சியுடன் தொடர்ந்தான்: "சங்கதி அதுவல்ல, இங்கு பாத்ரூமில் வெந்நீர் வரவில்லை தெரியுமா?"

"ஸர், மன்னிக்கணும்" சூப்பிரண்டு கூறினார்: "நாளைக் காலைக்குள் சரி செய்யச் சொல்கிறேன்."

"உண்மை?"

"உண்மை"

"நீங்கள் செல்லலாம்" பையன் கூறினான்.

போகும் போது சூப்பரண்டு கூறினார்:

"குஞ்சுராமன் என்ற ஆயுட்கைதி உங்களுக்கு சமையற் காரனாகவும் பேரராகவும் இருப்பான். நல்லவன், தெரியாமல் மனைவியைக் கொன்றுவிட்டுச் சிறைக்கு வந்தவன்."

கோழை என்று பையன் முகத்தாலேயே கூறினான்.

குளிர்ந்த நீரில் குளித்து, உடைமாற்றி, தலைவாரிய பையன் வெளியே வராந்தாவுக்கு வந்து பிரம்பு நாற்காலியில் அமர்ந்தான். சிறைச்சாலையின் சார்பில் வழங்கப்பட்ட ஒரு கோல்ட்பிளேக் எடுத்துப் பற்ற வைத்தான். இதமாக இல்லை. சார்மினார் புகைக்கும்போது கிடைக்கும் சுகம் கிட்டவில்லை. நாளை சூப்பிரண்டிடம் திரிகாசின்ஸ் சிகரெட் கொடுத்துவிடச் சொல்ல வேண்டுமென்று மனதிற்குள் ஒரு குறிப்பு எழுதி வைத்துக் கொண்டான்.

சூரியனைச் சட்டத்தால் கட்டத்தில் கட்டி வைத்திருக் கிறார்கள் என்று பையனுக்கு உறுதியாக தெரிந்தது. இப்போதும் மறையவில்லை. இரண்டு மணிநேரத்திற்கு முன்பு, தான் இங்கே வந்தபோது எப்படி இருந்ததோ அதே நிலைதான் இப்போதும். கோபத்தால் சிவந்து ஆகாய வளைவில் தொங்கிக் கொண்டிருக்கிறது. அஸ்தமிப்பதற்கு ஹோம் செக்ரட்டரியின் அனுமதி வேண்டிக் காத்திருப்பதைப்போல் தோன்றுகிறது. தென்னை மரங்கள் அடர்ந்திருக்கும் சிறைக்குச் சொந்தமான செழிப்பான தென்னந்தோப்புக்கு அந்தப்பக்கம், மதிலுக்கும் அந்தப்பக்கம், கடல் ஆர்ப்பரிக்கிறது. புவியியலையும், கணக்கையும்,

வரலாற்றையும் கூட்டிப் பார்த்தபோது பையனுக்குக் கடலின் இருப்பிடம் புரிய வந்தது. கி.பி 1498 ஜுன் மாதம் 27-ம் நாள் உத்திராடமும் சனிக்காற்றும் கூடிய முகூர்த்தத்தில் முதல் இம்பீரியலிஸ்ட்டான வாஸ்கோடகன் என்ற காமா கரையேறிய திசையிலிருந்து முப்பத்து நான்கு நாழிகை மேலேயுள்ள இடம்தான் சிறைக்கு அந்தப்புறத்திலிருக்கின்ற கடல். அலையின் மொழியைப் பையன் காது கொடுத்துக் கேட்டான். ஐயமின்றிப் புரிந்தது. 'சோசியலிசம், சோசியலிசம்' என்று கடல் கர்ஜிக்கிறது. 'வருகிறது, வருகிறது' என்று பதிலுக்கு முழங்க வேண்டுமென்று நினைத்தான். நேரம் கிடைக்கவில்லை. அதற்குள் குஞ்சிராமன் என்ற ஆயுள் கைதி அங்கே வந்துவிட்டான்.

நாற்பது வயது, கொலைகாரனைப் போன்ற தோற்றம், முகத்தில் சிரிப்பு.

"குஞ்சுராமா, மனைவியைக் கொலை செய்வதற்கு முன்பு என்ன செய்து கொண்டிருந்தாய்?" பையன் நேரடியாகவே கேட்டு விட்டான்.

"தென்னை மரம் ஏறிக் கொண்டிருந்தேன், மூத்தாரே" குஞ்சுராமன் சொன்னான்.

"நான் நாயரென்று உனக்கெப்படித் தெரியும்?"

"முகலட்சணம் கண்டால் தெரியாதா?"

"திறமைசாலி."

"நான் இதற்கு முன்பும் உங்களுடன் இருந்துள்ளேன்" குஞ்சுராமன் கூறினான்.

பையன் திடுக்கிட்டுப் போனான். பழையதையெல்லாம் நினைவு கூர்ந்து கேட்டான்: "மத்திய ஐரோப்பாவில் நமது முதல் விசாரணைக் காலத்தில் நீ என்னைக் கண்டிருக்கிறாயா?"

"நான் தங்களுடைய சமையற்காரனாக இருந்தேன்" குஞ்சிராமன் சிரித்தான். "காஃப்கா மூத்தாரை உலகம் மறக்குமா?"

"ஒத்துக் கொள்கிறேன்" பையன் கூறினான்: "ஆனால், ஒரேயொரு சோதனை மட்டும்."

குஞ்சிராமன் தலையாட்டினான்.

"இங்கே வருவதற்கு முன்பு, நான் யாருடன் வாசம் புரிந்து வந்தேன்?" பையன் கேட்டான்.

"ரேணுவுடன்" குஞ்சுராமன் மனப்பாடமாகச் சொன்னான்.

"ரேணு என்ன ஜாதி?"

"வங்காளத்துப் பிராமணப் பெண்."

"தொழில்?"

"டாக்டர்."

"எங்கே?"

"ராணுவத்தில்."

"ரேங்க்?"

"கர்னல்."

"இனி நாம் விஷயத்திற்கு வருவோம்" பையன் சொன்னான்: "நீ எதற்காக உன் மனைவியைக் கொலை செய்தாய்?"

"சும்மாதான் கொலை செய்தேன்" குஞ்சுராமன் சொன்னான்: "பாவம், நல்லவள்."

"காரணம் ஒன்றும் இல்லையா?"

"ஒன்றுமில்லை."

"இது ட்ரூமான் கபோட் கூறுகின்ற கொலையல்லவா" பையன் சொன்னான்: "கொலைக்காக, கொலை. கபோடைப் பற்றிக் கேள்விப்பட்டிருக்கிறாயா?"

"அமெரிக்க எழுத்தாளன் தானே?"

"ஆமாம்"

"மூத்தாரே அந்த நூலை நான் படித்திருக்கிறேன்" குஞ்சுராமன் கூறினான்: 'In cold Blood' சுமாரான நூல்தான். மேலும் நான் அமெரிக்க காரர்களைப்போல துப்பாக்கியால் சுட்டுக் கொல்லவில்லை, கத்தியால் குத்திக்கொன்றேன்."

"ஒத்துக்கொள்கிறேன்" பையன் சொன்னான்: "இனி குஞ்சுராமா நீ பேசு"

"இரவு உணவு என்ன தயார் செய்ய வேண்டும்?" குஞ்சுராமன் கேட்டான்: "சாதமா? சப்பாத்தியா? சிக்கனா? மட்டனா?"

"சப்பத்தியும் சிக்கனும்" பையன் சொன்னான்: "வெளியே அரிசிக்குத் தட்டுப்பாடு இருக்கிறதல்லவா? நான் ஜனங்களுக்குத் துரோகம் இழைத்துவிட்டேன் என்று யாரும் பேசக்கூடாது, கொஞ்சம் சலாட்."

"சரி, மூத்தாரே."

"இரவு உணவுக்குப் பிறகு இனிப்பு ஏதாவது இருக்கிறதா?"

"என்ன வேணும்?" குஞ்சிராமன் கேட்டான்.

"பயணக் களைப்பு" பையன் சொன்னான்: "கொஞ்சமாக ஏதாவது இருந்தால் போதும்."

"மூத்தார் எதில் பயணம் செய்து வந்தீர்கள்?"

"குஞ்சிராமா அதை மட்டும் கேட்காதே" பையன் சொன்னான்: "எனக்கும் அரசாங்கத்திற்கும் மட்டுமே தெரிந்த ரகசியம். இருவரும் வெளியே சொல்ல மாட்டோம்."

"தெரியாமல் கேட்டுவிட்டேன், மன்னிக்க வேண்டும்." குஞ்சுராமன் கூறினான்: "இரவு உணவுக்குப் பிறகு காய்ச்சிய பாலில் கல்கண்டு சேர்த்துக் கொண்டு வரட்டுமா?"

"ரொம்ப நல்லது" பையன் சொன்னான்.

சரியாக எட்டு மணிக்குப் பையன் உணவருந்தினான். கோழிக்கறி என்றால் அதுதான் கோழிக்கறி. பட்டுப் போன்ற கோழிக்கறி. வெண்ணெய் மட்டுமே தின்று வளர்ந்த கோழியாக இருக்குமென்று பையனுக்குத் தோன்றியது. இவ்வளவு அழகாக ரேணுவின் நளனால் கூடச் சமைக்க முடியாது. குஞ்சுராமன் தந்திரக்காரன் இல்லை என்ற அபிப்பிராயத்துடன், கோழிக்குமேல் காய்ச்சிய பாலையும் குடித்து விட்டுப் பையன் மேஜையிலிருந்து எழுந்தான். தன் அபிப்பிராயத்தைக் குஞ்சுராமனிடம் கூறினான்.

"மூத்தாரு காஃப்காவாக இருந்த போதும் இதே அபிப்பிராயத் தைத்தான் கூறினீர்கள்" குஞ்சுராமன் சொன்னான்.

பையன் குஞ்சுராமனுக்குக் குட்நைட் கூறினான். ஏனென்றால் அவனுக்குத் தூக்கம் வந்தது. சாப்பிடுவதற்கு முன்பே, ஏலாதி எண்ணெய் தேய்த்துக் குளித்திருக்கலாம் என்று

பையன் நினைத்தான்.

"மூத்தாரே, கைது செய்யப்படவில்லை என்றால் பொழுது போக்குக்கும் ஏற்பாடு செய்திருக்கலாம்" பையனின் சிந்தனையை வாசித்துக் கொண்டு குஞ்சுராமன் கூறினான்.

பையன் சிரித்தான்.

போகும்போது குஞ்சுராமன் சொன்னான்:

"ஆறுமணிக்கு பெட் டீ. வரும் போது செய்தித் தாள் களையும் கொண்டு வருகிறேன்."

பையன் படுக்கையில் சாய்வதற்கு முன்பே தலையணை உயிர்பெற்று வந்து அவனது தலையைத் தாங்கிக் கொண்டு நித்திராபுரிக்கு அழைத்துச் சென்றது.

சிறைச்சாலையில் முதல் விடியல். கதவு தட்டப்படும் ஓசை கேட்டுப் பையன் கண் விழித்தான். எழுந்து சென்று கதவைத் திறந்தான். அனுமன் மலையைக் கையில் ஏந்தி வருவதைப்போல ஒரு கையில் தேநீர் தட்டையும், இன்னொரு கையில் செய்தித் தாள்களையும் ஏந்தியவாறு குஞ்சிராமன் அறைக்குள் பிரவேசித்தான்.

குஞ்சுராமன் தேநீர் ஊற்றும் போது பையன் பத்திரிக்கை களைக் கையில் எடுத்தான். எல்லா நாளேடுகளும் இருக்கின்றன. நாயருடைய பத்திரிக்கை, ஆதி திராவிடனின் நாளேடு, தாழ்த்தப்பட்ட கிறிஸ்தவர்களின் செய்தித்தாள், தேசத்துரோகிகளின் செய்தித்தாள். பையன் கைது செய்யப்பட்ட செய்தியை அரசாங்கம் வெளியிடவில்லை. பையனுக்குச் சிரிப்பு வந்தது. 'அரசாங்கமே நீ பயப்படுகிறாய்' பையன் சொன்னான். 'நீ உனது ஒற்றைக் காலில் நின்று நடுங்குவாய். பயந்து பயந்து இறுதியில் என்னை யாராவது ஏந்திக் கொள்ளுங்கள் என்று உலகளவில் டெண்டர் கோருவாய். அப்போது உன்னை அள்ளி யெடுக்க யாரும் வரமாட்டார்கள். அதற்கு முன்பே நான் உன்னைப் பிடித்து அடிமுதல் முடிவரை இங்கே சோசியலிசத்தை நிறுவியிருப்பேன்.'

தேநீரை உறிஞ்சிக் குடித்துக் கொண்டே பையன் செய்தித்தாளில் தேசியச் செய்திகளையும் உலகச் செய்திகளையும் வாசித்தான். குஞ்சுராமன் பின்னால் நின்று கொண்டிருந்தான். பையன் கூறினான்:

"குஞ்சுராமா குளியலறையில் வெந்நீர் வருகிறதா பார்."

"இல்லை மூத்தாரே" குஞ்சுராமன் சொன்னான்: "பாய்லரைப் பழுது பார்க்கவில்லை. அப்புறம், கேரளாவில் இப்போது பவர்கட் நேரம்."

"ச்சேய்!" பையன் திப்பு சுல்தானைப்போல் அலறிக்கொண்டு கூறினான்: "இன்று காலைக்குள் சரியாகிவிடும் என்றுதானே சூப்பிரண்டு சொன்னார், யாரங்கே?"

குஞ்சுராமன் சொன்னான்: "சூப்பிரண்டு ஒரு திருடன். காப்காவை நிந்திப்பவன். புரமோஷனுக்கு ஆசைப்படுபவன். வார்டன்களை எல்லாம் சங்கம் அமைத்து ஒன்று சேர்த்தவன்."

"பேப்பரும் பேனாவும் எடுத்துக் கொண்டுவா" பையன் சொன்னான்.

பையன் உள்துறை அமைச்சருக்குக் கடிதம் எழுதினான். 'நான் சிறைச்சாலைக்குச் சாதாரணமாக வரவில்லை. அரசியல் கைதியாக வந்திருக்கிறேன். ஒன்று ஓர் அரசியல் கைதிக்குரிய அடிப்படைத் தேவைகளில் ஒன்றான வெந்நீருக்கு வேண்டிய ஏற்பாடுகளைச் செய்து தருக, அல்லது அவன் மேற்கொள்ளவிருக்கும் உண்ணாவிரதப் போராட்டத்தையும் அதைத் தொடர்ந்து நிகழவிருக்கின்ற மரணத்தையும் எதிர் கொள்க.'

"சூப்பிரண்டிடம் சொல்லி இதை உடனே அனுப்பச் சொல்" கடிதத்தைக் குஞ்சுராமனின் கையில் திணித்துக் கொண்டு கூறினான்.

குஞ்சுராமன் சென்றுவிட்டான். அவன் சென்ற பிறகுதான் பையனுக்கு நினைவு வந்தது பிரேக்ஃபாஸ்டுக்கு ஆர்டர் செய்த பிறகு அனுப்பியிருக்கலாம். இனி எப்போது வருவானோ?

அந்த ஐயம் பொருளற்றுப் போனது. அடுத்த நிமிடமே சூப்பிரண்டும் அவருக்குப் பின்னால் குஞ்சுராமனும் வளைவில் திரும்பி ஓடிவந்து உள்ளே நுழைந்தனர். சூப்பிரண்டு வியர்த்திருந்தார்.

"சார், என்னை வஞ்சித்து விடாதீர்கள்" சூப்பிரண்டு கூறினார்: "ஐந்து பெண் குழந்தைகள்."

"வெந்நீர் எங்கே?" பையன் கேட்டான்.

"இப்பொழுதே ஏற்பாடு செய்கிறேன் சார்" என்று கூறிக் கொண்டே சூப்பிரண்டு குளியலறைக்குச் சென்றார்.

குஞ்சுராமன் பையனைப் பார்த்துக் கண்ணடித்தான்.

சூப்பிரண்டு திரும்பி வந்து கூறினார்:

"அரைமணி நேரத்தில் சரியாகிவிடும் சார்."

"நேற்றைக்கு என்ன தகராறு?" பையன் கேட்டான்.

"நீங்கள் வெந்நீரை விரும்பமாட்டீர்கள் என்று நினைத்து பாய்லரின் சுவிட்சைப் பிரித்து எடுத்து விட்டார்கள் சார்."

"அப்படி நினைப்பதற்கு என்ன காரணம்?"

"சார், மிகவும் உன்னதமான அரசியல் கைதிகள் குளிர்ந்த தண்ணீரைத் தான் விரும்புவார்கள்."

"இந்த ஒரு முறை நான் பொறுத்துக் கொள்கிறேன்" பையன் கூறினான்.

"சார், என் குடும்பத்தைக் காப்பாற்றியதற்கு நன்றி" சூப்பிரண்டு கூறினார்.

"அப்புறம், இன்னொரு விஷயம்" பையன் கூறினான்: "கோல்டுபிளேக் சிகரெட் எனக்குப் பிடிக்காது. ஒன்று திரிகாசில்ஸ் கொடுத்து விடுங்கள் இல்லையென்றால் என்னைப் பட்டினி போட்டுக் கொன்று விடுங்கள்."

"சார், சிறைச்சாலை விதிகளுக்கும் படைத்த இறைவனுக்கும் அடுக்காத சொற்களைப் பேச வேண்டாம்" சூப்பிரண்டு கண்ணீர் மல்கக் கூறினார்: "பன்னிரண்டு டின் திரிகாசில்ஸ் சிகரெட் இதோ இப்போதே கொடுத்து விடுகிறேன்."

சூப்பிரண்டு சென்று விட்டார்.

குளிப்பதற்குத் தயாராகிக் கொண்டிருக்கும்போது பையன் குஞ்சுராமனிடம் கேட்டான்:

"பிரேக்ஃபாஸ்ட் என்ன?"

"ஆம்பல் பூ போன்ற இட்லி, மிஸ்டர். காப்கா" குஞ்சுராமன் கூறினான்: "நான்கு முட்டை ஆம்லெட், நாழி கான்ப்ளேக்ஸ், இரண்டு நாழிப் பால், காப்பி."

மதியம் வரை ஆத்மாவைக் கூட்டில் அடைத்து வைப்பதற்கான வழி கிடைத்து விட்டதும் பையன் சொன்னான்: "அரை மணி நேரத்திற்குள் அனைத்தையும் கொண்டு வா."

குளித்து முடித்துத் தலைவாரி, உடை மாற்றிக் கொண்டு பையன் உணவருந்த உட்கார்ந்தான். ஆம்பல் பூப்போன்ற இட்லியைச் சுத்தமான தேங்காய்ச் சட்னியில் முக்கிச் சாப்பிட்டுக் கொண்டிருக்கும்போது குஞ்சுராமனிடம் சொன்னான்:

"குஞ்சுராமா இது தொண்டையில் இறங்குவதில்லையே. வெளியே அரிசித் தட்டுப்பாடு பற்றி மனசாட்சி வருந்துகிறது."

குஞ்சுராமன் கூறினான்:

"வருத்தம் வேண்டாம். ஒன்றிரண்டு ஆண்டுகளில் கேரளாவில் அரிசித் தட்டுப்பாடு படிப்படியாகச் சரியாகி விடுமென்று உணவுத்துறை அமைச்சர் பத்திரிக்கை நிருபர்களுக்கு அளித்த பேட்டியில் கூறியிருக்கிறார். பி.எல் 480 முறையில் அரிசி ஏற்றுமதி செய்யவும் அரசாங்கம் ஆலோசித்து வருகிறது."

"அப்படியென்றால் சரி" பையன் சொன்னான்.

"இன்னொரு விஷயம்" குஞ்சுராமன் சுற்றுமுற்றும் பார்த்து விட்டுக் கூறினான்: "கர்னலிடம் இருந்து செய்தி வந்திருக்கிறது."

"ரேணுவிடமிருந்தா?" பையன் உத்வேகத்துடன் கூறினான்: "அவள் நலமாக இருக்கிறாளா? ஆனந்தவள்ளியை அரசாங்கம் தொந்தரவு செய்கிறதா?"

"அதெல்லாம் இல்லை" குஞ்சுராமன் சொன்னான்: "காஃப்காவை நினைத்து கர்னல் கண்ணீர் வடித்துக் கொண்டிருக்கிறாராம்."

"யார் சொன்னது?"

"தூதன்."

"யார் அந்தத் தூதன்? எங்கே அவன்?"

"ராணுவத்திலிருந்து வந்த ஓர் அன்னம், இப்போது சமையலறையில் பால் குடித்துக் கொண்டிருக்கிறது."

"அன்னம் வேறு என்ன சொன்னது?"

"கர்னலும் கைதாகி இங்கே வரவேண்டுமா என்று கேட்டிருக்கிறார். இல்லையென்றால் உயர்நீதி மன்றத்தில் ஒரு ஹேபியஸ்கார்பஸ் மனு கொடுக்கட்டுமா? என்றும் கேட்டு அனுப்பியிருக்கிறார்."

சிறிது நேர ஆலோசனைக்குப் பிறகு பையன் சொன்னான்:

"குஞ்சுராமா அன்னத்திடம் சொல், கர்னல் இப்போது கைதாக வேண்டாம். எனக்காக ஹேபியஸ் கார்பஸ் மனுவும் கொடுக்க வேண்டாம். இப்போதைக்கு அவள் ஷெட்டில் நிற்கட்டும். மூன்று ஆண்டுகள் தொடர்ந்து ரிப்பேராகாமல் ஓடிய வண்டி. பிரேக், ஆயில், கியர் ஆகிய எல்லாவற்றையும் பரிசோதிக்க வேண்டியிருக்கிறது. நான் விடுதலையாகி வெளியே வந்த பிறகு இதெல்லாம் பரிசோதித்து மீண்டும் சாலையில் இறக்குகிறேன். இப்போதைக்கு ஷெட்டிலேயே நிற்கட்டும்."

"என்னுடைய கருத்தும் அதுதான்" குஞ்சுராமன் கூறினான்.

"அன்னத்திடம் இப்படியே சொல்" பையன் வருத்தத்துடன் கூறினான்.

குஞ்சுராமன் சென்றவுடன், பையன் மனதிற்குள் நினைத்தான்: 'நானும் சில நாட்கள் ஷெட்டிலேயே நிற்க வேண்டியதுதான். ஆறு வாரங்கள் கிடைக்குமானால் அரசைக் கைப்பற்றுவதற்கான புதிய திட்டத்தை ஆலோசித்துச் செயல்படுத்தலாம். முதலில் கொரில்லாக்களின் எண்ணிக்கையைக் குறைக்க வேண்டும். விமான நிலையத்தையும் வானொலி நிலையத்தையும் கட்டுப் பாட்டுக்குள் கொண்டு வருவதற்குக் குறைந்தது எத்தனை கொரில்லாக்கள் வேண்டும்? கியூபாவின் சிங்கம் சேகுவேரா இந்த விஷயத்தில் என்ன சொல்கிறான்? அவனுடைய புத்தகம் ஒருமுறைப் புரட்டிப் பார்ப்பதற்குக் கிடைத்தால் எவ்வளவு நன்றாக இருக்கும்!'

திரிகாசில்ஸ் சிகரெட் வந்தது. அதில் இரண்டைப் புகைத்துத் தள்ளிவிட்டுப் பையன் பேப்பரும் பென்சிலும் எடுத்தான். விமான நிலையத்தையும் வானொலி நிலையத்தையும் படமாக வரைந்தான். கொரில்லாக்களை அந்தந்த இடங்களில் நிற்க வைத்தான். வகுத்துப் பெருக்கிப் பார்த்தான். அடித்துத் திருத்தினான். மீண்டும் வரைந்தான். வகுத்தான், பெருக்கினான். நேரம் ஓடியது. ஒரு மணியாகும் போது தலை நிமிர்ந்தான்.

குஞ்சுராமன் கையில் மதிய உணவுடன் முன்னால் நிற்கிறான்.

"ஏதாவது முன்னேற்றம் இருக்கிறதா?" குஞ்சுராமன் கேட்டான்.

"ஒன்றும் சரிப்பட்டு வரவில்லை" பையன் சொன்னான்: "ஆனால் சரியாகும்."

"சரியாகாமல் எங்கு போகும்?" குஞ்சுராமன் சொன்னான்: "இறுதியாக வெற்றி நமக்குத்தான்."

குஞ்சுராமன் உணவு வகைகளைப் பையனுக்கு முன்னே பரப்பத் தொடங்கினான். பாசுமதி அரிசிச் சாதம், பொரித்த வௌவால் மீன், தேங்காய் அரைத்துச் சேர்த்த சாளைமீன் குழம்பு, கூட்டு, அப்பளம், ஊறுகாய், மோர்க்குழம்பு, தயிர்.

அனைத்தும் போதையேற்றும் உணவு வகைகள் என்று பையனுக்குத் தோன்றியது. தலைக்கு ஏறுவது போன்று நாக்கில் வைப்பதற்குள் உருகி விடுகின்றன. என்னவொரு சுவை என்று கூறவும் வேண்டுமோ. உணவு வகைகளின் சுவையின் மேன்மையைக் கூற ஒரு பாட்டெழுதி மெட்டமைக்க வேண்டியிருக்கிறது.

"இவ்வளவு சிறப்பாக உணவு வகைகள் சமைப்பதற்கு நீ எங்கிருந்து கற்றுக் கொண்டாய்?" பையன் கேட்டான்: "நீ பிறப்பிலேயே சமையற்காரனா?"

"இல்லை" குஞ்சுராமன் கூறினான்: "ஆயுள் கைதியாக வந்த பிறகுதான் கற்றுக் கொண்டேன். ம், காஃப்காவுடன் நிறைய நாட்கள் யுரோப்பிலும் இருந்தேனல்லவா!"

"நளபாக பூஷணன்" விரலை நக்கிக் கொண்டே எழுந்த பையன் கூறினான்: "சமையற் கலையில் உனக்குத்தான் முதலிடம். அருமையான சமையல். சமையல்கலை வல்லவன் நீ."

"மூத்தாருக்கு நன்றி" குஞ்சுராமன் கேட்டான்: "மாலையில் சிற்றுண்டியாக என்ன வேண்டும்?"

"நீயே முடிவு செய்து கொள்."

"பருப்பு வடை, பூவன் பழம், கடுங்காப்பி" குஞ்சுராமன் சொன்னான்.

"நான் உன்னிடம் தோற்றுவிட்டேன்" பையன் கூறினான்: "நீ கொடுக்கும் தண்டனையை அனுபவிக்க தயாராக இருக்கிறேன்."

மேசைமீது கிடந்த போர்த்திட்டத்தையும், குறித்து வைத்த கணக்குகளையும் பார்த்துவிட்டுக் குஞ்சுராமன் கூறினான்:

“மூத்தாரே! இனி தேநீர் அருந்தும் நேரம் வரை சற்றுக் கண் அயருங்கள். கூட்டல் கழித்தலை எல்லாம் நாளைப் பார்த்துக் கொள்ளலாம். அறிவு சோர்வடைந்து விடக் கூடாது.”

பையன் ஒத்துக் கொண்டான்.

படுக்கைக்குச் செல்லும்முன் தான் சற்று முன்பு கணித்துக் கொண்டிருந்த காகிதத் தாளைப் பார்த்தான். அதிகாரத்தைக் கைப்பற்றி ஏழு நாழிகைகளுக்குள் நான் இரண்டு அறிவிப்புகளை வெளியிடுவேன். ஒன்று: கர்னல் ரேணு மூன்று பதவி உயர்வுகளுடன் ஜெனரல் ஸ்டாபாக மாற்றப்பட்டு ஒரு கோர் கமண்டராக நியமிக்கப்படுவாள். லெப் ஜெனரல் ரேணு, எம்.டி., கமாண்டர் கோர். ஒரு கௌரவப் பட்டமும் வழங்கப்படும். எம்.ஆர் சி.பி., இரண்டு: வயது வந்த அனைவரும் காட்டாய சோசிலியசத்தின் கீழ் கொண்டுவரப்படுவார்கள்.

பையன், இப்போது சிறுபையனைப் போல் பெருவிரலை வாய்க்குள் வைத்துக் கொண்டு சுகமாகத் தூங்கினான்.

நாலு மணிக்கு எழுந்தான், குளியலறைக்குச் சென்று திரும்பி வந்தபோதுகூப்பிரண்டு நின்று கொண்டிருந்தார். அவர் சிரித்துக் கொண்டு கூறினார்:

“மிஸ்டர். காஃப்கா, நான் ஒரு நல்ல செய்தியுடன் வந்திருக்கிறேன்.”

பையன் திடுக்கிட்டான். தன்னைச் சிறையிலிருந்து விடுதலை செய்து விட்டார்களா? வஞ்சனை.

“என்ன செய்தி?” பையன் கேட்டான்.

“தலை நகரத்திலிருந்து இப்போதுதான் தந்தி வந்தது. தாங்கள் விரும்பினால் பரோலில் செல்லலாம். தங்களுடன் கலந்தாலோசித்து விட்டு உடனே பதில் அனுப்ப வேண்டுமென்று எனக்குக் கட்டளை பிறப்பிக்கப்பட்டுள்ளது.”

என்ன நடந்தது? இதில் ஏதோ சதி உள்ளது. மின்னல் வேகத்தில் பையனுக்கு எல்லாம் புரிந்து விட்டது. தான் காலையில் கணித்த கணக்குகளும், தீட்டிய போர்த் திட்டங்களும் அரசாங்கத்திற்குத் தெரிந்து விட்டது. தனது சிந்தனை

அலைகளை அரசாங்கம் ஆகாய வெளியில் தடுத்து நிறுத்திப் படித்துப் புரிந்து கொண்டு விட்டது. அப்படி வா அரசாங்கமே! பரோலில் சென்றால் எனக்குச் சிந்திக்க நேரம் கிடைக்காது என்பதுதானே உனது எண்ணம்.

பையன் சிரித்தான்: "பரோல் தேவையில்லை என்று அரசிடம் அறிவித்து விடுங்கள், தாங்கள் செல்லலாம்."

"நன்றாக ஆலோசித்து விட்டுத்தான் இதைக் கூறுகிறீர்களா மிஸ்டர் காஃப்கா?" சூப்பிரண்டு கேட்டார்: "தங்கள் விடுதலை பற்றிய விஷயம்."

"மிஸ்டர். சூப்பிரண்ட்! எனது மனதைப் பற்றி எனக்கு நன்றாகத் தெரியும்" பையன் சொன்னான்: "இவ்விஷயத்தைப் பற்றி இனிப் பேசிப் பயனில்லை. நாம் வேறு எதாவது பேசுவோம்."

"சரி சார்."

"குஞ்சுராமன் நல்ல சமையல்காரன் அப்படித்தானே" பையன் சொன்னான்.

"மிகவும் திறமைசாலி சார்."

"அவனுக்குக் கொலைக் குற்றத்திற்காக ஆயுள் தண்டனை வழங்கியது அவ்வளவு சரியல்ல."

"அதெப்படி சார்?"

"மிகவும் சுவையாக உணவு வகைகளைத் தயார் செய்கிறான் என்று குற்றம் சுமத்தி அவனுக்குத் தண்டனை கொடுத்திருக்க வேண்டும்."

"அதற்கு இனியும் காலம் இருக்கிறது ஸார்?"

"எப்படி?"

"நேரம் வரும்போது தாங்கள் அவனைக் கொலைக் குற்றத்திலிருந்து விடுவித்து, விடுதலை செய்து, பின்னர் புதுக்கேசில் விசாரணை செய்து தண்டனை கொடுக்கலாமே."

"புத்திசாலியான மிஸ்டர். ஜெயில் சூப்பிரண்ட்" பையன் கூறினான்: "அப்படியானால், இறுதியாக இந்த நாட்டில் சோசியலிசம் வந்துவிடும் என்பதைப் பற்றித் தங்களுக்குத் துளியும் சந்தேகமில்லை. அப்படித்தானே?"

"எப்படி ஸார் வராமல் போகும்?" சூப்பிரண்ட் கையை விரித்துக் கொண்டு கூறினார்: "இதெல்லாம் எனக்கு முதலிலேயே தெரியாதா ஏன்ன?"

"நல்லது" பையன் கூறினான்: "ரொம்ப ரொம்ப நல்லது, நேரம் வரும்போது நான் ஆள் அனுப்புகிறேன். உங்களுடைய சேவை புது அரசாங்கத்திற்குத் தேவைப்படும்"

"யாரை வேண்டுமானாலும் கைகாட்டுங்கள் சார், பிடித்து உள்ளே தள்ளி அடித்துத் துவைத்து விடுகிறேன்."

"வரட்டும்" பையன் கூறினான்: "நேரம் வரட்டும்."

சூப்பிரண்டு போய் விட்டார், திரை போடுவதற்கு முன் குஞ்சுராமன் வடை, பழம் தேநீருடன் உள்ளே நுழைந்தான்.

சூடான வடையைச் சாப்பிட்டுக் கொண்டு பையன் கூறினான்: "குஞ்சுராமா, அரசாங்கம் எனது சிந்தனை அலைகளைத் தடுத்து நிறுத்தி நமது புதிய திட்டத்தைப்பற்றித் தெரிந்து கொண்டது. பரோலில் போக முடியுமா என்று விசாரித்திருக்கிறது."

"மூத்தாரே எனக்கும் அப்படித் தோன்றியது" குஞ்சுராமன் கூறினான்: "சிறிதளவு கூடச் சத்தமில்லாமல்தானே சிந்தித்துக் கொண்டிருந்தீர்கள்? கணக்குப் போட்டுக் கொண்டிருந்தீர்கள்? சிந்தனை அலைகள் துல்லியமாகக் காற்றுவெளியில் சஞ் சரிக்காதா? அதைப் பிடித்து நிறுத்திப் புரிந்து கொள்வதொன்றும் சிரமம் இல்லையே."

"இதன் மூலம் நீ கூற வருவது என்ன?"

"சத்தங்களுக்கு மத்தியில் சிந்திக்க வேண்டும்" குஞ்சுராமன் கூறினான்: "அப்போது அலைகளைப் பிடித்து நிறுத்தினாலும் ஒன்றும் புரியாது."

"அது ஒரு நல்ல பாயிண்ட்" பையன் கேட்டான்: "நம்மால் இதை எப்படிச் சாதிக்க முடியும்?"

"சிந்திக்கும் போது குளியலறையில் தண்ணீரைத் திறந்து விட்டும், வேறு வித ஒலிகள் மூலமும் சத்தத்தை ஏற்படுத்த வேண்டும்."

“ஒத்துக் கொள்கிறேன்” பையன் சொன்னான்: “பரோலில் சென்றாலும் எனக்குச் சிந்திக்கவும் கணக்குக் கூட்டவும் சிரம மொன்றும் இல்லை. அப்படி நினைத்தால் அது கவர்மென்டின் அசட்டுத்தனம்.”

“எதற்காகச் சும்மா பரோலில் போக வேண்டும்? இங்கேயே சுதந்திரமாகச் சாப்பிட்டு விட்டுச் சுதந்திரமாகச் சிந்திக்கலாமே.”

“அதுதான் சரி, குஞ்சுராமா.”

“இரவு உணவு?” தேநீர் குடித்து முடித்தவுடன் பையன் கேட்டான்.

“நேற்றைக்குப் போலவேதான்” பையன் சொன்னான்: “கோழிக்கறியும் சப்பாத்தியும்.”

“காய்ச்சிய பால்?”

“காய்ச்சிய பாலும்.”

குஞ்சுராமன் போனவுடன் பையன் எழுந்து வெளியே சென்றான். சிறைத் தோட்டத்தில் மதில் வரை நடந்து சென்று, கடல் ‘சோசியலிசம்’ என்று அலறுவதைக் கேட்டான். சூரியனைப் பார்த்தான். இன்று சூரிய பகவான் சுதந்திரமாக உலாவுகிறான். பையன் நினைத்தான்: ‘அரசாங்கத்தின் நிபந்தனைகள் ஏதுமின்றிச் சஞ்சரிக்கின்றான். படிப்படியாக மறைகிறான்.’

பையன் திரும்பி அறைக்கு வந்தான். நன்றாகக் குளித்தான் சிந்தனையை மறுநாளுக்குத் தள்ளி வைத்துவிட்டு உணவை எதிர் பார்த்தவாறு புகைத்துக் கொண்டிருந்தான். சிந்திக்க வேண்டாம் என்று முடிவெடுத்ததால் மௌனமாக உணவு உண்டான். உண்டு முடிப்பதற்குள் உறங்கி விட்டான்.

சிறையில் இரண்டாவது விடியலின் காலகட்டம். குஞ்சுராமன் தேநீரும் செய்தித்தாளுமாக வந்து சேர்ந்தான். தன்னைக் கைது செய்த செய்தியை அரசாங்கம் இன்னும் வெளியில் சொல்லவில்லை. ‘இது ஒரு பைத்தியக்கார விளையாட்டாக இருக்கிறதே,’ பையன் எண்ணினான்.

“மூத்தாரே, அன்னம் இன்று அதிகாலையில் வந்திருந்தது” குஞ்சுராமன் கூறினான்.

“அன்னப்பறவை என்ன சொன்னது? கர்னல் நலமாக இருக்கிறாளா?”

“கர்னல் மேடம் சௌக்கியமாக இருக்கிறார்” குஞ்சுராமன் கூறினான்: “ஆனால், அவரை ஷில்லாங்கிற்கு மாற்றிவிட்டார்கள். அங்கு எங்கே வேலை, முகவரி என்ன என்பதெல்லாம் ரகசியம்.”

“என்னது?”

“மூவ்மெண்ட் ஆர்டர் முப்பது நிமிடத்தில் தயாராகி விட்டதாம். தனி விமானத்தில் அனுப்பி விட்டார்களாம்.”

தேநீர் பையனின் தொண்டையில் தேங்கி நின்று விட்டது. தேநீரைத் துளைத்துக் கொண்டு பையனின் குரல் வெளியேறி வந்தது.

“குஞ்சுராமா! நான் பரோலில் செல்லாமல் இருந்தது எவ்வளவு நல்லதாகி விட்டது?”

“நன்றாகி விட்டது என்று சாதாரணமாகச் சொல்கிறீர்களே,?” குஞ்சுராமன் கூறினான்: “இந்த நூற்றாண்டில் எடுத்த மிகவும் புத்திசாலித்தனமான முடிவு. பரோலில் சென்றிருந்தால் மூத்தாரு பட்டினி கிடந்து செத்துப் போயிருப்பீர்கள். கர்னலும் இருக்க மாட்டார், வேலைக்காரனும் இருக்கமாட்டான், பிறகு மூத்தாரின் கதி அதோ கதிதான்.”

“அரசாங்கம் என்னை வஞ்சிக்கப் பார்த்தது.”

“மூத்தார் அரசாங்கத்தை வஞ்சித்து விட்டீர்கள்.”

“அன்னப்பறவை வேறென்ன சொன்னது?” பையன் கேட்டான்.

“மூத்தார் அமைதியாக இருக்கும்படிக் கர்னல் சொல்லி அனுப்பியிருக்கிறார். கர்னல் எங்கே இருந்தாலும் கர்னலின் இதயம் மூத்தாரின் கையில்தான் இருக்குமாம்.”

“ஐயோ- எவ்வளவு அன்பானவள்” பையன் கூறினான். பின்னர் கண்ணிலிருந்து வழியும் கண்ணீரைத் துடைத்தான்.

“மூத்தாரு ஒன்று செய்யுங்கள்” குஞ்சுராமன் கூறினான்: “போய்க் குளித்துவிட்டு வாருங்கள். அதற்குள் நான் உணவு கொண்டு வருகிறேன். இன்று அப்பமும் மீன் குழம்பும்.”

"ஓ... குஞ்சுராமா இனி ஒன்றும் பேச வேண்டாம்" பையன் குளியலறைக்கு ஓடினான்.

காக்கைக் குளியல் போட்டுவிட்டு அறைக்கு வந்தபோது புன்னகை பூத்த முகத்தோடு சூப்பிரண்டு நின்று கொண்டிருந்தார்.

"வாழ்த்துக்கள்" சூப்பிரண்டு கூறினார்.

"என்ன நடந்தது?"

"அரசாங்கம் தங்களை எவ்வித நிபந்தனையுமின்றி விடுதலை செய்திருக்கிறது" சூப்பரண்டு கூறினார்: "கடந்த மூன்று நிமிடங்களாக நீங்கள் சுதந்திரப் பறவை."

தான் கனவு காண்பதாகவும், சூப்பிரண்டு அங்கே இல்லை என்பதையும் உறுதி செய்வதற்காகப் பையன் கண்களை இறுக மூடித்திறந்தான். அதோ சூப்பிரண்டு நிற்கிறார்.

"உண்மையாகவா?" பையன் கேட்டான்.

"இன்னொரு விதத்தில் கூற வேண்டுமென்றால் பரமார்த்தம்" சூப்பிரண்டு கூறினார்.

தனது கால்களுக்குக் கீழே பூமி ஏன் பிளந்து கொள்ளவில்லை, தனது தலைக்குள்ளே உன்மத்தமாகிய மின்னல் கீற்று ஏன் மின்னவில்லை என்று பையன் ஆச்சரியப்பட்டான்.

"ஏதாவது சொல்ல வேண்டியிருக்கிறதா?" சூப்பிரண்டு கேட்டார்.

"உணவை முடித்துக் கொள்கிறேன்" பையன் கூறினான்.

"உணவெல்லாம் இனி வெளியில் சென்றுதான்" சூப்பிரண்டு கூறினார்: "கைது செய்யப்பட்ட இடம் வரையுள்ள மூன்றாம் வகுப்புப் பயணக் கட்டணம் நாற்பத்தைந்தும், வழிச்செலவுக்குப் பத்துமாக இதோ ஐம்பத்தைந்து ரூபாய் இருக்கிறது. ஐந்து நிமிடத்தில் இடத்தைக் காலி செய்ய வேண்டும், 8.40க்கு டிரெயின்."

"குஞ்சுராமனை ஒருமுறை பார்த்துக் கொள்கிறேன்" அவன் சொன்னான்

"அதெல்லாம் முடியாது ஸார்" சூப்பிரண்டு கூறினார்: "தாங்கள் வெளியேறிச் செல்லும்வரை அந்தத் திருட்டு ராஸ்கலை

கைது செய்து வைத்திருக்கிறோம்."

உடைமாற்றி, பையைத் தோளில் மாட்டிக் கொண்டு வெளியேறும் போது பையன் சூப்பிரண்டிடம் கூறினான்:

"மிஸ்டர் சூப்பிரண்ட், ஒருவனைப் பட்டினியால் அலைய விட்ட காரணத்திற்காக இந்த நாட்டில் சோசியலிசம் வராமல் போய்விடாது. இதைத் தாங்கள் அரசாங்கத்திற்குத் தெரியபடுத்த வேண்டும்."

"கண்டிப்பாக மிஸ்டர். காஃப்கா."

சம்பூர்ண சோசியலிசம்

'வயதுவந்த அனைவருக்கும் இலவச சோசியலிசம், குறைந்த பட்சக் கூலி, குறைந்த பட்ச உணவு, குறைந்த பட்ச உடை, குறைந்த பட்சத் தனிமனித சுதந்திரம், ஜாதி மதச் சிந்தனையில் உழல்பவர்களுக்குக் குறைந்த பட்சம் மரணதண்டனை முதலான சலுகைகளுடன் வரலாற்றுச் சிறப்புமிக்க பிரகடனத்தில் இன்று நள்ளிரவில், கட்சியின் தலைவர் கையொப்பமிடுவதோடு மின் விளக்குகளால் அலங்கரிக்கப்பட்ட இந்தப் புராதனப் புண்ணிய பூமியில் சோசியலிசம் காலூன்றவிருக்கிறது.' இவ்வாறு, ரேயண் பல்பு முதலாளி நிறுவிய பத்திரிக்கையின் அரசியல் விமர்சகனும், கட்டுரையாளனுமாகிய பையன் எழுதினான். எழுதியதை ஒரு முறைப் படித்துப் பார்த்தான். அபாரம், சோசியலிசத்தை விடச் சிறப்பான தொடக்கம். அரைமணி நேரத்தில் அச்சகத்திற்குச் செல்லவேண்டும், பையன் எண்ணினான். டாக் ஏடிசனில் வரவேண்டிய செய்தி. சிந்திப்பதற்கெல்லாம் நேரமில்லை. பையன் தொடர்ந்து எழுதினான்: 'குருதி சிந்தினாலன்றி இந்தப் புவிப்பரப்பில் சோசியலிசத்தை ஒரு போதும் கொண்டுவர முடியாது என்று தீர்க்கதரிசனம் உரைத்த பத்தொன்பதாம் நூற்றாண்டுப் பொதுவுடைமைவாதிகளான பெருந்தலைவர்களுக்கும் இன்றும் தீர்க்கதரிசனம் மொழிந்து கொண்டிருக்கின்ற மைனர் பொதுவுடைமைவாதித் தலைவர் களுக்கும் இந்தப் பிரகடனம் அகிம்சை வழியில் வந்து இறங்கிய பேரிடியாக அமையப்போகின்றது. சோசியலிசத்தின் மீது தணியாத தாகம் கொண்டு அதை அடைவதற்குப் பகீரதப் பிரயத்தனம் செய்தும் கைவராமல் கலங்கி நிற்கின்ற ஏராளமான வளர்ந்து வரும் நாடுகள் இனி நம்மை முன்மாதிரியாகக் கொண்டு செயல்படுவதற்கான வாய்ப்புகள் பெருகியுள்ளன. பிரகடனத்தின் பிரதியைப் பெறுவதற்காக வெவ்வேறு நாடுகளின் வெளியுறவுத்துறைப் பிரதிநிதிகள் தலைநகரத்து

வீதிகளில் சண்டையிட்டுக் கொள்கின்றனர். அந்த பிரதிக்காகக் கள்ளச்சந்தையில் அவர்கள் நிர்ணயித்திருக்கின்ற தொகை (டாலரோ பவுண்டோ எது வேண்டுமோ அது) எத்தனையோ இலக்கங்கள் நீண்டு செல்கிறது.

பூரண வளர்ச்சியடைந்து வெடித்துச் சிதறக் காத்திருக்கும் நாடுகளை இந்தப் பிரகடனம் எப்படிப் பாதிக்கவிருக்கிறது என்பதைத் தலைநகரத்திலுள்ள அரசியல் விமர்சகர்கள் மிகவும் நுட்பமாகக் கவனித்துக் கொண்டிருக்கின்றனர்.

உள்நாட்டிலேயே சில முதலமைச்சர்கள் இந்தப் பிரகடனத்திற்கு எதிர்ப்புத் தெரிவித்தார்கள் என்றும் பேசப் படுகிறது. தேசியப் பாதுகாப்புச் சட்டத்தைக் காட்டியும் கண்களால் பயமுறுத்தியும் அவர்கள் பணிய வைக்கப்பட்டுள்ளனர். கட்சியின் ஆண்டு மாநாடுகளில் தீர்மானம் நிறைவேற்றி, ஒவ்வொரு நாளும் தலைவர்கள் முறை வைத்துச் சொற்பொழிவாற்றிய பிறகும் சோசியலிசத்தைக் கொண்டுவர முடியவில்லையே என்று மனம் நொந்துபோன கட்சித்தலைவர் வேறு வழியின்றிப் பிரகடன முறையைத் தேர்ந்தெடுத்துள்ளார். பிரகடனத்தைத் தொடர்ந்து நடைமுறைக்கு வரவிருக்கின்ற சுதந்திரப் பொதுவுடைமைவாத வாழ்க்கை முறையோடு ஒன்றிப் போவதற்கு வசதியாக நாளையும் நாளைமறுநாளும் விடுமுறை நாட்களாக அரசு அறிவித்துள்ளது.'

இனி ஸ்கூப் அடிக்கலாம், பையன் நினைத்தான். வேறு எந்தப் பத்திரிக்கைக்காரனும் இப்படிச் சிந்தித்திருக்க மாட்டான். பையன் எழுதினான்: 'ஒரேயொரு கையொப்பத்தினால் சோசியலிசத்தைக் கொண்டு வரமுடியும் என்று சாதனை நிகழ்த்திக்கொண்டிருக்கும் இந்நிலையில், அதைச் சுற்றிவளைத்துக் கொண்டு வருவதற்காகத் தீட்டிய ஐந்தாண்டுத் திட்டங்கள் இனிமேல் கோப்புகளில் மட்டுமே தேங்கிக் கிடக்கும். இனிவரும் காலங்களில் அன்றாடம் திட்டம் தீட்டி அன்றன்றே செயல்படுத்தப்படும்!'

பையன் ரிப்போர்ட்டை எடுத்துக் கொண்டு சிறப்புக் கட்டுரையாளர்களின் தலைவராகிய ஐயங்கார் தவம் செய்து கொண்டிருக்கின்ற அறைக்குச் சென்றான். (ஐயங்கார் சிறந்த அறிவாளி. ஆயிரம் ஐயங்கார்களின் மரணத்திற்குப் பிறகு தோன்றியவர் என்றால் பார்த்துக் கொள்ளுங்கள்) காகிதத்தை ஐயங்காருக்கு முன்னால் வைத்துவிட்டுப் பையன் கூறினான்:

"ஸ்கூப் இருக்கு, ஓய்."

“என்ன? என்ன?” ஐயங்கார் பையனது காவியத்தில் கண்களை ஓடவிட்டார், பின்னர் கூறினார்: “போச்சா? ஃபைவ் இயர் பிளான்ஸ் போச்சா? ரொம்ப நல்லது!”

“சங்கதி அது இல்லை” பையன் கூறினான்: “நான் புறப் படுறேன்.”

“ஐயோ, அப்படிச் சொல்லாதே!” ஐயங்கார் கூறினார்: “இன்னும் ரொம்ப வேலையிருக்குது.”

“முடியாது சாமி!” பையன் சொன்னான்: “வீட்டில் மனைவி தலைவலின்னு படுத்திருக்கா, போயி தைலம் தேய்ச்சு விடணும்.”

“நீ கல்யாணம் பண்ணின்டியா?”

“தெரியாதா?”

“பொண்ணு இரு?”

“கர்னல் ரேணு.”

“ஐயோ, அவளா?”

“ஏன், என்ன அவளுக்கு?”

“அப்படிச் சொல்லாதே அவள் நல்லவள். உனக்கு அன்ன தானம் கொடுப்பவள்.”

“அதுக்கென்ன?”

“உனக்கு வயசுக்கு மூத்தவள்” பாவபயத்தால் ஐயங்கார் நடுங்கிக் கொண்டே கூறினார்.

“வயதுக்கு மூத்தவளைக் கல்யாணம் பண்ணக் கூடாதுன்னு சட்டம் ஏதாவது இருக்கா?” பையன் கேட்டான்: “பணந்தான் ஒய் முக்கியம்.”

“நீ பொல்லாதவன்!” ஐயங்கார் கூறினார். பிறகு அரசியல் பேசத் தொடங்கினார். புதிய அரசியல் மாற்றங்கள் நிகழ்ந்துள்ளன. எட்டு முதலமைச்சர்களும் கட்சியின் ஒரு பிரிவினரும் சோசியலிசத்திற்கு எதிராகப் புரட்சியில் ஈடுபடத் தயாராகி விட்டனர். முதலமைச்சர்கள் தலைநகரத்திற்கு வந்து விட்டார்களாம். கட்சித் தலைவரும் நிம்மதியற்ற நிலையில் காணப்படுகிறாராம். அவரிடம் பிரதமர் இதைப்பற்றிக் கலந்தாலோசிக்கவில்லையாம். இன்று இரவு கட்சியின்

கூட்டம் நடைபெறவிருக்கிறது. ஒருவேளை பிரதம மந்திரிக்கு எதிராக நம்பிக்கை இல்லாத் தீர்மானம் கொண்டு வரப்படலாம். அந்தத் தீர்மானம் வெற்றிபெறவும் வாய்ப்பிருக்கிறது. இது ஒரு பொல்லாத நாடு. நாட்டின் நான்கு திசைகளில் இருந்தும் பெரும் முதலாளிகள் வாடகை விமானங்களில் வந்து இறங்கி உள்ளனர். பாதி விமானங்களில் பணம், மீதி விமானங்களில் முதலாளிகள். லட்சமி தேவியின் அருளால் இவர்கள் அனைவரும் சோசியலிசத்திற்கு எதிரிகள். பிரதமரைப் புரட்டி எடுத்து விடுவார்கள். எந்த நேரத்தில் என்ன நடக்குமென்று வைணவர்களின் கடவுளுக்கு மட்டுமே தெரியும். ஆகையால் நமது முதலாளியின் பத்திரிக்கை நிருபராகிய பையன் சிறந்த அரசியல் விமர்சகன் சம்பவ இடத்தில் கண்டிப்பாக இருக்க வேண்டும்.

"கஷ்டமாப் போச்சுதே!" பையன் சொன்னான்: "இவனுங் களோட இந்த சோசியலிசத்தால சொந்த மனைவியைக் கூட கவனிக்க முடியலையே."

"கார் எடுத்துக்கோ!" ஐயங்கார் கூறினார்: "கட்சி அலுவலகம், பிரசிடெண்ட் வீடு, எல்லா இடத்துக்கும் போ. தீர்மானம் நிறை வேறினதும் திரும்பி வா."

வேற வேலைக்கும் போக முடியாது, வேறு கதியும் இல்லை! பையன் என்ன செய்வான், ஏழு மணியாகும்போது அலுவலகக் காரில் ஏறிப் பார்ட்டிப் பிரசிடெண்ட் வீட்டை நோக்கிச் சென்றான். செல்லும் வழியில் ஒரு காஃபி குடித்து விட்டுச் செல்லலாமென்று டீ ஹவுஸில் இறங்கினான். கடை நிரம்பி வழிகிறது. மேசைகளைச் சுற்றிக் கூட்டங்கூட்டமாக உட்கார்ந்து காஃபி குடித்துக் கொண்டிருப்பவர்கள் கைகளை ஆட்டிக் 'கசாமுசா' வென்று பேசிக் கொண்டிருக்கின்றனர். எதைப்பற்றிப் பேசுகிறார்கள் என்பது தெளிவாகப் புரிகிறது. கூட்டம் குறைவான ஒரு மூலையில்போய் பையன் உட்கார்ந்தான். தெரிந்த ஒரு சர்வர் சிரித்துக்கொண்டே வந்தான். காஃபிக்கான ஆர்டரைக் குறித்துக் கொண்டே சர்வர் கேட்டான்: "கேள்விப் படுவதெல்லாம் சரியா, சார்?"

"சோசியலிசம் நடைமுறைக்கு வருவது பற்றியா?"

"ஆமாம்."

“மிகவும் சரி” பையன் சொன்னான்: “மனிதன் மனிதனைச் சுரண்டி வாழ்கின்ற இந்த வாழ்க்கைமுறை இன்று நள்ளிரவு முதல் ஒரு முடிவுக்கு வரப்போகிறது. நாளைக் காலையில் நாட்டு மக்கள் அனைவரும் புத்தம்புது மனிதர்களாகக் கண்விழித்து எழுவார்கள்.”

“சார், அப்படீன்னா நாம ஜெயிச்சுட்டோம்.”

“அப்படிச் சொன்னால் மட்டும் போதுமா?” பையன் சொன்னான்: “நாம் புளகாங்கிதம் அடைந்த 1947 ஆகஸ்ட் பதினைந்தைப் போல இதோ மற்றுமொரு மகிழ்ச்சியான நாள் நம்மை நாடி வந்திருக்கிறது.”

பையனுக்குத் தொண்டை இடறியது.

சர்வர் கண்ணைத் துடைத்துக் கொண்டு சென்றான்.

“புதிய செய்தி தெரியுமா?” ஒரு பத்திரிக்கை நிருபர் பையனுக்கு அருகே வந்து அமர்ந்துகொண்டு கூறினான்: “பிரகடனத்தைத் திரும்பப் பெற வேண்டும் என்ற கோரிக்கையைப் பிரதமர் ஏற்றுக் கொள்ளவில்லையாம். தேவைப்பட்டால் ராணுவ உதவியுடன் இங்கே சோசியலிசத்தை நிலைநாட்டுவேன் என்று கட்சித் தலைவருக்கு எச்சரிக்கை விடுத்துள்ளாராம்.”

“அதிலென்ன வியப்பு!” பையன் கூறினான்: “இன்று உலகில் வாழ்ந்து கொண்டிருக்கின்ற நெஞ்சுரம் கொண்ட தலைவர்களில் எல்லா விதத்திலும் முன்னிலையில் நிற்பவர் நமது பிரதமர் என்பது நாடறிந்த செய்தியாயிற்றே. சொன்னதை விடக் கூடுதலாகத்தான் அவர் செய்வாரேயன்றிக் குறைவாக ஒன்றும் செய்யமாட்டார்.”

“ஒருவேளை, ஏதாவதொரு வழியில் சோசியலிசத்தை எதிர்ப்பவர்கள் வெற்றி பெற்று விட்டால்?” பத்திரிக்கை நிருபர் கேட்டான்.

“மக்கள் என்று ஒரு கூட்டம் இந்த நாட்டில் இல்லையா?” பையன் கேட்டான்: “அவர்கள் சும்மா விட்டு விடுவார்களா?”

“அதை நான் மறந்து விட்டேன்” பத்திரிக்கை நிருபர் கூறினான்.

“மக்களை மறந்துவிட்டு விளையாடக் கூடாது!” பையன் ஆள்காட்டி விரலை விறைப்பாக வைத்துக் கொண்டு கூறினான்:

"மக்களை மறந்து அரசியல் களத்தில் ஆட்டம் போட்டவர்கள் எல்லாம் அடையாளம் தெரியாமல் போய்விட்டார்கள்."

"மன்னிக்க வேண்டும்" அவன் மெதுவாகப் பின் வாங்கினான்.

சர்வர் காஃபியுடன் வந்தான். பையன் கேட்டான்: "இப்பவும் ஒரு காஃபிக்கு அறுபது காசுதான், அப்படித்தானே?"

"ஆமா சார்" சர்வர் கூறினான்: "கண்ணில் கருணையற்ற சர்தார்ஜி அல்லவா உரிமையாளன்? மலைமுழுங்கி!"

"இன்று நள்ளிரவுக்குப் பிறகு அறுபது காசு வாங்கினால், நான் அவனை வதம் செய்து விடுவேன்" பையன் கூறினான்.

"சார், நீங்க அவனை வதம் செய்யவில்லை என்றால் நான் அவனைக் கொலை செய்து விடுவேன்" மேசை மீது இருந்த கத்தியை எடுத்துத் தலைக்கு மேல் தூக்கிப் பிடித்துக் கொண்டு சர்வர் கூறினான்: "சார், நாங்க பேசாம இருப்பதைப் பார்த்து நீங்கள் தப்பாக எடுத்துக்கொள்ள வேண்டாம். நாங்கள் எல்லாம் ஓர்க்கிங் கிளாசாக்கும்!"

"உன்னுடைய உணர்ச்சிப் பெருக்கையும், இராப்பகல் ஒவ்வொரு நிமிடமும் புரட்சியை உருவாக்கத் துடிக்கின்ற உனது உள்ளக் கிளர்ச்சியையும் நான் மெச்சுகிறேன். ஆனால், மேசைக்கத்தியும் டொமேட்டோ ஸாஸும் இல்லாமலே இந்த நாட்டில் புரட்சி நடக்கவிருக்கின்ற இந்த நேரத்தில் நாம் ஆயுதம் ஏந்த வேண்டிய அவசியம் இல்லையே."

"அதற்காகத்தான் அடங்கி இருக்கிறேன்" சர்வர் கூறினான். கத்தியை மேசை மீது வைத்தான்.

பையன் காப்பி குடித்தான். பில்லில் குறிப்பிட்டிருந்த அறுபது காசைக் கையில் கொடுத்தான். சர்வருக்குக் கொடுக்க வேண்டிய பத்து சதவீத டிப்புத்தொகை ஆறு பைசாவைத் தட்டில் வைத்தான்.

"இதெல்லாம் வேண்டாம் சார்" சர்வர் கூறினான்.

"நாளையிலிருந்து தரமாட்டேன்" பையன் கூறினான்: "இப்போ காசை எடுத்துப் பாக்கெட்டில் வை."

"இன்றும் நாளையும் மட்டுமல்ல எப்போதுமே வேண்டாம் சார்!" சர்வர் சொன்னான்: "கிடைக்கிற காசு உங்களுக்கே

போதாதுன்னு எனக்கு நல்லாத் தெரியும். அதற்கும் மேலாகப் பத்துப் பத்துச் சதவீதம் இடம்வலமென்று டிப்பும் கொடுக்கத் தொடங்கினால் பிறகு எப்படி வாழ்க்கை நடத்துவது? சார், காசை எடுத்துப் பாக்கெட்டில் போடுங்க."

பையனுக்குக் கோபம் வந்தது. அதை வெளிக்காட்டிக் கொள்ளாமல் பைசாவை எடுத்துப் பாக்கெட்டில் போட்டுக் கொண்டு வெளியேறினான்.

சோசியலிசம் வரப்போகிறது என்கிற தைரியத்தில் இவன் பேசுகிற பேச்சைக் கேட்க வேண்டுமே, பையன் நினைத்துக் கொண்டான். ஹோட்டல் சர்வர்களும், ராணுவ வீரர்களும் இப்படிப் பேசத் தொடங்கினால் இந்த நாடு எப்படித் தாங்கும்? இது எங்கே சென்று முடியும்? இங்கே வேண்டியது சோசியலிசம் அல்ல. முரட்டுத் தனமான முதலாளித்துவம். ஒரு நாளைக்குப் பதினாறு மணிநேரம் எலும்பு முறியும்படியான வேலை. ஒரு வேளை மட்டுமே உணவு, அதுவும் கஞ்சி; ஒற்றை ஆடை, வேலை நிறுத்தத்திற்கும், பேரணிக்கும் எதிராக நிலையான சட்டம். முழத்துக்கு முழம் காவல் நிலையம் இதுதான் இங்கு இப்போது தேவை.

வரலாற்று நாயகன் காரில் ஏறினான். நேராகக் கட்சித் தலைவரின் வீட்டுக்குக் காரை செலுத்துமாறு டிரைவரிடம் கூறினான். வீட்டு வாசலை அடைவதற்கு முன்பே விளங்கிவிட்டது. அங்கே திருவிழா களைகட்டத் தொடங்கியிருக்கிறது. கார் உள்ளே செல்ல வழியில்லை. ஜனக்கூட்டம், எங்கு பார்த்தாலும் மக்கள் வெள்ளம். வெளியே சாலையில் நிறையக் கார்கள் நிறுத்தி வைக்கப்பட்டுள்ளன. அவையெல்லாம் பணம் பெருத்தவர்களின் வாகனங்கள் என்று தெளிவாகத் தெரிந்தன. புதியதும் அழகானது மான பெரிய பெரிய வாகனங்கள்.

பையன் காரிலிருந்து இறங்கி கூட்டத்திற்குள் முண்டியடித்து முற்றத்தைச் சென்றடைந்தான். தூய வெண்ணிற ஆடையணிந்த அநேக மனிதர்கள் புல் தரையில் கூடியிருக்கின்றனர். நம்பூதிரி கூறுவது போல் கணக்கற்ற ஜனம். எண்ணிப் பார்த்தால் தொலையாது. வெள்ளைத் தொப்பிகளின் வெண்தாமரைப் பொய்கை. அங்கு கூடியிருந்த ஜனங்கள் இரண்டு கட்சிகளைச் சேர்ந்தவர்கள் என்று இரண்டே பார்வையில் புரிந்து விட்டது. சோசியலித்தை ஆதரிக்கும் கூட்டம் ஒன்று. இன்னொரு

கூட்டத்தைச் சார்ந்தவர்களுக்கு சோசியலிசம் என்ற வார்த்தை கூடக் காதில் விழக்கூடாது. அனைவரும் சத்தமாகப் பேசிக் கொண்டிருக்கின்றனர். சட்டையின் கையைச் சுருட்டி மேலேற்று கின்றனர். இவ்வளவு சத்தத்திற்கிடையிலும் வேறொரு சத்தம் உயர்ந்து வந்தது. பையன் சத்தம் வந்த திசையில் திரும்பிப் பார்த்தான். பீகாரைச் சேர்ந்த டாக்டர். ராஜாராம் கேசரி தனது ஆதரவாளர்களுக்கிடையே சொற்பொழிவாற்றிக் கொண்டிருக்கிறார். தலைவரின் எழுத்தறிவின்மை பற்றி எல்லோருக்கும் தெரியும். டாக்டர் பட்டத்திற்குக் காரணமும் அதுதான். கிருஷ்ணனின் நிறம், பானை வயிறு, இல்லாத புஜம், சிலம்பொலிக் குரல் இவைதான் தலைவரின் பிற அங்க லட்சணங்கள்.

பீகார் தலைவர் பையனுக்கு நண்பர். தலைவரை ஆதரித்துப் போற்றுகின்ற முதலாளிக்குச் சங்கிலித் தொடர்போல் பத்திரிக்கைகள் உள்ளன. பம்பாயிலும், டெல்லியிலும் கல்கத்தாவிலுமாக அவை நீண்டு கிடக்கின்றன.

தலைவர் பேசிக் கொண்டிருக்கும் இடத்திற்குப் பையன் சென்றான். அருகில் சென்றவுடன் இருவரின் பார்வைகளும் மோதிக்கொண்டன. சொற்பொழிவை ஏதோ ஓர் எழுத்திற்கு நடுவே நிறுத்தி விட்டு ஓடிவந்த தலைவர் பையனைக் கட்டிப் பிடித்தார்.

"நமஸ்தே, நமஸ்தே! நமஸ்தே சகோதரா!" தலைவர் உரக்கக் கூறினார்: "என்ன விசேஷம்? நிலைமை எப்படிப் போய்க் கொண்டிருக்கிறது?"

"அதைத் தெரிந்து கொள்ளத்தான் நான் இங்கு வந்தேன்."

தலைவர் பையனது தோளில் கையைப் போட்டவாறு புல்தரை வழியாக ஆளற்ற ஒரு மூலையை நோக்கி நடந்தார்.

"உங்கள் பத்திரிக்கையின் நிலைப்பாடு என்ன?" தலைவர் கேட்டார்: "சேட்டு என்ன சொல்கிறார்?"

"நாங்கள் சோசியலிசத்தின் பக்கம் என்றுதான் தோன்று கிறது."

"விளையாடாதே!" தலைவர் கூறினார்: "அதெப்படி? பத்திரிக்கை உரிமையாளர்களான எல்லா சேட்டுகளும்

சோசியலிசத்திற்கு எதிரானவர்கள்தானே?"

"அது எனக்குத் தெரியாது."

"நான் விளக்கமாகச் சொல்கிறேன்" தலைவர் சொன்னார்: "இப்போது பிரதமர் சேட்டுகளின் கையில் கிடைத்தாரென்றால் அவர்கள் அவரைக் கடித்துக் குதறி விடுவார்கள். கட்சி மேலிடத்தில் கலந்து ஆலோசிக்காமல்தானே அவர் பிரகடனத்தில் கையெழுத்திடப் போகிறார்?"

"அப்படிக் கூறுவது சரியல்ல" பையன் கூறினான்: "கடந்த ஆண்டு கட்சி மாநாட்டில் எடுத்த தீர்மானத்தின்படி படிப்படியாக சோசியலிசத்தை நடைமுறைப் படுத்த வேண்டுமென்று கட்சியின் மேலிடம்தானே அவருக்கு அதிகாரம் அளித்தது?"

"சகோதரா" தலைவர் கூறினார்: "பிரதமர் ஒரு திட்டத்தை உருவாக்கிக் கொடுக்க வேண்டும் என்பதுதான் கட்சியின் உத்தேசம். அடுத்த ஆண்டு தேர்தல் வருகிறது. எல்லாக் கட்சிகளும் சோசியலிசம் பேசுகின்றன. ஏன் நாங்களும் பேசக்கூடாது?"

"அந்த வார்த்தையைக் கண்டு பிடித்தவர்களே நீங்கள்தான் என்பதால் அதைச் சொல்லிக் கொண்டிருப்பதற்கு உங்களுக்குப் பூரண உரிமை இருக்கிறது," பையன் கூறினான்.

"வெளிநாட்டு சக்திகள் கொடுக்கின்ற அழுத்தத்தின் காரண மாகத்தான் பிரதமர் இப்படிச் செயல்படுகிறார் என்று நாங்கள் நினைக்கிறோம்" தலைவர் கூறினார்.

"அப்படித்தான் நானும் கேள்விப்பட்டேன்."

"அப்படியென்றால் அது ஒருபோதும் நடக்காது" தலைவர் கர்ஜித்தார்: "கண்டவனுக்கெல்லாம் குறைந்த பட்சக் கூலியும், உணவும் கிடைக்குமானால் இந்த நாட்டில் எப்படிக் காலம் தள்ளுவது? பணக்காரனின் நிலை என்னாவது? பணம் முடக்கியவனின் கதி என்னவாகும்?"

"மிகவும் கஷ்டந்தான்" பையன் சொன்னான்.

"காசையே பார்க்காதவன் சோசியலிசம் பற்றிச் சொற் பொழிவாற்றலாம்."

"அதற்கு மேலேயும் செய்யலாம்."

"ஆமாம்" தலைவர் கூறினார்: "ஜாதி மதம் பற்றிச் சிந்திப்பவர்களுக்கு மரண தண்டனையாம்.'

"ஜாதி மத விஷயத்தில் இங்கே ஒன்றும் நடக்கப் போவதில்லை" பையன் சொன்னான்: "ஏனென்றால் புத்த மதத்தைத் துரத்திவிட்ட புனிதமான பூமி இது."

"சாவித்திரியின் கணவனைப் போல எனக்கும் இந்துக்களின் புராணத்தைப் பற்றிச் சரியாகத் தெரியாது!" தலைவர் கூறினார்: "ஒன்று மட்டும் நிச்சயம். இந்தப் பிரகடனம் நடைமுறைக்கு வரப்போவதில்லை. பார்ட்டி ஒத்துக் கொள்ளாது."

"பெரும்பான்மை யார் பக்கம்?"

"எங்கள் பக்கம்", மார்பில் அடித்துக்கொண்டு தலைவர் கூறினார்: "நிர்வாகக் குழுவில் மொத்தம் நாற்பத்தைந்து உறுப்பினர்கள், இருபத்தைந்து பேர் எங்கள் பக்கம்."

"ஆதரிப்பவர்களின் எண்ணிக்கையும் அதே அளவு இருக்கிறதென்று பேசிக்கொள்கிறார்களே."

"நான் சொல்ல வந்ததும் அதுதான்" தலைவர் தாழ்ந்த குரலில் கூறினார்: "உண்மையில் ஐந்து உறுப்பினர்களின் நிலைப்பாடு சந்தேகம்தான், அவர்களை வசீகரிப்பதற்குத்தான் சேட்டுகளெல்லாம் வந்துள்ளனர்."

"வசிகரிப்பதற்கான வழிமுறை என்ன?" பையன் கேட்டான்: "பொடியா? கைமருந்தா?"

தலைவர் சுற்று முற்றும் பார்த்துவிட்டுக் கிசுகிசுப்பான குரலில் கூறினார்: "ஆளுக்கு ஒரு கோடி ரூபாய் கொடுக்க முடிவு செய்திருக்கிறோம். பணம் ரொக்கமாகத் தருவதாக ஒப்பந்தம். ஆள் அனுப்பியிருக்கிறோம்."

ஒரு கோடி ரூபாயா? பையன் நினைத்துப் பார்த்தான். ஒரு பத்து ரூபாய் கிடைத்தால் மோத்திமகாலுக்குப் போய் சிக்கன் சாப்பிடலாம்.

தொடர்ந்து காரணமின்றித் தனது குட்டிக் கேரளாவை நினைத்தான். திடீரென்று ஒரு சந்தேகம். பையன் கேட்டான்: "பணத்தை வாங்கிக்கொண்டு அவர்கள் கட்சிமாறி ஓட்டுப் போட்டுவிட்டால்?"

தலைவர் தனது பெரிய கண்களை உருட்டிக் கொண்டு பையனைப் பார்த்தார், பிறகு கேட்டார்: "கட்சிமாறி ஓட்டுப் போட்டு பிரகடனத்தை நடைமுறைப்படுத்தினால் அதன் பிறகு அவர்களுக்கு எதற்கு பணம்?"

"புரியவில்லையே" பையன் கூறினான்.

"சகோதரா!" தலைவர் கூறினார்: "சோசியலிசம் நடைமுறைக்கு வந்து விட்டால் இவ்வளவு பெரிய தொகையை அவர்களால் எப்படிக் கையிருப்பாக வைத்துக் கொண்டிருக்க முடியும்? அரசாங்கம் அதைக் கைப்பற்றி விடுமே?"

"மன்னிக்க வேண்டும்" பையன் சொன்னான்: "நான் இவ்வளவு தூரம் சிந்திக்கவில்லை."

கையெறி குண்டு வெடித்துச் சிதறுகின்ற ஓசையில் தலைவர் சிரித்தார், "சகோதரா, பத்திரிக்கைத் தொழிலைப் போன்றதல்ல அரசியல்!" தலைவர் கூறினார்: "பத்திரிக்கை நடத்துவதைப் போன்றதல்ல அரசியல்."

"இந்த மகத்துவமான வார்த்தைகளை நான் குறித்துக் கொள்கிறேன்" பையன் நோட்டுப் புத்தகத்தைத் திறந்து கொண்டு கூறினான்.

தலைவர் அந்த அருமையான சொற்களை மீண்டும் உதிர்த்தார்.

பையன் முத்துமணிகளைப் பொறுக்கிக் கொண்டான்.

"கட்சியின் மேல்மட்டக் கூட்டம் எப்போது நடை பெறுகிறது" பையன் கேட்டான்.

"எட்டரை மணிக்கு" தலைவர் கூறினார்: "இப்போது மணி ஏழரையைத் தாண்டிவிட்டது. இன்னும் இரண்டு மணிநேரத்தில் இந்த நாட்டின் எதிர்காலம் தீர்மானிக்கப்பட்டுவிடும்."

பையனுக்கு மயிர்க்கூச்செறிந்தது. இந்த மாலை நேரத்தில் மயிர்க்கூச்செறியக் காரணம் என்னவென்று பையன் சிந்தித்துப் பார்த்தான். புரிந்துவிட்டது. 'நாட்டின் எதிர்காலம் தராசுத்தட்டில் தொங்கிக் கொண்டிருக்கின்ற, இறுதியான ஒரு காலகட்டத்தில் நான் நின்று கொண்டிருப்பதால் புல்லரித்திருக்கிறது. ஆச்சரியம் தோன்றவில்லை. மூர்ச்சையடைந்து விழாமல் போய்விட்டேனே அதுதான் ஆச்சரியம்.'

"சரி பார்க்கலாம்" பையன் சொன்னான்: "ஒரு சுற்று சுற்றி விட்டு வருகிறேன்"

"கட்சி அலுவலகத்தில்தானே இருப்பாய்?" தலைவர் கேட்டார்.

"அங்கே இல்லையென்றால் நான் மரணித்து விட்டேன் என்று பொருள்" பையன் கூறினான்.

தலைவர் கனிவுடன் சிரித்தார். கைக்குட்டையின் நுனியை வெற்றிக்கொடி போன்று கையில் பிடித்திருந்தார். கடைசியாக ஓர் ரகசியம் கூறினார்: "ஒன்பது முதலமைச்சர்கள் நம்முடன் இருக்கின்றனர். மீதியுள்ளவர்களுக்கு விருப்பமில்லை."

"எட்டு முதலமைச்சர்கள் என்றுதானே நான் கேள்விப் பட்டேன்."

"இப்போது ஒன்பது."

"மங்கலகரமான முடிவுதான்" பையன் கூறினான்.

"ஒன்று மட்டும் எனக்கு நிச்சமாகத் தெரிந்து விட்டது" தலைவர் கூறினார்: "இந்த நாட்டில் சோசியலிசம் நடைமுறைக்கு வராது."

"உறுதியாகத்தான் சொல்கிறீர்களா?"

தலைவர் சட்டையைக் கிழித்து மார்பில் அடித்துக் கொண்டு கூறினார்: "இங்கே சோசியலிசம் வந்துவிட்டால் நான் உன் சொற்படி கேட்டு நடக்கின்ற நாயாகி விடுகிறேன்."

"அது நடக்காது."

"ஏன் நடக்காது?"

"இப்போதுள்ள நாயை நான் எங்கே கொண்டு விடுவது."

தலைவர் பையனின் தோளில் தட்டிவிட்டுத் தனது ஆட்டு மந்தையை நோக்கி நடந்தார்.

தனக்குத் தெரிந்த அரசியல் முகங்களைத் தேடிக்கொண்டு பையனும் ஆட்டு மந்தைக்குள் நுழைந்தான். அதோ வருகிறார், ஒரு முன்னாள் அமைச்சர். சோசியலிசத்தை உருவாக்கிய கடவுள். கற்காலத்தில் நிலக்கரித்துறை அமைச்சராக இருந்தார். நிலக்கரி மூலம் சோசியலிசத்தைக் கொண்டுவர முயற்சித்துத் தோற்றுப் போனவர்.

பையனைக் கண்டவுடன் அவனுக்கு நேராக நடந்து வந்து கூறினார்: "உன்னுடைய பத்திரிக்கையும் சேட்டும் பெருச்சாளிபோல் குழிபறிக்கும் வேலையில் இறங்கியுள்ளீர்கள்."

பையன் சொன்னான்: "அதற்கு நான் என்ன சார் செய்ய முடியும்?"

"இனிமேல் யாரு எப்படித் தலைகீழாக நின்றாலும் ஒன்றும் நடக்கப் போவதில்லை" முன்னாள் அமைச்சர் கூறினார்: "பத்திரிக்கைகளும், பணமூட்டைகளும் நிலக்கரி முதலாளிகளும் கூட நினைத்தாலும் முடியாது. ஒன்று சோசியலிசம். இல்லையென்றால் பூரண அழிவு."

"முதலாவதுதான் நடக்கப் போகிறது" பையன் சொன்னான்.

முன்னாள் அமைச்சர் கையூட்டு கிடைத்ததுபோல் மகிழ்ந்தார். அவர் கூறினார்: "உன் மேல் எனக்குக் கோபமில்லை, உனது பத்திரிக்கை மேல்தான் கோபம்."

"வேறு வேலை கிடைக்கவில்லையே சார்?"

"உன்னுடைய வருத்தம் எனக்குப் புரிகிறது" முன்னாள் அமைச்சர் கூறினார்: "இது மட்டும் நடைமுறைக்கு வரட்டும், ஒரு கை பார்த்து விடுவோம்."

"செய்தித்தாள்கள் தேசிய மயமாக்கப்படுமா" பையன் கேட்டான்?

"அதிலென்ன சந்தேகம் உனக்கு?"

"சந்தேகம் இல்லை சார்" பையன் கூறினான்: "இறுதியாக ஒரேயொரு கேள்வி, ஒன்பது அமைச்சர்களும் பெரு முதலாளி களும் சோசியலிசத்திற்கு எதிராக சதித்திட்டம் தீட்டுவார்கள் என்பது சரிதானா?"

"ஆமாம் சரிதான்" அமைச்சர் கூறினார்: "ஆனால், இந்த முதலமைச்சர்கள் எல்லாம் யாரென்று நினைத்தாய், அடுத்த தேர்தலில் சீட்டுக்கே வழியில்லாமல் அலையும் வர்க்கத்தினர். சீட்டுக் கிடைத்தாலும் வெற்றிப்பெறப்போவதில்லை. அதனால் அவர்கள் என்ன வேண்டுமானாலும் செய்வார்கள். முதலாளிகள் எல்லாம் மூழ்கி கொண்டிருக்கும் கப்பல்கள். அவர்களும் என்ன வேண்டுமானாலும் செய்வார்கள்."

ஒன்று விடாமல் நோட்டுப் புத்தகத்தில் குறித்துக்கொண்ட பையன் கூறினான்: "இன்றைய அரசியல் சூழலை இவ்வளவு தெளிவாக ஒரு அடைக்காய் மட்டையில் அடக்கிச் சொன்னவர் நீங்கள் மட்டும்தான். இதை நான் செய்தியாக வெளியிடலாமா?"

"வெளியீட்டு உரிமையைப் பூரணமாக உனக்குக் கொடுத்திருக்கிறேன்" முன்னாள் அமைச்சர் கூறினார்: "அது மட்டுமல்ல, இந்த வார்த்தைகளை இனிமேல் வேறு பத்திரிக்கைக் காரர்களிடம் கூறமாட்டேன். இது உனக்கு மட்டுமேயான சிறப்புச் செய்தி."

"மிக்க நன்றி! சார்" பையன் பணிவுடன் கூறினான்: "பத்திரிக்கைகளைத் தேசிய மயமாக்கும்போது என்னையும் சற்றே நினைத்துக் கொள்ளுங்கள்!"

காலம் வரும்போது கச்சிதமாக முடித்து விடுகிறேன் என்று பொருள் படும்படியாக முன்னாள் அமைச்சர் முகத்தில் சதைப்பகுதிகளை மெதுவாக அசைத்தார். ஃபோட்டோகிராபரை அழைத்து வரவில்லையே என்று பையன் வருந்தினான்.

அப்போது வெளிவாசல் அருகே கூட்டத்தில் சிறு சலசலப்பு. கிழக்கு பிரதேசத்தில் சக்திவாய்ந்த முதலமைச்சர் காரில் வந்து இறங்கியிருக்கிறார். சோசியலிசத்திற்கு எதிராக அவதாரமெடுத்த ஒரு கிராதகன். கடந்த ஆண்டு தன்னுடைய பிறந்தநாளைக் கொண்டாடுவதற்காக மக்களிடமிருந்து வசூலித்த ஒரு கோடி ரூபாய் நிதியைத் தனது சொந்த வங்கிக் கணக்கில் வரவு வைத்துக் கொண்டவர்.

அந்தப்பக்கம் செல்வதற்குள் மக்கள் அவரைச் சுற்றி வளைத்துக் கொண்டனர். இனிமேல் போனாலும் பயனில்லை என்று பையனுக்கு தெரியும். போர்டிகோவில் சென்று நிற்கலாம். ஒருவேளை, உள்ளே நுழைகின்ற நல்ல முகூர்த்த நேரத்தில் ஒன்றிரண்டு வார்த்தைகளாவது பேசி விடமுடியும்.

பையன் போர்டிகோவுக்கு ஓடினான். அங்கே சேவகன் சந்தன்சிங் ஒரு நாற்காலியில் அமர்ந்திருக்கிறான். சந்தன்சிங் எழுபது வயதைக் கடந்த ஒரு பெருச்சாளி. கட்சி தொடங்கிய அன்று முதல் கட்சித் தலைவர்களுக்கு அவன்தான் சேவகன். தலைவர்கள் வருகிறார்கள், போகிறார்கள், சந்தன்சிங் மட்டும் நாற்காலியிலேயே அமர்ந்திருக்கிறான். ஒருவேளை, செத்துப் போனால்கூடத்

தனது ஆவியை அங்கே அமர்த்தி விட்டுத்தான் போவானோ என்றுகூடத் தோன்றியது. இன்றைய பெருந்தலைவர்கள் எல்லாம் அவனுக்கு சிறுவயது முதலே அறிமுகமானவர்கள். அதனால்தான் அவன் அவர்களை அடித்துக் கொல்ல வேண்டுமென்று ஆசைப்படுகிறான்.

பையன், சந்தன்சிங்கைக் கும்பிட்டான். 'நமஸ்தே சந்தன்சிங்ஜி' வெற்றிலை மெல்லுவதற்கிடையில் யாரடா இவன் இந்த நேரத்தில் வந்து கும்பிடுகிறவன், சனியன் பிடித்தவனே என்று கேட்பது போல் முகத்தை வைத்துக் கொண்டு நமஸ்தே என்று சந்தன்சிங் பதில் கூறினான்.

"சோசியலிசத்தைப் பற்றிய தங்களது கருத்து என்ன?" பத்திரிக்கை தர்மத்தைப் பின்பற்றிப் பையன் கேள்வி கேட்டான்.

பஞ்சாபி மொழியில் பிரசித்திபெற்ற ஒரு மூன்றெழுத்துக் கெட்டவார்த்தையை மொழிந்த சந்தன்சிங், தரையில் துப்பினான்.

கிழக்குப் பிரதேசத்தில் சக்தி வாய்ந்த முதலமைச்சரும் அவருக்குப் பின்னால் தேனீக் கூட்டங்களாக பத்திரிக்கை நிருபர்களும், கட்சித் தொண்டர்களும் உள்ளே வருகின்றனர்.

முதலமைச்சரைக் காணாதவன்போல் சந்தன்சிங் முகத்தைத் திருப்பிக் கொண்டான்.

"நமஸ்தே சந்தன்சிங்ஜி!" ஸ்ரீராமசாமி மகாராஜாவின் காலம் முதல் நடைமுறையில் இருக்கின்ற வழக்கத்தைப் பின்பற்றி சக்திவாய்ந்த முதலமைச்சர் சந்தன் சிங்கின் முட்டிக்காலைத் தொட்டுவிட்டுக் கேட்டார்: "சுகந்தானே? மகிழ்ச்சி தானே? வேறு விசேஷம் ஒன்றும் இல்லையே?"

சந்தன்சிங் நாற்காலில் உட்கார்ந்திருந்தவாறே சற்று அசைந்து கொடுத்தான். வெற்றிலையை மெதுவாக மென்றுகொண்டு கிழக்குப் பிரதேசத்தின் சக்திவாய்ந்த முதலமைச்சரை அடி முதல் முடிவரை முறைத்துப் பார்த்துவிட்டுக் கூறினான்: "நீங்கள் இந்த ஆண்டு அரசாங்க டயரி அனுப்பித் தரவில்லை!"

"மன்னிக்க வேண்டும்" சக்திவாய்ந்த முதலமைச்சர் கைகூப்பிக் கொண்டு கூறினார்: "உங்கள் பெயர் விடுபட்டுவிட்டது. திரும்பிச் சென்றவுடன் அனுப்பித் தருகிறேன்.'

'போ, போ' என்று கூறுவதைப் போன்று சந்தன்சிங் தலையாட்டினான்.

கிழக்குப் பிரதேச முதலமைச்சரும் மற்றும் மூன்று தலைவர்களும் படியேறி உள்ளே பிரவேசித்தனர்.

பத்திரிக்கை உலகமும், மீதி ஜனங்களும் வெளியே மிஞ்சினர்.

எட்டு மணியாகிறது. பையனுக்குப் போரடிக்கத் தொடங்கியது. புல்தரையின் ஓர் ஓரத்திற்குச் சென்று மல்லாந்து படுத்துக் கொண்டு ஒரு சிகரெட்டைப் பற்ற வைத்தான்.

எட்டுமணி அடித்த சில நிமிடங்களில் போர்டிகோ பக்கம் பலமான சத்தம் கேட்டது. பையன் எழுந்து ஓடினான். பிரசிடெண்டும் சக்தி வாய்ந்த முதலமைச்சரும் வெளியேறி வருகின்றனர். கட்சிக் கூட்டத்தில் கலந்து கொள்ளச் செல்வதற்கான யாத்திரையின் தொடக்கம்.

"சோசியலிசத்தைப் பற்றி இன்று இரவு அறிவிப்பு வெளியிடப்படுமா?" நிருபர்கள் பிரசிடெண்டிடம் கோரஸாகக் கேட்டனர்.

"வெளியிடப்படலாம்" பிரசிடெண்ட் கூறினார்.

"வெளிவருதற்கு வாய்ப்பில்லை என்றும் ஒரு செய்தி வெளியாகியுள்ளதே" ஒருவர் கூறினார்.

"அதைப் பற்றி எனக்குத் தெரியாது" பிரசிடெண்ட் கூறினார்.

"கிழக்கு பிரதேசத்தின் சக்திவாய்ந்த மாண்புமிகு முதலமைச்சர் அவர்களே!" பையன் கேட்டான்: "தாங்கள் என்ன சொல்கிறீர்கள்?"

"எல்லாம் இவருடைய கையில்தான் இருக்கிறது" சக்திவாய்ந்த முதலமைச்சர் பிரசிடெண்டைப் பார்த்துத் தலை வணங்கிக் கொண்டு கூறினார்.

"கண்டிப்பாக ஒரு முடிவு தெரிந்து விடும்" பார்ட்டி பிரசிடெண்ட் கூறினார்.

"சாதகமானதா? பாதகமானதா?"

"இதற்கு மேல் சொல்வதற்கு ஒன்றுமில்லை" பிரசிடெண்ட் கூறினார்: "நேரடியாகக் காணவிருக்கின்ற திருவிழாவைப் பற்றி

ஏன் கேட்டுத் தெரிந்துகொள்ள வேண்டும்?”

“கூட்டம் எவ்வளவு நேரம் நடக்கும்?” பையன் கேட்டான்.

“நகி, நகி. யோகோ ஹ்ரஸ்வத் பரம்து ப்ரக்யோபனா தீர்க” சமஸ்கிருத பண்டிதனாகிய பிரசிடெண்ட் கூறினார்.

இடி மின்னலால் பாதிக்கப்பட்ட பத்திரிக்கை உலகம் உருக்குலைந்து கூம்பாரங்களாக மாறி வாயடைத்துப் போய் நின்றது. சமஸ்கிருத பண்டிதனாகிய பிரசிடெண்டும் மகா சமஸ்கிருத பண்டிதனாகிய பையனும் அதிலிருந்து தப்பி விட்டனர். ஒரு பத்திரிக்கை நிருபர் பையனிடம் கேட்டான்: “இதற்கு என்ன பொருள்? இது என்ன மொழி?”

“மிகவும் பொருள் பொதிந்த வாக்கியம்” பையன் கூறினான்: “மொழி தேவநாகரி. பதினாறு விதமாகப் பொருள் கூறலாம். ஓர் இரவு முழுவதும் சொல்லிக் கொண்டிருந்தாலும் தீராது.”

பிரசிடெண்டும் தொண்டர்களும் கேட்டைக் கடந்து காரில் ஏறிக் கட்சி அலுவலத்திற்குப் பயணப்பட்டனர். பத்திரிக்கை உலகமும் ஜனக்கூட்டமும் பின்னால் ஓடியது. பையன் திரும்பிப் பார்த்தான். எதுவுமே நடக்காததைப்போலக் கால்மேல் கால்போட்டுக் கொண்டு சந்தன்சிங் நாற்காலியில் அமர்ந்திருக்கிறான்.

ஒன்பது மணிவரைச் சுதந்திரமாகப் பறக்கலாம், பையன் நினைத்தான். ராமன் குட்டியின் ‘அகண்ட கேரளம்’ ரெஸ்ட்டாரண்டுக்குச் சென்று ஒரு தேநீர் குடிக்கலாம்.

காரை அந்தப் பக்கம் திருப்பினான். வழியில் ஓரிடத்தில் நிறுத்தச் சொல்லிவிட்டு அலுவலகத்திற்குப் ஃபோன் செய்தான். “என்ன ஆச்சுது?” ஐயங்கார் கேட்டார்.

“ஒன்றும் ஆகவில்லை” பையன் சொன்னான்: “எட்டரைக்குத் தான் கட்சிக் கூட்டம்.”

“அறிவிப்புத் தேதி மாறுவதற்கான சாத்தியக் கூறுகள் தென்படுகின்றன” ஐயங்கார் கூறினார்: “சேட்டுவின் அபிப்பிராயமும் அதுதான்.”

“அப்படியென்றால் நான் திரும்பி வந்துவிடுகிறேன்” பையன் சொன்னான்: “இங்கே சுற்றியலைந்துவிட்டு என்ன பயன்?”

"அய்யய்யோ!" ஐயங்கார் தொலைபேசிக்குள்ளிருந்து செந்தமிழில் செப்பினார்: "இங்கே வராதே, அங்கேயே இரு, இறுதிக் கணங்களில் என்ன வேண்டுமானாலும் நிகழலாம்."

பையன் ரிசீவரை வைத்துவிட்டுத் திரும்பிச் சென்று காரில் ஏறினான்.

சுத்தமான பசும்பாலையும் பிராமணன் உற்பத்தி செய்கின்ற நெய்யையும் மட்டுமே பயன்படுத்தி பலகாரங்கள் தயாரிக்கின்ற ராமன்குட்டியின் ஹோட்டல் நிரம்பி வழிந்தது. வழக்கம்போல் சீட்டு விளையாடி முடித்த மாஸ்டர் அதில் சம்பாதித்த லட்ச ரூபாயுடன் வந்து ஹோட்டலில் உணவருந்திக்கொண்டிருக்கிறார். பணப்பெட்டிக்கு முன்னால் உட்கார்ந்து ராமன்குட்டி அவருடன் பேச்சுவார்த்தையில் ஈடுபட்டிருக்கிறான். பணம் முழுவதும் பெட்டிக்குள் இருப்பதால் மாஸ்டரின் கவனமெல்லாம் சாப்பாட்டில் இருக்கிறது. 'ம்' 'ம்' என்று மட்டுமே முணங்குகிறார்.

அப்போது குஞ்சுகிருஷ்ணன் என்ற ஹோட்டல் பணியாளன் வந்து கேட்டான்: "என்ன வேண்டும்? சாப்பாடு, டீ, இறைச்சி, மீன்."

"சைவமே போதும்" பையன் சொன்னான்: "அப்படியென்றால் ஒரு டீ."

"சரி" குஞ்சுகிருஷ்ணன் கூறினான், சமையல் கட்டுக்குத் தந்தியடித்தான்: "தண்ணீர் குறைத்து, இனிப்பு கம்மியா ஒரு டீ."

அதற்கிடையில், ராமன்குட்டி மாஸ்டரைப் பாராட்டி மிகவும் நீளமான வசனத்தைக் கூறினார்.

மாஸ்டர் திடீரென்று சாப்பிடுவதை நிறுத்தினார். அதே நேரம் ராமன் குட்டியையயும் முறைத்துப் பார்த்தார், பின்னர் கூறினார்: "டேய் மச்சான், புதுப்பணக்காரா, முரட்டுக் கம்யூனிஸ்ட்டுகாரனே, உன்னுடைய கடைக்கு வருவது சாப்பிடுவதற்கு தானே ஒழிய உனது சொற்பொழிவைக் கேட்பதற்காக அல்ல. உனது பேச்சு உணவின் மீதுள்ள எனது கவனத்தைச் சிதறடிக்கிறது. அதனால் சரியாக உணவருந்த முடியவில்லை உனது உத்தேசமும் அது தானே. ஆகவே இனிமேல் நீ வாயைத் திறந்தால் நான் காசு தரமாட்டேன். பாதி உணவும், பாதி உனது வார்த்தைகளுமாக வயிற்றை நிரப்பிக் கொள்கிறேன்."

ராமன்குட்டியின் வசனத்தில் முற்றுப்புள்ளி விழுந்தது.

"சார் என்ன சொல்கிறீர்கள்?" மாஸ்டர் பையனிடம் கேட்டார்.

டிகாஷன் குறைந்த டீ குடிப்பதன் மூலம் நாட்டாமை ரேஞ்சுக்கு உயர்ந்த பையன் கூறினான்: "மாஸ்டர் கூறுவதிலும் நியாயம் இருக்கிறது. ராமன் குட்டியின் வசனத்திலும் நியாயம் இருக்கிறது. ஆகவே இருவருக்கும் அனுகூலமான ஒரு தீர்ப்பை நான் கூறுகிறேன். அளவான பேச்சு முழுமையான சாப்பாடு, பாதி சார்ஜ்; இல்லையென்றால் குறைந்த பேச்சு, நிறைவான உணவு முழுப்பணம்."

"எனக்குச் சம்மதம்" மாஸ்டர் உணவு அருந்தியவாறே கூறினார்.

ராமன் குட்டிக்கு எப்போதோ சம்மதம்தான்.

"இன்று இரவுதானே சோசியலிசம் வரப்போகிறது?" மாஸ்டர் கூறினார்: "அதை நாம் கொண்டாட வேண்டாமா?"

"கண்டிப்பாக" பையன் கூறினான்.

"என்னையும் சேர்த்துக் கொள்ளுங்கள்!" ராமன்குட்டி கூறினான்.

"டேய், நீ இல்லாமல் இந்த நாட்டில் சோசியலிசமா" மாஸ்டர் சொன்னார்.

மீதி டீயையும் குடித்துக் கிளாஸைக் காலி செய்துவிட்டு ஒரு சிகரெட்டையும் புகைத்துத் தள்ளிய பையன் ரெஸ்ட்டாரண்டி லிருந்து மெதுவாக நடையைக் கட்டத் தொடங்கியபோது ராமன்குட்டி கூறினான்: "பணம் தரவில்லை."

"என்ன பணம்?"

"டீ குடித்த வகையில் கொடுக்க வேண்டிய பணம்."

"அது பெரிய பணமா? எவ்வளவு? ரிசர்வ் பேங்கிலிருந்து ஓவர் ட்ராப்ட் எடுக்கணுமா?"

"வேண்டாம், பதினைந்து காசு கொடுத்தால் போதும்."

"உங்களுக்கும் மாஸ்டருக்கும் ஏற்பட்ட வாக்குவாதத்திற்குத் தீர்ப்பு கூறிய வகையில் அதைக் கூலியாக எழுதி விடலாமென்று

நினைத்தேன்."

"அது அடுத்த முறை எழுதலாம்" ராமன் குட்டி கூறினான், பின்னர் ஒரு நீண்ட வசனம் கூறுவதற்கு ஆச்சாரமாக "இது போலத்தான் முன்பு..." என்று தொடங்கினான்.

பையன் அவசர அவசரமாகப் பதினைந்து பைசாவை மேசை மீது வைத்துவிட்டு அங்கிருந்து ஓடத் தொடங்கினான்.

மிகவும் சாவகாசமாக நகரத்தையெல்லாம் சுற்றியடித்து விட்டுக் கட்சி அலுவலகத்தை வந்தடைந்தபோது மணி ஒன்பது. அலுவலக முற்றத்தில் திருச்சூர் பூரத்தில் காணப்படுவது போன்று மிகப்பெரிய ஜனத்திரள்.

பையன் ஜனக்கூட்டத்திற்குள் புகுந்தான். கட்சிக்குச் சொந்தமான அந்த மூன்றுமாடிக் கட்டிடத்தை நோக்கித் தலை வணங்கினான். கூட்டத்தின் நடுவே 'முதலாளி மோதும்' என்ற பத்திரிக்கையின் சத்திரிய நிருபர் பையனின் கண்களில் தட்டுப் பட்டான்.

"என்ன நடக்கிறது, வீரனே!" பையன் கேட்டான்.

"அனைத்தும் சாந்தமாக நடப்பதாகத்தான் தோன்றுகிறது" வீரன் கூறினான்.

"அப்படித் தோன்றக் காரணம்?"

"வழக்கமான அடிதடி ஓசையும் கூக்குரல் ஒலியும் உள்ளே யிருந்து கேட்கவில்லை."

சொல்லி முடிப்பதற்குள் ஒருவர் வெளிவராந்தாவிலிருந்து சத்தமாகக் கூறினார்: "கூட்டம் முடிந்து விட்டது. பார்ட்டி பிரசிடெண்ட் நூலகத்தில் வைத்துப் பத்திரிக்கையாளர்களை இப்போது சந்திக்கவிருக்கிறார்."

காட்டாற்று வெள்ளம் போல் பத்திரிக்கையாளர்கள் நூலகத்திற்குள் நுழைந்தனர்.

தூய வெள்ளாடை அணிந்த கட்சியின் செக்ரட்டரி முன்னே தோன்றினார். பத்திரிக்கையாளர்களைப் பார்த்துப் புன்னகைத்தார். கைகூப்பினார்.

"மதிப்பிற்குரியவர்களே!" செக்ரட்டரி பேசத் தொடங்கினார்: "பிரசிடெண்டின் சமாதான முயற்சிகளுக்குப் பலன் கிடைத்து

விட்டது என்பதைத் தெரியப்படுத்திக் கொள்வதில் நான் மிகவும் மகிழ்ச்சியடைகிறேன். அனைவரும் ஒத்துக் கொள்ளும் படியான ஒரு தீர்மானம் உருக்கொண்டிருக்கிறது. இவ்வாறாக இறுதியில் இந்த நாட்டில் சோசியலிசம் என்ற கனவு நனவாகியிருக்கிறது."

"சம்பூர்ண சோசியலிசமா?"

"சம்பூர்ண சோசியலிசம், தோழர்களே" பொதுச் செயலாளர் கூறினார்: "சம்பூர்ண சோசியலிசம், கூட்டு நடவடிக்கைகள் மூலமாகவும், விட்டுக்கொடுத்தல்கள் மூலமாகவும் கடைந்தெடுக்கப்பட்ட வரலாற்றுச் சிறப்புமிக்க இந்தத் தீர்மானத்தின் முக்கிய அம்சங்கள் இவைதான். ஒன்று: இலவச சோசியலிசம் இப்போதைக்கு வேண்டமென்று முடிவெடுக்கப் பட்டுள்ளது. அதற்குப் பதிலாக விருப்ப சோசியலிசம் நடைமுறைப் படுத்தப்படும். வயது வந்த, வாக்களிக்கும் உரிமையுள்ள அனைவரும் சோசியலிசத்தை ஏற்றுக் கொள்ளலாம், ஏற்றுக் கொள்ளாமலும் இருக்கலாம். கட்டாயம் கிடையாது. இரண்டு: குறைந்த பட்சம் கூலி, உணவு, உடை, தனிமனித சுதந்திரம் முதலிய விஷயங்களில் குறைந்தபட்ச அளவை நிர்ணயிப்பதற்காக ஓய்வு பெற்ற உயர்நீதிமன்ற நீதிபதிகள் அடங்கிய குழு ஒன்று அமைக்கப்படும். மூன்று: ஜாதி மதச் சிந்தனை உடையவர் களுக்குக் குறைந்தபட்சம் மரண தண்டனை, என்ற கருத்தில் சட்டப்பூர்வமான சில சிக்கல்கள் நிறைந்திருப்பதால் அது பற்றிய முடிவு அடுத்த கட்சிக் கூட்டத்தில் பரிசீலிக்கப்படும். அனைவரும் ஏற்றுக் கொள்ளும்படியாக ஜனநாயகத்தின் உத்தம சித்தாந்தங்களுக்கு ஒத்துப் போகும்படியாக எடுக்கப்பட்ட இந்தத் தீர்மானம் ஒரு பிரகடனமாக உருவெடுத்துள்ளது. இந்தப் பிரகடனத்தில் இன்று நள்ளிரவுக்கு ஒரு நிமிடம் கூட இல்லாத சுபமுகூர்த்தத்தில் நமது மேன்மை தங்கிய பிரதமர் அவர்கள் கையொப்பமிடுவார். உள்துறை அமைச்சரின் ஜோசியர் இதற்கான காலத்தையும் நேரத்தையும் குறித்துக் கொடுத்துள்ளார். நிகழ்ச்சியில் பங்கெடுத்துச் சிறப்பிக்கும்படி அனைவரையும் அன்புடன் அழைக்கின்றேன்."

பத்திரிக்கைக்காரர்கள் மகிழ்ச்சி ஆரவாரம் எழுப்பினர்! பெண்கள் குலவையிட்டனர்.

"உத்தமராகிய நமது பிரதமர் எங்கே?" ஒருவர் கேட்டார்.

"மிகப்பெரும் சபதத்தை நிறைவேற்றிய அவர் நள்ளிரவு வரை ஓய்வெடுப்பதற்காக பின் வாசல் வழியாக வீட்டிற்குச் சென்றுள்ளார்" செக்ரட்டரி கூறினார்: "நீங்கள் அவரை மன்னிக்க வேண்டும்."

"பார்ட்டி பிரசிடெண்டை எங்கே?" பையன் கேட்டான்.

"ஒன்றுபடுத்தும் முயற்சியில் ஆதி தீவிரமாக ஈடுபட்டுக் கடினப் பிரயத்தனம் மேற்கொண்டதால் ரத்த நாளங்கள் வெடித்துச் சிதறிக் கூட்டம் முடியும் தறுவாயில் அவர் இறந்து விட்டார்" செக்ரட்டரி கூறினார்: "நாளைக் காலை பத்துமணிக்கு இறுதிச் சடங்கு."

பத்திரிக்கையாளர் முறை வைத்து அழுதனர். பெண்கள் வாய்விட்டு அழுதனர்.

கண்களைத் துடைத்துக்கொண்டு சுடச்சுடச் செய்திகளுடன் காரில் ஏறிப் பத்திரிக்கை அலுவலகத்தை நோக்கிப் பறக்கும் வேளையில் பையன் நினைத்தான்: 'பிரசிடெண்ட் இறந்தால் இறந்துவிட்டு போகட்டும். யாருக்குத்தான் மரணமில்லை? ஆனால் இறுதிவரை இறந்து போகாமலும் பிடித்த பிடியை விடாமலும் நின்று சாதித்துக் காட்டினாரே பிரதமர், முதலில் அவருக்கு ஒரு டீ வாங்கிக் கொடுக்க வேண்டும். மது விலக்குச் சட்டமும், பசுவதைத் தடுப்புச் சட்டமும் நடைமுறையில் இருக்கின்ற மதச்சார்பற்ற இந்தப் புண்ணிய பூமியில் சோசியலிசத்தையும் கொண்டு வந்து விட்டார் இந்த வீரத்திருமகன்! வெற்றியின் நாயகன்! வாழ்ந்து கொண்டிருக்கும் போதே அவருக்கு ஒன்றிரண்டு நினைவிடங்கள் அமைத்துவிட வேண்டும்.'

தோசை

கைது செய்யப்படுவதிலிருந்து தப்பிப்பதற்காகத் தலைமறைவு வாழ்க்கை வாழத் தொடங்கி மூன்று நாட்கள் முடிந்து விட்டன. நான்காவது நாள் விடியலின் போது பையனுக்குத் தோசை சாப்பிட வேண்டுமென்று ஆசை எழுந்தது. அடிமனத்தின் ஆழத்திலிருந்து தோன்றிய ஆசை. நகரத்திற்கு வெளியே ராமன் குட்டியின் கடைக்குச் சென்றால் தோசை கிடைக்கும். ராமன்குட்டி கட்சி அனுதாபிதான். காட்டிக் கொடுக்க மாட்டான். வயிறு நிறையத் தோசை சாப்பிடலாம். ஆனால், போக வேண்டுமா? அப்படிப் போனால் அது தனக்கும் கட்சிக்கும் அழகாகுமா? பையன் பாயில் படுத்தவாறு இடது கண்ணை இறுக மூடிக்கொண்டு ஒற்றைக்கண்ணால் ஆழ்ந்து சிந்தித்தான்.

நாயின் நாக்கைப் போன்று மெல்லிசாகவும் துளைகளும், மேடு பள்ளங்களும் நிறைந்து அசைந்தாடுவதுமான தோசையின் உருவம் பையனின் மனக்கண்ணில் உயர்ந்து வந்தது. ஒரு கண்வேயர் பெல்ட்டில் வருவதைப் போலக் கணக்கற்ற தோசைகள் பையனது மனதிற்குள் ஒன்றன் பின் ஒன்றாகக் கடந்து சென்றன. தோசைகள் தீர்ந்தவுடன் பெல்ட் நின்றுவிட்டது. பெல்ட் மீண்டும் இயங்கத் தொடங்கியவுடன் அதன் வழியாகத் தோசையை முக்கிச் சாப்பிடுவதற்கான பொருள்கள் வந்தன. பெரிய தேங்காயுடன் பொட்டுக் கடலையும், பச்சை மிளகாயும் சேர்த்து அரைத்துக் கடுகும், வெங்காயமும், மிளகாயும் சேர்த்து அரைத்துப் போதிய உப்பும் சேர்த்து அப்பளம் காய்ச்சிய எண்ணெயில் தாளித்த வெங்காயச் சட்னி. வாயில் எச்சில் ஊறியது. பையனால் சிந்திக்க முடியவில்லை. எச்சில் நீரைக் 'கடக்'கென்று விழுங்கினான். பாதி முன் தொண்டைக்குள் சென்று விட்டது. இருமினான், பலமாக இருமினான். இருமல் நின்றவுடன் தனக்குத்தானே கேட்டுக் கொண்டான்: 'ஒரு பேச்சுக்காக, நீ சென்று தோசை

சாப்பிடுகிறாய் என்று வைத்துக் கொள்வோம். அது புரட்சிக்கு மாறானதாகவும், கட்சியின் கட்டுப்பாட்டு விதிகளுக்கு எதிரான தாகவும் ஆகிவிடாதா?" அப்போது பையனுடைய வயிற்றிலிருந்து ஆசையென்னும் வீணையின் தந்தி ஒரு முறை நாதமெழுப்பியது. பேராசைபிடித்த பையனின் மனம் அப்போது விபரீத பாவனையில் பௌதிக சிந்தாந்தத்தில் சுட்டெடுக்கப்பட்ட தோசைபோல் சுருண்டு விழுந்தது.

பையன் பாயைச் சுருட்டிக்கொண்டு எழுந்தான். முறை தவறிவிட்டது என்றறிந்தவுடன் மீண்டும் படுத்தான், எழுந்த பின் பாயைச் சுருட்டினான். வீட்டின் பின்வாசலை அடைந்து தண்ணீர்க் குழாயைப் பார்த்துக் கற்பனையில் முகம் கழுவினான். அபயம் நல்கிய வீட்டுக்காரர்களிடம் ஒரு வார்த்தைகூடச் சொல்லிக் கொள்ளாமல் பட்டணத்தின் பின்புறப் பாதை வழியாக நடக்கத் தொடங்கினான். மூன்று நாழிகை நடந்தான். தன்னைப் பின் தொடர்ந்து வருபவர்களை ஏமாற்றுவதற்காக வளைந்தும்,மறைந்தும் நடந்தான். யாரும் பின் தொடரவில்லை. இல்லையென்றால் பின் தொடர்ந்தவர்கள் வழிமாறிச் சென்றிருப்பார்கள். சூரியன் பாய் சுருட்டி எழுந்து கொண்டிருக்கும் வேளையில் பையன் ராமன் குட்டியின் கடைவாசலை வந்தடைந்தான்.

பின் வாசல் கதவின் பலகையை நீக்கிக் கொண்டு உள்ளே புகுந்தான். உள்ளே ராமன் குட்டி தேநீர் தயாரிக்க வெந்நீர் போட்டுக் கொண்டிருந்தான். மற்றொரு அடுப்பில் விறகு அடுக்கப் பட்டிருந்தது. நெருப்புப் பற்ற வைக்கவில்லை. ஐந்துநாழி மாவு பிடிக்கின்ற மண்பானை, பொங்கி வழியும் தோசைமாவுடன் அடுப்பருகே சிரித்துக் கொண்டிருக்கிறது.

பையனைப் பார்த்தவுடன் ராமன் குட்டி எழுந்தான்: "ரெவலூஷனரி சோசியலிஸ்ட்'க்கு புரட்சி வாழ்த்துக்கள்!' மென்மையான புன்னகையுடன் ராமன் குட்டி கூறினான்.

"மெதுவாக" பையன் உதட்டின் மேல் விரலை வைத்துக் கொண்டு கூறினான்: "மூணு நாளா தலைமறைவாக வாழ்கிறேன்!"

"தோழரே! அது எனக்குத் தெரியாது" ராமன்குட்டி மெதுவான குரலில் கூறினான்.

"தோசை சாப்பிடணும்" பையன் முணுமுணுத்தான்: "நான் இங்கேயே உட்கார்ந்துக்கட்டுமா?"

"உட்காருங்க தோழரே!" ராமன் குட்டி எழுந்து பையனுக்கு ஸ்டூலைக் கொடுத்தான். பின் விறகு அடுக்கிய அடுப்பில் தீ பற்ற வைத்தான்.

"சட்னி தயாரா?" நாக்கில் எச்சில் வடியப் பையன் கேட்டான்.

"சட்னி எப்பவோ தயாராகிவிட்டது" ராமன்குட்டி மூலையில் வைக்கப்பட்டிருந்த பெரிய கொப்பரையைச் சுட்டிக் காட்டினான். தாளிப்பும் முடிந்து விட்டது.

பையன் இரண்டு கைகளையும் சேர்த்து வைத்துச் சோம்பல் முறித்தான்.

நெருப்பு நன்றாக எரியத் தொடங்கியவுடன் ராமன் குட்டி தோசைக்கல்லை அடுப்பின்மீது வைத்தான். கல் சூடானவுடன் அதன் மீது எண்ணெய் தடவி ஒரு கரண்டி மாவை ஊற்றினான். 'ச்ச்சே' என்று பஞ்ச கல்யாணி ராகத்தைப் பாடியவாறு மாவு தோசைக் கல்லில் பரவியது. பையன் மகிழ்ச்சியை வெளிப்படுத்தும் விதமாகக் குரல் எழுப்பினான்.

எழுந்து சென்று சட்னிக் கொப்பரையைத் தூக்கி வந்தான். இரண்டு ஸ்பூன் சட்னி குடித்தான்.

"தோழரே! என்ன வெறும் சட்னியைக் குடிக்கிறீங்க?" ராமன் குட்டி கேட்டான்.

"இதுதான் அஸ்திவாரம். இதுக்கு மேலதான் தோசையால வீடு கட்டணும்."

அப்போது கடைக்கு வெளியிலிருந்து ஒருவர் கூப்பிட்டார்: "டேய் ராமன் குட்டி!"

குரல் வந்த இடத்திற்கு ராமன்குட்டி சென்றான். பையன் தோசையைத் திருப்பிப் போட்டான்.

வெளியே ராமன் குட்டி பேசுவது கேட்டது: "டீ மட்டும்தான் இருக்கு, தோசை ரெடியாக ஒரு மணி நேரம் ஆகும்."

அப்போது, கடைக்கு வந்தவன் கூறினான்: "ஓ... இதென்னடா கூத்தா இருக்குது, தோசையுமில்லை, ஒண்ணுமில்லை, உன்னை யெல்லாம் பிடித்து கொலை செய்யணும்டா...!"

கட்சித் தொண்டனாக இருப்பான், இல்லையென்றால் காலையிலேயே இவ்வளவு அழகாகப் பேசுவானா.

“கத்தி கொண்டு வரட்டுமா?” ராமன்குட்டி கூறுவது கேட்டது.

“கொலை செய்யவா?” வந்தவன்: “முதல்ல டீ கொடு, மற்றதை அப்புறம் யோசிக்கலாம்.”

பையன் அவசரமாகத் தோசையை எடுத்தான். எட்டாக மடித்துச் சட்னியில் முக்கி, பொரியலின் ஒரு பகுதியைப்போல் அதை லாவகமாகச் சாப்பிட்டான்.

ராமன் குட்டி டீ போடுவதற்கு வெந்நீர் எடுக்க வந்தபோது பையன் இரண்டாவது தோசைக்கு மாவை ஊற்றியிருந்தான்.

“உள்ள என்னடா சத்தம்?” கட்சித் தொண்டன் ராமன் குட்டியைக் கூப்பிட்டுக் கேட்டான்.

“தோசைக் கல்லைத் தண்ணீர் ஊற்றித் துடைக்கிறேன்” ராமன்குட்டி கூறினான்: “நாசமாப் போன கல்லு சரியா வரமாட்டேங்குது.”

வெளியே நிறையப்பேர் வந்த சத்தம் கேட்டது.

ராமன்குட்டி பையனுடைய முகத்தைப் பார்த்தான். பையன் மந்திரித்தான்: “நீ போ, நான் தோசை சுட்டு சாப்பிட்டுக்கிறேன்.”

“தோழருக்கு சிரமமாக இருக்காதா?”

“எனக்கென்ன சிரமம்?” மாவு இருக்கும் பானையை ஒரு பசுங்கன்றைப் போல் வாஞ்சையோடு வருடிக்கொண்டு பையன் சொன்னான்: “நீ போ.”

தேநீருக்கு வெந்நீர் எடுத்துக்கொண்டு ராமன்குட்டி சென்று விட்டான்.

வெளியே பேச்சுச் சத்தமும் சிரிப்புச் சத்தமும் டீ ஆற்றும் சத்தத்துடன் சேர்ந்து எழுந்தன. அரைமணிநேரம் கழிந்தது. ராமன்குட்டி இடையிடையே உள்ளே வந்து போய்க் கொண்டிருந்தான்; பையன் தோசை சுட்டுத் தின்று கொண்டிருந்தான். கொப்பரையின் இடுப்பளவுக்கு இருந்த சட்னி இப்போது முட்டிக்கால் நனையுமளவிற்குக் குறைந்து விட்டது. வேகம் குறைவோ என்று பையனுக்கு ஐயம் எழுந்தது.

அப்போது ராமன்குட்டி உள்ளே வந்தான். கடையின் முன்பகுதியைப் பார்த்துக் கொண்டு தாழ்ந்த குரலில் பேசினான்:

"ஒரு போலீஸ்காரன் வந்திருக்கான் தோசை வேணுமாம். இல்லைன்னு சொல்ல முடியாது. தோசையை மணம் பிடித்து விட்டான்."

"அதற்கு?" பதினெட்டாவது தோசையைச் சுருட்டி மடித்து வாயில் வைத்துக் கொண்டு பையன் கேட்டான்.

"ரெண்டு தோசை சுட்டுக் கொடுத்துடுவோம்" ராமன்குட்டி கூறினான்: "தோழரே கொஞ்சம் எழுந்திருங்க, நான் ஒரே நிமிஷத்துலே வேலையை முடிச்சுடுறேன்"

"நீ போயி அவனுக்கு ஆறுதல் சொல்லி டீ கொடு" பையன் சொன்னான்: "நான் அதுக்குள்ளே தோசை சுட்டுத்தாரேன்"

ராமன்குட்டி சென்று விட்டான்.

போலீசுக்காரர்களைத் திட்டிக்கொண்டே பையன் தோசை மாவைக் கல்லில் ஊற்றினான். தோசை நல்லாவே வரக்கூடாது என்று கடவுளை வேண்டினான். சுட்டெடுத்த பிறகுதான் தெரிந்தது, தான் அதுவரைச் சுட்ட தோசைகளில் இதுதான் மிகவும் நல்ல தோசை! சிவந்து மொறுமொறுவென்று சாப்பிடுவதற்குத் தயாராக இருக்கின்ற தோசை. இவ்வளவு நல்ல தோசையை ஒரு போலீஸ்காரன் சாப்பிடுவதா? பையன் நடுங்கிப் போனான்.

'அதையும் பார்த்து விடுவோம்' பையன் தனக்குத் தானே கூறிக் கொண்டான், பின்னர் தோசையைச் சட்னியில் முக்கிச் சாப்பிட்டான்.

மீண்டும் தோசைக்கல்லில் மாவை ஊற்றினான். வெந்து முடிந்த பிறகு பார்த்தால் இது முதல் தோசையை விடக் கம்பீரமாக இருக்கிறது. அதையும் சாப்பிட்டு முடித்தான்.

'பெட்டைக் கோழிக்குக் கொண்டை வளர்ந்தது போலத்தான் உனது தோசையும்!' சமஸ்கிருத பண்டிதனாகிய போலீஸ்காரன் ராமன்குட்டியிடம் சொல்வது கேட்கிறது.

உடனே ராமன்குட்டி சமையல் அறைக்கு வந்தான். அவனுக்குப் பின்னால் போலீஸ்காரன். ராமன்குட்டி திடுக்கிட்டான். ஆனால் விட்டுக் கொடுக்கவில்லை. "புதுசா வேலைக்கு வந்தவன்" பையனின் காதைப் பிடித்துத் திருகிக் கொண்டு ராமன்குட்டி கூறினான், "மலபார்காரன், டேய்! நீ இவ்வளவு நேரம் என்னடா செய்திட்டிருந்தாய்?"

“ஒண்ணுமில்லை” மீதித் தோசையை விழுங்கியவாறு பையன் கூறினான்: “தோசைக்கல் புதுசு அதனால தோசை சரியாக வருதில்லை, பிய்ந்து பிய்ந்து போகிறது! மன்னிக்கணும்!”

“மலபாருக்காரன் திருவிதாங்கூர்க்காரன் மாதிரிப் பேசுறியாடா, திருட்டு ராஸ்கல்!” போலீஸ்காரன் கண்களை ஊருட்டினான்.

“தள்ளி நில்லுடா!” ராமன்குட்டி பையனைச் சமையற் கட்டின் மூலைக்குத் தள்ளினான்.

“ஒருநாள் மட்டும் பார்” போலீஸ்காரன் ராமன்குட்டியிடம் கூறினான்: “அப்படியும் சரியாகவில்லையானால், சட்டாம் பிள்ளையை ஸ்டேஷனுக்கு அனுப்பி வை.”

“அதுதான் நடக்கும்னு தோணுது” ராமன்குட்டி கூறினான்.

“ஐயோ! நான் இனிமேல் வட்டமாகவும் பிய்யாமலும் தோசை சுடுறேன்” பையன் கூறினான்: “திருவிதாங்கூர் பாஷை பேசமாட்டேன். நினைச்சுக் கூடப் பார்க்கமாட்டேன்! சத்தியம். ஸ்டேஷனுக்குக் கொண்டு போய் சித்திரவதை செய்ய வேண்டாம்! வைக்கத்து அப்பன் மேல சத்தியம்.”

“சார், போய்ப் பெஞ்சில உட்காருங்க” ராமன்குட்டி கூறினான்: “நான் இதோ தோசையோட வர்றேன்.”

போலீஸ்காரன் சென்றவுடன், ராமன்குட்டி பையனைப் பார்த்துக் கண்ணடித்தான். பையனது கண்ணெல்லாம் தோசை யில்தான் இருந்தது. இதைப் புரிந்து கொண்ட ராமன்குட்டி, சுட்டெடுத்த தோசையுடன் கடைக்கு ஓடினான்.

பையன் மீண்டும் தோசை சுடத்தொடங்கினான். அவனு டைய வருத்தமெல்லாம் சட்னி காலியாகப் போகிறதே என்று தான், தோசைக்கு மாவு இன்னும் நிறைய இருக்கிறது.

இரண்டாவது கட்டத்தில் ஐந்தாவது தோசையைத் தின்று கொண்டிருக்கும் போது ராமன்குட்டி வந்தான்.

“நல்லா நடிச்சீங்க தோழரே!” ராமன்குட்டி கூறினான்

“நீயும் நன்றாக நடித்தாய்.”

“தோழரோட காதைப் பிடிச்சதுக்கு மன்னிக்கணும்.”

"அதை மறந்துவிடு!" பையன் கூறினான்: "புரட்சி வெடித்தால் உன்னை ஒண்ணும் செய்யமாட்டோம்."

"அது போதும்."

பையன் ஆறாவது தோசையைச் சுட்டெடுத்தான். "ஒரு விஷயம்" ராமன்குட்டி கூறினான்: "போலீஸ்காரன் தோழரை அடையாளம் கண்டு பிடிச்சிருப்பானோ?"

"இருக்கவே இருக்காது" மாவுப்பானையை தழுவிக் கொண்டு பையன் கூறினான்: "ஏவாளின் காலம் முதற்கொண்டு நான் அவனைப் பார்த்ததே கிடையாது."

"இருந்தாலும் தற்காலம் தலைமறைவாக இருப்பதுதான் தங்களுக்கு நல்லது" ராமன்குட்டி கூறினான்: "தோசையை நாளைக்குக் கூடச் சாப்பிடலாம்."

"இன்னும் ரெண்டு தோசை சாப்பிட்டுட்டு நான் இடத்தைக் காலி செய்துடுறேன்" பையன் கூறினான்: "அதன்பிறகு ரெண்டு நாளைக்குத் தோசையே வேண்டாம்."

அப்போது கடைக்குவெளியிலிருந்து யாரோ அழைத்தார்கள். ராமன்குட்டி சென்று விட்டான். முழுக்கவனத்துடன் செயலில் உட்பட்டிருந்த பையன் காலதேச வர்த்தமானங்களை மறந்தான்.

மிகச் சரியாக முப்பத்திரண்டு நிமிடங்களுக்குப் பிறகு, பையன் தோசையைச் சுட்டு சுட்டுச் சாப்பிட்டுக் கொண்டிருக்கும் அந்த நேரத்தில், பின் வாசலைத் தள்ளித் திறந்துகொண்டு போலீஸ் இன்ஸ்பெக்டரும், போலீஸ் கான்ஸ்டபிள்களும் உள்ளே பிரவேசித்தனர்.

"ரெவல்யூஷனரி சோசியலிஸ்ட்டுக்குப் புரட்சி வாழ்த்துக்கள்!" இன்ஸ்பெக்டர் கூறினார்: "சரி, நாம் இப்போது புறப்படலாமே."

"ரெண்டு தோசைக்கான மாவுதான் மிச்சமிருக்குது" பையன் மாவுப் பாத்திரத்தைச் சுட்டிக்காட்டிக்கொண்டு கூறினான்.

இன்ஸ்பெக்டர் ஒரு நிமிடம் யோசனையில் ஆழ்ந்தார். பின்னர் கூறினார்: "சரி வேகமாச் சாப்பிடு. மாநிலத்தில் மக்களுக்கான அமைச்சரவை நடைமுறையில் இல்லாத காலகட்டத்தில கைது செய்யறதுக்கு முன்பே பட்டினி போட்டுட்டாங்கன்னு யாரும் புகார் சொல்லி விடக்கூடாது."

☯

அம்பி

ஜெனரல் மேனேஜர் தொலைபேசியில் கேட்டார்: "பையன்தானே?"

"அப்படித்தான் பாவனை" பையன் கூறினான்.

"பாவனையை விட்டுவிடாதே" ஜெனரல் மேனேஜர் கூறினார்: "கீப்பப் த ஷோ. இன்னொரு சங்கதி."

"சொல்லுங்க சார்."

"உன்னுடைய வாயிலிருந்து வெகுவேகமாகப் பிரவகிக்கின்ற முத்துக்களைச் சுருக்கெழுத்தில் பொறுக்கியெடுத்து டைப் அடித்துத் தருவதற்கு ஆளில்லை என்றுதானே அனேக நாட்களாகப் புகார் கூறிக் கொண்டிருக்கிறாய்."

"ஆமாம்."

"இப்போது அந்த வேலைக்கு ஒருவன் வந்துள்ளான், உன்னோட ஊர்க்காரன். மதராஸி, பரீட்சித்துப் பார். ஒத்து வந்தால் வைத்துக்கொள்."

"சரி."

"அங்கே அனுப்பட்டுமா?"

"இப்போதே."

மதராஸி என்றால் எந்த ஊர்க்காரனா இருப்பான், பையன் யோசித்துப் பார்த்தான். மைசூர் முதல் கன்னியாகுமரிவரை எந்த இடமாக வேண்டுமானாலும் இருக்கலாம். வடநாட்டுக் காரர்களைப் பொறுத்தவரை விரிந்து கிடக்கின்ற இந்த நிலப் பரப்பு முழுவதும் மதராஸ்தான்.

ஒருவேளை மைலாப்பூர் பிராமணனாக இருப்பானோ? அப்படியென்றால் சிங்கமாக இருப்பான். ஆங்கில இலக்கணத்தில் புலியாக இருப்பான். மீசை அசைவை வைத்தே பாஷையைப் புரிந்து கொள்ளக்கூடிய வர்க்கத்தைச் சேர்ந்தவனாக இருப்பான். மிகவும் கெட்டிக்காரனாக இருப்பான்.

1940-ல் ஜெர்மனி பிரிட்டனைத் தரைமட்டமாக்கிவிடும் என்று தோன்றிய கட்டத்தில் ஜெர்மன்மொழியும், சுருக்கெழுத்தும் கற்றுக்கொண்டவர்கள் தானே அவர்கள். ஒருவேளை எப்படி யாவது முயற்சி செய்து பிரிட்டனோ வேறு ஏதோ நாடு வெற்றி பெற்றால்? மீண்டும், கடந்த ஆண்டு இந்தியாவுக்கும் பாகிஸ்தானுக்கும் போர் மூண்ட பொழுது அவர்கள் உருது கற்றுக்கொள்ளத் தொடங்கிவிட்டார்களாம். யுத்தமல்லவா? ஒரு வேளை பாகிஸ்தானோ மற்றும்... ஏது?

"வெளியே அரைக்கதவுக்கு கீழே காலுறை அணிந்த இரண்டு கால்கள் தென்பட்டன. பையன் குரல் கொடுத்தான்: "கம் இன்"

ஒரு கையில் சுருக்கெழுத்து நோட்டும், மற்றொரு கையில் கூர்மையான பென்சிலுமாகக் காலுறை அணிந்தவன் கதவைத் திறந்து கொண்டு உள்ளே வந்து தலைவணங்கி நின்றான். இளைஞன். கூடிப் போனால் பதினெட்டு வசந்தங்களைப் பார்த்திருப்பான். ஆரோக்கியமான சிவப்பு கலந்த வெண்மை நிறம். உடல் மெலிந்து உயரமாக இருந்தான். ஒளி வீசுகின்ற கண்கள், மேலுதட்டில் அடர்ந்த பட்டுப்போன்ற மீசை. சவரம் செய்யத் தொடங்காத முகம். கிளியிதழ்கள். ஈரத்தில் ஊறிய இதழ்கள் சிவந்து விரிந்திருக்கின்றன. தொட்டால் விரலில் இரத்தம் ஒட்டிக் கொள்ளும் என்று தோன்றியது. பளபளக்கின்ற நெற்றியும், கன்னமும் கொண்ட அழகிய இளைஞன்.

"உட்கார்" பையன் கூறினான்.

இளைஞன் ஒரு நிமிடம் தயங்கி நின்றான். பின்னர் மேசைக்கு எதிரே கிடந்த நாற்காலிக்கு வலிக்காத விதத்தில் அதன் மீது மெதுவாக உட்கார்ந்தான்.

"பேர் என்ன?" பையன் கேட்டான்.

"ராமநாதன்."

"ஊரு?"

"பாலக்காடு."

'என்னது?' பையன் நினைத்தான். 'நான் பிறந்த புண்ணிய பூமியிலிருந்தா வருகிறான்.'

உடனே பையன் தனது பாஷையில் கேட்டான்: "எந்தக் கிராமமாக்கும்?"

ராமநாதனின் கண்கள் பிரகாசித்தன, இதோ இங்கே இன்னொரு பட்டர்! அவன் கூறினான்: "திருநல்லாய்"

"அப்படியா?" பையன் சொன்னான்: "திருநல்லாயில் எங்கேயாக்கும்?"

ராமநாதன் மேசையில் கைகளை ஊன்றிக்கொண்டு முன்னோக்கி நகர்ந்தான்.

பென்சிலைக் காற்றில் சுழற்றிக் கொண்டு கூறினான்: "அந்தக் கணபதியான் கோயில் இருக்குதோல்லியோ, அதுக்கு அந்தப் பக்கம்."

"பேஷ்!" பையன் சொன்னான்: "நீ எத்ரவரை படிச்சிரிக்காய்?"

"பத்தாங் கிளாஸ்தான்."

"அப்பறம், ஷார்ட் ஹேண்டும் டைப்பிங்கும் படிச்சயோ?"

"புக்கீப்பிங்கும் படிச்சிரிக்கேன்."

அப்படீன்னா அப்படியே அடங்கி இரு, பையன் மனதிற்குள் கூறினான். பின்னர் கேட்டான்: "வேற என்னெல்லாம் படிச்சிரிக்காய்?"

"சிறப்பா ஒண்ணுமில்லை."

"ஷார்ட்ஹேன்டில் ஸ்பீடு எத்ர இருக்கு?"

"நூற்றிருபதாக்கும்."

"நல்ல ஸ்பீடாச்சுதே! டைப்பிங்கோ?"

"அறுபது."

"நன்னாயிருக்கே" பையன் கூறினான்: "டிக்டேஷன் கொடுக்கட்டுமா?"

"சரி" ராமநாதன் சொன்னான்: "அதுக்கு முன்னே ஒண்ணு கேக்கறேன், எக்ஸ்கியூஸ் பண்ணுங்கோ."

சரியென்று பையன் கூறினான்.

"நீங்க பாலக்காடா?" ராமநாதன் கேட்டான்.

"ஆமாம்."

"எந்தக் கிராமம்."

“பெருங்குளமாக்கும்.”

“பேரோ?”

“வைத்தியநாதன் கிருஷ்ண நாராயணன், போருமா?”

“நம்ம கிருஷ்ணய்யர் வக்கீல் புள்ளையா?”

“ஆமாம்.”

“கிருஷ்ணய்யர் பெரிய வக்கீல்.”

“அத்ர பெரிசொண்ணும் இல்லை” பையன் கூறினான்: “ஏதோ கொஞ்சம் பிராக்டீஸ் இரிக்கு, எல்லாம் பெருங்குளம் அப்பன் தயவுன்னு வெச்சுக்கோ. அவ்வளவுதான்!”

ராமநாதன் தெற்கு நோக்கிக் கண்மூடி வணங்கினான்.

“உன்னை ஆத்திலே எப்பிடிக் கூப்பிடுவாளாக்கும்?” பையன் கேட்டான்.

“அம்பி.”

“நானும் அப்படியே கூப்பிடுறேன்.”

அம்பியின் கண்கள் கண்ணீர் சிந்தி விடும் என்று தோன்றிய வுடன் பையன் பேச்சை மாற்றினான்.

“டிக்டேசன் எழுதிக்கோ.”

அம்பி நோட்டுப் புத்தகத்தைத் திறந்தான், பென்சிலைப் பேப்பரில் ஊன்றி, காதைக் கூர்மையாக்கிக் கொண்டு தலையைக் குனிந்தான்.

டிக்டேசன், பிராமணரின் செய்தித்தாளில் இருந்து கொடுப்போம், பையன் எண்ணினான். சுத்தமான அந்தப் பத்திரிக்கையின் ஒரு பிரதியை அலமாரியிலிருந்து உருவி எடுத்தான். புராணக் கதைகளைப் பற்றிய செய்திகள் நிறைந்த கடைசிப் பக்கத்தை விரித்து வைத்தான்.

“அம்பி எழுதிக்கோ” பையன் கூறினான்:

“ஹெட்டிங், பீஷ்மர் விழுந்தான் துரோணருக்கு அபாயம். பீஷ்மர் வீழ்ந்த பிறகு பாண்டவர்களுடைய பின்ஸர் மூவ்மெண்ட் துரோணரின் எட்டாம் படைக்கு அச்சுறுத்தலாக அமைந்தது. நகரத்தில் உள்ள அழகாபுரிக் கிராமத்தில் நேற்று மாலை

மகாபாரதச் சொற்பொழிவாற்றிய பாண்டுரங்க சாஸ்திரிகள்தான் இதைக் கூறினார். இரண்டு சேனைகளின் பொசிஸனையும் அவர் மிகத் தெளிவாக விளக்கினார்; மாநிலத்தின் முன்னாள் கவர்னரும், முன்னாள் முதலமைச்சரும், இந்தப் பத்திரிக்கையின் முன்னாள் சீஃப் எடிட்டரும் அடங்கிய அழகான ஓர் அரங்கம் சாஸ்திரிகளின் சொற்பொழிவைக் கேட்டது. ஊசி விழுகின்ற ஓசையைக் கேட்க முடிந்தது."

ஐந்து நிமிட நேரம் இந்தப் புராணத்தைப் பையன் ராகத்தோடு சொன்னான். முடிந்தவுடன் அம்பியிடம் கூறினான்: "அந்த ரூமில் போயி டைப் செய்துக்கோ, மெதுவா செய்தால் போரும். அவசரமில்லை, கேட்டியா"

பணிவு, நன்றி முதலிய விகார குணங்களை வெளிப் படுத்து கின்ற ஒரு பார்வையைப் பையன்மீது வீசி விட்டு அம்பி அடுத்த அறைக்குச் சென்றான்.

பையன் கர்னலுக்குப் ஃபோன் செய்தான். புது ஸ்டெனோவைப் பற்றிக் கூறினான். அம்பியைப் பற்றிய விவரத்தை விளக்கமாகச் சொன்னான். அழகான இளைஞன் என்றும், தனது ஜாதிக்காரன் என்றும் கூறினான்.

விவரக் குறிப்பு முடிந்தவுடன் தொலைபேசியின் மறுமுனையில் ஒரு நிமிடம் மௌனம் நிலவியது. மீண்டும் பேசத் தொடங்கியபோது ரேணுவின் குரலில் ஒரு விதமான வெறுப்பு கலந்திருந்தது.

"இப்படியொரு கீழான நடத்தை உன்னிடம் உள்ளதென்பது எனக்கு ஆரம்பத்திலேயே தெரியும்" அவள் கூறினாள்.

"என் செல்லக் கிளியே அது என்னடி கீழான நடத்தை?"

"ஓரினச்சேர்க்கை."

"ரெண்டும் கெட்டவளே!" சர்க்கரை போல் உருகிக் கொண்டு பையன் கூறினான்: "பரோபகாரி, பறக்கும் அழகி, வங்காள திலகமே! நீ என்னை பற்றி இப்படிச் சொல்லிட்டியே, மகராசி! நீ நல்ல இரு!"

"நீ வசனம் பேசி என்னை ஏமாற்றம் வேண்டாம்" ரேணு கண்டிப்புடன் கூறினாள்: "கொஞ்சம் அசந்தால் வேறு புற்றுக்குள் புகுந்து விடும் பாம்பு நீ. இனமும் வர்க்கமும் உனக்குப் பிரச்சினையே இல்லை."

"நீ போடி!"

"இப்போது உனக்கு ஒரு ஸ்டெனோ இல்லாததுதான் பெரிய குறையா?" கர்னல் கத்தினாள். "அடுத்தவர்கள் கூறுவதை ஆதாரமாக வைத்துக் கொண்டு ஒரு நாளைக்குச் சராசரியா நூறு வார்த்தைகள் எழுத வேண்டிய உனக்கு ஒரு ஸ்டெனோவா? உன்னோட அலுவலகத்தையெல்லாம் ராணுவக் கட்டுப்பாட்டில் கொண்டு வரணும்."

"பேசாமல் இருடீ!" பையன் கூறினான்: "நோக்கு என்னடி தெரியும்?"

"நீ இப்போது என்ன சொன்னாய்?" ரைஃபிளை உயர்த்தி ட்ரிக்கரில் விரலை வைத்துக் கொண்டு கர்னல் கேட்டாள்.

"எங்க ஊர் பாஷைல பேசினேன்" ரிசீவரைத் தலைக்கும் கழுத்துக்கும் இடையே வைத்துக் கொண்டு கைகளிரண்டையும் உயர்த்தியவாறு பையன் கூறினான்.

"ஒருவேளை, சாயங்காலம் உன்னைப் பார்க்கும்போது எனக்கு அது புரியும்" கர்னல் ரைஃபிளின் ட்ரிக்கரிலிருந்து விரலெடுத்தாள். பையனுக்குத் தனது கன்னத்தில் ஒரு கூர்மையான பல் இறங்குகின்ற வலி தோன்றியது.

ரிசீவரைக் கீழே வைத்த பையன் வெற்றிடத்தில் மரணத்தைப் பார்த்துப் புன்னகைத்தான்.

பெரிய காகிதங்களைக் கையில் ஏந்தியவாறு அம்பி உள்ளே வந்தான்.

"நீ இத்ர வேகத்துல முடிச்சிட்டாயா?" பையன் கேட்டான்.

"ஏதோ செய்திரிக்கேன்" அம்பி சொன்னான்: "தப்பிருந்தா மன்னிச்சிருங்கோ."

"பயப்படாதே" பையன் கூறினான்: "மன்னிப்பு எங்கிட்ட நிறைய இருக்கு."

அம்பி மரியாதையின் அடையாளமாக வாயை மூடிச் சிரித்தான்.

பையன் காகிதத்தைப் படித்துப் பார்த்தான். நல்ல டைப்பிங். ஒரு தவறு கூட இல்லை. அழகாக இருக்கிறது. மார்ஜினும் இடைவெளியும் கம்பீரம், அச்சடித்தது போல் இருக்கிறது.

"நீ மோசமில்லை!" பையன் கூறினான்: "முன்னே எங்கியாவது வேலை செய்திரிக்காயா?"

"பாலக்காட்டுல ஆனந்தகிருஷ்ணன் வக்கீல்கிட்டக் கொஞ் சநாள் இருந்தேன்."

"அதுதான்" பையன் கூறினான்: "ப்ளெயின்றும் அஃபிடவிட்டும் டைப்பிங் செய்த பழக்கமாக்கும்."

ஜெனரல் மேனேஜரை இன்டர்காமில் அழைத்துக் கூறினான்: "வந்தவன் கெட்டிக்காரன், அவனையே எடுத்துக் கொள்வோம். வழக்கமான ஸ்டார்டிங் கொடுக்கலாம்.'

பையன் அம்பியிடம் கூறினான்: "உட்கார்."

அம்பி மிகவும் பரிதாபத்திற்குரியவன் போல் நாற்காலியில் அமர்ந்தான்.

பையன் கூறினான்: "உனக்கு வேலை கிடைச்சாச்சு."

அம்பியின் கண்கள் பிரகாசித்தன.

பையன் சொன்னான்: "இருநூற்றைம்பது ரூபாய் சம்பள மாக்கும். மூணுமாசம் புரபேஷன். நன்னா வேலை எடுத்தால் ஆகாசம் வரை உயரலாம்."

"எல்லாம் உங்களுடைய சகாயம்" அம்பி கூறினான்: "நன்னா வேலை செய்யறேன்."

"அதுதான் வழிங்கறேன் நான்" பையன் கூறினான்: "நன்னா வேலை எடுத்தால் நீ இந்த பேப்பரோட எடிட்டராக் கூட ஆகல மாக்கும்."

அம்பி சிரித்தான்.

"என்ன சிரிக்கிறாய்" பையன் கேட்டான்: "இப்போழத்த எடிட்டர் ஆராயிருந்தது தெரியுமா? முதல்ல பியூனா சேர்ந்தான். பின்னே கம்போஸிட்டர் ஆனான். அப்புறம் ஃபோர்மேன், பின்னே மோட்டார் மெக்கானிக். அதுக்கப்புறம் பொலிட்டிக்கல் கரஸ்பாண்டன்ட். கடைசியா எடிட்டர். முதலாளியோட சொந்தம் ஆளாக்கும். ஒரு எழுத்தும் தெரியாது. ஆனால் நன்னா வேலையெடுப்பான். மனசிலாச்சுதா?"

அம்பி பணிவுடன் தலையாட்டினான்.

பையன் கூறினான்: "அது மாதிரி நீயும் ஒரு கை பார்க்கணும் என்ன?"

அம்பி மீண்டும் தலையாட்டினான்.

பையன் கேட்டான்: "நீ எங்க தங்கியிருக்காய்?"

"தூரத்து உறவுல ஒரு மாமா இன்ஷீரன்ஸ் கார்ப்பரேஷன்ல அக்கவுண்டன்டா இருக்கறார்" அம்பி கூறினான்: "கரோல் பாக்கில் உள்ள அவரோட வீட்ல தங்கியிருக்கேன்."

பையன் ஒரு சிகரெட்டை எடுத்து அம்பியிடம் நீட்டினான்.

இரண்டு கைகளாலும் தடுத்தவாறு அம்பி கூறினான்: "நான் ஸ்மோக் பண்ணமாட்டேன்."

"பொடி போடுவியா?"

"இல்லை."

"வெத்திலை, பாக்கு?"

"நோ."

"ஆடு, கோழி, மீன் இத்தியாதிகளைத் திம்பாயா?"

"மாட்டவே மாட்டேன்."

"கள்ளு குடிப்பாயா?"

"ராம ராம!"

"பெண் விஷயம்"

"ஐயய்யோ!"

"என்னடா அம்பி இது?" பையன் சிகரெட்டுக்கு நெருப்பைக் கொடுத்து விட்டுக் கேட்டான்: "காய்கறி மாதிரி ஜீவிக்கிறாய். லைஃப்ல ரசனை வேணுமின்னால் இதெல்லாம் வேணும். வேற என்னடா இருக்கு லைஃப்ல?"

அம்பி அச்சத்துடன் பையனை நோக்கினான்.

"எல்லாத்தையும் மெதுவாகத் தொடங்கலாம்" பையன் சொன்னான்: "இப்போ நீ ஜெனரல் மேனேஜர் ஆபிஸில போயி அப்பாயிண்ட்மெண்ட் லெட்டர் வாங்கிக்கோ. அப்புறம் நாளைக்குக் காலையில பத்து மணிக்கு வா."

அம்பி எழுந்து பையனை வணங்கிவிட்டு வெளியேறினான்.

வழக்கம்போல் மாலை ஆறு மணிக்கு பத்துநூறு நண்பர்களுடன் காணாட்டு ப்லேஸ் வழியாக நடக்கும்போதுதான் பையன் இரண்டாவது முறையாக அம்பியைப் பார்க்கிறான். கையில் ஒருகட்டு முருங்கைக்காயுடன் எதிரே வருகிறான்.

அருகில் வந்தவுடன் முருங்கைக்காயோடு சேர்த்து அம்பி பையனுக்கு வணக்கம் கூறினான்.

"அப்பாயிண்ட்மெண்ட் ஆர்டர் வாங்கியாச்சா" பையன் கேட்டான்.

"வாங்கியாச்சு" அம்பி சொன்னான்: "நாளைக்கு ஜாயிண்ட் செய்யறேன்."

பையன் கேட்டான்: "எங்கேர்ந்து கெடச்சது முரிஞ்சக்காய்?"

"ஒண்ணுல்ல" அம்பி சொன்னான்: "இங்கே பார்த்தப்போ வாங்கினேன்."

"எங்கையாக்கும்?"

"அங்கை" அம்பி? சூப்பர் பஸாரைச் சுட்டிக் காட்டிக் கூறினான்.

பையன் கேட்டான்: "என்ன, சாம்பார் வெக்கப் போறயா?"

"அது மாமிக்குத்தான் தெரியும்" அம்பி சொன்னான்: "என்னைக் கேட்டால் முரிஞ்சக்காயும் பருப்பும்தான் பெஸ்ட்."

"நீ நன்னா சாப்பிடுவே போலிருக்கே" சரி நாளைக்கு பார்க்கலாம்.

மறுநாள் பாராளுமன்றத்தைக் 'கவர்' செய்யச் சென்ற பையன் ஒரு மணிக்குத்தான் அலுவலகத்திற்கு வந்தான். அறைக்கு வெளியே டைப்ரைட்டிங் மெஷினுக்கு முன்னால் அம்பி தியானத்தில் ஆழ்ந்திருக்கிறான். பையனைப் பார்த்தவுடன் துள்ளி எழுந்தான்.

அறைக்குள் நுழையும் போது பையன் கூறினான்: "வா அம்பி!"

"நீங்க வரமாட்டீங்களோன்னு பயந்துபோயிட்டேன்" அம்பி கூறினான்.

"அப்படியா?" பையன் கூறினான்: "சரி, எழுதிக்கோ."

தொடர்ந்து ஐந்து நிமிடங்கள் வசனம் கூறி முடித்த பிறகு அதை டைப் அடித்து எடுத்து வருமாறு அம்பியிடம் கூறினான். அவன் சென்ற பிறகு இருக்கையில் சாய்ந்து கண்மூடிக்கொண்டு சற்றே மயங்கினான்.

வெளியே டைப்ரைட்டரில் இருந்து சீரான வேகத்தில் தாளம் வந்து கொண்டிருந்தது.

பதினைந்து நிமிடங்களுக்குப் பிறகு அம்பி உள்ளே வந்தான். பேப்பரைப் பையனுக்கு முன்னர் வைத்துக் கொண்டே சொன்னான்:

"என்ன அபாரமான ஆங்கிலம்! உங்க அப்பா கோர்ட்டுல வாதாடுற மாதிரியே இருக்கு!"

"டேய்!" பையன் சொன்னான்: "ஜாக்கிரதை!"

"உண்மையைச் சொல்றேன்!" அம்பி நெஞ்சில் கை வைத்துக் கொண்டு கூறினான்.

"இருக்கட்டும்."

பையன், ரிப்போர்ட்டை ஒரு முறைப் படித்துப் பார்த்தான். மூன்றாம் பக்கத்தில் ஒரு வார்த்தையைச் சுட்டிக்காட்டி கேட்டான்: "டைலேட்டரி ஸ்பெல்லிங் என்ன?"

"Dilatery" அம்பி கூறினான்.

"சரியா?"

"சரி."

"இல்லை" பையன் கூறினான்: 'tory' தான்.

"கிடையவே கிடையாது" அம்பி கூறினான்: "நான் பந்தயம் வெக்கறேன், t e r y தான்."

பையன், அலமாரிக்கு நேராகக் கை நீட்டியவாறு கூறினான்: "அந்த டிக்ஷனரியை எடு."

அம்பி அகராதியை வெளியே எடுத்தான்.

"ஸ்பெல்லிங் பாரு" பையன் சொன்னான்.

அம்பி, அகராதியைத் திறந்து பக்கங்களைப் புரட்டி விரல் வைத்து வார்த்தையைக் கண்டுபிடித்தான். பின்னர் நெற்றியைச் சுளித்துக் கொண்டு கூறினான்: "இதுல 'tory' தான் போட்டிருக்கு."

"அப்படின்னா?"

அம்பி சொன்னான்: "எனக்கு ஒரு சந்தேகம், பிரிண்டிங் மிஸ்டேக்கா இருக்குமோ?"

"இருக்கலாம்" பையன் கூறினான்: "ஆனால் ஒரு வேலை செய். எனக்கு மட்டும் அந்த வார்த்தையை 'tory' போட்டு அடிச்சுக் கொடு ஓ.கே.?"

அம்பி கருணையுடன் ஒப்புக் கொண்டான்.

"இனிமேல் வொர்க் வந்துண்டே இருக்கும்" பையன் கூறினான்: "எப்படியானாலும் நீ ஆறு மணிக்கு வீட்டுக்கு போயிடலாம் கேட்டியா?"

"இன்னைக்கு நேரா வீட்டுக்கல்ல போறது" அம்பி கூறினான்.

"என்னவாக்கும் வேற வேலை?" பையன் கேட்டான்.

"அது இல்ல" அம்பி சொன்னான்: "இன்னைக்கு சாயங்காலம் கம்பாலன் பிரதமரோட ஸ்பீச் இருக்கு, கேட்கப் போகணும்."

"எதுக்கடா கஷ்டப்படுகிறாய்?" பையன் கேட்டான். "நாளைக்குப் பேப்பரில் படிச்சாப் போராதா?"

"ஆள நேராப் பாக்கலாம்னு நெனக்கறேன்."

"அப்ப சரி" பையன் கூறினான்: "போயிட்டு வா."

மறுநாள் டிக்டேஷன் தொடங்குவதற்கு முன்பு பையன் கேட்டான்: "நேத்தைக்கு கம்பாலன் பிரதமரோட ஸ்பீச் எப்படி இருந்தது?"

" ரொம்ப மோசம்!" அம்பி கூறினான்.

"அப்படீன்னா?"

"உங்களுக்குப் பக்கத்துல கூட வரமாட்டார்."

"ஏன்? என்ன காரணம்?"

"அவர் ஸ்பீடு வெறும் சிக்ஸ்ட்டி வேர்ட்ஸ்தான்."

☯

கொடுமை

பையன், தன்னுடைய வழக்கில் தானே ஆஜராகி வாதாடினான் பணம் வேண்டாம் கேஸ் நடத்தித் தருகிறோம் என்று எத்தனையோ வக்கீல்கள் முன்வந்தனர். பையன் அவர்களை எல்லாம் பின்திரும்பிச் செல்லுமாறு கூறிவிட்டான். நீதிமன்றத்தில் ஒருமுறை முகம் காட்டுவதற்கு ஐயாயிரம் ரூபாய்வரை வாங்குகின்ற வக்கீல்களும் அக்கூட்டத்தில் இருந்தனர். ஆயுள் முழுவதும் தலைகாட்டிய பிறகும் ஒரு பைசாக்கூடக் கிடைக்காதவர்களும் இருந்தனர். இரண்டு வர்க்கத்தினரையும் விலக்கி விட்டு, பையன் நீதிபதியிடம் கூறினான்:

"என் வழக்கில் நானே வாதிடுவதற்கு நீதிமன்றம் எனக்கு அனுமதி நல்கவேண்டும்."

நீதிபதி கூறினார்:

"வேண்டுகோளில் சட்டத்தின் மொழிநடை இல்லை."

பையன் சிந்தித்தான்; முன்பு நீண்ட எட்டுமாத காலம் சட்டக் கல்லூரியில் சொற்பொழிவுகளைக் கேட்டுச் சிரித்துச் சிரித்து மண்ணைக் கவ்விய கால கட்டத்தை நினைத்துப் பார்த்தான்.

ஓகோ! அது சரி, அப்படியானால் நீதிமன்ற மொழியில் எடுத்துரைப்போம்: "கனம் கோர்ட்டார் அவர்களே! என்னுடைய வழக்கில் நானே ஆஜராகி வாதிடுவதற்குத் தயவு செய்து நீதிமன்றம் எனக்கு அனுமதி நல்க வேண்டும், அதற்காகக் கனம் கோர்ட்டார் அவர்களைப் பணிந்து வணங்குகிறேன்."

எதிர்க்கட்சி வக்கீலிடம் நீதிபதி கேட்டார்:

"ஆட்சேபணை இருக்கிறதா?"

வழக்கு வெற்றிபெற்று விட்டது என்று எண்ணிக் கொண்டு எதிர்க்கட்சி வக்கீல் எழுந்தார். உதட்டைச் சுழித்துக் கொண்டு இகழ்ச்சி தொனிக்கும் குரலில் கூறினார்:

"சிறிதும் ஆட்சேபனை இல்லை."

நீதிபதி பையனை நோக்கிக் கூறினார்:

"வாதத்தை ஆரம்பிக்கலாம்."

பையன் பைக்குள்ளிருந்து கருப்புக் கோட்டை எடுத்து அணிந்து கொண்டான். கழுத்தில் வெள்ளைப் பட்டையைக் கட்டித் தொங்கவிட்டான். இரண்டுமுறை இருமினான்.

நீதிபதி தாக்கீது செய்தார்:

"இனி இருமினால் அது நீதிமன்ற அவமதிப்பாகக் கருதப் படும்."

பையன் தெரியப்படுத்தினான்:

"இருமியதைத் திரும்பப் பெற்றுக்கொள்கிறேன். இனி இருமமாட்டேன் என்றும் உறுதியளிக்கிறேன்."

நீதிமன்றம் நிறைந்திருந்தது. பையனுடைய நண்பர்களும், உறவினர்களும், கடைக்காரர்களும், தொலைக்காட்சி கேமரா மேன்களும், பிரமுகர்களான வக்கீல்களும் தோளோடு தோள் உரசிக்கொண்டு உட்கார்ந்திருந்தனர். நின்றிருந்தனர். சுற்றுப் புறமும் அமைதியாக இருந்தது. அப்போது யாருடைய பாக்கெட்டி லிருந்தோ ஒரு கைக்குட்டை கீழே விழுகின்ற சத்தம் கேட்டது.

பையன் பாக்கெட்டிலிருந்து கூர்மையான ஒரு பென்சிலை எடுத்து அதை இரண்டு விரல்களால் செண்டை அடிக்கும் கோலைப் போல் குறுக்காகப் பிடித்தான். அடுத்த நிமிடம் இடதுகை கட்டைவிரல் நகத்தில் செண்டை கொட்டினான். கீழே தரையில் இரண்டெட்டு நடந்தான். அப்போது கேமரா லைட்டுகள் உதித்து ஒளியைப் பொழிந்தன. தொலைக்காட்சி இயந்திரங்கள் சரபுரவென்று சத்தம் எழுப்பின.

கோலாகலம் அடங்கியவுடன் பென்சில் முனைகொண்டு எதிரே சுட்டிக் காட்டிய பையன் வாதத்தைத் தொடங்கினான்:

"யுவராணர், இதோ நிற்கின்ற இவள் ஒரு பிரபலமான சினிமா நட்சத்திரம். சினிமாவிற்கு வருவதற்கு முன்பு துருவ

நட்சத்திரமாக இருந்தாள்."

நீதிபதி குறுக்கிட்டார்:

"எந்த துருவத்தில்? வட துருவத்திலா? தென் துருவத்திலா?"

"அடுத்த நொடியிலேயே பதில் கூறுவது கடினம் என்பதைத் தெரியப்படுத்திக் கொள்கிறேன்" பையன் கூறினான்: "யுவர் ஆனர், வட துருவத்தில் தான் இருந்திருக்க வேண்டும்."

நீதிபதி குறித்துக் கொண்டார்.

பையன் தொடர்ந்தான்:

"மூன்று மாதங்களுக்கு முன்பு அவளாக ஓடி வந்து என்னைக் காதலிக்கத் தொடங்கினாள். வெள்ளித்திரைக்கு வெளியே, தான் முதன்முதலாகக் காதலில் ஈடுபடுவதாக இந்த அழகுசுந்தரி அன்று என்னிடம் மொழிந்தாள். நானும் நம்பினேன். காதல் நோயால் பீடிக்கப்பட்ட எல்லா இளம் காதலர்களையும் போலக் கடிதங்களைப் பரிமாறிக் கொண்டோம். காலநேரம் அறியாமல் கதைபேசினோம். கைகோர்த்து நடந்தோம். நீண்ட பெருமூச்சு விட்டோம், நள்ளிரவு நேரங்களில் அல்லிப்பூக்களைக் கிள்ளி எடுத்தோம், இடி மழையில் நனைந்தோம், கடும் வெயிலில் களித்தோம். நான் அவளைப் பிரியமானவளே என்று அழைத்தேன். ஆருயிரே என்று அவள் என்னை அழைத்தாள். வெயில் தகிக்கும் கொடிய கோடைக்கால மத்தியான வேளைகளில் அவள் எனக்கு ஐஸ் சர்பத்தும், குச்சி மிட்டாயும் வாங்கிக் கொடுத்தாள். எட்டணா நாணயத்தையும், ஒரு ரூபாய் நோட்டையும் கடனாகத் தந்தாள். பிரியமானவளே இந்தப் பெருந்தொகையை திரும்பக் கொடுக்க முடியாத பாவியாகி விடுவேனோ என்று ஒருமுறை நான் அவளிடம் கூறினேன். என் ஆருயிராகிய நீங்கள் வருந்தக் கூடாது என்று அவள் பதில் உரைத்தாள். இந்தப் பணமெல்லாம் அவள் அரசாங்கத்திற்கு வருமான வரியாகக் கொடுக்க வேண்டியவை. நான் திரும்பக் கொடுக்கவில்லை என்றால் அரசாங்கத்திற்கு அவள் கட்ட வேண்டிய பணம் அவ்வளவுக்குக் குறைந்துவிடும். அவ்வளவுதான், இதைக் கூறியபோது அவளது உள்ளம் படபடத்தது.

இவ்வாறாக ஒரு மாதம் முடிந்தது, யுவராணர் இன்னொரு மாதமும் ஓடிவிட்டது. நட்சத்திரத்தால் மட்டுமல்ல ஜுரத்தாலும் பாதிக்கப்பட்டேன். மூன்றாம் மாதத்தின் ஆரம்பத்தில் அதாவது

இரண்டு வாரங்களுக்கு முன்புதான் இந்த நிகழ்வுகளின் தொடர்ச்சியாக ஒரு முக்கியமான திருப்பம் ஏற்பட்டது

ஒரு மாலைநேரம், ஷூட்டிங் முடிந்து அவள் நேராக என்னுடைய அலுவலக அறைக்கு வந்தாள். பொன்னிறமான அவளது முகம் வெண்ணிறமாக வெளுத்திருந்தது. எனக்கு நெஞ்சு வெடித்து விடும்போல் தோன்றியது.

நான் உத்வேகத்துடனும் ரதவேகத்துடனும் கேட்டேன்:

'பிரியமானவளே, என்ன நடந்தது?'

நீண்ட நேரமாக அனுபவித்த வேதனையைப் பொறுத்துக் கொண்ட அவள் சிறிது நேரத்திற்குப் பிறகு ஒரு சொட்டுக் கண்ணீரை வெளியே அனுப்பினாள்.

நான் கேள்வியை மீண்டும் கேட்டேன்.

அவள் கூறினாள்:

'எல்லாம் முடிந்து விட்டது.'

'என்ன ஆயிற்று?'

'நம் காதல் அப்பாவுக்குத் தெரிந்து விட்டது'

நான் வாயடைத்துப் போனேன்.

அவளது அப்பாவைப்பற்றி நான் முன்பே கேள்விப் பட்டிருக்கிறேன்."

உடனே அரைவட்டம் அடித்து நடிகைக்கு அருகில் அமர்ந்திருந்த அவளுடைய அப்பாவுக்கு நேராகப் பென்சிலை நீட்டிக் கொண்டு பையன் ஆவேசமாகக் கூறினான்:

"இதோ இருக்கின்ற இந்தக் கொடியவன், கழுகுக்கண்ணன், பணப்பேய்....."

எதிர்க்கட்சி வக்கீல் துள்ளி எழுந்து கூறினார்:

"அப்ஜெக்ஷன்!"

நீதிபதி பையனைப் பார்த்தார்.

பையன் கூறினான்:

"யுவராணர், அவன் கொடியவன், கழுகுக்கண் கொண்டவன் பணப்பிசாசு என்பதையெல்லாம் படிப்படியாக நிரூபித்துக் காட்டுவேன் என்பதைச் சொல்லிக் கொள்கிறேன்.'

எதிர்கட்சி வக்கீல் சண்டைக்கோழியின் உருவம்பூண்டு மீண்டும் கொத்தினார்.

"அப்ஜெக்ஷன்!"

நீதிபதி உத்தரவிட்டார்:

"ஓவர் ரூல்ட்"

பையன் கூறினான்:

"அதுதான் ஸ்பிரிட்!"

நீதிபதி எச்சரித்தார்:

"நீதிமன்ற அவமதிப்பு.'

பையன் கூறினான்:

"மன்னிக்க வேண்டும் அதுவல்ல ஸ்பிரிட்!"

நீதிபதி கண்டிப்புடன் கூறினார்:

"வாதத்தைத் தொடரலாம்."

பையன் வாதத்தை தொடர்ந்தான்:

"ஆம், அவளது தந்தை கொடியவன், கழுகுக்கண் கொண்டவன், பணப்பிசாசு என்பதெல்லாம் எனக்குத் தெரியும். திரைப்படத்துறையினரை விட்டு விடுவோம், ரிக்ஷாக்காரர்கள்கூட இவனைக் கண்டால் பயப்படுவார்கள். இந்த மனிதன் என்னைக் கொன்று விடுவான் என்பது நிச்சயமாகிவிட்டது.

நான் பிரியமானவளிடம் கேட்டேன்:

'இனி நாம் என்ன செய்வது?"

அவள் கூறினாள்:

'ஒரேயொரு வழிதான் இருக்கிறது.'

'என்ன அது?"

'நேராக என் தந்தையிடம் சென்று என்னைத் திருமணம் செய்து தருமாறு கேளுங்கள்.'

யுவராணர், எனக்கு மயக்கம் வந்துவிட்டது. நான் மயங்கிக் கீழே விழுந்தேன். ஆனால் எனது அன்புக்குரியவள் எனக்கு முதலுதவி செய்தாள் என்பதை இந்த நேரத்தில் நன்றியுடன் நினைவு கூர்கிறேன். நீதிபதி அவர்கள் குறித்துக்கொள்ள வேண்டுமென்றும் கேட்டுக் கொள்கிறேன்."

நீதிபதி நினைவூட்டினார்:

"சட்டத்தின் மொழிநடை.."

பையன் அவசரமாகத் திருத்தினான்:

"சாரி, நீதிமன்றப் பதிவேட்டில் இதைக் குறித்துக் கொள்ளுமாறு கனம் நீதிபதி அவர்களைத் தாழ்மையுடன் கேட்டுக்கொள்கிறேன்."

நீதிபதி கூறினார்:

"சரி."

பையன் தொடர்ந்தான்:

"முதலுதவி செய்த பிறகு மயக்கம் தெளிந்த நான் அச்சம் கொண்டவனாக அவளிடம் கேட்டேன்:

'உன் தந்தை என்னைக் கொன்று விட்டால்?'

அவள் கேட்டாள்:

'அன்பிற்குரியவரே உங்களிடம் நிறையப் பணம் இருக்கிறதா?'

'பிரியமானவளே' நான் சொன்னேன்: 'தரித்திரம் என்று அழைத்தால் முதல் ஆளாக முன்னே வந்து நிற்பவன்தான் உன் காதலன்.'

'அப்படியானால் என் அப்பா உங்களைக் கொல்ல மாட்டார்.'

'உண்மையாகவா?'

'ஆமாம்.'

எனக்கு நம்பிக்கை இல்லை, நான் கேட்டேன்:

'உன் அப்பா நம் திருமணத்திற்குச் சம்மதிக்கவில்லை யென்றால்?'

அவள் கூறினாள்:

'அதன் பிறகு ஒரு வழிதான் உள்ளது.'

'அது என்ன வழி?'

'ஒன்றாக உண்ணாவிரதம் இருப்போம்.'

'நாம் செத்து விட்டோமானால்?'

அவள் கூறினாள்:

'அது நடந்தால் நாம் தியாகிகள் ஆகிவிடமாட்டோமா? வரலாறு நம்மைப் பாதுகாத்துக் கொள்ளும்.'

இவ்வளவு சிரமம் வேண்டாமென்று அப்போது தோன்றியது யுவராணர். புலியின் மீது ஏறி சவாரி செய்பவனால் கீழே இறங்கமுடியாது என்ற சீனாக்காரனின் பழமொழியை நான் நினைத்துப் பார்த்தேன். இனிக்கிறதென்று விழுங்கவும் முடியாமல் கசக்கிறதென்று துப்பவும் முடியாத நிலையில் நான் இருந்தேன்.

இறுதியாக, நிரந்தரமான அவளது அழுத்தத்திற்குப் பணிய வேண்டிய நிலை. தந்தை என்ற அரக்கனைச் சென்று சந்திப்பது என்று முடிவெடுத்தேன்.

அன்று மாலையே நான் புறப்பட்டேன். என்னிடமிருந்த நல்ல ட்ரவுசரையும் புஷ்சர்ட்டையும் அணிந்து கொண்டேன்.

கொடியவன், வீட்டு மாடியில் பிரம்பு நாற்காலியில் மல்லாந்து படுத்து காற்று வாங்கிக்கொண்டிருக்கிறான். கழுகுக் கண்ணன் அடிமுடி ஆழ்ந்து பார்த்துவிட்டுக் கேட்டான்:

'யார் நீ?'

நான் கூறினேன்:

'பத்திரிக்கை நிருபர்.'

கொடியவன் ராஜநாகம் போல் சீறினான்:

'பொய் எழுதும் வர்க்கத்தைச் சார்ந்தவன், அப்படித்தானே?'

நான் கூறினேன்:

'அப்படிக் கூறுவது வருத்தமளிக்கிறது.'

கழுகுக்கண்ணன் கேட்டான்:

'காரணம்?'

'ஊரில் பிரபலமானவரும், கோடீசுவரருமான ஒரு சேட்டு நடத்துகின்ற பத்திரிக்கையில் நான் ஒரு கட்டுரையாளன்.'

கொடியவனின் முகம் கொஞ்சம் இளகுவதுபோல் தோன்றியது.

நான் கூறினேன்:

'நான் பொய் எழுதுபவனாக இருந்தால் கோடிசுவரனாகிய சேட்டும் பொய் எழுதுபவர்தான்.'

என் கருத்தைக் கொடியவன் ஏற்றுக் கொண்டதைப் போலத் தோன்றியது, கழுகு கூறியது:

'ஒரு நிமிடம் உன்னை உட்கார அனுமதிக்கிறேன்.'

எதிரே கிடந்த பிரம்பு நாற்காலியில் நான் அமர்ந்து கொண்டேன். கொடியவன் கேட்டான்:

'வந்த விஷயம்?'

யுவராணர், ஒரு மனிதனுக்கு மரணம் நிச்சயமாகிவிட்டால் அதன் பிறகு அவன் எதைப் பற்றியும் கவலைப்பட மாட்டான். ஒரே மூச்சில் நான் வந்த விஷயத்தை அவனிடம் தெரியப்படுத்தி விட்டேன்.

அவன் என்னை அந்த நிமிடம் கொல்லவில்லை.

அடுத்த நிமிடமும் கொல்லவில்லை.

அதற்கடுத்த நிமிடமும் கொல்லவில்லை.

எனக்குத் தைரியம் வந்துவிட்டது.

இனி, கொன்றாலும் சாவதில்லை என்று சபதம் எடுத்துக் கொண்டேன்.

கொடியவன் கூறினான்:

'உட்கார அனுமதித்த நேரம் எப்போதோ முடிந்து விட்டது. எழுந்திரு.'

நான் அவ்வாறே செய்தேன்.

பதிலுக்காக ஒரு நிமிடம் காத்து நின்றேன்.

கொடியவன் மௌனம் காத்தான்.

நான் கேட்டேன்:

'பதில்?'

கொடியவன் கூறினான்:

'நாளை மாலை வா. பதில் சொல்கிறேன்.'

நான், பின்னோக்கி அடியெடுத்து வைத்துச் சந்நிதியிலிருந்து வெளியே வந்தேன்.

வருவது வரட்டும் என்று எண்ணிக்கொண்டு நான் அடுத்தநாள் மாலைநேரம் வரைப் பொழுதைப் போக்கினேன். என் பிரியமான அழகியைச் சந்திக்கச் செல்லவில்லை. அவள் உண்ணாவிரதம் பற்றியும் தற்கொலை பற்றியும் பேசுவாள். எதற்கு வம்பு?

மறுநாள், நரசிம்மம் இரணிய கசிபுவை வதம் செய்த சுபமுகூர்த்த நேரத்தில் கொடியவன் வீட்டு மொட்டை மாடியில் ஆஜரானேன்.

கொடியவன் என்னை உட்காரச் சொன்னான்.

ஐஸ்கிரீம் சாப்பிட்ட மகிழ்ச்சியோடு நான் உட்கார்ந்தேன்.

கொடியவன், என்னிடம் வயதைக் கேட்டான், பெயரைக் கேட்டான், ஜாதியைக் கேட்டான், சம்பளத்தைக் கேட்டான், சேட்டுவிடம் நான் வேலை செய்த காலத்தின் நீளத்தைக் கேட்டான்.

நான் மிகவும் சரியாகப் பதிலுரைத்தேன்.

கொடியவன் நீண்ட நேரம் ஆலோசித்தான்.

இறுதியில் கூறினான்:

'நான்கு நிபந்தனைகளுக்கு கட்டுப்பட்டால் திருமணத்திற்குத் தடையில்லை.'

கயிற்றின் மீது நடக்கச் சொல்வானோ, எனக்கு அச்சம் தோன்றியது.

நான் கேட்டேன்:

'நிபந்தனைகள் என்ன?'

கொடியவன் கூறினான்:

'ஒன்று: திருமணம், அவளது சினிமா நிகழ்ச்சிகளை ஒரு விதத்திலும் பாதிக்கக் கூடாது, இரண்டு: அவளுடைய பணத்தில் ஒரு சல்லிக்காசுக்குக் கூட ஆசைப்படக் கூடாது. மூன்று: திருமணத்திற்குச் சம்மதமென்றால் திருமணத்தைப் பத்து நாட்களுக்குள் நடத்த வேண்டும். திருமணத்திற்குப் பிறகு தேனிலவு, சூரியன் என்று எதுவும் இருக்காது. நான்கு: திருமணம் முடிவதுவரை அவளைப் பற்றிக் கேட்கக்கூடாது அவளிடம் பேசக் கூடாது, அவளைப் பார்க்கக்கூடாது. அவளைப் பற்றிச் சிந்திக்கக் கூடாது.'

'உன்னை மதிக்கக் கூடாது!' நான் தெரியாமல் சொல்லி விட்டேன்.

கொடியவன் கேட்டான்:

'என்ன சொன்னாய்?'

நான் கூறினேன்:

'ஒரு இயைபுக்காகக் கூறிவிட்டேன், மன்னிக்கவும்.'

'நிபந்தனைகளை ஏற்றுக்கொள்ளச் சம்மதமா?'

'சம்மதம்.'

கொடியவன் உள்ளே சென்று முத்திரைப் பத்திரமும், பேனாவும் எடுத்து வந்தான். ஒப்பந்தத்தைத் தன் கைப்பட எழுதினான். சாட்சி ஈன்ற நிலையிலும் பிரதி ஏன்ற நிலையிலும் என்னிடம் இரண்டு கையெழுத்துக்கள் வாங்கிக் கொண்டான்.

அடுத்துவந்த புதன்கிழமை திருமணத்திற்கான நாளாகக் குறிக்கப்பட்டது.

கொடியவன் என்னைக் கழுத்தைப் பிடித்து வெளியே தள்ளி வழியனுப்பி வைத்தான்."

இந்த நேரத்தில், நீதிமன்றம் உணவு இடைவேளைக்காகப் பிரிந்தது.

அனைவரும் பல பல ஹோட்டல்களுக்குச் சென்றனர். ரேஷன் அரிசிச் சாதமும், பி. எல் 480 வகையில் வந்த கோதுமை யில் செய்த சப்பாத்தியும் சாப்பிட்டனர்.

உணவு இடைவேளைக்குப் பிறகு நீதிமன்றம் மீண்டும் கூடியது.

பையன் வாதத்தைத் தொடர்ந்தான்:

"யுவராணர், திருமணம் முடிந்து இன்றோடு ஐந்து நாட்கள் ஆகிவிட்டன. ஐந்தே ஐந்து நாட்கள். திருமணம் வெகு விமரிசையாக நடைபெற்றதால் நான் அதைப்பற்றி அதிகம் சொல்லப்போவதில்லை. மேயர் முதல் பப்ளிக் பிராசிகியூட்டர் வரை நகரத்தில் உள்ள அனைத்துப் பிரமுகர்களும் திருமணத்திலும் அதைத் தொடர்ந்து நடைபெற்ற வரவேற்பு நிகழ்ச்சியிலும் கலந்து கொண்டனர். என்னுடைய நினைவாற்றல் சரியாக உள்ள தெனில் இதோ அமர்ந்திருக்கின்ற கனம் நீதிபதியவர்களும் நிகழ்ச்சிக்கு வந்திருந்து மூக்குமுட்டச் சாப்பிட்டிருக்கிறார்."

நீதிபதி கூறினார்:

"இந்தச் சம்பவத்திற்கு நீதிபதி சாட்சி இல்லை. அதனால் நீதிபதியைப் பற்றிய வாதம் சம்பந்தம் இல்லாததும் தேவையற்றது மாகும். ஜாக்கிரதை!"

பையன் வேண்டிக் கொண்டான்:

"சாரி, யுவராணர், நினைவுக்கு வந்ததால் சொல்லிவிட்டேன்.

மாலை ஏழுமணியுடன் வரவேற்பு நிகழ்ச்சி நிறைவடைந்தது. கடைசி விருந்தினரும் சென்று விட்டார். பெண்வீட்டில் நானும், பெண்ணும், கொடியவனும், வேலைக்காரனும் தனியாக இருந்தோம். அப்படியிருந்தும் இந்தக் கொடியவன் என்னையும் மணப்பெண்ணையும் ஒரு நிமிடம்கூட ஆனந்தமாக இருக்க அனுமதிக்கவில்லை. சனியன் எங்களை விடாமல் பின்தொடர்ந்தான். எனக்குச் சிறிதும் கோபம் வரவில்லை. மாறாகச் சிரிப்புதான் வந்தது. டின்னர் முடிந்தவுடன் முதலிரவு அறைக்குள் சென்று விடுவோம். பரஸ்பரம் இதயங்களைப் பரிமாறிக் கொள்வதற்கு எங்களுக்கு இரவு முழுவதும் நேரமிருக்கிறது. இப்படி எத்தனையெத்தனை இரவுகள்! அப்போது கொடியவன் என்ன செய்வான்? சொன்னது போலவே எனக்குச் சிரிப்புதான் வந்தது.

எட்டு மணிக்கு உணவு உண்டோம். நல்ல உணவு, யுவராணர், மூன்று வகைச் சிக்கன், இரண்டு வகை மட்டன். ஆனந்தக் களிப்பில் நான் அதிகமாக உண்டுவிட்டேன்.

சாப்பிட்டு முடித்தவுடன் எனக்கு நானே கூறிக்கொண்டேன்: 'இதோ இன்னும் சில நிமிடங்களில் நீ உன் பிரியமானவளிடம் சென்று பிரியாமல் இருக்கப் போகிறாய். உலகிலுள்ள நேரம் அனைத்தும் இனி உனக்கு மட்டுமே சொந்தம். கொடியவன் போய்த் தொலையட்டும்.'

ஆடும் கோழியும் வயிற்றுக்குள் சென்று அமைதியாக அடைவதற்கு நேரம் ஒதுக்கிவிட்டு, ஒரு சிகரெட்டைப் பற்ற வைத்துக் கொண்டு முற்றத்தில் சற்றுநேரம் உலாவினேன்.

பனிக்கால வெண்ணிலா பாலொளியைப் பெய்து கொண்டிருந்தது.

வரவிருக்கும் நிமிடங்களைப்பற்றி நான் நினைத்துப் பார்த்தேன். பூப்படுக்கையில், புதுப்பெண்ணுக்கு அருகில் முதலிரவில் ஆலோலம்பாடி, கோழி கூவும் வரைக் கட்டிப் பிடித்து..."

நீதிபதி கூறினார்:

"நீதிமன்றத்தில் மோகத்தைத் தூண்டக் கூடாது."

"சாரி, யுவராணர்."

நீதிபதி கூறினார்:

"வழக்குக்குத் தேவையானதை மட்டும் வாதிட வேண்டும்."

பையன் கூறினான்:

"சிகரெட் புகைத்து முடித்தவுடன் நான் நேராக முதலிரவு அறைக்குச் சென்றேன். வாசலை நெருங்கியவுடன்தான் வஞ் சனை புரிந்தது. கதவு மூடப்பட்டுள்ளது. கொடியவன் வெளியே காவலுக்கு இருக்கிறான்.

கழுகு சிரித்தது. அவன் சிரிப்பதை முதன் முதலாகக் காண்கிறேன்.

நான் கேட்டேன்:

'வேறு ஏதாவது?'

கொடியவன் கூறினான்:

'ஒன்றுமில்லை. அவளுக்குத் திடீரென்று தலைவலி, பாவம், படுத்துத் தூங்கட்டும், நீங்க வாங்க.'

கொடியவன் பந்தம் போன்று முன்னும், பெருச்சாளியாக நான் பின்னுமாகப் பயணத்தைத் தொடர்ந்தோம். அடுத்த அறையில் இரண்டு கட்டில்கள் போடப்பட்டிருந்தன. கொடியவன் ஒரு கட்டிலில் படுத்தான். இன்னொரு கட்டிலை என்னிடம் சுட்டிக் காட்டிக்கொண்டு கூறினான்:

'குட்நைட்! நன்றாகப் படுத்துத் தூங்குங்க.'

எனக்கு அழுகை வந்தது, யுவராணர்."

நீதிபதி கூறினார்:

"வந்திருக்கலாம். ஆனால் நீதிமன்றத்தில் அழக்கூடாது."

"இல்லை, யுவராணர். இருந்தாலும் என்னவொரு அவலநிலை! அடுத்த அறையில் என் பிரியமானவள் தனியாக இருக்கிறாள். இங்கே எனக்குத் துணையாக இந்தக் கொடியவன். எப்படித் தூக்கம் வரும் யுவராணர். நீண்ட நேரம் எனக்குத் தூக்கம் வரவில்லை. முடிவில் துக்கம் தாளாமல் படுத்துத் தூங்கி விட்டேன்.

கண்விழித்த போது நேரம் பசும்பால் போன்று வெளுத்திருந்தது. நான் கண்ணைக் கசக்கிக் கொண்டு சுற்றும் முற்றும் பார்த்தேன். அடுத்த கட்டில் காலியாக இருந்தது.

நான் எழுந்து வெளியே வந்தேன்.

எனது பிரியத்திற்குரியவள் ஷூட்டிங்கிற்காக ஸ்டுடியோ செல்வதற்குத் தயாராகி வரவேற்பறையில் நிற்கிறாள். என்னைக் கண்டவுடன் அழகியான அவள் துயரத்துடன் புன்னகை புரிந்தாள். நானும் அப்படியே செய்தேன்.

கொடியவன் அப்போது அங்கே இல்லை. நான் ரகசியமாகக் கேட்டேன்:

'பிரியமானவளே! நேற்று நிகழ்ந்ததன் சாரம் என்ன?'

அவள் கூறினாள்:

'அப்பா அப்படித்தான். என் அன்பிற்குரியவர் வருந்த வேண்டாம். எல்லாம் சரியாகி விடும்.'

அதற்குள் கொடியவன் வந்து விட்டான். என்னைப் பார்த்துக் கேட்டான்:

'மருமகன் சீக்கிரமே எழுந்து விட்டீர்கள். நன்றாகத் தூங்கினீர்களா?'

நான் ஒன்றும் பேசவில்லை.

பிரியமானவள் ஸ்டூடியோவிலிருந்து வந்த காரில் ஏறிப் போய்விட்டாள். குளித்து முடித்து, சாப்பிட்டுவிட்டுக் கால் நடையாக நானும் அலுவலகம் சென்றேன்.

விரிவாகி விடுமோ என்ற பயத்தால் எனது வாதத்தை சுருக்கிக் கொள்கிறேன் யுவரானர்.

இன்று இரவில் நான் ஏமாறக் கூடாது என்று இறைவனை வேண்டிக் கொண்டு பகல்பொழுது முழுவதையும் கழித்தேன்.

அந்திசாயும் நேரத்தில் நட்சத்திர வீடாகிய ஆகாயத்தில் புகுந்தேன். பிரியமானவள் தேநீருக்குப் பதிலாக வறண்ட புன்னகையுடன் என்னை வரவேற்றாள். உணவு உண்ணும்வரை வேறொன்றும் நடக்கவில்லை. ஒரு வார்த்தை பேசுவதற்கான வாய்ப்புக்கூட கிடைக்கவில்லை. கொடியவன் பருந்தைப் போல வட்டமிட்டுப் பறந்து கொண்டிருந்தான்.

எட்டு மணிக்குச் சாப்பிட்டோம்.

அன்றைக்கும் உணவு நன்றாகவே இருந்தது.

ஆற்றுமீன், குளத்துமீன், கடல்மீன் ஆகியவற்றுடன் பொன்முட்டை இடுகின்ற வாத்தைப் பிடித்துத் தலைகீழாகப் பொரித்தும் வைத்திருந்தனர். திருப்தியாகச் சாப்பிட்டேன். ஒவ்வொருவராகக் கைகழுவச் சென்றனர். கடைசியாகச் சென்றவன் நான்தான். கை கழுவிவிட்டுத் திரும்பி வந்தபோது அவளைக் காணவில்லை. கொடியவன் மட்டுமே அங்கிருந்தான்.

கொலைகாரன் கூறினான்:

'வாங்க.'

வெளி வராந்தாவுக்கு அழைத்து வரப்பட்டேன். அங்கே அதோ மீண்டும் இரண்டு கட்டில்கள். சவமஞ்சம் போன்ற இரண்டு கட்டில்கள்.

கொடியவன் கூறினான்:

'நல்ல காற்று. நாம் இங்கே படுத்துக் கொள்வோம்.'

நான் ஒன்றும் பேசவில்லை.

கொடியவன் பேசினான்:

'பகல் முழுவதும் ஷூட்டிங் இருந்ததால் அவள் மிகவும் களைப்பாக இருக்கிறாள்.'

கொடியவன் கட்டிலில் படுத்துக் கொண்டான்.

நான் என்ன செய்வதென்று தெரியாமல் கலங்கி நின்றேன்.

மகாபாவி கூறினான்:

'கட்டிலில் படுங்கள், நான் ஒரு கதை கூறுகிறேன்."

பையன் வாதத்தை நிறுத்தினான்.

நீதிபதி கேட்டார்:

"அதன் பிறகு"

நான் அந்த நிமிடமே அங்கிருந்து வெளியேறி இருட்டில் மறைந்தேன், யுவராணர், அதன் பிறகு நான் அவர்களைப் பார்ப்பது இதோ இந்த நீதிமன்றத்தில் தான்.

நாடக பாவனையில் குரலை உயர்த்திக் கொண்டு பையன் கூறினான்:

"எனக்கு விவாகாரத்து வேண்டும், யுவராணர் இப்பொழுதே வேண்டும்."

எதிர்க்கட்சி வக்கீலிடம் நீதிபதி கேட்டார்:

"திருமணத்தன்றும் அதற்கு அடுத்த நாளும் வாதி கூறியதைப் போலத்தான் எல்லாம் நடந்தனவா?"

வக்கீல் கூறினார்:

"உண்மையைக் கூறினால் அப்படித்தான், ஆனால்....."

நீதிபதி பையனிடம் கேட்டார்:

"விவாகரத்து கோருவதற்கான அடிப்படைக் காரணம்?"

பையன் ஆவேசமாகக் கூறினான்:

"மாமனார் கொடுமை, யுவராணர். மாமனார் கொடுமை"

நீதிபதி தீர்ப்பளித்தார்:

"விவாகரத்து இப்போதே வழங்கப்படுகிறது."

பாதிக்கனவு

இன்னும் தொடங்கவே இல்லை, அதற்குள் இது ஒரு மோசமான நாளாகப் பையனுக்குத் தோன்றியது. வெளியே காற்றிலும் பையனின் வயிற்றிலும் குண்டூசிகள் நிறைந்திருந்தன. பசி வயிற்றுக்குத் துரோகம் செய்து கொண்டிருந்தது. வீட்டில் சாப்பிடுவதற்கு ஒன்றும் இல்லை. முதல் நாள் இரவு மீந்தது கூட இல்லை. இரவு ஏதாவது செய்திருந்தால்தானே மீதம் இருக்கும். எதிர்பார்ப்பெல்லாம் பழைய பேப்பர் வாங்கும் வியாபாரியிடம்தான். நேற்று அவன் வரவில்லை. இன்றும் வராமல் போய்விடுவானோ? வரவில்லையென்றால் இன்றைக்கும் சாப்பிட்ட மாதிரித்தான், பையன் எண்ணிக் கொண்டான்.

ஒன்றிரண்டு மாதத்துப் பழைய செய்தித்தாள்களும் இதழ்களும் ஒரு டஸன் காலி பீர் பாட்டில்களும் உள்ளன, பேப்பர் வியாபாரியிடம் கொடுக்கலாம். பத்திரிக்கைத் துறையில் உள்ள புத்திசாலியான நண்பன் ஒருவன் இரண்டு முறை வீட்டிற்கு வந்தபோது வாங்கிவந்த பீர்பாட்டில்கள். 'காலி பாட்டில் இங்கேயே இருக்கட்டும், மழைபெய்கிற நாள்களில் உனக்கு ஏதாவது வகையில் உதவியாக இருக்கும்.' அதன் பிறகு மழை பெய்யவில்லை. மழை பெய்யாமலேயே இப்போது அவற்றை விற்க வேண்டிய நிலை.

எல்லாம் சேர்த்து ஏழு ரூபாய் கிடைக்கும். பையன் நினைத்துப் பார்த்தான். தாராளம், காலை மதியம் இரவு மூன்று வேளைச் சாப்பாட்டிற்கு வழியேற்பட்டுவிட்டது. அடுத்தநாள் காலையிலும்கூடச் சாப்பிட்டு விடலாம். மீதியை வைத்து ஒரு பாக்கெட் சிகரெட்டும் வாங்கலாம். காலையும் மதியமும் பேருக்கு மட்டும் சாப்பிட்டுவிட்டு இரவில் உணவை ஒரு கை பார்த்துவிட வேண்டியதுதான். பையன் நிச்சயித்து விட்டான். நகருக்கு வெளியே நமது பண்பாட்டுப் பெட்டகங்களுள் ஒன்று என்று சமூக சேவகர்கள் வெளிநாட்டுச் சுற்றுலாப் பயணிகளுக்குச் சுட்டிக்

காட்டுகின்ற குடிசைகள் நிரம்பிய ஒரு சேரி இருக்கிறது. அதன் நுழைவுத் துவாரத்தில் சாலையோடு ஒட்டியவாறு பையனுக்கு பிடித்த ஓர் உணவு விடுதி இருக்கிறது. பஞ்சாப்காரர்கள் நடத்துவது. வயிறு நிறைய எவ்வளவு சாப்பிட்டாலும் இரண்டரை ரூபாய்க்கு மேல் போகாது. தந்தூரிச் சப்பாத்தியும் கறிக்குழம்பும் வாங்கினால் வெங்காயமும் சட்டினியும் இலவசம். பெரிய தம்ளரில் குளிர்ந்த நீர். இதை இன்று நான் புசிக்கப் போகிறேன். பையன் நினைத்துக் கொண்டான். அதன் பிறகுக் கால் நடையாகத் திரும்பி வருவேன். சுகமாகப் படுத்துத் தூங்குவேன். திங்கட்கிழமை பூபாளம் பாடியவாறு எழுவேன். மனசாட்சி தூய்மையாக இருக்கும். அலுவலக வேலைநாள். மாதத்திற்கு முதுமை எய்திய காலமாக இருந்தாலும் ஒன்றிரண்டுபேரைத் தொட்டுப்பார்த்தால் மீதியுள்ள நாட்களையும் எளிதாக ஓட்டி விடலாம். ஒரு வாரம் சென்றால் சம்பளம் கிடைத்துவிடும். சோசியலிசம் தலைவிரித்து ஆடுகின்ற இந்த நாட்டில் தானும் ஒரு குடிமகன் என்று நினைத்தவுடன் பையனுக்கு மயிர்க்கூச்செறிந்தது. தனது நாட்டுப்பற்றையும், பெருமதிப்பையும் யாராவது பார்த்துவிட்டார்களோ என்று பையன் சுற்றும் முற்றும் பார்த்தான். இல்லை யாரும் பார்க்கவில்லை. நிம்மதி.

குப்பை கூளங்களுக்கு மத்தியில் ஒரு சிகரெட்டும் மிச்சமிருந்தது. கூச்சமின்றி அதைக் கையில் எடுத்து ஒரு லட்சாதிபதியைப்போல் அமர்ந்து அதைப் புகைத்தான். வழக்கமாக எட்டுக்கும் ஒன்பதுக்கும் இடையில்தான் கனவை நனவாக்குகின்ற பேப்பர் வியாபாரி வருவான். எட்டரை மணியாகி விட்டது. வருவதாகத் தெரியவில்லை. வருவதற்கு முன்னறிவிப்பாகப் பாதையின் வளைவில் திரும்பும்போது அவன் எழுப்புகின்ற ஓசையும் கேட்கவில்லை.

பையனின் மனதிற்குள் குழப்பம் மெதுவாகத் தலைத் தூக்கியது. கடைசி நிமிடம் கடந்த பிறகும் அவன் வரவில்லை யென்றால், பையன் நினைத்தான். பசி தாகங்களை அடக்கம் செய்வதற்கான வழிமுறைகளை ஆராய வேண்டும். ஒன்பது மணிவரைப் பார்க்கலாம், பையன் முடிவு செய்தான். அதன் பிறகும் அவன் வரவில்லையென்றால் அவன் இல்லாத உலகத்தை எதிர்கொள்ளத்தான் வேண்டும். பழைய பேப்பர்காரன் வராத நாட்களிலும் வாழ்வதற்குக் கற்றுக் கொள்ளவேண்டும்.

ஒன்பது மணி கழிந்தவுடன் பகற்கனவுகளும் மனதைரியமும் பையனை வட்டமிடத் தொடங்கின. பேப்பர் வியாபாரியை மனதால் நிகழ்ச்சியிலிருந்து நீக்கினான். எழுந்து சென்று முகச்சவரம் செய்தான், குளித்தான். உடை மாற்றிய பின் விசாலமான வரவேற்பறைக்கு வந்தான். வேலைக்காரர்களை அழைத்து அனைவருக்கும் ஒரு நாள் விடுமுறை கொடுத்தான். விருப்பம்போல் ஊரைச் சுற்றிவிட்டு வாருங்கள் என்று கூறினான். ஐந்து அறைகளுள்ள தனது வீட்டைப் பூட்டிவிட்டு வெளியே வந்தான். காரை எடுப்பதா வேண்டாமா என்று ஒரு நிமிடம் தயங்கி நின்றான். இறுதியில் அதற்கும் ஒருநாள் விடுமுறை கொடுத்து விடலாம் என்று கருதிக் கொண்டு இன்று ஒருநாள் கால்நடையாக ஊர் சுற்றலாம் என்று முடிவு செய்தான்

எப்படிச் சுற்ற முடியும்? அதுதான் பிரச்சினை. பூமி உருண்டையானது என்ற சித்தாந்தம் நடைமுறையில் இருக்கின்ற காலம், பையன் நினைத்தான், அப்படியானால் ஒரு திசையில் நேராக நடந்தால் சில நிமிடங்களில் புறப்பட்ட இடத்திற்கே திரும்ப வந்து சேர்ந்து விடலாம். அது ஆபத்தானது. முக்கியமாக வயிற்றுக்குள் குண்டூசிகள் வேலை செய்யத் தொடங்கியிருக்கின்ற இந்நேரத்தில், மிகவும் ஆபத்தானது. இப்போது அவை குத்த வில்லை, பற்களாக மாறித் தன்னைக் கடித்துத் தின்பதைப் போல் பையனுக்குத் தோன்றியது. அப்பொழுது திடீரென்று, நகரத்தில் ஓரிடத்தில் எழுத்தாளர்கள் மாநாடு நடைபெறுவது நினைவுக்கு வந்தது. இந்த மாநாட்டில் நிறைவேற்றப்படும் தீர்மானங்களைப் பின்பற்றித்தான் இந்த நாட்டில் இனி வரும் 99 ஆண்டுகள் இலக்கியங்கள் இயற்றப்பட வேண்டும். அப்படியானால் அது தவிர்க்க முடியாத நிகழ்ச்சி. 'வா' பையன் தன்னைத் தானே அழைத்தான்: 'நாம் அங்கே செல்வோம்.'

நடந்தான், ஒரே நேர்கோட்டில் நடந்தான். சாலையைக் குறுக்காகக் கடந்தும், குன்றுகளின் மேல் ஏறியும், போக்குவரத்து விதிகளைப் பின்பற்றியும் நடந்தான். நடக்கும் போது மனதிற்குள் ஒரே எண்ணம் மட்டும்தான். இந்த அளவு எண்ணிக்கை கொண்ட எழுத்தாளர்கள் என்ற புலிகள் மாநாட்டில் ஒன்று கூடும் பொழுது அவர்களுக்குத் தேவையான உணவிற்கும் ஏற்பாடு செய்யப்பட்டிருக்கும். காலியான வயிற்றிலிருந்து இலக்கியம் எப்படிப் பிறக்கும். மதிய உணவு சிறப்பான முறையில் தயார் செய்யப்பட்டிருக்கும். ஒருவேளை பதினோரு மணிக்குத்

தேநீர் பருகவும், வடை சாப்பிடவும் மாநாட்டில் ஒரு சிறு இடைவேளைகூட அறிவிக்கப்பட்டிருக்கும். அப்படியென்றால் முதலில் பதினோரு மணிக்கு முன்பு மாநாட்டுப் பந்தலைச் சென்றடைய வேண்டும். பையன் இழுத்து இழுத்து நடந்தான். மிச்சமிருந்த தூரத்தைப் போக்குவரத்து விதிகளை மீறி நடந்தான். பதினோரு மணிக்குச் சில நிமிடங்கள் மீதமிருந்த போது பையன் மாநாட்டு மேடை முன் நின்றான்.

கூட்டிக் கழித்துக் கூற வேண்டுமென்றால் ஹால் நிறைந்திருந்தது. நீண்ட நேரம் நின்றுகொண்டு தேடியதன் பலனாக பின்வரிசையில் ஓர் இருக்கை காலியாக இருப்பது கண்ணில் பட்டது. பையன் அங்கே சென்று உட்கார்ந்தான். அந்த மர்மப் பிரதேசத்திலிருந்து எழுத்தாளர்களின் கூட்டத்தை உற்று நோக்கினான். அறிமுகமான ஒரு முகம் கூடத் தென்படவில்லை. ஐம்பது வயது மதிக்கத்தக்க ஓர் எழுத்தாளர்- இவருடைய உடலின் நடுப்பகுதி பிற உடல் உறுப்புகளுடன் நிரந்தரமான புரட்சியில் ஈடுபட்டிருக்கிறது - சொற்பொழிவாற்றிக் கொண்டிருந்தார். அச்சடிக்கப்பட்ட சொற்பொழிவைத் தங்குதடையின்றி வாசித்துக் கொண்டிருந்தார். பழைய சித்தாந்தங்களில் தொடங்கி இலக்கியத்தை அலங்கோலப் படுத்துகின்ற பூதங்களுக்கு எதிராக எழுத்தாளர்களைப் பொங்கியெழச் செய்தார். சோசியலிசம் தவணைகளாக வந்து கொண்டிருக்கின்ற இந்த நாட்டில் இலக்கியம் இயற்றுவதற்கான புதிய ஆயுதங்களை உருவாக்க வேண்டியிருக்கிறது என்றும் கூறினார். இலக்கியம் எதுவாக இருப்பினும் அது சோசியலிசத்தை அனுபவித்துக் கொண்டிருக்கிற சமூகத்திற்குள் நுழைந்து செல்ல வேண்டும். அரசாங்கமும் இலக்கியவாதிகளும் பரஸ்பரம் அறிவுரைகளைக் கொண்டும் கொடுத்தும் இயங்க வேண்டிய ஒரு காலகட்டத்தில் நாம் இருப்பதாகவும் அவர் கூறினார்.

அரசு சார்பிலான இந்தச் சொற்பொழிவு முடிந்தவுடன் பையன் நினைத்தான்: 'காப்பி குடிப்பதற்காக மாநாட்டில் சற்று நேரம் இடைவேளை விடப்படும். அசல் இந்தியன் காப்பி. பெண் தன்மையுள்ள அதன் மணம். ஏலக்காய். நாயின் நாக்குப் போன்ற உருளைக்கிழங்கு சிப்ஸ். இதெல்லாம் இன்னும் சற்று நேரத்தில் கைகளில் தவழும். அதுவரை அவர் பேசட்டும். அவர் சொல்வதும் உண்மைதானே? அரசாங்கத்தோடு விளையாட முடியுமா? அரசாங்கத்தை யாரென்று நினைத்தீர்கள்? நாடு

உருவான நாள்முதல் மக்களுக்குத் தாயாகவும் தந்தையாகவும் திகழ்கின்ற அரசாங்கம் நீடூழிகாலம் வாழட்டும்.' உணர்ச்சிகள் நீர்த்துளிகளாக கண்கள் வழியாகப் பிரவகிக்குமென்று பையனுக்குத் தோன்றியது.

அப்போதுதான் அருகிலிருப்பவனின் கையில் அன்றைய நிகழ்ச்சி நிரல் அடங்கிய அழைப்பிதழ் இருப்பதைக் கண்டான். பசியோடும், ருசியோடும், ஏக்கத்தோடும் அந்த அழைப்பிதழைக் கடன் வாங்கிப் படித்தான். பையனின் இதயம் நெருப்பில் சுட்டதுபோல் சுருங்கியது. மாநாட்டில் காலை நிகழ்ச்சிகள் பன்னிரண்டரை மணிக்கு நிறைவடைகின்றன. மீண்டும் மூன்றரை மணிக்குத் தொடங்கி ஏழரைக்கு முடியும். அத்துடன் உலகமும் அழிந்து விடும். ஏனென்றால் மதிய உணவை விடுங்கள், ஒரு தம்ளர் காப்பியைப் பற்றிக்கூட நிகழ்ச்சி நிரலில் குறிப்பிடவில்லை. வேண்டுமென்றால் உண்டல், பருகல் முதலிய இலக்கியமல்லாத செயல்பாடுகளை இலக்கியவாதிகள் தாங்களாகவே நிறைவேற்றிக் கொள்ளட்டும் என்பதல்லவா இதன் பொருள். 'இந்த நாட்டில் இலக்கியத்திற்கு எதிர்காலம் இல்லை' பையன் தனக்குத் தானே சொல்லிக் கொண்டான். 'திரைப்படத்துறையில் நுழைந்துவிட்ட இலக்கியவாதியைத் தவிர எத்தனையோ பேர் இதை உன்னிடம் கூறியுள்ளனர். ஆனால் நீ கேட்கவில்லை. ஆசைக்கு எதிரான ஆசையாகிறது, உன் வாழ்க்கை. உனக்கு ஒருநாள் உண்மை தெரியும். இப்போது பட்டினியாகக் கிட.'

எழுத்து நெடுங்கணக்கைக் கண்டுபிடித்து அதன் மூலம் எவன் வேண்டுமானாலும் இலக்கியத்தை குழந்தை விளையாட்டாக்கி விளையாடும்படிச் செய்த அந்த முதல் குற்றவாளியை உரத்த குரலில் கெட்ட வார்த்தையால் திட்டிய பையன் அங்கிருந்து நடக்கத் தொடங்கினான். மூழ்கி மடியும் எண்ணங்கொண்டு அதற்காக மனதிற்குள் தைரியத்தை வரவழைக்கும் முயற்சியுடன் நடந்து கொண்டிருந்தான். அப்போதுதான் வைக்கோல் துரும்பு எதிரே வருகிறது.

ஹாலுக்கு வெளியே, வெளி வராந்தாவிலிருந்துதான் வரலாறு தொடங்குகிறது. பையனுக்கு எதிரே சிரிப்பாகிய நியாண் வெளிச்சத்தைச் சிதறியவாறு ஓர் இலக்கியவாதி வருகிறாள்; மந்திரி குமாரி, அழகி, கவிதாயினி, வங்காளி, நீலிமா.

பையன் வைக்கோல் துரும்பை இறுகப் பற்றிக் கொண்டு கூறினான்: "ஹலோ நீலிமா!"

"ஹலோ, ஹலோ பையன்!" நீலிமா ஓடிவந்து பையனது இரண்டு கைகளையும் பிடித்துக் குலுக்கியவாறு கேட்டாள்: "நீ எங்கே போய்விட்டாய்? வழக்கம் போல அண்டர் கிரவுண்டுக்கா? ஃபோனில் கூப்பிட்டாலும் கிடைப்பதில்லை. உன்னோட நண்பர்களுக்கும் தெரியாது. நீ எங்கே இருந்தாய் பையா?"

'மூச்சு விடுவதற்கு அவளுக்கு அனுமதி கொடு' பையன் தனக்குத் தானே கூறினான்: 'இப்போது சாப்பாடும், வேண்டு மென்றால் பணமும் கிடைக்கவிருக்கின்ற இந்த நேரத்தில் அவள் மீது கொஞ்சம் இரக்கம் காட்டு.'

அழகாகச் சிரித்துக் கொண்டு பையன் கூறினான்: "நீலிமா! நான் ஒரு நாவல் எழுதிக் கொண்டிருக்கிறேன். என்னவொரு கொடுமை! ஒரு நாளைக்குப் பதினெட்டு முதல் இருபது மணி நேரம் வரை அதோடு கிடந்துதான் மல்லுக் கட்டுகிறேன்."

"நல்ல வேலை பையா!" நீலிமா கண்களை அகலத் திறந்து கொண்டு கூறினாள்: "நல்ல வேலை செய்கிறாய்! கடைசியில் நீயும் எழுதத் தொடங்கி விட்டாய்."

பையன் முகத்தில் உள்ள சதைப்பகுதிகள் அசையும் படியாகப் புன்னகை பூத்து நின்றான்.

"நாவல் எதைப்பற்றியது?" பையனின் கைகளை விடாமல் குலுக்கிக் கொண்டு நீலிமா கேட்டாள்.

"வளர்ந்துவரும் நாடான இந்தியாவில் சோசியலிசத்தின் தோற்றத்தோடு கதை தொடங்குகிறது" பையன், ஐந்தாண்டுத் திட்டத்தின் நகலைப் போலக் கூறினான்: "நீலிமா உனக்குத் தெரியுமே, இருபதாம் நூற்றாண்டு, வளர்ந்து வரும் நாடு, சாத்திகச் சேரிகள், ரிபல் காங்கிரஸ் இதுதான் பின்னணி."

"ஓ... பையா" பனிபோல் உருகிக் கொண்டு நீலிமா கூறினாள்:

"நீ பயங்கரமான ஆள், உன்னை எனக்கு ரொம்பப் பிடிக்கும்."

ஒத்துக் கொள்வதாகப் பையன் புன்னகைத்தான்.

"ஆனால் நீலிமா! எனக்குத் தாகமாக இருக்கிறது" பையன் கூறினான்: "இந்த அழகற்ற சிறிய பிரச்சனையைப் பற்றி நீ

என்ன சொல்கிறாய்?"

"வீட்டுக்குப் போவோம்" நீலிமா சொன்னாள்.

"உனக்கு இங்கே மாநாட்டில் பொறுப்பேதும் இல்லையா?"

"அதெல்லாம் பரவாயில்லை" நீலிமா சொன்னாள்: "சாயங் காலம் வரலாம். வா... வீட்டுக்குப் போவோம்."

"வீட்டில் என்ன ஈருக்கிறது?"

"பையா! பீர் இல்லை" நீலிமா சொன்னாள்: "ஆனால் ஜின் இருக்கிறது, பீர் வேண்டுமென்றால் போகும் வழியல் வாங்கிக் கொள்ளலாம்."

அவ்வளவு தூரம் போக வேண்டுமா என்கின்ற பாவனையில் பையன் முகத்தைச் சுழித்தான்.

"சாப்பிட ஏதாவது இருக்கிறதா?" பையன் யாசகனைப் போலக் கேட்டான். இருந்தாலும் இல்லையென்றாலும் அதைச் சாக்காகக் கொண்டு மேலும் தொடரலாமே.

"வீட்டில் யாருமில்லை பையா!" தனிமைத் துயரத்தில் சோகராகம் இசைப்பவளைப் போலக் கூறினாள்: "அப்பா சுற்றுப்பயணம் மேற்கொண்டுள்ளார். அம்மா கல்கத்தா போய் விட்டாள். வீட்டில் வேலைக்காரர்களும் நானும் மட்டுமே. மதிய உணவுக்கு வரமாட்டேன் என்று சொல்லிவிட்டு வந்துள்ளேன்."

"அப்படியென்றால் கஷ்டமா போயிற்றே" பையன் கூறினான்.

"மதியச் சாப்பாட்டுக்கா?" நீலிமா கூறினாள்: "அதற்கென்ன? நாம் வெளியே வந்து சாப்பிடலாமே. இல்லையென்றால் வீட்டுக்கு வரவழைக்கலாம்."

"அதெல்லாம் தேவையில்லடி" பையன் மிகவும் அந்யோந்நிய மாகக் கூறினான்: "சாப்பாடொன்றும் அவ்வளவு முக்கியமில்லை."

"இல்லையென்றால் ஒன்று செய்யலாம்."

"என்ன?"

"நாமே சமையல் செய்யலாம். காய்கறி இருக்கும் முட்டையும் இருக்கும்" நீலிமா கூறினாள்.

"அதுவும் நல்லதுதான்" பையன் கூறினான். இப்போது தான் நிம்மதி. அதுவும் வேண்டாம், இதுவும் வேண்டாம் என்று

சொல்லப்போய் இறுதியில் எதுவும் கிடைக்காத நிலைமையாகி விடும்.

"வா" ஓர் அழகிய சிறு கப்பலைப் போன்று மெதுவாக நகர்ந்து அவள் வெளியேறினாள். கூடவே பையனும் நீந்தினான்.

வெளியே வந்து, தூரத்தில் புல் பரப்பிற்கு அருகே நிறுத்தப் பட்டிருந்த ஃபியட் காரில் ஏறினர். காரை ஸ்டார்ட் செய்யும் போது பையன் கேட்டான்:

"நீலிமா, நான் வேண்டுமானால் கார் ஓட்டுகிறேன்."

"நீ உட்கார் பையா!" கியரை மாற்றிக் கொண்டு அவள் கூறினாள்: "ஏதாவது பேசு, பார்த்து எவ்வளவு நாளாகிவிட்டது!"

இவள் பரவாயில்லையே, பையன் நினைத்தான்: 'இலக்கியவாதி என்றால் இப்படித்தான் இருக்க வேண்டும். உயிர்கள் மீது இரக்கம். நிறையப்பணம், தந்தை தாய் இருவரில் யாராவது ஒருவர் அமைச்சராக இருத்தல், கார் இவையெல்லாம் உடையவர்கள்தான் இலக்கியம் இயற்றத் தகுதியானவர்களோ என்றுகூட பையனுக்குத் தோன்றியது. அதுவன்றிக் கண்ட கண்ட பொறுக்கிகளும் தாடி வளர்த்தவர்களும் இலக்கியவாதி என்று பெயரெடுப்பதா. இந்த மிலேச்சர்களுக்கு எதிராக ஒரு சட்டம் கொண்டுவர வேண்டும்.'

நகரத்தின் விசாலமான வீதிகள் வழியாக, ஜாயிண்ட் செக்ரட்டரிகள் முதல் இணை அமைச்சர், மாநில அமைச்சர், காபினெட் அமைச்சர் முதலிய தேவகணங்கள் மட்டும் வசிக்கின்ற பூமிப்பரப்பின் வழியாகக் காரை ஓட்டிக்கொண்டு செல்லும்போது நீலிமா கேட்டாள்:

"நாவல் எழுதி முடித்து விட்டாயா பையா?"

"ஒரு பகுதி முடிந்து விட்டது."

"எழுதி முடித்த பிறகு அதன் பாகங்களை நீ என்னிடம் படித்துக் காட்டுவாயா?"

"உனக்காக நான் என்ன வேண்டுமானாலும் செய்வேனடி என் கிளியே!" பையன் கூறினான்.

அவள் மார்பை ஸ்டியரிங்கில் அழுத்தியவாறு முன்னே தெரிந்த சாலையைப் பார்த்து சிரித்தாள்.

“வெளியிடப் போவது யார்?”

‘என்னவொரு குழப்பம்’ பையன் நினைத்தான். ‘இதையெல்லாம் இவள் ஏன் தெரிந்து கொள்ள வேண்டும்? இதெல்லாம் ஓர் எழுத்தாளனின் இரகசியங்கள் அல்லவா? இருந்தாலும் இவள் கேட்பதால் சொல்லலாம்.’

“லண்டனில் இரண்டு வெளியீட்டாளர்கள் விருப்பம் தெரிவித்துள்ளனர்” பையன் கூறினான்: “நான் ஒன்றும் முடிவு செய்யவில்லை.”

“லண்டனில் வெளியிடுவதுதான் நல்லது” அவள் கூறினாள்: “இந்தியாவில் வெளியிட்டால் யாரும் கண்டு கொள்ளமாட்டார்கள். மேலும் உன்னுடைய நூலாகையால் எங்கு வேண்டுமானாலும் வெளியிடலாம், இருந்தாலும் லண்டனில் வெளியிடுவதுதான் சிறப்பு.”

“பேபி, நீ சொல்வதுதான் நன்று” பையன் கூறினான்.

“ஐயோ பையா!” காரின் வேகத்தைக் குறைத்துக் கொண்டு அவள் கூறினாள்: “நீ என்னைப் பேபி என்று கூப்பிட்டு எவ்வளவு நாளாகிவிட்டது. அந்த வார்த்தையை நீ மறந்துவிட்டாயோ என்று நான் ஆச்சரியப்பட்டுக் கொண்டிருந்தேன்.”

‘சரிதான்’ பையன் நினைத்தான். ‘போக்கு ஒரு மாதிரிக் காதல் கதையை நோக்கிச் செல்கிறதே. இந்த நாட்டில் இயற்கையாக எதையும் சிந்திக்கவோ பேசவோ வழியில்லை. எல்லாவற்றுக்கும் அர்த்தம் இருக்கிறது. கூறியதனைத்தையும் ஒருவனுக்கு எதிராகவும் பயன்படுத்திக் கொள்வார்கள். முக்கியமாக நீதிமன்றத்தில்.’

பையன் நடுநிலையோடு, களங்கமின்றிச் சிரித்தான்.

“புத்தகம் வெளிவந்தால்” அவள் கூறினாள்: “அதை எல்லா இந்திய மொழிகளிலும் மொழிபெயர்க்க வேண்டும். அந்தப் பொறுப்பை நான் ஏற்றுக் கொள்கிறேன்.”

பையன் ஆழ்ந்த நன்றியுடன் அவளது கண்களை நோக்கினான். அந்த நோட்டத்திற்கு அனேகம் மைல்கள் தூரம் ரேஞ்ச் இருந்தது.

கேட்டைக் கடந்து விசாலமான புல்தரைகளின் குறுக்காகச் செல்கின்ற சரல்மண் பாதை வழியாகச் சென்ற கார் போர்டிகோவில் நின்றது. தொப்பி சகிதம் கதர் யூனிபார்ம்

அணிந்த சிப்பந்தி - சோசியலிசத்தின் மொழியில் சொல்ல வேண்டுமென்றால் கிளாஸ் IV ஊழியன்- வந்து வணங்கி கார்க் கதவைத் திறந்தான். கார் சாவியை அந்த நீசனிடம் கொடுத்து விட்டு அவள் கூறினாள்:

"வா பையா!"

வாகனத்தை வலம் வந்து படிகள் ஏறி இரத்தினக் கம்பளம் விரித்த ஹாலினூடே நடந்து குளிர்சாதனக் கருவிகள் பொருத்தப் பட்ட அறைகளைத் தாண்டிக் காதங்கள் கடந்து நீலிமாவைப் பின்தொடர்ந்து அவளது அறைக்குள் நுழைந்தான். உண்ணு நீலி சந்தேசத்தில் வருணிக்கின்ற எண்கோல் விஸ்தார ஆடம்பர அறை. நடை நடுவே ஒளி பொருந்திய நெடுங்கதவு. பையன் தனக்குத் தானே சொன்னான்: "ஒரு தூது இலக்கியம் இயற்றும் எண்ணம் எழுகிறது."

பையனை ஒரு ஸோபாவில் உட்கார வைத்துவிட்டு ஐம்பத்தொன்பது வினாடிகளுக்குள் வந்து விடுகிறேன் என்று கூறியவள், அடுத்த அறைக்கு ஓடினாள். பையன் அறையைக் கவனமாக நோட்டமிட்டான். கம்பீரமான இடம். புத்தகம் நிறைந்த கண்ணாடி அலமாரிகள் அறையை இரண்டாகப் பிரித்தன. அலமாறி நிறைய ஜேம்ஸ்பாண்ட், காரல்மார்க்கஸ், வாத்சாயனன் முதலியோரின் முதல் பதிப்புகள். ஏடுகளை யாரும் தொடுவதில்லை. நூல்கள் அனைத்தும் அழகாகவும், புதியதாகவும் பத்திரமாகவும் இருக்கின்றன. அவள் அவற்றைப் பிரஸ்ஸால் மட்டுமே தொடுவாள் என்று தோன்றுகிறது.

தரையில் அரசாங்கத்திற்குச் சொந்தமான விலைமதிப்பு மிக்கச் சிவப்பு இரத்தினக் கம்பளம். விலைமதிப்புமிக்க இரத்தினக் கம்பளத்தைக் காலால் மிதிக்கிறோமே என்ற குற்ற உணர்வு பையனை அலட்டியது. ராஜதுரோகம் செய்வது போல் தோன்றியது. எழுந்து அந்தரத்தில் நிற்கவும், அடயோகப் பயிற்சி செய்யவும் தோன்றியது. ஈர்ப்பு விசைத் தத்துவத்திற்கும் நியூட்டனுக்கும் நேர்மாறாகச் செயல்படலாமே. நிரூபிக்கப்பட்டதற்கு நேர்மறை யாகச் செய்கின்ற செயல் பையனுக்கு ஒரு அடயோக குருவின் சக்தியைக் கொடுத்தது.

சொன்னது போலவே ஐம்பத்தொன்பதுக்கும் அறுபதுக்கும் இடையிலான வினாடியில் அவள் வந்து சேர்ந்தாள்.

"இங்கேயே ஏதாவது உணவு சமைக்கச் சொல்லியிருக்கிறேன்" அவள் கூறினாள்: "உனக்கு ரொம்பப் பசிக்கிறதா?"

"ரொம்பவும் இல்லை" பையன் சொன்னான்: "உனக்கு?"

"எனக்குப் பசியே இல்லை" அவள் கூறினாள்: "உனக்கு ஜின் வேண்டுமா?"

"நீயும் குடிப்பாயா?" பையன் அதிகப் பிரசங்கித் தனமாக கேட்டான்.

"என்னை மன்னித்துவிடு பையா!" அவள் கூறினாள்: "இப்போதெல்லாம் நான் கொஞ்சம் ஷெரி மட்டுமே குடிப்பேன். இப்போது அதுவும் தீர்ந்து போய்விட்டது."

"அப்போ நான் தனியா குடிக்கணுமா?" பையன் கேட்டான்.

"நீ கட்டாயப்படுத்துவதால்" அவள் கூறினாள்: "நான் கொஞ்சம் குடிக்கிறேன். குறுக்காக ஒரு விரல் அளவுக்கு மட்டும். அதற்கு மேல் என்னைக் கட்டாயப்படுத்தக் கூடாது."

'ஏன் இப்படி நடிக்கிறாய்' பையன் அவளிடம் மனதால் கேட்டான். பிறகு கூறினான்: "எனக்கு ஒரு விரல் உயரத்தில் போதும். ஆனால் குறுக்காக வைத்த விரல் உயரமில்லை. நெடுக்காக உள்ள விரல் உயரத்தில்."

புத்தக அலமாரிக்குப் பின்புறமாகச் சென்ற அவள் ஒரு பாட்டில் ஜின்னுடனும், இரண்டு கண்ணாடித் தம்ளர்களுடனும் திரும்பி வந்தாள். 'இது நன்றாக இருக்கிறதே' பையன் நினைத்தான். 'முன்பக்கம் நூல்கள். பின்பக்கம் அவற்றை இயற்றுவதற்கு எழுச்சியூட்டக்கூடிய உந்துசக்தி. இப்படியொரு சௌகரியம் இருந்தால் நான் வாரத்திற்கு மூன்று நூல்கள் எழுதிவிடுவேன்.'

அவள் பையனுக்கு எதிரில் தரையின் மீது ரத்தினக் கம்பளத்தில் அமர்ந்தாள். பின்னர் இரண்டு தம்ளர்களில் ஜின் ஊற்றினாள்.

"சோடாவா? தண்ணீரா?" அவள் கேட்டாள்.

"தண்ணீர்" பையன் கூறினான்.

"எலுமிச்சை பிழியட்டுமா?"

"வேண்டாம்."

தம்ளர்களை எடுத்து இடித்துவிட்டுக் குடிக்கத் தொடங்கினர்.

முகத்தைச் சுழித்து, தலையைக் குலுக்கி, சுவையை வெறுப்பவளைப் போன்று கூறினாள்:

"கோடைக்காலத்தில் ஜின் எனக்கு ஒத்துக் கொள்வதில்லை. உனக்காகத்தான் குடிக்கிறேன்."

"எனக்கு எல்லாக் காலத்திலும் எல்லா விதமான மதுவும் பிடிக்கும்" பையன் கூறினான்: "ஏனென்றால் மற்றவர்கள் மது வாங்கித் தரும்போது இதைத்தான் குடிப்பேன் அதைத்தான் குடிப்பேன் என்று அடம்பிடிக்க முடியாதே!"

"உடல்நிலை சரியில்லாமல் இருந்தேனல்லவா, அதற்குப் பிறகு இப்பொழுதெல்லாம் நான் எப்போதாவது மட்டுமே மது அருந்துகிறேன்" அவள் கூறினாள்.

"நீ சுகமில்லாமல் இருந்தாயா?" பையன் கேட்டான்: "எனக்குத் தெரியாதே."

"நீ தெரியவில்லை என்று சொன்னால் நான் ஆச்சரியப்பட மாட்டேன்" அவள் கூறினாள்: "நீதான் நினைப்பதில்லையே, ஏதாவது சாப்பிடுவதற்கும், குடிப்பதற்கும் தானே நீ இங்கு வருகிறாய்."

"அப்படிச் சொல்லாதே" பையன் கூறினான்: "நீ உடல்நலம் சரியில்லாமல் இருப்பது தெரிந்திருந்தால் நான் கண்டிப்பாக வந்திருப்பேன். எனக்குத் தெரியாது. யாரும் என்னிடம் சொல்லவு மில்லை!"

"இப்படிச் சொல்லி நீ தப்பித்துக் கொள்ளப் பார்க்க வேண்டாம். செய்தித்தாளிலேயே செய்தியாக வந்திருந்ததே!"

"ஆனால், நான் செய்தித்தாள் பார்ப்பதில்லை" பையன் கூறினான்: "நான் தான் சொன்னேனே? நாவல் எழுதுகிறேனென்று, வீட்டிலிருந்து வெளியில் வந்தே ரொம்ப நாட்களாகி விட்டன. பிறகு எப்படி எனக்குத் தெரியும்?"

இந்தச் சாக்கு போக்கெல்லாம் தன்னைப் பாதுகாக்குமென்று பையனுக்கு நம்பிக்கை இல்லை. ஆனால் அதை அப்படியே நம்பியவளைப் போல அவள் கூறினாள்:

"அதுதான் காரணம். சரி போகட்டும் விடு. அறிவு ஜீவிகள் தான் எனது நிரந்தர பலவீனம் என்ற நிலையில் நீ எப்போது வேண்டுமானாலும் இங்கே வரலாம், என்ன வேண்டுமானாலும் தின்னலாம், குடிக்கலாம்."

"ரொம்ப நன்றி, உனக்கு உடம்புக்கு என்ன? இப்போது நலமாகி விட்டது. இனிமேல் நீ உடம்பை நன்றாகக் கவனிக்க வேண்டும்."

அவனது வார்த்தைகளும் ஜின்னும் அவளை மகிழ்ச்சியில் ஆழ்த்தியதைப் போல் தோன்றியது. முட்டுக்காலை மடக்கிக் கொண்டு ஒரு வசமாகச் சாய்ந்து இரத்தினக் கம்பளத்தில் உட்கார்ந்தாள். கண்ணாடித் தம்ளரில் இருந்த மதுவை ஒரே மூச்சில் குடித்து முடித்தாள். பையன் அவளது தம்ளரை எடுக்கக் கை நீட்டினான்.

"நீ குடித்து முடி" அவள் கூறினாள்: "நான் மெதுவாகக் குடித்துக் கொள்கிறேன்."

பையன் கிளாஸைக் காலியாக்கிவிட்டுக் கீழே வைத்தான்.

அவள் இரண்டு கிளாஸிலும் மதுவை நிரப்பிக் கொண்டு கூறினாள்:

"தண்ணீர் சேர்க்காமல் குடிக்கிறாயா பையா?"

"வேண்டாம்."

"குடித்துப் பார், நன்றாக இருக்கும். மணம் உற்சாகத்தைத் தூண்டும்."

"நீயும் குடிப்பாயா?"

"அதற்காகத்தான் கேட்கிறேன்."

"அப்படியானால் ஊற்று" பையன் கூறினான். தொடர்ந்து மனதிற்குள்: 'ஜின் உன்னுடையது. அப்படி இருக்கும் போது நான் என்ன சொல்வது?'

பாதி நிரப்பிய கிளாஸை பையனிடம் நீட்டினாள். அவன் அதை வாங்கி ஒரு மிடறு குடித்தான். நெஞ்சிற்குள் ஒரு துவாரம் உருவானதுபோல் தோன்றியது.

"நான் எழுந்து நடக்கத் தொடங்கி மூன்று வாரமாகிறது. அதற்கு முன்பு ஒருமாதம் படுத்த படுக்கைதான்" அவள் கூறினாள்: "ஒரு கிளாஸ் தண்ணீர் குடித்ததால் வந்த வினை. காலை நேரம் ஃபிரிட்ஜில் வைத்திருந்த தண்ணீரில் ஒரு கிளாஸ் குடித்து விட்டேன். ஐந்து நிமிடங்களுக்குப் பிறகு தலை சுற்றத் தொடங்கியது. வயிற்றுக்குள் ஒரே எரிச்சல். படுக்கைக்குச் சென்று படுத்து விட்டேன். அதன்பிறகு நினைவில்லை. பத்து மணிக்குப் பிறகுதான் எழுந்தேன். அப்போதும் தலை சுற்றியது. அடக்க முடியாத தாகம். யாரிடமும் சொல்லவில்லை. மீண்டும மெதுவாக நடந்து ஃபிரிட்ஜ் அருகே சென்றேன். போன முறை எடுத்துக் குடித்த பாட்டிலில் தண்ணீர் சரியில்லை என எண்ணி இம்முறை மற்றொரு பாட்டிலில் இருந்து ஒரு கிளாஸ் ஊற்றிக் குடித்தவுடன் சற்று நன்றாக இருந்தது. ஒரு நிமிடம் மட்டும்தான், பயங்கரமான தலை சுற்றல். மூச்சு விடச் சிரமமாக இருந்தது. மெதுவாக நடந்து படுக்கையில் குப்புற விழுந்தேன்."

"வியப்பாக இருக்கிறதே" பையன் காலியான தம்ளர்களை நிரப்பிக் கொண்டு கூறினான்: "டாக்டரைக் கூப்பிட வேண்டும் என்று நினைக்கவில்லையா?"

"தயவு செய்து நான் சொல்வதை மட்டும் கேட்கிறாயா?" அவள் கூறினாள்: "இதற்கிடையில் நான் என்ன செய்திருக்க வேண்டுமென்பதை நீ பிறகு சொல்வாயாக."

"ரொம்பவும் நல்லது!" பையன் கூறினான்.

"இரண்டாவது கிளாஸ் தண்ணீரின் பாதிப்பிலிருந்து விமோசனம் கிடைத்தபோது மதியமாகி விட்டது" அவள் கூறினாள்: "கை காலெல்லாம் நடுங்கியது, தொண்டை வறண்டு விட்டது. எழுந்திருக்க முடியவில்லை. அப்போதுதான் வேலைக்காரன் வந்து மதிய உணவுக்கான நேரமாகிவிட்டது, அப்பாவும் அம்மாவும் காத்திருக்கிறார்கள் என்று அழைத்தான். பசி சிறிதும் இல்லை. இருந்தாலும் போக வேண்டுமென்று எண்ணினேன். அதற்கு முன்பு ஒரு கிளாஸ் தண்ணீர் குடிக்க வேண்டும். ஃபிரிட்ஜில் மீதி இருந்த பாட்டில் தண்ணீரையும் எடுத்து வருமாறு வேலைக்காரனிடம் கூறினேன். ஒரே மூச்சில் அதையும் குடித்தேன். குடித்துக் கொண்டிருந்த நினைவு இருக்கிறது. அதன் பிறகு நடந்ததொன்றும் நினைவில்லை."

"பயங்கரமான தண்ணீர் தானோ!" பையன் கூறினான்.

"பேசக்கூடாது!" அவள் கண்களை உருட்டிக் கொண்டு கூறினாள்: "கதை முடிவதற்கு முன்பு பேசினாய் என்றால் நான் உன்னைக் கொன்று விடுவேன்."

"நீ என்னைக் கொன்றால் நான் ஒரு நாடகம் எழுதுவேன்" பையன் கூறினான்: "நீ மனிதனைத் தின்று விட்டாய் என்று அதற்குப் பெயர் சூட்டுவேன்."

அதைக் கண்டுகொள்ளாதவாளாக அவள் கூறினாள்:

"மாலையில் கண்விழித்தபோது அப்பா, அம்மா, டாக்டர் மட்டுமல்லாமல் ஒரு பொதுக் கூட்டம் நடத்துமளவிற்கு ஆட்களும் கட்டிலைச் சுற்றி நிற்கின்றனர். அதன் பிறகு ஒரு மாதம் சிறையில் அடைத்ததைப் போன்று படுக்கையில் இருந்தேன். எழுதக் கூடாது, படிக்கக் கூடாது, சிந்திக்கவும் கூடாது. மாத்திரைகள் தான் உணவு. டஸன் கணக்கில் பல வண்ண மாத்திரைகள், நேரத்திற்கு நேரம் விழுங்கிக் கொள்ள வேண்டும்."

அவள் பேசுவதை நிறுத்தினாள் அவ்வளவு தானா என்று பையன் ஆச்சரியப்பட்டான்.

"உடல்நலம் பாதித்தற்கான காரணத்தை உன்னால் ஊகிக்க முடிகிறதா?" அவள் கேட்டாள்.

"தண்ணீரில் விஷம் இருந்திருக்கலாம், உன்னுடைய நரம்புகள் அதனால் தளர்ந்து சுருண்டு செயலிழந்திருக்கலாம்" பையன் எல்லாம் தெரிந்தவனாகக் கூறினான்.

அவள் சிரித்தாள். அவளது அங்கமனைத்தும் குலுங்கியது. அவளது கிளாஸிலிருந்து ஜின் வெளியே தெறித்தது.

"தவறு" அவள் கூறினாள்: "இன்னொரு காரணத்தையும் ஊகித்துப் பார்"

இப்போது தன்னுடைய நரம்பில்தான் தகராறு இருக்கிற தென்று பையனுக்குத் தோன்றியது. கோபமும் வந்தது.

"நீ நடித்திருப்பாய்" பையன் கூறினான்.

"உனக்கு எவ்வளவு தைரியம்!" அவள் கோபத்துடன் கூறினாள்: "நீதான் நடிக்கிறாய் மடையா! நீ தான் நடிக்கிறாய். மாங்கா மடையா! பாட்டிலில் இருந்தது தண்ணீர் இல்லை. ஜின். மூன்று மணி நேரத்தில் ஒன்றரைப் பாட்டில் ஜின்

குடித்திருக்கிறேன். இப்போது புரிந்ததா?"

சொன்னது புரியாதமாதிரிப் பையன் அமர்ந்திருந்தான். ஒரு வேளை, நான் கோபத்தில் இருப்பதாக அவள் நினைத்திருக்கலாம், பையன் நினைத்தான்.

திடீரென்று அவள் கால்களைப் பின்பக்கமாக இழுத்துக் கொண்டு முட்டுக்கால்களால் நிமிர்ந்து நின்றாள். கைகளைப் பையனின் முட்டுக்கால்களில் வைத்துக் கொண்டு அவனது முகத்தைக் கூர்ந்து நோக்கியவாறு கூறினாள்:

"பையா! உனது கன்னங்களுக்கு கருகிய மலரின் நிறம். ஆண்மையின் நிறம். ஆணின் நிறம்."

பையன் மெல்ல மெல்ல மயக்கத்தை நோக்கி வழுக்கிக் கொண்டிருந்தான்.

அப்போது யாரோ பையனது தோளைத் தட்டினார்கள்.

பையன் கண் விழித்தான்.

பழைய பேப்பர் வியாபாரி கேட்டான்:

"ஒன்றும் இல்லையா சார்? பழைய பேப்பர், பாட்டில்?"

அடுத்த வேளைச் சாப்பாட்டுக்கு வழிதேடிக் காத்துக் கொண்டிருந்த பையன் எழுந்தான். வியாபாரப் பொருட்களை எடுப்பதற்காக அறையின் மூலையை நோக்கி நடக்கும் போது தனக்குத் தானே பேசினான்: 'நீ மூன்று முறையும் அதிர்ஷ்டம் இல்லாதவனாகிவிட்டாய். நீ அனுபவித்த எதார்த்தங்கள் கூட கடைசியில் கனவாக வந்து உன்னை நிம்மதி இழக்கச் செய்கின்றன.'

விருந்தோம்பல்

ஒரு வழியாகப் பையனுக்கு வேலை கிடைத்துவிட்டது. வீட்டில் உள்ளவர்கள் கொடுத்த வேலை. நகரத்திலுள்ள உறவினர் வீட்டுக்குச் சென்று குசலம் விசாரித்துவிட்டு வர வேண்டும். ஆண்டுகளுக்கு முன்பு ஒரு மாமா அங்கே திருமண சம்பந்தம் செய்திருந்தார். அத்தை காலமாகி விட்டார். மாமா மலையேறி விட்டார். அனேகக் காலமாக வீட்டிலிருந்து யாரும் அங்கே சென்றதில்லை. அத்தையின் இரண்டு சகோதரிகள் மட்டும்தான் இப்போது அங்கே இருக்கின்றனர். இருவரும் நல்ல உத்தியோகத்தில் இருக்கின்றனர். நல்ல குடும்பத்தைச் சேர்ந்த அவர்களுடைய வீட்டில் அப்போதே யானையும் கோழியும் இருந்தன. பையன் ஊருக்கு வந்திருக்கிற இந்த வேளையில், ஒரு மரியாதைக்காக அவர்களுடைய வீட்டுக்கும் சென்று குசலம் விசாரித்து வருவதுதானே முறை என்று அப்பா கூறினார். அது மட்டுமல்ல மாமா தலைமறைவான பிறகு இன்றுவரை யாரும் அந்தப்பக்கம் தலைகாட்டியதும் இல்லை.

பையன், நான் போய் வருகிறேன் என்று கூறினான்.

அப்பா கூறினார்:

"ஞாயிற்றுக்கிழமை போனாப்போதும். பெண்களை வீட்டுல பார்க்கலாம்."

"சரி."

அப்பா கேட்டார்:

"காலையில் போகிறாயா? சாயங்காலமா?"

"காலையில ஒண்ணு போய்ப் பார்த்துட்டு திரும்பி வந்துடுறேன்."

மொழிப்பற்று மிக்க அப்பா கோபத்தோடு சொன்னார்:

“இதென்ன புதுப்பேச்சு? காலையில் புறப்படுகிறேன் என்று சொன்னாப் போதாதா?”

பையன் பணிவுடன் கூறினான்:

“அப்பா கோபப்பட வேண்டாம். ஒரு வார்த்தைன்னா ஒரு வார்த்தைதானா. ஒன்றிரண்டு வார்த்தை அதிகமாகப் பேசுறது தானே புதிய சம்பிரதாயம்.”

அப்பா கூறினார்:

“அது வேண்டாம், பழைய சம்பிரதாயம் போதும்.”

“சரி.”

“ஒரு விஷயம், காலையில போறதா இருந்தா வெளியில் சாப்பிட வேண்டாம். அவங்களுக்கு வருத்தமா போயிடும். இல்லைன்னா சாப்பிட்ட பிறகு புறப்பட்டுப் போயிட்டு, சாயங்காலமா திரும்பி வந்தாப்போதும்.”

பையன் ஆலோசித்தான். உறவினர் வீட்டில் மூக்கு முட்டச் சாப்பிடுகின்ற உணவு, நம்வீட்டு ரொட்டீன் உணவிலிருந்து வித்தியாசமாக இருக்கும். சில நேரம் அறுசுவை உணவாகக்கூட இருக்கலாம். நகரத்தில் வசிக்கும் குடும்பமல்லவா?

காலையில் புறப்பட்டுச் செல்வதாகத் தனக்குத்தானே எடுத்த முடிவைப் பையன் அப்பாவிடமும் பத்திரிக்கை நிருபர்களிடமும் தெரியப்படுத்தினான்.

ஞாயிற்றுக்கிழமை காலையில் வீட்டில் இட்லி, தோசைகளைத் தின்றுவிட்டு, காபி குடித்து, வேடமணிந்து, பஸ் ஏறுவதற்காகப் பையன் சாலையை நோக்கிப் பயணத்தைத் தொடங்கினான். போகும்போது அப்பா பின்னால் இருந்து கூப்பிட்டுச் சொன்னார்:

“கொஞ்சம் பிஸ்கட்டும் வேற ஏதாவதும் வாங்கிட்டுப் போ கேட்டியா, அங்க சின்னக் குழந்தைங்க இருப்பாங்க.”

மான்ஸ்டர்களைத் தான் கவனித்துக் கொள்வதாகப் பையன் கூறினான். தானும் ஒரு காலத்தில் மான்ஸ்டராக இருந்தவன் தானே. ஒன்ஸ் அப்பான் எ டைம்.

நகரத்துக்குச் செல்லும் பேருந்தில் ஏறினான். தொல்பொருள் துறையிலிருந்து கொண்டு வந்ததைப் போல் தோன்றியது.

மூன்றுமணி நேரத்தில் முப்பது நாழிகை தூரத்தைக் கடந்தது பேருந்து. வழியில் எத்தனையோ சத்தங்கள் பேருந்தை ஓவர்டேக் செய்து சென்றன.

பதினொன்றரை மணிக்கு நகரத்தில் இறங்கினான். நேராகச் சென்று பிஸ்கட் வாங்கினான். ஏழரை ரூபாய் விலையுள்ள ரசிகன் டின். ஆத்மா கட்டாயப்படுத்தியதன் காரணமாக ஒரு டீ மட்டும் குடித்தான். உறவினர் வீட்டில் உணவு சாப்பிடும்போது குறை ஏற்பட்டு விடக் கூடாதல்லவா, அதற்காகத்தான் இல்லை யென்றால் கடையில் இடியாப்பமும் இறைச்சியும் இருந்தது. பத்திரிக்கை ஆசிரியர் பாணியில் துக்கத்துடன் அவற்றைத் திரும்ப அனுப்பிவிட்டான்.

மாமா வீட்டைத் தேடிச்சென்ற பயணம் புதுமையானது. பாதை அறிமுகமில்லை. முழத்திற்கு முழம் விசாரணை நடத்தி விட்டு முன்னேறினான். இறுதியில் நீண்ட தூரம் மேற்காக நடந்து ஒரு சந்தில் திரும்பியபோது, ஒழிந்திருக்கின்ற ஒரு வீட்டைக் கண்டுபிடித்தான். பயணிகளிடம் கேட்டதில் தான் சரியான பாதையில் பயணித்திருப்பது புரிந்தது.

பழங்காலத்துப் பெரிய வீடு. நிறையச் சாளரங்கள், பெரிய தோட்டம். தோட்டத்தில் வெண்டையும், காராமணியும், கத்திரிக்காயும் செழிப்பாகக் காய்த்திருக்கின்றன. வரலாற்று மாணவனாகையால் பையனுக்கு உண்ணுநீலி சந்தேசத்திலுள்ள சுலோகம் நினைவுக்கு வந்தது:

'காய்கொண்டிடும் வழுதினைகளும்.

மந்திரே மல்பிரியாயா.'

'இப்படியொரு வீட்டில்தான் தனது திருமண பந்தம் தொடங்கும்' பையன் நினைத்தான். 'அல்லது பந்தம் தொடங்கினால் அதை நான் மரணம்வரை எதிர்த்துப் போராடுவேன். அதனால்தான் அல்லது என்று கூறினேன்.'

வெளிவாசலில் நுழைந்து, முற்றத்தைத் தாண்டிய பையன் திண்ணையருகே வந்தான். திண்ணை முடிகின்ற இடத்தில் வராந்தா தொடங்குகிறது. வராந்தாவின் நடுவே, உள்ளே செல்வதற்கான நுழைவு வாயில். பையன் சுலோகத்தைத் தொடர்ந்தான்:

'எண்கோல் விஸ்தார அறை, நடை நடுவே ஒளிவிடும் கவாடம்'.

இறுதியில், இந்த இடம்தான் இளங்கணிகை உண்ணு நீலியின் பிறப்பிடமோ? அப்படியானால் இளங்குளமும், சூரநாட்டுக்காரனும் மாட்டிக் கொண்டார்கள்.

இன்னொன்று: கணிகையர் திலகத்தின் மருமகள் எவளாவது இன்னும் இருப்பாளோ?

"யாரது?"

கனகம்பீரமான பெண்குரல், ஆகாஷவாணியின் குயிலோசை போல.

பையன் நடை வாயில் வழியாக உள்ளே எட்டிப் பார்த்தான். மிகவும் தூரத்தில் இரண்டு பெண்கள் எதிரெதிரே அமர்ந்து ஏதோ வேலை செய்து கொண்டிருக்கின்றனர். அடைக்கு மாவு உலர்த்துகிறார்களோ? அரிசி அரைக்கிறார்களோ?

கேள்வி எதிர்பாராத வேளையில் வந்து விழுந்ததால் பையனது பதிலும் முழுமையானதாக இல்லை.

"நான்தான்."

பெண்குரல் மீண்டும் கம்பீரமாக ஒலித்தது:

"நான்னு சொன்னா யாரு?"

இன்னாரென்று பையன் கூறினான்.

பெண்குரல் ஆச்சரியத்துடன் கேட்டது: "அச்சுதன் மச்சானோட மருமகனா?"

"ஆமா."

"பையன்தானே?"

"ரொம்பவும் சரி."

பெண்கள் கோரஸாக கூறினர்:

"வா, உள்ள வா, ஏன் அங்கேயே நிற்கிறாய்!"

பையன் வராந்தாவில் செருப்பைக் கழட்டி வைத்து விட்டு, முதல் வாயிலைக் கடந்து, இன்னும் ஆடம்பரம் நிறைந்த பல வாசல்களையும் கடந்து பெண்கள் அமர்ந்திருந்த அறையின்

வாசலில் போய் நின்றான்.

பெண்கள் இருவரும் ஒன்றாகப் பிறந்த இரட்டையர்கள் என்று தோன்றியது. ஒரே நிறம், ஒரே வடிவம், கொஞ்சம் கருப்பு, மிதமான தடிப்பு. நாற்பது வயது. இருவரும் பரஸ்பரம் முகங்களைப் பார்த்தவாறு உணவு உண்கின்றனர். பெரிய பித்தளைக் கும்பாக்களிலிருந்து டும் டும் என உணவை உருண்டைகளாக்கி வாய்க்குள் வீசுகின்றனர். விடுமுறை நாட்களில் வீட்டில் அணிகின்ற அழகிய ஆடை தரித்துள்ளனர். பாடிஸ், மேல்துண்டு, கீழ்முண்டு, ஃபுல் யூனிபார்ம்! நேராகப் பார்க்கும்போது நிறையப் பார்த்திருப்பதால் பையன் இடம் வலம் மேலே என்று மாறி மாறிப் பார்த்தான்.

ஒரு பெண் கூறினாள்:

“உட்கார்.”

மற்றொருத்தி:

“அந்தப் படியில ஊட்கார்.”

பையன் உட்கார்ந்தான். பெண்கள் உண்பதைத் தொடர்ந்தார்கள். ஒரு கூட்டும், துவையலும். ஆனால் அறுசுவை உணவை உண்பதைப்போல் ரசித்து ருசித்துச் சாப்பிடுகின்றனர். குண்டுமணிகள்!

தனக்காக இன்னொரு முறை சமையல் செய்ய வேண்டியது வருமே என்று நினைத்தவுடன் பையனுக்கு வருத்தம் தோன்றியது. சாப்பிட்டுவிட்டு வந்திருக்கலாம்.

முதலில் பேசியவள் கேட்டாள்:

“கையில என்ன பொட்டலம்?”

“பிஸ்கட், குழந்தைங்க எங்க?”

இரண்டாவது பெண் கூறினாள்:

“விளையாடப் போயிருக்காங்க, டேய் பப்பா!”

மூன்றடி உயரமுள்ள ஒரு குண்டுப் பையன் சமையலறையிலிருந்து வெளியே வந்தான். கரிபுரண்ட துண்டு உடுத்தியிருக்கிறான். வேலைக்காரப் பையன் என்று கழுத்தில் ப்ளாக்கார்டு.

முதல் பெண் கூறினாள்:

"அந்தப் பொட்டலத்த வாங்கி அலமாரியில வை."

பையன் பொட்டலத்தைக் கொடுத்தான்.

பெண்கள் இருவரும் மாறிமாறிக் கேட்டனர்:

"அப்பா எப்படி இருக்கார்?"

"சௌக்கியம்"

"அம்மா?"

"அம்மாவும் சௌக்கியம்."

"பையனுக்கு?"

பசிக்கிறது என்றுதான் சொல்லத் தோன்றியது. சௌக்கியம் தான் என்று சொல்லவேண்டி வந்தது.

மீண்டும் கேள்வி:

"கல்யாணம் பண்ணிட்டியா."

"இல்ல."

"பண்ண வேண்டாமா?"

"அதுக்கென்ன அவசரம்?"

"தாடியும் தலையும் நரைச்சுட்டா பொண்ணு கிடைக்குமா?"

பையன்: (அகம்) ஸ்டாக்குல ஏதாவது இருக்குதா?

(புறம்) "கிடைக்காதா?"

"கிடைக்காது. கல்யாணம் முடிக்கலைன்னா கெட்ட பழக்கம் எல்லாம் கற்றுக் கொள்ள வேண்டியதாகி விடும்."

பெண்கள் 'ஹோ ஹோ ஹோ' என்று தலையாட்டிக் கொண்டு சிரித்தனர். பையனும் அதில் சேர்ந்து கொண்டான். இருந்தாலும் மனதிற்குள் நினைத்தான்: 'பலவாறு எண்ணம் கொண்டுள்ள என் சகோதரிகளே, எனக்குக் கெட்ட எண்ணம் சிறிதும் இல்லை. நீங்கள் வயிறாரச் சாப்பிடுங்கள். குண்டச்சிகள் சாப்பிடுவதைப் பார்த்துக் கொண்டிருப்பதுகூட ஒரு அலாதியான சுகம்தான்.'

பெண்கள் பூப்போன்ற சோற்றில் மோர் ஊற்றி பிசைந்து மோட்டார் பம்ப் வைத்து உறிஞ்சத் தொடங்கினர்.

ஒருத்தி கீழ்முண்டை அவிழ்த்து உடுத்திக் கொண்டு பையனைப் பார்த்தவாறு வேள்வியில் உட்கார்ந்தாள். பையன் புருவத்தை உயர்த்தி நிலத்தை உற்றுப் பார்த்தான்.

பையன் யோசித்துப் பார்த்தான்: 'இப்படிச் சாப்பிடுகின்ற இவர்களை அடக்க வேண்டுமென்றால் இவர்களுடைய கணவன்மார் எவ்வளவு சாப்பிடுவார்கள்! ஒரு வேளை கணவர்களையும் இவர்கள் சாப்பிட்டிருப்பார்களோ?'

ஒருத்தி சொன்னாள்:

"நீ உட்காரு, நாங்க, இப்போ முடிச்சிடுவோம்."

தனக்காக இனிமேல் சமையல் செய்ய வேண்டாமென்று பையன் கூற நினைத்தான். அதற்குள் ஒருத்தி மற்றொருத்தியிடம் குசுகுசுத்தாள்.

அவள் சத்தமாகக் கூறினாள்:

"அப்புறம்! பையன் சாப்பிடாம இங்க வருவானா?"

களங்கமில்லா உள்ளம் படைத்த பையன் தன்னையறியாமல் கூறிவிட்டான்:

"இல்ல, சாப்பிடவில்லை."

பெண்களுக்கு வியப்பு. அரையும் காலும் கூட்டி முக்கால் நிர்வாணப் பெண்கள் கோரஸாகக் கூறினர்:

"நல்ல வேலை செய்தாய் போ! இவ்வளவு நேரமாகவா?"

"டேய் பப்பா?"

பப்பன் வந்தான், பெண்கள் கூறினர்:

"டேய், இவரை வேகமாக் கூட்டிட்டுப் போய் ஹோட்டலைக் காட்டு."

பையனுக்கு உடனே ஒன்றும் புரியவில்லை. ஸ்தம்பித்துப் போனான்.

பப்பன் நடையைக் கட்டினான்; கனவில் நடப்பவனைப் போன்று பையனும் பின்னால் நடந்தான்.

பெண்கள் பையனைக் கூப்பிட்டுச் சொன்னார்கள்:

"பையா! சீக்கிரம் வரணும் கேட்டியா."

பைத்தியக்காரனைப் போல் பையனும் கூறினான்:

"போனதும் தெரியாது. வரதும் தெரியாது."

ரொம்பதூரம் நடந்த பிறகு, பப்பன் காட்டிய ஹோட்டலுக்குள் சென்று பையன் உணவருந்தினான். பப்பன் வெளியே காத்திருந்தான்.

கைகழுவிவிட்டுக் கவுண்டருக்கு வந்த பையன் சாப்பிட்டதற்குப் பணம் கொடுத்தான். ஒன்றே கால் ரூபாய், அப்போது ஹோட்டல் முதலாளி பையனிடம் ஏதோ கூறினார். கூடுதலாகக் காசு கொடுத்தவாறு பையன் கூறினான்:

"அது சரி."

பையன் ஹோட்டலிலிருந்து வெளியேறி ரோட்டுக்கு வந்தான். சிரித்துக் கொண்டே குண்டுப் பையனும் பின்னால் வந்தான்.

பையன் கேட்டான்:

"டேய், உங்க வீட்டில இருக்கிற மூத்த பெண்ணின் பேர் என்ன?"

குண்டுப் பையன் கூறினான்:

"அம்முவம்மா."

"வீட்டுப் பேரு?"

மத்தியகால நிவாஸ்.

"சரி, நீ போ. நான் இதோ வந்துடுறேன்."

பப்பன் நடக்கத் தொடங்கினான்.

பையன் நேராகப் போஸ்ட் ஆபீஸுக்குச் சென்றான். ஆறு பைசாவுக்கு ஒரு போஸ்ட் கார்டு வாங்கி அதில் எழுதினான்:

மா-ரா-ரா-ஸ்ரீ மத்தியகாலநிவாஷில் குடியிருக்கின்ற அம்முவம்மாவுக்கு, ஒன்றேகால் ரூபாய்க்குச் சாப்பாடு நன்றாக இருந்தது. ஆனால் நான் சாப்பிடுகின்ற நேரம் பார்த்து பப்பன் எழுபத்தைந்து காசுக்கு என் கணக்கில் காபி குடித்ததால் மொத்தம் இரண்டு ரூபாயாகிவிட்டது. இந்த வகையில் எழுபத்தைந்து காசும், பிஸ்கட்டின் விலை ஏழு ரூபாய் ஐம்பது காசும், கடிதம் எழுதுகின்ற இந்தக் கார்டின் விலை ஆறு காசும் சேர்த்து

எட்டு ரூபாய் முப்பத்தொரு பைசா தாங்களிடமிருந்து எனக்கு வரவேண்டியிருக்கிறது. கடிதம் கிடைத்த ஒரு வாரத்திற்குள் பணம் கிடைக்கவில்லையென்றால் தாங்கள் மீதும் தங்கள் தங்கையின் மீதும் சிவில் வழக்கும் கிரிமினல் வழக்கும் பதிவு செய்துவிடுவேன் என்பதைத் தெரியப்படுத்திக் கொள்கிறேன். வேறு எவ்விதத்திலும் இப்பிரச்சனைக்கு தீர்வு காண முடியாது. அதற்கான காலம் கடந்து விட்டது என்பதையும் தெரியப்படுத்திக் கொள்கிறேன்.

இப்படிக்கு,
பையன்.

லட்சுமிக்குட்டி

பேருந்து நிலையத்தை வந்தடைந்தபோது அந்தி சாய்ந்து வெகுநேரம் ஆகியிருந்தது. கிராமத்துக்குச் செல்லும் கடைசிப் பேருந்தும் போய்விட்டது. பையன் தனியாளாகிவிட்டான். இருளின் சுருள் நிமிர்ந்து கொண்டிருக்கிறது. இனிமேல் வீட்டுக்குச் செல்ல முடியாது என்று நினைத்தபோது பையனுக்கு வருத்தமாக இருந்தது. பொரித்த மீனும், வங்காளி பாணியில் பொரித்த மீனைப்போட்டு வைத்த மீன் குழம்பும் வீட்டிலிருந்து அழுது கொண்டிருக்கும். அதை இனிமேல் என்ன செய்ய முடியும்? ஒன்றும் செய்ய முடியாது. நாளை அதைச் சூடாக்கி மதிய உணவுடன் சேர்த்துத் தீட்டி விட வேண்டியதுதான். அதுவரைக்கும் அது அங்கேயே நிம்மதியாக இருக்கட்டும்.

தெருக்கூத்தில் ராஜபார்ட்டைப் போல் பையன் பேருந்து நிலையத்தில் இரண்டு முறை உலாத்தினான்.

நகரம் விளக்கணிந்து கொண்டது. சாலையில் ஜனக்கூட்டம் கூடிக் கொண்டே வந்தது. வெயிலில் வியர்வை வழிய நடந்த மனிதர்களுக்கு இரவின் வெளிச்சத்தில் அழகு கூடியதுபோல் தோன்றிது.

'திரும்பிப் புத்தகக் கடைக்குச் செல்லலாமா அல்லது மதுபானக் கடைக்குச் செல்லலாமா?' பையன் பரமாத்மாவிடம் கேட்டான். பரமாத்மா எடுத்த எடுப்பில் கூறியது:

'மதுபானக் கடைக்கு.'

அவ்வாறு சொல்வதற்கும் ஒரு காரணமிருந்தது. இப்போதைய முன்னணிக் கட்சி ஆட்சியில் தொடரவேண்டும் என்று பரமாத்மா விரும்புகிறது. அதற்குப் பணம் வேண்டும். சரியாகப் பன்னிரண்டு கோடி ரூபாய். இவ்வளவு பெரிய

தொகையை அரசாங்கம், பூரண மது விலக்கிற்கு விதித்திருக்கும் தடையின் மூலம் ஈட்டி விட முடியுமென்று எதிர்பார்க்கிறது. ஆகையால் இவ்வளவு பணத்திற்கு மதுபானம் அருந்துவதும் அதன்மூலம் முன்னணிக் கட்சியைத் தொடர்ந்து ஆட்சிக் கட்டிலில் அமர்த்திப் பாதுகாப்பதும் ஒவ்வொரு குடிமகனுடைய தார்மீகக் கடமையாகும்.

மதுபானக் கடையை நோக்கி நடந்தவாறு பையன் பரமாத்மாவிடம் கூறினான்:

'உன் வாதத்தின் யுக்தி எனக்குப் புரிந்து விட்டது. இனி யொன்றும் சொல்லத் தேவையில்லை.'

மதுபான விடுதிக்குள் நுழைந்த பையன் ஒரு மூலையில் சென்று அமர்ந்தான். ஒரு பெரிய விஸ்கிக்கும் சோடாவுக்கும் விண்ணப்பம் கொடுத்தான். பானம் வந்தவுடன் அதை அழகாகப் பிடித்து இனிமையாக முத்தமிட்டான். இரவைப் பற்றிச் சிந்தித்தான். விடிய வைத்து எப்படி வெளிச்சத்தைக் காண்பது? லாட்ஜில் அறையெடுத்து குளித்துச் சாப்பிட்டுத் தூங்க வேண்டும். இல்லையென்றால் புத்தகக் கடைக்குச் சென்று புலரும் வரைப் புத்தகம் படிக்க வேண்டும். இல்லையென்றால்... இல்லை யென்றால்...

திடீரென்று பையனுக்கு வெளிச்சம் தென்பட்டது. கிளாஸை எடுத்து ஒரு பெரிய மிடறு குடித்தான்.

பையனுக்கு லட்சுமிக்குட்டியின் நினைவு வந்தது. நேரில் பார்த்ததில்லை. பார்த்த நண்பர்கள் கூறிய விவரங்கள்தான். லட்சுமிக்குட்டிக்கு இருபது வயது. அரச குடும்பத்து இரத்தத்தோடு சம்பந்தப்பட்டவள். லட்சுமிக்குட்டியின் குடும்பத்திலிருந்துதான் அரச வம்சத்தினர் பரம்பரை பரம்பரையாகப் பெண்ணெடுத்து சென்றிருக்கிறார்கள். நாடு சுதந்திரமடைந்து மொழிவாரி மாநிலங்கள் பிரிக்கப்பட்டபோது குடும்பத்தின் தலையில் மண் விழுந்தது. மன்னர்கள் மறைந்தனர். அரண்மனையில் கொஞ்ச நஞ்சம் மீதியிருந்தவர்களுக்கும் திருமண பந்தத்திற்கான செலவைத் தாங்கமுடியவில்லை. லட்சுமிக் குட்டியின் குடும்பம் நிலை குலைந்து, சின்னாபின்னமாகிவிட்டது.

லட்சுமிக்குட்டியும் அவளது அம்மாவும் நகரத்துக்கு வெளியே ஒரு சிறிய வீட்டில் குடியேறினர். யானை மெலிந்தால் தொழுவத்தில் கட்டுவதில்லை. குடும்பம் குலைந்தாலும்

குடும்பப்பெண் விபச்சாரியாவதில்லை. லட்சுமிக்குட்டி அவ் வழியில் செல்லவில்லை. இரவில் தூங்குவதற்கு நல்ல நாயர் குடும்பத்தைச் சார்ந்த ஆண்கள் வருவார்களாயின் தடையேதும் இல்லை. அதுவும் அம்மாவின் கண்டிப்பான மேற்பார்வையில் மட்டுமே. வேற்று ஜாதிக்காரர்களுக்கும் வேற்று மதத்தினருக்கும் அந்த பகுதிக்குள் அனுமதி இல்லை.

ஜாதி மதக் கட்டுப்பாட்டைத் தகர்த்தெறிந்த ஒரே மனிதன் குட்டூஸா மட்டும்தான், புராதன இசுலாமியக் கவிஞர் குட்டூஸா. ஆளை மட்டும் பார்த்து குட்டூஸாவின் மதத்தைக் கண்டு பிடிப்பதென்பது மிகவும் சிரமமான காரியம்.

நண்பர்கள் கூறிய வழியில் குட்டூஸா லட்சுமிக்குட்டியைத் தேடிச் சென்றார். அம்மா குட்டூஸாவிடம் விரிவான விசாரணையை மேற்கொண்டாள். குட்டூஸா கலங்கவில்லை. விசாரணையில் வென்றுவிட்டார். இனி குறுக்கு விசாரணையில் வீழாமல் இருக்க வேண்டுமே என்று இறைவனிடம் வேண்டிக் கொண்டார். ஆனால் லட்சுமிக்குட்டிக்கு ஆரம்பத்திலேயே தன் மீது சந்தேகம் இருந்ததாகத் தனக்கு தோன்றியது என்று குட்டூஸா கூறுகிறார்.

இரவு தூங்கச் செல்லும் முன் லட்சமிக்குட்டி கேட்டாளாம்:

'நீங்க நாயர் தானே?'

லட்சுமிக்குட்டி தலையைக்கோதிவிடத்தொடங்கியிருந்தாள். குட்டூஸா நெஞ்சில் கை வைத்துக்கொண்டு கூறினார்:

'அல்லாம நான் நாயர் தான்!'

லட்சுமிக்குட்டி மிகவும் நல்ல பெண்ணாம். பணத்தின் மீது அதிகமான ஆசை இல்லை. குட்டூஸா தன் அனுபவத்தைக் கூறுகிறார். சாப்பாட்டுக்குப்பின் பால் குடித்து விட்டுத்தான் படுக்கைக்குச் சென்றாராம். காலையில் பதின்மூன்று ரூபாய்க்குப் பில் வந்தது. இரவு தூங்கியதற்குப் பத்து ரூபாய், சாப்பாடு இரண்டு ரூபாய். பால் ஒரு ரூபாய். சாதாரணமாக எல்லோரிடமும் வாங்குகின்ற பத்து சதவீதம் சர்வீஸ் சார்ஜ்கூட வாங்கவில்லை.

குட்டூஸா பதினைந்து ரூபாய் கொடுத்தார். லட்சுமிக்குட்டி டீஸண்டாக இரண்டு ரூபாயைத் திருப்பிக் கொடுத்து விட்டாள். வேண்டாம் வைத்துக்கொள் என்று சொன்ன பிறகும் கேட்க

வில்லை. டீ குடிக்கிற காசுதான் கையில இருக்கட்டும் என்று குட்டூஸா கூறினார். அதெல்லாம் குலம் கெட்டவர்களின் வீட்டில் போய் இரவு தங்கும் போது என்று லட்சுமிக்குட்டி கடுமையாக விமர்சித்தாள். தரங்கெட்ட குணமொன்றும் தன்னிடம் இல்லை.

அதை நான் நன்றாகப் புரிந்து கொண்டேன் என்று குட்டூஸா கூறினார்.

அப்போது லட்சுமிக்குட்டி கூறினாள்:

'அப்படியென்றால் மீதிப் பணத்தைக் கையில் வைத்துக் கொள்ளுங்கள்.'

குட்டூஸா கூனிக்குறுகிப் போனார்.

லசுமிக்குட்டியென்றால் அவள்தான் லட்சுமிக்குட்டி! ரவி வர்மாவின் ஓவியத்தைப் போன்றவள்! பத்து வயது இளையவள்.

பையன் சத்தமாகக் கூறினான்:

"அடியேய் லட்சுமிக்குட்டி இதோ நான் வர்றேன்டி."

என்ன வேண்டும்! என்று கேட்டவாறு வெயிட்டர் அருகில் வந்தான்.

பையன் கூறினான்:

"ஒரு பெக் விஸ்கி."

"சோடா சார்?"

"சோஷாவும்."

'குட்டூஸா கூறிய வழியில் நான் கண்ணை மூடி நடக்கப் போகிறேன்' பையன் நினைத்தான்: 'பாதை சரியாகத்தான் இருக்கும். குட்டூஸாவுக்குப் பிடித்த பாடம் பூகோள சாஸ்திர மல்லவா?'

பையன் பில் கொடுத்தான். வெயிட்டருக்கு வார்த்தை களாகவும் பணமாகவும் டிப்ஸ் கொடுத்தான். குட்டூஸா கூறிய வழியை மனதிற்குள் தியானம் செய்தான். அந்த வழியைக் காலுக்கு அடியில் தேடிப்பிடித்து வடக்கு நோக்கி நடந்தான்.

சாகித்திய அகாதெமி, சங்கீத நாடக அகாதெமி, லலித் கலா அகாதெமி, வெண்மணி சுலோக அதாதெமி மற்றும் இரவு தங்கித் தூங்குகின்ற அகாதெமிகள் முதலிய கலை வளர்க்கும் நிறுவனங்களை எல்லாம் கால்நடையாக நடந்து கடந்தான்.

இறுதியில் குட்டூஸா கூறிய சந்து வந்தவுடன் நின்றான். முனிசிபாலிட்டிக்குச் சொந்தமான விளக்குக் கம்பத்தில் சாய்ந்து நின்று சிகரெட்டைப் பற்ற வைத்தான்.

சங்கேத இடத்திற்குள் நுழையப் போகிறான். நூறு அடி கிழக்காக நடந்து தெற்கே திரும்பினால் லட்சுமிக்குட்டியின் வீடு.

சிகரெட்டைத் தூக்கி எறிந்து விட்டுப் பையன் நடக்கத் தொடங்கினான். நூறு அடி நடந்த பின்னர் தெற்காகப் பார்த்தான்.

அதோ லட்சுமிக்குட்டியின் வீடு. சின்ன வீடு. பெயிண்ட் அடித்த முன்புற வாசல். தோட்டம் வளமான தாவரங்களால் பசுமை கொழித்திருந்தது. வீட்டு வராந்தாவில் நல்ல வெளிச்சம்.

பையன் எல்லைக்குள் நுழைந்தான். பத்திரமாகக் கேட்டைப் பூட்டினான். ஒரு நேர்கோட்டில் முன்னேறினான். வராந்தாவி லிருந்து உள்ளே செல்லக்கூடிய வாசல் திறந்திருக்கிறது.

வராந்தாவுக்கு ஏறுகின்ற படியை நெருங்கியவுடன் பலமான சத்தம்:

"யாரது?"

பையன் வராந்தாவின் மூலைக்குப் பார்வையைத் திருப்பினான். திடுக்கிட்டுப் போனான். சாய்வு நாற்காலியில் அல்ஸேஷன் ஒன்று சாய்ந்து படுத்திருக்கிறது. ஐம்பத்தைந்து வயது மதிக்கத்தக்க ஒரு பயங்கரமான சாரமேயன். தடித்த உடம்பு. நரைத்த கொம்பு மீசை. மொட்டைத் தலை. காதில் சிவப்புக்கல் கடுக்கன். உருக்குப் போன்ற உடம்புச் சதைகள். கொடியவன், அப்போதுதான் ரிட்டையர் ஆகி வந்த ஹெட் கான்ஸ்டபிளைப் போல் காணப்பட்டான்.

குட்டூஸா இதைப்பற்றி ஏன் சொல்லவில்லை? அன்று அல்ஸேஷன் இல்லையோ?

பையன் திரும்பிப் பார்த்தான். ஓடவும் முடியாது. கேட் பூட்டியிருக்கிறது. தானே செய்த வினை !

அல்ஸேஷன் நாற்காலியில் நிமிர்ந்து உட்கார்ந்து மீண்டும் குரைத்தது:

“யாரது?”

வேலி தாண்டுவதற்குத் தயாராக நின்று கொண்டு பையன் உளறினான்:

“நான்... நான்தான்.”

“நானா... நான்னா யாரு?”

பையன் கை கூப்பினான்:

“கோ... கோழிக்கோட்டிலிருந்து.”

பையனை முறைத்துப் பார்த்தவாறு அல்ஸேஷன் கூறியது:

“லட்சுமிக்குட்டியைப் பார்க்கணுமா, உள்ளே போ...”

திறப்புவிழா

திறப்பு விழாவுக்குச் சிறப்பு அழைப்பாளராகச் செல்வதற்குமுன், மும்முரமாகப் பத்திரிக்கைப் பணிகளில் மூழ்கியிருந்த நேரத்தில் டெலிபோன் ஒலித்தது.

"மூன்று மணிக்கு எக்ஸ்பிரஸ். ஆர்ட்ஸ் கிளப் விஷயம் மறந்துவிடவில்லையே."

பையன் கூறினான்:

"என்னை விட்டுவிடக் கூடாதா? ரெண்டு மூணு ஃபாரம் அச்சுக்குக் கொடுக்க வேண்டியிருக்கிறது. இங்கே வேறு யாருமில்லை."

தொலைபேசி வழியாகக் குரல் அழுதது:

"அப்படியானால் நான் தற்கொலை செய்து விட்டேன் என்று 18 பாயிண்டில் ஒரு செய்தியையும் சேர்த்து ஃபாரத்தை அச்சுக்குக் கொடுத்துவிடுங்கள்."

தொடர்ந்து குரல் தேம்பியது.

மனமிரங்கிய பையன் கூறினான்:

"சரி, நான் இதோ வந்துவிடுகிறேன்."

மூக்கை உறிஞ்சிக் கொண்டு குரல் கூறியது:

"நேரா ஸ்டேஷனுக்கு வாங்க. நான் அங்கே காத்திருக்கிறேன்."

தக்க சமயத்தில் ஒரு தற்கொலையைத் தடுத்து நிறுத்திய நிம்மதியுடன் பையன் ரயில்வே ஸ்டேஷனை நோக்கி நடந்தான். தொலைபேசியில் தொடர்பு கொண்ட விழாக்குழு பிரதிநிதி கையில் இளநீருடன் காத்திருந்தான். இளநீரைவிடப் புத்துணர்ச்சி தருகின்ற வேறொன்றும் இப்போதைக்கு இல்லையென்பதால் பையன் அதைக் குடித்தான்.

இரண்டாம் வகுப்பில் கூட்டம் அதிகமாக இருக்கும் என்று கருதிய பிரதிநிதி முதல்வகுப்பு டிக்கெட் வாங்கினான். அங்கேயும் அதிகமான கூட்டம். பையன் கணேஷ் பீடியை எடுத்துப் பற்றவைத்தபோது அவருக்கு நேராகக் கத்தரி சிகரெட்டை நீட்டினான். இந்த பிராண்ட் புகைப்பதில்லை என்று பையன் கூறியவுடன் பிரதிநிதி பிளாட்பாரத்திற்குச் சென்று பிளேயர்ஸ் சிகரெட் வாங்கி வந்தான்.

அரைமணி நேரப் பயணம்.

ஸ்டேஷனில் இறங்கியவுடன் பிரதிநிதி மற்றொரு இளநீரின் மூக்கைச் சீவினான். திடீரென்று, "காபி வேண்டுமா, கூட்டம் நடக்கிற இடத்தில் போய் குடித்துக் கொள்கிறீர்களா" எனக் கேட்டான்.

பையன் கூறினான்:

"விழா நடக்கும் இடத்தில் போய் குடித்துக் கொள்ளலாம்."

ஐந்து நாழிகை தூரத்தில் சரித்திரம் நடைபெறவிருக்கிறது. பிரதிநிதி ஒரு டாக்சியை அமர்த்தினான். திறப்புவிழா நாயகன் ஏறிய பிறகு தானும் ஏறிக்கொண்டான்.

புஞ்சை நிலங்கள், தென்னந்தோப்புகள், ஏழு கட்சிகளின் எழில்மிகு காவல்கோட்டைகள் முதலியவற்றைக் கடந்து சென்ற பிர்லாவின் குத்தகைக் கம்பெனித் தயாரிப்பான கார், நிகழ்ச்சி நடைபெறும் இடத்தை அடைந்தது. கிராமத்துப் பயணியர் மாளிகை முன் பையன் இறங்கினான். இப்போதுதான் பையன் தன்னை ஒரு விழா நாயகன் என்று முழுமையாக நம்பினான்.

விழா நாயகன் கூறினான்:

"பசிக்கிறது."

அப்போது காபியும் பலகாரங்களும் வந்தன. இரண்டு நேந்திரம் பழத்தையும், மூன்று பருப்பு வடையையும் தின்று முடித்தபோது மணி நான்கு.

நாலரை மணிக்கு மீண்டும் காபியும், கேக்கும், நேந்திரம் பழமும், பருப்பு வடையும் வந்தன. விழா நாயகன் வியப்பில் புருவங்களை உயர்த்தியவுடன் கிளப் உறுப்பினர் ஒருவர் கூறினார்: "முதலில் சாப்பிட்டது பொதுக் கணக்கு. இது வரவேற்புக் கமிட்டி கொடுக்கிற வழக்கமான உபசரிப்பு."

கமிட்டியின் தார்மீக கோபத்திற்குப் பயந்து நாயகன் மீண்டும் எண்ணெய்யும் தண்ணீரும் நிரப்பிக் கொண்டான். களைப்பு தீரச் சற்றே கட்டிலில் சாய்ந்தான். விழாக்குழுவினர் அறையிலிருந்து வெளியேறினர்.

ஐந்து மணிக்கு நாயகன் எழுந்தான். முகம் கழுவினான். தலை வாரினான். ஒரு பிரதிநிதி மெதுவாக வந்து கேட்டான்:

"இன்றைக்கே திரும்பிப் போகணுமா?"

'ஆமாம்'

"நல்ல மீன் இருக்கிறது. சோறும் மீனும் நல்லா சாப்பிட்டிட்டு நாளை காலையில் போனாப் போதாதா?"

"போதாது."

விழா நாயகன் துவர்ப்புள்ள அடைக்காய் என்பதை அறிந்து கொண்ட பிரதிநிதி சொன்னான்:

"நிகழ்ச்சி ஆறு மணிக்குத்தான் தொடங்கும். ஆட்கள் வருவதற்கு ஏழு மணியாகிவிடும்."

விழா நாயகன் கூறினான்:

"ஆட்கள் வந்தாலும் சரி வராவிட்டாலும் சரி நான் ஏழு மணி ரயிலில் ஏறிடுவேன்."

பிரதிநிதி கூறினான்:

"ஒரு டீ கொண்டுவரச் சொல்லட்டுமா?"

"டீ குடிக்கிறேன். ஆனால் ஏழு மணி ரயிலில் நான் போகணும்."

"நீங்க ஏழுமணிக்கு போங்க. இப்ப டீ குடிங்க."

ஆறுமணிக்கு விழாக்குழுவினர் உருவிய வாளுடன் பையனுக்கு இருபுறமும் நடந்தனர். பையன் அவர்களுக்கு நடுவே நடந்து விழா மேடைக்குச் சென்றான்.

நிகழ்ச்சி நடக்கும் இடம் சாலையின் ஓரத்தில் இருந்தது. நூறு அடிக்கு இந்தப் பக்கம் மேடை. மேடையில் பழைய திரைச்சீலை, நாற்காலிகள், மைக். சாலையின் மறுபக்கம் மூன்று டீ கடைகள். ஒரு நாட்டு மருந்துக்கடை. அதைச் சுற்றிக் கொஞ்சம்

வேலை இல்லாமல் வித்தை காட்டிச் சுற்றித் திரியும் மனிதர்கள். அவர்களின் மொத்த எண்ணிக்கை பத்துக்கும் பதினொன்றுக்கும் இடையில்.

விழா நாயகனாகிய பையன் மேடையில் ஏறினான். விழாத் தலைவர் உள்ளூர்க்காரர், கோழிக்கோட்டிலிருந்து அப்போது தான் வந்திருந்தார். அனைவரும் அவரவர் இருக்கையில் அமர்ந்தனர்.

சாலைக்கு அந்தப் பக்கம் நிற்கின்ற பதினோரு பேரை விட்டால் மீதியுள்ள பார்வையாளர்களில் பெரும்பாலானோர் மேடைக்கு முன் கீழே அமர்ந்திருக்கின்றனர். அழகாகப் பின்னப்பட்ட தென்னங்கிடுகைத் தரையில் போட்டு அதற்கு மேலே அர்ச்சின்ஸ் என்று அழைக்கப்படுகின்ற தெருவைச் சுற்றும் சிறுவர்கள் பதினெட்டு பேர் மூன்று வரிசையில் அமர்ந்திருக்கின்றனர். வரிசைக்கு ஆறுபேர்.

தலைவரும், கிளப்பைத் தொடங்கி வைத்துப் பேசவிருக்கின்ற பையனும் மேடையில் அமர்ந்திருந்தனர். அவர்களுக்குப் பின்னால் விழாக்குழு உறுப்பினர்கள் ஐவர் நின்றனர். சிறுவர்கள் தாளத் துடன் கைதட்டினர்.

கரவொலி தலைமை பீடத்தைக் கழுவிக் கடந்து சென்ற போது விழாக் கமிட்டிப் பிரதிநிதி ஒருவன் முன்னே வந்து மெதுவாக மைக்கின் கழுத்தைப் பிடித்தான். மைக் செட்காரன் ஓடிவந்து உயரத்தைச் சரிசெய்தான். பிரதிநிதி மைக்கின் வாயில் விரலைச் சொடுக்கினான். வாயால் ஊதினான். சரி, மைக் வேலை செய்கிறது.

கருத்தாழம் மிக்க வரவேற்புரை. வரவேற்பாளர் கிராமத்தில் ஓர் ஆர்ட்ஸ் கிளப் தொடங்குவதற்கு இவ்வளவு நாட்கள் எடுத்துக் கொண்டதற்காக பொதுமக்களிடம் மன்னிப்புக் கேட்டுக் கொண்டார். இறுதியாகக் கனவு நனவாகி விட்டது. அதைத் தொடங்கி வைப்பதற்கு ஒரு சிறந்த இலக்கியவாதி கிடைத்தது யார் செய்த புண்ணியமோ? அனைத்து மக்களும் ஜாதியும் கட்சியும் மறந்து கிளப்பின் வெற்றிக்காகப் பாடுபடுவார்கள் என்று அவருக்கு நம்பிக்கை இருக்கிறது. அங்கே கூடியிருக்கின்ற மக்களின் உற்சாகமே அதற்குச் சாட்சி.

சிறுவர்கள் கரவொலி எழுப்பினர். ஒரு லாரி சீறிப்பாய்ந்து சென்றது. டீக்கடையில் ஒருவன் பலமாகக் கொட்டாவி விட்டான்.

வரவேற்பாளர் தொடர்ந்து பேசினார்:

"ஒரேயொரு வருத்தம்தான். கிளப்பைத் தொடங்கி வைத்த விழா நாயகன் ஏழு மணி ரயிலில் ஏறிச் சென்றுவிடுவார். அப்படிச் செய்யவில்லையென்றால் அதன் பிறகு கோழிக்கோடு மாநகரில் ஒன்றும் நடக்காது. வாஸ்கோடகாமா திரும்பவும் வருவார். கலை நிகழ்ச்சிகளைக் காண்பதற்குச் சிறப்பு விருந்தினர் இருக்கமாட்டார் என்பதை நினைத்து வருந்துகிறேன். என்ன செய்வது? இவ்வாறு கூறிக் கொண்டு வேண்டியன செய்யும்படித் திறப்பு விழா நாயகனைச் சிறப்புரையாற்ற அழைக்கிறேன்."

பார்வையாளர்கள் அசைவற்று இருப்பதைக் கண்ட பிரதிநிதி கண்ணால் சைகை காட்டினான். சிறுவர்கள் கைதட்டினார்கள்.

அவசரமான எத்தனையோ வேலைகளை எல்லாம் விட்டு விட்டு இங்கே வந்திருப்பதாகக் கிளப்பைத் திறந்து வைக்க வந்த சிறப்பு அழைப்பாளர் கூறினார்: "ஏழு மணிக்குத் திரும்பிச் செல்ல வேண்டும். கலை சம்பந்தப்படாமல் நூலகத் திறப்பு விழாவுக்கு அழைத்திருந்தால் நான் வந்திருக்க மாட்டேன். கலை எனது பலவீனம். நிறைய கிராமங்களில் நிறையக் கலைக்குழுக்களைத் தொடங்கி வைத்திருக்கிறேன். எல்லாக் குழுக்களும் கலையை வளர்த்து வருகின்றன. இந்தப் பகுதியிலுள்ள கிராமத்தில் இதுதான் முதல் முறை. உடம்பைப் பட்டினி போட்டால் பரவா யில்லை. ஆத்மாவைப் பட்டினி போடுவது பாவம். ஆத்மாவுக்கு ஆர்ட்ஸ் கிளப்புதான் உணவு. இப்போது நிறையப் பேசுவதற்கு நேரமில்லை. ஏழுமணி வண்டிக்குப் போகவில்லையென்றால் நிறையப் பேசியிருப்பேன்."

டீ கடையிலிருந்து ஒரு குரல் எழுந்தது:

"நீங்க ஒண்ணும் அவசரப்பட வேண்டாம்! ஏழுமணி ரயில் வரும்போது எட்டுமணியாகிவிடும்!"

அதை நான் பார்த்துக் கொள்கிறேன் என்று விழா நாயகன் மைக் வழியாகச் சொன்னான். "எப்போது போக வேண்டும் எந்த ரயிலில் போக வேண்டும் என்று எனக்குத் தெரியும். டீ குடிக்கிறவர்கள் டீயை மட்டும் குடித்தால் போதும்."

"பேசி முடித்து விட்டுப் போகும் போது ஆளைப் பக்கத்துல வெச்சுப் பார்த்தாப் போதும்" எதிர்க்குரல் கூறியது.

பையன் எதிர்க்குரலைப் பொருட்படுத்தவில்லை. "எப்படி இருந்தாலும் அடுத்தமுறை நான் இந்தக் கிராமத்திற்கு வரும் போது இப்போது தொடங்கி வைத்த இந்த ஆர்ட்ஸ் கிளப் அடுத்த கிராமங்களுக்கும் கிளை பரப்பி கலையை வளர்க்க வாழ்த்துகிறேன். ஜெய் ஹிந்த்! ஜெய் கலை."

பார்வையாளர்கள் மிகவும் சிறப்பாகக் கரவொலி எழுப்பினர்.

உள்ளூர்க்காரனாகிய விழாத்தலைவர் நிறைய புகார்களைப் பதிவு செய்தார். முப்பத்து மூன்று ஆண்டுகளுக்கு முன்பு இப்பகுதியில் முதன் முதலாக ஒரு கலை நிகழ்ச்சி நடத்தப்பட்டது. அதுவும் ஒரு நாடகம். அதில் எமதர்மராஜாவின் பியூனாக நடித்த விழாத் தலைவரை அவரது அப்பா அடித்து விட்டார். நாடகக் குழுவினரையும் அடித்து விரட்டி விட்டார். அதன் பிறகு இன்றைக்குத்தான் ஊரில் ஒரு கலைக்குழு உதயமாகிறது. அவருக்கு மிகவும் வருத்தம் என்னவென்றால் எத்தனையோ இளைஞர்கள் இருக்கின்ற இந்தக் கிராமத்தில் கால்பந்து விளையாடுவதற்குக்கூட யாரும் முன்வருவதில்லை. பக்கத்துக் கிராமத்துக்காரர்கள் தேர்தல் வருகின்ற வரை தங்களுக்குள் எவ்வளவு போட்டி இருந்தாலும் தேர்தல் முடிந்து ஓட்டுப் பெட்டியைச் சீல் வைத்தவுடன் ஒன்று கூடி விடுவதை நாம் உன்னிப்பாகக் கவனிக்க வேண்டும் என்று அவர் அழுத்தமாகக் கூறினார். மிகவும் தியாகம் செய்து அங்கே வந்து கிளப்பைத் தொடங்கி வைத்த விழா நாயகனை முன்னுதாரணமாகச் சுட்டிக் காட்டினார். அடுத்த முறை அவர் கிளப்புக்கு வரும்போது கலை நிகழ்ச்சியைப் பார்த்துவிட்டுத்தான் செல்வேன் என்று சொல்லும் விதத்தில் வரலாற்றுச் சிறப்புமிக்க வளர்ச்சியை நமது ஆர்ட்ஸ் கிளப் அடைந்திருக்க வேண்டும் என்றும் கூறினார்.

பதினெட்டுச் சிறுவர்களும் தாளத்தோடு கைதட்டினர். மணி ஆறரையைத் தாண்டி விட்டதால் நன்றியுரை கூற மட்டுமே நேரமிருந்தது. சாலை வெறிச்சோடிக் கிடக்கிறது. டீ கடைகளில் விளக்கு ஏற்றப்பட்டுவிட்டது. விழா நாயகனை அருகில் வைத்துப் 'பார்ப்பதற்காக' இரண்டு மூன்றுபேர் வெளியே வந்தனர். சிறுவர்கள் தென்னங்கிடுகில் சற்றே அசைந்து அமர்ந்தனர்.

வரவேற்புரை கூறிய விழாக்கமிட்டிப் பிரதிநிதி நன்றி கூறுவதற்காக மைக் முன்னே வந்தான். அப்போது மற்றொரு பிரதிநிதி அவனைத் தள்ளி விட்டு மைக்கைக் கைப்பற்றினான்.

நன்றியுரை கூறியவருக்கு மகாத்மா காந்தியைப் பற்றியும் மார்ஷல் ஸ்டாலினைப் பற்றியும் நல்ல அபிப்பிராயம். கலையின் வளர்ச்சிக்கு இருவரும் இருவேறு விதத்தில் தங்களது பங்களிப்பைச் செய்திருக்கிறார்கள் என்று அவர் கூறினார். மேலும் விழா நாயகன் கூறிய கருத்து உன்னதமானது. ஆத்மாவின் பசியைப் போக்காவிட்டால் அதன் பிறகு எத்தனை சிக்கன் பிரியாணி சாப்பிட்டாலும் பயனில்லை. உள்ளூர்க்காரர்களின் ஆத்மாவுக்கு வேண்டியவற்றைக் கொடுப்பதற்காக ஆர்ட்ஸ் கிளப் முடிந்தவரை முயற்சிக்கும். முடியாததை மத்திய அரசு தரவேண்டும். அடுத்து நடைபெறவிருக்கும் கலைநிகழ்ச்சிகளைக் காணாமல் விழா நாயகர் விடைபெறுகிறார் என்பதை எண்ணி வருந்துகிறேன். இருந்தாலும் அவர் மிச்சமிருப்பவர்களின் சிந்தைக்கு உணவை மிச்சம் வைத்துவிட்டுப்போவது உசிதமானதேயாகும். நிகழ்ச்சியில் கலந்து கொண்ட அனைவருக்கும் நன்றி. முக்கியமாக பார்வையாளர்களுக்கு நன்றி. இவ்வாறாக இன்றைய நாளின் முதல் கட்ட வரலாறு முற்றுப்பெற்றது. ஒரு மணி நேரத்திற்குப் பிறகு கலை நிகழ்ச்சிகள் தொடங்கும்.

சிறுவர்கள் எழுந்து தூசியைத் தட்டிவிட்டு சர்க்கஸில் செய்வதைப் போலக் குட்டிக் கரணம் அடித்துவிட்டுச் சிதறி ஓடினர்.

திரைச்சீலை விழுந்தது.

டீ கடையில் எதிர்க்குரல் சத்தமாகப் பேசுவது கேட்டது:

"இப்போ வருவாரு, நல்லாப் பார்க்கலாம்."

ஒரு பிரதிநிதி கூறினார்:

"நாம புறப்படுவோம். கார் மேடைக்குப் பின்னால் நிற்கிறது."

பையன் கூறினான்:

"பின் வழியாக ஏன் போகணும்?"

பிரதிநிதி கூறினான்:

"கலைக்கு எதிராகச் செயல் படக்கூடிய ஒரு கூட்டம் வெளியே நிற்கிறது. அவர்கள் ஏதாவது செய்து விட்டால் என்ன செய்வது?"

தலைவரும் கூறினார்:

"பின்வழியாப் போறதுதான் நல்லது. அடுத்த தடவை வரும் போது இதெல்லாம் தேவையிருக்காது."

எதிர்க்குரல் கூறுவது கேட்டது:

"ஆளை எங்கே? நாங்க உள்ள வரணுமா?"

பிரதிநிதி கூறினார்:

"வாங்க நாம புறப்படுவோம்."

பின் வழியில் நடந்து கொண்டு பையன் கூறினான்:

"முன் வழியாகவே போகலாம். எனக்கு இதெல்லாம் புதிதில்லை. பயமும் இல்லை. எத்தனையோ சாத்தான்களை நான் பார்த்திருக்கிறேன்; அடித்துக் கொன்றிருக்கிறேன்."

தலைவர் கூறினார்:

"இருந்தாலும் இப்போதைக்கு அது வேண்டாம்."

காரில் ஏறிக்கொண்டு பிரதிநிதி டிரைவரிடம் கூறினார்: "நேரா ஸ்டேஷனுக்குப் போ, வேகமாப் போ, யார் கை காட்டினாலும் நிறுத்தாமப் போ. காட்டிக் கொடுத்துடாதே."

☯

‘ஊ!’

புரட்சிக்குப் பெயர்போன நாட்டிலிருந்து வந்த கலைக் குழுவில் பதின்மூன்றுபேர் இருந்தனர். பாதிப்பேர் இசைக் கலைஞர்கள், மீதிப்பேர் நடனக் கலைஞர்கள். ஒரு பாதி ஆண்கள், இன்னொரு பாதி பெண்கள். நகரத்தில் இன்று மாலை இந்தோ-புரட்சி பாபா சங்கத்தின் சார்பில் நிகழ்ச்சி யொன்று நடைபெறவிருக்கிறது. இடம் டவுன்ஹால் அரங்கம். எட்டு மணிக்கு வரவேற்பு, தொடர்ந்து உணவு. அதன் பிறகு கலைநிகழ்ச்சிகள்.

இட்டூப்பு முதலாளிதான் நகரத்தில் செயல்பட்டுவரும் பாபா சங்கத்திற்குத் தலைவர். முதலாளி, புரட்சிவாதியாக மாறுவதற்கு முன்பு ஆறாம் ஜார்ஜ் மன்னரின் நம்பிக்கைக்குரிய குடிமகனாக இருந்தார். மன்னரிடம் உண்மையானவனாகவும் வீட்டில் போதுமான அளவு உணவு உடையவனாகவும் இருந்தார். சிறியதொரு பலசரக்குக் கடை மட்டுமல்லாது வேறுசில சிறு குறு தொழில்களையும் செய்து வந்தார்.

நாடு சுதந்திரம் பெற்றவுடன் அனைத்து விசுவாசிகளையும் போல முதலாளியும் காங்கிரசில் சேர்ந்தார். காந்திதான் இரட்சகனாகிய இயேசு என்று கூறினார். இதன் அடிப்படையில் சலுகை விலையில் உருக்குக்கும், சிமெண்டுக்கும் பெர்மிட் கிடைத்தது. அரிய பொருட்களைக் கள்ளச்சந்தையில் விற்றார். லாபத்தில் ஒரு சதவீதத்தைக் காளையின் கட்சிக்குத் தேர்தல் நிதியாக வழங்கினார். வேறொரு சதவீதத்தை வினோபாபாவுக்குப் பொருள்தானமாகக் கொடுத்தார். மாட்டிறைச்சி உண்பதை நிறுத்தினார். தனது குட்டியைத் தானே உணவாகக் கொள்வது காங்கிரசுக்குப் பொருந்தாத கொள்கையல்லவா. அதற்குப் பதிலாக ஆட்டிறைச்சி சாப்பிட்டார். கள் குடிப்பதை நிறுத்திவிட்டு, சாராயமாக்கினார். மில்துணி அணிவதை நிறுத்தி விட்டுக் கதராடைக்கு மாறினார். ஏகபத்தினி விரதத்தை நிறுத்திவிட்டு இன்னொரு பெண்ணையும் திருமணம் செய்து கொண்டார். பலசரக்கு வியாபாரத்தை நிறுத்திவிட்டு, உருக்கையும் சிமெண்டை யும் மொத்த வியாபாரமாக்கி விட்டார்.

அரைக் கை சட்டை அணிந்துதான் காங்கிரசில் சேர்ந்தார். வியாபாரம் பெருகியவுடன், முதலாளி அறியாமலே அவரது சட்டையின் நீளம் கூடியது, ஜிப்பாவாக நீண்டது. கதை நடக்கின்ற காலகட்டத்தில் அதன் நீளம் முதலாளியின் முட்டிக்காலைத் தொட்டது. தகழி சிவசங்கர பிள்ளையின் காதாபாத்திரங்களைப் போல் ஊரார் ஒருவருக்கொருவர் பேசிக்கொண்டனர்:

'மொதலாளிக்கு இப்போ நல்ல நேரம்.'

இந்தோ-புரட்சி பாபா சங்கத்தின் கிளை ஒன்று நகரத்தில் நிறுவப்பட்ட பிறகுதான் முதலாளியிடம் எல்லா நல்ல நேரமும் ஒரே நேரத்தில் வந்து சேர்ந்தது. முதலாளி கிளைச் சங்கத்தின் தலைவரானார். (தலைவராவதற்கு நிறையப் பணம் செலவழித்தார் என்று தெரிந்தவர்கள் பேசிக் கொள்கின்றனர். முதலாளியின் பதில்: பணமில்லாமல் வியாபாரம் நடக்குமா என்பதுதான்) இவ்வாறு முதலாளி கலையிலும் தன்னை இணைத்துக் கொண்டார். முதலாளியின் இடது கைப் பெருவிரல் முத்திரை இல்லாமல் நகரத்தில் கலை-பண்பாடு தொடர்பான யாதொரு நிகழ்ச்சியும் நடைபெறாது என்ற நிலை ஏற்பட்டுவிட்டது.

பாபா சங்கம் முதன்முதலாக நகரத்திற்கு வருகிறது. நிகழ்ச்சியைச் சிறப்பாக நடத்த வேண்டுமென்பதில் முதலாளி உறுதியாக இருந்தார். இரவு உணவுக்கும் மதுபானத்திற்கும் ஒரு பெருந்தொகை ஒதுக்கப்பட்டிருந்தது. இசைக் கலைஞர்களுடனும் நாட்டியக் கலைஞர்களுடனும் கருத்துப் பரிமாற்றம் நடத்து வதற்காக முதலாளிக்கு மட்டும் ஒரு துபாஷியை ஏற்பாடு செய்திருந்தார்கள். இங்கிலீஷ் தெரிந்த, முதலாளியின் எடுபிடியாகிய பையன்தான் அந்தத் துபாஷி.

நிகழ்ச்சி ஏற்கனவே திட்டமிடப்பட்டிருந்தது. ஏழு முதல் ஏழு ஐம்பது வரை வரவேற்பும் உணவும். அதற்கிடையில் முதலாளியின் வாழ்த்துரை. எட்டு முதல் ஒன்பது வரை கலை நிகழ்ச்சிகள்.

முக்கியப் பிரமுகர்கள் உட்பட ஐம்பது பேருக்கு உணவு. ஒன்று கூட குறையாமல் வந்து சேர்ந்து விடுமென்று முதலாளி நம்புகிறார். கலைநிகழ்ச்சிகளுக்கு இலவச அனுமதி. ஹாலில் இருக்கைகள் எத்தனையோ அத்தனைபேர் அமரலாம். மீதிப் பொறுக்கிகள் வெளியிலிருந்து ஒலி பெருக்கி மூலம் கேட்கலாம்.

சரித்திரம் நடைபெறவிருக்கின்ற மாலைநேரம் ஐம்பது வயதுள்ள முதலாளி ஆறரை மணிக்குக் கடையிலிருந்து வெளியே வந்து நடைபாதையில் நின்றார். எடுபிடியும் கூட இருந்தான்.

முதலாளி கூறினார்:

"டேய்... எல்லாரும் வெள்ளக்காரனுங்க தானா?"

பையன் கூறினான்:

"ஆமாம்."

"அவங்ககூடப் பேச வேண்டாமா?"

"பேசணும்."

"அதுக்குக் கொஞ்சம் 'தண்ணி' போட வேண்டாமா?"

"அங்க போனப் பிறகு போதாதா?"

"போராதுடா... வெள்ளக்காரங்கிட்ட முதல்ல பேசணும். எப்படி?"

பையன் ஒன்றும் பேசவில்லை.

முதலாளி கடைக்கு உள்ளே பார்த்துக் கூறினார்:

"டேய்... வரீது! ஒரு கிளாஸில் கொஞ்சம் பட்டையும், சோடாவும் ஊத்திக் கொண்டா!"

வரீது கிளாஸை ரகசியமாகக் கொண்டு வந்து கொடுத்தான். முதலாளி ஒரே மூச்சில் குடித்து விட்டு வாயைத் துடைத்தார்.

"வா... இப்பப் போவோம்."

கார் சாலையின் மறுபக்கம் நின்றது. முதலாளி டிரைவருக்குச் சைகை காட்டினார். கார் ஓடி வந்து முதலாளியின் காலடியில் நின்றது.

டவுன் ஹாலுக்குப் போகும் வழியில் கார் சீட்டில் மல்லாந்து படுத்துக் கொண்டு யாரோடுமில்லாமல் முதலாளி கூறினார்:

"இப்ப ஒருத்தனுக்கும் பயப்பட வேண்டாம். எப்படி!"

டவுன் ஹால் மக்கள் வெள்ளத்தால் நிரம்பி வழிந்தது. முக்கிய விருந்தினர்களும், உள்ளூர்ப் பிரமுகர்களும் வந்து சேர்ந்திருந்தனர்.

முதலாளி காரிலிருந்து இறங்கி வெள்ளைக்காரர்களை நோக்கித் தைரியமாக நடந்து சென்றார். கைகளைப் பிடித்துப் பலமாகக் குலுக்கினார். எடுபிடி அவசர அவசரமாக அறிமுகப் படுத்தினான். முதலாளி தொடர்ந்து கைகுலுக்கிக் கொண்டிருந்தார்.

"ஹல்லோ! ஹல்லோ!"

பாபா சங்கத்தினர் ஒருவரையொருவர் பார்த்துச் சிரித்துக் கொண்டனர். கலப்படமில்லாத நட்பு, கள்ளங்கபடம் இல்லாத உள்ளம் என்று அவர்களுடைய மொழியில் பேசிக் கொண்டனர். குழுவில் உள்ள அனைவருக்கும் முதலாளியை மிகவும் பிடித்து விட்டது.

அப்போது முதலாளி குழுவில் இருந்த ஓர் அழகான பெண்ணைப் பார்த்தார். பையனிடம் கேட்டார்:

"யாருடா இந்தச் சிட்டு?"

பையன் கூறினான்:

"நாட்டியக்காரி."

"அவகிட்ட அறிமுகமாக வேண்டாமா?"

"மொதலாளி முதல்லயே அறிமுகமாயிட்டீங்க."

"இல்லடா... நீ வா."

முதலாளி முன்னே சென்று அழகியின் கையைப் பிடித்து ஹல்லோ ஹல்லோ என்று கூறினார். அழகி புன்னகைத்தாள். முதலாளி கையை விட்டார். துபாஷியிடம் கூறினார்:

"ஒண்ணும் நடக்கிற மாதிரி தெரியலடா..."

"என்னவாயிற்று?"

"நான் உள்ளங்கையைக் கிள்ளினேன், பதிலுக்கு அவ ஒண்ணும் செய்யல!"

எடுபிடி அதைக் கேட்காதவனைப் போல் நடித்தான். கலைக்குழுவின் பொறுப்பாளர் முதலியோர் முதலாளியிடம் வந்து கேட்டனர்:

"வரவேற்பு நிகழ்ச்சியைத் தொடங்கலாமா?"

முதலாளி கூறினார்:

"ஏன் தாமதிக்கணும்?"

"உடனே தொடங்கலாம். குடிக்காம தொண்டை எல்லாம் வறண்டு போச்சு!"

மேசைகளுக்கு பின்னால் விருந்தினர்கள் உட்கார்ந்தனர். முதலாளிக்கு எதிரில் கலைக்கழுவின் தலைவர். வலதுபக்கம் மொழிபெயர்ப்புக்குப் பையன்.

முதலில் போட்ட பிளான் இதுவல்ல. தோளோடு தோள் உரசி நின்று காக்டெயில் அருந்திய பிறகு உட்கார்ந்து சாப்பிட வேண்டும். அதுதான் முதலில் போட்ட பிளான். முதலாளி அதை வீட்டோ செய்தார்:

"நம்மளால நின்னுகிட்டுக் குடிக்க முடியாது."

ஒரு பெக் விஸ்கியைக் கிளாஸில் கொண்டுவந்து வைத்த வெயிட்டரிடம் முதலாளி கேட்டார்:

"டேய் விஸ்கி தீர்ந்திருச்சா?"

வெயிட்டர் கூறினான்:

"இல்லையே."

முதலாளி கோபப்பட்டார்:

"அப்புறம் எதுக்குடா கொஞ்சமா ஊத்தியிருக்க. அரை கிளாஸ் ஊத்துடா."

வெயிட்டர் விஸ்கியை ஊற்றினான்.

"சோடா ஊத்துடா..."

முதலாளி தண்ணீரை குடிப்பது போல் குடித்து விட்டு தம்ளரை மேசையில் கவிழ்த்து வைத்தார்.

"போதுமா?"

வெளிநாட்டுக் கலைக்குழுவின் தலைவர் கேட்டார்.

கேள்வி மொழிபெயர்ப்பாகி வந்தவுடன் முதலாளி கூறினார்:

"போதும்னு யார் சொன்னது? விஸ்கி வர்றதுக்காக வெயிட் பண்றேன்."

முதலாளி வெயிட்டரை அழைத்துக் கூறினார்:

"டேய் வந்து ஊத்துடா..."

வெயிட்டர் ஊற்றினான்.

இரண்டு, மூன்று தம்ளர் முடிந்தவுடன் வரவேற்புரை கூறும் நேரம் வந்தது. முதலாளி நல்ல போதையில் இருந்தார். மெதுவாக எழுந்தார். உதடுகளைத் துடைத்துக் கொண்டு சபையை இடம் வலம் நோக்கினார். உலக அரசியலின் உட்கிடக்கையை இரண்டு வாக்கியங்களில் இப்படிக் கூறினார்:

"பல ஆண்டுகளுக்கு முன் புரட்சி என்று சொன்னால் எல்லோருக்கும் மிரட்சி, இப்போது அப்படி... அல்ல, காங்கிரசுக்குக் கூட புரட்சியின் மீதுதான் கண்..."

முதலாளி எடுபிடியைப் பார்த்துக் கூறினார்:

"இனி நீ ஒண்ணு கலக்கி விடுடா....."

முதலாளி உட்கார்ந்தார். கரவொலி. பையன் மொழி பெயர்த்தான். பலத்த கரவொலி. கலைக்குழுத் தலைவரின் ஏற்புரை. பலத்த கை தட்டல்கள்.

உணவு வந்தது. ஒரு தம்ளர்கூட ஊற்றும்படி முதலாளி வெயிட்டரிடம் கூறினார். அதுவும் வயிற்றுக்குள் சென்றவுடன், முதலாளி கலைகள் அனைத்திலும் கைதேர்ந்தவராகி விட்டார். வாய்க்குள் செல்ல வேண்டிய உணவைக் கண்ணுக்கும் காதுக்கும் கொண்டு சென்றார். அப்போது முதலாளிக்குத் திடீரென்று ஓர் எண்ணம். கலைக்குழு தலைவரைப் பார்த்துவிட்டு எடுபிடியிடம் கூறினார்:

"ஏதாவது நடக்குமான்னு கேளுடா..!"

பையன் கேட்டான்:

"என்ன நடக்கணும்?"

"ஏதாவது வியாபாரம் செய்ய முடியுமான்னு கேளு."

பையன் கூறினான்:

"மொதலாளி உங்க வேட்டி அவிழுது."

"வேட்டியை விடுடா... ஏதாவது நடக்குமா கேளு."

"வியாபார ஒப்பந்தம் கவர்மெண்டுகளுக்கு இடையிலதான போட முடியும்? இவங்கெல்லாம் கலைக் குழுவைச் சேர்ந்தவங்க."

"கலையை விடுடா... கலையில் காசு கிடைக்குமா? ஏதாவது ஏற்பாடு செய்து தரமுடியுமான்னு கேளுடா... நாம கள்ளச் சந்தையில வித்துக் காசாக்கிடுவோம்."

"தனியா இருக்கும் போது கேட்டாப் போதுமா?"

"போதும்."

"கேட்ட பிறகு நான் உங்களுக்கு விவரம் சொல்றேன்."

"நீ கேட்பியா?"

"கேட்பேன்."

"இயேசுமேல சத்தியமா?"

"சத்தியம்."

முதலாளி ஒரு இறைச்சித் துண்டை எடுத்து வலது கண்ணை நோக்கிக் கொண்டு சென்றார்.

பையன் கூறினான்:

"மொதலாளி உங்க வேட்டி அவிழ்ந்து கீழே விழப் போகுது."

"அவுந்து விழட்டும்டா....."

அடுத்ததாகக் கலைநிகழ்ச்சிகள்.

எடுபிடி முதலாளியை வேட்டிகட்ட வைத்தான். கைத்தாங்கலாக அழைத்துச் சென்று ஸ்டேஜ்க்கு கீழே முன் வரிசையில் உட்கார வைத்தான்.

முதலாளியின் கண் மூடியிருந்தது. தலை ஒரு பக்கமாகத் தொங்கி கொண்டிருந்தது. அவயவங்கள் ஆனந்தக் களிப்பில் சோர்ந்து கிடந்தன. முதலாளி கேட்டார்:

"இனி என்னடா...?"

"கலை நிகழ்ச்சிகள்."

"தொடங்கியாச்சா?"

"இல்லை."

"ஒரு கிளாஸ் ஊத்தச் சொல்லுடா..."

உடனே வரும் என்று எடுபிடி கூறினான். திரை விலகியது. கலைக்குழு மேடைக்கு வந்தது. முதல் நிகழ்ச்சி பாட்டு. சத்தம் கேட்டவுடன் முதலாளி கண்ணைத் திறக்க முயற்சித்தார். முடியவில்லை.

முதலாளி கேட்டார்:

"என்னடா நடக்குது?"

பையன் கூறினான்:

"குழுப்பாடல்."

முதலாளி கைதட்ட முயன்றார். ஒரு கை இன்னொரு கையை மெதுவாகத் தழுவியது. அப்படியே இரண்டு கைகளும் தளர்ந்து தொங்கின.

இதே இருப்பில் தான் ஓர் ஆண்டாக உட்கார்ந்திருப்பது போல் முதலாளிக்குத் தோன்றியது. மிகவும் கஷ்டப்பட்டு இறுதியில் எடுபிடியிடம் கேட்டார்:

"இப்போ என்னடா...?"

பையன் கூறினான்:

"குழு நடனம்."

குழுவினரை உற்சாகப்படுத்தும் விதமாக ஒரு 'ஓ' போட நினைத்த முதலாளி உதடுகளைக் குவித்து 'ஊ' என்று ஊளையிட்டார். நல்ல வேளையாகச் சத்தம் வெளிவரவில்லை.

☯

டப்பாஸ்

பையன், டெல்லியிலிருந்து திரும்பி வரும்போது மெட்ராஸில் இறங்கினான். அரண்மனை போன்ற ஹோட்டலில் அறை எடுத்தான், குளித்துச் சாப்பிட்டு முடித்த பின் மெட்ராஸ் பட்டணத்தின் விசாலமான வீதிகளில் சுற்றியலைந்தான். அப்போது, பல ஆண்டுகளுக்கு முன் மெட்ராசுக்கு வந்ததைப் பற்றி நினைத்துப் பார்த்தான்.

முதன்முதலாக இட்டூப்பு முதலாளியுடன்தான் மெட்ராசுக்கு வந்திருந்தான். அப்போது பையனுக்கு மான்ஸ்டர் பருவம். ட்ரவுசரும் சட்டையும் அணிந்திருந்தான். மூக்கு ஒழுகிக் கொண்டிருந்ததோ! சரியாக நினைவில்லை. இந்தியாவுக்கு சுதந்திரம் கிடைத்துவிட்டதென்று ஊரில் எல்லோரும் பேசிக் கொண்டிருந்த காலம். இட்டூப்பு முதலாளி ஆறாம் ஜார்ஜ் மீது கொண்டிருந்த விசுவாசத்தை விலக்கிவிட்டு, காந்தியின் கொள்கைகளைப் பின்பற்றத் தொடங்கியிருந்த நேரம். நாட்டு மக்களின் துக்கம் நடுவானில் நின்ற சூரியனைப் போல் தகிக்கத் தொடங்கியிருந்த காலம்.

ஏதோ வியாபார விஷயமாக முதலாளி பயணம் மேற்கொண்டிருந்தார். பையன் ஊர் சுற்றுவதற்காக அவருடன் வந்திருந்தான்.

ரயிலில் ஏறிக் காலையில் பட்டணத்தை வந்தடைந்தனர். ஒரு சிறிய லாட்ஜில் அறையெடுத்தனர். குளித்துச் சாப்பிட்டபின் இருவரும் வியாபார விஷயமாக வெளியேறினர். கால் நடையாகத் தெருக்களைக் கடந்து யாரைப் பார்க்க வேண்டுமோ அவரது கடைக்குச் சென்றனர். ஆனால் துரதிஷ்டவசமாகச் செட்டியார் ஊரில் இல்லை. இரண்டு நாள் கழித்துத்தான் திரும்பி வருவார். இட்டூப்பு முதலாளி வருத்தத்துடன் பையனிடம் கூறினார்:

“டேய்... காரியம் கெட்டுப் போச்சோ?”

பையன் கேட்டான்:

"அப்படின்னா நாம இன்னைக்கே ஊருக்குத் திரும்பிப் போறோமா? இல்லைன்னா செட்டிவீரன் வந்த பிறகு போறோமா?"

முதலாளி கூறினார்:

"இவ்வளவு தூரம் வந்த பிறகு பாக்காமப் போகமுடியுமா?"

"முடியாது."

முதலாளி கேட்டார்:

"டேய் உனக்குத் தமிழ் தெரியுமா?"

"இல்ல... ரெண்டு மூணு நாள்ல கத்துக்கறேன்."

முதலாளி கூறினார்:

"நீ ஒண்ணு செய். நாளைக்கு வாரோம்னு இவங்கிட்டச் சொல்லு. கொஞ்சம் தமிழும் சேர்த்துக்கோ."

செந்தூரப் பொட்டு வைத்து, கொம்பு மீசையை முறுக்கிக் கொண்டு நிற்கின்ற செட்டியாரின் எடுபிடியாகிய கட்டபொம்மனைச் சுட்டிக்காட்டி முதலாளி மலையாளத்தில் கூறியதைத் தமிழென்று எண்ணிக்கொண்டு பையன் கட்டபொம்மனிடம் கூறினான்.

"நாளெ வராம்."

கட்டபொம்மன் கூறினான்:

"நாளைக்கு இல்லை, நாளான்னிக்கு."

முதலாளி பையனிடம் கேட்டார்:

"எந்தாடா பறயணே?" (என்னடா சொல்றான்?)

பையன் மொழி பெயர்த்தான்:

"நாளெ வைகீட்டெந்நு" (நாளை மாலை என்கிறான்)

முதலாளி கூறினார்: (மலையாளத்தில்)

"சரி வா நாம போய் சாப்பிடுவோம்."

திரும்பி ஹோட்டலுக்குச் சென்றனர். இரண்டு சாப்பாடுகளை அறைக்குக் கொண்டுவரும்படியாகப் பையன் ஹோட்டலிலிருந்த கட்டபொம்மனுக்குக் கட்டளை இட்டான்.

பொம்மன் போன பிறகு முதலாளி பையனிடம் கேட்டார்:

"டேய்... கொஞ்சம் 'தண்ணி' அடிக்க வேண்டாமா?"

பையன் கூறினான்:

"கெடைக்கிறது கஷ்டம். மெட்ராசுல பூரண மதுவிலக்கு."

முதலாளி சிலுவை வரைந்தவாறு கூறினார்:

"டேய் காங்கிரஸ் கட்சிமேல நாம சொல்ற புகாரே அதுதான். சாப்பிடறதுக்கு முன்பு கொஞ்சம் 'குடி'க்கறதுக்கான ஏற்பாடு மட்டும் செய்தாப் போதும். இந்த நாட்டை எந்த எதிர்ப்பும் இல்லாம ஆட்சி செய்யலாம்... எப்படி?"

"நீங்க சொல்றதும் சரிதான்" பையன் கூறினான்.

முதலாளி கூறினார்:

"என்னவானாலும் சரி, சாப்பாடு கொண்டுவரும்போது ஏதாவது கெடைக்குமான்னு அந்தப் பையன்கிட்டக் கேளு."

இந்தப் பையன் கேட்டான்:

"தமிழ்ல அதுக்கு என்ன பேரு?"

முதலாளிக்குக் கோபம் வந்தது:

"டேய் பணம் செலவாக்கி உன்னைப் பட்டணத்துக்குக் கூட்டி வந்தது ஊரைச் சுத்தி பார்க்கவா... சீக்கிரமாத் தமிழ் கத்துக்கோடா."

பையன் பயப்படுவது போல் நெளிந்தான்.

"டேய்... நாம அதை டப்பாஸ்னு தானே சொல்லுவோம், அப்படியே சொல்லிப்பாரு."

அப்படியே கூறுவதாகப் பையன் உறுதியளித்தான். அது மட்டுமல்ல கட்டபொம்மன் சாப்பாடு கொண்டு வந்தபோது அவனிடம் கேட்கவும் செய்தான்:

"டேய் டப்பாஸ் கிட்டுமோ?"

வெள்ளித்திரை பாணியில், சிரித்துக் கொண்டு கட்டபொம்மன் கேட்டான்:

"என்ன டப்பாஸ்?"

பையன் கையைத் தூக்கிக் காட்டி ஒரு முழம் நீட்டி பெருவிரலால் குடிப்பது போல் காண்பித்தான்.

கட்டபொம்மன் சிரித்தான்.

"ஓ... பாட்டிலா?"

முதலாளி தனக்கு மனப்பாடமான ஒரேயொரு தமிழ் வார்த்தையைக் கூறினார்:

"ஆமா."

கட்டபொம்மன் கூறினான்:

"இங்க கெடையாது."

பையன் மொழிபெயர்த்தான்: "இவிடெ கிட்டிலெந்நு."

முதலாளி கூறினார்:

"வேற எங்க கிடைக்கும்னு கேளு."

பையன் அவ்வாறே கேட்டான்.

கட்டபொம்மன் கூறினான்:

"டாக்சி பிடிச்சுப் போகணும்."

முதலாளி உடனே கூறினார்:

"டாக்சி பிடிச்சுப் போ. ஆனா உடனே வாங்கிட்டு வரணும்."

கட்டபொம்மன் கூறினான்:

"என்னால முடியாது. வேணும்னா டாக்சிக்காரனைக் காட்டித்தாரேன்."

பையன் கூறினான்:

"சரி, டாக்சிக்காரனைக் காட்டு."

உடனே முடியாதென்று கட்டபொம்மன் கூறினான். சாயங்காலம் வேணுமானா டாக்சிக்காரனை வரச் சொல்றேன். ஆனால் முதலில் கட்டபொம்மனுக்குக் கமிஷன் கொடுக்க வேண்டும்.

எவ்வளவு என்று பையன் கேட்டான்.

பிராந்தியா சாராயமா என்று கட்டபொம்மன் கேட்டான்.

சாராயமென்றார் முதலாளி.

ஒரு ரூபாய் கமிஷன் என்றான் கட்டபொம்மன்.

பிராந்தி வேண்டுமானால்?

கட்டபொம்மன் இரண்டு விரல்களை விரைப்பாகக் காட்டிக் கொண்டு கூறினான்:

"ரெண்டு ரூபாய்!"

மேற்கொண்டு எதுவும் பேசாமல் முதலாளி ஒரு ரூபாயைக் கட்டபொம்மனிடம் நீட்டினார். சாயங்காலம் கூட்டிட்டு வாரேன் என்று உறுதியளித்த கட்டபொம்மன் வணக்கம் கூறி விடை பெற்றான்.

முதலாளி கூறினார்:

"இனி நாம சாப்பிடுவோம்."

இருவரும் சாப்பிட்டபின் பாய் விரித்துப் படுத்துவிட்டனர். யாத்திரைக் களைப்பில் நன்றாகத் தூங்கினர்.

சாயங்காலம் கதவு தட்டப்படும் ஓசையைக் கேட்டுத்தான் குருவும் சிஷ்யனும் எழுந்தனர். கதவைத் திறந்து பார்த்தபோது இரண்டு கட்டபொம்மன்கள். ஹோட்டல்கார பொம்மனும் டாக்சிக்கார பொம்மனும். டாக்சிக்காரன் காதில் கடுக்கனும், கழுத்தில் செயினும், தோலில் கிருஷ்ணனின் நிறத்தையும் அணிந்திருந்தான்.

உடனே புறப்பட வேண்டுமாம். டப்பாஸ் கிடைக்கும் இடம் ஆறு நாழிகை தூரத்தில் இருக்கிறது. டப்பாஸின் விலை நான்கு ரூபாய். போக வர டாக்சி வாடகை ஆறு ரூபாய். மொத்தம் மணி பத்து.

முதலாளி பையனிடம் கேட்டார்:

"இது அதிகம் இல்லையா?"

பையன் கூறினான்:

"டப்பாஸ் வேணுமின்னா வேற என்ன வழி?"

வெளிச்சம் நிரம்பிய தெருக்களினூடே வண்டி விரைந்து சென்றது. போகப் போக வெளிச்சம் குறைந்து இருள் அடர்ந்த சாலை வழியாகப் பயணம் தொடர்ந்தது. பனைமரங்கள் நிறைந்து நிற்கின்ற ஒரு மைதானத்தின் ஓரத்தில் கார் நின்றது. இதோ வருகிறேன் என்று கூறி டிரைவர் இறங்கினான்.

சிறிது நேரத்தில் ஒரு பாட்டில் டப்பாஸுடன் திரும்பி வந்தான். முதலாளி ஆவலோடு அதை வாங்கிக் குடித்தார். பையனுக்கும் இரண்டு சொட்டு கொடுத்தார்.

டிரைவர் கேட்டான்:

"இன்னும் வேணுமா?"

முதலாளி கேட்டார்:

"என்னடா சொல்றான்?"

பையன் சொன்னான்:

"இனியும் வேணமோ எந்நு."

முதலாளி ஆழ்ந்து சிந்தித்தார். பிறகு கூறினார்:

"வேண்டாம் நமக்கு வேற வேலை இருக்குது வண்டியைத் திருப்பச் சொல்லு."

வேறு என்ன வேலையென்று பையனுக்குப் புரிந்துவிட்டது. டப்பாஸைத் தட்டியபிறகு முதலாளியின் சிந்தனையே வேறு. உணவுக்கும் உடைக்கும் வழியில்லாமல் தவிக்கின்ற சகோதரி களைப் பற்றித்தான் சிந்திப்பார். அவர்களுக்கு ஏதாவது கொடுத்தால் மட்டுமே முதலாளிக்குத் தூக்கம் வரும்.

சிறிது தூரம் சென்றவுடன் முதலாளி பையனிடம் கேட்டார்:

"பெண்ணினு எந்தாணெடா தமிழு?"

(பெண்ணைத் தமிழில் எப்படியடா சொல்வது)

பழம்புலவரைப் போல் பையன் கூறினான்:

"பொண்டாட்டி."

முதலாளி டிரைவரின் முதுகைத் தட்டினார்.

டிரைவர் வண்டியின் வேகத்தைக் குறைத்தான்.

முதலாளி கேட்டார்:

"பொண்டாட்டி இருக்கிறதாடா?"

டிரைவர் மகிழ்ச்சியடையவது போல் தோன்றியது. மனைவியும் குழந்தைகளும் இருக்கிறார்களா என்று முதலாளி விசாரிக்கிறார். பாவப்பட்டவர்கள் என்று எண்ணிக்கொண்டு சிறிதளவு பணம் கொடுப்பதற்காக இருக்கலாம், நல்ல மனிதர்!

டிரைவர் கூறினான்:

"இருக்காங்க சார்."

முதலாளி கூறினார்:

"கொண்டு வா!"

"டேய்ய்!" டிரைவர் உடனே டாக்சியை நிறுத்தினான். கதவைத் திறந்து கொண்டு வெளியே இறங்கினான். காரின் பின்கதவை இழுத்துத் திறந்து கொண்டே கூறினான்:

"எறங்குடா கீழே!"

ஏதோ தவறு நடந்து விட்டதென்று பையனுக்கும் முதலாளிக்கும் தோன்றியது. பொண்டாட்டி என்றால் பெண் இல்லையோ?

டிரைவர் கையை ஓங்கிக் கொண்டு அடிக்க வந்தான். முதலாளி இருகைகளையும் கூப்பியவாறு கூறினார்:

"மன்னித்து விடு!"

பையன் ஒருபடி முன்னே சென்றான்.

"மன்னிச்சுக்கோ!"

டிரைவர் முதலாளியின் கழுத்தைப் பிடித்துக் கொண்டு கூறினான்:

"எடுடா பணத்தை!"

முதலாளி நடுங்கியவாறே பணத்தை எண்ணிக் கொடுத்தார்.

டிரைவர் கூறினான்:

"திரும்பிப் பார்க்காம ஓடுங்கடா!"

பையனும் முதலாளியும் ஒரு பர்லாங் தூரம் ஓடினர். பின் நின்றனர். டிரைவர் எதிர்த்திசையில் காரைச் செலுத்தினான்.

வேகமாக மூச்சுவாங்கிக்கொண்டு முதலாளி கூறினார்:

"டிரைவருக்கு என்னடா ஆச்சு?"

பையன் கூறினான்:

"எனக்குத் தெரியலை."

அப்போது முதலாளி பையனிடம் வேறொரு காட்சியைக் காட்டினார். முப்பதடி தூரத்தில் ஒரு விளக்குக் கம்பத்தின் கீழ் இரண்டுபேர் நிற்கிறார்கள். இருவரும் தலையில் துண்டு கட்டியுள்ளனர். நிற்பதைப் பார்த்தால் ஏதோ சந்தேகமாகத் தெரிந்தது. பின்னணியில் மெட்ராஸ் பட்டணத்தில் பிரபலமான சேரிப்பகுதி.

முதலாளி கூறினார்:

"டேய், நாம வந்த வேலை முடியப் போகுதாடா!"

என்னவென்று பையன் கேட்டான்;

முதலாளி கூறினார்:

"அதோ அங்க நிக்கிறவங்கதான் ஏஜெண்டுகள். இப்போ நமக்கு கிட்டத்துல வருவாங்க."

"நமக்கு பொண்டாட்டி கெடைக்கும்."

பார்த்துக் கொண்டிருக்கும் போதே இருவரும் நெருங்கி வரத் தொடங்கினர். முதலாளி கூறினார்:

"நாமும் கொஞ்சம் முன்னாடி போவோம்."

முதலாளியும் பையனும் மெதுவாக முன்னோக்கிச் சென்றனர். அந்த இருவரும் இன்னும் கொஞ்சம் இவர்களை நெருங்கினர். இளைஞர்கள், கைலியும் பனியனும் அணிந்திருக்கின்றனர்.

முதலாளி கூறினார்:

"பொண்டாட்டியின் ஆட்களேதான்!"

இரண்டு பக்கங்களிலுமுள்ள ஈருவரும் மீண்டும் முன்னேறினர். அவர்களுக்கு இடையே உள்ள தூரம் பத்தடியாகக் குறைந்தது.

முதலாளி கூறினார்:

"இன்னும் இரண்டடி முன்னே போனா நமக்கு வேண்டிய தைக் கேட்கலாம்."

பையன் சரியென்றான்.

நால்வரும் ஒருவரை ஒருவர் உற்று நோக்கிக் கொண்டு மிகவும் அருகில் சென்றனர்.

முதலாளி பையனிடம் கூறினார்:

"நீ கேட்கிறாயா, இல்லை நான் கேட்கட்டுமா?"

பையன் சொன்னான்:

"நான் கேட்கிறேன்."

அப்போது திடீரென்று கைலிக்காரன் ஒருவன் முதலாளியின் முகத்திற்கு நேரே வந்து கேட்டான் ஒரு கேள்வி!

"டேய், பொண்ணு கிடைக்குமா?"

திருமேனி

மத்திய தொழில்துறை அமைச்சரைக் காணும்பொருட்டு இரண்டு நாள் பயணமாக நம்பூதிரிபாடு தலைநகருக்கு வருகை தருகிறார். திருமேனி விமானத்தில் வருகிறார். விமானத்தி லேயே திரும்பிச் செல்கிறார்.

அந்தச் செல்வச்சீமானின் குடியானவன்தான் பையன், ஒரு நெல்மணிக்கூடப் பாக்கி வைக்காமல் மிச்சவாரம் அளந்து விட்டான். அதனால் வேறு ஒன்றும் இல்லாததாலும் ஓணம் நெருங்கிவிட்டாலும், கையுறையாக நேந்திரங் குலையையும் தூக்கிக் கொண்டு விமான நிலையத்திற்குச் சென்று திருமேனியை வரவேற்றாள்.

நகரத்தை நோக்கிச் செல்லும் வழியில் நம்பூதிரிபாடு கேட்டார்:

"நீ எங்கே தங்கியிருக்கிறாய்?"

பையன் கூறினான்:

"கடந்த சில மாதங்களாக ஒரு பார்லிமெண்ட் உறுப்பினரின் பிளாட்தான் அடியேனின் குப்பைக்குழி மாடம்."

"யார் அந்த வங்கன்?"

"கிழக்கு மாநிலத்தைச் சேர்ந்தவர். கூட்டத்தொடர் நடை பெறாததால் இப்போது அவர் இங்கில்லை."

"நாம் எங்கே தங்க வேண்டுமென்று நீ எண்ணுகிறாய்?"

"தங்களுக்கு ஆட்சேபணை இல்லையென்றால் அடியே னுடன் தங்கலாம். இல்லையென்றால் அசோகா ஹோட்டல், திருவுள்ளம் என்னவோ?"

"இரண்டு நாட்கள் தானே? உன்னுடனே தங்கிக் கொள்கிறேன்."

"அடியேன் செய்த புண்ணியம்."

டாக்சியை நார்த் அவென்யூவிற்குத் திருப்புமாறு பையன் சர்தார்ஜியிடம் கூறினான்.

திருமேனி கேட்டார்:

"ம்... உணவெல்லாம் எப்படி?"

பையன் கூறினான்:

"எஜமான், இப்போது சில நாட்களாக அடியேனுக்கு நளனும் அடியேன்தான்."

"ஓகோ!"

"ஆம் எஜமான்."

"உன் கைப்பக்குவம் எப்படி இருக்கும்?"

"உங்களுக்கும் பிடிக்குமென்றுதான் நான் நினைக்கிறேன்."

"உண்பதற்கு உட்கார்ந்தால் பிறகு எழ முடியாது, அப்படித் தானே?"

மேலிடத்து நகைச்சுவையானதால் பையன் மரியாதை நிமித்தமாக மறுபக்கம் திரும்பிச் சிரித்தான்.

நம்பூதிரிபாடு கேட்டார்:

"சரி, சமைக்கும் போது நீ சுத்தம் பேணுவாயா?"

பையன் கூறினான்:

"சாதாரண நாட்களில் இல்லை. ஆனால், தங்களுக்காக நளனது வேடம் பூணுவதற்கு முன்பும் வேடம் களைந்த பிறகும் எண்ணெய் தேய்த்துக் குளித்து விடுகிறேன்."

"அது போதும்."

அன்று மதியம் பையன், அவியல், தயிர், கூட்டு, மாங்காய் ஊறுகாய் என்று பிராமண விருந்து தயார் செய்தான். அவனது படைப்புக்கு நல்ல வரவேற்பு கிடைத்தது. திருமேனி திருவுள்ளம் அருளினார்:

"இந்தளவுக்கு எதிர்பார்க்கவில்லை!"

பையன் கூறினான்:

"திருவுள்ளம் பெருவுள்ளம்."

"நீ தேறிவிடுவாய்!"

"எஜமான்."

ஓய்வெடுப்பதற்குத் தயாராகியவாறு திருமேனி கேட்டார்:

"நகரத்தில் வேறு என்ன விசேஷம்?"

இன்ஸ்டண்ட் வரலாற்று நிபுணனாகிய பையன் கூறினான்:

"எஜமான் சக்தி நகரில் ஜமீன் நம்பூதிரிபாடு திருவுள்ளங்கள் அனைவரும் இப்போதும் அதே இடத்தில்தான் வசித்து வருகிறார்கள். தாங்கள் விரும்பினால் அவ்விடம்வரைச் செல்லலாம் இல்லையென்றால் தாங்கள் எழுந்தருளியிருக்கும் செய்தியைத் தெரியப்படுத்தி விடுகிறேன்."

நம்பூதிரிபாடு, வள்ளுவ நாட்டுப் பாணியில் சிரித்த பிறகு கேட்டார்:

"பழைய நண்பர்கள் எல்லாம் இப்போதும் இருக்கிறார்கள் அப்படித்தானே?"

பையன் கூறினான்:

"எஜமான், மலையாளப் பிராமணர்களின் எண்ணிக்கை அனுமாதமும் அதிகரித்துக் கொண்டே வருகிறது."

"ஆசை."

"அடியேனுக்குப் புரியவில்லையே."

"ஆமாம். இல்லத்தில் யாருக்கும் எந்தக் குறையும் இல்லை. விவசாயமோ தொழிலோ என்ன வேண்டுமானாலும் ஊரிலேயே செய்யலாம். இவ்வளவு தூரம் வந்து வேலை செய்துகொண்டு இல்லத்திலிருந்து சம்பளம் வரவழைக்க வேண்டிய அவசியம் என்ன இருக்கிறது. ஆசை யாரை விட்டது."

"எஜமான், ஆசை ஆபத்தில் கொண்டு போய் சேர்த்து விடும்."

"அதென்ன இந்திரா பிரியத்திற்கு இன்னொரு ஆசை!"

"அதென்ன ஆசையோ?"

திருமேனி பெருமூச்சு விட்டவாறு கூறினார்:

"நினைத்துப் பார்க்கிறேன், அந்த இ.எம்.எஸ் மட்டும் காங்கிரஸில் இருந்திருந்தால் இப்போதைய நிலைமை எப்படி இருந்திருக்கும். நம்பூதிரிகளாகிய நமக்கு அதெல்லாம் கொடுத்து வைக்கவில்லை. சரி போகட்டும்."

சப்த நாடிகளும் வருந்துவது போல் பையன் நடித்தான்.

இரவு உணவையும் பையன் பிரமாதப்படுத்தியிருந்தான். சுவையான வத்தல் குழம்பு, அப்பளம், ரசம், மோர். திருமேனி விரலைக் கடித்து விடாமல் இருக்கப் போதுமான அளவு பச்சை மிளகாய்களையும் திருமுன் பரப்பி வைத்திருந்தான்.

உண்டு முடித்த பிறகு திருமேனி அருளிச் செய்தார்:

"நீ தொழிலை மாற்றிக் கொள்."

பையன் கூறினான்:

"எஜமான்…"

"நளபாகத்தில்தான் உனக்கு முழு ஈடுபாடு, பத்திரிக்கைத் தொழில் பெயரளவுக்குத்தான் என்று வைத்துக் கொள்."

பையனும் ஒத்துக் கொண்டான்.

திருமேனி கேட்டார்:

"ஊரில் நீ ஒரு ஹோட்டல் தொடங்கலாமே?"

"தொடங்கலாம்…"

"பணம் தேவைப்பட்டால் நாம் உதவுகிறோம்."

"எஜமான்."

மறுநாள் காலையில் குளியலையும், தேவாரத்தையும், உப்புமாவையும், பூவன் பழத்தையும் முடித்துவிட்டு அமைச்சரைக் காணச்செல்லும்போது திருமேனி திருவுள்ளம் அருளினார்:

"இன்று, மதியஉணவு ஏதாவது விடுதியில் சாப்பிட்டுக் கொள்ளலாம், சரியா?"

பையன் கூறினான்:

"அப்படியே செய்யலாம் எஜமான்."

"நாளைக் காலையில் புறப்படும் விமானத்தில் எனது சீட்டை, உறுதிப்படுத்தி விடு. என்ன?"

"உத்தரவு. டெலிஃபோன் செய்து விடுகிறேன்."

"ஏவிய பணியை நிறைவேற்றிய பின், விஷ்ணு புராணத்தைப் படித்தவாறு பையன் திருமேனிக்காக காத்திருந்தான்."

பன்னிரண்டு மணிக்குத் திருமேனி எழுந்தருளினார்.

பையன் கேட்டான்:

"எண்ணிச் சென்ற காரியம் ஈடேறியது மாதிரித்தானே எஜமான்?"

திருமேனி கூறினார்:

"ம்... நினைத்தது போலவேதான். நாம் கூறியதொன்றும் அமைச்சருக்குப் புரியவில்லை. மரமண்டை என்றுதான் சொல்ல வேண்டுமோ என்னவோ? என்னவானாலும் அவரிடம் ஆர்வம் இருக்கிறது."

"எந்த விஷயத்தில்?"

"தொழில் என்றால் என்ன என்பதை அறிந்து கொள்வதற்கான ஆர்வம் இருக்கிறது."

"சரி, எஜமான் அவர் என்ன சொன்னார்?"

"கோரிக்கையை நிறைவேற்றுவதாகக் கூறினார். அடுத்த தேர்தலுக்குள் நிறைவேறினால் மகிழ்ச்சி என்று நாமும் கூறினோம். சொன்னது புரியவில்லை என்று தோன்றுகிறது. மரமண்டை என்று சொல்லாமல் வேறு என்ன சொல்வது?"

"இனி என்ன செய்வதாக உத்தேசம்?"

"வருத்தப்படுவதற்கு ஒன்றுமில்லை. நாம் திரும்பிச்சென்று பயணச் செலவையெல்லாம் போன ஜென்மத்துக் கடன் புத்தகத்தில் எழுதி வைத்தால்போதும் அவ்வளவுதான். நீ என்ன நினைக்கிறாய்?"

"எஜமான், நானும் அப்படியேதான் நினைக்கிறேன்."

"சீட் விஷயம் என்னவாயிற்று?"

"உத்தரவுப்படி, கன்பார்ம் செய்து விட்டேன்."

"மிகவும் நல்லது. சரி, இனி சாப்பாட்டு விஷயத்துக்கு வா."

பையன் கேட்டான்:

"எஜமான், பாரம்பரிய உணவு கிடைக்கும் இடத்திற்குச் செல்ல வேண்டுமா? இல்லை கம்பீர தோரணையுடன் காணப் படும் வெளிநாட்டு பாணி உணவு விடுதிக்கு எழுந்தருள் கிறீர்களா?"

திருமேனி ஆணையிட்டார்:

"முதல் தரமான இடத்துக்கே அழைத்துப் போ."

"அப்படியானால் கிங்ஸ்டனுக்குப் போகலாம்."

"இடம் ஏப்படி?"

"மிகச்சிறந்த இடம்."

"விளக்கமாகச் சொல்."

பையன் கூறினான்:

"உயர்தரமான, வெளிநாட்டுப் பாணியிலமைந்த உணவகம், வெளிநாடுகளில்கூட இப்படியோர் இடமிருக்காது. சமையலறை கூட குளிர்சாதன வசதி செய்யப்பட்டதுதான். மேனேஜராக இருப்பவர்கள் எல்லாம் முன்னாள் சிற்றரசர்கள், சர்வர்கள் அனைவரும் வீர ரஜபுத்திரர்களும், அவர்களது வம்சத்தைச் சேர்ந்தவர்களும் தான். அவர்களது இரத்த நாளங்களில் நீலக்குருதியைத் தவிர வேறொன்றும் ஓடுவ தில்லை. அமைச்சர்கள், வெளியுறவுத்துறைப் பிரதிநிதிகள், நம்மைப் படைத்த இறைவன் ஆகிய அனைவரும் நிரந்தர வாடிக்கையாளர்கள்."

"ஓகோ!"

"எஜமான், சிலவேளைகளில் வேட்டி அணிந்தவர்களை உள்ளே அனுமதிக்க மாட்டார்கள்."

திருமேனி கேட்டார்:

"நீ கல்கத்தாவுக்குச் சென்றதுண்டா?"

"ஆம் எஜமான்."

"கிரேட் ஈஸ்ட்மேன், கிராண்ட் போன்ற அரண்மனை களுக்குள் பிரவேசித்திருக்கிறாயா?"

“ஆம் எஜமான்.”

“அதைப் போன்ற முக்கியமான இடங்களுக்கெல்லாம், நாம் கரைவேட்டியுடன் சட்டையுமணிந்து சென்று விருப்பம்போல் உணவுண்டு மகிழ்ந்துள்ளோம்.”

“ஓகோ!”

“அப்படியே.”

பையன் கூறினான்:

“சரி, அப்படியானால் கிங்ஸ்டனுக்கே செல்வோம்.”

“அப்படியே ஆகட்டும்.”

திருமேனி உடுத்திருந்த எட்டு முழ வேட்டியை மாற்றிவிட்டு விலை உயர்ந்த இல்லிக்குந்நு கரை வேட்டியைக் கட்டிக் கொண்டார். சட்டையை மாற்ற வேண்டுமா எனச் சற்றுநேரம் ஆலோசித்தார். பின்னர் வேண்டாமென்று விட்டு விட்டார்.

காக்கிச் சீருடையுடன் கிராஸ் பெல்ட்டும் அணிந்த பயில்வான் ஜாட்டு, கிங்ஸ்டன் ரஸ்ட்டாரண்டின் மூடி வைக்கப் பட்டிருந்த பித்தளைக் கதவுக்கு முன் காவலுக்கு நின்றிருந்தான். கரைவேட்டி அணிந்த திருமேனி தன்னை நோக்கி நடந்து வருவதைக் கண்டவுடன் அவரை அடிமுதல் முடிவரை உற்றுப் பார்த்தான். கண்ணாடிக்குப் பின்னால் தென்பட்ட திருமேனியின் கண்களில் ஆணைச் சக்கரத்தைக் கண்ட ஜாட்டு சிங்கம் ஆட்டுக் குட்டியாக மாறிவிட்டது. கதவைத் திறந்து பிடித்தான்.

உள்ளே ஆட்கள் அதிகம் இல்லை. மங்கலான வெளிச்சம் நிறைந்த ஹாலில் ஆண்டு தோறும் ஒரு இலட்சம்பறை நெல் மிச்சவாரமாகக் கிடைக்கின்ற பெருமிதத்தில் திருமேனி கம்பீரமாக நடைபோட்டு ஒரு மூலையில் காலியாகக் கிடந்த மேசையில் போய் உட்கார்ந்தார். நிழல் போலப் பின் தொடர்ந்த பையனும் அவரருகில் சென்று அமர்ந்து கொண்டான்.

அனைத்துக் கண்களும் திருமேனியை நோக்கித் திரும்பின. ஹாலின் நடுவே நிலையாக நின்றுவிட்ட ரஜபுத்திர வெயிட்டரின் வாய் மெதுவாகத் திறந்தது. கண்கள் அகல விரிந்தன.

திருமேனி விரலசைத்து அவனை அழைத்தார். அவன் சர்வ சாதாரணமாக வந்து நின்றவுடன் திருமேனியிடமிருந்து

ஆக்ஸ்போர்டு ஆங்கிலத்தில் ஒரு கேள்வி வெளிப்பட்டது:

"வாட்ஸ் த மெனு லைக் ஃபார் ஆன் இன்டோ-ஆங்கிலன் லஞ்ச்." (இந்திய- ஆங்கில மாதிரியில் மதிய உணவுக்கான வகைகள் என்னென்ன?)

எதிர்பாராத நேரத்தில் திடீரென்று தாக்கப்பட்டதால் எதிரி தரையில் வீழ்ந்தான். டாக்டர் ஜான்சனுக்குப் பரிமாறாமல் போனதன் காரணமாக வசனத்தின் பொருள் அவனுக்குப் புரியாமலே போய்விட்டது. பாவம் அவன் திரும்பி ஓடிச்சென்று மெனுகார்டைத் தட்டில் ஏந்தி வந்து நின்றான்.

ஓலைச் சுவடியைப் பையனிடம் நீட்டிக் கொண்டு திருமேனி கூறினார்:

"உனக்கு என்ன வேண்டும் சொல்."

பையன் கேட்டான்:

"தங்களுக்கு?"

"அதை நாம் சொல்லிக் கொள்கிறோம். உனக்கு வேண்டியதை மட்டும் சொல். அசைவத்தில், இரண்டு கால், நான்கு கால் எது வேண்டுமோ கேள், தயங்க வேண்டாம்."

"உத்தரவு எஜமான்."

பிரான்சு நாட்டு உணவுக் கூடங்களில் ஏறி இறங்கி உணவு வகைகளைச் சுவைத்துப் பார்க்கின்ற அனுபவம் மிக்க புரபஷணலைப்போல பையன் மெனுகார்டை நோக்கிவிட்டுக் கூறினான்:

"மஷ்ரூம் சூப், கிராப் இன் பட்டர், முகல் சிக்கன், ரூமாலி ரொட்டி."

திருமேனி கேட்டார்:

"ம், எட்டுக்கால் பிராணிகளையும் விட்டுவைக்கவில்லை. இல்லையா?"

"எஜமான்."

திருமேனி ரஜபுத்திரனிடம் கூறினார்: "ஸம் ரைஸ், ஸம் கர்ட், ஸம் பிக்கிள்ஸ்."

(கொஞ்சம் சாதம், கொஞ்சம் தயிர், கொஞ்சம் ஊறுகாய்)

தனக்குப் புரியாத ஏதோ ஒன்று எங்கேயோ நடக்கிறது என்பதைப்போல் ரஜபுத்திரனின் முகபாவம் இருந்தது. தப்பித்து விட்ட மகிழ்ச்சியில் அவன் அங்கிருந்து அகன்றான்.

தூரத்தில் ஒரு மேடையில் ஆர்க்கெஸ்ட்ராவில் பாடிக் கொண்டிருந்த ஒல்லிக்குச்சி உடம்புக்காரியைப் பார்த்துக் கொண்டே திருமேனி கேட்டார்:

"உனக்கு மேற்கத்திய இசையில் ஈடுபாடு உண்டா?"

பையன் கூறினான்:

"கிரகித்துக் கொள்வது கடினம், இருந்தாலும் ஈடுபாடு உண்டு."

"அதெப்படி?"

"அதுதான் ஃபேஷன்."

"நல்லது."

"தங்களுக்கோ?"

"கொஞ்சமும் புரியாது, கதகளிப்பாடல் ரொம்பப் பிடிக்கும்."

"அடியேனுக்கும் அப்படித்தான்."

"அந்த ஒல்லிக்குச்சிப் பெண் பிரியமானஸா பாடினால் கேட்கலாம்."

"எஜமான் அவளுக்கு மேற்கத்திய ராகம்தான் பாடத் தெரியும்."

"மேற்கத்திய ராகத்தில் பாடினாலும் பரவாயில்லை."

"உண்டு முடித்தபின் ஏற்பாடு செய்தால் போதுமா?"

"அப்படியென்றாலும் நல்லது."

கத்தி, முள், நாப்கின் முதலிய கன்வென்ஷனல் ஆயுதங் களுடன் ரஜபுத்திர வீரன் பிரவேசித்தான். பையனுக்கும் திருமேனிக்கும் இடையில் அவற்றை அழகாகப் பரப்பி வைத்தான்.

பையன் வீரனைக் கவனித்தான். இம்முறை அவனது முகத்தில் ஓர் உறுதித்தன்மை நிறைந்திருந்தது. ஏதோ ஒரு

முடிவுக்கு வந்து விட்டான் போலும்.

முதலில் வந்தது பையனுக்குரிய பதார்த்தம். சூப்.

திருமேனி கூறினார்:

"நீ தொடங்கு."

"வேண்டாம், தங்களுக்கும் வந்த பிறகு ஒன்றாகச் சாப்பிடலாம்."

"பரவாயில்லை, சாப்பாட்டு விஷயத்தில் அதையெல்லாம் பார்க்கக் கூடாது."

மடியில் நாப்கினை விரித்து, சூப்பில் உப்பையும் மிளகுப் பொடியையும் தூவிய பையன் அமைதியாக வேலையைத் தொடங்கினான்.

அப்போது திருமேனிக்குரியவற்றை ஏந்தியவாறு ரஜபுத்திரன் மீண்டும் வந்தான். வெள்ளித் தட்டில் சாதம், வெள்ளிக் குண்டானில் தயிர், நான்கு கண்ணாடிப் பாத்திரங்களில் நான்கு வகையான ஊறுகாய், திருமேனிக்கு முன், கத்திகளுக்கும் முட்களுக்கும் இடையே அவன் அவற்றை அழகாக வரிசைப் படுத்தி வைத்தான்.

திருமேனி கத்தியையும் முள்ளையும் கைக்கெட்டாத தூரத்தில் நீக்கி வைத்துவிட்டுத் தயிரை எடுத்துச் சாதத்தில் ஊற்றினார். ஒரு ஸ்பூன் ஊறுகாயை கிண்ணத்தில் எடுத்து வைத்தார். பின்னர் வலது கைவிரல்கள் ஐந்தையும் அகல விரித்துப் பையப்பைய வெள்ளிப் பனிமலைக்குள் ஒரு தீர்த்த யாத்திரை.

பையன் திரும்பிப் பார்த்தபோது ரஜபுத்திர வீரன் முற்றிலும் குழப்பமான மனநிலையில் இருப்பவனை போல் காட்சியளித்தான். அவனது கால்கள் இலக்கின்றி பின்னோக்கி அடியெடுத்து வைக்கும் போது அவனது கண்களிரண்டும் முன்னோக்கித் துருத்திக் கொண்டு வருகின்றன.....

திருமேனி கூறினார்:

"தயிரும் ஊறுகாயும் கொஞ்சம் பரவாயில்லை, சாதம் ரொம்ப மோசம்."

ஹாலின் நடுப்பகுதியில் கூச்சலும் குழப்பமும் நிலவியதைக் கண்ட பையன் அந்தப்பக்கம் திரும்பிப் பார்த்தான். பத்துப் பன்னிரண்டு ரஜபுத்திரர்கள் இரண்டு வரிசையாக ஒரு பகுதியை நோக்கி நீங்கி மறைகின்றனர். அனைவரது கண்களும் ஆர்வத்துடன் அத்திசை நோக்கித் திரும்புகின்றன.

ஏதோ விபரீத விபத்து நடந்துள்ளது என்பதை அறிந்த பையன் ஒரு ஸ்டுவர்டை அழைத்தான்:

ஸ்டுவர்ட் வந்தவுடன் திருமேனி கேட்டார்:

"வாட்ஸ் த கம்மோஷன் அபௌட்?"

(அங்கே என்ன குழப்பம்)

குனிந்து நிமிர்ந்து ஸ்டுவர்ட் கூறினான்:

"ஒரு வெயிட்டர் திடீரென்று மயக்கமடைந்து விட்டான். இடையூறுக்கு மன்னிக்க வேண்டும் ஸர்."

தயிரையும் சாதத்தையும் பிசைந்து அழகாக உருட்டிக் கொண்டே திருமேனி கூறினார்:

"எங்களுக்கு இடையூறு ஏதுமில்லை. மயக்கத்திற்கான காரணத்தைக் கூறு."

☯

திக்கு விஜயம்

அமெரிக்காவில் உள்ள சிராகுயிஸ் நகரில் நடைபெற்ற புத்தகக் கருத்தரங்கிற்கு இந்தியாவின் பிரதிநிதிகளாக இட்டூப்பும் பையனும் சென்றிருந்தனர். ஆங்கிலத்தை நன்றாகக் கையாள முடியும் என்ற நம்பிக்கை பையனுக்கு இருந்தது. அகராதியிலிருந்து எடுத்த ஏறக்குறைய இருபது இங்கிலீஷ் வார்த்தைகளை மூலதனமாகக் கொண்ட இட்டூப்புக்கு இதெல்லாம் ஒரு பிரச்சனையே இல்லை. கருத்துப் பரிமாற்றம் சுலபமாக நடந்தேறியது. அவன் அனைத்திலும் சோபித்து, தனி முத்திரை பதித்தான். பொதுக் கூட்டங்களிலும், குழுவிவாதங்களிலும் ஆய்வுக் கூட்டங்களிலும், மேடைச் சொற்பொழிவுகளிலும் வெளுத்து வாங்கினான். அவனுடைய வாக்கு வன்மைக்கு முன்பு கருத்தரங்கம் பலமுறை ஸ்தம்பித்து நின்றது.

என்ஜாய் என்ற புதிய வார்த்தையைத்தான் இட்டூப் அமெரிக்காவுக்குக் கொண்டு சென்றான்.

புத்தக விற்பனையின் உத்திகளைப் பற்றி விவாதிக்கின்ற அமர்வில் பேசுவதற்காக இந்தியப் பிரதிநிதிகள் குழுவைத் தலைவர் மேடைக்கு அழைத்தார். இட்டூப்பு ரகசியமாகப் பையனிடம் கேட்டான்:

“டேய் நீ பேசுறியா?”

பையன் கூறினான்:

“இல்லை.”

இட்டூப்பு எழுந்தான்:

“மி வாண்ட் ஸ்பீக்.”

(நான் பேச வேண்டும்)

உலகின் பல பகுதிகளில் இருந்தும் வந்திருந்த பிரதிநிதிகள் இந்தியக் கதாநாயகனை ஆச்சரியத்துடன் பார்த்தனர்.

இட்டூப்பு நச்சென்று பேசினான்: "சேல்ஸ்-பெஸ்ட்-லைப்ரரி சீசன்-ஸ்கூல் சீசன் - ஃபிப்டி கமிஷன்- செல் அன்ட் என்ஜாய்-"

புரிந்து கொள்வதற்குக் கடினமான இந்தச் சொற்பொழிவின் சாரம் இதுதான்:

'நூலகத்தைச் சேர்ந்தவர்கள் சந்தைக்குச் செல்கின்ற காலமும், பள்ளிக் கூடங்கள் திறக்கின்ற காலமும் புத்தகம் விற்பனை செய்வதற்குச் சரியான காலங்களாகும். இந்தக் காலத்தை வீணாக்காமல் புத்தகம் விற்று லாபம் சம்பாதிக்க வேண்டும். ஐம்பது சதவீதம் வரை கமிஷன் கொடுக்கலாம்.'

(குறிப்பு: என்ஜாய் என்ற வார்த்தைக்கு இங்கே லாபம் என்று பொருள்)

இட்டூப்பு சொற்களை முன்னும் பின்னும் மாற்றிமாற்றிப் பயன்படுத்தினான். புத்தகத்தைத் தூக்கிக் காட்டினான். விற்பனை செய்வது போல் நடித்துக் காட்டினான். பணத்தை வாங்கிப் பாக்கெட்டில் வைக்கின்ற விதத்தையும் காட்டினான்.

சொற்பொழிவு முடிந்தவுடன் அரங்கில் பலத்த கரவொலி.

இட்டூப்பு பையனிடம் கேட்டான்:

"எப்படிடா?"

பையன் கூறினான்:

"நீ வெளுத்து கட்டிட்டடா."

"நீ போய் பேசியிருக்கலாமே."

பையன் கூறினான்:

"நீ இருக்கும் போது நான் சோபிக்கமாட்டேன்டா."

மாலைநேர அமர்வு முடிந்தவுடன் செமினாரில் பங்கேற்றவர்கள் பிரவாகமாக வந்து இட்டூப்பைச் சூழ்ந்து கொண்டனர். மாமன்னர்கள் மலிந்த, நாகரத்தினங்கள் நிறைந்த, அரைகுறை ஆங்கிலம் பேசுபவர்கள் வாழ்கின்ற நாடாகிய இந்தியாவிலிருந்து வந்த இட்டூப்பை அவர்கள் அள்ளி யெடுத்தனர்.

அவனுடைய கைகளைப் பிடித்துக் குலுக்கித் தோளைத் தட்டி, கையெழுத்து வாங்கிக் கொண்டனர். டின்னருக்கும், லஞ்சுக்கும், காக்டெயிலுக்கும் அழைப்பு விடுத்தனர். அல்லோ, அல்லோ என்றும் என்ஜாய், என்ஜாய் என்றும் இட்டூப்பு கூவினான்.

(இங்கே, அல்லோ (ஹலோ) என்பதற்கு மகிழ்ச்சி என்றும், என்ஜாய் என்பதற்கு அழைப்பை ஏற்றுக் கொண்டேன் என்றும் பொருள் கொள்ள வேண்டும்)

டி. எஸ். எலியட்டின் கவிதையைப் பற்றி டைம்ஸ் இதழின் இலக்கியச் சிறப்பு மலரில் கட்டுரை எழுதிய பையன் இவ்வளவு நேரமும் வராந்தாவின் ஒரு மூலையில் சோகமாக நின்று கொண்டிருந்தான்.

கூட்டம் கலையத் தொடங்கியவுடன் இட்டூப்பு பையனைத் தேடி வந்தான்.

"நீ என்னடா ஒரு மூலையில் வந்து நிற்கிறாய்?"

பையன் கூறினான்:

"ஒன்றுமில்லை."

"நீ ஏன் களைப்பாக இருக்கிறாய்?"

"பசிக்கிறது."

இட்டூப்பு கூறினான்:

"வாடா! நாம் ஹோட்டலுக்குப் போய் கொஞ்சம் மருந்தும் மாமிசமும் சாப்பிடுவோம்."

பையன் மறுத்துக் கூறினான்:

"அதெப்படி? ஏழு மணிக்கு ஹவாய் ஹோட்டலில் காக்டெயிலுக்கு வருவதாகப் பகாமஸ் பிரதிநிதிகளிடம் நீ சொன்னதை நான் கேட்டேனே?"

இட்டூப்பு கூறினான்:

"டேய், நீ இங்கிலீஷும் பேசி இவனுங்களோட உட்காரத் தான் முடியும்."

"ஏன் அப்படி சொல்கிறாய்?"

"இவனுங்ககூட உட்கார்ந்து குடிச்சா நமக்கு ஏதாவது சுதி ஏறுமாடா?"

"அப்போ நீ போகவில்லையா?"

இட்டுப்பு பையனின் கையைப் பிடித்து இழுத்தான்:

"நீ வாடா, நாம ஹோட்டலுக்குப் போவோம்."

முன்பனிக்காலம். பனியும் பலமான குளிரும் இருந்தது. மாலைநேரம் வெகுசீக்கிரமாக வந்து விட்டது.

ஹோட்டல் அறைகளின் சாவிகளைப் பாதுகாக்கின்ற பெண் வரவேற்பும் குட்நைட்டும் கூறிச் சாவிகளை நீட்டினாள்.

இட்டுப்பு பையனிடம் கேட்டான்:

"டேய், ஃபிகர் எப்படி?"

பையன் கூறினான்:

"தேறாது."

அவன் கூறியது சரிதான். ஒரு சராசரி அமெரிக்கப் பெண். செம்பட்டை முடி, வெள்ளைத்தோல். தோலில் ஆங்காங்கே கருப்புப் புள்ளிகள். ஆக மொத்தம் அவளுக்குச் சாதகமாக இருந்தது வயது மட்டுதான். இருபது வசந்தங்களுக்கு மேல் இருக்காது. அதற்குமேல் போனால் அப்புறம் வசந்தத்திற்கு அர்த்தமில்லாமல் போய்விடும்.

சாவியை வாங்கிக்கொண்டு எதிரே லாபியில் இருந்த சோபாவில் உட்கார்ந்த பின்னர் இட்டுப்பு கேட்டான்:

"உனக்கு இவளைப் பிடிக்கலையாடா?"

பையன் உணர்த்தினான்:

"இவள் ஒன்றும் பெரிய அழகி இல்லையே."

"இருந்தாலும், நமக்கு ஒருத்தி வேண்டாமா?"

"எதுக்கு?"

"குளிர்காலம்."

பையன் கூறினான்:

“இதென்ன குளிர்? குளிரூட்டப்பட்ட ஹோட்டலில் மித வெப்ப காலநிலையல்லவா?”

இட்டூப்பு கோபம் கொண்டான்:

“டேய், நீ வானிலை அறிக்கை வாசிக்காதே! மிதவெப்பத்தில் தனியாகப் படுத்து உறங்குவதற்கா இவ்வளவு தூரம் பறந்து வந்தோம்?”

“வேறென்ன செய்ய வேண்டும்?”

“அந்த ஃபிகருக்கிட்டப் போய் கேளுடா.”

பையன் சிரித்தான்:

“நீயே போய்க் கேளு.”

இட்டூப்பு எழுந்தான்:

“உனக்குத் தைரியம் போதாது, வாடா.”

போன இடம் பார். இட்டூப்பு இரண்டு பேர்பன் விஸ்கியும் இரண்டு கிலோகிராம் பன்றிக்கறியும் சாப்பிட்டான். பையன் இரண்டு விஸ்கியுடன் ஐநூறு கிராம் வாத்து முட்டையும் சேர்த்து வீக்கினான்.

இட்டுப்பு கேட்டான்:

“டேய் போவோமா?”

மீண்டும் லாபிக்கே வந்து சேர்ந்தனர். பையன் கூறினான்:

“நீ போகாமல் இருப்பது நல்லதல்ல. பகாமஸ் பிரதிநிதிகள் உனக்காகக் காத்திருப்பார்கள்.”

சாவி பாதுகாக்கின்ற கவுண்டர் பக்கம் கவனத்தைத் திருப்பியவாறு இட்டூப் கூறினான்:

“அவனுங்களை வேற வேலையைப் போய் பார்க்கச் சொல்லுடா.”

பையன் கூறினான்:

“சரி, வா அறைக்குப் போகலாம்.”

இட்டூப்பு கேட்டான்:

“உன்னால கேட்க முடியுமா?”

“யாரிடம்?”

“அந்த ஃபிகருகிட்ட.”

“முடியாது.”

இட்டூப்பு கூறினான்:

“சரி நான் கேக்கறேன்.”

பையன் விலக்கினான்:

“இட்டூப் வேண்டாம்டா!”

“போடா!”

இட்டூப்பு கவுண்டரை நோக்கி நடந்தான். அந்தப் பெண் சிரித்தவாறு முன்னோக்கி வருவதைக் கண்டவுடன் தொண்டையைச் சரிசெய்து கொண்டு பிரார்த்தனை செய்வது போல் கூறினான்:

“சிஸ்டர்- இந்தியா ஹாட்- அமெரிக்கா கோல்டு- வாண்ட் கம்பெனி- ஐ பே- ரூம் 635- யெஸ்- கம்- நோ ஸாரி.”

கீர்த்தனையின் மொழிபெயர்ப்பு:

‘சகோதரி, இந்தியா வெப்பமண்டல நாடு. அமெரிக்கா குளிர்ப்பிரதேசம். எனக்கு ஒரு துணை வேண்டும். பணம் தருகிறேன். அறை எண் 635. சம்மதமென்றால் வா. இல்லையென்றால் மன்னித்து விடு.’

பையன் என்ன செய்வதென்று தெரியாமல் விழித்து நின்ற போது, அந்தப் பெண் கன்னத்தில் குழி விழும்படியாகச் சிரித்துக் கொண்டு, நாக்கில் இட்டு உருட்டி விழுங்குகின்ற அமெரிக்க ஆங்கிலத்தில் கேட்டாள்:

“வை டோண்ட் யூ கால் மி ஆப்டர் எயற், படி?”

இட்டூப்பு வருத்தத்துடன் பையனிடம் கேட்டான்:

“என்னடா சொல்றா இந்தச் சிட்டு?”

பையன் கூறினான்:

“எட்டு மணிக்குப் பிறகு கூப்பிடச் சொல்கிறாள்”

இட்டூப்பு தலை குனிந்து அந்தப் பெண்ணை வணங்கினான்.

(நான் அழைக்கிறேன்)

எட்டரை மணி, பையன் தனது அறையில் அமர்ந்து மாலைப் பத்திரிக்கை படித்துக் கொண்டிருந்தபோது தொலைபேசி மணி ஒலித்தது. இட்டூப்புதான் அழைத்தான்.

“டேய்.....”

“என்ன?”

“ஃபிகரு வந்திருக்குது.”

“நல்லது.”

“வாடா”

“நான் வரமாட்டேன்டா.”

“உனக்கு வேண்டாமாடா?”

“வேண்டாம்.”

“ஏன்டா?”

பையன் கூறினான்:

“பொறாமை.”

☯

நித்திரை

ஏர்லைன்ஸ் தொடக்கவிழாப் பயணத்தில் பங்குபெற்று விட்டுத் திரும்புகின்ற நேரம். நள்ளிரவில் லண்டனில் இறங்கும் போது, கடந்த ஒரு வாரமாக நண்பராக இருந்த ஏர்மார்ஷல், பையனிடம் கேட்டார்:

"எப்போது இந்தியா திரும்புகிறீர்கள்?"

"நாளை மாலை."

"நாளை மதியம் என் வீட்டுக்கு உணவருந்த வரமுடியுமா?"

"மிக்க மகிழ்ச்சி, சார்."

"அப்படியென்றால், நாளை மதியம் பன்னிரண்டரை மணிக்கு வீட்டுக்கு வாருங்கள்."

பையன் முகவரிக்காகக் காத்திருந்த போது அவர் புன்னகைத்தார்.

"நான் உத்தேசித்த என்னுடைய வீடு ஏரோநாட்டிக்ஸ் கிளப்புதான், பணியிலிருந்து ஓய்வுபெற்ற பிறகு நான் அங்குதான் தங்கியிருக்கின்றேன். ப்ளீஸ் டூ கம்."

"ஸொ நைஸ் ஆப் யூ, சார்."

ஒரு பிரம்புத்தடி போன்று உருவமும் உற்சாகமும் கொண்ட ஏர்மார்ஷல் டெர்மினலிலிருந்து வெளியே வந்து காரில் ஏறிக் கிளப்புக்குச் சென்றார்.

நிறைய நாட்களாகப் புளிப்பும் காரமும் இல்லாத அமெரிக்க உணவைச் சாப்பிட்டுச் சாப்பிட்டு பையனது நாக்கு மரத்துப் போய்விட்டது. சுவையென்பதே மறந்து விட்டது. அதனால் ஏர்லைன்ஸ் ஏற்பாடு செய்திருந்த ஹோட்டலை விலக்கிவிட்டு ஒரு சைனீஸ் உணவு விடுதியைத் தேடிச் சென்றான். சேரிங் கிராஸில் ஒரு கடை திறந்திருந்தது. ஆவல் மிகுதியால் காரச் சுவையுள்ள அனைத்திற்கும் ஆர்டர் கொடுத்தான். சில்லி ஸாஸில் முங்கிக் குளித்தான். மூக்கு வியர்க்கும்வரை உணவு

உண்டான்.

பாரம் குறைந்த பர்சுடன் பையன் திரும்பி நடந்தான்.

விடியற்காலை உறக்கத்தில் பையனின் கனவில் ஆந்திரப் பிரதேசத்து மிளகாய்த் தோட்டங்களும் கோம்குரா சட்னியின் குன்றுகளும் மாறிமாறி வந்து கொண்டிருந்தன.

லண்டனின் முன்பனிக்காலத்தில் பையன் மெதுவாகத் துயிலுணர்ந்தான்.

காலை உணவுக்குப்பின் கால்நடையாகச் சென்று நகரத்தை மிகச் சுருக்கமாகச் சுற்றிப்பார்த்தான். தேம்ஸ் நதி, வெஸ்ட் மின்ஸ்டர், ஜி.பி.ஓ. முதலிய தெரிந்த சாலைகள் வழியாக நடந்து பன்னிரண்டரை மணிக்குக் கிளப்பைச் சென்றடைந்தான்.

விக்டோரியா மஹால். பரந்து விரிந்து கிடக்கின்ற புல்பரப்பில் நிழல் பரப்பி நிற்கின்ற உயர்ந்த தூண்கள்.

ஏர்மார்ஷல் லாஞ்சில் காத்திருந்தார். தாழ்ந்த குரலில் பையனுக்கு வரவேற்பு கூறினார். மிகவும் குழிந்த குஷன்கள் நிறைந்த இருக்கைகளில் கிளப்பைச் சேர்ந்தவர்கள் ஆங்காங்கே அமர்ந்து அமைதியாகப் பத்திரிக்கை படித்துக் கொண்டிருக்கின்றனர். புல் மேட்டை நோக்கி ஏந்தி நிற்கின்ற ஒரு மூலையில் உள்ள இரண்டு இருக்கைகளைத் தேர்ந்தெடுத்தார்.

"குடிப்பதற்கு என்ன வேண்டும்?"

"தங்களுக்கு விருப்பமுள்ளது."

வெண்ணிறக் கையுறைகளும், ரிப்பனும் மெடலும், பிற உலோக ஆபரணங்களும் அணிந்து வலம் வருகின்ற பேரரை, அவர் கையசைத்துக் கூப்பிட்டார்:

"விஸ்கி, ஜான்."

"வெரி குட், சார்."

இரண்டாம் உலகப்போரில் கிழக்குப் பகுதியில் முன் நிரைகளில் நின்று போராடிய தளபதி ஏர்மார்ஷல் கூறினார்: "இன்னொரு முறை இந்தியாவுக்கு வரவேண்டும் என்று ஆசைப் படுகிறேன்."

"யு ஆர் வெல்கம்."

"ஒருவேளை வரவிருக்கும் குளிர்காலத்தில்."

"நல்ல பருவம் சார்."

"அதற்கிடையில் நீங்கள் செல்லும்போது இந்தியாவிடம் எனது நல்வாழ்த்துகளைத் தெரிவித்துவிடுங்கள்."

"தெரிவிக்கிறேன்."

"எப்படி?"

விளக்கம் பெறுவதற்காக அவரைப் பார்த்தபோது அவர் விளக்கினார்: "இந்து மகாசமுத்திரத்தைக் கடந்து பாம்பேயை நெருங்கும்போது பழைய நண்பன் ஏர் மார்ஷலின் மங்கலகரமான வாழ்த்துகளை மனதிற்குள் நினைத்தாலே போதும்."

விமானியின் நீலக் கண்களில் கனவுகளின் வெளிச்சம் நிறைந்திருந்தது. பூமியில் தனக்கு மிகவும் பிடித்தமான ஒரு பகுதியைப் பருந்துப் பார்வையால் அளவிடுபவரைப் போல் தோன்றினார்.

பெரிய வெள்ளித்தட்டில் விஸ்கி நிறைத்த கண்ணாடித் தம்ளர்களுடனும், தண்ணீரும் சோடாவும் நிரம்பிய கண்ணாடி கூஜாக்களுடனும் பேரர் திரும்பி வந்தான். தம்ளர்களை ஒன்றோடொன்று இடித்துவிட்டு இந்தியாவின் வளர்ச்சிக்காகக் குடித்தார்கள்.

அவர் கேட்டார்:

"லண்டனில் நான் உங்களுக்கு ஏதாவது செய்ய வேண்டியிருக்கிறதா?"

"தாங்ஸ். ஒரு சிறிய உதவி."

"யெஸ்!"

"வெளிநாட்டுப் பணத்தின் மீதுள்ள மோகம் தங்களுக்குத் தெரியுமே. ஒரு சிறு தொகையைக் கடனாகத் தர வேண்டும்."

வாட்சைப் பார்த்தவாறு அவர் கூறினார்: "ஐம்பது பவுன் போதுமா? போதாதென்றால் வங்கிக்குத்தான் செல்ல வேண்டும்."

பையன் சிரித்தான்:

"ஓ, நோ சார். ஐம்பது பவுன் எதற்கு? பிரிட்டனை நான் விலைக்கு வாங்க நினைக்கவில்லை."

"ஹா... ஹா... அப்புறம்?"

"ஐந்து பவுன் போதும்."

அவர் புருவத்தை உயர்த்தினார்:

"ஐந்து பவுனா?"

"ஆமாம்."

"எதற்காக இவ்வளவு 'பெரிய' தொகை?"

"ஒன்று, ஏர்போர்ட்டிலிருந்து வரி இல்லாமல் ஒருபாட்டில் விஸ்கி வாங்க வேண்டும். அதன் பிறகு, ஒரு பாக்கெட் ஸ்டீல் பிளேடு."

"அங்கே தயாரிக்கின்ற பொருள் அவ்வளவு தரமற்றதா?"

"இதை நான் கூறுகின்ற அதே வேளையில் தேசிய ரகசியத்தை வெளிப்படுத்தவில்லை என்றும் நம்புகிறேன். ஆம் வருந்த வேண்டிய விஷயம்."

அவர் சிரித்தார். கையைப் பிடித்து மென்மையாக அழுத்தினார்.

இரண்டாம் ரவுண்டும் முடிந்த பிறகு சாப்பாட்டு அறைக்குப் பயணப்பட்டனர். வெள்ளைத் துணி விரித்து வெள்ளிப் பாத்திரங்கள் நிரப்பி வைக்கப்பட்ட மேசைக்கு முன்னால் அமர்ந்து உணவு உண்டனர்.

வெளியே, வராந்தாவில் டக் சேர்களில் சாய்ந்து அமர்ந்து கொண்டு காபி குடித்து மது அருந்தினர். சிகரெட் புகைத்தனர்.

பையன் தனிப்பட்ட முறையில் ஒரு கேள்வி கேட்டான்:

"ஏன் திருமணம் செய்து கொள்ளவில்லை."

அவர் ரசனைமிக்க உணர்வுடன் சிரித்தார்.

"இரண்டு உலகப்போர்களுக்கு மத்தியில் அது மறந்து போனது."

மாலைநேர இளம் வெயிலில் டாக்சியில் ஏறும்போது அவர் புல் திட்டில் நின்று கொண்டு கையசைத்தார்.

ஒருவேளை வருகின்ற பனிக்காலத்தின் ஒருமாலை வேளையில்...!

புல்மேடு கடந்து சாலைக்கு வந்து திரும்பிப் பார்க்கும்போது புல்வெளியில் அட்டேன்ஷனில் நிற்பதுபோல் நின்று புன்னகைக்கின்ற கிழவரின் தூய்மையான உருவம் சிறிதாகிக் கொண்டே சென்றது.

இருபதுமணி நேரத்திற்குப் பிறகு ஒரு மத்தியான நேரத்தில் பையன் அலுவலகத்தை அடைகிறான். உடன் பணிபுரிபவர்களிடம் குசலம் விசாரித்துவிட்டு அறைக்குச் செல்வதற்கு முன்பு, வழக்கம் போல் டெலி பிரிண்டர்கள் பேசுகின்ற இடத்திற்குச் சென்றான். நகரத்திலுள்ள செய்தி நிறுவனம் பாராளுமன்ற விவாதங்களை வாரிக் கொட்டிக் கொண்டிருந்தது. வெளிநாட்டு வயர் சர்வீஸ்காரர்கள் தட்டி விடுகின்ற செய்தியின் பக்கமாகத் திரும்பினான். டோக்கியோவில் நடைபெற்ற ஒரு நிகழ்ச்சியை அடித்து முடித்த பின் இயந்திரத்தின் காண முடியாத கைகள் லண்டன் டேட்லைன் என்று அடிக்கத் தொடங்கியபோது பையன் ஒருவித உற்சாக உணர்வுடன் அதைப் பார்த்துக் கொண்டு நின்றான். வெள்ளைத்தாளின் மிருதுவான பக்கங்களில் கருப்பு எழுத்துக்கள் ஒவ்வொன்றாக அச்சடிக்கப்படுகின்றன.

'ஃப்ளாஷ் ஃப்ளாஷ்

லண்டன் செப்டம்பர் 17- (எஃப்)-

இரண்டாம் உலகப்போரின்போது கிழக்குப் படைப்பிரிவில் வீரம் பொருந்திய விமானப்படைத் தளபதியாக இருந்த ஏர் மார்ஷல் எஃப். வி., நேற்று இரவு காலமானார். நித்திரையின் போதே அவரது உயிர் பிரிந்தது. அவருக்கு வயது அறுபத்தேழு. (MORE).'

வியாபாரம்

முன்னுரை:

ஆறு மாதத்திற்கு ஒரு ஆங்கில வார்த்தை என்ற விதத்தில் இட்டூப்பு முதலாளி தனது அகராதியில் சொற்களைச் சேமிக்கிறார். நிகண்டுவில் இப்போது மொத்தம் வார்த்தைகள் முப்பதுக்குமேல் வரும்.

நகரத்தில் கரையேறியவுடன் அவர் கஸ்டடியில் எடுத்த புது வார்த்தை "கார்னர்" என்பதுதான் என்று பையன் கூறுகிறான். சாதாரணமாக மூலை, வளைவு என்றெல்லாம் அர்த்தம் தருகின்ற இவ்வார்த்தைக்கு இட்டுப்பு பல விதங்களில் பொருள் கூறுவார். சூழல், சந்தர்ப்பம், லாபம், மூலதனம், ரகசியம் என்பன அவற்றுள் சில. இந்த ஒரு மந்திரச் சொல்லின் பலத்தில்தான் இந்த முறை இட்டூப்பின் பயணம் நகரத்தை நோக்கி முன்னேறியது.

பள்ளிக்கூட ஆய்வகங்களுக்குத் தேவையான உபகரணங்களை விற்பதற்கு மாநில அளவில் ஒரு கமிஷன் ஏஜென்சியை எப்பாடுபட்டாவது எடுத்து விட வேண்டும் என்பதுதான் முதலாளியின் திட்டம்.

கதை:

காலையில் டாக்சி பிடித்து வெள்ளைக்காரனின் கம்பெனிக்குச் செல்லும்போது இட்டூப்பு முதலாளி பையனிடம் கூறினார்: "இந்தத் திருட்டுப் பய நம்மளை அலைய விடுறானேடா....."

பையன் கேட்டான்: "யாரு?"

"நம்ம துரை."

மெதுவாக விசாரித்த போது இட்டூப்பு முதலாளி நடந்த கதையைக் கூறினார். வெள்ளைக்காரத்துரை கேரளாவுக்கு வந்திருந்த போதுதான் முதலாளி அவரைச் சந்தித்தார். ஆய்வகக் கருவிகள் விஷயத்தில் தனக்கு விருப்பம் உள்ளது என்று கூறினார். சரக்கை வேகமாக விற்றுத் தருவதாகவும் வாக்களித்தார். எவ்வளவு வேகத்தில் என்று வெள்ளைக்காரன் கேட்டான். கேரளாவில்

மின்னல் வேகத்தில் விற்பனையாகின்ற இரண்டு பொருட்களின் பெயரை முதலாளி கூறினார். ஒன்று, 'அரசியல் கட்சிகளின் கோஷ வாசகங்களின் தொகுப்பு' என்ற நூல், மற்றொன்று, மங்கலாம் குன்று உறியப்பம். இவை விற்பனையாகின்ற வேகத்தை விட இரண்டு மடங்கு வேகத்தில் நான் பொருட்களை விற்றுத் தருகிறேன். மாநில உயரதிகாரிகளிடம் கூறி இன்னும் நிறையப் பள்ளிக்கூடங்களையும் திறக்கச் சொல்கிறேன்.

துரை ஒத்துக்கொண்டார். தலை நகரத்துக்குத் திரும்பிச் சென்றவுடன் எல்லாவற்றையும் ஏற்பாடு செய்து தருகிறேன் என்று கூறினார். முடிந்தளவு முப்பத்துமூன்று சதவீதம் கமிஷனும் தருகிறேன் என்றார். அதற்கிடையில் இவ்விஷயம் குறித்து இட்டூப்பு முதலாளி முறைப்படி கடிதங்கள் எழுத வேண்டும் என்றும் கட்டளையிட்டார்.

பையன் கேட்டான்: "கடிதம் எழுதினாயா?"

இட்டூப்பு கூறினார்: "கடிதம் மட்டுமா? தந்தி கூட அடிச்சிட்டேன் மூணு மாசமா இதுதான் வேலை."

"ம். அதுக்கு என்ன பதில்."

"கண்டதெல்லாம் பேசுறான். பார்க்கலாம், ஆலோசிக்கிறேன், இதுதான் பதில்."

"என்ன நடந்ததோ என்னவோ?"

முதலாளி கூறினார்: "நம்ப நாடாயிற்றே, யாராவது ஒரு பொறுக்கிப் பய இருபத்தஞ்சு சதவீதம் கமிஷன் போதும்னு கடிதம் எழுதியிருப்பான்.

அப்படித்தான் நடந்திருக்க வேண்டுமென்று பையன் கூறினான்.

முதலாளி சிரித்தார்:

"இருந்தாலும், அவன் எப்படி அடுத்தவனுக்கு ஏஜென்சி கொடுப்பானென்று நானும் பார்த்திடுறேன். துரையோட சங்கைக் கடித்துத் துப்பிவிடமாட்டேனா?"

பையன் கூறினான்: "அதற்குப் பிறகு மாநிலத்தில் உள்ள எல்லாப் பள்ளிக்கூடங்களையும் பூட்டி விடுவோம்."

"அதை நாம கடைசீல செய்வோம்டா."

பையன் கேட்டான்: "நீ வர்ற விஷயத்தைத் துரைகிட்ட தெரியப்படுத்திட்டியா?"

"இல்லடா."

"அப்புறம்."

முதலாளி கூறினார்: "அங்கதான்டா இருக்கு விஷயம் அவனுக்கே தெரியாம நாம அவனைப் போய் பிடிக்கணும். எப்படி?"

நல்ல திட்டமென்று பையன் பாராட்டினான்.

துரையின் செக்ரட்டரி, கம்பெனியின் வரவேற்பறைக்குள் வந்தாள். ஆங்கிலோ-இந்தியன். முப்பது வயது இளம்பெண். நல்ல அழகி.

முதலாளி எழுந்து தன்னை அறிமுகப்படுத்திக் கொண்டார்: "மி இட்டூப்பு ஃப்ரம் கேரளா கார்னர், திஸ் ஃப்ரண்ட் பையன்."

(என் பெயர் இட்டூப்பு. நான் மிகத் தூரத்திலுள்ள கேரளாவி லிருந்து வருகிறேன். இவர் எனது நண்பர் பெயர் பையன்)

செக்ரட்டரி கூறினாள்: "நைஸ் டூ மீட் யூ போத், ரூத் இஸ் த நேம்"

(இருவரையும் சந்தித்ததில் மிக்க மகிழ்ச்சி. ரூத் என்பது என் பெயர்)

முதலாளி கேட்டார்: "மிஸ்டர் மார்ஷல் துரை இன்ஸைடு ஆபீஸ் கார்னர்?"

(துரை ஆபீஸில் இருக்கிறாரா?)

ரூத் கூறினாள்: "இன்னும் வரவில்லை."

முதலாளி மீண்டும் விவரமாகத் தன்னை அறிமுகப்படுத்திக் கொண்டார்: "மி ஹிஸ் ஃப்ரண்ட். வி கண்டக்ட் அண்ட் என்ஜாய் கொச்சின்."

(நான் அவருடைய நண்பன். நாங்கள் ஒரு முறை கொச்சியில் வைத்து குடித்து மகிழ்ந்திருக்கிறோம்).

ரூத் சிரித்தாள்:

“கம்பெனியுடன் நீங்கள் நடத்துகின்ற கடிதப் போக்குவரத்து மூலம் உங்களை எங்களுக்கு மிக நன்றாகத் தெரியும்.”

அப்போது முதலாளி விஷயத்தை மிகத் தெளிவாகக் கேட்டு விட்டார்:

“சிஸ்டர், வை நோ கமிஷன் திஸ் டே?”

(சகோதரி, என்னை ஏன் இதுநாள்வரைக் கமிஷன் ஏஜெண்டாக நியமிக்கவில்லை?)

ரூத் கூறிய பதிலைப் பையன் முதலாளிக்கு விளக்கினான்:

“ஆய்வக உபகரணங்களின் கருவிகளின் விற்பனை விலை இன்னும் நிச்சயிக்கப்படவில்லை. அதுதான் காரணம்.”

முதலாளி கூறினார்: “சிஸ்டர், டுடே சீஸன், டுமாரோ நோ சீஸன். ஸீ தாட் கார்னர். டுடே ஸெல் கெட் மணி என்ஜாய். டுமாரோ நோ மணி.”

(பள்ளிகள் திறக்கின்ற காலம். இப்போது ஏஜண்சி கிடைத்தால் உபகரணங்களை உடனே விற்றுவிடலாம், தாமதித்தால் சிரமம்தான்)

ரூத் கஷ்டப்பட்டுச் சிரிப்பை அடக்கிக் கொண்டாள். இயன்றவரை விஷயத்தை வேகமாக முடிப்பதற்குத் துரை முயற்சிக்கிறார் என்று கூறினாள். என்னவானாலும் அவர் வரட்டும். நீங்கள் உட்காருங்கள்.

முதலாளி நிம்மதியுடன் இருக்கையில் சாய்ந்து அமர்ந்தார். ரூத்தை உற்று நோக்கியவாறு கேட்டார்:

“சிஸ்டர் வாட் ஏஜ் யூ?”

(சகோதரி, உன் வயது என்ன?)

ரூத் புருவத்தைச் சுழித்தாள். ஆனாலும் சிரிப்பை வரவழைத்துக் கொண்டு கூறினாள்: “டுவன்டி!”

(இருபது)

பையன் நினைத்தான்: ‘அடியேய், உன்னைப் பாராட்டணும். சாதாரணமாக முப்பது வயதைத் தொட்ட அழகு சுந்தரிகள் எல்லாம் பன்னிரண்டிலிருந்து பதினைந்து வயது வரை குறைத்துக் கூறுவதுதான் வழக்கம். நீ பரவாயில்லை, பத்து வயதைத் தானே

குறைத்திருக்கிறாய்.'

முதலாளி கௌரவத்துடன் தலையாட்டிய போது ரூத் கேட்டாள்:

"வை?"

(எதற்கு?)

முதலாளி கூறினார்:

"சிம்பிள். நோ ஸ்பெஷல் கார்னர்."

(சும்மா. எதையும் உத்தேசித்து அல்ல)

ரூத் நிம்மதியடைந்தாள்.

இருபது வயதென்று தான் கூறியதை இந்த மனிதன் தனக்கு நம்பிக்கை இல்லையென்று கூறிவிடுவனோ என்று எண்ணி அவள் பயத்துடன் இருந்தாளோ?

முதலாளி கேட்டார்:

"சிஸ்டர் யூ மேரீடு?"

(சகோதரி, நீ திருமணம் ஆனவளா?)

கோபத்தை அடக்கிக் கொண்டு ரூத் கூறினாள்: "நோ!"

முதலாளி விடவில்லை: "வை நாட் கண்டக்ட் மேரேஜ் அன்ட் என்ஜாய்?"

(திருமணம் செய்து கொண்டு நலமாக வாழ வேண்டியது தானே?)

ரூத் கோபத்தில் வெடித்தாள்:

"வை டூ யூ ஆஸ்க் ஸச் கொஸ்டின்ஸ்?"

(இப்படியெல்லாம் ஏன் கேட்கிறீர்கள்?).

முதலாளி அற்பமாகக் கூறினார்:

"சிஸ்டர், மி மேரீடு, நாட் ட்ரையிங் ஃபார் தாட் கார்னர்."

(சகோதரி நான் திருமணமானவன். அந்த உத்தேசத்தில் கேட்கவில்லை)

ரூத் தரையில் விழுந்த பொரித்த அப்பளம் போல் சிதறினாள். அந்நேரம் அலுவலக அறையில் தொலைபேசி மட்டும் ஒலிக்கவில்லையென்றால் அவள் பஞ்சாக்கினி வளர்த்து அதில் பாய்ந்திருப்பாள்.

ரூத் சென்றவுடன் முதலாளி பையனிடம் கேட்டார்:

“எப்படிடா?”

பையன் கூறினான்:

“நீ அவளை வழிக்குக் கொண்டு வந்துவிட்டாய்!”

முதலாளி காதல் கசிகின்ற குரலில் கூறினார்:

“கன்று படிந்து விடும் போல் தோன்றுகிறது.”

நீண்ட நேரத்திற்குப் பிறகு ரூத் வெளியே வந்தாள். அவள் சொல்ல வந்தது முதலாளிக்கு மகிழ்ச்சியைக் கொடுக்கும் செய்தி அல்ல.

‘துரை அதிகாலையிலேயே குடும்பசமேதராகக் காஷ்மீருக்குப் புறப்பட்டுச் சென்று விட்டார். ஒரு வாரத்திற்குப் பிறகுதான் திரும்பி வருவார். அவர் திரும்பி வந்தவுடன் சொல்ல வேண்டிய செய்தி ஏதாவது.....’

முதலாளி எழுந்தார். உறுதியான குரலில் ரூத்திடம் கூறினார்: “சிஸ்டர், மி ஸீ ஸுண்.”

(சகோதரி, விரைவில் மீண்டும் சந்திப்போம்)

கம்பெனியிலிருந்து வெளியே வந்த முதலாளி ஒரு நிமிடம் தயங்கி நின்றார். கேட் அருகே கூர்க்காவைக் கண்டவுடன் பையனிடம் கூறினார்: “இங்கேயே நில்லுடா பையா! நான் இதோ வந்திடுறேன்.”

முதலாளி நேராகக் கூர்க்காவிடம் சென்று அல்லோ அல்லோ (ஹலோ) என்று கூறி அவனது தோளில் கை போட்டார். அவன் புகைப்பதற்காக ஒரு சிகரெட்டைக் கொடுத்துவிட்டு மெதுவான குரலில் பேசத் தொடங்கினார். கூர்க்கா கைகளால் சைகை காட்டிக் கரகாட்டம் ஆடினான். முதலாளி தலை அசைத்தார். பையனைக் கூப்பிட்டார்: “வாடா...”

டாக்சியில் ஏறிய பிறகு முதலாளி கேட்டார்: "தோரான்னு சொன்னா என்னடா?"

பையனுக்குப் புரியவில்லை:

"தோரா?"

"ஆமாடா, அது ஒரு நம்பராக்கும்."

பையன் சொன்னான்: "தேராவா இருக்கும்"

"என்ன வெங்காயமோ, அதுக்கு அர்த்தம் சொல்லு."

"பதிமூணு"

முதலாளி கேட்டார்: "அப்புறம் கோடர்மாளுன்னு ஒருரோடு இருக்குதா?"

"இருக்குதே."

"அப்படின்னா, அந்த ரோட்டில இருக்கிற பதிமூணாம் நம்பர் வீட்டுக்கு வண்டியை விடச் சொல்லு."

பையன் அவ்வாறே செய்த பிறகு கேட்டான்: "என்ன விஷயம்? அது யாரோட வீடு?"

முதலாளி கூறினார்: "பேசாம உட்காருடா."

கோடர்மல் சாலையில் பதின்மூன்றாம் எண் வீட்டின் முன் கார் நின்றது. பெரிய பங்களா. முன்பக்கம் அழகான தோட்டம்.

காரிலிருந்து இறங்கி முதலாளி முன்னே நடந்தார். பூந்தோட்டதிற்குள் நுழைந்தார். பூஞ்செடிகளையும் நடை பாதையையும், பாதையில் ஒரு வளைவையும் கடந்த போது, எதிரே வராந்தாவில் பிரம்பு நாற்காலியின்மீது ஒரு வெள்ளைக்காரத் துரை அமர்ந்திருக்கிறார்.

முதலாளி உரக்கக் கூவிக் கொண்டே ஓடிச் சென்று வராந்தாவில் ஏறினார்:

"அல்லோ! மார்ஷல் ஃப்ரண்ட், ஃப்ரண்ட்!"

(ஹலோ மார்ஷல், என் அன்பு நண்பா!)

துரை மலைத்துப்போய் நின்று விட்டார். அவருடைய முகம் வெளுத்து விட்டது. எதையோ சொல்வதற்குப் பீடிகை போடுவது போல் விக்கி விக்கித் தொடங்கும்போது முதலாளி

கூறினார்:

"ஆல் பிஸ்னஸ்மேன் தீஃப். யூ தீஃப், ஐ தீஃப். நோ ஆங்கர் ஃபார் தாட் கார்னர்."

(எல்லா வியாபாரிகளும் திருடர்கள்தான். நீயும் திருடன், நானும் திருடன் அதனால் எனக்குக் கோபம் எதுவும் இல்லை)

துரை கூறினார்: "டெறிப்ளி ஸாரி மிஸ்டர். இட்டூப்பு."

(நான் வருத்தப்படுகிறேன் மிஸ்டர். இட்டூப்பு)

முதலாளி அதை ஏற்றுக் கொள்ளவில்லை:

"நோ ஸாரி, கமிங் கேரளா கார்னர். தவுசண்ட் மைல்ஸ். கிவ் ஏஜன்சி. நோ ஏஜன்சி இட்டூப்பு நோ கோயிங்."

(வருந்த வேண்டிய அவசியமில்லை. ஆயிரக் கணக்கான மைல்களுக்கு அப்பாலுள்ள கேரளாவிலிருந்து வந்துள்ளேன். எனக்கு ஏஜென்சி கொடு, இல்லையென்றால் நான் போக மாட்டேன்)

வெள்ளைக்காரத் துரையின் முகத்தில் நிம்மதியாகிய வெயில் படர்ந்தது. முகம் மீண்டும் பழைய நிறத்தை அடைந்தது. துரை கூறினார்:

"குட்னஸ் ஐ..."

முதலாளி கூவினார்:

"நோ குட். ஆல் பிஸினஸ் மேன் தீஃப். கம் ஆஃபீஸ் டுமாரோ, கிவ் ஏஜன்சி. ரெஸ்ட் டுடே. யெஸ்?"

(அது முடியாது. வியாபாரிகளே திருடர்கள்தான். நாளை அலுவலகத்திற்கு வந்து எனக்கு ஏஜன்சியை கொடு. இன்று ஓய்வெடு, சரியா?)

துரை முதலாளியின் கையைப் பிடித்துக் குலுக்கினார். அவரது கண்களில் கண்ணீர் நிரம்பியிருக்கிறதோ என்று ஐயமாக இருந்தது.

"சர்ட்டன்லி மிஸ்டர் இட்டூப்பு. ஐ வில் டு தாட். எக்ஸ்கியூஸ்மி ஃபார்..."

(கண்டிப்பாக மிஸ்டர் இட்டூப்பு. நான் அப்படியே செய்கிறேன். மன்னித்து விடுங்கள்)

துரை சொல்லி முடிப்பதற்குள் முதலாளி கூறினார்:

"நோ எக்ஸ்கியூஸ், யூ பிக் தீஃப்! டுமாரோ ஆஃபீஸ் கார்னர், கிவ் ஏஜென்சி."

(உன்னை மன்னிக்க முடியாது. நீ ஒரு பெரிய திருடன்! நாளை அலுவலகத்துக்கு வந்து ஏஜென்சி கொடு)

துரை பிரமித்து நிற்கும் போது முதலாளி விறைப்புடன் திரும்பி நடந்தார்.

திரும்பிக் காரில் வரும்போது முதலாளி கேட்டார்: "அவனோட ஆட்டம் அடங்கி விட்டதாடா பையா?"

பையன் கூறினான்: "முதலாளி எனக்குச் சொல்வதற்கு வார்த்தைகள் இல்லை, இதை நான் எழுதி வச்சுக்கறேன்."

முதலாளி கேட்டார்: "டேய் நேத்து ராத்திரி நாம சாப்பிட்ட குதாம் இல்லையா?"

"தாமுவின் ஹோட்டல் தானே?"

"ஆமாடா, அங்கே அப்பளவடை கிடைக்குமா?"

"கிடைக்கும்."

"இறைச்சி வறுவல்?"

"இருக்கும்."

"வேகவைத்த வாத்து முட்டை?"

"கிடைக்குமே."

முதலாளி கூறினார்: "அப்படின்னா நாம ஒண்ணு செய்வோம்."

"என்ன செய்யணும்?"

"ஓர் அம்பது அப்பளவடை, ரெண்டு கிலோ இறைச்சி, இருபத்தஞ்சு வாத்து முட்டை இதெல்லாம் வாங்கிட்டுப் போவோம்."

பையன் கேட்டான்: "எதுக்கு?"

முதலாளி கூறினார்: "நாம இதைக் கொண்டாட வேண்டாமா? வேணும்னா கால்பாட்டில் விஸ்கியும் வாங்கலாம்டா."

☯

பாங்காக்கில் ஓர் இரவு

பையன், சைகோணிலிருந்து பாங்காக்கை நோக்கிப் பறந்து கொண்டிருக்கும் வேளையில் பத்திரிக்கைக்கு அனுப்ப வேண்டிய அவசரச் செய்தியின் ஆரம்ப வரிகளை எழுதினான்: 'இது அமெரிக்காவின் யுத்தமல்ல கிட்டதட்ட ஒரே ஒரு மனிதர் நான்கு லட்சம் ஜி.ஐக்களுக்கு எதிராகப் போராடி வெற்றி பெற்றார். ஜெனரல் கீயப். ஃபோறின் ரீஜியன் என்ற செல்வாக்கு மிக்க பிரஞ்சுப் படையை, தீயன்பியன் ஃபூவில் வைத்துத் துவம்சம் செய்த இந்த உக்கிரன், ஆதி உக்கிரனை விடப் பத்து மடங்கு.....'

பக்கத்து சீட்டில் இருந்த வெள்ளைக்காரன் அமெரிக்கன் ஆக்ஸன்டில் கேட்டான்:

"யார் அந்த ஆதி உக்கிரன்?"

"சொன்னால் உனக்குத் தெரியாது?"

"பரவாயில்லை சொல், தெரிந்து கொள்கிறேன்."

"சிவன்."

வெள்ளைக்காரன் ஆலிலை போன்று ஆடினான்.

கண்களை மூடி சிலுவை வரைந்தான். கோட்டின் உள்பாக்கெட்டிலிருந்து குன்னம்குளம் ஏ.ஆர்.ஓ. அச்சகம் வெளியிட்ட சிவபுராணத்தை எடுத்து வாசிக்கத் தொடங்கினான்.

இருள் கலந்த அந்திச் சிவப்பில் பாங்காக் குளித்து நின்ற போது, விமானம் தரையைத் தொட்டது. பையன் கோச்சுக்குக் காத்து நிற்காமல் டாக்சியில் ஏறி நகருக்குள் நுழைந்தான்.

ஓவர்சீஸ் டெலிகிராப் அலுவலகத்திலிருந்து திரும்பும்போது காரிருள் கவிந்து விட்டது. ஹோட்டல் அறைக்குச் செல்லத் தீர்மானித்தான். நகரத்தைச் சுற்றியடித்து நைட் கிளப்புகளுக்குச் செல்வதை நாளை பார்த்துக் கொள்ளலாம் என்று முடிவு செய்தான்.

மூன்றாவது தளத்திலுள்ள அறைக்கு வந்து, ஷவரில் குளித்து விட்டு உடைமாற்றினான். ட்ரைமார்டினிக்குக் கட்டளை பிறப்பித்தான்.

அது தொண்டையிலிருந்து நேராக இறங்கிச் சென்று சாம்பல் மூடிக்கிடந்த பசிக் கங்குகளைக் கிளறிவிட்டது.

வெள்ளை நிற வாமனனாகிய தாய்லாந்து ஸ்டூவேர்டு இரண்டாவது முறையாக அறைக்கு வந்தபோது பையன் கூறினான்:

"எனக்கு டின்னர் வேண்டும்."

"அறையிலா, டைனிங் ஹாலிலா, சார்?"

"இந்தத் தளத்தில் டைனிங் ஹால் இருக்கிறதா?"

"இருக்கிறது சார்."

"ட்ரஸ் ரகுலேஷன்?"

"இல்லை சார்."

"அப்படியென்றால் நான் வருகிறறேன்."

"அட் யுவர் ஸர்வீஸ், சார்."

புஷ்ஷர்ட்டும், காலுறையும் செருப்பும் அணிந்து கொண்டு ஏக்கர் கணக்கில் விரிக்கப்பட்டிருந்த இரத்தினக் கம்பளத்தின் மேல் நடந்து ஹாலை அடைந்தான். வெளியே நதியும், நதியின் அக்கரையில் நகரமும் தெரிந்தன. வெள்ளைத் துணி விரிக்கப்பட்ட மேசைகள் பலவும் காலியாக இருந்தன. ஆங்காங்கே ஒன்றிரண்டு பேர் அமர்ந்து அமைதியாக உணவு உண்கின்றனர். முந்தி வந்த பறவைகளுள் ஒருவனாகப் பையன் ஒரு மூலையில் கிடந்த மேசையில் போய் அமர்ந்து கொண்டான்.

வெள்ளித் தட்டுடன் ஒரு பேரர் வந்தான். தட்டில் மெனுகார்டு என்ற பெரிய நூலொன்று இருந்தது, டீலக்ஸ் எடிஷன். மூலமொழி. தனிப்பிரதி.

ஏட்டைக் கையிலெடுத்தபோது பேரர் சொன்னான்:

"சார், இசைநிகழ்ச்சி எட்டு மணிக்குத்தான் தொடங்கும். அது தான் பிரபலமானவர்கள் வரும் நேரம்."

பையன் புன்னகைத்தான்: "அதற்குள் நான் நித்திரைக்குள் அடைக்கலம் புகுந்திருப்பேன். ஒருவேளை, தூக்கத்தில் நான் கேட்பது கேசான் குன்றுகளிலிருந்து புறப்படுகின்ற வியட்கோங்கின் மோட்டார்களின் சத்தமாக இருக்கும்."

நூலில் ஒன்றாவது மற்றும் இரண்டாவது அத்தியாயங்களில் இருந்து சிலவற்றைத் தேர்ந்தெடுத்தான். டர்டில் சூப், வேகவைத்த முருங்கைக்காய், ப்ரஸ்ட் ஆப் லாம்ப் என்று சொல்லுகின்ற லோக்கல் கசாப்புக்காரன் அபுக்காவினுடைய கொழுத்த ஆட்டின் ரப்பர் இறைச்சி.

ஒளி பொருந்திய மிகப்பெரிய ஒரு படிகம் கண்ணுக்குத் தெரியாத இடத்திலிருந்து சிதறிப் பிரகாசிப்பதைப் போன்று, கண்ணாடிச் சாளரங்களுக்கு வெளியே நதியும் நகரமும் வெளிச்சத்தில் குளித்து நிற்கின்றன.

'நாளை நடு இரவுக்கு முன்பு நகரத்தின் பெரும்பாலான பகுதிகளை சுற்றிப்பார்த்து விட வேண்டும்.' பையன் தனக்குள் கூறிக்கொண்டான்.

சூப் குடிக்கும்போது முன்பக்கம் ஏதோ நிழலாடுவது தெரிந்தது.

கறுப்பு டாக்ரோண் மினிஸ்கர்ட் அணிந்த ஒரு தாய்லாந்து அழகி இரண்டு மேசைகளுக்கு அந்தப்பக்கம் ஹாலின் குறுக்கே நடந்து செல்கிறாள்.

ஒரு முறைதான் பார்த்தான். அதன்பிறகு அந்த உருவம் கண்ணிலிருந்து மறையவில்லை.

மஞ்சள் கலந்த வெள்ளை நிறம், ஆழமான நீலக்கண்கள். குழந்தை போன்று மென்மையானதும் இலேசானதுமான உதடுகள். பாம்பு போன்று மேல் நோக்கிச் சுற்றிச் செல்லுகின்ற கூந்தல்.

லாஞ்சியிலிருந்து உணவுக் கூடத்தைப் பிரிக்கின்ற கண்ணாடிக் கதவுக்கு அருகில் இடப்பட்டிருந்த கறுப்பு நிற மேசையை அடைந்தவுடன் அவளது நடையொழுக்கு நிலைத்தது.

முகத்தில் எவ்வித பாவனையுமின்றி பேரர் கூறினான்:

"சார், வரவேற்பறையில் பணிபுரிபவள்."

"ப்ளீஸ் கிவ் த யங் லேடி மை காம்லிமெண்ட்ஸ்."

"வெரி குட்! சார்."

பேரர் தலைகுனிந்து பின் நிமிர்ந்து செல்கிறான். ஹாலைக் கடந்து மேசையின் ஓரத்தில் சென்று, நின்று ஏதோ கூறுகிறான். அவள் பையனின் மேசையை நோக்கித் திரும்புகிறாள். தலை தாழ்த்தியவுடனே அவள் சிரித்தாள்.

பேரர் திரும்பி வந்து கூறினான்:

"ஏற்றுக்கொண்டாள் சார், ஒன்பது மணிக்கு அவளது வேலை முடிந்து விடும்."

"ஓ.."

"சார், அறை எண்ணைச் சொல்லிவிடவா?"

"கண்டிப்பாக!"

விளக்கை அணைத்து விட்டுத்தான் படுத்திருந்தான். எதிர் பார்ப்புகள் இருந்தாலும் கண்கள் கூம்புகின்றன.

வாசல் கதவில் மெதுவாகத் தட்டப்படும் ஓசை கேட்டவுடன், நிறைய நேரமாகி விட்டதுபோல் தோன்றியது. "கம் இன், ப்ளீஸ்!"

பையன் படுக்கையில் எழுந்து உட்கார்ந்தான். பின்பக்கச் சாலையிலுள்ள நியான் விளக்கின் மங்கிய வெளிச்சத்தில் மினிஸ்கர்ட் மெதுவாகத் தெளிந்து வந்தது. டைம்ஸ் இதழில் படித்தது நினைவுக்கு வந்தது. 'நடை உடை பாவனைகள் மாறி விட்டன, இப்போது தொடைதான் எல்லை.'

(தை ஈஸ் த லிமிட்)

பையன் சுவரில் சுவிட்சைத் தேடிப்பிடித்து விளக்கைப் போட்டான்.

கையில் கனமான பேக்கைத் தொங்க விட்டிருக்கின்ற, தாய்லாந்து அழகியின் நீலக் கண்களைப் பார்த்தவாறு தரையில் காலூன்றி நின்றான்.

அவளது அசைவுகள் வேகமாக இருந்தன. அவசரமாகப் புன்னகைத்தாள். விரைவாகப் பேசினாள்:

"நான் நான்கு மணிக்குப் போக வேண்டும்."

மரியாதை நிமித்தம் பையன் கேட்டான்:

"ஏன் அவ்வளவு சீக்கிரம்?"

அவள் கூறினாள்:

"ஆறு மணிக்கு விமானம் வந்துவிடும்."

"யார் வருகிறார்கள்?"

அவள் பேக்கைத் திறந்து ஒரு பாஸ்போர்ட் சைஸ் ஃபோட்டோவை எடுத்து அவனிடம் நீட்டினாள். இளைஞனான ஓர் இராணுவ வீரனின் புகைப்படம்.

பையன் கேட்டான்:

"யார் இவன்?"

புகைப்படத்தைத் திரும்ப வாங்கிய அப்பெண் அதில் முத்தமிட்டாள். கவனமாக அதைப் பேக்கினுள் வைத்தபிறகு கேட்டாள்:

"ஆள் எப்படி?"

பையன் கூறினான்:

"ஹான்ஸம் சாப்."

அவள் ஓரடி முன்னே வந்தாள். மதிமறந்து சிரித்தவாறு மென்மையாகக் கூறினாள்:

"என் கணவர். வியட்நாமில் இருக்கிறார்."

"ரியலி?"

"வாரக் கடைசியில் என்னைப் பார்ப்பதற்காக வருகிறார். அவர் வந்தவுடன் நாங்கள் நேராக எங்கள் கிராமத்துக்குச் சென்று விடுவோம்."

பையன் ஆசையோடு அவளைப் பார்த்தபோது அவள் கூறினாள்:

"அதனால் நான் நான்கு மணிக்குக் கண்டிப்பாக போக வேண்டும். வருந்த வேண்டாம். வரவேற்பறையில் உள்ள எனது தோழி என்னைத் தொலைபேசியில் அழைத்து எழுப்பி விடுவாள்."

"நல்லது!"

மினி ஸ்கர்ட்டிலிருந்து முக்தி பெறும்போது தாய்லாந்து அழகி கூறினாள்:

"உங்களுக்கு அதிர்ஷ்டம் இருக்கிறது."

"என்ன அதிர்ஷ்டம்?"

"இன்று இங்கே வருவதற்கான அதிர்ஷ்டம், நாளையென்றால் நான் இருக்க மாட்டேன். கடவுளுக்கு நன்றி."

விரலை சுவிட்சுக்கு நேராக நீட்டி, உடலை நிமிர்த்தி, அலுப்பு நீக்கும்போது பையன் கூறினான்:

"கணவனுக்கு நன்றி!"

அமரன்

இரவு உணவை முடித்துக் கொண்டு நகரின் நடுவே அமைந்துள்ள மைதானத்தில் போய் உட்கார்ந்தனர். மேலே பார்த்தவாறு இட்டூப்பு முதலாளி கூறினார்:

"ஆகா என்ன அழகு!"

"என்னது?" பையன் கேட்டான்.

"நம்ம ஆகாயந்தான், மேல பாருடா."

பையன் பார்த்தான். அழகான காட்சி. நட்சத்திரங்கள் அடங்கிய பால் வீதி, மாடர்ன் பிரட் முதலிய எழிலுருக்கள் நிறைந்து வானம் அழகோவியமாகக் காட்சியளித்தது. அதைக் கண்ட ஆவலில் பையன் கூறினான்:

"தாரகையாம் பால்துளிகளொடு குளிர் தங்கிய கூதிர்கால ஆகாயம்."

வார்த்தை ஜாலங்கள் முதலாளிக்கு பிடிக்காது. இட்டூப்பு கேட்டார்:

"என்ன சொன்னாய்? என்ன சொன்னாய்?"

"தாரகையாம் பால்துளிகளோடு குளிர்தங்கிய கூதிர்கால ஆகாயம்."

"அப்படீன்னா என்னடா?"

"ஒண்ணுமில்ல, நட்சத்திரங்கள் நிறைந்த வானம். அவ்வளவு தான்."

"அதை முதலிலேயே சொல்ல வேண்டியது தானே! வாதப் பிரதிவாதம் போல என்னென்னவோ சொல்றியே அது ஏன்?"

"இலக்கிய நடையில சொன்னேன்."

இட்டூப்பு கூறினார்:

"டேய், நீங்க இந்த இலக்கியவாதிகள் இருக்கீங்களே, பொறுக்கிகளான நீங்க இந்த நாட்டையே கெடுத்துருவீங்கடா. உங்களால எதையுமே நேரடியாகச் சொல்ல முடியாதா?"

பையன் பேசாமல் இருந்ததால் முதலாளி தொடர்ந்தார்:

"நட்சத்திரங்கள் நெறஞ்ச ஆகாயம் அவ்வளவுதான். இதுக்குப் போய் நீ தாரா, கோழின்னு சொல்லிட்டிருக்க. புரியும் படியா ஆகாயம்னு ஒரு வார்த்தை சொன்ன பார்த்தியா அதுக்காக இயேசு உன்னைக் காப்பாத்துவார். வேறு பொறுக்கிகள் அதையும் சொல்லமாட்டாங்க அதை விட்டுட்டு மீதியெல்லாம் இலக்கிய நடையில எடுத்து விடுவாங்க. கொலையே செஞ்சாலும் சொல்ல மாட்டாங்க, அப்படித்தானடா?"

பையன் கூறினான்:

"டேய் இட்டுப்பா! நீயும் ஹெமிங்வே மாதிரியான இலக்கியவாதிதான்."

"யாருடா அந்த ஹெமிங்வே? கிழவனும் கடலும் எழுதியவனா?"

"அந்தக் கிறிஸ்தவக்காரந்தான், நீ படிச்சிருக்கியா?"

முதலாளியின் அச்சமூட்டும் குரல்:

"டேய், எனக்கு... எனக்கு வேற வேலை இருக்குது கேட்டியா. புத்தகத்தை கடையில் பார்த்தேன். அதனால சொன்னேன்."

"அப்படீன்னா நீ அதைப் படிக்கணும்."

"சரி பார்க்கலாம், கிறிஸ்தவக்காரன் என்ன செய்தான்னு முதல்ல சொல்லு."

பையன் கூறினான்:

"அவர் ஒரு புத்தகம் எழுதினார் என்றால் அதோட கையெழுத்துப் பிரதியைக் குறைஞ்சது ஒரு வர்ஷமாவது பெட்டிக்குள்ள பாதுகாப்பா வெச்சிருப்பார். அதுக்குப் பிறகு அதை வெளில எடுத்து படிப்பார் எல்லா அடைமொழிகளையும் அடித்து விடுவார். அதுக்குப்பிறகு அச்சகத்துக்கு அனுப்புவார்."

முதலாளி கேட்டார்:

“அப்படின்னா... பார்த்தது ஆகாயமாக இருந்தால் அவர் ஆகாயம்னுதான் எழுதுவார், தாராவையும், கோழியையும் அடிச்சிடுவார், அப்படித்தானடா.”

“அதே தான் ஆங்கில இலக்கிய வகுப்புல பேராசிரியர் சொல்ற மாதிரி, பெயருக்கு எதிரியான அடையை, ஹெமிங்வே கருணையின்றிக் கொன்று விடுவார்.”

“நான் சொன்னதேதான்.”

“ரைட் யூ ஆர், மிஸ்டர் இட்டூப்பு.”

முதலாளி கூறினார்:

“அதனாலத்தான்டா அறிவாளிகள் எல்லாம் ஹெமிங்வே புத்தகத்தை வாங்கிப் படிக்கிறான். அதுவும் இதுவும் சொல்லாம நேரா விஷயத்துக்கு வந்துடுவான், எப்படி?”

“விஷயத்துக்கு வந்துடுவான்.”

“உன்ன மாதிரி பொறுக்கி இலக்கியவாதிங்க சொல்வதை மட்டும் எழுதறது இல்லை, வேண்டாததெல்லாம் எழுதுவீங்க, நாடக வசனம் மாதிரி, எப்படி?”

இட்டூப்பு சொல்வதில் வார்த்தைக்கு வார்த்தை உண்மை இருக்கிறதென்று பையன் ஒத்துக் கொண்டான்.

முதலாளி கேட்டார்:

“அதிக நேரமாயிற்றோ?”

“ஒன்பது மணியாகிறது.”

“அடுத்து என்னடா செய்யலாம்?”

பையன் கூறினான்:

“ஏதாவது செய்யலாம்.”

“நீயே சொல்லு.”

“சினிமாவுக்குப் போகலாமா?”

“நான் வரலை, வேற ஏதாவது சொல்.”

“நாடகம் பார்க்கப் போகலாமா? இலக்கிய கர்த்தாக்களோட வசனம் இருக்கும்.”

"அது எங்கே நடக்குது?"

"ஜோஸ் தியேட்டர்ல."

"என்ன நாடகம்டா?"

பையன் கூறினான்:

"புராணக் கதைதான். தமிழ் நாடகம், பேரு சத்தியவான் சாவித்திரி. சிங்கங்களான கட்ட பொம்மன்கள் நாடகமென்று சொல்லி இதை நடிக்கிறாங்க."

முதலாளி எழுந்துவிட்டார்:

"வாடா உடனே போவோம் நல்ல தமிழ் கேட்டு எவ்வளவு நாளாயிட்டுது."

நடந்தார்கள். ஜோஸ் தியேட்டருக்குள் நுழைகிறார்கள். சமூகத்தில் இட்டூப்புக்கு இருக்கும் மரியாதையின் காரணமாக அவர்களுக்கு இரண்டாம் வரிசையில் இடம் ஒதுக்கப்படுகிறது. முன்வரிசையில் பெருந்தலைகள் எல்லாம் வீற்றிருக்கிறார்கள். முனிசிப்பல் சேர்மன், கலெக்டர், சப்-கலெக்டர், டி.எஸ்.பி, டி.வை.எஸ்.பி, சர்க்கிள், ஸ்கொயர், ட்ரையாங்குலர்...

இனிய இசையுடன் நாடகம் தொடங்குகிறது. பையனது மொழிபெயர்ப்புக்கு ஏற்றவாறு முதலாளி தலையாட்டித் தொடையில் தாளமிடுகிறார்.

நாடகத்தின் இறுதிக் கட்டம். திரைச்சீலைக்கு எதிரே மூன்று பாத்திரங்கள். மனைவியின் மடியில் மரணித்துக் கிடக்கின்ற சத்தியவான். அவனது உயிரைப் பாசக்கயிற்றில் பிணைத்து நிற்கின்ற எமன். பதியின் உயிருக்காகப் புலம்பி மன்றாடுகின்ற பதிவிரதை சாவித்திரி.

அரங்கம் கைக்குட்டைகளைக் கையிலெடுக்கின்ற சந்தர்ப்பம்.

சாவித்திரி உள்ளம் உருகிக் கதறுகிறாள்:

'என் கணவன் உயிர் தருவாயா

வீர பாண்டிய கட்டபொம்மா-

ராஜதிராஜ எமராஜா-

ராஜவர்மா ராஜநீதி சிகாமணி...

தர... நாம்...'

தீப்பொறி பறக்கும் ஹார்மோனியம், முழங்கும் மிருதங்கம்.

முதலாளி கேட்டார்:

"பாட்டு முடிஞ்ச ஊடனே அந்தத் தடியன் எமன், சத்தியவான் உயிரைத் திரும்பக் கொடுப்பானா?"

பையன் முணுமுணுத்தான்:

"அவ்வளவு சீக்கிரத்துல கொடுத்துற மாட்டான்."

"அப்படியா!"

பட்ட பாட்டையெல்லாம் பாட்டாகப் பாடுகிறாள் சாவித்திரி. எமன் இரங்குவதாக இல்லை. அது மட்டுமல்லாமல் உயிர் பிணைத்த கயிறோடு கிராதகன் நடக்கத் தொடங்குகிறான்.

அரங்கில் கைக்குட்டைகள் மூக்கையும், கண்களையும் தேடி உயர்கின்றன.

இட்டேப்பு எழுந்தார்:

"நில்லுடா இதோ நான் வாரேன்."

முதல் வரிசையை வலம் வந்து முதலாளி மேடையில் ஏறினார். நாடகம் நிலைத்தது. அரங்கம் திகைத்தது.

இட்டேப்பு எமனிடம்:

"உயிரைக் கொடுடா!"

எமன் ஓரடி பின்வாங்கினான்!

(அரங்கம் திகைத்து நிற்கிறது)

முதலாளி எமனிடம்:

"ஒரு பொண்ணு எவ்வளவு நேரமா கணவனோட உயிருக்காகப் பாட்டுப் பாடுறா? உயிரைக் கொடுடா!"

எமன் செய்வதறியாது மலைத்து நிற்கிறான்.

(அரங்கம் திகைத்து நிற்கிறது)

கண்களில் கொலைவெறியுடன் இட்டேப்பு முன்னேறினார், ஆக்ரோஷம்.

"உயிரைக் கொடு!"

கயிற்றைத் தரையில் வீசி எறிந்துவிட்டு மேடையின் பின்பக்கமாகப் பாய்ந்து ஒல்லூர், ஆம்பலூர், புதுக்காடு வழியாக எமதர்மராஜன் நாடு கடந்தான்.

பையனது குறிப்பு:

'அதன் பிறகு இதுவரை திருச்சூரில் மரணம் என்பதே நிகழவில்லை.'

ஹிப்பினி

நதிக்கரையிலுள்ள கலாமண்டல ஆண்டுவிழாவின் இரண்டாவது நாள். நாயர்கள் சகலகலா வல்லவர்களாகத் தலைநிமிர்ந்து நடக்கின்ற காலகட்டம். ஆகையால் மரணம்வரைக் கலைநிகழ்ச்சிகள் ஊண்டு. அதாவது விடிய விடியக் கதகளி நடைபெறும். நளசரிதம் மூன்று மற்றும் நான்காம் நாள் கதை. ஒருவேளை உண்ணாயி வாரியாரும் வருவார் என்று பேசிக்கொள்கிறார்கள். இத்தனையும் கேட்ட பிறகு பையனுக்கும் பையனது சீடனாகிய சின்னப் பையனுக்கும் பொறுமை இல்லை. நடந்து கொண்டே நாராயணா நாமம் பாடி ஷொரணூர் பாலத்தைக் கடந்தனர். கூராயணா என்று நிந்தனை தொடங்குவதற்குள் கலாமண்டலத்தின் முன்னே உள்ள சாலையை வந்தடைந்தனர். கூடவே அந்திப்பொழுதும் வந்து சேர்ந்தது. கலாமண்டலத்திற்குள் ஒன்பது மணிக்குத் தொடங்கவிருக்கின்ற நளசரிதத்திற்கு முன்னோடியாகச் சிறுசிறு கலைநிகழ்ச்சிகள் நடந்து கொண்டிருக்கின்றன. அப்போது நீண்ட மூக்கும் மெலிந்த உடலும் கொண்ட அழகன் சின்னப்பையன் கேட்டான்:

"நமது நிகழ்ச்சி?"

"சிங்கிள் டீ" - பையன் கூறினான் - "மீதியுள்ள கலை நிகழ்ச்சிகள் காணல். சாப்பாடு. அதன் பிறகு கண்குளிர நளசரிதம் கதகளி. என்ன சொல்கிறாய்?"

சின்னப்பையன் சம்மதித்தான். சாலையோரம் முதலில் தெரிந்த தேநீர் கடைக்குள் நுழைந்தனர். பெஞ்சில் உட்கார்ந்த பிறகுதான் எதிரே பார்த்தனர். ஆச்சரியம் தோன்றியது. எதிர் பெஞ்சில் ஒரு குண்டான வெள்ளைக்காரி குனிந்தவாறு நேந்திரம் பழம் தின்றுகொண்டிருக்கிறாள். நாற்பது வயது மதிக்கத் தக்க வெளிநாட்டுப்பெண். செம்பட்டை முடி. கிராமப்புற டீயின் நிறம். வெள்ளையில் நீலநிறப் புள்ளிகள் நிறைந்த மேலங்கி. ஒரு கேன்வாஸ் தோள்பையை மேசைமேல் வைத்திருக்கிறாள்.

மூச்சுக் காற்றை விட நேராகச் சின்னப் பையன் கூறினான்:

“ஹிப்பியென்று தோன்றுகிறது.”

பையன் கடிந்து கொண்டான்:

“ஹிப்பினி என்று சொல்.”

“சரி ஹிப்பினி.”

பின்னணி நளசரிதமாக இருப்பதால் வாரியாரின் பாணியில் பையனுக்கும் வார்த்தைகள் வந்து விழுந்தன:

‘பருத்த உருவுடையாளே பாரெல்லாம் சஞ்சரிப்பவளே.

கேட்பாய் நீ ஹிப்பிணி.

தூய வெள்ளைக்காரி நீ

அவள், பையன்களை அலட்சியமாகப் பார்த்துக் கொண்டு ஆவலோடு நேந்திரம் பழம் தின்றுகொண்டிருந்தாள். வாயிலிருந்தும் கன்னத்திலிருந்தும் ஓசையெழுந்தது. ஏதோ ஓர் ஒழுங்கீனம் இருப்பதாகப் பையனுக்குத் தோன்றியது.

சின்னப் பையன் கேட்டான்:

“என்ன செய்யலாம்?”

“வசனத்தை அள்ளி விடுவோம்.”

“சரி.”

வெள்ளைக்காரி மீண்டும் அப்படிப் பார்த்தபோது பையன் மெதுவாகப் புன்னகை புரிந்தான். ஹிப்பினி தலையாட்டினாளோ என்றொரு சந்தேகம். இந்த ஐயத்தை மையமாகக் கொண்டு பையன் உள்ளே நுழைந்தான்:

“ஃபரம் தி ஸ்டேட்ஸ், ஐ ஸப்போஸ்?”

(அமெரிக்காவிலிருந்தா?)

எடுத்த எடுப்பில் குண்டம்மா பொய் கூறினாள்:

“நோ - பிரிட்டீஷ்.”

(இல்லை- இங்கிலாந்துக்காரி)

'அதைவிடு'- பையன் நினைத்தான். 'பொய் கூறுபவள் புளுகுணி. சற்று நேரத்தில் உன் சாயம் வெளுக்கப்போகிறது. கவனமாக இரு. எங்களுடைய நாட்டில், இந்தப் புண்ணிய பூமியில், படைத்தவனிடம் பொய்கூறிவிட்டுத் தப்பித்து விடலாம் என்று கனவில் கூட நினைக்க வேண்டாம்.'

பையன் சின்னப் பையனிடம் கூறினான்:

"கேட்டாயா? இவள் எலிசபெத் ராணிக்குச் சித்தியாம்."

நம்பிக்கைக்குரியவன் கூறினான்:

"அப்புறம், அமெரிக்க உச்சரிப்பு எங்களுக்குத் தெரியாதா என்ன?"

"இனி என்ன செய்வது?"

"வதம் செய்வோம்."

பையன் நுரை படர்ந்த சிங்கிள் டீயை உறிஞ்சிக்கொண்டு ஹிப்பினியிடம் கேட்டான்:

"கதகளி காண்பதற்கு வந்தீர்களா?"

நேந்திரம்பழம் சாப்பிட்டதால் குண்டம்மா கொஞ்சம் தெம்புடன் பதில் உரைத்தாள்:

"ஆமாம்."

"இதற்கு முன்பு கதகளி கண்டதுண்டா?"

"இல்லை."

சரி, பையன் நினைத்தான், பேச்சை மாற்றுவோம். கேட்டான்:

"நேந்திரம்பழம் எப்படி இருக்கிறது?"

"வெரி ஸ்வீட்.."

(இனிமையாக இருந்தது)

"அப்படியென்றால் இன்னொன்று சாப்பிடுகிறீர்களா?"

"ஓ, வேண்டாம்."

"அப்படிச் சொல்லிவிட முடியுமா."

முடிவு செய்வது நாங்கள் அல்லவா, பையன் தனக்குத்தானே கூறினான். பின்னர் கடைக்காரனுக்குக் கட்டளை பிறப்பித்தான்:

"துரையம்மாவுக்கு இன்னொரு பழம் கொடு."

கயிற்றில் தொங்கிய வாழைக் குலையைத் திருப்பி நுட்பமாக ஆராய்ந்து சிலப்பதிகாரம் கூறுகின்ற லட்சணங்கள் எல்லாம் பொருந்துகின்ற (ஏணுருண்டொரு நேந்திரன்) ஒரு பழத்தைக் கடைக்காரன் ஹிப்பினிக்குக் காணிக்கையாக்கினான்.

வெள்ளைக்காரி சிரித்தபோது உடம்பெல்லாம் குலுங்கியது. சிரித்திருக்க வேண்டியதில்லை என்று பையன்களுக்குத் தோன்றியது. ஏனென்றால் வெளியே தெரிந்தது நேந்திரம் பழத்தின் நிறமுள்ள பற்கள்.

குண்டம்மா கேட்டாள்:

"நீங்களும் கதகளி காண்பதற்கா."

இட்டூப்பின் பாணியில் பையன் பதிலுரைத்தான்:

"யெஸ், மி பையன். திஸ் ஃப்ரண்ட் சின்னப்பையன்."

(ஆமாம், என் பெயர் பையன். இவன் என் நண்பன் சின்னப் பையன்)

சின்னப் பையனும் விளையாட்டில் புகுந்து கொண்டான்:

"பையன் சார் மை குரு."

குண்டம்மாவின் பற்கள் மீண்டும் மின்னி மறைந்தபோது பையன்கள் தீர்மானித்தனர், இனி மேல் நகைச்சுவை சொல்லக் கூடாது.

பாலக்காட்டுக்காரர்களின் பாணியில் சொன்னால், ஹிப்பினி பழத்தை 'ருசிச்சுத்' தின்பதற்குள் பையன் மூவருக்கும் சேர்த்துக் காசு கொடுத்தான். வெள்ளைக்காரி தடுக்கவில்லை.

ஊர்வலம் செல்வதுபோல் மூவரும் சாலைக்குச் சென்றனர். அப்போது வெள்ளைக்காரியின் வேறு சில குறைபாடுகளையும் பையன்கள் கவனித்தனர். ரப்பர் செருப்பு தேய்ந்து தரை கண்டு விட்டது. வியர்வை நாற்றம் சகிக்க முடியாத அளவுக்கு வெளியேறுகிறது. நீண்ட தூரம் நடந்து வந்திருப்பாள்போலும் முட்டிக்கால் வரை செம்மண் தூசி படிந்திருக்கிறது.

அசௌளரியங்களைக் கண்டுகொள்ளாமல் பையன் ரகசிய மாகக் கேட்டான்:

"பையில் கஞ்சா இருக்கிறதா?"

ஹிப்பினி கூறினாள்:

"நோ."

சின்னப் பையன்: "கறுப்பு?" (அபின்).

"நோ."

பையன்: "எல். எஸ்.டி?"

"நோ."

"ஸோ யூ வார் ஹை அன்ட் ட்ரை, டியரி?"

(ஒன்று மில்லாதவளாக இருக்கிறாயோ)

வெள்ளைக்காரி சிரித்தாள். பையன் நீட்டிய சிகரெட்டை வாங்கி உதட்டில் பொருத்தி தீ கொளுத்தினாள். சற்றுத் தள்ளி நின்ற பையன் அவசர அவசரமாகச் சீடனுடன் மந்திராலோசனை நடத்தினான்:

"நாற்றம் வீசுகிறது. நழுவி விடலாமா?"

"நழுவலாம்."

ஆபத்தை அறிந்து கொண்டவள் போல் ஹிப்பினி கூறினாள்:

"ஷோ நடக்கும்போது எனக்கு நீங்கள் விளக்கிச்சொல்ல வேண்டும். நான் முதன் முதலாக கதகளி பார்க்க வந்துள்ளேன்."

தொடர்ந்து மந்திராலோசனை:

"மாட்டிக்கொண்டோமே!"

"என்னவொரு நாற்றம்."

"இனியென்ன செய்வது?"

"கொஞ்சம் 'போடலாமா'?"

பையன் ஹிப்பினியிடம் கூறினான்:

“ஷோ தொடங்குவதற்கு ஒன்பது மணி ஆகிவிடும். அதற்கிடையில் நாம் கொஞ்சம் மது அருந்தலாமே.”

வெள்ளைக்காரிக்குத் தயக்கமொன்றும் இல்லை. எளிதாகக் கூறினாள்:

“ஓகோ.”

“என்ன வேண்டும்? தென்னையிலிருந்து கிடைக்கின்ற கள்ளா? கள்ளில் இருந்து கிடைக்கின்ற சாராயமா?”

ஹிப்பினி கொஞ்சினாள்:

“முதலில், முதலில் சொன்னது.”

அவ்வளவு தான். பையன் நினைத்தான்,

‘முதலில் முதலாவது, பிறகு இரண்டாவதாம். அடியேய்! நீ யாரு செத்துப் போன குஞ்சிக்காவு மாமியா? விபச்சாரி!’

வெள்ளைக்காரி பையன்களுக்கு நடுவே பொசிஷனில் நின்றாள். கலாமண்டத்திலிருந்து ஒரு பர்லாங் மேலே உள்ள சாலையோரக் கள்ளுக்கடையை நோக்கி யாத்திரை தொடர்ந்தது. கிராமப்பகுதியாக இருந்ததால் வழிப்போக்கர்கள் உற்று நோக்கினர். ஹிப்பினியைத் தொட்டும் தொடாமலும் நடக்கும் வேளையில் மேனி முழுவதும் புளகாங்கிதம் அடையவில்லை, துர்நாற்றம் வீசியது. காற்றைக் கிழித்தவாறு முன்னேறுகின்ற வெள்ளைக்காரிக்கு இணையாகப் பையன்களும் முன்னேறினர்.

கடைக்குள் நுழைந்தவுடன் சமநிலை வந்தடைந்தது. கள்ளும், மீன் முள்ளும் மணத்தைச் சுழல விடுகின்ற இடுங்கிய அறையில் வெள்ளைக்காரியின் துர்நாற்றமெல்லாம் தூசுக்குச் சமம். ஹிப்பினி சளைக்கவில்லை.

ஆனால், கடைக்காரனின் வார்த்தைகளைக் கேட்டவுடன் சோர்வு தானே வந்து ஒட்டிக்கொண்டது.

“சரக்கெல்லாம் தீர்ந்து விட்டது சார்.”

பையன் தேம்பினான்:

“அப்படிச் சொல்லாதீர்கள், சாராயத்தின் விலை மிகவும் அதிகம்.”

“கள் இருக்கிறது. ஆனால் அடிக்கள்ளு, மட்டு.”

"அது போதும்."

"வெளிநாட்டவருக்கு நாம் மோசமான பொருளைக் கொடுக்கலாமா? அது கெட்ட பெயரை ஏற்படுத்தாதா?"

சின்னப் பையன் கூறினான்:

"இவளுக்கு மட்டுதான் விருப்பம். போதை ஏறுவதற்காகத் தான் குடிக்கிறாள்."

பையன்: "ஆமாம், அதுதான் உண்மை."

கடைக்காரன் தேவன் மனமிரங்கினான்:

"மட்டு நான் தரத் தயார். எவ்வளவு வேண்டும்?"

"இருப்பதை எல்லாம் கொடு."

வெண்ணிறத் திரவம் பாட்டில் பாட்டிலாக வந்து கொண்டிருந்தது. அதன் பின்னே உலையத் தொடங்கியிருந்த மீனும் வந்தது. இரண்டும் சேர்ந்து வயிற்றில் உருவாக்கவிருக்கின்ற பென்சிலின் தாதுவைப் பற்றி நினைத்தபோது அமரத்துவம் வாய்க்கப்பெறும் என்று பையனுக்குத் தோன்றியது.

பையன்கள் ஒரு தம்ளர் குடிப்பதற்குள் ஹிப்பினி இரண்டு தம்ளர் கள்ளைக் காலியாக்கிவிட்டாள். விமரிசனத்தையும் வெளிப்படுத்தினாள்.

"ஹெல்லோ அஃப் ட்ரிங்!" (நல்ல மது)

பையன், சின்னப் பையனிடம் ஒரு மந்திரத்தை ஓதினான். அதாவது ரகசியம். அப்போது சின்னப்பையனின் மந்திரம்:

"வேறு என்ன?"

"பீடி, இவளுக்குச் சிகரெட் வாங்கிக் கொடுக்க நம்மால் முடியாது."

சின்னப்பையன் மறைந்து விட்டான். எங்கே சென்றான் என்று குண்டம்மா கேட்டபோது பையன் கூறினான்:

"பீடி வாங்க, இதனுடன் சிகரெட் பிடிப்பது ஆபத்தானது. சில நேரங்களில் உயிர்கூடப் பிரியலாம்."

ஹிப்பினி கவனித்ததாகத் தோன்றவில்லை. தனியொருத்தி யாகத் தம்ளர்களைக் காலி செய்வதில் முனைந்திருந்தாள்.

திடீரென்று, குண்டம்மா அழகியாகிவிட்டதாகப் பையனுக்குத் தோன்றியது. நறுமணம் கமழும் மேனியையும் பெற்றிருக்கிறாள். செம்பட்டைத் தலைமுடி பட்டுநூலாகப் பரிணமித்துவிட்டது. உயர்ந்து தாழ்கின்ற மார்பு அளவைவிடக் கூடுதல், அழகாகத் தெரிகிறது. முட்டிக்கால் வரை படிந்திருப்பது செம்மண் தூசி அல்ல சிறந்த தங்கத் துகள்களாம். தமிழ்ப்பாட்டுப் பாடத் தோன்றியது. சிந்தையறிந்து வாடீ...

எட்டுமணி கழிந்தவுடன் கடைக்காரன் வந்து கூறினான்: "மட்டு தீர்ந்து விட்டது."

கணக்கெடுப்பு நடந்தது. பீடிக்கும் மேலாகப் பையனும் சின்னப் பையனும் காலியாக்கிய தம்ளர்களின் எண்ணிக்கை: ஆறு. குண்டம்மா தனியொருத்தியாகக் குடித்துத் தீர்த்ததும் ஆறுதான்.

பையனது பாடல் குழு எழுந்து சாலையை வந்தடைந்தபோது, வெளிச்சம் தர நிலவும் வந்திருந்தது. நளசரிதம் காணச்செல்கின்ற ஜனங்களுக்குச் சைடு கொடுத்து, ஹிப்பினியை இரண்டு பக்கமும் உரசியவாறு பையன்கள் நடந்தனர். முதல் வளைவு கடந்தவுடன் கீழே வளைந்தோடுகின்ற பொன்னாணி ஆறு தென்பட்டது. நிலவொளியில் ஒளிவீசும் நீரோடைகள் நெளிந்தோடுகின்ற மணற்பரப்பு. சின்னப்பையன் வெள்ளைக்காரியிடம் கூறினான்:

"நதியைப் பார் பெண்ணே!"

ஹிப்பினி உடனே பையன்களின் இடுப்பைக் கைகளால் சுற்றிக்கொண்டு பாடுவது போலக் கூறினாள்:

"திஸ் ட்ரிங் அன்ட் தாட் ரிவர்."

(இந்த மதுவும் அந்த நதியும்)

பையன் கேட்டான்:

"ஷோ தொடங்குவதற்கு முன் நாம் சற்றுநேரம் ஆற்றங் கரையில் ஓய்வெடுப்போமா?"

வெள்ளைக்காரி சம்மதம் தெரிவித்தாள். பையன்களை இறுக அணைத்தவாறு நடந்தாள். கலாமண்டலத்திற்குக் கீழே உள்ள படித்துறையை நோக்கிப் பையன்கள் வாகனத்தைக் கவனமாக இறக்கினர். ஆலமர நீரோடைக்கு மேல் நாலைந்து படிகள் உயரத்தில் ஒரு கல்லின்மேல் அமர்ந்தனர். ஹிப்பினி நடுவில்

அழுத்திச் சொருகியதுபோல், பையன்கள் இருவரும் இருபுறம். நிலா வெளிச்சத்தில் மயங்கிக் கிடக்கின்ற மணற்பரப்பை நோக்கியவாறு வெள்ளைக்காரி கேட்டாள்:

"ஸோ?" (இனி)

பையன் கூறினான்:

"இனி நளசரிதம், ஷோ காண்பதற்கு முன்பு கதைச் சுருக்கம் கேட்க வேண்டாமா?"

பையன்களின் இடுப்பை இறுக்கிய பிறகு வெள்ளைக்காரி கூறினாள்:

"ஃபயர்!" (சொல்!)

நீண்ட பெருமூச்சுடன் பையன் தொடங்கினான்:

'நளனும் தமயந்தியும் பழங்காலத்து ஹிப்பிகள். செவ்விந்திய வம்சாவழியினர். நளன் காதலன், தமயந்தி காதலி, ஒரு முறை பசிபிக் பெருங்கடலில் பயணம் செய்த போது இவர்களது படகு மூழ்கிவிட்டது. ஆனாலும் நீந்துவதில் சளைத்தவர்கள் இல்லை என்பதால் இளங்காதலர் இருவரும் கரையேறினர். கஷ்டகாலம் என்றுதான் சொல்ல வேண்டும். நளன் ஒரு தீவிலும் தமயந்தி இன்னொரு தீவிலும் கரையேறினர். உடனே விரகதாபம் தொடங்கியது. இருவரும் வேதனையடைந்தனர். பாட்டுக்கள் பாடினர். தூது அனுப்பலாம் என்று நினைத்தால் அந்தத்தீவில் அன்னப்பறவை இல்லை. ஓர் ஆண்டு முடிந்தபோது பொறுமையின் சிகரத்தையும் தனிமையின் ஆழத்தையும் உணர்ந்த நளன் தமயந்தியைத் தேடித் தீவுகள் தோறும் நீந்தினான். நீண்ட நீந்தலுக்குப் பின் அடையாளந்தெரியாமல் மாறியிருந்த காதலியைக் கண்டுபிடித்தான். பிரியத்திற்குரியவள் தனது மார்பில் சாயும் நேரத்தில் நளன் கேட்டான்:

'இந்தத் தீவில் தண்ணீர் இல்லையா?'

தமயந்தி கூறினாள்:

'இருக்கிறது பிரபு.'

'பிறகு, நீ ஏன் நீராடவில்லை?'

'விரகதாபம் அதற்கு ஒத்துக் கொள்ளவில்லை பிரபு.'

நளன் கூறினான்:

'பிரியமானவளே, உன் மேனி நாற்றமடிக்கிறது. உன் உடம்பிலும் கூந்தலிலும் சேறு புரண்டிருக்கிறது. நீ நீராடவில்லையென்றால் நான் உன்னைத் தீண்டமாட்டேன்.'

தமயந்தி தேம்பினாள். ஒரு ஹிப்பிப்பாடல் பாடத் தொடங்கும்போது நளன் விலக்கினான்:

'ஹிப்பி வேலையெல்லாம் என்னிடம் வேண்டாம். குளிக்க வில்லை என்றால் உன்னை நான் நினைத்துக்கூடப் பார்க்க மாட்டேன்.'

சரியென்று கூறித் தமயந்தி புலம்பினாள்:

'அப்படியென்றால் என்னை நீராட்டுங்கள்!'

இண்டு, வாகை, தென்னைமட்டை, மரக்கொம்பு, கருங்கல் முதலான அழகு சாதனப் பொருட்களைக் கையிலேந்தியவாறு தமயந்தி முன்னே செல்ல நளன் ஆற்றில் இறங்குவதோடு ஷோ முடிவடைகிறது.'

கதையின் முடிவில் பையன் ஒரு பீடி பற்ற வைத்தான். இதைக் கேட்ட பின் அவள் இவ்வளவு இம்சை தருவாள் என எண்ணவில்லை. அவர்களுடைய தோள்களில் மாறிமாறி விழுந்து ஹிப்பினி சிரித்தாள். பாரம் தாங்கமுடியாமல் அவர்களிருவரும் சற்று இடைவெளிவிட்டு நெளிந்தனர். அவளது வயிற்றில் நிறைந்திருந்த திராவகம் தளும்புவதற்கு இணையாக நறுமணம் பரப்பும் மந்த மாருதம் சுற்றிலும் அலைந்து திரிந்தது.

ஒரு திடமான முடிவுக்கு வந்தவளைப் போல வெள்ளைக்காரி நிமிர்ந்து உட்கார்ந்து தெளிவான குரலில் கேட்டாள்:

"ஆல் ரைட். யூ பாய்ஸ் காட் ஸம் ஸோப் வித் யூ?"

(சரி, பையன்களிடம் சோப்பு இருக்கிறதா?)

மின்னல் வேகத்தில் மடியிலிருந்து ஒரு பொருளை வெளியே எடுத்த சின்னப்பையன் கூவினான்:

"லைஃப்பாய்!"

வேதாந்தம்

பையன் அங்கே சென்றபோது பார்வையாளர் அறையில் நான்குபேர் இருந்தனர். மூன்று ஆண்கள். ஒற்றை மூலிகையாக ஒரு பெண். கறுப்பு நிற டெரிகாட்டன் கவுன். பாப் செய்யப்பட்ட தலைமுடி. தாடையெலும்புகள் தெரிகின்ற முகக்கட்டு. மைனஸ் லிப்ஸ்டிக். சற்றே வருத்தம் தோய்ந்த கண்கள். அவளது உயரம் அளவாகவும், அழகாகவும் இருந்தது. இருபத்தைந்து வயது இருக்கலாம். ஆண்டுகள் கூடினாலும் குறைந்தாலும் அவளுக்கு அது பொருத்தமாகவே இருக்குமென்று தோன்றியது. ஆண்கள் முப்பதுக்கும் முப்பத்தைந்துக்கும் இடையே சிலுவை சுமப்பவர்கள். பேன்டும் புஷ் சர்ட்டும் பின்னணி. மனதில் பதியும்படியான முகங்கள் ஒன்றும் இல்லை. இப்படிச் சொல்லலாம், முன் பின் பார்த்திராதவர்கள்.

பையன் கேட்டான்: "நீங்கள் இண்டர்வியூவுக்கு வந்தவர்களா?"

ஆமாமென்று ஆண்கள் தலையாட்டினர். அந்தப் பெண்ணிடம் அசைவில்லை, ஒருவன் கேட்டான்: "தாங்கள்?"

"இண்டர்வியூவுக்கு வந்தவள்தான்."

பையன் தன்னை அறிமுகம் செய்து கொண்டவுடன் மற்றவர்களும் தங்களது இரகசியத்தை வெளிப்படுத்தினர். கல்கத்தாவிலிருந்து சென், குவாலியரிலிருந்து அமிர்தலால் வர்மா, மெட்ராஸிலிருந்து இராமானுஜம். இறுதியில் அந்தப் பெண் வாய் திறந்தாள்: "தாருவாலா ஃப்ரம் பாம்பே."

'பார்சிக்காரி' பையன் நினைத்தான். 'இருந்துவிட்டுப் போகட்டும். பத்திரிக்கைத்துறை இந்துக்களுக்கு மட்டுமே குத்தகைக்குக் கொடுக்கப்பட்டிருக்கிறதா என்ன?'

தடிமனான கண்ணாடிக் கதவுக்கு பின்னே நின்றுகொண்டு இராமானுஜம் கூறினான்: "இப்போது எல்லோரும் இருக்கின்றோம்."

“அஞ்சுபேரேயுள்ளு?”

மலையாளி என்ற மர்மத்தை வெளிப்படுத்தியதன் காரணமாக பட்டர் தனது நிலையான குணத்தை வெளிப்படுத்தும்படியாகத் தமிழில் கூறினான்: “ஆமாம். அவாள் அப்ளிகேஷன்ஸ் ரொம்ப நன்னா ப்ராஸஸ் பண்ணியிருக்கா போலிருக்கு. மேக்ஸிமம் குவாலிஃபிகேஷன்ஸ் உள்ளவங்களத்தான் கூப்பிட்டிருக்காள்.”

பையன் மற்றவர்களைப் பார்த்தான். கூடிப்பேசுதல் ஆண்களுக்கு அனுமதிக்கப்படவில்லை. அந்த முகங்களில் அது தெளிவாகத் தெரிந்தது. ஆனால் தாருவாலாவுக்கு அது பொருந்தி வராது.

அதை மாற்றுவதற்காகப் பையன் ஆங்கிலத்தில் கூறினான்: “ஒன்லி ஃபைவ் ஹாவ் பீன் கால்டு பார் இண்டர்வியூ. டஸன்ட் மீன் எனிதிங்?”

(ஐந்து பேர் மட்டுமே நேர்முகத் தேர்வுக்கு அழைக்கப் பட்டுள்ளனர் என்று கூறுவதில் அர்த்தமொன்றும் இல்லை.)

முன் பின் பார்த்திராதவர்களுக்கு நிம்மதி. பட்டருக்குத் தான் வஞ்சிக்கப்பட்டு விட்டதாக எண்ணம். தாருவாலாவிடம் இப்போதும் மௌனம்.

பையன் நினைத்தான்: ‘இதென்னடி வம்பு? கோபமா?’

ஆழ்ந்து சிந்திப்பவனைப் போல் பையன் கூறினான்: “எனக்கு ஆச்சரியமாக இருக்கிறது. இந்தச் சணல் மில் முதலாளிக்கு எதற்குச் சொந்தமாக ஒரு வாரஇதழ்?”

அடுத்த சில நிமிடங்களில் தாருவாலா புன்னகைப்பாள் என்று தோன்றியது. அப்போது வெறுப்பான குரலில் பட்டர் கூறினான்: “அவர் ஒரு செல்வந்தர். கொடை வள்ளலும் கூட. அவர் ஏன் ஒரு வாரப்பத்திரிக்கை நடத்தக் கூடாது. சுதந்திரமாக எத்தனை பத்திரிக்கைகள் தொடங்கினாலும் நாட்டில் அது அதிகமாகிவிடப் போவதில்லை.”

தாருவாலா பையனைப் பார்த்து மென்மையாகச் சிரித்தாள். அவளுக்கு இவனைப் பற்றித் தெரிந்துவிட்டது. ஜில்! பார்ப்பதற்கு அழகாக இருந்தாலும் இல்லாவிட்டாலும் அறிவாளியான ஒரு பெண்ணின் அருகாமை என்பது நல்ல ஆரோக்கியத்தைக் கொடுக்கும் ஆரிய வைத்தியசாலை அல்லவா.

அடுத்தது இராமானுஜம், பையன் நினைத்தான். சொல்லி முடிப்பதற்குள் பட்டருக்கு ஓர் அடி.

“அக்ரீட், ஹூ நோஸ், யு மைட் லான்ட் த ஜாப்.”

(ஒத்துக்கொள்கிறேன். யாரறிவார் ஒருவேளை இந்த வேலை உங்களுக்கேகூடக் கிடைக்கலாம்)

தாருவாலா அரிசிப்பற்கள் மின்னச் சிரித்தபோது பட்டர் முதலுதவிக்காக ஆத்மாவுக்குள் ஐக்கியமாகிவிட்டான்.

பையன் பார்சிக்காரியிடம் கேட்டான்: “பாம்பேயில் என்ன செய்கிறீர்கள்?”

தாருவாலா பெண்களுக்காக வெளிவருகின்ற ஓர் இதழின் பெயரைக்கூறினாள். அப்படியென்றால் திறமையானவளாகத்தான் இருக்க வேண்டும், பையன் நினைத்தான். காரணம், மற்றொரு சணல்மில் முதலாளி நடத்துகின்ற பத்திரிக்கையாக இருந்தாலும் அது ஒரு தரமான இதழ்.

குண்டான ஒருவன் ஒரு ரெஜிஸ்டரும் நிறையக் கரன்சிகளுமாக அறைக்குள் வந்தான். கம்பெனியின் கணக்குப்பிள்ளை என்று தன்னைத்தானே அறிமுகப்படுத்தி கொண்ட அவன் கூறினான்: “இண்டர்வியூ தொடங்குவதற்கு முன்பு உங்களுடைய பயணப் படியையும் அலவன்சையும் கொடுத்துவிடலாமென்று நினைக்கிறேன்.”

நல்லது, பையன் நினைத்தான், மிகவும் நல்லது. ஏறக்குறைய முந்நூறு ரூபாய் கிடைக்கக் கூடிய விஷயம். போக வர முதல் வகுப்பு ரயில் கட்டணமும் செலவுக்கு நூறு ரூபாயும்.

இராமானுஜம் மின்னல் வேகத்தில் அந்தப் பக்கம் திரும்பினான்.

பையன் கணக்குப் பிள்ளையிடம் கேட்டான்:

“இண்டர்வியூ எப்போது தொடங்கும்?”

“மூன்று மணிக்கு, இது முடிந்தால் போர்டு உறுப்பினர்கள் தயராகிவிடுவர்.”

“உறுப்பினர்கள் யாரெல்லாம்?”

“மில் மேனேஜரும், பத்திரிக்கை ஆசிரியரும்.”

"பத்திரிக்கை ஆசிரியர் யார்?"

இராமானுஜம்தான் பதில் கூறினான்: "மிஸ்டர். கிஷன்ராய் மேத்தா, அமெரிக்காவில் இதழியல் பட்டம் பெற்றவர்."

விரல்களால் கழுத்துப்பகுதியைத் தடவிக் கொண்டிருந்த பையனைப் பார்த்துத் தாருவாலா மீண்டும் புன்னகைத்தாள். பற்கள் வெளியே தெரியாதவாறு கஷ்டப்பட்டு மறைத்துக் கொண்டதாகத் தோன்றியது. துயரத்தின் நிழல் படிந்திருக்கும் அழகிய கண்களில் ஒரு வேண்டுகோள் மறைந்திருக்கிறதோ என்று பையனுக்குச் சந்தேகம்.

"ப்ளீஸ் டோண்ட் மேக் மி லாஃப்."

(தயவு செய்து என்னைச் சிரிக்க வைக்க வேண்டாம்).

பணத்தை எண்ணிப் பாக்கெட்டுக்குள் பத்திரப்படுத்தும் போது இராமானுஜம் மற்றவர்களிடம் கூறினான்:

"ஐஸே, முடியுமென்றால் நாம் மாலைநேர ரயிலிலேயே திரும்பிப் போய்விடுவோம்."

குவாலியிலிருந்து வந்த வர்மா கூறினான்: "இண்டர்வியூ சீக்கிரமே முடிந்துவிட்டால் சாயங்கால ரயிலைப் பிடித்து விடலாம்."

இராமானுஜம் பொதுவாகக் கேட்டான்: "எல்லாம் தயாராக எடுத்து வைத்து விட்டீர்களா?"

சென்னும் வர்மாவும் தலையாட்டினர்.

அப்படியென்றால் சங்கம் சேர்ந்துதான் தங்கியுள்ளனர், பையன் நினைத்தான்: 'ரயில் இறங்கிய உடனேயே இராமானுஜம் வலைவீசிப் பிடித்திருப்பானோ?' வர்மாவிடம் கேட்டான்: "எங்கே தங்கியிருக்கிறீர்கள்?"

பழைய பகையை முற்றிலும் மறந்துவிட்ட பட்டர்தான் பதில் உரைத்தான்: "மகாராஜாஸ் சவுல்ட்ரியில். நல்ல வசதி. ஓர் அறையில் நான்கு பேர் நலமாகத் தங்கலாம்."

பின்னர், ஏதோ நினைத்துக் கொண்டவனைப் போல:

"தாங்கள்?"

பையன் கூறினான்: "கிளார்க்ஸில்."

இராமானுஜத்தின் கீழ் ஊதடு கால் இஞ்சு தொங்கிவிட்டது. அவனது எண்ண அலை பையனுக்குப் புரிந்து விட்டது - கம்பெனி தருகின்ற முதல் வகுப்பு ரயில் கட்டணத்தை வாங்கிக் கொண்டு முதல் வகுப்பில் பயணம் செய்து நூறுரூபாய் கொடுத்து ஐந்து நட்சத்திர ஹோட்டலுக்கு இணையான ஹோட்டலில்தான் தங்கியிருக்கிறாய், அப்படித்தானே? மூன்றாம் வகுப்பில் பயணம் செய்து, மகாராஜா சத்திரத்தில் தங்கி, மூன்றாம் வகுப்பிலேயே திரும்பிப் போனால் நூற்றைம்பது ரூபாய் லாபம் தெரியுமோ? பணம் என்றால் சும்மாவா? எல்லா மலையாளத்தான்களும் இவனைப்போல் அறிவு கெட்டவர்கள்தானா?

சிரிப்பை அடக்கியவாறு அமர்ந்திருக்கும் தாருவாலாவை நோக்கிப் பையன் கண்களால் கேட்டான்: "நீ?"

பார்சிப் பெண் கூறினாள்: "வொய். டபிள்யூ. சி. ஐ."

அனைத்தும் சரியாகவும் சட்டப்படியாகவும் இருக்கிறதே, பையன் நினைத்தான், சரிதான்.

கணக்குப்பிள்ளை திரும்பி வந்து கூறினார்: "எல்லோரும் வாங்க."

ஐவர் குழு எழுந்தது. கணக்குப் பிள்ளைக்குப் பின்னால் முதலில் இராமானுஜமும் அவனுக்குப் பின்னால் சென்னும் அவனைத் தொடர்ந்து வர்மாவும் வெளியே வந்தனர். வாசல் கதவருகே வந்தவுடன் பையன் நின்றான். அரைவட்டத்தில் கையை வெளியே வீசித் தாருவாலாவிடம் கூறினான்: "ப்ளீஸ்..."

ரேஷன் புன்னகையுடன் பார்சிக்காரி : "தாங்க்யூ."

வராந்தாக்களைக் கடந்து கட்டடத்தின் இன்னொரு கோடிக்கு நடந்தனர். ஒரு சிறு அறையில் கிடந்த ஸோபாக்களைக் காட்டிய கணக்குப்பிள்ளை எல்லோரையும் உட்காரச் சொன்னார். எதிரே தெரிந்த அறையின் கதவு மூடப்பட்டிருந்தது. அதற்கு அந்தப் பக்கம்தான் விதியைத் தீர்மானிக்கின்ற நேர்முகத் தேர்வு நடை பெறவிருக்கிறது.

பிள்ளை ஒரு பேப்பரை விரித்துப் படித்தார்: "மிஸ்டர் பொபானிஷேன்."

வங்காள உச்சரிப்பில் எழுதினால், ஷேன் ஒஷு ணேற்று.

மூடப்பட்டிருக்கும் கதவைச் சுட்டிக்காட்டி பிள்ளை கூறினார்: “உள்ளே போங்க சார்.”

கதவு சென்னை விழுங்கியது இராமானுஜம் கேட்டான்: “அடுத்தது யார்?”

கணக்குப்பிள்ளை வரிசையாகப் படித்தார்: “மிஸ்டர் அமிர்த்லால் வர்மா, மிஸ்டர் ரங்கநாதன் ராமானுஜம், மிஸ்டர் பூம்பையன், மிஸ் தாருவாலா.”

கணக்குப்பிள்ளை போய்விட்டார். பையன் பார்சிப் பெண்ணிடம் கூறினான்: “ஸொ யூ கெட் எ பேக் ஸீட்.”

“அஸ் யூஷீவல்.”

ராமானுஜம் சிரித்தான். டயலாக்கில் நகைச்சுவை எங்கே இருக்கிறது என்று பையனுக்குக் கேட்கத் தோன்றியது.

பத்து நிமிடங்கள் ஆன பின்பும் சென் வெளியே வராமலிருப்பதைக் கண்ட பையன் கூறினான்: “விசாரணை பயங்கரமாக நடக்கிறதே.”

எதிர்பாராத விதமாகத் தாருவாலா கூறினாள்: “அப்படித் தான் தோன்றுகிறது.”

அதற்கும் ரங்கநாதன் ராமானுஜத்திடம் பதில் இருந்தது: “நான் சொன்னேனே, எடிட்டர்.....”

பையன் தடுத்தான்: “அமெரிக்காவில் இதழியல் பட்டம் பெற்றவரென்று, அதுதானே?”

“ஆமாம்.”

“எந்தப் பல்கலைக்கழகம்?”

“அது எனக்குத் தெரியாது.”

“நான் சொல்கிறேன், கொலம்பியா.”

“உனக்கு எப்படித் தெரியும்?

பையன் கூறினான்: “தெரிந்து கொள்வதற்கு என்ன இருக்கிறது?”

ராமானுஜத்திற்குப் புரியவில்லை. ஒன்றும் அறியாதவனாகப் பையனின் முகத்தைப் பார்த்தான். அதன் பிறகும் பிடி கிடைக்க

வில்லை. வேண்டாமென்று விட்டுவிட்டான். அமிர்தலால் வர்மாவை உரசிக் கொண்டு உட்கார்ந்தான்.

வர்மாஜி செவிடனைப் போல் இருந்தான். உலகம் என்றால் என்னவென்று கேட்டால் சத்தமின்றி உருண்டையாக இருக்கும் என்று கூறுவான்.

தாருவாலா மட்டும் அப்படியும் இல்லாமல் இப்படியும் இல்லாமல் இருந்தாள். புன்னகை புரிந்தாள். பாதி ரேஷன். பையனது தலைக்கு மேலே உள்ள சுவரைப் பார்த்து அமர்ந்திருக்கிறாள்.

பதினைந்து நிமிடங்களுக்கு பிறகு வெளியே வந்த சென் வர்மாவைப் பார்த்துக் கூறினான்: "யுவர் டேண்."

வர்மா வாசலைத் தள்ளித்திறந்து உள்ளே போனான். சோர்வுதீர சற்றே உட்காரலாமா என்று குனிந்த சென்னின் தோள் மீது கைபோட்ட ராமானுஜம் மெதுவான குரலில் பேசிக் கொண்டே அந்தப்பக்கம் அழைத்துச் சென்றான்.

அவர்கள் பேச்சுக்குரல் கேட்காத தூரத்திற்குச் சென்றவுடன் பையன் சற்றே முன்வந்து தாருவாலாவிடம் கூறினான்: "அவன் எதற்காகச் சென்னை அழைத்துப் போகிறான் தெரியுமா?"

"தெரியாது."

"தேர்வில் கேட்ட கேள்விகளை அவனிடமிருந்து தெரிந்து கொள்வதற்காக."

முழுமையான ரேஷன் சிரிப்புடன் பார்சிப் பெண்: "ஓ!" (நீ எப்போதும் மலர்ந்த சிரிப்புச் சிரிக்க மாட்டாயா?)

சில நிமிடங்களுக்குப் பிறகு ராமானுஜம் மட்டும் தனியாக வந்தபோது பையன் நினைத்தான்: 'இவன் அனைவரையும் கீழடக்கிவிட்டான். தேர்வில் கேட்கப்பட்ட எல்லாக் கேள்வி களையும் தெரிந்து கொண்டுவிட்டான். சென்னையும் நாடு கடத்திவிட்டான். சாமர்த்தியசாலி!'

வர்மாவை இண்டர்வியூபோர்டு கிறங்க வைத்திருக்கும். இல்லையென்றால் வர்மா போர்டைக் கிறங்கடித்திருப்பான். ஏனென்றால் ஐந்து நிமிடத்தில் வர்மா வெளியே வந்துவிட்டான். முகத்தில் ஒன்றையும் வாசிக்க முடியவில்லை. பழைய செவிட்டுத் தன்மைதான்.

ராமானுஜம் வேகமாக எழுந்து நேர்முகத் தேர்வு நடைபெறும் அறையை நோக்கி நடந்தான். உள்ளே செல்வதற்கு முன் வர்மாவிடம் கூறினான்: "ஈவனிங் ட்ரெயின் கிடைக்கு மென்று நினைக்கிறேன். நீ சத்திரத்துக்குப் போ. நான் இதோ வந்துவிடுகிறேன்."

பையன் பார்சிப் பெண்ணிடம் கேட்டான்: "நான் முதலில் சொன்னதுபோல, சணல் மில் முதலாளிக்கு எதற்குப் பத்திரிக்கை?"

தாருவாலா கூறினாள்: "எனக்குத் தெரியாது?"

"ஓர் உத்தேசக் கணிப்பு."

"கௌரவத்துக்காக இருக்குமோ?"

"அதற்கு வேற என்னவெல்லாமோ வழி இல்லையா?"

"வேறொன்றும் என்னால் ஊகிக்க முடியவில்லை."

"பரவாயில்லை. நாம் கண்டுபிடிப்போம்."

"அவ்வளவுதானா?"

(நீயும் நகைச்சுவை கூறுவாயா? குட்!)

இருபது நிமிடங்களுக்குப் பிறகு வெற்றிவாகை சூடியவனைப் போல வெளியே வந்தான் ராமானுஜம். பையனிடமும் பார்சிப் பெண்ணிடமும் விடைபெறும்போது பையன் கேட்டான்: "இனியும் நாங்கள் உள்ளே போக வேண்டுமா?"

பட்டர் சிரித்தான். தன்னம்பிக்கைச் சிரிப்பு. போக வேண்டிய தில்லை, இருந்தாலும் போய்வாருங்கள் என்று பொருள்படும் படியாகச் சிரித்தான்.

'பெஸ்ட் ஆப் லக்' என்ற பார்சிப் பெண்ணின் வாழ்த்துக்களை ஏற்றுக் கொண்ட பையன் உள்ளே நுழைந்தான்.

முட்டை வடிவிலமைந்த பெரிய மேசையின் ஒரு மூலையில் தேர்வுக்குழு உறுப்பினர்கள் அனைவரும் சணல்மில் முதலாளி மற்றும் பத்திரிக்கையாசிரியர் உருவத்தில் பதுங்கி இருக்கின்றனர்.

மேனேஜர் ஒரு சாது. தென்னிந்தியாக்காரன். நமது பையன், பொறுமையாக இருந்தான். முகத்தில் அசட்டுக்களை. அது அங்கே செய்யுள் வடிவில் எழுதி வைக்கப்பட்டிருந்தது. 'தம்பி, பத்திரிக்கை கித்திரிக்கை எல்லாம் எனக்குத் தெரியாது. முதலாளி உட்காரச்

சொன்னார். நான் உட்கார்ந்திருக்கிறேன். அவ்வளவு தான் தவறாக நினைத்துக் கொள்ளாதே.'

பையன் மனதிற்குள் கூறினான்: 'உன்னை நான் மன்னித்து விட்டேன்.'

(அப்படிச் சொன்னதன் உசிதம் அதன் பிறகுதான் புரிந்தது. நேர்முகத்தேர்வு நடக்கும் போது அவ்வப்போது சிரிக்கவும் முகம் உயர்த்தவும் செய்தாரேயன்றி ஒரு வார்த்தை கூடப் பேசவில்லை.)

கண்ணாடி அணிந்த கார்கோடகனாகிய பத்திரிக்கை ஆசிரியர் அப்படி இல்லை, கௌரவத்துடன் கூறினார்: "உட்கார்."

(பையன் உட்கார்ந்தான்.)

"டூலக்ஸ் எக்ஸ்பிரஸ் பத்திரிக்கையில் வேலை அப்படித் தானே?"

"ஆமாம்."

"ஸால்வன் பிரபுவின் பத்திரிக்கை."

"சரி."

"அங்கே என்ன வேலை."

"விண்ணப்பத்தில் இருக்கிறது. அரசியல் விமர்சகக் கட்டுரையாளர்."

"பார்த்தேன். சொந்தமாக ஏதாவது எழுதியதுண்டா?"

"எழுதியிருக்கிறேன்."

"எதைப் பற்றி?"

"நாடகம், கைகொட்டிக்களி....."

"ஓகோ....."

(பிடிக்கவில்லை போலும்)

"கட்டிங்ஸ் ஏதாவது கையில் இருக்கிறதா?"

"இல்லை."

"வொய்?"

"எல்லாம் டீலக்ஸ் செய்தித்தாளில் இருக்கிறது. நேற்றும் வந்திருக்கிறது."

"நான் நகல் பற்றிக் கேட்டேன்."

"இல்லை. அதெல்லாம் தோமுவிடம் இருக்கிறது."

"க்காஷ்!"

(அமெரிக்கப் பாணி, அப்படித்தானே சரி சரி வா!)

மேசைமேல் கிடந்த ஒரு பத்திரிக்கையைக் கையிலெடுத்த ஆசிரியர் அதைப் பையனிடம் நீட்டிக் கொண்டு: "நாங்கள் வெளியிடவிருக்கின்ற இதழின் டம்மி"

புரட்டிப் பார்த்தான். டைம்ஸ் மாத இதழைக் காப்பியடித்தது போலிருந்தது. சீரற்ற மொழிநடை, பையன் கேட்டான்: "தாங்கள் எடிட் செய்ததா?"

"ஆமாம். எப்படி இருக்கிறது?"

"மிகவும் மோசமாக இருக்கிறது. இதற்காகத்தான் ஒரு அஸிஸ்டெண்ட் எடிட்டர் வேண்டுமா?"

பத்திரிக்கை ஆசிரியர் திக்கித் திக்கிக் கேட்டார்: "இந்திய இதழ்களின் தரத்தை வைத்துத்தான் இந்த மதிப்பீடா?"

"ஆமாம்."

"எந்த இடத்தில் தரம் குறைகிறது?"

"மொழியில்."

இதழாசிரியர் இருக்கையில் சாய்ந்து அமர்ந்துகொண்டு வகுப்பெடுப்பதுபோல் கூறினார்: "ஒன்றிரண்டு செய்திகளைத் தெளிவுபடுத்த விரும்புகிறேன். நான் அமெரிக்காவில்தான் ஜர்னலிசம் படித்தேன். அங்கே செய்தித்தாள் அலுவலகத்திலும் வேலை செய்திருக்கிறேன். அதனால் மொழி பற்றி என்னிடம் பேசவேண்டாம்."

பையன் சிரித்தான்: "நான் வருந்துகிறேன். தாங்கள் கூறுகின்ற அளவுகோலின்படி பார்க்கப் போனால் ஷேக்ஸ்பியர் ஆங்கிலப் பேராசிரியராகவும், காளிதாசன் சமஸ்கிருத பண்டிதனாகவும், தாங்கள் மால்கம் மகரிட்ஜீ ஆகவும் மாறியிருக்க வேண்டுமே, அப்படியா நடக்கிறது....."

சொல்லி முடிப்பதற்குள் இதழாசிரியர் கேட்டார்: "டீலக்ஸ் பத்திரிக்கையிலிருந்து வெளியேற வேண்டும் என்ற எண்ணம் தாங்களுக்குத் தோன்றுவதற்கான காரணம்?"

பையன் பஞ்ச் டயலாக் கூறினான்: "தங்களது விளம்பரத்தை என்னால் சகிக்க முடியவில்லை."

"ஓ... தாங்ஸ்! நாங்கள் பின்னர் தெரியப்படுத்துகிறோம்."

"நான் காத்திருக்கிறேன்!"

நான்கு மணிக்கு, வெப்பம் குறைந்த வெயிலில் அலுவலகக் கட்டிடத்தின் முன்பக்கமுள்ள பூந்தோட்டம் வழியாக வெளியே சாலையை நோக்கி நடக்கும் நேரத்தில் பையன் தாருவாலாவிடம் கேட்டான்: "எப்படி இருந்தது?"

"பரவாயில்லை."

"எதைப்பற்றி விவாதித்தார்கள்?"

தனக்குத்தானே சிரித்துக்கொண்டு தாருவாலா கூறினாள்: "வார இதழின் டம்மி."

"வாசித்துப் பார்த்தாயா?"

"ஆங்காங்கே."

"பிடித்திருந்ததா?"

தாருவாலா நகைச்சுவையாகக் கூறினாள்: "எழுதப்படும் மொழி பற்றி என்னுடைய கணிப்புகள் தவறென்று தோன்று கிறது."

பையன் சிரித்தான்: "பரவாயில்லையே இந்த விஷயத்தில் நம் இருவரது எண்ணமும் ஒன்றுதான். மொழியைப் பற்றி இதழாசிரியரிடம் கூறினாயா?"

"இல்லை."

"ஆனால், நான் அதைப்பற்றிக் கூறினேன்."

"ஓ... நோ!"

"மொழிநடை சரியில்லை என்று நல்ல மொழியில் எடுத்துரைத்தேன்."

"அதனால்தான் உங்களது நேர்முகத்தேர்வு ரெக்கார்ட் நேரத்திற்குள் முடிவு பெற்றதோ?"

பையன் கூறினான்: "தாரு, உனது ஊகம் சரிதான்."

பாதிப் பெயரில் அழைத்தவுடன் தாருவாலா உடனே பையனைப் பார்த்தாள். ஒன்றும் பேசவில்லை. எவ்வித முகபாவனையும் இல்லை.

டாக்சி ஸ்டேண்டை அடைந்தவுடன் பார்சிக்காரி கேட்டாள்: "எங்கே செல்கிறீர்கள்?"

"ஹோட்டல் அறைக்கு. அதற்கு முன்பு நாம் காஃபி குடிக்கலாம்."

(ஒரு நிமிடம் யோசனை) "சரி. எங்கே போகலாம்?"

"குவாலிட்டிக்கு."

"இங்கேயும் குவாலிட்டி ரெஸ்ட்டாரண்ட் இருக்கிறதா?"

"ஒன்று இருக்கிறது. முழுவதும் குவாலிட்டி."

"குட்."

ஓடுகின்ற வண்டியில் அமர்ந்தவாறு பையன் பேச்சைத் தொடர்ந்தான்: "தேர்வில் வெற்றி பெற வாய்ப்பு இருக்கிறதா?"

நேராக முன்பக்கம், சாலையைப் பார்த்தவாறு தாருவாலா கூறினாள்:

"ஆஃபரை நான் ஏற்பதாக இல்லை."

"காரணம்?"

"சம்பளத்தைத் தவிர இதில் வேறொரு 'த்ரில்'லும் இல்லை."

"சரிதான், ஆனால், எனது கேள்விக்கு இனியும் பதில் கிடைக்கவில்லை. சணல்மில் முதலாளி எதற்காகப் பத்திரிக்கை தொடங்க வேண்டும்?"

பார்சிக்காரி கேட்டாள்: "ஆசிரியர் சொல்லவில்லையா?"

"எதை?"

"அவர் மில்முதலாளியின் மருமகன்."

ஆர்க்மிடிஸ் போன்று வெற்றி ஆரவாரத்தை வெளிப்படுத்திக் கொண்டு பையன் கூறினான்: "அது சரி!"

அப்படியென்றால் அமெரிக்காவிலிருந்து திரும்பி வந்த தனது மருமகனுக்காகப் பத்திரிக்கை தொடங்குகிறார். ஆசிரி-யரிடம் இதைப் பற்றி ஒன்றும் சொல்லியிருக்க வேண்டாமாக இருந்தது. பாவம் அவருக்கு ஒரு வேலை கிடைக்கின்ற விஷயம். அதற்கு நான் என்ன செய்வேன், இந்தப் பாழாய்ப்போன உறவு முறையைப் பற்றி யாருக்குத் தெரியும்?

உணவு விடுதியில் வெண்ணெய்க்கல் மேசைக்கு அருகில் சாய்ந்து நிற்கின்ற வெயிட்டரைச் சாட்சியாக வைத்துக்கொண்டு பையன் பார்சிக்காரியிடம் கேட்டான்:

"சாப்பிட என்ன வேண்டும்?"

"சிற்றுண்டி ஏதாவது."

"சீஸ் பக்கோடா?"

"போதும்."

"காஃபி, எஸ்பிரஸ்ஸா? கானா?"

"கான்."

சர்வர் குறிப்பெடுத்துக்கொண்டு சென்றவுடன் பையன் கேட்டான்: "தாருவின் பயணத்திட்டம் என்னவோ?"

இம்முறை பார்சிக்காரி முகத்தைக்கூடப் பார்க்கவில்லை. தனக்குத்தானே கூறிக் கொள்வதைப்போல் சொன்னாள்: "ஃப்ரண்டியர் ரயிலில் திரும்பிச் செல்ல வேண்டும்."

"அந்த ரயில் நள்ளிரவுக்குப் பிறகுதானே."

"ஆம். அதிகாலையில் பாம்பேயை அடைந்துவிடும்."

"ரிஷர்வேஷன் டிக்கட்டா?"

"ஆமாம்."

"அதைக் கண்டுகொள்ளாமல் பையன் கூறினான். எதற்காக ஓர் இரவை வீணாக்க வேண்டும்? ஓய்வெடுத்துவிட்டு நாளைக்குப் பகலில் போனால் போதாதா?"

"அது முடியாது."

அடம்பிடிப்பதாகத் தோன்றியவுடன் பையன் குதூகலித்தான்.

"கண்டிப்பாக இன்று இரவே திரும்பிச் செல்ல வேண்டுமா?"

"ஆமாம்."

"மாற்றம் செய்ய முடியாதா?"

பதில் இல்லை. தோல்வியை ஒத்துக்கொண்டு பையன் கூறினான்: "நான் ரிஸர்வேஷன் செய்யவில்லை. அதிகாலை ரயிலில் முயற்சிக்க வேண்டும்."

தாருவாலா கூறினாள்: "சிலவேளை கிடைக்கும் லாஸ்ட் மினிட் கேன்சலேஷன்ஸ் நிறைய இருக்கும்."

பேச்சு முடிந்துவிட்டது. கடித்தாலும் உடையாத பாக்கு. பையன் நினைத்தான், இனி என்ன செய்வது? முன்பின் தெரியாத இந்த நகரத்தில் சத்தம் இல்லாத தனிமையில் தனியாக என்ன செய்வது? பார்சிக்காரியின் ரேஷன் புன்னகை கூட இல்லாமல் போய்விட்டதே.

பள்ளங்களில் சூடான டால்டா நிறைந்திருக்கின்ற சதுரமான சீஸ் பகோடாக்களைக் காரமான புதினாச் சட்னியில் புரட்டிக் கொண்டே, செத்துப்போன உரையாடலுக்கு உயிரூட்டும் முயற்சியில் ஈடுபட்டான், பையன்.

"தாரு நீ என்ன சப்ஜெக்ட்?"

"ஃபிலோஸஃபி."

"இப்போது புரிந்துவிட்டது."

"என்ன புரிந்துவிட்டது."

"இந்த மௌனத்தின் ரகசியம்."

திருப்திகரமான ஒரு விளக்கத்தைத் தருவதற்குப் பதிலாக தாருவாலா மௌனியாக இருந்தாள்.

பையன் கேட்டான் : "தத்துவம் படித்துவிட்டுப் பிறகு ஏன் டீச்சிங் பக்கம் போகவில்லை?"

"டீச்சிங்கில் விருப்பமில்லை."

"விரும்பும் ஆசிரியர்?"

"பெர்ட்ரண்ட் ரஸ்ஸல்."

பல மொழிகளில் பையன் ஆலோசித்தான். கும் கும் சோடோ. அதுகள. கலாட்டா பண்ணாதே! தொண்ணூற்றாறு வயதிலும்

எழுத்து, வாசிப்பு, விவாதம், லாஜிக்கல் பாஸிட்டிவிஸம், சாம்பெய்ன் பார்ட்டி என்று மனிதநேயத்தைக் கட்டிப்பிடித்துக் காலம் கழிக்கின்ற ரஸ்ஸல் பிரபுவின் சிஷ்யையா நீ? விளையாட்டை நிறுத்து. வேறு எவளாவது இப்படிச் சொல்லியிருந்தால் நான் அவளை விலைமாது என்று அழைத்திருப்பேன். உன்னை அப்படி அழைக்கப் போவதில்லை. ஆனால் பிரபுவின் சிஷ்யை என்று கூறுகின்ற உன்னை வேறொரு வழியில் சோதிக்கப் போகிறேன். பையன் கேட்டான்: "ஃப்ரண்டியர் வரும் வரையிலும் கண்ணாடி காண்பது வரையிலும் நீ என்ன செய்யப் போகிறாய்?"

"சீக்கிரமாகச் சாப்பிட்டுவிட்டு ஒருமணி வரைத் தூங்கப் போகிறேன்."

"டூ பேட்."

"வொய்?"

"நான் தனியாகிவிடுவேன். என்னால் சீக்கிரமாகச் சாப்பிட்டு விட்டுத் தூங்கமுடியாது."

"ஏன் முடியாது?"

"ஏகாந்தம் என்ற காலன்கோழி கூவிக்கூவி என்னைக் கொன்றுவிடும்."

"எனக்கு ஒன்றும் புரியவில்லை."

"ஆகையால் நாம் ஒன்றாக உணவருந்துவோம்."

பார்சிக்காரி சலனமற்றவளாகக் கூறினாள்: "தாங்க்ஸ், காஃபிக்கும் டின்னருக்கும் தங்களது அழைப்பை ஏற்றுக் கொள்வது அவ்வளவு சரியில்லை என்றே எனக்குப்படுகிறது."

பையன் கூறினான்: "சரிப்படுத்துவதற்கு நிறைய வழிகள் இருக்கின்றன. காஃபிக்கான காசு தாரு கொடுக்க வேண்டும். இல்லையென்றால் டின்னர் செலவு. அதுவுமில்லை என்றால் தாட்தாட் மேன் தாட்தாட் மணி என்று யாருக்கும் பாதகமில்லாமல் போய்விடுவோம்."

ஒன்றும் பேசாமல் தாருவாலா மேல்நாட்டுப் பாணியில் பகோடாவைச் சுவைத்தாள். பையன் கூறினான்: "தூங்குவதைப் பற்றி யோசிப்பாயானால் புராணங்களில் கூறியதுபோல் நாற்பது முறை கண்ணயர்வதற்கு ரயிலிலும் வசதி இருக்கிறது.

ரிஸர்வேஷன் செய்திருக்கிறாயே."

பையனைப் பார்த்துப் பார்சிக்காரி கூறினாள்: "ஆல் ரைட்."

"டின்னர் செலவு என்னுடையது."

"எங்கே?"

"நான் தங்கியிருக்கும் ஹோட்டலில்"

"வாட் டைம்?"

"எட்டு மணி."

"சரி."

"நான் வந்து அழைத்துச் செல்கிறேன்."

"வேண்டாம். கிளார்க்ஸ்தானே? நான் வந்துவிடுகிறேன்."

சிந்தையைத் தூண்டியவன் டைனிங்ரூம் ஸ்டூவார்டுதான். சாயங்காலம் குளித்து உடை மாற்றிக்கொண்டு இரண்டு பேருக்கு மேசை முன்பதிவு செய்யச் சென்ற பையனிடம் அவன் கேட்டான்: "இங்கேயா, ரூம் பால்கனியிலா சார்?"

உடனே, ஆகாயத்தை நோக்கித் திறந்து கிடக்கின்ற பால்கனியைப் பற்றிச் சிந்தித்தேன். ஸ்டூவார்டுக்கு மனதிற்குள் சலாம் சொன்னேன்.

"பால்கனியில் போதும்."

"மெழுகுவர்த்தி வெளிச்சத்தில் பரிமாறட்டுமா சார்?"

"அப்படியே ஆகட்டும்."

எட்டுமணியாவதற்குப் பத்து நிமிடம் இருந்தபோது தாருவாலா வந்துவிட்டாள். பகலில் பார்த்த அதே உடையில்தான் இருந்தாள். ஒரே கல்லில் இரண்டுக்கும் மேற்பட்ட மாங்காய்கள் என்ற விகிதத்தில் இவள் இண்டர்வியூவிற்கும், டின்னருக்கும், ரயில் பயணத்திற்குமெல்லாம், வெவ்வேறு மாதிரியான ஆடை அணிகிறாள். பையன் நினைத்தான். சொன்னது போல வேதாந்தியாக இருப்பாளோ?

பையன் முன் வராந்தாவுக்குச் சென்று அவளை வரவேற்று மேலே அறைக்கு அழைத்து வந்தான். பால்கனியில் பூந்தொட்டி களையும் மெழுகுவர்த்திகளயும் பார்த்த தாருவாலா கேட்டாள்:

"இதென்ன ஃபேன்சிப் பொருள்கள்?"

"ஸ்டுவார்டின் எண்ணம்" -பையன் கூறினான்: "ஆகாயத்தைப் பார்த்துக் கொண்டே உணவருந்தலாம் என்ற ஆசையில் இங்கே ஏற்பாடு செய்தேன்."

"நட்சத்திரங்கள் பூத்துச் சிரிக்கின்ற ஆகாயம்" பையனை நோக்கித் தாருவாலா கூறினாள்: "அகெண்ஸ்ட் த பேக் ட்ரோவ் ஆப் ஆல் தோஸ் லைட்டியர்ஸ், ஈஸிட்?"

(அதோ காணப்படுகின்ற பிரகாசமான ஒளி ஆண்டுகளுக்கு எதிரே அமர்ந்து... அப்படித்தானே).

தொலைந்தது, பையன் தன்னிடமே கூறினான், தத்துவத்தைத் தொடர்ந்து இதோ இப்போது கணக்கு தனக்குத்தானே இரண்டு கேள்விகள் கேட்டுக் கொண்டான். இந்த இரவு அவ்வளவுதானா? இப்படி ஒரு டின்னர் தேவையா?

சரியாக எட்டு மணியென்று சொன்னால் டின்னர் தொடங்கியபோது எட்டு மணியும் தொடங்கியது. கோர்ஸுகள் மூலமாக அமைதிப் பயணம். என்ன பேசலாமென்று பையன் ஆலோசித்துக் கொண்டிருந்தான். கணக்கு வேண்டாம். அப்போது தாருவாலா கேட்டாள்:

"ரிசர்வேஷன் செய்ய முயற்சித்தீர்களா?"

"இல்லை. அதிகாலையில் ஸ்டேஷனுக்குச் சென்று பார்க்கலாமென்று நினைக்கிறேன்."

அவ்வளவுதான். இனி பேசுவதற்கு ஒன்றுமில்லை. இனி என்ன பேசுவது? பத்திரிக்கையைப் பற்றியா? சணல் மில் முதலாளியின் மருமகனைப் பற்றியா? அவள் போரடிக்கிறது என்று கூறினால், அவ்வளவுதான் நான் தொலைந்தேன். இன்று வரை நடைபெறாத செயல்.

கணக்கே இருந்துவிட்டுப் போகட்டும். வருவது வரட்டும். பையன் கேட்டான்:

"ஒளி ஆண்டு பற்றிச் சொன்னாய் அல்லவா....."

தாருவாலா உடனே ஆகாயத்தைப் பார்த்தாள். கண்கள் பிரகாசிப்பதைப் போல் தோன்றியது, பார்சிக்காரி கூறினாள்:

“ஒளி ஆண்டு என்பது நான் மிகவும் விரும்புகின்ற ஒரு விஷயம்.”

“சொன்னால் நானும் அதை விருப்புடன் தெரிந்து கொள்வேன்.”

“எளிமையானது. ஆரம்பம் முதலே தொடங்குகிறேன். ஒளியின் வேகம் செகண்டுக்கு 1,86,000 நாழிகையென்று தெரியுமல்லவா.”

(இல்லையல்லவா! பரம ரகசியமான செய்தியாயிற்றே.)

“அவ்வளவு வேகத்தில் அறுபது வினாடிகள் கழிந்து ஒரு நிமிடமும், அறுபது நிமிடம் கழிந்து ஒரு மணி நேரமும், இருபத்து நான்கு மணிநேரம் கழிந்து ஒரு நாளும், முந்நூற்றூற்றறுபத்தைந்து நாள் கழிந்து ஓர் ஆண்டும் ஒளி சஞ்சரிக்கிறது. இதற்கிடையே இலக்கங்களுக்குப் பொருள் தெளிவு இல்லாமலாவதால் இந்த தூரத்தை ஓர் ஒளி ஆண்டு என்று கூறுகின்றனர்.”

(கணக்கில் புலியான என்னிடம் இதையெல்லாம் கூறுகிறாயே. என்னைக் கொன்று விடடீ! கொன்றுவிடு.)

அவள் பார்வை தன்மீது பதிந்தவுடன் ஆர்வம் இருப்பது போல் முகத்தை வைத்துக் கொண்டு பையன் கேட்டான்: “அப்புறம்?”

ஆவேசமாக இரண்டு வாய் உணவு உள்ளே சென்றது.

“மீண்டும் நாம் பழைய இலக்கங்களுக்குத் திரும்புகிறோம். ஒன்று, பத்து, நூறு, ஆயிரம், பத்தாயிரம், லட்சம், கோடி, கோடானுகோடி ஒளியாண்டுகளுக்குப் பிறகு ஒரு நட்சத்திரம் தோன்றும்.”

(சிலநேரம் நட்சத்திரம் அங்கே இருக்காதுடி, அது அங்கிருந்து நீங்கியிருக்கும். எரிந்து அணைந்திருக்கும். இப்போது நாம் காண்கின்ற இந்த வெளிச்சம் கூட அது அழியும் நேரத்தில் அதிலிருந்து வெளியேறியதாகும்.)

வெண்மையான மேசைவிரிப்பின் மீது கவிழ்ந்திருக்கின்ற அவளது நீண்ட கைவிரல்களைப் பையன் தனது விரல்களால் வருடினான். பார்சிக்காரி கவனிக்கவில்லை. வார்த்தைகளை வெளியே வீசுவதற்காகத் துடித்துக் கொண்டிருந்தாள்.

“அங்கே செல்லும்போது அவ்வளவு ஒளியாண்டுகள் தூரத்தில் மீண்டும் நட்சத்திரங்கள். மீண்டும் அங்கே செல்லும் போது அவ்வளவு ஒளியாண்டுகள் தூரத்தில் மீண்டும்.....”

பையன் கேட்டான்: “முடிவில்?”

“முடிவில்லை. முடிவேயில்லாத சூனியம். சூனியம் ப்ளஸ். சுனியம் மைனஸ். முடிவற்ற வெறுமை.”

(இந்தளவுக்கு குழப்ப வேண்டியதில்லை. அந்த வேதச் செய்யுளை உருவிட்டால் போதும். பூர்ணஸ்ய பூர்ணமாதாய பூர்ணமேவாவசிஷ்யதே. உன் புலம்பல் நிற்கட்டும், அதன்பிறகு சொல்லித் தருகிறேன். என்னவானாலும் விரல்கள் மிகவும் மென்மையானதாக இருக்கின்றன. இவ்வளவு மென்மையை எதிர் பார்க்கவில்லை.)

பையன் கேட்டான்: “முடிந்ததா?”

அவள் கூறினாள்: “தொடக்கம் இல்லை. முடிவும் இல்லை.”

“வேறு என்ன இருக்கிறது?”

“இந்தச் சூனியத்திற்கு முன்பும், வெறுமைக்கு முன்பும் நாமெல்லாம் ஒன்றுமில்லை. நாம் என்ற ஒன்று இருக்கிறதா என்று கற்பனைகூடச் செய்ய இயலாது.”

“எனக்குப் புரியவில்லை.”

தாருவாலா கூறினாள்: “தாட்டீஸ் ஃபிலோஸஃபி ப்யூர் அண்ட் ஸிம்பிள்.”

(அதுதான் தெளிவானதும் எளிதானதுமான தத்துவம்.)

வைராக்கியத்துடன் பையன் தனது விரல்களைப் பின்னுக்கு இழுத்துக் கொண்டான்.

ஒரு நிமிடம் பையனை பார்த்துவிட்டுப் பின்னர் தனது விரல்களைப் பார்த்தாள். மீண்டும் பையனைப் பார்த்து அவள் கூறினாள்: இதைக் கூறியபோது அவளிடமிருந்து வெளிப்பட்டது ரேஷனில்லாத புன்னகை.

“இப்போது அனைத்துப் பொருள்களின் பொருளற்ற தன்மையும் தங்களுக்குப் புரிந்திருக்குமே?”

(அப்படியானால் நான் உன்னுடைய விரல்களைக் காதலித்ததை நீ கவனித்திருக்கிறாய்!)

பையன் கூறினான்: "ஐ ஃபவுண்ட் ட்ரீம் ஆஃப் மேக்கிங் அட்வான்ஸஸ் டூ ஏல் ரஸ்ஸல்."

(ரஸ்ஸல் பிரபுவை வழிக்குக் கொண்டுவர முடியுமென்று நான் கனவிலும் நினைக்கவில்லை.)

தாருவாலா உடனே சிரித்தாள். கலகலவென்று சிரித்தாள். களுக்கென்று சிரித்தாள்.

"குட்வண், தாட்ஸெ குட்வண்." (அழகு, இது ரொம்ப அழகு).

பையனுக்கு எந்த அழகும் தோன்றவில்லை.

புன்னகை கூட இல்லை. அப்போது அவள் கூறினாள்: "ஆனால் அந்த தத்துவஞானியால் முடியும். செக்ஸ் என்ற போலியான பெயரில் வழிக்குக் கொண்டுவர முடியும் என்பது தானே அவருடைய தத்துவம்."

"அந்தத் தத்துவஞானி யார்?"

"வியன்னாவைச் சேர்ந்த அந்த டாக்டர்."

"யார் அவர்?"

"சிக்மண்ட் ஃபிராய்டு."

"ஆச்சரியத்திற்குரியவன் என்று புத்தகத்தில் மட்டுமே படித்திருக்கிறேன்" பையன் கூறினான்: "அதற்கு ஃபிராய்டை விட்டுவிட்டு ஃப்ரண்டியரில் போவதற்குத் தானே தயாராக நிற்கிறாய்!"

பையனது கையைத் தேடிக் கொண்டு இந்தத் தத்துவவாதி கூறினாள்:

"ஃபர்கெட் தி ஃப்ரண்டியர்."

(ஃப்ரண்டியர் ரயிலை மறந்துவிடுங்கள்).

☯

இலக்கிய வித்தை

விசாரணையின்போது பையன் விளக்கினான்:
"கடந்த சனிக்கிழமையன்று நான் சினிமாவுக்குச் சென்றது உண்மைதான். முதல் காட்சிக்குத்தான் சென்றிருந்தேன். என்னுடன் வேறுயாரும் வரவில்லை. ஆகவே, தனியாகச் சென்றேன் என்று கூறுவதுதான் மிகவும் சரியாக இருக்கும். ஆங்கிலப் படமானதால் திரையரங்கில் அதிகக் கூட்டமொன்றும் இல்லை. ஒன்றரை ரூபாய் கொடுத்து இரண்டாம் வகுப்புப் பெஞ்சு டிக்கெட் வாங்கி இரண்டாவது வரிசையில் போய் அமர்ந்தேன். அப்போது முதல் வரிசையில் ஒன்றாம் நபர் வந்து உட்கார்ந்தான். சில நிமிடங்களுக்குப் பிறகு படம் தொடங்கும்போதுதான் இரண்டாம் நபர் முதல் வரிசையைப் பார்த்தான். முதலாமவனைப் பார்த்தவுடன் இரண்டாமவன் மகிழ்ச்சி ஆரவாரங்கள் செய்து சிரித்த பின்னர் முதலாமவனின் அருகே சென்று உபகுப்தனைப் போல் உட்கார்ந்து கொண்டான். இவ்வளவும் நடந்து இதற்குமேலும் முதலாமவன் இரண்டாமவனின் கைகளைப் பிடித்துக் குலுக்குவதையும் கண்ட எனக்கு இவர்களுக்கிடையே ஏதோ தொடர்பிருக்கிறது என்று எண்ணிக் கொள்வதற்கான ஆதாரங்கள் அனைத்தும் கிடைத்தன. நான் அப்படித்தான் எண்ணினேன். ஆனால், அவர்கள் தனித்தனியாகவும் சேர்ந்தும் பற்களைக் கடித்துக் கொள்ளும் ஓசை எனக்குக் கேட்டது.

மின்விளக்குகளால் அலங்கரிக்கப்பட்ட சினிமாக் கொட்டகையாக இருந்ததாலும், ஆங்கிலத்திலிருந்து மொழி மாற்றம் செய்யப்பட்ட புராண புண்ணிய தமிழ்ப் படமாக இருந்ததாலும், மேலும் சொல்லத்தகாத பலவுமாக இருந்ததாலும், பச்சைநிற நோட்டீஸில் பச்சைத்தமிழில் அச்சடித்தபடி படம் சரியாக மாலை 6.30 மணிக்குத் தொடங்கிவிட்டது. மிகச் சிறந்த படம்; வாள் சண்டையும், குதிரைச் சவாரியும், காதலும் நிறைந்த மசாலாப் படம். வேறு வார்த்தைகளில் சொல்வதானால் மிக அருமையான படம். இந்திய சினிமாக்களின் தரம் தாழ்ந்து

விடுமளவிற்கு அற்புதமான நடிப்பு. வெள்ளைக்காரர்கள் வெள்ளைக்காரர்கள்தான்! அவர்கள் கண்டிப்பாக இந்தியர்கள் இல்லை.

படம் ஆரம்பித்துச் சுமார் முக்கால்மணிநேரம் ஆனபோது பொறுமையைச் சோதிக்கின்ற ஒரு காட்சி, குதிரையின் மீது கதாநாயகனும் கதாநாயகியும் காதலில் திளைத்திருக்கின்ற சந்தர்ப்பம். அப்போது முதலாமவன் மெதுவாக எழுந்தான். எங்கே என்று இரண்டாமவன் கண்களால் கேள்வி எழுப்பினான். வெற்றிலை எச்சிலைத் துப்புவதற்கு என்று முதலாமவன் சாடை காட்டினான். இரண்டாமவன் அவனை விட்டு விட்டான்.

குதிரையின் முதுகில் காதல் முறுக்கேறிக் கொண்டிருக்கிறது. முதலாமவன் வெளியே சென்று முப்பது நிமிடங்கள் கடந்த முகூர்த்தம். அப்போது இரண்டாமவன் எதையோ நினைத்துக் கொண்டவனாகத் திடீரென்று எழுந்து சரம்போல் வெளியே பாய்ந்து செல்வதைக் கண்டேன். அதன் பின்னர் விடியும் வரையிலும் படம் தீரும் வரையிலும் அவர்கள் திரும்பி வரவில்லை. அதற்குப் பிறகு இந்த மரியாதைக்குரிய நீதிபதி அவர்களுக்கு முன்பு இதோ இப்போதுதான் இவர்களைக் காணும் பேறு பெற்றேன்."

(குறுக்கு விசாரணை இல்லை)

பிராஸிக்யூஷன் தரப்பின் இரண்டாவது சாட்சி, டிராஃபிக் கான்ஸ்டபிள் திரு. பப்புபிள்ளை பத்மநாபன் பிள்ளை தனது திருவாய்மொழியில் இப்படி விளக்கினார்:

"முதல் சாட்சி கூறிய படம் நடந்த அன்று இரவு ஏழே காலுக்கும் ஏழரைக்கும் இடையில் நான் பிரதிமா ஜங்ஷனில் டூட்டி பார்த்துக் கொண்டிருந்தேன். அப்போது தெற்குப் பக்கச் சாலையில் இரண்டு பேர் சிலையை இலக்காக்கி ஓடிவருவதைப் பார்த்தேன். முதலாமவன் முன்பும் இரண்டாமவன் அவனுக்குப் பின்னாலும் ஓடி வந்தனர். இருவருக்குமிடையே உள்ள தூரம் சுமார் பதினைந்து அடி இருந்தது. முதலாமவன் எனக்கு அருகில் வரும்போது இரண்டாமவன் சத்தமாகக் கத்தினான்: 'பிடி அவனை!'

நான் அவனையும் இவனையும் இரண்டு பேரையும் சேர்த்துப் பிடித்தேன். லாக்கப்புக்குக் கொண்டு சென்றேன். நடைமுறையிலுள்ள போலீஸ் மற்றும் அரசியல் நிலவரங்களைக்

கணக்கில் கொண்டு அவர்களை அடிக்கவில்லை. ஆசையிருந்தது என்ன செய்வது? இப்போதும் கைகள் துடிக்கின்றன!"

நீதிபதி முதலாமவனிடம் கேட்டார்:

"நீ எதற்காக ஓடினாய்?"

முதலாமவன் விளக்கினான்:

"எஜமான்! மறுநாள் காலையில் ஆகாசவாணிக்கு ஒரு நாடகம் கொடுப்பதாக வாக்களித்திருந்தேன். அந்த விஷயம் அப்போதுதான் நினைவுக்கு வந்தது. அதை எழுதி முடிப்பதற் காகத்தான் ஓட்டமெடுத்தேன்."

நீதிபதி: "ஓஹோ, எழுத்தாளனா? அதுசரி!" (இரண்டாம் நபரிடம்) "நீ ஏன் அவனுக்குப் பின்னால் ஓடினாய்?"

இரண்டாமவன் விளக்கினான்:

"எஜமான்! நாடகத்தை முடிப்பதற்காக ஓடினேன் என்று அவன் கூறிய முழுப் பொய் எப்சன் துரைக்கே பொறுக்காது. எச்சில் துப்புவதற்காக என்று கூறி என்னை ஏமாற்றிவிட்டு, பார்த்த வரையிலும் அந்தப் படத்தை நாடகமாக மாற்றி எழுதுவதற்காகத்தான் அவன் ஓடினான்."

நீதிபதி: "நீ எதற்காகப் பின்தொடர்ந்து ஓடினாய் என்று தான் கேட்டேன்."

கூட்டத்திற்கு நடுவே மண்டியிட்டு இரண்டாமவன் விவர மாகக் கூறினான்:

"எஜமான்! ஒரு நாவல் எழுதுவதற்கான களத்தை நான் வடிவமைத்துக் கொண்டிருக்கிறேன். அதற்கிடையே இவன் புகுந்து இங்கிலீஷ் படத்தை நாடகமாக்கினால் பிறகு நான் எங்கே செல்வதாம்?"

நீதிபதி சிரித்துவிட்டார். சிரிப்புக்குப் பின் தீர்ப்பு வழங்கினார்:

"ஆஹா, நான் கேட்டுக் கொண்டிருப்பதுதான் என்ன! குற்றம் சுமத்தப்பட்ட இருவரும் அனுக்கிரகம் பெற்ற எழுத்தாளர்களா? மிகவும் நன்று. திருட்டு, அச்சுறுத்தல், கொலை, கொள்ளை போன்ற குற்றங்கள் எவற்றிலும் நீங்கள் ஈடுபட்டீர்கள் என்று நிரூபிக்கப்படவில்லை. ஆகவே உங்கள் இருவரையும்

வெறுங்கையுடன் விடுதலை செய்கிறேன். மகிழ்ச்சியுடன் சென்று வாருங்கள்."

நீதிமன்றத்துக்கு உணவு இடைவேளை. பையனும் எழுத்தாளர்களும் மகிழ்ச்சியுடன் வெளிவராந்தாவை வந்தடைந்த போது ஒரு சிப்பந்தி வந்து கூறினான்:

"எஜமான் உங்களைச் சேம்பருக்கு அழைத்துவருமாறு பணித்திருக்கிறார்."

எழுத்தாளர்கள் திரும்பி நடந்தனர். பையன் அப்படிச் செய்ய வில்லை. அப்போது சிப்பந்தி கூறினான்:

"நீயும் வாடா!"

பையன் சீறினான்:

"சீ! சார்னு கூப்புடடா, ராஸ்கல்!"

சிப்பந்தி அரண்டு போனான்:

"சார்!"

நீதிபதி மூவரையும் பவ்வியமாக வரவேற்று அமரச் செய்தார். பிறகு பேசத் தொடங்கினார்:

"எழுத்தாளர்களை நேருக்கு நேராகக் காண்பதென்பது எப்போதும் மகிழ்ச்சி தரக்கூடிய செயல்தான். நீங்கள் சாதாரண மாக எதைப் பற்றி எழுதுவீர்கள்?"

முதலாமவன்: "நாடகம், இப்ஸன், டென்னஸி வில்லியம்ஸ், ஆர்தர் மில்லர் போன்றவர்களது படைப்பு எஜமான்."

இரண்டாமவன்: "எஜமான் நான் நாவல், தொடர், நாடகம், சிறுகதை எழுதுவேன்."

பையன்: "யுவராணர், கடிதங்கள் எழுதுவேன். ஆனால் இலக்கியம் படிப்பதோடு சரி."

நீதிபதி புன்னகைத்தார்:

"நானும் ஒரு இலக்கிய ரசிகன்தான்."

முதலாமவன்: "அது உங்களைப் பார்த்தாலே தெரிகிறதே?"

இரண்டாமவன்: "எஜமானது பண்பாடு மிக்க வரவேற்பு

நடவடிக்கைகளைக் கண்டபோதே உள்ளுக்குள் கொஞ்சம் இலக்கிய ரசனையும் நிறைந்திருக்கும் என்று நான் ஊகித்தேன்."

நீதிபதி அழுதுவிடுவார் என்று தோன்றியது. அதை மறைப்பதற்காக மேசையைத் திறந்து ஒரு பெரிய காகிதக் கட்டை எடுத்து முன்னால் வைத்துக் கொண்டு கூறினார்:

"சமீபத்தில் நான் ஒரு நாவல் எழுதினேன், பெரிய நாவல். மூவரும் ஒருமுறை வாசித்துப் பாருங்கள்."

இலக்கியவாதிகள் மகிழ்ச்சி ஆரவாரம் எழுப்பினர். அப்போது பையன் நீதிபதியிடம் கூறினான்:

"தங்களிடம் ஒன்று கேட்க வேண்டும்."

நீதிபதி: "என்ன?"

பையன் கேட்டான்: "யுவராணர், இது எந்த இங்கிலீஷ் படம்?"

☯

சோற்றுக்காக

வட இந்தியர்களின் உணவு இலகுவானதும் காட்டமானதுமாம். கோதுமை ரொட்டியும் காய்கறிக் கூட்டும். இல்லையென்றால் இறைச்சிக் குழம்பு. ரொட்டிக்குப் பல பெயர்கள். புல்க்கா, சப்பாத்தி, புரோட்டா. மூன்றுவேளையும் இதுதான். ஒருமுறைச் சாப்பிட்டால் இரண்டு முறைச் சாப்பிட்டதற்குச் சமம். வாரத்தில் ஆறுநாட்கள் பதினெட்டுமுறை உண்டு முடித்தபின் ஞாயிற்றுக்கிழமை இப்படி நினைக்கத் தோன்றும், கொஞ்சம் சோறு சாப்பிட்டால் என்ன? கடலும் மலையும் தாண்டி வளர்ந்து வரும் கேரளாவையும் அதன் பண்பாட்டையும் மறந்துவிடக் கூடாதல்லவா!

இப்படியாகப் பையன் ஐயரது ஹோட்டலைச் சென்றடைந்தான். ஐயரோ, ஊரிலிருந்துதான் வந்து விட்டோமே, டில்லியில் என்ன வேண்டுமானாலும் செய்யலாம் என்ற இளக்கார மனோபாவத்தில் சைவம் மட்டுமல்லாமல் அசைவ உணவையும் சமைத்து விற்பனை செய்கிறார். பிராயச்சித்தம் செய்வதுபோல் பிறப்பால் பிராமணர்கள் அல்லாத சர்வர்களை வைத்து அதைப் பரிமாறச் செய்கிறார்.

சர்வர் என்ற நீசகுலத்தில் பிறந்தவனுக்காகப் பொறுமை யுடன் காத்திருக்கும் வேளையில், சீக்கிய மதத்தைச் சார்ந்த ஒரு சர்தார்ஜி எதிர் இருக்கையில் வந்து அமர்ந்து கொண்டு 'மதராசிக்காரனே இன்றைக்கு உனது விளையாட்டை இரண்டு கை பார்த்துவிடுகிறேன்' என்பதுபோல் சட்டைக் கைகளை மேலே சுருட்டிவிட்டு முட்டிக் கைகளை மேசைமேல் ஊன்றிக் கொண்டு மீசையை முறுக்கி, தாடியைத் தடவியவாறு சுற்றும்முற்றும் பார்த்துவிட்டுத் தயாராகிக் கொண்டிருந்தான்.

சர்வர் இப்போதைக்கு வரமாட்டான் என்பதை அறிந்த பையன் எதையாவது கொஞ்சம் சிந்திப்போம் என்று எண்ணினான். சர்தார்ஜியைப் பற்றிய ஒரு கதையை நினைத்துப்

பார்த்தான். முன்பொருநாள் ஒரு சர்தார்ஜி பாஸ்போர்ட் மற்றும் பிற ஆவணங்கள் ஏதும் இன்றிக் கனடாவைச் சென்றடைந்தார். அதிகாரிகள் அவரைப் பிடித்துவிட்டனர். திருப்பி அனுப்பிவிட முடிவு செய்தனர். சர்தார்ஜி கூறினார்: 'இவ்வளவு தூரம் வந்து விட்டேன், என்ன வேலை கொடுத்தாலும் செய்கிறேன். தயவு செய்து திருப்பிமட்டும் அனுப்பிவிடாதீர்கள்.' தூரத்தைப் பற்றி நினைத்தவுடன் அதிகாரிகளுக்கும் கொஞ்சம் வருத்தம்தான். ஆனால், என்ன வேலை கொடுப்பது? இறுதியில் அதிகாரிகள் கேட்டனர்: 'மனிதக் குரங்காக மாறமுடியுமா?' பூர்வஜென்ம நினைப்பு சர்தார்ஜியை மயிர்க்கூச்செறிய வைத்தது. 'மாறுகிறேன்.' மிருகக்காட்சி சாலையில், ஒரு நாளைக்கு இரண்டு மணிநேரம் வேலை. மனிதக் குரங்குபோல் வேடம் பூண்டு மரத்திற்கு மரம் தாவ வேண்டும். பார்வையாளர்கள் மகிழ்ச்சியடைய வேண்டும். சம்பளம் ஒரு நாளைக்குப் பத்து டாலர்.

இதைவிடச் சிறந்த வேறு வேலை இருக்க முடியுமா? சார்தார்ஜி உடனே வேலையில் சேர்ந்துவிட்டார்.

மரம்விட்டு மரம் தாவத்தொடங்கி ஒரு மாதம் ஆகிவிட்ட நிலையில் ஒருநாள் பிடி தவறிக் கீழே விழும்படி நேர்ந்தது. விழுந்த இடமோ சிங்கத்தின் கூண்டு. விழும்போது சிங்கம் தூங்கிக் கொண்டிருந்தது. சத்தம் கேட்டுச் சிங்கம் விழித்துப் பார்த்தபோது கூண்டின் மூலையில் சர்தார்ஜி ஒட்டிக் கொண்டு நிற்கிறார். சிங்கம் பிடரியைச் சிலிர்த்து கர்ஜித்தபின் சர்தார்ஜியை மேலும் கீழும் பார்த்துவிட்டுப் பாய்வதற்குத் தயாரானது. வீரமரணம் வரிக்கத் துணிந்த சர்தார்ஜி வலது கையை உயர்த்திக் குருவை வணங்கினார்: 'ஸத்ஸ்ரீ அகால்!'

உடனே சிங்கமும் வலதுகையை உயர்த்திக் கொண்டு கூறியது: 'ஸத் ஸ்ரீ அகால்!'

சர்தார்ஜி கேட்டார்: 'இங்கே எப்படி வந்து சேர்ந்தாய்?'

சிங்கம் சொன்னது: 'பாஸ்போர்ட் இல்லாமல் வந்து மாட்டிக் கொண்டேன்.'

பிராமணனாக இல்லாவிட்டாலும் புத்திசாலியான சர்வர், பையன் சிந்தித்து முடித்துவிட்டான் என்பதைப் புரிந்து கொண்டு அருகில் சென்றான். பையன் மதராஸ் உணவுக்கு ஆர்டர் கொடுத்தான். சர்வர் சர்தார்ஜியை நோக்கித் திரும்பினான்.

சர்தார்ஜி கேட்டார்: "கியா ஹை?"

கதாநாயகனாகிய சர்வர் உலகிலுள்ள பிற சர்வர்களைப் போன்று ஒற்றைக் காலில் நின்றுகொண்டு ஓடும் ரெக்கார்டில் உட்கார வைக்கப்பட்ட ஊசி முனைபோல் வாசிக்கத் தொடங்கினான் : "ரொட்டி, முட்டை, சப்ஜி, இறைச்சி....."

"பஸ்?"

"ஜி."

சர்தார்ஜி, வெறுப்பை உமிழும் முகத்துடன் ஒரு நிமிடம் சர்வரைப் பார்த்தார். பிறகு கர்ஜித்தார்: "சாவல் ஹை, சாவல்?" (சோறு இருக்கிறதா, சோறு?)

கள்ளச்சாராயம் விற்பவனைப் போல் சர்வர் ரகசியமாகக் கூறினான்: "ஹாஜி."

தாடியைத் தடவிக்கொண்டு சர்தார்ஜி கத்தினார்: லாவோ! (கொண்டு வா!)

இதுதானா சங்கதி என்பதுபோல் சர்வர் சென்று விட்டான். சர்தார்ஜியின் கூரிய பார்வை அவனைப் பின்தொடர்ந்தது. சர்வர் மறைந்தவுடன் சர்தார்ஜி சிரித்தார். பின்னர் பையனிடம் திரும்பி: "பாருங்க சார், ஊருவிட்டு வந்து ரொம்ப வருஷங்களுக்குப் பிறகு கொஞ்சம் சோறு சாப்பிடலாம்ணு நெனச்சு இங்கே வந்தா இங்கேயும் அவனுங்களோட ரொட்டியும் சப்ஜியும்!"

❁

ஒரு வாரம்

வெள்ளி,

முன்பனிக் காலமானதால் சீக்கிரமே அஸ்தமித்து விட்டது. ஆறுமணிக்கெல்லாம் இருள் கவிந்துவிட்டது. இன்னும் அரைமணி நேரத்தில் விமானம் வந்துவிடும். எவ்வளவு நேரம் தாமதமாகுமோ? இந்திய விமானங்கள் சில நேரங்களில் ரயில் வண்டியாக உருமாறி மணிக்கணக்கில் தாமதித்து ஓடுகின்றன.

ஜனங்கள் டார்மாக்கில் நுழைந்துவிடாமல் தடுப்பதற்காக அமைக்கப்பட்டிருக்கும் கம்பி வேலிக்கு இந்தப் பக்கமுள்ள திறந்த வெளியில் பையன் உலாவிக் கொண்டிருந்தான். அப்பர்கிளாஸ் வருமானத்தின் அடையாளமாகிய சிறந்த ஆடைகளை அணிந்த அழகிய ஆண்களும், பெண்களும் சுற்றிலும் நிற்கின்றனர். பம்பாயிலிருந்து வரும் விமானத்தை வரவேற்க வந்தவர்கள், மெட்ராஸுக்கும் லண்டனுக்கும் பறக்கவிருக்கின்ற பறவைகளில் உறவினர்களை வழியனுப்ப வந்தவர்கள். வழி தவறி வந்தவர்கள். மானுடப் பெண் பறவைகளைக் கொத்தித் தின்ன வந்தவர்கள். பையன் நினைத்தான், இன்னும் ஒரு மாதம் கழிந்தால் குளிர் அதிகமாகிவிடும். விண்டர் என்ற புலியின் வருகை நெருங்கி விட்டது. அதன் பிடியிலிருந்து தப்பிக்க வேண்டுமானால் கம்பளி ஆடைகள் வேண்டும். இல்லையென்றால் புலி குதறிவிடும். சீஸனில் ஒரு த்ரீபீஸ் சூட் தைக்க வேண்டும். கருப்பும் சாம்பல் நிறமும் கலந்த சூட்.

லண்டனுக்குப் பறந்து செல்லக்கூடிய வெளிநாட்டுக் கம்பெனியின் ஜெட் விமானம் சீறிக்கொண்டே உருண்டு வந்து டார்மாக்கை உரசி நின்றது. பெரிய பறவை. நீலமும் வெள்ளையும் கலந்த நிறம். இருநூறுபேர் அமரலாம். அதில் பயணம் செய்வதே ஓர் அந்தஸ்துதான், பையன் நினைத்தான். பாதி வழியில் விழுந்து செத்தாலும் பரவாயில்லை. மரணம் கூட ஆடம்பரமாக இருக்கும்.

விமான நிலையத்தின் பொது அறிவிப்பு அறையிலிருந்து வெளிநாட்டுக் கம்பெனியில் பணிபுரியும் சின்ன அம்மாளு அம்முவின் குரல் ஒலித்தது:

'பயணிகளின் கனிவான கவனத்திற்கு! பாம்பே, பெய்ரூட், கெய்ரோ, ரோம், பிராங்பஃர்ட் வழியாக லண்டனுக்குப் பறக்கின்ற ஸி.எம் பறவை பி - 113 பயணத்திற்குத் தயாராக வந்து நிற்கிறது. கஸ்டம்ஸ் அதிகாரிகளிடமிருந்து தப்பித்தவர்கள் தயவு செய்து பறவையை அணுகவும்.'

தொடர்ந்து, ஓர் இந்தியப் பெண்ணின் இமிட்டேஷன் குரலும் காற்றில் அலையலையாய் வந்தது:

'பயணிகளின் கவனத்திற்கு! பாரத விமான சர்வீஸின் பறவை இ-113 சிறகடித்துக் கொண்டு வருகிறது. இன்னும் சற்று நேரத்தில் அது தரையிறங்கும், ஜாக்கிரதை!'

பையனுக்கு நிம்மதி. விமானம் சரியான நேரத்திற்குத்தான் ஓடுகிறது. வழியில் யாரும் சங்கிலியைப் பிடித்து இழுத்து நிறுத்தவில்லை.

நினைத்து முடிப்பதற்குள், காதங்களுக்கு அப்புறம் வடமேற்கு மூலையில் வெள்ளை மற்றும் சிவப்பு நிறக் கண்களைச் சிமிட்டிக் கொண்டு உள்நாட்டுப் பறவை தரையிறங்கியது. பின்னர் கால்நடையாக முன்னோக்கி வரத் தொடங்கியது.

வெவ்வேறு நாடுகளுக்குப் பறக்கின்ற வெளிநாட்டுப் பறவைகளில் ஏறுவதற்காகக் கஸ்டம்ஸ் ஆபீஸுக்கு அந்தப் பக்கமுள்ள சிறப்பு வாயில் வழியாகப் பயணிகள் வரிசையாக வெளியே வந்தனர். உலகளவில் நடைபெறும் ஒரு ஃபாஷன் பரேடு போன்ற காட்சி: ஸாரிகள், டர்பன்கள், தாடிகள், சூட்டுகள், ஸ்கர்ட்டுகள் விமானப் பயணிகளின் வீரசந்ததிகளான மான்ஸ்டர்கள்.

ஹாஜி சொன்னது போல, ஹம்ஸா மெக்காவுக்கு ஹஜ் யாத்திரை சென்ற போது ஒட்டகத்தில் ஏறியது போலத்தான் இவர்களுடைய போக்கு.

'போடா போ' பையன் நினைத்தான். 'விமானத்தில் கிடைக்கும் இலவச உணவை உண்டு, விலை குறைந்த மதுவையும் குடித்து, செத்தும், சாகடித்தும் நேரத்தைப் போக்கு. விமானப்

பணிப்பெண்ணைக் கண்ணால் வலைவீசிப் பிடி. செலவாகின்ற பணத்தின் கடைசிக் காசு தீரும்வரை அனுபவி. இப்படி ஒருத்தன் இங்கே நிற்கிறான் என்ற நினைப்பே வேண்டாம். வேண்டவே வேண்டாம்டா. நான் இதைப்போல் எத்தனை பேரைப் பார்த்திருக்கிறேன். இனியும் எத்தனை பேரைப் பார்க்கப் போகிறேன். இப்போது நீ அனுபவி. போய் அனுபவி!'

பம்பாயிலிருந்து வந்த தேசியப் பறவை, ஜெட் விமானத்தின் மீது கொண்ட மரியாதையால் தூரமாக ஓரிடத்தில் திரும்பித் துயங்கித்துயங்கி வந்தது. தொப்பி அணிந்த ஓர் ஊழியன் கிளிக்கு முன்னால் பின்னோக்கி நடந்து கையசைத்தும் விளக்கைக் காட்டியும் அதை நிலைக்குக் கொண்டு வந்தான். வாகனம் சக்கரங்களால் அரைவட்டமடித்து, மரணிக்கும் முன்பு இறுதியாக முக்கி முணங்கிவிட்டு அமைதியானது.

உருட்டிக் கொண்டுவந்து வைத்த ஏணியின் மீது திறந்து வைக்கப்பட்ட வாசல் வழியாகப் பயணிகள் வெளியேறினர். வரவேற்புரையின் வரிகளை மனதிற்குள் சொல்லிக் கொண்டு உற்றார் உறவினர்கள் கம்பிவேலியில் சாய்ந்து கண்களைக் கூர்மையாக்கிக் கொண்டு நின்றனர்.

விமானத்திலிருந்து இறங்கி வெளிவாயிலை நோக்கி வருகின்ற ஒரு கூட்டத்தில் பெரும்பாலானோர் உள்நாட்டுப் பிரமுகர்களாக இருந்ததால் அவர்களுக்கிடையே வித்தியாசம் ஒன்றும் இல்லை. அனைவரும் தூய வெள்ளாடையே அணிந்திருந்தனர். எல்லாக் கூட்டங்களிலும் ஒரு வெள்ளைக்காரன் இருப்பானே அவன் இந்தக் கூட்டத்திலும் இருந்தான். ஓவர்கோட் ஹெல்ட் ஹாட், கையில் தூக்கிப் பிடித்த தோல்பை ஆகியவற்றுடன் ஷெர்லாக் ஹோம்ஸின் புத்தகத்திலிருந்து இறங்கி வந்தவனைப் போல் ஒருவன். சுற்றுவட்டாரத்தில் பிரபலமில்லாதவன் என்பதால் பையன் அவனைச் சரியாகக் கவனிக்கவில்லை.

வாயிலைக் கடந்து செல்லும் பயணிகளைப் பையன் கூர்ந்து கவனித்தான். முதலில் வந்தவர்களில் அவன் இல்லை. இரண்டாவதாக வந்த கூட்டத்திலும் அவன் இல்லை. இன்னும் சிலர்தான் உள்ளனர். பையன் அவர்களை ஒவ்வொருவராகப் பார்த்தான். இல்லை, அவன் இல்லை.

பையன் தனக்குத்தானே பேசினான்: 'அப்புறம் எதற்காக இவன் தந்தியடித்தான், திருட்டுப்பய?'

தோளில் ஒரு கை விழுந்தது.

"டேய்..."

பையன் திரும்பிப் பார்த்தான். சத்தமாகக் கத்திவிட்டான். ஓவர் கோட்டும் ஹெல்ட் ஹாட்டும் அணிந்து இதோ நிற்கிறான் இட்டூப்பு முதலாளி.

"என்னடா திருதிருன்னு முழிக்கிறே? நான் வெளில வரும் போது ஆகாசத்தப் பார்த்துட்டு நிக்கற. டேய் இதுக்குத்தான் தந்தியடிச்சு உன்னை வரச் சொன்னேனா?"

பையன் கூறினான்:

"நீ இப்படி வருவேன்னு நான் நினைக்கலை. நீ வெள்ளைக் காரனாக வரமாட்டேன்னு நினைச்சு நான் கூட்டத்துல தேடிட்டிருக்கும் போது இட்டூப்பாகிய நீ வெள்ளைக்காரத் துரையாக வெளியே வருகிறாயே."

"நீ அசந்துபோயிட்ட அப்படித்தானே?"

"செத்துட்டேன்னு சொல்லு. இந்த வேசத்துல வந்திருக்கியே அதுக்கு என்ன காரணம்?"

முதலாளி கேட்டான்:

"டேய்... நான் எங்கே போறேன்?"

"அமெரிக்காவுக்கு."

"அங்கே வெப்பமா இருக்குமா? குளிரா இருக்குமா?"

"குளிர்."

"இந்த உடை வேணுமா, வேண்டாமா?"

"வேணும்."

"பிறகு எதுக்குடா தேவையில்லாம கேள்வி கேட்டிட்டுருக்க நீ?"

பையன் கூறினான்:

"நான் உத்தேசித்தது அது இல்லை."

"வேற என்னவாம்?"

"அமெரிக்காவுல போய் இந்த டிரெஸ்ஸைப் போட்டாப் போதாதா? இந்தச் சூட்டுல பாம்பேயிலிருந்து டில்லிக்குப் பறந்து வரும்போது இதைக் கழட்டிப் பெட்டிக்குள்ள வைக்க வேண்டியதுதானே?"

இட்டூப்பு பையனை முறைத்துப் பார்த்தான். பிறகு மென்மையாகச் சிரித்துக்கொண்டு கூறினான்:

"ஆங், பெட்டிக்குள்ளே வெச்சிக்கணும், அப்படித்தானடா?"

"ஆமாம்?"

"நீ நல்லா அடி வாங்குவேன்னுதான் நினைக்கிறேன்."

"ஏன்?"

"வாடா வா, உனக்கு புத்திசொல்லித் தர்றேன்."

இட்டூப் முதலாளி பையனின் கையைப் பிடித்துக் கொண்டு லக்கேஜ் கவுண்டரை நோக்கி நடந்தான். பெட்டிக்காகக் காத்திருக்கும்போது மீண்டும் உரையாடல் தொடங்கியது:

"நீ டெல்லிக்கு வந்து எவ்வளவு நாளாச்சுதுடா?"

பையன் இன்ஸ்டன்டாகக் கணித்துக் கூறினான்:

"எட்டு வருஷம்."

"ஏன் வந்தே? ஊரிலேயே குப்பை கொட்டியிருக்க வேண்டியது தானே?"

"கேள்வியைப் புரிஞ்சுக்க முடியலையே."

இட்டூப்பு கூறினான்:

"இங்கிலீசுல சொல்லு. டேய், இந்தக் கோட்டு எவ்வளவு வெயிட் இருக்கும்?"

"பத்து கிலோ."

"கிலோவையும் மைலையும் விட்டுத்தள்ளு. இது ஒன்றரைத் துலாம் வரும்."

"எவ்வளவும் இருந்துட்டுப் போகட்டும். அதனால் என்ன?"

"சொல்றதக் கேளுடா, இதைப் பெட்டியில வைச்சா இந்த வெயிட்டுக்கும் சேர்த்து லக்கேஜ் பணம் கொடுக்க வேண்டாமா?"

“அப்போ நெறைய லக்கேஜோடதான் வந்தியா?”

“அது சரி. கொஞ்சமாக் கொண்டு வந்து விமானக் கம்பெனிக்கு லாபம் சம்பாதிச்சுத் தரணுமாடா?”

“அப்படி இல்ல...”

“டேய்... நாம நாடுவிட்டு நாடு போறோம். எடுத்துச் செல்ல நெறையப் பொருள் இருக்கு. டிக்கெட்டில் குறிப்பிட்ட அளவுக்கு லக்கேஜைப் பெட்டியில் வைத்தாயிற்று. இனி ஒரு ராத்தல் கூட வைக்கமுடியாது. இப்போ சொல்லு கோட் வைக்க முடியுமா?”

“முடியாது.”

“கோட்டை உடம்பில் மாட்டிக்கிட்டா அதுக்கு லக்கேஜ் கொடுக்கணுமா?”

“வேண்டாம்.”

“பிறகு எதுக்குடா கோட்டைப் பெட்டியில் வைக்க வில்லையான்னு கேட்டாய்?”

இருகைகளையும் உயர்த்திச் சரணடைந்து கொண்டு பையன் கூறினான்:

“நண்பா இட்டூப்பு, இதெல்லாம் எனக்குத் தெரியுமா!”

இட்டூப்பு முதலாளிக்குக் கோபம் வந்தது. அவனுடைய கிளிமூக்கு வியர்த்தது. சொற்பொழிவாற்றுவதுபோல் கூறினான்:

“தெரியலைன்னா பேசாம இருக்கணும்டா. எதுக்கு டெல்லிக்கு வந்தேன்னு அதனாலதான் கேட்டேன். ஊரிலேயே உட்கார்ந்திருக்கலாமே! உன்னோட வேலையும், நீ எழுதுற இலக்கியமும். வாழ்க்கையின் துர்நாற்றம் வீசும் படைப்புகள். அதுதானடா உன்னுடைய இலக்கியம்? விமானப் பயணத்தின் இந்தச் சின்னக் கார்னர் கூடத் தெரியாத நீயெல்லாம் எப்படியடா இலக்கியம் படைப்பாய்! உன்ன மாதிரிப் பொறுக்கிகளோட புஸ்தகம் அச்சடிக்கிற என்னைச் சொல்லணும். அதுவும் இல்லாம அவனுங்களுக்கு மூணு நேரமும் பணம் கொடுக்கவில்லையென்ற புகார் வேற. வேறு வேலையிருந்தால் போய் பாருடா.”

கண்களைத் துடைத்துக் கொள்வதற்காகப் பையன் பாக்கெட்டிலிருந்து கர்ச்சீஃபை எடுத்தபோது முதலாளி இரக்கம் தொனிக்கும் குரலில் கேட்டான்:

“என்னடா?”

தேம்பலை அடக்கியவாறு பையன் கூறினான்:

“நான் இனிமேல் எழுதப்போறதில்லை.”

“அப்புறம்?”

“போர்ட்டர் வேலை ஏதாவது கெடைச்சாச் செய்யப் போறேன் இல்லைன்னா நிருபராகி விடுவேன்.”

இட்டூப்பு முதலாளி சொன்னான்:

“அதெல்லாம் வேண்டாம்டா, நீ எழுது. உனக்கு எதிர்காலம் இருக்கு. ஆனால், இப்போ எழுதுற மாதிரி எழுதக்கூடாது.”

“வேற எப்படி எழுதுறது?”

அதை நான் சொல்லித் தாரேன்.

“சொல்லு.”

“அப்புறம் சொல்றேன். இதோ நம்ம பெட்டி போய் வாங்கு.”

ரசீதைக் கொடுத்துப் பெட்டியை வாங்கிய பையன் கூறினான்:

“இப்போ கோட்டைக் கழட்டி பெட்டியில் வை.”

“ஏண்டா?”

“குளிரே இல்லை, அப்புறம் எதுக்கு ஓவர்கோட். கோட்டே அதிகம்.”

இட்டூப்பு முதலாளி கேட்டான்:

“பார்க்கிறவங்க ஏதாவது நினைப்பாங்க அப்படித்தானே?”

“ஆமாம்.”

“நினைச்சிட்டுப் போகட்டும். என்னோட பணம், என்னோட கோட்டு, எந்தப் பொறுக்கிப் பய எப்படி நினைச்சா எனக்கென்ன. உனக்கு அவமானமா இருந்தா நீ போயிடு. எப்படி?”

தொடர்ந்து தோல்வியைத் தழுவிய பையன் அவசரப்பட்டுக் கூறினான்:

“நான் அப்படிச் சொல்லவில்லை.”

"பிறகு எப்படி?"

பையன் பேச்சை மாற்றினான்: "நாம காரில போறமா? கோச்சில போறமா?"

"கோச்சுன்னா விமானக் கம்பெனிக்கு சொந்தமான பஸ் தானே."

"ஆமாம்."

"பஸ் வேண்டாம், டாக்ஸி பிடி."

பிடித்தாயிற்று. நல்ல டாக்சி. பெட்டியையும் மேலே ஏற்றியாயிற்று. மனித உருவங்களும் ஏறிய பின்னர் பையன் டிரைவரிடம் கூறினான்:

"கண்ணு மூடாம நகரத்துக்குள்ள போ."

முதலாளி கேட்டான்:

நாம எங்கே தங்கப் போறோம்.

பையன் கூறினான்:

"முதலாளிக்கிட்டக் கேட்டுட்டு அப்புறமா தீர்மானிக்கலாம்னு நினைச்சேன். நல்ல லாட்ஜூக்குப் போகணுமா, மிடில் கிளாஸ் போதுமா, இல்லைன்னா ஏதாவது ஓட்டை உடைசல் லாட்ஜுல தங்குற மாதிரி ஐடியாவா?"

இட்டூப்பு மண்டையைக் குடைந்து ஆலோசித்தான்.

"டேய், நல்ல லாட்ஜு வேண்டாம். அமெரிக்காவுல போய் நல்ல லாட்ஜுலதானே தங்கப்போறேன். நீ சொன்ன ஓட்டை உடைசலும் வேண்டாம், மிடில் கிளாஸ் போதும்."

"சரி, பார்த்துடலாம்."

"நகரத்துக்கு நடுவுல இருக்கணும். ஏன்னா நாம பல இடத்துக்கும் போக வேண்டியிருக்கு. அதுக்கு வசதியா இருக்கணும்."

"சரி."

பையன் டிரைவரிடம் ஒரு ஹோட்டலின் பெயரைக் கூறினான்.

இட்டூப்பு கேட்டான்:

"உனக்கு லீவு கிடைக்குமா?"

"எடுத்துக்கலாம், விடு."

"அப்படீன்னா அடுத்த வியாழக்கிழமை நான் போவதுவரை நீ லீவெடுத்து என்னோடவே இரு. கொஞ்சம் வேலையிருக்கு."

"சரி."

"உனக்கு ஆபீஸில பிரச்சினை ஒண்ணும் வராதே?"

"என்ன பெரிய பிரச்சினை! உனக்காக நான் உயிரையே கொடுப்பேன்."

இட்டூப்பு முதலாளி கூறினான்:

"தேவைப்படும்போது நானே கேக்கிறேன். இப்ப அதை நீயே வெச்சுக்கோ."

"சரி."

"அப்புறம் இப்போ சொன்ன ஹோட்டல்ல எல்லா வசதியும் இருக்குதில்லையா?"

"ஓரளவுக்கு, நமக்கென்ன படுத்துத் தூங்கணும் அவ்வளவு தானே!"

"அது போதாது. கக்கூஸ் போறதுக்கும் குளிக்கிறதுக்கும் இடம் வேணும்."

"அதுக்கெல்லாம் வசதியிருக்கு. எல்லாம் அட்டாச்டு."

"அப்படீன்னா சரி."

சிறிது நேரம் அமைதியான பயணம். அதற்குப் பிறகு இட்டூப்பு கேட்டான்:

"அப்புறம் வேற என்னடா விசேஷம்?"

"ஒண்ணுமில்லை. பயணம் எப்படி இருந்துச்சு?"

"இன்னைக்கு வரமுடியும்னு நினைக்கலடா, பெங்களூரு ஏர்போர்ட்டுக்கு வந்த பிறகு டெல்லிக்கு டிக்கெட் இல்லை."

"அப்புறம்?"

"எம்பேரு வெயிட்டிங் லிஸ்ட்ல ஒம்பதாவது, போதுமா திருவிழா!"

"வாண வேடிக்கை இருந்ததா?"

இட்டூப்பு சொன்னான்:

"சொல்றதக் கேளுடா. நான் அப்படியே சுத்தி வந்தேன். எதிரே பெங்களூர் பார். உள்ளே போய் ஒன்றரை பெக் அடிச்சேன்."

"தின்பதற்கு என்ன இருந்தது?"

"அப்பள வடை கிடைக்கலை. அதனால கொஞ்சம் சிக்கன், கொஞ்சம் மட்டன், ஏழெட்டு முட்டை அதோட நிறுத்த வேண்டியதாயிற்று."

"மோசம். குடிக்கிறதுக்கு நிறைய இருந்தது, இல்லையா?"

"அதுதான் சொன்னேனே. ஒன்றரை பெக்."

பையன் போதையில் இருப்பதைப்போல் கூறினான்:

"ஹாய்ஸ்!"

"போதும். அதோட களைப்பை நாம் ராத்திரி தீர்த்துக்கலாம்."

"பட்டாசு வெடிச்சிரலாம்."

"அப்புறம், நான் வெயிட்டிங் லிஸ்ட்ல ஒம்பதாவதா இருக்கும்போது ஒருத்தன் கிடைச்சான். ஷொரணூர்காரன், பேரு ராமன்குட்டி. அவன் ஏர்போர்ட்ல டிரைவரோ, பியூனோ என்னவோ இளவு. ஒரு அஞ்சு மணீஸ் கையில கொடுத்தவுடனே ஒரு டிக்கெட் கேன்சலான விவரம் கிடைச்சது. இன்னும் ஒரு டென் மணீஸ் வெச்சவுடனே எம்பேரு லிஸ்ட்ல ஃபர்ஸ்ட், எப்படி!"

"அபாரம்!"

"உன்னால முடியுமா? நீயா இருந்தா அங்கேயே தங்கியிருப்பே."

"இல்லை. நான் டெல்லிக்கு நடந்திருப்பேன்."

ஹோட்டல் அறைக்கு வந்து மூட்டையை அவிழ்த்தனர். அறை பரவாயில்லை. பெரியது. இரண்டு படுக்கை. முதலாளி கூறியது போல் அசாதாரணமான செயல்களை நிறைவேற்றுவதற்கு வசதியாகக் கழிப்பறையும், குளியலறையும் இருந்தன. ஒரு நாளைக்கு இருபத்தைந்து ரூபாய் வாடகை. ஒரு மாதம் தொடர்ந்து

தங்கினால் தள்ளுபடி அளிப்பதாக மேனேஜர் கூறினார்.

அப்போது முதலாளி கேட்டான்:

"இதை விலைக்கு வாங்கினால்?"

பையன் மொழிபெயர்த்தவுடன் மேனேஜர் இடத்தைக் காலி செய்தார்.

முதலாளி கேட்டான்: "டேய் எப்படி?"

நம்பிக்கைக்குரியவன் கூறினான்:

"முதலாளியின் முதல் வதம்."

இட்டூப்பு கூறினான்:

"எங்கிட்ட விளையாடினா மூக்கை உடைச்சிடுவேன். எப்படி?"

"மூக்கை உடைச்சிருவாய்."

கோட்டையும் பேண்டையும் களைந்துவிட்டு முதலாளி லுங்கிக்குள் நுழைந்தான். ஒரு லுங்கி கடன் வாங்கி பையனும் சுற்றிக் கொண்டான்.

சீடன் கேட்டான்: "குளிக்கிறாயா?"

"குளியல் காலையில்தான்."

"அப்படீன்னா, சாப்பாட்டைப் பற்றி யோசிப்போமா?"

முதலாளி இட்டூப்பு கேட்டான்:

"டேய் கொஞ்சம் குடிக்க வேண்டாமா?"

"இன்னைக்கு வெள்ளிக்கிழமை ட்ரைதான்."

"அப்படீன்னா?"

"வெள்ளிக்கிழமை சாராயம் குடிக்கவும் கூடாது. விற்கவும் கூடாது. இது அரசாங்கச் சட்டம்."

"நீ வாங்கி வெச்சிருக்க வேண்டியதுதானே?"

"தந்தி இன்னைக்குத்தான் கெடச்சது."

"பிளாக்கில கிடைக்காதாடா?"

"அந்தளவுக்கு நான் யோசிக்கலையே."

"பிறகு எதுக்குடா சிஷ்யன்னு சொல்லிட்டு நடக்கறே? உன்னால என்னடா உபகாரம்?"

பையன் கூறினான்:

"ஒரு நாள் குடிகலைன்னா என்னவாம்? பெங்களூர்ல குடிச்சியே அது போதாதா? இப்போ நாம சாப்பிடப் போவோம், வா."

இட்டுப்பு உதட்டைச் சுழித்தான்:

"ஓகோ! அதை நீயா முடிவு செய்வது?"

"வேற என்ன செய்வது?"

"ஏதாவது கிடைக்குமான்னு மேனேஜர்கிட்டப் போய் கேளு. வேணும்னா ஒரு ரூபாய் கூடுதலா கொடுக்கலாம்."

தூது சென்று தோல்வியுடன் திரும்பிய பையன் கூறினான்: "பிரயோஜனம் இல்லை."

"என்ன ஆயிற்று?"

"இந்நேரம் ஆள் கிடைக்கிறது கஷ்டம். முதல்லயே சொல்லி யிருந்தா ஏற்பாடு செய்திருப்பாராம்."

"நீ சொல்லி வெச்சிருக்க வேண்டியதுதானே?"

"இனி அதைப்பற்றிப் பேசி என்ன பயன்?"

இட்டுப்பு கேட்டான்:

"உனக்கு தெரிஞ்சவங்க யாரும் இல்லையாடா?"

"இவ்வளவு நேரமாகிவிட்டதல்லவா?"

"இல்லைன்னா இங்கே ஒருத்தன் இருப்பானே, யாரவன்?"

"நாளைக்குக் காட்டித்தாரேன்."

"அதுக்கு உன்னோட சிபாரிசு தேவையா?"

பையன் கூறினான்: "விட்டுத்தள்ளு! நாம இப்போ சாப்பிடுவோம்."

"அப்படியா?"

"வேற என்ன செய்றது?"

இட்டூப்பு முதலாளி கூறினான்: “நீ போய் அந்தப் பெட்டியைத் திற.”

பையன் எழுந்து சென்று பெட்டியைத் திறந்தான்.

முதலாளி கூறினான்:

“துணியை கலைக்காம பெட்டிக்கு அடியில் கைவிட்டுப் பாரு.”

பையன் பாம்பைத் தேடுவதுபோல் கையால் தப்பித் தடவினான்.

இட்டூப்பு முதலாளி கேட்டான்:

“டேய்... ஏதாவது தட்டுப்படுதா?”

“தட்டுப்படுது.”

“அதை வெளில எடுடா.”

பையன் வெளியே எடுத்தான். பேப்பரில் சுற்றப்பட்ட அரைமுழம் நீளமுள்ள பொருள். பேப்பரை நீக்கியவுடன் கண்ணுக்கினிய காட்சி. அரைப்பாட்டிலில் ஜின்!

பையன் பாடினான்: “இட்டூப்பே, ஃ மை டியர் ஃப்ரண்ட்!”

முதலாளி இட்டூப்பு கூறினான்:

“இங்லீஷெல்லாம் இறக்க வேண்டாம். பெங்களூர்ல வாங்கினது. நீயல்லவா என்னோட டெல்லி ஏஜண்ட்? நீ ஒண்ணும் செய்ய மாட்டேன்னு எனக்குத் தெரியும்.”

பாட்டிலைத் திறப்பதற்காகப் பையன் மூடியைத் திருகத் தொடங்கியவுடன் இட்டூப்பு கூறினான்:

“நில்லுடா, பையனைக் கூப்பிடு.”

மணியடித்துப் பையனை வரவழைத்தான், முதலாளி கூறினான்: “சாப்பிட என்ன இருக்குன்னு கேளு.”

நீண்ட நேரம் ஹிந்தியில் உரையாடிப் பெற்ற செய்தியின் சாராம்சத்தைப் பையன் முதலாளியிடம் விவரித்தான்:

“ஆட்டுக்கறி குழம்பு இருக்கிறது; பொரியலும் இருக்கிறது. மந்திரம் சொல்லி அறுத்த கோழிக்கறிக் குழம்புண்டு; பொரித்ததும் உண்டு. முட்டை இருக்கிறது. சமஸ்கிருத வடிவில்

கட்டளைக்கு ஏற்றவாறு என்ன வேண்டுமானாலும் சமைத்துத் தரப்படும். மேலும் ரொட்டி இருக்கிறது, சப்பாத்தி இருக்கிறது, சோறு இருக்கிறது.”

“சிப்ஸ் இருக்கான்னு கேளு.”

“சிப்ஸ் இருக்குது.”

இட்டூப்பு நெற்றி சுழித்து ஆலோசித்தான். இறுதியில் சாசனம் இயற்றினான்:

“ஆட்டுக்கறி, கோழிக்கறி இரண்டு பிளேட்டு வீதம், பொரியலும் இதைப் போலவேதான். நந்நான்கு முட்டையால் இரண்டு ஆம்லெட், ரெண்டு ரொட்டி பெரியது.”

சிறுவன் திரும்பி நடக்கத் தொடங்கியவுடன் முதலாளி பையனிடம் கூறினான்:

“முதல்ல அந்த சிப்ஸ், நாலு சோடா, ரெண்டு கிளாஸையும் பாஸாக்கச் சொல்லு.”

சிறுவன் கணநேரத்தில் பாஸாக்கினான்.

முதலாளி கேட்டான்:

“இங்கே அப்பளவடை கிடைக்குமா?”

“தாமுவின் தட்டுக் கடையில்தான் விசாரிக்கணும்.”

“கொஞ்சம் விசாரிச்சுப் பாருடா.”

சிறுவனை அனுப்பினான்.

“இப்போ பாட்டிலைத் திறந்து ஊற்று.”

ஊற்றினான், குடித்துக் கொண்டிருக்கும் போது விபத்து நடந்த செய்தியுடன் சிறுவன் வந்தான்.

‘இந்தியன் ஸ்டேண்டர்டு டைம் 5.27க்கு அனைத்து அப்பளவடைகளும் விற்றுத் தீர்ந்துவிட்டன.’

முதலாளியின் முகம் நிலத்தில் விழுந்தது.

ஓர் இளைஞர் பட்டாளம் முதலில் பிறப்பித்திருந்த கட்டளைப்படி ஆடு கோழிகளுடன் அறைக்குள் நுழைந்தபோது முதலாளி சிஷ்யனிடம் கூறினான்:

“தயிரும் சோறும் கிடைக்குமான்னு கேளுடா.”

“இதற்குமேல் தயிரும் சோறுமா?”

“கேளுடா.”

கேட்டான், அனுகூலமான பதில் கிடைத்தது.

முதலாளி கூறினான்: “கொண்டு வரச் சொல்.”

பூதகணங்கள் வெளியேறிய முகூர்த்தத்தில் பையன் கிளாஸில் ஊற்ற முனைந்தவுடன் முதலாளி கூறினான்:

“டேய்... நீ... நீ... குடிக்கிறதிலேயேதான் குறியாய் இருக்கிற, சாப்பிடணும்னு தோணலையா.”

சனி

சூரியன் எழும்போதே எழுந்து குளித்துமுடித்து ஆடைகளுக்குள் புகுந்து கொண்ட பையனும் இட்டூப்பும் பரஸ்பரம் பார்த்துக் கொண்டு நின்றனர். இட்டூப்பு கூறினான்:

“நமது இன்றைய நிகழ்ச்சி, அமெரிக்க எம்பஸியில ஒரு புக் ஆபீஸர், ஒரு வெள்ளைக்காரி, அவளைப் போய் பார்க்கணும்.”

“காலைச் சாப்பாட்டை முடிச்சுட்டுத்தானே?”

“அல்லாம, பட்டினியாப் போகமுடியுமா? சாப்பிட என்ன இருக்குன்னு கேளுடா.”

சிறுவனை அழைத்து விசாரணை செய்தான். ரொட்டி, முட்டை, வெண்ணெய், ஜாம், கான்ஃப்ளேக்ஸ், காபி முதலிய காட்சிகள் நிறைந்த நாடகத்தைப் பற்றி அவன் விளக்கினான்.

முதலாளி கேட்டான்: “இதுக்கெல்லாம் சேர்த்துத்தானே வாடகை?”

“ஆமாம்.”

“அப்படீன்னா எல்லாத்தையும் கொண்டுவரச் சொல்லு.”

இரண்டு ட்ரேக்களில் அனைத்தும் காட்சியளித்தன. ஒன்றில் மட்டுமே கவனத்தை ஊன்றியதால் உண்ணல் அமைதியாக நடை பெற்றது.

எட்டு மணிக்கு அறையைப் பூட்டிவிட்டு சாலைக்கு வந்த போது இட்டூப்பூ முதலாளி கூறினான்:

“நம்ம ஊருல நாம காலைல வெள்ளை அப்பம் சாப்பிடுவோம். இங்க அது கிடைக்குமா?”

“தாமுவோட தட்டுக்கடையில் கிடைக்குமே.”

“ரொம்ப தூரமா?”

“இல்லை, ரோட்டுக்கு அந்தப் பக்கம் தெரியுதே அதுதான்.”

“சரி நட.”

பையன் கூறினான்:

“எனக்கு எதுவும் வேண்டாம், நீ மட்டும் சாப்பிடு.”

“வேண்டாம்டா, நீ எதுவும் சாப்பிட வேண்டாம். குடல் கருகிச் சாவு.”

“சரி”

சொல்லி வைத்ததுபோல் தாமுவின் கடையில் ஒரு டேபிள் காலியாக இருந்தது. மூதாதையர்களை வணங்கிவிட்டுக் காத்திருந்தனர்.

சின்னக்கோவிந்தன் வந்து ஒற்றைக் காலில் நின்று கொண்டு கேட்டான்: “என்ன வேணும்?”

இட்டூப்பு ரகசியமாகக் கேட்டான்:

“வெள்ளை அப்பம் இருக்குதா?”

“இருக்குதே.”

“இறைச்சி?”

“இருக்குதே.”

“கொண்டு வா.”

பையன் கூறினான்: “ஒருத்தருக்கு மட்டும் போதும்.”

இட்டூப்பு கூறினான்: “சாப்பிடுடா.”

“வேண்டாம்.”

“சரி பேசாம உட்காரு.”

இட்டூப்பு அப்பத்தில் மூழ்கி ஆராய்ச்சி செய்வதைப் பையன் பார்த்துக் கொண்டிருக்கும் வேளையில் எதிரே இருந்த மேசையில், அறிமுகமான ஒருவன் வந்து உட்கார்ந்தான். பி.சி. நாயர், தலைநகரில் பிரபலமானவன். பையனிடம் குசலம் விசாரித்துக் கொண்டிருக்கும் போதுதான் நாயர் இட்டூப்பைப் பார்க்கிறான். பேச்சைப் பாதியிலே நிறுத்திய நாயர் சத்தமாகக் கூப்பிட்டான்:

“டேய் இட்டூப்பு!”

இட்டூப்பாகிய கிறிஸ்தவக்காரன் ஏறிட்டுப் பார்த்தான்.

“நாயரா? நீ என்னடா இந்தப் பக்கம்?”

“நான் டெல்லியில்தான் இருக்கேன்.”

“அது தெரியும். ஹோட்டல்ல உனக்கென்ன வேலை? வீட்டில இதெல்லாம் கிடைக்காதா?”

“காலையிலேயே வெளியே போக வேண்டிய வேலை, சாயங்காலந்தான் வீட்டுக்குத் திரும்ப முடியும். நீ எப்போ வந்தே?”

“நேத்து.”

“எப்போ திரும்பிப் போற?”

இட்டூப்பு கூறினான்: “நீ அந்த ஸ்டூலை இழுத்துப்போட்டு இங்க வந்து உட்காரு.”

நாயரும் இட்டூப்பும் *ரமணன் காலம் முதலே நண்பர்கள் என்பதும், ஈருடலும் ஆட்டுக்குடலும் போன்றவர்கள் என்பது மெல்லாம் பையனுக்குத் தெரியாது.

நாயர் மேசையருகே வந்து உட்கார்ந்து கொண்டு கேள்வியை மீண்டும் தொடுத்தான்: “ஊருக்கு எப்போப் புறப்படுற?”

இட்டூப்பு கூறினான்: “ஊருக்குப் போறதா எண்ணமில்லை, இங்கேயிருந்து வேற நாட்டுக்குப் போறேன்.

“எங்கே?”

“அமெரிக்காவுல ஒரு நிகழ்ச்சி.”

----

*ரமணன் - மலையாளத் திரைப்படம்.

நாயர் திகைத்துப் போனான் : "அமெரிக்காவிலயா?"

"என்னடா, நான் அமெரிக்காவுக்குப் போகக் கூடாதா?"

"என்ன விஷயம்?"

இட்டூப்பு முதலாளி சாதாரணமாகக் கூறினான்:

"ஒரு செமினார். புத்தகம் அச்சடித்து விற்பனை செய்தல்; இதுதான் தலைப்பு. மூன்று வார நிகழ்ச்சி."

"அமெரிக்காவுல எங்கே?"

இட்டூப்பு முதலாளி பையனைப் பார்த்துக் கூறினான்:

"டேய், அவன் கேட்ட கேள்வியைக் கவனிச்சியா? அமெரிக்காவுல எங்கேயாம், திருச்சூர் எங்கேன்னு கேக்கிற மாதிரி."

நாயரிடம் திரும்பி: "டேய் பொறுக்கி! நீ அமெரிக்காவுக்கு போயிருக்கியா?"

"இல்லை. அதனால என்ன?"

"அதனால, அங்கே ஸிராக்கூஸ்னு ஓர் இடம், நம்ம குன்னம் குளம் மாதிரின்னு வெச்சுக்கோ."

நாயர் விடவில்லை. மீண்டும் கேட்டான்:

"நீ தனியாகவா போற?"

"இல்லை."

"வேற யாரெல்லாம் வர்றாங்க?"

"இந்திய அரசாங்கத்தின் சார்பா ஒரு திருட்டு ராஸ்கல் வர்றான்."

"யாரு?"

"கல்வித்துறை அமைச்சகத்திலிருந்து ஒரு ஜாயின்ட் செக்ரட்டரி."

"மத்திய அமைச்சகமா? மாநில அமைச்சகமா?"

"கேரளாவில் எங்கடா இருக்கு கல்வி? மத்திய அரசின் கல்வித் துறை சார்பாக ஒருத்தன்."

“அப்போ அவன்தான் குழுவுக்குத் தலைவன் அப்படித் தானே?”

இட்டூப்பு கூறினான்:

“யார் தலைவர், யாரு தோழர்னு அங்கே போய் முடிவு செய்யலாம்.”

மேலும் சில வெள்ளை அப்பங்களை வரவழைத்துத் துவம்சம் செய்து கொண்டே, இட்டூப்பு நாயரை அழைத்தான்: “டேய்.....”

“சொல்லு.”

“இவ்வளவு நேரம் நீ என்னை விசாரணை செய்தாய் அல்லவா? இனி

நான் உன்னைக் கொஞ்சம் விசாரிக்கிறேன்.”

“கேளுடா.”

“நீ இப்பவும் அந்தப் பழைய இன்சூரன்ஸ் கம்பெனி ஆபீசுல தான் இருக்கியா?”

“இல்லை. நான் அந்த வேலையை விட்டுட்டேன்.”

“ஏன்?”

“சும்மாதான்.”

“அப்புறம், இப்போ என்ன செய்ற? வேறு ஏதாவது வேலையா? இல்லை இப்பவும் வார்த்தைகளை வெச்சுதான் வாழ்க்கையை ஓட்டிட்டிருக்கியா?”

நாயர் நிமிர்ந்து உட்கார்ந்தான், அவனைப் பார்த்தால் தன்னைப் பற்றி சில வார்த்தைகள் கூறத் துடித்துக் கொண்டிருப்ப தாகத் தோன்றியது. நாயர் கூறினான்:

“நான் இப்போ சுதந்திரமா இருக்கேன்.”

“சுதந்திரமா இருந்தேன்னா எப்படிடா சோறு கிடைக்கும்.”

“சொல்றதக் கேளுடா. கொஞ்சம் இலக்கியம், கொஞ்சம் பத்திரிக்கைத் தொழில், கொஞ்சம் சினிமா விமர்சனம், இதெல்லாந்தான் இப்போ என்னோட வேலை.”

“எந்தப் பத்திரிக்கையில வேலை செய்ற?”

"ஃப்ரீலான்ஸ் நாளேடு."

"அது சரி, கட்டுரைகளை ஏலம்போட்டு நடத்துகிற பத்திரிக்கை இல்லையா? எவ்வளவு கிடைக்கும்?"

"மாதம் ஐநூறு ரூபாய் கிடைக்கும்."

"அதெப்படி?"

நாயர், போராட்ட முறைகளை விளக்க முன்வந்தான்:

"ரஷ்யக்காரன் மாசத்துக்கு நாலு படம் ரிலீஷ் பண்ணுவான். அதைப்பத்தி அவங்களோட பத்திரிக்கையில நாலு கட்டுரை, இருநூறு ரூவா கெடைக்கும்."

"எந்த மொழியில? ஆங்கிலத்திலயா நம்ம மொழியிலா?"

"ஆங்கிலத்துல."

"அப்புறம்?"

"பல்கேரியாக்காரங்க மாசத்துக்கு நாலு ஓவியக்கண்காட்சி நடத்துவாங்க. அதைப் பத்தி அவங்களோட பத்திரிக்கையில நாலு கட்டுரை."

"எத்தனை ரூபாய் தேறும்?"

"நூறு, முந்நூறு ரூவாயாயிற்றா? அப்புறம், ஹங்கேரிக்காரன் ஜெர்மனிக்காரன், அவன் இவன்னு ஒரு நூற்றைம்பது ரூபாய், எவ்வளவாயிற்று?"

"முந்நூறும் நூற்றைம்பதும் நானூற்றைம்பது."

"இதை விட்டா இனி இதே மாதிரி சில நடன நிகழ்ச்சிகள் இருக்கும்."

"யாரோட டான்ஸ்டா குமரிப்பெண்களா?"

"இல்லாம வேற யாரு?"

"அதுல உனக்கென்னடா வேலை?"

"விமர்சனம் எழுதித் தள்ளுவேன். எதாவது கிடைக்கும்."

"ஒண்ணும் கிடைக்கலன்னா, ரெண்டு உதையாவது கிடைக்கும், அப்படித்தானே?"

எதிர்ப்பை வெளிப்படுத்துபவனாக நாயர் சார் கூறினான்:

“அப்புறம் இதெல்லாம் இல்லாம வேறு சில வருமானமும் கிடைக்கும், தெரியுமா.”

இட்டூப்பு கலகலவென்று சிரித்தான். பையனுக்குப் புரியவில்லை. சிரித்துத் திருப்தியடைந்த இட்டூப்பு கூறினான்:

“வேறு வருமானம் என்னன்னு எனக்குப் புரிஞ்சுபோச்சு.”

“என்ன புரிஞ்சுது?”

“உனக்கு இப்போ நெறைய வெள்ளைக்காரங்களைத் தெரியுமே ரஷ்யாகாரன், ஜெர்மனிக்காரன், காயங்குளத்துக்காரன் இப்படி நெறையப்பேர்.”

“ஆமா தெரியும்.”

இட்டூப்பு முதலாளி கூறினான்:

“நீ இப்போ இந்த ஹோட்டலுக்கு வெளியே நிக்கிறேன்னு வெச்சுக்குவோம். ரோட்டையே பார்த்துக்கிட்டு உலக்கை மாதிரி நிற்கிறே. ஒரு வெள்ளைக்காரன் காரில் வர்றான். உன்னைப் பார்த்தவுடனே காரை நிறுத்திட்டுக் கூப்புடுறான். டேய் பி.சி. இங்கே வாடா. (நீ போற). வெள்ளைக்காரன் ஓர் எட்டணாவை எடுத்து உன் கையில வெச்சிட்டு சொல்றான். ‘போய் டீ குடிச்சுக்கோடா’. இதுதானே உன்னோட வேற வருமானம்?”

பையன் சிரித்து சிரித்து மேசைக்கடியில் விழுந்தான்.

அப்போதும் நாயர் கூறினான்:

“ஆக மொத்தம் ஐந்நூறு ரூபாய் கிடைக்கும்.”

முதலாளி இட்டூப்பு உற்சாகப்படுத்தினான்:

“சபாஷ், பிரமாதம் நீ ஜமாய்டா!”

பையன் எழுந்து பழையபடி இருக்கையில் அமர்ந்தான். நாயர் முதலாளியிடம் கேட்டான்:

“உனக்கு அமெரிக்கர்களோடு தொடர்பு இருக்குதா?”

“என்ன தொடர்பு?”

“புத்தகம் அச்சடிக்கிற விதத்துல.”

“பிறகு, தொடர்பு இருக்காதா என்ன? நான் அவனோட நாட்டுக்கு திருவிழாவுக்கு போறேன்னு நெனச்சியா?”

“வேறு ஏதாவது நாட்டோட கொடுக்கல் வாங்கல் இருக்குதா?”

“இல்லைடா. இனிமேதான் பார்க்கணும்.”

ஆலோசனை செய்வதுபோல் பாவனை செய்து கொண்டு நாயர் கூறினான்:

“ரஷ்யக்காரர்களோடு ஓர் உடன்படிக்கை ஏற்படுத்திக் கொள்ளத் தயாரா?”

“வைத்துக் கொள்ளலாமே. ஏற்பாடு செய்வாயா?”

“ரஷ்யக்காரனை எனக்குத் தெரியும். அறிமுகப்படுத்தறேன் மீதியை நீ பார்த்துக் கொள்வாயா?”

“ரஷ்யக்காரன்தானே, என்னால சமாளிக்க முடியாதா?”

“நீ எங்கே தங்கியிருக்கிற?”

பையன் ஹோட்டலின் பெயரைச் சொன்னான்:

நாயர் கூறினான்: “ரஷ்யக்காரனை நான் இன்றைக்கே பார்த்துப் பேசிடுறேன்.”

“ஏற்பாடு செய்து கொடுடா. அதுக்குத்தானே உன்னை நான் டெல்லிக்கு அனுப்பியிருக்கேன்?”

வியாபார வாய்ப்புகளை ஏற்படுத்திவிட்டு காலைக் கச்சேரி முடிந்தது. முதலாளி கைகழுவிவிட்டுக் கவுண்டருக்கு நடந்தான். அழகாக ஆடையணிந்து நிற்கின்ற தாமுவிடம் கேட்டான்:

“பில் தொகை அதிகமாயிட்டதா மாஸ்டர்?”

தாமு சின்னக்கோவிந்தனுக்குத் தந்தியடித்தான்:

“இங்க கணக்கு எவ்வளவு?”

சின்னக் கோவிந்தன் சத்தம்போட்டுச் சொன்னான்: “மூணு டீ, பதினோரு வெள்ளை அப்பம், நாலரை பிளேட் இறைச்சி.”

இட்டூப்பு கேட்டான்: “மூணுபேருக்கும் சேர்த்துத்தானே?”

“ஆமாம்.”

நாயர் கூறினான்: “இட்டூப்பு நான் கொடுக்கிறேன்டா. எனக்கு இங்கே அக்கவுண்ட் இருக்கு.”

"அக்கவுண்ட் இருக்கட்டும், நீ அவ்வளவு சீக்கிரத்தில் கணக்கைத் தீர்க்க வேண்டாம். இப்போ சாப்பிட்டதோட பணத்தை நான் தர்றேன்."

பேச்சுக்கிடையே தாமு கணக்கை மறந்துவிட்டான். மீண்டும் சின்னக் கோவிந்தனைக் கூப்பிட்டு, காணாமல் போன பொருட்களின் பட்டியலைப் பெற்றான்.

தாமு, இயற்கணிதத்தைப் பயன்படுத்திக் கரும்பலகையில் கணக்கிட்டான்:

'இறைச்சி ஒரு பிளேட் 2.80, நாலு பிளேட் 11.20 கூட்டல், அரை பிளேட் 1.40 மொத்தம் 12.60. வெள்ளை அப்பம் பதினொன்னுக்கு இருவது வீதம் 2.20 கூட்டல். 14.80 மூணு டீ 75, கூட்டல் 15.55 விடை 15.55.'

தாமு வெளியே கேட்கும்படிக் கூறினான்:

"பதினைஞ்சு ரூபா அம்பத்தைஞ்சு பைசா."

இட்டூப்பு முதலாளி கேட்டான்:

"இதை ஆரம்பித்து எவ்வளவு காலமாயிற்று?"

"ஒம்பது வருஷமாயிற்று."

"இதே மாதிரி ஓர் இடம் இப்போ இங்கே கிடைக்குமா?"

"எதுக்கு?"

"ஒரு டீ கடை நடத்தத்தான்."

தாமு சிரித்தான். இட்டூப்பு முதலாளி சொன்னான்:

"இன்றைய நிலைமையில லாபம் கொழிக்கிற தொழில் தங்கக் கடத்தல் அல்ல. டெல்லியில் டீ கடை நடத்துறதுதான். சரிதானே?"

தாமு மறுத்துப் பேசவில்லை.

சாலைக்கு வந்து டாக்ஸி பிடிக்கும் முயற்சியில் இறங்கிய போது நாயர் கேட்டான்: "எங்கே புறப்பட்டுட்டே?"

இட்டூப்பு முதலாளி கூறினான்: "எங்களுக்கு அமெரிக்காரங்க கூட ஒரு மீட்டிங் இருக்கு."

"வெள்ளைக்காரனைப் பார்க்க நானும் வரட்டுமா?"

இட்டுப்பு கூறினான்: "நீ அந்த ரஷ்ய வெள்ளைக்காரனை சந்திப்பதற்கு ஏற்பாடு செய். இப்போ நாங்க பார்க்கப் போறது வெள்ளைக்காரன் இல்லை, வெள்ளைக்காரி."

ஆபீஸுக்கு சென்றபோது ஆபீஸ் பூட்டியிருந்தது. அமெரிக்கர்கள் சனியும், ஞாயிறும் வேலை செய்ய மாட்டார்கள்.

பையன் சொன்னான்: "கொஞ்சம் யோசித்துப் பார்த்திருந்தா தெரிஞ்சிருக்கும். வர வேண்டிய வேலை இருந்திருக்காது."

இட்டுப்பு முதலாளி சொன்னான்: "யோசித்திருக்க வேண்டியதுதானே? உன்னை யாரு வேண்டாம்னு சொன்னது?"

"நேற்றுமுதல் நானும் எழுத்தறிவில்லாதவனாயிட்டேன், உன்னுடன் சேர்ந்ததால்."

நகைச்சுவையை அனுபவிக்கும் மனநிலையில் இட்டுப்பு இல்லை. உற்சாகமற்றவனாக இட்டுப்பு கேட்டான்:

"இனி என்னடா செய்யறது?"

"ஒண்ணும் செய்ய வேண்டாம், வா போயிட்டு திங்கள் கிழமை வருவோம்."

இட்டுப்பு கூறினான்: "வெள்ளிக்கிழமை பறக்கறதுக்கு முன்னாடி நிறைய பேரை சந்திக்க வேண்டியிருக்கும் நேரத்தை வீணடிச்சா வேலை ஒண்ணும் நடக்காது எப்படி?"

"வேலை நடக்காது."

"என்ன செய்யலாம்?"

"யாரையெல்லாம் பார்க்கணும்னு சொல்லு."

"முதல்ல அந்த வெள்ளைக்காரி."

"திங்கட்கிழமை பார்க்கலாம், அப்புறம்?"

"கவர்ண்மென்ட் சார்பா நம்ம கூட வரப்போற அந்தப் பொறுக்கி."

"திங்கட்கிழமை போன்ல விசாரிச்சிட்டு செவ்வாய்கிழமை சந்திக்கிறோம்னு சொல்வோம். அடுத்தது யாரு?"

"நாட்டுப்புறக் கலைகளுக்கு வைத்தியம் பார்த்துட்டு நடக்கிற நம்ம ஊர்க்கார மாஸ்டர் ஒருத்தர் இருந்தாரே?"

பையன் கேட்டான்: "ஓ... அந்த நடனக் கலைஞனா?"

"அவரே தான். அவரைப் பார்க்கணும், கடிதம் எழுதியிருந்தார்."

"அவரை எதுக்காகப் பார்க்கணும்?"

"நாட்டுப்புறப் பாட்டுன்னு சொல்லி நிறைய புத்தகம் எழுதி வெளியிடலாம்னு ஓர் எண்ணம் அவருக்கிட்ட இருக்கு, அதை நாம பேசி முடிச்சிருவோம்."

"புதன்கிழமை அவருக்கிட்டப் பேசி முடிவெடுத்துவிடலாம். சரியா?

"போதுமாடா?"

"போதும், உன்னோட பாஸ்போர்ட்டெல்லாம் சரியாகி விட்டதா?"

"அதெல்லாம் மெட்ராஸ்லயே சரிப்படுத்திட்டேன்."

"அவ்வளவுதான். வா போவோம்."

இட்டூப்பு கூறினான்: "இன்னொரு வேலை இருக்குதுடா. நான் கொஞ்சம் டான்ஸ் கத்துக்கணும். போகப்போற நாடு அப்படிப்பட்டதல்லவா?"

பையன் சொன்னான்: "ஏற்பாடு செய்திடுறேன். இன்றைக்குச் சாயங்காலமே டான்ஸ் கிளாஸில் சேரலாம். நாலஞ்சு நாள் பயிற்சியெடுத்தாப் போதும்."

"அவ்வளவு நாள் வேண்டாண்டா. வியாழக்கிழமை ஒரேயொரு நாள் பயிற்சி. அது மறக்கதுக்குள்ள அமெரிக்காவுல போய் டான்ஸ் ஆடிடணும். அதுல இன்னொரு பயனும் இருக்குது, தெரியுமா?"

"புரிந்துவிட்டது?"

முதலாளி இட்டூப்பு கேட்டான்:

"நாம இப்போ எங்கேடா போய்ட்டிருக்கோம்?"

"ஹோட்டலுக்கு போகணுமா? ஊர் சுற்றப் போகணுமா?"

இட்டூப்பு கூறினான்: "ஊர் சுற்றப் போலாம்டா."

ஞாயிறு

மதியம் ஒருவண்டி உணவை உண்டுவிட்டு, இட்டூப்பு ஒரு குட்டித்தூக்கத்திற்குத் தயாராகிக் கொண்டிருக்கும் வேளையில் நாயர் வந்தான். நாயரின் குரலிலும், பாவனையிலும் ஓர் உத்வேகம் இருந்தது.

"போன வேலை நல்லபடியா முடிஞ்சுது."

இட்டூப்பு கேட்டான்: "என்னடா?"

"வெள்ளைக்காரன் உன்னை வரச்சொல்லியிருக்கிறான்."

"ரஷ்யாக்காரனா?"

"ஆமாம்."

"எப்போ?"

"இன்னைக்கு மூணு மணிக்கு."

"பரவாயில்லை. அவன் பேர் என்னடா?"

"பொக்களாம்ஸ்கி."

"ஐயோ வாயில நுழையற மாதிரி பேரு ஒண்ணும் கிடைக்கலையாடா?"

நாயர் கேட்டான்:

"அவரைப் பார்க்கப் போக வேண்டாமா?"

"போவோம்டா, நீ இங்க வந்து உட்கார்."

பொக்களாம்ஸ்கியை இட்டூப்ப' இரண்டு முறை வாய்க்குள் நுழைக்க முயற்சித்தான். முடியவில்லை பையனிடம் கேட்டான்:

"நாம அவனை ஸ்கீன்னு சொன்னாப் போதுமா?"

பையன் கூறினான்:

"போதும், நமக்கு வேலை நடந்தாப் போதாதா?"

முதலாளி நாயரிடம் கேட்டான்:

"இதுக்கு உனக்கு ஏதாவது கிடைக்குமா?"

"எதுக்கு?"

“ஸ்கீயிடம் என்னை அறிமுகப்படுத்துறதுக்கு.”

“நீ இதை தமாஷா நினைக்கிற?”

“உனக்கு பிரசவ வலி. அப்படித்தானடா?”

அதற்கு நாயர் பதில் கூறவில்லை.

முதலாளி மேலும் கேலி செய்தான்:

“எங்களைக் கூட்டிட்டு போய் வெள்ளைக்காரனின் முன்னே நிறுத்துறதுக்கு அவன் உனக்கு ஒரு கட்டுரைக்குக் கொடுக்கிற தொகை பாஸாக்கித் தருவான். என்னடா பையா சொல்ற?”

பையன் ஒத்துக் கொண்டான்.

நாயர் எழுந்தான்: “நீ சாப்பிட்டாயா?”

“சாப்பிட்டது பசித்துவிட்டது, நீ சாப்பிட்டாயா?”

“நான் இனியும் சாப்பிடலைடா?”

“அப்படீன்னா உடனே போய் சாப்பிடு. தாமுவோட கடையில போய் சாப்பிடு. அங்கே ஒரு சாப்பாடு இருபது ரூபாய்தான். பணம் வேணுமா?”

“வேண்டாம்.”

“சரி போய் சாப்பிட்டுட்டு வா. அப்புறம் கொஞ்ச நேரம் ஓய்வெடுத்துட்டுப் போகலாம். என்ன சரியா?”

அப்படியே ஆகட்டும் என்றான் நாயர்.

ஆனால் புறப்படும் நேரத்தில் ஒரு குழப்பம் பையன் கூறினான்: “கதாநாயகர்களாகிய நீங்க போய் நடிச்சுட்டு வாங்க நான் இங்கேயே இருக்கிறேன்.”

நாயர் சரியென்று கூறியபோது இட்டூப்பு சரியல்ல என்று கூறினான்.

“விளையாடாம வாடா.”

நாயர் கூறினான்:

“உன்னை மட்டும் கூட்டிட்டு வர்றேன்னுதான் வெள்ளைக்காரன்கிட்டச் சொல்லியிருக்கறேன்.”

"கடவுளப் பார்க்கப் போகணும்னாக்கூட செக்ரட்டரி இல்லாமப் போக மாட்டான் இந்த இட்டூப்பு, எப்படி?"

பையன் கூறினான்: "இல்லை நான் வரலை"

முதலாளி கட்டளையிட்டான்:

"எழுந்திருடா, வெள்ளைக்காரன்கிட்ட நான் சொல்லிக் கிறேன். நான் மட்டும் போய் என்னடா சம்பந்தமா செய்யப் போறேன்?"

பையனும் புறப்பட்டான்.

செம்பட்டை முடியுள்ள குண்டனாகிய வெள்ளைக்காரத் துரை நூலக இருக்கையில் அமர்ந்தவாறு இவர்களை வரவேற்றான். பக்கத்தில்தான் வெள்ளையனின் வீடு இட்டூப்பைச் சந்திப்பதற்காக ஞாயிற்றுக்கிழமை நூலகத்தைத் திறந்துள்ளான்.

ஆங்கிலத்தின்மீது நாட்டில் பரவலாக மறைவான எதிர்ப்பு இருக்கிறதேயன்றி பகை இல்லை என்பதால் துரை மேற்கத்திய மொழியின் மீது மமதை கொண்டிருந்தான்.

நாயர் அறிமுகப்படுத்தினான்:

"மிஸ்டர் இட்டூப், பேமஸ்மேன்" (இவர் பிரபலமான இட்டூப்பு)

"கிளாட் டூ மீட் யூ. வெரி க்ளாட்" (சந்தித்ததில் மிக்க மகிழ்ச்சி)

வெள்ளைக்காரன் பிரபலத்தின் கையைப் பிடித்துக் குலுக்கினான்

இட்டூப்பு முதலாளி பையனைச் சுட்டிக்காட்டிக் கூறினான்:

"திஸ் ப்ரண்ட் பையன், டெல்லி கார்னர், மி கேரளா கார்னர்."

(இவர் என் நண்பர் பையன், டெல்லியில் இருக்கிறார். நான் கேரளாவில்)

பையனது கையும் குலுக்கப்படுவதற்கான அதிர்ஷ்டம் பெற்றது.

ஐரோப்பிய ஆங்கில உச்சரிப்பில் வெள்ளைக்காரன் கூறினான்.

"சிட் ப்ளீஸ் சிட்" (ஊட்காருங்க)

அழகாக அமர்ந்தவுடன் துரை கேட்டான்: "எனி டிரிங்ஸ்?" (குடிப்பதற்கு ஏதாவது?)

நாயர் இடையில் புகுந்தான்: "மிஸ்டர் இட்டூப் டேக்ஸ் லிக்கர்." (இட்டூப் மதுபானம் அருந்துவார்?)

இட்டூப்பு முதலாளி மெதுவாக முணுமுணுத்தான்: "டேய்..."

இட்டூப்பின் குரலில் கொலைமிரட்டல் இல்லை, தமிழர்கள் கூறுகின்ற சித்திரவதை இருந்தது. பின்னர் நாயரை ஒரு பார்வை பார்த்தான். மதிப்பிற்குரிய பி.சி நாயர் இன்னும் நிறைய நாட்களுக்கு அந்தப் பார்வையை மறக்க மாட்டான் என்று பையன் நினைத்துக் சொண்டான்.

மதுபானம் எடுத்துவருவதற்காக வெள்ளைக்காரன் உள்ளே சென்றவுடன் இட்டூப்பு முதலாளி தன் இளம்பருவ நண்பனிடம் கேட்டான்:

"டேய் பொறுக்கி, நாம என்ன சாராயம் குடிக்கவாடா இங்க வந்தோம்?"

நாயர் கூறினான்:

"நல்ல சரக்கா இருக்கும் அதனாலதான்டா சொன்னேன்."

"நான் இதுவரை நல்ல சரக்கையே பார்த்ததில்லை பாரு, நீ வெளியே வா உன்னைக் கவனிச்சுக்கறேன்."

மதுபாட்டில் சோடா தம்ளர்களுடன் வேலைக்காரனும், வெள்ளைக்காரனும் வந்தனர். விஸ்கி, ஒவ்வொரு பெக் ஊற்றினான் துரை. ஆரவாரம் (சியர்ஸ்) செய்த போது முதலாளி விருப்பமில்லாதவனாகத் தம்ளரைக் கையில் எடுத்தான். நாயர் ஒரே மூச்சில் தம்ளரில் பாதியைத் தீர்த்துவிட்டான். அதற்கு மேல் அடுத்த வசனத்தை எடுத்து விட்டான்:

"மிஸ்டர் இட்டூப்பு நவ் கோயிங் டூ..."

தாய்மொழியில் முதலாளி நாயரைத் தடுத்தான்:

"டேய்... நான் வெளிநாட்டுக்குப் போறதைப்பற்றி வாயைத் திறந்தே... உன்னை இங்கேயே காலால உதைப்பேன்."

(மறைமுக எதிர்ப்பையும் உலக அரசியலையும் முக்கண்ணா லும் ஆறறிவாலும் ஆராய்ந்து பகுத்து அறியும் திறமை கொண்ட முதலாளிக்குப் பையன் மனதிற்குள் ஒரு டீ வாங்கிச் கொடுத்தான்)

துரை கேட்டான்: "கோயிங் டூ..."

முதலாளி நேரடியாக உரையாடலில் உட்பட்டான்:

"மி நவ் லுக்கிங் பிஸினஸ் டெல்லி" (நான் டெல்லியில் தொழில் செய்ய முயன்று வருகிறேன்)

"வெரி குட்" (ரொம்ப நல்லது)

"மி பப்ளிஷர் ஆப் புக்ஸ் எலக்ட்ரிக் புக்ஸ் நேம்." (நான் ஒரு புத்தகப் பதிப்பாளன். எலக்ட்ரிக் புக்ஸ் என்பதுதான் எனது பதிப்பகத்தின் பெயர்)

"வீ நோ. கிரேட் நேம், வி புரமோட் இந்தோ - சோவியத் ஃபிரண்ட்ஷிப் த்ரூ புக்ஸ்" (எங்களுக்குத் தெரியும் சிறப்பான பெயர். இந்திய - சோவியத் நட்புறவை நாங்கள் புத்தகங்கள் மூலமாக வளர்க்கிறோம்)

நாயரது தம்ளர் காலி. முதலாளி கேட்டான்:

"பிரதர்! டிமாண்ட் பார் யுவர் புக்ஸ் இன் கேரளா கார்னர்" (சகோதரா! உனது புத்தகங்களை விரும்புகிறவர்கள் கேரளாவில் உள்ளனர்?)

"தாட்டீஸ் குட்" (நல்ல செய்தியாயிற்றே?)

முதலாளி சொன்னான்:

"பட், மஸ்ட் டிரான்ஸ்லேட் அண்ட் பப்ளிஷ்." (ஆனால், மொழி பெயர்த்து வெளியிட வேண்டும்?)

வெள்ளைக்காரனின் விருப்பத்திற்கு நெருப்பு மூட்ட அது போதுமாக இருந்தது அவன் கேட்டான்:

"வாட் டைப் ஆப் புக்ஸ்" (எந்த மாதிரியான புத்தகங்கள் தேவை?)

"நாவல், ஷார்ட் ஸ்டோரி, சாங் புக்ஸ் லைக் கவளப்பாற கொம்ப." (நாவல், சிறுகதை, மேலும் கவளைப்பாறைக் கொம்பனைப் போன்ற பாட்டுப் புத்தகங்கள்)

வெள்ளையன் புருவத்தை உயர்த்தினான்:

"ஹூ இஸ் கவல்பாற கொம்ப?" (யார் அந்தக் கவளைப் பாறைக் கொம்பன்?)

பையனது முட்டியில் மெதுவாகத் தட்டிய முதலாளி கூறினான்:

"கிரேட் போயட், ஹி லைக் ரஷ்யா. ஸாங் பார் ரவலுஷன். ஹண்ரட் இயர்ஸ் பிகெய்ண்ட்." (மகாகவி, அவர் ரஷ்யாவை மிகவும் நேசித்திருந்தார். அவர் நூறு ஆண்டுகளுக்கு முன்பே புரட்சியைப் பற்றிப் பாடியுள்ளார்)

வெள்ளைக்காரனது கண்கள் பிரகாசமடைந்தன:

"தாட்டீஸ் கிரேட். வீ நேவர் நியூ ஹிம்." (மகத்தானது. நாங்கள் அவரைப் பற்றிக் கேள்விப்படவில்லை)

நாயர் மெதுவாகக் கேட்டான்:

"கவளைப்பாறை கொம்பன்தானே?"

"பேசாம இருடா ராஸ்கல்."

நாயர் அவனாகவே இரண்டாவது பெக்கை ஊற்றிக் கொண்டான்.

முதலாளி சொன்னான்:

"மெனி பீப்பிள் கேரளா கார்னர் ரஷ்யன் ஃப்ரண்ட்ஸ். ஓல்டு பீப்பிள். டைடு பீப்பிள்." (கேரளாவில், இறந்து போனவர்களும், முதியோர்களுமாக நிறையப்பேர் ரஷ்யர்களின் நண்பர்களாக இருக்கின்றனர்)

வெள்ளையன் சிந்தனையில் ஆழ்ந்தவனாக:

"ஸ்பஸீபா, தோவாரிஷ்." (நன்றி தோழரே)

இட்டூப்பு முதலாளி கூறினான்:

"மோர் நாலெட்ஜ் புக்ஸ் கார்னர், டிரான்ஸ்லேட், பப்ளிக் கண்டக்ட் அண்ட் என்ஜாய்." (பரஸ்பர எண்ணங்களைப்

புத்தகங்கள் மூலம் மேலும் வலிமைப்படுத்திக் கொள்வோம். புத்தகங்களை மொழிபெயர்த்து வெளியிட்டு மகிழ்ச்சியில் திளைப்போம்)

வெள்ளைக்காரன் கௌரவமாகத் தலையாட்டினான்:

"யெஸ், யெஸ், ப்லீஸ் டிரிங் மோர் விஸ்கி." (ஆமாம், ஆமாம். விஸ்கி அருந்துங்கள்)

முதலாளி கூறினான்: "நோ. திஸ் கார்னர் இனஃப்." (வேண்டாம். இது போதும்)

பையனிடம் கேட்டபோது, குருவைப் பின்பற்றி அதே பதிலைக் கூறினான்.

வெள்ளைக்காரன் கேட்டான்:

"யூ வாண்ட் நோ அதர் புக்ஸ்? ஸே, சயன்ஸ், ஸ்பேஸ், மாத்த மாத்திக்ஸ்..." (வேறு புத்தகங்கள் ஒன்றும் வேண்டாமா? அறிவியல், விண்வெளி அறிவியல் கணக்கு முதலியன)

முதலாளி கூறினான்:

"மி வாண்ட் ஆல் புக்ஸ். சயன்ஸ் புக்ஸ் நவ் சீஸன். டுமாரோ நோ சீஸன். பப்ளிஷ் நவ் அண்ட் என்ஜாய்." (எல்லாவிதப் புத்தகங்களும் எனக்கு வேண்டும். இது அறிவியல் நூல்களின் சீஸன். நாளை சீஸன் இல்லை. இப்போது வெளியிடுவது தான் நல்லது).

வெள்ளைக்காரன் சந்தேகத்தைக் கூறினான்:

"பட் ஸ்கூல்ஸ் டோண்ட் யூஸ் அவர் புக்ஸ்..."

வெள்ளைக்காரன் இட்டூப்புவிடம்தான் இதைக் கூறுகிறான், இந்த வெளிநாட்டுக்காரன் இட்டூப்பை யாரென்று நினைத்தான்? இட்டூப்பு கூறினான்:

"பிரதர்! டெக்ஸ்ட் புக்ஸ் பேட். ஸ்டுடன்ஸ் டூ ரீட் யுவர் புக்ஸ். ஸோ தே பாஸ் (சகோதரா! பாடப் புத்தகங்கள் மோசமானவை. தேர்ச்சி அடைவதற்கு மாணவர்கள் ரஷ்யன் புத்தகங்களைத்தான் படிக்கிறார்கள்).

"ரியலி? ஐ நெவர் நியூ தாட்!" (அப்படியா? அது எனக்குத் தெரியாது)

“ஆஸ்க் பையன் ஃப்ரண்ட்.” (பையனிடம் கேள்).

கேட்காமலேயே பையன் கூறினான்:

“க்கொயட் ஸோ, காம்ரேட்!” (அப்படித்தான் தோழரே!)

இந்தச் செய்தியறிந்து மகிழ்ச்சியடைந்த வெள்ளைக்காரன் தலையாட்டினான்.

“வெரிகுட். வெரிகுட்” (ரொம்ப நல்லது)

முதலாளி கூறினான்:

“நவ் கண்டக்ட் அண்ட் என்ஜாய்” (இனி ஏதாவது செய்)

வெள்ளைக்காரன் கேட்டான்:

“ஹாவ் யூ காட் பீப்பிள் த்ரூ ட்ரான்ஸ்லேட் அவர் புக்ஸ்?” (எங்கள் புத்தகங்களை மொழிபெயர்க்க உங்களிடம் ஆட்கள் இருக்கிறார்களா?)

“ப்ரம் ரஷ்யன் டூ-மதர்ஸ் பீச்?” (ரஷ்ய மொழியிலிருந்து மலையாள மொழிக்கா?)

“நோ நோ வி ஹேவ் இங்கிலீஷ் ட்ரான்ஸ்லேஷன்ஸ்.” (இல்லையில்லை ஆங்கில மொழிபெயர்ப்பு இருக்கிறது)

இட்டூப்பு கூறினான்:

“ஈஸி கார்னர். மி காட் மெனி ஃப்ரண்ட்ஸ். பையன் ஃப்ரண்ட்ஸ் ஒன்.” (எளிது. எனக்கு நிறைய நண்பர்கள் உள்ளனர். ஒருவன் பையன்)

“வில் ஹி டூ இல் சப்ஜெக்ட்ஸ்?” (எல்லா தலைப்புகளையும் அவரால் செய்ய முடியுமா?)

“ஆல் சப்ஜெக்ட் கார்னர், ஹி பிரெயின் லிவர்.” (எல்லா கருத்துகளும், ஆள் பயங்கர புத்திசாலி?)

நாயர் மூன்றாவது பெக் ஊற்றும் போது இட்டூப்பு கூறினான்:

“டேய், வெள்ளைக்காரன்கிட்ட வெளையாடாத. மெதுவாப் போடா.”

நாயர் கூறினான்:

"இண்டர்வியூ முடியப் போகுது. வேணும்னா வேகமாகக் குடிச்சுக்கோ."

"சரி உன்னை நான் ரோட்டுக்கு வந்த பிறகு கவனிச்சுக்கறேன்."

வெள்ளைக்காரன் கேட்டான்:

"வாட் ஆர் தி கண்டீஷன்ஸ்." (நிபந்தனைகள் என்ன?)

"பப்ளிஷிங் கார்னர்?" (வெளியீட்டிலா?)

"யெஸ்."

"மி ட்ரான்ஸ்லேட் ஆல்ஸொ?" (நானே மொழிபெயர்க்க வேண்டுமா?)

ஆமாமென்று வெள்ளையன் கூறினான். மனதிற்குள் கூட்டல் கழித்தல்களைச் செய்து பார்த்துத் திருப்தியடைந்த இட்டுப்பு கூறினான்:

"ஃபஸ்ட் எடிசன் கார்னர். டுவன்டி பைவ் ருபீ பேஜ். மி டிரான்ஸ்லேட் ப்பளிஷ் கண்டக்ட் அண்ட் என்ஜாய்." (முதல் பதிப்புக்கு ஒரு பக்கத்திற்கு இருபத்தைந்து ரூபாய் கொடுக்க வேண்டும். மொழிபெயர்ப்பு வெளியீடு எல்லாம் என்பொறுப்பு தாங்கள் ஒன்றும் செய்ய வேண்டாம்)

"ஹவ் மெனி காப்பீஸ்?" (எத்தனை பிரதிகள்!)

"ஆல் புக்ஸ் ஃபஸ்ட் எடிசன், தவுசண்ட் காப்பீஸ்." (எல்லா புத்தகங்களும் முதல் பதிப்பு ஆயிரம் பிரதிகள்தான்)

"ஃபார் ஆல் சப்ஜெக்ட்ஸ்?" (எல்லா புத்தகங்களுக்கும்?)

"யெஸ்."

வெள்ளைக்காரன் வாட்சைப் பார்த்தான்.

"ஸாரி. ஐ ஹாவ் டு கோ அட் ஃபோர். குட் யு கம் டுமாரோ ஃபார் மோர் டிஸ்கஷன்?" (மன்னிக்கவும், நான்கு மணிக்கு நான் ஓரிடத்துக்குச் செல்ல வேண்டும் மேற்கொண்டு இதைப்பற்றி விவாதிப்பதற்காக நாளைக்கு வரமுடியுமா?)

"நோ டுமாரோ. மி கம் நெக்ஸ்ட் மந்த். பையன் ஃப்ரண்ட் கம் ஸாட்டர்டே செலக்ட் புக்ஸ். மி தென் கம் சைன் காண்ராக்ட்." (நாளைக்கு வரமுடியாது அடுத்த மாதம் வருகிறேன். அடுத்த

சனிக்கிழமை பையன் வந்து புத்தகங்கள் தேர்ந்தெடுத்து வைக்கட்டும், நான் வந்த பிறகு ஒப்பந்தத்தில் கையெழுத்திடலாம்)

வெள்ளைக்காரன் கூறினான்:

"லெட்ஸ் ஸீ." (பார்க்கலாம்)

"நோ ஸீ. மி, கம் நெகஸ்ட் மந்த். ஃபிபோர் டோண்ட் கிவ் அனதர் பப்ளிஷர் தீஃப்." (பார்ப்பதற்கு ஒன்றும் இல்லை. நான் அடுத்த மாதம் வருவேன். அதற்கிடையில் நீ வேறு எந்தத் திருட்டு பதிப்பாளனுக்கும் கொடுத்து விடாதே)

வெள்ளைக்காரன் சிரித்தான்:

"ஸீ யூ எகெய்ன்." (மீண்டும் சந்திப்போம்).

நாயர் முணுமுணுத்தான்:

"வெள்ளைக்காரன் இப்போ பாட்டிலை எடுத்துட்டுப் போயிடுவான் வேகமா ஒரு ஒன்றரைப் பெக் அடிச்சுக்கோடா."

இட்டூப்பு முதலளி விடைபெற்றான்:

"குட்நைட் மிஸ்டர் ஸ்கி."

திங்கள்

பார்பர்ஷாப்பின் அரைக் கதவுக்குக் கீழே வெள்ளைக்காரியின் கால்கள் தெரிந்தன. இட்டூப்பை உள்ளே அழைத்துச் செல்ல ஆள் வந்தவுடன் பையன் கூறினான்: "நான் வரவில்லை, நீ போயிட்டு வா."

"ஏண்டா!"

"ஒண்ணுமில்லை. மொழிபெயர்ப்பதற்கு இப்போ உனக்கு ஆள் வேண்டாம் தானே."

முதலாளி கூறினான்:

"ஒரு வெங்காயமும் வேண்டாம்டா. என்னடா மொழி பெயர்ப்பு! வேணும்னா வா!"

"வேண்டாம், நீ சென்று வென்று வா."

பையன் உட்கார்ந்திருக்கும் இடத்திலிருந்து உள்ளே நடக்கின்ற கதை வசனம், இசை, இயக்கம் அனைத்தையும் துல்லியமாகக் கேட்கமுடியும்.

"ஹலோ இட்டுப். குட்மார்னிங் டூ யூ." (வணக்கம், இட்டுப்)

"குட்மார்னிங், சிஸ்டர்" (வணக்கம் சகோதரி)

"வென் டிட் யூ கம்?" (எப்போது வந்தீர்கள்?)

"மி கம் ஃப்ரைடே. மெட்ராஸ் ப்ளைட்" (வெள்ளிக்கிழமை வந்தேன். மெட்ராஸிலிருந்து விமானத்தில் பறந்து வந்தேன்)

"ஐ.சி" (சரி)

"மி கம் ஸாட்டர்டே. நோ ஆபீஸ்." (நான் சனிக்கிழமை வந்திருந்தேன். அலுவலகம் இல்லை)

"ஓ! ஸாரி பார் தி இன்கன்வீனியன்ஸ். வி டோண்ட் வர்க் ஸாட்டர் டேய்ஸ்." (அசௌகரியத்திற்கு வருந்துகிறேன். சனிக்கிழமை நாங்கள் பணி செய்ய மாட்டோம்).

"நோ ஸாரி கார்னர்" (வருந்த வேண்டாம்)

"ஹவ் இஸ் தி ஃபேமிலி எவரிபடி ஓ.கே!" (குடும்பத்தினர் அனைவரும் நலந்தானே!)

"தே என்ஜாய் கேரளா கார்னர். யங் சன் ஹெட்டேக் ஃபெல்லோ" (அவர்கள் கேரளாவில் நலமாக உள்ளனர். இளைய மகன் கொஞ்சம் சேட்டைக்காரன்)

வெள்ளைக்காரி ஆபீஸர் சிரிக்கிறாள்.

"ஜீனியர் இஸ் ஸ்மார்ட். ஐ சீ" (பையன், பரவாயில்லையே)

"மதர் நோ ரெஸ்ட் ஃபார் தாட்." (அதனால் அவனது அம்மாவுக்கு ஓய்வென்பதில்லை)

வெள்ளைக்காரியின் சிரிப்பு.

"யு ஹாவ் யுவர் பாஸ்போர்ட் ஆல் ரைட்?" (பாஸ்போர்ட்டெல்லாம் சரியாகிவிட்டதா?)

"ரெடி மணி கார்னர்." (சரியாக்கிவிட்டேன்)

"என்ட்ரி விஸா." (கடவுச் சீட்டு?)

"நோ சிஸ்டர்." (இல்லை, சகோதரி)

"ஐ வில் அரேஞ்சு தாட்." (நான் ஏற்பாடு செய்கிறேன்)

வெள்ளைக்காரி தொலைபேசியில் பேசுவது கேட்டது. எம்பஸியில் பேசியிருக்க வேண்டும்.

"ப்ளீஸ் கோ டு தி எம்பஸி அட் த்ரீ திஸ் ஆப்டர்நூன், தே வில் க்ளியர் யூ" (மூன்று மணிக்கு எம்பஸிக்குச் செல்லுங்கள், அவர்கள் ஏற்பாடு செய்வார்கள்)

முதலாளியின் குரல்:

"எனி மணி கார்னர் ஃபார் விசா?" (விசாவுக்குப் பணம் கொடுக்க வேண்டுமா?)

"நோ. யூ ஆர் அவர் கெஸ்ட், வி டோண்ட் சார்ஜ் யூ." (வேண்டாம் தாங்கள் எங்களுடைய விருந்தினர். அதனால் பணமொன்றும் கொடுக்க வேண்டாம்)

"தாங்க்ஸ் சிஸ்டர்." (நன்றி, சகோதரி)

"வாட் நெக்ஸ்ட்?" (இனி என்ன?)

முதலாளியின் தாழ்ந்த குரல்:

"சிஸ்டர், ஒன் இம்பார்ட்டன்ட் கார்னர்." (சகோதரி, ஒரு முக்கியமான விஷயம்).

"கமான்."

"நோ மணி டூ ஸ்பெண்ட் அமெரிக்கா கார்னர்." (அமெரிக்கா வுக்குச் சென்றால் செலவுக்குப் பணம் இல்லை).

"வாட் ஹாஸ் தி கவர்ன்மெண்ட் கிவன் யூ!" (அரசாங்கம் எவ்வளவு பணம் கொடுத்திருக்கிறது?)

"ஆனியன், எய்ட் டாலர் கார்னர்." (வெங்காயம், வெறும் எட்டு டாலர்)

"தாட் ஷுட் ஸீ டூ யூ யுவர் டிரான்ஸிட் எக்ஸ்பென்ஸஸ்." (பயணச் செலவுக்கு அதுவே போதுமானது)

"வே ஸ்டேஷன் எக்ஸ்பென்ஸ் கரக்ட்." (போகின்ற வழியில் உள்ள ஸ்டேஷன்களில் டீ குடிக்கும் செலவுக்கு அது போதும்)

"தென்?" (அப்புறம்?)

"டே எக்ஸ்பென்ஸ் அமெரிக்கா கார்னர்?" (அமெரிக்காவில் அன்றாடச் செலவுக்கு என்ன செய்வது?)

அமெரிக்கப் பெண் சிரித்தாள்.

"தாட்டீஸ் நோ பிராப்ளம்" (அதொரு பிரச்சினையே இல்லை)

"ஹவ் சிஸ்டர்?" (அதெப்படி சகோதரி?)

"யுவர் லாட்ஜிங் அண்ட் போர்டிங் ஆர் ஆன் அஸ்." (தங்களுக்குத் தங்குமிடமும் உணவும் இலவசம்).

"மி நோ" (அது எனக்குத் தெரியும்).

"பிஸைட்ஸ் யூ வில் கெட் டென் டாலர்ஸ் பாக்கெட் மணி ஈச் டே." (மேலும் பாக்கெட் மணியாகத் தினமும் பத்து டாலர் கிடைக்கும்).

"மி நோ ஆல் ஸோ தட்." (அதுவும் எனக்குத் தெரியும்)

"வாட்டீஸ் தி டிஃபிகல்ட் தென்?" (பிறகென்ன கஷ்டம்?)

முதலாளியின் குரலில் மேலும் கூர்மை:

"சிஸ்டர், அமெரிக்கா பிக் கண்ட்ரி. பிளஷர் கண்ட்ரி. மி வாண்ட் கண்டக்ட் அண்ட் என்ஜாய் நைட்ஸ். வாட், தாட் கார்னர்." (சகோதரி, அமெரிக்கா பெரிய நாடு. இன்பம் மிகுந்த நாடு. இரவில் நான் கொஞ்சம் சுகபோகங்களை அனுபவிக்க வேண்டும். என்ன? தவறாகக் கூறிவிட்டேனோ?)

வெள்ளைக்காரி உரக்கச் சிரித்தாள்.

முதலாளியின் குரல்:

"நோ லாஃப் பிஸினஸ். மி யங் மேன். நவ் என்ஜாய். ஓல்ட் ஏஜ் நோ என்ஜாய்." (சிரிப்பதற்கு ஒன்றுமில்லை. நான் இளைஞன். இப்போதுதான் அனுபவிக்க முடியும். வயதாகி விட்டால் முடியாது)

சிரிப்புக்கிடையே வெள்ளைக்காரி:

"ஐ நோ, ஐ நோ." (எனக்குத் தெரியும், எனக்குத் தெரியும்)

"தென் டூ ஸம்திங் ஃபார் தாட் கார்னர்." (அதனால், அதற்கு ஏதாவது செய்து தாருங்கள்)

"மிஸ்டர் இட்டூப், யூ வாண்ட் ஒன்லி மணி?" (இட்டூப்பு உங்களுக்குப் பணம் தானே வேண்டும்?)

"யெஸ், சிஸ்டர்." (ஆமாம், சகோதரி)

"யூ கேன் ஸேவ் ஓன் பாக்கெட் மணி அண்ட் என்ஜாய் அக்கேஷுணலி" (பாக்கெட் மணியில் மிச்சம் பிடித்து அவ்வப் போது மகிழ்ச்சியாக இருக்கலாமே?)

"டிஃபிகல்ட் கார்னர், சிஸ்டர்." (சகோதரி, அது கஷ்டம்)

"டோண்டு டெல் மி யூ வாண்ட் என்ஜாய் எவரி நைட்!" (எல்லா நாளும் இரவில் சுகபோகம் அனுபவிக்கணுமா?)

"பாஸிபில் யெஸ். நோ, நோ" (வாய்ப்பு கிடைத்தால் கண்டிப்பாக. இல்லையென்றால் வேண்டாம்).

"பாய்! யூ வாண்ட் டூ பெயிண்டட் தி சிட்டி ரெட்?" (குழந்தாய்! ஊரை ஒரு வழியாக்கப் போகிறாயா?)

முதலாளியின் குரலில் கெஞ்சல்:

"சிஸ்டர், மி வாண்ட் என்ஜாய்." (சகோதரி நான் சுகம் அனுபவிக்க வேண்டும்)

வெள்ளைக்காரி கேட்கிறாள்:

"ஹவ் மச் எக்ஸ்ட்ரா மணி டூ யூ வாண்ட்?" (கூடுதலாக எவ்வளவு பணம் வேண்டும்?)

"ஹண்ட்ரட் டாலர்ஸ்." (நூறு டாலர்)

"ஐ வில் டெல் யூ ஹவ் டூ ரெய்ஸிட்." (அதைச் சம்பாதிக்க நான் வழி சொல்கிறேன்)

"யெஸ் சிஸ்டர்."

"பை ஹண்ரட் ரூபீஸ் வொர்த்தோஃப் ஹான்டிகிராப்ட்ஸ்." (நூறு ரூபாய் மதிப்புள்ள கைவினைப் பொருட்களை வாங்கிக் கொள்ளுங்கள்)

"ஐ பை சிஸ்டர்." (சரி சகோதரி, வாங்கிக் கொள்கிறேன்)

"யூநோ ஸ்மால் ட்ரிங்கெட்ஸ் லைக் நெக்லெஸ், பிரேஸ்லட், வுட் கார்விங்ஸ் அண்ட் திங்ஸ்" (நடைபாதை வியாபாரிகளின் வளையல் சங்கிலி மரச்சிற்பங்கள் போன்ற சிறு அணிகலன்களைப் பற்றித் தெரியுமல்லவா!)

"ஐ பை எவரிதிங் சிஸ்டர்." (எல்லாம் வாங்கி விடுகிறேன்.)

"டேக் தெம் வித் யூ அண்ட் ஸெல்லின் திஸ்டேட்ஸ்." (அமெரிக்காவில் கொண்டு சென்று விற்று விடுங்கள்.)

"ஹூ பை?" (யார் வாங்குவார்கள்?)

"ஜஸ்ட் டெல் தி ஹோட்டல் போல்க்ஸ் அண்ட் இட்வில் பி டண்." (ஹோட்டல்காரர்களிடம் சொன்னால் போதும் உடனே விற்றுப் போகும்)

முதலாளி சத்தமாக:

"ஐ பை டுடே சிஸ்டர்." (இன்றைக்கே வாங்கி விடுகிறேன், சகோதரி)

வெள்ளைக்காரி கூறுகிறாள்:

"பட் ஒண் திங், டோண்ட் எவர் டெல் எனிவொன் ஐ கேவ் யூ திஸ் ஐடியா." (ஒரு விஷயம், நான்தான் இந்த யோசனையைச் சொன்னேன் என்று யாரிடமும் கூறிவிடாதீர்கள்).

"மி டெல் ஆப்டர் மி டை." (என்னைக் கொன்றாலும் சொல்ல மாட்டேன்)

"தாங்க்யூ."

"சிஸ்டர், திஸ் பிஸினஸ் புராபிட் ஹண்ட்ரட் டாலர்ஸ்?"

(சகோதரி, இந்த வியாபாரத்தில் நூறு டாலர் லாபம் கிடைக்குமா?)

"ஈசி." (எளிதாக)

"ஐ டு எவரிதிங் ஆஸ் சிஸ்டர் ஸே."

(சகோதரி சொன்னது போல் செய்துவிடுகிறேன்).

வெள்ளைக்காரி கேட்கிறாள்:

"ஹாவ் யூ இனப் வாம் கிளாத்ஸ்?"

(கம்பளி ஆடைகள் எல்லாம் இருக்கின்றனவா?)

"எவரி திங்." (எல்லாம் இருக்கிறது)

"இட்வில் பி கோல்ட் அவுட் தேர் நவ்."

(அங்கே இப்போது குளிர்காலம்)

"சிஸ்டர், ஸோ ஐ ஸெட் என்ஜாய் கார்னர்."

(சகோதரி அதனால்தான் நான் சுகம் அனுபவிக்க வேண்டு மென்றேன்)

சிரிப்பிற்கிடையே வெள்ளைக்காரி:

"டிட் யூ மீட் தி அதர் டெலிகேட்?"

(இன்னொரு பிரதிநிதியைச் சந்தித்தீர்களா?)

"நோ"

"யூ ஷுட் மீட் ஹிம். ஷால் ஐ பிக்ஸ் இட்!"

(அவரைச் சந்திக்க வேண்டும். நான் ஏற்பாடு செய்யட்டுமா!)

"யெஸ் சிஸ்டர்."

வெள்ளைக்காரி தொலைபேசியில் பேசிய பிறகு இட்டூப்பு விடம் கூறுவது கேட்டது:

"டுமாரோஇன் தி ஆப்டர்நூன் அட் ஃபோர். வில் இட் ஸூட் யூ?" (நாளை மாலை நான்கு மணிக்கு உங்களால் முடியுமா?)

"எனி டைம் ஸூட் மி." (எந்த நேரமானாலும் பரவாயில்லை)

"ஹி வில் பி இன் தி எஜுக்கேஷன் மினிஸ்ட்டரி"

(அவர் கல்வி அமைச்சரின் அலுவலகத்தில் இருப்பார்)

"மி கோ ஸீ." (நான் சென்று சந்திக்கிறேன்)

"வாட்டெல்ஸ் கேன் ஐ டூ ஃபார் யூ மிஸ்டர் இட்டூப்?"

(மிஸ்டர் இட்டூப் தங்களுக்காக நான் வேறு என்ன செய்ய வேண்டும்?)

"டுடே லைப்ரரி சீஸன். வாண்ட் மோர் புக்ஸ்."

(இப்போது நூலக சீஸன் நிறையப் புத்தகங்கள் வேண்டும்)

"வி வில் டிஸ்கஸ் இட் ஆப்டர் யுவர் ரிட்டேன்."

(நீங்கள் திரும்பி வந்த பிறகு நாம் அதைப்பற்றி பேசுவோம்)

"டுவண்டி ஃபைவ் ரூப்பீஸ் பேஜ். நாட் இனஃப் ஃபார் டிரான்ஸ்லேட் அண்ட் பப்ளிஷ்." (நூலை மொழிபெயர்த்து வெளியிடுவதற்கு ஒரு பக்கத்திற்கு இருபத்தைந்து ரூபாய்

போதாது).

வெள்ளைக்காரி ஒன்றும் பேசவில்லை.

"லேபர் சார்ஜ் மோர். டிரான்ஸ்லேட்டர் ஃபீ மோர். பேப்பர் சார்ஜ் மோர்."

(கூலியும், மொழிபெயர்ப்பாளன் சம்பளமும் காகிதவிலையும் கூடிவிட்டன).

வெள்ளைக்காரி அமைதியாக இருக்கிறாள்.

"தர்ட்டி ருபீஸ் எ பேஜ் மினிமம் வாண்ட்."

(ஒரு பக்கத்திற்குக் குறைந்தது முப்பது ரூபாயாவது வேண்டும்)

வெள்ளைக்காரியிடம் இப்போதும் மௌனம்.

"யெஸ்டர்டே ரஷ்யன்ஸ் கம்" (நேற்று ரஷ்யர்கள் வந்திருந்தனர்)

உடனே வெள்ளைக்காரி கேட்கிறாள்:

"டூ யூ?" (உங்களிடத்திலா?)

"யெஸ் சிஸ்டர்." (ஆமாம் சகோதரி)

"வொய்?" (எதற்காக?)

"பப்ளிஷிங் கார்னர். நாவல், ஷார்ட் ஸ்டோரி, சஸ்ன்ஸ், மாத்தமாட்டிக்ஸ்"

(நாவல், சிறுகதை, அறிவியல், கணிதம் முதலிய புத்தகங்கள் அச்சடித்து வெளியிட முடியுமா என்று தெரிந்து கொள்வதற்கு)

"எஸ் தாட் ஸொ?" (அப்படியா?)

"மி ஸ்பீக்கிங் ட்ரூத், சிஸ்டர்." (உண்மைதான், சகோதரி)

"வாட் டிட் யூ ஸே?" (தாங்கள் என்ன கூறினீர்கள்)

"மி ஸே, பிஸி. நோ ஜாப் கார்னர்.

(எனக்கு நேரமில்லை இப்போது முடியாது என்று கூறினேன்)

"மிஸ்டர் இட்டூப், வி வில் கிவ் யூ எ ப்ரஷ் காண்ராக்ட் ஆஃப்டர் யுவர் ரிட்டேன்." (மிஸ்டர் இட்டூப், தாங்கள் திரும்பி வந்த பிறகு ஒரு புதிய ஒப்பந்தம் கொடுக்கிறோம்)

"தாங்க்ஸ் சிஸ்டர். ரேட் கார்னர்." (நன்றி சகோதரி, ஆனால் விலை...)

"வி வில் சர்ட்டன்லி டூ ஸம்திங் எபவுட் தாட் டூ."

(கண்டிப்பாக அதைப் பற்றியும் ஏதாவது சிந்திக்கலாம்.)

"எனஃப் சிஸ்டர்." (சகோதரி, அது போதும்).

"பிளீஸ் கம் எகெய்ன் பிஃபோர் யூ கோ."

(புறப்படுவதற்கு முன்பு ஒரு முறை வாருங்கள்).

முதலாளி கூறுகிறான்:

"லைஃப் தேர் இட்டூப் கம்."

(உயிரோடு இருந்தால் இட்டூப்பு கண்டிப்பாக வருவான்).

செவ்வாய்

நான்கு மணிக்கு மத்திய கல்வியமைச்சரின் அலுவலகத்தை அடைந்தனர். 400-950 ரூபாய் விகிதத்தில் ஒவ்வொரு மாதம் சம்பளமும், டீ, டியர்னஸ் அலவன்சுகளும் பெறுகின்ற வரவேற்பறை ஊழியன், வேறு இரண்டு சர்தார்ஜிகளுடன் டீ குடித்தவாறு சிரிப்பு வெடிகளை வெடித்து ரசித்துக் கொண்டிருந்தான். பையனையும் இட்டூப்பையும் கண்டதாகவே காண்பித்துக் கொள்ளவில்லை.

முதலாளி இட்டூப்பு சொன்னான்:

"அசல் அரசாங்க ஊழியன்."

பையன் ஒத்துக் கொண்டான்.

"திருட்டுப்பய நம்மளப் பார்க்கவில்லையோ?"

"அப்படித்தான் தோணுது."

வாண வேடிக்கைகள் அடங்குவதற்கான அறிகுறிகள் தென்படாததால் முதலாளி மேசையில் கைவிரல்களால் கொட்டினார்: "மிஸ்டர், வி விசிட்டர்ஸ்." (மிஸ்டர், நாங்கள் பார்வையாளர்கள்)

தன்னைப் போன்று அட்டகாசமாகப் பஞ்சாபி ஆங்கிலம் பேசுகிறவன் யாரடா என்பது போல் அரசு ஊழியன் இட்டூப்பைப் பார்த்தான். பின் கம்பீரமாகக் கேட்டான்:

"வாட் யூ வாண்ட்?" (என்ன வேணும்?)

இது போட்டி போன்று இருக்கிறதே, பையன் நினைத்தான். சர்தார்ஜி இட்டூப்பின் மொழியை ஓவர்டேக் செய்து விடுவா னென்று தோன்றுகிறது.

இட்டூப்பு கூறினான்:

"வாண்ட் டு ஸீ ஏ மேன், மல்கோத்ரா."

(மல்கோத்ரா என்ற ஒருவரைப் பார்க்க வேண்டும்).

"ஹூ ஈஸ் ஹி?" (யார் அவர்?)

"பிக் மேன் ஹியர்."

(கல்வியமைச்சர் அலுவலகத்தில் அவர் உயர்ந்த பதவியில் இருப்பவர்)

சர்தார்ஜி சிரித்தார்: "ஹண்ரட் பிக்மேன் ஹியர், பாயி."

(சகோதரா, இங்கே நூற்றுக்கணக்கானோர் உயர்ந்த பதவி யில் உள்ளனர்)

முதலாளி கூறினான்:

"திஸ் மல்கோத்ரா செக்ரெட்டரி கிளாஸ்."

(இந்த மல்தோத்ரா செக்ரெட்டரி உத்தியோகத்தில் இருக் கிறார்).

"சிக்ரெட்டரி? அண்டர், டெபூட்டி, ஜாயிண்ட் ஹூ?"

(அண்டர் செக்ரட்டரியா? ஜாயிண்ட் செக்ரட்டரியா? என்னவாக இருக்கிறார்?)

"மி டோண்ட் நோ. ஃபைண்டிங் யுவர் பிஸினஸ்."

(எனக்குத் தெரியாது. கண்டு பிடிக்க வேண்டியது உங்கள் கடமை).

சர்தார்ஜிக்குக் கோபம் வந்தது:

"ஐ காண்ட் டு எனிதிங் வித்தவுட் நோயிங் த பர்சன்."

(யாரென்று தெரியாமல் என்னால் ஒன்றும் செய்ய முடியாது)

முதலாளி விரலை உயர்த்தினார்:

"மிஸ்டர், ஹி கமிங் அமெரிக்கா வித் மீ. பிக் செமினார் தேர். பாஸிபிள் பைண்ட். நோ ஐ கோ. டோல்ட் யூ ஹி செக்ரெட்டரி கிளாஸ்."

(மிஸ்டர், அமெரிக்காவில் நடக்கவிருக்கின்ற ஒரு பெரிய கருத்தரங்கில் பங்கு பெறுவதற்காக என்னுடன் வருகின்ற அரசுப் பிரதிநிதி அவர், முடிந்தால் கண்டுபிடி. இல்லையென்றால் நான் செல்கிறேன். அவர் உயர்ந்த செக்ரட்டரி அந்தஸ்தில் இருப்பவர் என்றும் சொல்லிவிட்டேன்).

விஷயம் மேலிடம் சார்ந்தது என்பதை அறிந்த சர்தார்ஜி கீழே இறங்கி வந்தான்: "யூ ஹாவ் அப்பாயிண்ட்மென்ட் பாயி ஸாப்?"

(சகோதரா, சந்திப்பதற்கு முன் அனுமதி பெற்றிருக்கிறீர்களா?)

"ஃபிக்ஸடு யெஸ்டர்டே." (நேற்றே முடிவு செய்தது)

"சர்தார்ஜி வியர்த்துப் போனான். மேசை மீது கிடந்த அரசாங்க டைரியைத் திறந்து அமைச்சர் அலுவலகத்தில் மேலதிகாரிகளின் தொலைபேசி எண்களைத் தேடினான். தனக்குத் தானே முணு முணுத்தான்: "ஜாயிண்ட் செக்ரட்டரி, ஹோகா."

தொலைபேசியில் அழைத்தபோது மகானது ஸ்டெனோகிராபர் பேசினாள்: 'மகான் மதியத்திற்குப் பிறகு வரவில்லை. இனிமேலும் வரமாட்டார். மிஸ்டர் இட்டூப் என்ற ஒருவர் வந்தால் மறுநாள் காலை பதினொரு மணிக்கு வரச்சொல்லும்படி உத்தரவிட்டிருக்கிறார்.'

இட்டூப்பு கூறினான்: "மி கோயிங், நோ கமிங் டுமாரோ."

(நான் போகிறேன் நாளை வரமாட்டேன்)

சர்தார்ஜி கேட்டார்: "வொய் பாயி?" (ஏன் சகோதரா?)

"மல்கோத்ரா கவர்ண்மென்ட் ஜாயிண்ட் செக்ரெட்டரி, இட்டூப் ஓன் செக்ரெட்டரி. மீட் ஹிம் அமெரிக்கா. (மல்கோத்ரா அரசாங்கத்துல இணைச் செயலாளர், இட்டூப்பு தனது

ராஜாங்கத்திற்குச் செக்ரட்டரி. அவனை அமெரிக்காவில் வைத்துப் பார்த்துக் கொள்கிறேன்).

திரும்பிச் செல்லும் போது இட்டூப்பு கூறினான்:

"பேசாம இருடா. அவனை நான் அமெரிக்காவில் வச்சுக் கவனிச்சுக்கறேன். இன்னைக்கு நாலு மணிக்குச் சந்திக்கிறேன்னு வெள்ளைக்காரி ஆஃபீஸரிடம் சொல்லிவிட்டு இதோ இப்போ நாளை காலை பதினோரு மணிக்கு வரச்சொல்லி உத்தரவு போட்டிருக்கான். நாம வரணுமாம்? அவன் வீட்டுக்காரி வருவா. எப்படி?"

நம்பிக்கைக்குரியவன் பின்பாட்டுப் பாடினான்:

"அவனோட வீட்டுக்காரி வருவா."

ஹோட்டலுக்குச் சென்றபோது அறைக்கு வெளியே நாயர் காவலிருந்தான். அலங்காரம் போன்று கையில் ஒரு பையும் இருந்தது.

நாயர் கேட்டான்:

"இட்டூப்பே நீ எங்கே போனாய்?"

முதலாளி கூறினான்:

"டேய் கட்டுரை ஒன்றும் இல்லாட்டியும் எனக்கும் சில எம்பஸிகளுக்குப் போக வேண்டிய வேலை இருக்குது, எப்படி?"

நம்பிக்கைக்குரியவன்:

"சில எம்பஸிகளுக்குச் போக வேண்டியுள்ளது."

கதவைத் திறந்து கொண்டு சர்க்கஸ் உள்ளே சென்றது.

முதலாளி கூறினான்: "உட்காருங்கடா."

மூவரும் அமர்ந்தனர். முதலாளி கேட்டான்:

"பையில என்னடா? ஏதாவது சிறப்பா உண்டா?"

"என்ன சிறப்பு?"

"எம்பஸியின் வராந்தாக்களில் ஏறி இறங்குகிற ஆளல்லவா நீ? ஏதாவது சரக்கு..."

"நாம் ஒருநாள் சேர்ந்து குடிப்போம். நீ போயிட்டுத் திரும்பி வந்தபிறகு ஒருநாள்."

"நான் போகிற இடத்துல இதொண்ணும் கிடைக்காதா என்ன?"

"அதுக்கில்லை....."

"சரி விடு, அப்புறம் பையில என்ன வெங்காயத்தை வச்சிருக்கிற?"

பூப்போன்று மலர்கின்ற புன்னகையுடன் நாயர் கூறினான்: "ஒரு பொருள்"

அவன் பையைத் திறக்க முனைந்தபோது முதலாளி கூறினான்:

"நிறுத்துடா, ஒரு விஷயம் கேட்கட்டும்."

"என்ன?"

முதலாளி கேட்டான்:

"அது உன்னோட இலக்கியப் படைப்பு தானே!"

"ஆமாம்."

"டேய் பையைக் கீழே வை. திறக்காதே சொல்றதைக் கேள்."

நாயர் பையைக் கீழே வைத்துவிட்டு அடி பணிந்தான்.

முதலாளி கேட்டான்:

"எம்பஸியில் இருக்கிறவங்க படிக்கிறதுக்காக எழுதிய இலக்கியப் படைப்புகளின் தொகுப்புதானடா?"

"இல்லை."

"சரி கட்டுரை இல்லை. வேற என்னவாக்கும்?"

நாயர் கூறினான்: "ஒரு நாவல்."

பையை எடுப்பதற்கு அவன் கை நீட்டினான்.

முதலாளி தடுத்தான்:

"டேய் பையை அங்க வை... அதை நாம் அப்புறம் திறக்கலாம். சொல்வதைக் கேள். அது என்ன நாவல்?"

"நகரத்தைப் பின்னணியா வெச்சு எழுதினது."

"இந்த நகரமா?"

"ஆமா."

"எத்தனை பக்கம்டா?"

"புல்ஸ்கேப்பில் அறுநூறு பக்கம் வரும்."

"அப்போ அச்சடிச்சா தொள்ளாயிரம் பக்கம்."

"ஆயிரம்னு என் கணக்கு."

"அது சரி. அப்போ பிரமாண்ட இலக்கியம்."

"காலகட்டத்தைப் பிரதிபலிப்பது."

முதலாளி கேட்டான்:

"நீ என்னடா பத்தாம் வகுப்புப் பையனை மாதிரிப் பேசுற."

"பத்தாம் வகுப்புப் பையனா?"

"டேய்... கடையிலிருந்து இந்த மாதிரி நாவல் கூடை கூடையா எனக்குக் கிடைக்கும். எல்லாவனும் சொல்லுவான் காலகட்டத்தைப் பிரதிபலிக்குற நாவல், மாஸ்டர் பீஸ் என்றெல்லாம் அது போலத்தானா இதுவும்னு நான் கேட்கிறேன்."

நாயர் கூறினான்:

"இது அது மாதிரி இல்லை."

"சரி வேண்டாம். கதை என்னடா அதைச் சொல்லு?"

"நகரத்தோட கள்ளச் சந்தையும் கருப்புப் பணமும்தான் கதைக் கரு."

"உனக்கு அதெல்லாம் பிடிக்கவில்லை. பார்க்கும்போது கோபம் வருது. அப்படித்தானேடா?"

"மலையாள இலக்கியத்தில இப்படியொரு படைப்பு இதுவரை வெளிவரவில்லை."

"வேண்டாம்டா, உன்னோட கதையில வேற என்ன வெல்லாம் இருக்குது?"

"இப்படிக் கேட்டா....."

"இல்லடா, பொண்ணு, காதல் வாள்சண்டை இதெல்லாம் இருக்குதான்னு கேட்டேன்."

நாயர் கூறினான்:

"கதையின் கரு ரொம்ப ஆழமானது."

"அப்படியா?"

"அதில் கோர்த்து இணக்கியதுதான் கதாபாத்திரங்கள்."

"நரம்பில் மீன் கோர்ப்பது போல, அப்படித்தானேடா? டேய்..."

"என்ன?"

"நீ ஊர்லயிருந்து இங்க எதுக்குவந்தே பிழைப்பதற்குத்தானே?"

"ஆமாம்."

"கடத்தல்காரனும் பிழைப்பு நடத்தத்தானே வேலை செய்யறான்?"

"ஆமாம்."

"பிறகு எதுக்குடா நீ அவங்களைப் பற்றி எழுதுற? அவர்களும் பிழைச்சுப் போகட்டுமே."

நாயர் கூறினான்: "விளையாட்டை நிறுத்து."

"அப்புறம் விஷயத்தைச் சொல்லு, அப்படித்தானடா?"

"ஆமாம்."

"உனக்கு இப்போ என்ன வேணும்?"

"புத்தகம் அச்சடிக்கணும்."

"நான் அச்சடிக்கணும், இல்லையா?"

"ஆமா."

"ஆயிரம் பக்கங்கள் உள்ள பெரிய புத்தகத்துக்கு ஒரு பக்கத்துக்கு பத்து ரூபாய் வீதம் ரெண்டாயிரம் காப்பிக்கு இருபதாயிரம் ரூபாய். உனக்குத் தள்ளுபடி இருபத்தைந்து சதவீதம். ஐயாயிரம் ரூபாய்."

நாயர் கூறினான்:

"அதெல்லாம் நீயே முடிவு செய்துக்கோ. எனக்கு இப்போ..... அட்வான்ஸ் ஆயிரம் ரூபாய்."

"போதுமா?"

"போதும்."

முதலாளி கூறினான்:

"டேய்... உன்னோட புத்தகத்தை அச்சடித்து வெளியிட்டு நான் என்ன செய்யிறது? அவித்துச் சாப்பிடவா?"

"இட்டூப்பு ஏன்டா அப்படிச் சொல்ற?"

"யாரு வாங்குவாங்க? நகரத்தைப் பற்றிய கதை யாருக்குடா வேணும்?"

நாயருக்குப் புரியவில்லை, முதலாளி விளாசினான்:

"இந்த மாதிரிச் சரக்கெல்லாம் விற்காதுடா? மார்க்கெட் டல்லு."

"வேறு எது விற்கும்?"

"அப்படிக் கேளு. டேய் முக்கோணக் கதைக்கும் நாவலுக்கும் மட்டுமே மார்க்கெட்ல டிமாண்ட்!"

"முக்கோணமா?"

"ஆமாடா. முதல்ல பின்னணின்னு சொன்னா கதைக்களம் கேரளாவில் இருக்கணும். முடியுமானால் கிராமப்புறம். ஒரு பழைய வீட்டில வாழுற குடும்பம். கதை சொல்ற கழுதையும் அவனது அம்மாவும் சகோதரிகளும், கதாபாத்திரங்கள். வேணும்னா இரகசியமாக ஒரு காதலியையும் வெச்சுக்கலாம்."

"அப்புறம்?"

"முப்பது அத்தியாயங்கள் ஆனவுடனே பிரேக் போட்ட மாதிரி நிறுத்திடணும்?"

நாயர் அசையாமல் இருந்தபோது முதலாளி விவரங்களை எடுத்துக் கூறினான்:

"இதை மாதிரிக் கதைகளுக்குத்தான் மார்க்கெட். ஏன்னா 17-30 வயதுக்குட்பட்டவங்கதான் வாசகர்கள். புத்தகம் வாங்குகிற பொறுக்கிகள். முக்கோணக் கதை அவங்களுக்குப் புரியும்.

உருக்குலைந்த ஓட்டு வீட்டிலேயிருந்து வராதவன் எவன் இருக்கிறான்? அதனாலதான் அதை வாசித்து வாசித்து ஆனந்தம் அடைகிறான். இதே முப்பது வயது முடிஞ்சதுன்னு வெச்சுக்கோ. இதோ இன்னொரு இளந்தலைமுறை 17-30 பருவம். புத்தகம் ஏழெட்டு பதிப்புகள் காண்பதில் கஷ்டம் ஏதாவது உண்டா?”

நாயர் கூறினான்: “இல்லை.”

“எழுத்தாளன் என்ற எடுபட்டவன் பெயரெடுப்பதில் ஏதாவது கஷ்டம் இருக்குதா?”

“இல்லை.”

“பணத்துக்கு?”

“இல்லை.”

முதலாளி கூறினான்:

“நம்ம இலக்கியத்துல முக்கோணம் முந்தி நிற்குதுடா. இதிலேயே ரெண்டு விதமான எழுத்தாளர்கள் இருக்காங்க. முதல் வர்க்கத்தினர் கொஞ்சம் தரமானதுன்னு சொல்லிச் சந்தனச்சோப்பு, காய்ச்சிய எண்ணெய், இண்டங்கொடி, தாளிச் செடி இதையெல்லாம் வெச்சுத் தேய்ச்சு மினுங்க வைச்சிருப்பானுங்க. இதெல்லாம் தெரியாத கூறு கெட்டவனுங்க வெறும் முக்கோணத்தை பளபளக்க வைச்சிருப்பானுங்க. முதல்ல சொன்னது நல்ல எழுத்தாளர்கள். ரெண்டாவது சொன்னது தகுதி இல்லாத பொறுக்கிகள். ரெண்டுபேரும் பணம் சம்பாதிப்பாங்க கேட்டியா.”

நாயர் கூறினான்:

“ஆனால் தரம் போய்விடுமே.”

“தரத்தை விடுடா. இதுக்கு முன்பும் தரம் எங்கே இருந்தது! எல்லாம் வியாபாரம். 17-30 வயது பருவத்துப் புத்தி இல்லாதவங்கதானே படிக்கிறாங்க? அவங்களுக்குத் தரமிருக்குதா?”

“குறைவுதானே?”

முதலாளி கூறினான்:

“நான் முதல்ல சொன்ன எழுத்தாளர்கள் இருக்கிறாங்க அல்லவா, தரமான முக்கோணம் படைக்கிற முட்டாள்கள்.

ரெண்டு சினிமாவுக்குக் கதை எழுதினாப் போதும் அப்புறம் அவனுகளோட டிமாண்டைக் கேக்கணுமே. பிறகு மரணம் வரை அவங்க முக்கோணம் வரையலாம். சினிமாவிலிருந்தும் பணம், புத்தகத்திலிருந்தும் பணம். எப்படி?"

நாயர் மற்றொரு வழியில் முயற்சித்தான்:

"என்னோட புத்தகம் அந்த வகையில் வராது, ஏன்னா..."

முதலாளி சொன்னான்:

"அதான்டா சொல்றேன், அதெல்லாம் அச்சடிக்க உகந்ததல்ல, நீ ஏதாவது முக்கோணம் படைக்கிற வழியைப் பாரு, அதை நான் அச்சடிக்கிறேன்."

"இருந்தாலும் இதையும் நீ கையில் வை, அப்புறம் பார்க்கலாம்."

"நான் சொன்னதொன்றும் உனக்குப் புரியலையாடா?"

"அது இல்லை."

"அது தான்டா, அது இல்லையாம், பையைத் திறக்காதே அங்கே வை."

நாயர் அடங்கினான். அடிமைப் பத்திரத்தில் கையெழுத் திட்டான்.

முதலாளி கேட்டான்:

"அப்புறம் நீ அந்த ஸ்கியைப் பார்த்தியாடா?"

"இல்லை நாளைக் காலைல பார்ப்பேன்."

"பார்க்கும் போது நமது புத்தக விஷயத்தை நினைவுபடுத்து. ஸ்கீ மறந்துடுவான்."

"அதை நான் கவனிச்சுக்கறேன்."

"உனக்கு இன்றைக்கும் சினிமாவும் நாடகமும் ஒண்ணும் இல்லையா?"

"இன்று வேலையொண்ணும் இல்லை."

"அப்போ கட்டுரை எழுத வேண்டிய அவசியமில்லையா?"

"இல்லை."

“என்னை வதைக்கிற வேலை மட்டுந்தான் இருக்குதோ?”

நாயர் கேட்டான்:

“டேய் இட்டூப்பு வேறொன்றும் இல்லையா?”

“என்னடா வேணும்?”

“கொஞ்சம் குடிக்க வேண்டாமாடா?”

“குடிக்கணுமா?”

“பிறகு?”

முதலாளி பையனிடம் கூறினான்:

“சாப்பிடுவதற்கு ஏற்பாடு செய்யுடா? அதன் பிறகு ஏதாவது பார்க்க வேண்டாமா?”

நாயர் கேட்டான்:

“என்ன கொண்டுவரச் சொல்றது, ஜின்னா, பிராந்தியா?”

முதலாளி கூறினான்:

“சாப்பாடு வரட்டும்டா.”

“சரக்கு அடிச்சிட்டு சாப்பிட்டாப் போதாதா?”

“அது போதுமா?”

“போதும்.”

முதலாளி கூறினான்:

“அப்படீன்னா, நான் உனக்குப் பணம் தாரேன். நீ போய் குடிச்சுக்கோ.”

“இட்டூப்பு அது ஏண்டா அப்படிச் சொல்ற?”

முதலாளி கூறினான்:

“டேய், நாளைக்கும் குடிக்கணும்கிற எண்ணம் எனக்கு இருக்குது. அதனாலதான், இன்னைக்குச் சாப்பிட்டாத்தான் நாளைக்குக் குடிக்க முடியும். புரிஞ்சுதாடா?”

புதன்

காலைச் சிற்றுண்டியை முடித்துக் கொண்டு நாட்டுப் புறப்பாடல் மன்றத்திற்குச் சென்றபோது அங்கே மாஸ்டர் இல்லை. செயலாளர் மட்டும் இருந்தார். பையன் இட்டூப்பை அறிமுகப்படுத்தினான். நடராஜன் என்ற பெயர்கொண்ட பிராமணச் செயலாளர் எழுந்து இட்டூப்புடன் கை குலுக்கினார்:

"குட்மார்னிங் டூ யூ மிஸ்டர் இட்டூப்பு, ஹவ் ஆர் யூ ப்ளீஸ் டேக் எ சேர்"

உட்கார்ந்தவுடன் முதலாளி கேட்டான்:

"நீங்க பிராமணர் தானே?"

நடராஜன் நெளிந்தார்: "யாரு, நானா?"

"உங்களைத்தான் கேட்டேன்."

"ஆமா. உங்க ஊர்க்காரன்தான்."

"அப்படீன்னா, நாம மலையாளத்திலேயே கதை - வசனம் பேசலாமே. எப்படி?"

மகிழ்ச்சியடைந்த பட்டர் கூறினார்:

"அதற்கென்ன?"

முதல் ரவுண்டில் வெற்றிபெற்ற முதலாளி மேலும் தொடர்ந்தான்:

"நம்ம மாஸ்டர்?"

"நேற்றைக்குப் பாம்பே போயிட்டார், அடுத்தவாரம் வருவார். பார்த்துட்டுப் போகலாமே."

"நானா? அடுத்தவாரம் பெர்த்ல இருப்பேன்."

"அதென்ன அப்படிச் சொல்றேள்?"

முதலாளியின் சுற்றுப் பயண விவரத்தைப் பையன் சுருக்கமாக உரைத்தான்.

இட்டூப்பு வெளிநாடு செல்கிறான் என்பதை அறிந்தவுடன் பட்டருக்கு அவன்மீது மரியாதை தோன்றியது. தான் உயர்ந்தவன் என்ற எண்ணத்தை உதறிவிட்டுப் பவ்வியமாகக் கேட்டார்:

"மிஸ்டர் இட்டூப்பு முதன்முறையா வெளிநாடு போறேள், இல்லியோ?"

"ஆமா, சாமி நீங்க?"

"நான்... நான்... எங்கேயும் போனதில்லை."

அப்புறம் எதற்கு என்னைக் கேட்டாய் என்று முதலாளி கேட்கவில்லை. மாறாக மற்றொரு வழியில் அவனை மிரட்டினான்:

"மன்றத்தின் தலைவர், மாஸ்டராக இருந்தாலும் அதிகாரம் அனைத்தும் சாமியோட கையில் தான் அப்படித்தானே?"

மூச்சடக்கி நின்ற நடராஜன் கூறினார்:

"ஆமா, செயலாளர் என்பதால் மன்றத்தின் முழுப் பொறுப்பும் எங்கிட்டதான்."

"இந்தப் பதவியை ஏற்று எவ்வளவு காலமாகி விட்டது?"

"மூணு வருஷம்."

"அதற்கு முன்பு?"

"ஒரு பத்திரிக்கையில் வேலை செய்தேன். பாட்னாவில் இருந்து வர்ற பத்திரிக்கை பொருளாதார இதழ்னு சொல்லலாம்."

"அப்படிச் சொன்னாப் போதுமா? அந்த பத்திரிக்கைக்குப் பெயர் இல்லையா?"

மேலே பார்த்தவாறு நடராஜன் கூறினார்:

"ஆணியும் துத்தநாகமும்."

"பரவாயில்லையே. நல்ல ரூட்டுதானே! பிறகு எதுக்காக அந்தப் பிஸினஸை விட்டு வந்தீங்க."

"ஒன்றுமில்லை. தலைவர் கூப்பிட்டார் வந்துட்டேன். அப்புறம் கலையில் கொஞ்சம் ஈடுபாடு உண்டு."

இட்டூப்பு முன்னோக்கி நகர்ந்து உட்கார்ந்தான்.

"சாமிக்கு கலையின் மீது நல்ல ஈடுபாடு இருக்குதா?"

சொல்லியிருக்க வேண்டாமோ என்று நடராஜனுக்கு தோன்றியிருக்க வேண்டும். முகபாவனை அப்படித்தான்

இருந்தது. புத்திசாலித்தானமாக அவர் அந்தக் கேள்விக்குப் பதில் கூறவில்லை. ஆனால் இட்டூப்பு விடுவானா?.

"பிஸினஸிலிருந்து கலை அப்படித்தானே?"

நடராஜ சாமி மீண்டும் மௌனத்தில் ஆழ்ந்தார். இன்று காலையில் யார் முகத்தில் விழித்தோமோ என்று சாமி தனக்குத்தானே மனதிற்குள் கேட்டிருப்பார் என்று இட்டூப்பு நினைத்தான்.

இப்போதைக்கு இவனுக்கு இது போதும் என்று நினைத்த இட்டூப்பு பிஸினஸுக்கு வந்தான்:

"இந்த மன்றம் எப்படி?"

தப்பித்துக் கொண்ட மகிழ்ச்சியில் நடராஜன் எழுச்சியுற்றார். பேச்சு ஆற்றொழுக்காக வந்தது:

"இந்திய அரசாங்கமும் மூன்று அமெரிக்கன் ஃபவுன்டேஷன்களும் கொடுக்கின்ற தொகையில்தான் இந்த மன்றம் செயல்படுது."

இட்டூப்பு கேட்டான்:

"ஃபவுண்டேஷன் என்றால் பெயர் இல்லையா?"

நடராஜனுக்கு அதைக் கூறுவதில் தயக்கம் ஒன்றும் இல்லை. பெயரை வெளிப்படுத்தினார்.

"அப்புறம்?"

"மன்றத்தின் அதிகாரங்களையும் சட்டங்களையும் அறிந்து கொள்வது நல்லது."

"கோர்ட் கேசுன்னு போனாப் பயன்படும், இல்லையா?"

"அதுக்கில்லை."

சுழல் இருக்கையில் வலது பக்கமாகச் சஞ்சரித்த நடராஜன் அலமாரியில் இருந்து இரண்டு பெரிய புத்தகங்களை எடுத்து இட்டூப்பிடம் நீட்டினார். அவற்றை வாங்கி மேசையின் மீது வைத்த முதலாளி கூறினான்:

"புத்தகத்தை அப்புறம் படிக்கலாம், மன்றத்தின் செயல்பாடுகளைப் பற்றிச் சொல்லுங்க."

பட்டர் பேசத் தொடங்கினார்:

"மன்றம் இரண்டு விதமாகச் செயல்படுது. அதாவது இரண்டு பிரிவுகளாகச் செயல்படுதுன்னு சொல்லலாம்."

"சாமி, என்ன வேணும்னாலும் சொல்லுங்க. நாங்க கேசுக்கெல்லாம் போகமாட்டோம்."

"நாட்டுப்புறப் பாடல்கள் ஒரு பிரிவு, நாட்டுப்புற கதைகள் இன்னொரு பிரிவு. இதில் நாட்டுப்புறப்பாடல் பிரிவின் வேலை ஓரளவுக்கு முடிஞ்சிருச்சு."

"பாடலா?"

"ஆமா, இந்தியாவின் பல்வேறு பகுதிகள்ல பல்வேறு மொழிகள்ல பாடப்பட்டு வருகிற பாடல்கள். மண்ணின் மணம் கமழும் கீதங்கள். நமது பண்பாட்டின் ஆணிவேர்கள்."

பையன் கூறினான்: "சல்லிவேர்கள்."

புரியவில்லை என்பதுபோல் இட்டூப்பும் நடராஜனும் பார்த்தவுடன் பையன் கூறினான்:

"ஆணிவேர்கள் என்று கூறியவுடன் சல்லி வேர்களையும் நினைக்கணும்னு கவிஞர்கள் சொல்லியிருக்காங்க."

இட்டூப்பு கண்டனம் தெரிவித்தான்: "டேய்....."

நடராஜன் தொடர்ந்தார்: "நூல்களை முழுமையாகச் சேகரிச்சிட்டோம்."

"எப்படிச் சேகரிச்சீங்க?"

"பீகாரைத் தவிர மீதியெல்லாம் அரசாங்கம் மூலமாகத்தான். மேலும் சொல்லப்போனால், மாநில அரசுகளின் மக்கள் தொடர்பு அமைச்சகத்திலுள்ள கலை மற்றும் பண்பாட்டுத் துறைகள் மூலமாகச் சேகரிச்சோம். அதனால் அவை நம்பகத் தன்மை கொண்டவையாக இருக்குமல்லவா."

"சந்தேகம் என்ன? இதுதான் இந்த நாட்டிலுள்ள பொறுக்கிங்க பாடுற பாட்டுன்னு அரசாங்கம் சொன்னா எந்த நாயால இல்லைன்னு சொல்ல முடியும்? எப்படி? எப்படி இருந்தாலும் பாடல்களைத் திருடிய விதத்தைப் பாராட்டணும். அப்புறம் சொல்லுங்க. சாமி என்ன ஒன்றுமே பேசாம இருக்கீங்க."

சாமி சொன்னார்: "ஆனால் பீகார்ப் பாடல்களை நான் நேரடியாகப் போய் சேகரிச்சேன்."

"அங்கதானே வேலை பார்த்ததாச் சொன்னீங்க?"

"அதனால் தான் முடிஞ்சது. மூன்றாண்டு உழைப்பு. காடும் மலையும் சுற்றியதற்குக் கணக்கொன்னும் இல்லை. ஆனால் ஒரு பாட்டையும் விட்டு வைக்கவில்லை. அந்த மாநில மொழியையும் அதன் வட்டார மொழியையும் கற்றுக் கொள்ள வேண்டிய நிலைமை ஏற்பட்டது."

"இரும்புச் சாமான்களின் பத்திரிக்கையில் சேருவதற்கு முன்பே மலையேறிட்டீங்களா?"

"இல்லை, பத்திரிக்கையில் வேலை செய்யும் போதுதான் பாடல்களைத் தேடியலைஞ்சேன். பொழுது போக்காகத் தொடங்கி லட்சியமா மாறிப்போச்சு."

இட்டூப்பு சிரித்தான்.

"சாமி பத்திரிக்கையாளர்களையே மூழ்கடிச்சிட்டீங்க இல்லையா?"

"அப்படீன்னா?"

"இல்லை. பத்திரிக்கை வேலைக்குச் சம்பளம். சாமியோ பாட்டுக்குப் பின்னால. காசு ஓரிடம் கடமை ஓரிடம் என்றொரு நாட்டுப்புறப்பாட்டு மாதிரி."

நடராஜனுக்கு உதவி செய்ய தொலைபேசி மணியடித்தது. தெய்வம் வழிகாட்டிய இயந்திரத்தில் அவர் பேசிக் கொண்டிருக்கும்போது, இட்டூப்பு பையனிடம் குசுகுசுத்தான்:

"பட்டரைப் பத்திரிக்கையிலிருந்து வெளியே தள்ளி யிருப்பாங்க. கூரை வேயப் போனவன் புடவை நெய்யப் போனா முதலாளி ஒத்துக்குவானா?"

பையனது பதில் குசுகுசு: "ஒத்துக்கமாட்டான்."

இயந்திரத்தை வைத்து விட்டு நடராஜன் கேட்டார்:

"நான் எங்கே விட்டேன்?"

இட்டூப்பு கூறினான்: "இதோ இங்குதான். இந்த இடத்தில் நாட்டுப்புறப் பாட்டுக்கள் ஓரளவுக்கு வந்து சேர்ந்துருச்சு,

அப்புறம்?”

“பாடல்களை ஆங்கிலத்திலயும் மொழிபெயர்த்தாயிற்று.”

“மொழிபெயர்த்தது யார்?”

“மாநில அரசுகள்தான். நான் நெனைச்ச மாதிரி மொழி பெயர்ப்பு மோசமில்லை.”

இட்டூப்பு விரலை உயர்த்திக்காட்டிக் கூறினான்.

“எப்படி மோசமாகும்? ஆட்சி செய்வதைப் போல் இலக்கியப் படைப்பிலும் அரசாங்கம் ஒரு படி மேலதான். அப்படித்தானடா பையா?”

பையன் கூறினான்:

“முதல்ல இருந்தே எனது அபிப்பிராயம் இதுதான்.”

இட்டூப்பு கேட்டான்: “பீகார் பாடல்களையும் அரசாங்கமே மொழிபெயர்த்து விட்டதா?”

நடராஜன் கூறினார்: “இல்லை, அதையெல்லாம் நான்தான் மொழிபெயர்த்தேன்.”

சாமியின் வார்த்தைகளில் குரு பஷீர் பட்டதிரிப்பாடின் பாணி மணந்தது: “அது நம்மளாக்கும்.”

பாதி வரவேற்புடனும் கொஞ்சம் பிரகாசத்துடனும் இட்டூப்பு கூறினான்: “அப்படியானா பிரமாதமா இருக்கணுமே.”

“மிகப் பிரமாதமாக இல்லாட்டாலும் எனக்கு திருப்தியா இருக்குது.”

“அது போதும். ஆத்ம திருப்தியே பரமசுகம், எப்படி?”

சூத்திராளின் பாராட்டைப் பட்டர் ஏற்றுக் கொண்டார். அதை அனுபவிக்கும் முன்பாக இட்டூப்பு கூறினான்: “அப்படி யானால் எல்லாம் முடிஞ்சுபோச்சு. இனி என்ன?”

“இனிமேல்தான் முக்கியமான வேலை. பாடல்களை மாநில மொழிகளில் மொழிபெயர்த்து வெளியிடணும்.”

“அதன் பிறகு விற்பனை செய்யும் எண்ணம் இருக்குதா?”

“அதுதான் நோக்கம்.”

"எப்படி?"

போர் முனையில் ஃபீல்டு கமாண்டர்களிடம் யுத்த முறைகளை விளக்குகின்ற ஒரு ஜெனரலைப் போன்று குரலைத் தாழ்த்தி நடராஜன் கூறினார்:

"திட்டத்தைச் செயல்படுத்தப் போறது இப்படித்தான்; ஒவ்வொரு மொழியிலும் மொழிபெயர்க்கப்பட்ட பாடல்களை அந்தந்த மொழிகளில் சிறப்பு பெற்ற வெளியீட்டாளர்களிடம் ஒப்படைக்கணும்."

"அப்புறம்?"

"வெளியீட்டாளர்கள் அதை மொழி பெயர்த்து மாநில மொழிகள்ல வெளியிடணும்."

"மொழி பெயர்ப்புக்குக் கூலி?"

"கூலி இருக்குது."

"வெளியிடுவதற்கு?"

"ஒப்பந்த அடிப்படையில் கொடுக்கலாம்னு மாஸ்டர் சொல்றார். மொழிபெயர்ப்புச் செலவும் அதில் அடங்கும்."

"ஒப்பந்தத்தோட நிபந்தனைகள் என்னவோ?"

"முதல் பதிப்பு பத்தாயிரம் பிரதிகள். ஆரம்ப விலையின் முப்பது சதவீதம் ராயல்ட்டி."

"மன்றத்துக்கா?"

"இல்லை. வெளியீட்டாளருக்கு."

"அப்படியா!"

"ஆமாம்."

"அச்சடிக்கிறதுக்குப் பணம்?"

"அதெல்லாம் வெளியீட்டாளரின் வேதனை."

இட்டூப்பு நாற்காலியின் நுனியில் அமர்ந்தான்.

"அப்படின்னா சாமி, மீதியை நான் சொல்றேன். அச்சடிப்பதற்கும் மொழிபெயர்ப்பதற்கும் நாங்கள் பணம் கொடுக்கணும், பதிப்புரிமை மன்றத்துக்கு எழுபது சதவீதம்

ராயல்ட்டி மன்றத்துக்கு. இது தானே நிபந்தனை?"

"ஆமாம்."

"அப்படின்னா நாங்க போயிட்டு வர்றோம்."

"ஒப்பந்தம் பற்றி என்ன சொல்றீங்க?"

"கொஞ்சம் ஆலோசிச்சிட்டு அப்புறமாச் சொல்றோம்."

"வெளிநாட்டிலிருந்து திரும்பி வரும்போது இங்கே வருவீங்களா?"

இட்டூப்பு எழுந்தான். விசையைத் தட்டியது போல் பையனும் எழுந்தான். முதலாளி கூறினான்:

"திரும்பி வரும்போதா? மன்றம் வரச் சொன்னால் அதற்கு முன்பே வந்து ஆஜராக மாட்டோமா?"

"நான் மாஸ்டர்கிட்டச் சொல்றேன். உட்காருங்க, காப்பி குடிச்சுட்டுப் போலாம்."

"காப்பிக்குப் பணமும் ஒப்பந்தத்துல அடங்குமா?"

சாமி சிரித்துக் கொண்டிருக்கும்போதே நண்பர்கள் வெளியேறினர்.

இட்டூப்பு பையனிடம் கிராஸ் கேள்வி கேட்டான்:

"ஒப்பந்தம் பற்றி நீ என்ன நினைக்கிற?"

"நீ என்ன நினைக்கிற?"

"அமெரிக்கப் பணத்தைக் கொள்ளையடிக்கிறவனுக்கு நாம துணை போகணும். வேலை செய்யறது நாம, அனுபவிக்கிறது அவன். எப்படி? என்னடா பேசாம இருக்கிற?"

பையனுக்கு கோபம் வந்துவிட்டது:

"இட்டூப்பு! நீ இப்படியெல்லாம் கேட்காதே. உன் எண்ணத்திலிருந்து என் எண்ணம் வேறுபடுமா, உன் எண்ணம் தான் என் எண்ணம். அவ்வளவு ஏன், உன்னோட வாழ்க்கைதான் என்னோட வாழ்க்கை. நீதான் நான், நான்தான் நீ."

முதலாளி கூறினான்:

"அழவேண்டாம்டா. நாளை மறுநாள் காலையில் நான் புறப்பட வேண்டாமா."

"அதுதாண்டா வருத்தம்."

"நாளைக்கு நமக்கு என்ன வேலை?"

"நாளைக்கு முழுவதும் நாம் ஓய்வெடுக்கலாம். அறையைப் பூட்டியிட்டு உள்ளேயே இருப்போம்."

இட்டூப்பு திடீரென்று நின்றான்: "டேய்....."

பையன் கேட்டான்: "எதையாவது மறந்திட்டியா?"

"நீதான் மறந்துட்ட, நாளைக்கு நமக்கு வேலை இல்லையாடா?"

"என்ன வேலை?"

"உன் சங்கைக் கடிச்சுக் குதறிடுவேன். நான் டான்ஸ் படிக்க வேண்டாமா?"

"ஸாரி, நான் அதை மறந்துட்டேன்."

இட்டூப்பு கூறினான்:

"நாளைக்கு சாயங்காலம் டான்ஸ் கத்துக்கணும். அதுக்குப் பிறகு இருபத்து நாலு மணிநேரத்திற்குள் நேரம்னு ஒண்ணு இருந்தா அமெரிக்காவில போய் ஒரு டான்ஸ், என்னடா சொல்ற?"

"ரொம்பச் சரி."

"டான்ஸ் மாஸ்டரை உனக்குத் தெரியும்தானே?"

"உள்ளங்கை நெல்லிக்கனி போல."

"என்ன குண்டக்க மண்டக்கவானாலும் சரி, நான் அமெரிக்காவுல போயி வெளுத்து வாங்கணும், ஏது?"

"டான்ஸ்."

பையன் கூறினான்:

"புத்தகப் புலியே நீ தாண்டவம் ஆடுவாயடா!"

ஷாப்பிங் சென்டருக்கு நடுவில்தான் டான்ஸ் ஸ்கூல். பின்பக்கம்தான் வழி. அதுவும் இரண்டாவது மாடியில் உள்ள ஒரு காஃபி ஹவுஸ் வரைக்கும்தான். அதனருகில்தான் நடனப் பள்ளி. நடனப்பள்ளிக்கென்று பெயர்ப்பலகை ஒன்றும் இல்லை. காஃபிக் கடைக்காரர்கள் கொடுத்த இரண்டு அறைகளில் தான் நடனப் பயிற்சி. இரகசியத்தைப் போட்டு உடைக்க வேண்டு மென்றால் கடைக்காரனின் சைடு பிஸினஸ்தான் இந்த நடனக் கலைக்கூடம். காஃபிக்கடை என்ற போலிப்பெயரில் நடனப்பள்ளியும், நடனப் பள்ளி என்ற பெயரில் காப்பிக்கடையும் நடைபெறுகிறது. பற்று வைத்திருக்கும் சிலர் மட்டுமே காஃபியருந்த வருவர். நடனம் ஜீவ நாடி. முன்னுரை நீண்டு செல்வதால் விஷயத்திற்கு வருவோம்.

சாயங்கால நேரம். இன்னும் சிலமணிநேரம் கழிந்தால் வெள்ளி புலர்ந்து விடும். இட்டூப்பும் பறந்து விடுவான்.

குறுகலான ஏணிப்படியில் ஏறிச் சென்றபோது ராக்கெட் ராஜா, சொட்டைத் தலையன் தூபே ஸாப் தனியொருவனாகச் சிங்காசனத்தில் அமர்ந்திருக்கிறான். பையனைக் கண்டவுடன் எழுந்தான்:

“வாங்க பையன் ஸாப். பார்த்து எவ்வளவு நாளாகிவிட்டது. இவர் யார்?”

இட்டூப்பை பிடித்து உட்கார வைத்துத் தானும் உட்கார்ந்து பின் தூபேயையும் உட்காரச் சொன்ன பையன் விரிவான குசல விசாரிப்புகளுக்குள் நுழைந்தான்.

“இவர் பெயர் இட்டூப்பு. கேரளாவிலிருந்து வந்த முதலாளி. நாளை இந்நேரம், ஆம், பகலும் இரவும் உரசிக் கொள்ளும் அந்திப் பொழுதில், இவர் அட்லாண்டிக் மகா சமுத்திரத்திற்கு மேலே நியூயார்க்கிலுள்ள கென்னடி இன்டர்நேஷனல் ஏர்போர்ட்டை இலக்காக்கிப் பறந்து கொண்டிருப்பார். ஆறுவார காலம் இவர் வெளிநாட்டிலுள்ள உன்னத சமூகங்களுக்கு நடுவே உலா வருவார். அதற்காகக் கொஞ்சம் டான்ஸ் கற்றுக் கொள்ள வேண்டும். ஒரு க்ராக் லெஸன். ஸ்னாப் ஒண்.”

“கற்றுக் கொள்ளலாமே.”

தூபே இட்டூப்புக்குக் கை கொடுத்தார்.

“க்ளாட் டூ மீட் யூ, சார்.”

இட்டுப்பு கூறினான்: “மி ஆல்சோ க்ளாட்.”

தூபே: “காஃபி சொல்லட்டுமா?”

“வேண்டாம். நாங்க வேகமாப் போணும்.”

வலது பக்கம் மூடிவைக்கப்பட்டிருந்த அறையை நோக்கித் தூபே அழைத்தார்:

“மாஸ்டர் ஸாப், இங்கே வாங்க.”

கதவைத் திறந்து கொண்டு கிராமபோன் இசையுடன் ஒருவர் வெளியே வந்தார்; டான்ஸ் மாஸ்டர். வயதானவர். மெலிந்த தேகம். செம்பட்டை முடி. பூனைக்கண்கள். முழுக்கைச் சட்டையும் பேண்டும் அணிந்திருந்தார். மாஸ்டர் காய்ந்து கருவாடாகியிருக்கிறார். பையன் நினைத்தான்: ‘வயதான காலத்தில் எல்லாக் கேடுகளும் நீங்கிவிட்டன. மாம்பூ போட்டுக் காய வைத்துப் பாதுகாத்த விதை நெல்லைப் போன்றிருக்கிறார். இன்னும் நீண்டகாலம் உயிரோடிருப்பார். உடம்பில் கொஞ்சமாவது நீர்ச்சத்து இருந்தால்தானே ஆபத்து ஏதாவது நேரும். மாஸ்டரின் உடலில் நீரின் அளவு சிறிதும் இருப்பதாகத் தெரியவில்லை. கிராமத்து வழக்கில் சொல்வதானால் சூம்பிப்போன பனம்பழம் போல் இருக்கிறார். நிறம் மட்டும் நல்ல வெள்ளை.’

தூபே கூறினார்: “ஸாப் ரெண்டுபேரும் டான்ஸ் கத்துக்கணுமாம். நாளைக்கு அவங்க வெளிநாடு போறாங்க.”

வெள்ளையன் கூறினான்: “சர்ட்டன்லி ஜென்டில்மேன்!”

தனக்கு வேண்டாம், இட்டுப்புக்கு மட்டும் கற்றுக் கொடுத்தால் போதுமென்று பையன் கூறினான்.

முதலாளி கூறினான்: “நீயும் டான்ஸ் கத்துக்கோ.”

“எனக்குக் கொஞ்சம் தெரியும்.”

“பரவாயில்லை.”

“சரி.”

வெள்ளைக்காரன் கூறினான்: “திஸ்வே, ஜென்டில்மன்.”

பையனும் இட்டுப்பும் எழுந்தனர். அப்போது முதலாளி பையனிடம் குசுகுசுத்தார்:

“டேய்... இந்தக் கிழக்குரங்கா நமக்கு கற்றுத்தரப் போறான்?”

“தெரியாது. ஒரு வேளை.....”

“என்னடா ஒரு வேளை, குரங்கன் கற்றுக் கொடுத்தால் நான் வரமாட்டேன், நீ போ.”

“நில், கேட்போம்.”

பையன் தூபேயிடம் ரகசியமாகக் கேட்டான்:

“என் நண்பனுக்கு ஒரு சந்தேகம், இந்த வெள்ளைக்காரர் கூடவா டான்ஸ் ஆடவேண்டும்னு!”

தூபே சிரித்தார், வெள்ளைக்காரனிடம் கூறினார்:

“ஸாப் இரண்டுபேரும் மேடம் புளோரி கூட டான்ஸ் ஆடட்டும்.”

“ஷுவர், ஸர்.”

“பையனது மனம் குளிர்ந்தது. மேடம் போவரியின் நான்காவது தலைமுறையைச் சேர்ந்த நல்ல ஃபிகராக இருப்பாளோ இந்த மேடம் புளோரி?”

எதிரே இருந்த அறைக்குள் சென்றவுடன் வெள்ளைக்காரன் கதவை மூடினான். கிராம போனிலிருந்து எழுகின்ற இசை காதில் வந்து மோதியது. அறையில் மொத்தம் நான்கு பெண்களும் மூன்று ஆண்களும் இருந்தனர். பையனும் நண்பனும் சென்றதோடு விகிதம் 4:6 என்று மாறியது.

மூன்று ஆண்களும் அவர்களுக்கு இணையாக மூன்று பெண்களும் இடையோடு இடை சேர்த்துக் கட்டியணைத்து நடனம் புரிகின்றனர். தனியாக நிற்கின்ற பெண் அவர்களுக்குக் கட்டளையிட்டுக் கொண்டிருக்கிறாள்: “ஒன்ஸ் டெப் ஃபார்வேட், ஒன் ஸ்டெப் பேக்வேட், ஸ்விங் சைடுவேஸ்.”

கட்டளையிடுகின்ற பெண்ணை நோக்கி வெள்ளைக்காரன் கூறினான்: “அவர்தான் மேடம் ப்ளோரி.”

போவரியின் அளவுக்கு இல்லை. இருந்தாலும் வெள்ளை நிறத்துடன் மெலிந்து காணப்பட்டாள். இந்தியப் பெண்தான்.

சேலை அணிந்திருக்கிறாள். எந்த மாநிலத்தைச் சேர்ந்தவள் என்று கண்டு பிடிப்பது கடினம். எப்பகுதியைச் சேர்ந்தவளாகவும் இருக்கலாம். முடியைக் குறைத்து அழகுபடுத்தவில்லை. புருவத்தை மழித்து விடவில்லை. ஏறத்தாழ முப்பத்து மூன்று வசந்தங்களைக் கண்ட ஒரு முன்நாள் நடிகை என்று மனித வம்சம் பற்றி ஆராயும் விஞ்ஞானியான பையன் மனதிற்குள் குறித்து வைத்தான்.

மற்றமூவரும் இருபதைக் தொட்டவர்கள். ஆண்களும் இளைஞர்கள். பெண்மான்கள் புருவத்தை மழித்திருந்தனர். அவர்களின் பார்வை தெளிவானதாகவும் சுலபமானதாகவும் இருக்கிறது. அவர்களிடம் இல்லாத ஒன்று அழகுதான். பையன் இட்டூப்பிடம் கூறினான்: “நான் வரவில்லை.”

“ஏன்டா?”

“கொஞ்சம் உருப்படியா ப்ளோரி மட்டும்தான் இருக்குறா.”

“மற்ற இளம்மான்களோ?”

“அவங்ககூட டான்ஸ் ஆட என் அழகுணர்ச்சி அனுமதிக்காது.”

“வளவளன்னு பேசாம வாடா முன்னாடி.”

“வேண்டாம்டா.”

ரிக்கார்டு தீர்ந்தவுடன் அந்த ரவுண்டு முடிவுக்கு வந்தது. இணைகள் தற்காலிகமாகப் பிரிந்தன, மேடம் ப்ளோரி முன்னே வந்தாள், கம்பீர பாவனையில் கேள்வி வெளிவந்தது: “யெஸ்?”

வெள்ளைக்காரன் அறிமுகப்படுத்தினான்:

“தூபே ஸாஹிப்பின் நண்பர்கள், இருவரும் நாளை வெளிநாடு செல்கின்றனர். நடனம் கற்க வந்துள்ளனர்.”

ப்ளோரி புன்னகைத்தாள்: “லெட்டஸ் ஸ்டார்ட் ரைட் எவே.” (நாம் இப்போதே தொடங்கலாமே)

பையன் கூறினான்: “எனக்கு வேண்டாம்.”

ப்ளோரி: “வொய்?”

“எனக்குத் தாண்டவம் தெரியும்.”

இட்டூப்பு குசுகுசுத்தான்: "வந்து கலக்குடா."

"வேண்டாம்டா."

ப்ளோரி, இட்டூப்புவிடம் கேட்டாள்:

"ட்ரோட், ட்விஸ்ட், வால்ட்ஸ் ஆர் ஆல் தி த்ரீ?"

(பரதநாட்டியம், மோகினியாட்டம், குச்சுப்புடி இல்லை, மூன்றுமா?)

பையன் கம்பீரமாகக் கூறினான்:

"சிம்பிள் வால்ட்ஸ் வில் டூ" (எளிமையான குச்சுப்புடியே போதும்)

ஒரு மணி நேரத்துக்குப் பத்து ரூபாய் தட்சிணை என்ற அடிப்படையில் இட்டூப்பு நடனமாடத் தயாரானான். மற்ற மூன்று ஜோடிகளின் பொறுப்பு வெள்ளைக்காரனிடம் கைமாறப் பட்டது.

ப்ளோரி இட்டூப்பை இழுத்துச் சென்று தனக்கு முன்னே நிறுத்தினாள். முதலாளி பெண்மானின் வலது கையைப் பிடித்து மெல்லிய இடையில் கொண்டுபோய் வைத்தான். இடது கையை உயர்த்தி விரல்களைக் கோர்த்தான். கிராமபோனில் புதிய ரிக்கார்டு ஓடத் தொடங்கியவுடன் ப்ளோரியின் வாயிலிருந்து வார்த்தைகள் ராகத்தோடு வெளிவந்தன. ஒண் ஸ்டெப் ஃபார் வேர்டு, ஒண் பேக்வேர்டு, ஸ்விங் சைடு வேய்ஸ்.

(ஓரடி முன்பு ஓரடி பின்னால் இருபுறமும் வளைந்து ஆடுக)

பையன், கிராமபோனுக்கு அருகில் கிடந்த நாற்காலியில் அமர்ந்து கொண்டு இக்காட்சியைக் கண்குளிரக் கண்டு கொண்டிருந்தான்.

இட்டூப்பு ப்ளோரியின் இடையைச் சுற்றிப் பிடித்திருக்கிறான். உடும்புப் பிடிபோல் பற்றிப் பிடித்திருக்கிறான். அடியெடுத்து வைக்கும் போது ப்ளோரி கீழே சாய்ந்து விழப்போகிறாள்.

வெள்ளைக்காரனின் கண் அசைவில் மூன்று ஜோடிகளும் தங்களை மறந்து நடனமாடிக் கொண்டிருந்தனர்.

மூன்று நான்கு முறைக்குப் பிறகு ஐந்தாவது முறையாக கீழே விழ விருந்த நேரத்தில் ப்ளோரி ஆட்டத்தை நிறுத்தினாள்.

"டோண்ட் ஹக் மி லைக் எ ஃபெயர், மேன்."

(அட மனுசா, இப்படிக் கரடிய மாதிரிக் கட்டிப் பிடிக்காதே!)

முதலாளி சிரித்தான்.

"மி நோ காட்ச் யூ மி ஃபால்" (உன்னைப் பிடிக்கவில்லை யென்றால் நான் கீழே விழுந்து விடுவேன்).

ப்ளோரி புன்னகை புரிந்தாள்.

"இட்ஸ் மி கோணா ஃபால் மேன்." (அட மனுசா! நான் தான் விழப்பார்த்தேன்).

"யூ ஃபால், மி ஃபால் வித் யூ லிட்டில் வுமன் தீஃப்!" (அடியே கள்ளி, நீ விழுந்தால் நானும் விழுந்து விடுவேன்!).

ப்ளோரிக்கு சிரிப்பு வருகிறது. மீண்டும் கைகளையும் விரல்களையும் பிணைத்துக் கொண்டு ப்ளோரி இட்டூப்பிடம் கூறினாள்: "நவ் பி கெயர்புல். ஷூட்!"

எங்க... முன்பைப் போல் உடும்புப் பிடிதான். ப்ளோரியை அசையவிடவில்லை. இவ்வாறாக ஒரு மணி நேரம் முடிவதற்குள் ப்ளோரிக்குத் தன்வந்திரித் தைலம் தேவைப்படுவது போல் தோன்றியது.

எல்பிரிக்கார்டு முடிந்தவுடன் இட்டூப்பு பையனிடம் கூறினான்: "டான்ஸ் பரவாயில்லைடா."

"நானும் பார்த்தேன்."

"எப்படி இருந்தது?"

"நீ ஜமாய்க்கிறடா."

"இன்னும் ஒரு மணி நேரம் டான்ஸ் ஆடினா என்ன?"

"ஆடிக்கோ இன்னும் ஒரு மணி நேரமும் ஐம்பது நிமிஷமும் இருக்குது."

"பரவாயில்லைடா."

"அதுவரை நான் என்ன செய்யறது?"

"நீயும் வந்து கரகம் ஆடுடா?"

"எனக்கு மூட் இல்லை."

"அப்புறம்?"

"ஊரைச் சுத்திட்டு எட்டொம்பது மணிக்கு ரூமுக்கு வந்துடுறேன்."

"இங்கே உட்காரவில்லையா? போகிறாயா?"

"ஆமாம்."

"சரி போ."

நகரத்தை நன்றாகச் சுற்றியடித்து விட்டு ஒன்பது மணியாகும் போது அறைக்கு வந்தான். அறைக்குள் நுழைந்தபோது- நுழைந்த போது...

நடுவில் ஒருபாட்டில் விஸ்கி இரண்டு தம்ளர்கள் அதன் ஒரு பக்கத்தில் இட்டூப்பு, இன்னொரு பக்கத்தில் மேடம் ப்ளோரி.

பையன் வணங்கினான்: "ஹலோ! மேடம் ப்ளோரி."

இட்டூப்பு எழுந்தான்.

"என்னடா ப்ளோரி! புளோ? இவ நம்ம கண்ணூர்க்காரி கௌசு!"

கௌசு முகத்தைப் பொத்திக் கொண்டு கூறினாள்: "ச்சு! நீங்க இப்ப எதுக்கு இதெல்லாம் பேசுறீங்க!"

* * * *

பாலம் விமான நிலையத்துக்குக் கிழக்கே சூரியன் உதித்தான். ஒரு பெரிய ஜெட் விமானம் டார்மாக்கில் காத்துக்கிடந்தது. உற்றார் உறவினரை வழியனுப்ப வந்தவர்கள் நிற்பதற்காக வளைவான அமைப்பில் கட்டப்பட்டிருந்த இடத்திலிருந்து வெளியேறிய பையன் சற்றே விலகி ஒரு மூலையில் சென்று நின்றான். பிரம்மமுகூர்த்தத்தின் மகத்துவத்தைப் பற்றி மனதிற்குள் சுலோகம் சொல்லிக் கொண்டிருந்தான் அந்த ஞானி.

டர்மாக்கில் காத்துக் கிடந்த விமானத்தை உத்தேசித்து அறிவிப்பொன்று வெளியானது, விமான நிலையப் பொது அறிவிப்பு மையத்திலிருந்து, விமான நிறுவனத்தின் நம்பிக்கைக்குப் பாத்திரமான, ஓலை முடையும் ஓமனக்குட்டியின் குரல்:
'பயணிகளின் கவனத்திற்கு, பாம்பே, பெய்ரூட், கெய்ரோ, பிராங்பர்ட், பாரீஸ், லண்டன் வழியாக நியூயார்க்குக்குச் செல்கின்ற போலந்து அரசுக்குச் சொந்தமான ஜெட் விமானம்

காற்றில் பறக்கத் தயாராக நிற்கிறது. சுங்கப் பரிசோதனையை முடித்துக் கொண்ட பயணிகள் விமானத்திற்குச் செல்லவும். தாங்க்யூ.'

தூரத்தில், சுங்கச் சாவடிக்கு அந்தப்பக்கம் வெளிநாட்டுப் பயணிகள் மட்டுமே செல்லக்கூடிய கேட்டைப் பார்க்கிறான் பையன். பயணிகள் ஒவ்வொருவராக வெளியே வந்து கொண்டிருக்கின்றனர். சிறிது நேரத்திற்குப் பிறகு ஓவர்கோட்டும், பெல்ட்டும் அணிந்து கைப் பையைத் தூக்கிப் பிடித்தவாறு இட்டூப்பு அவ்வழியே அவுட்டானான். ஒரு சில அடிகள் நடந்த பிறகு இட்டூப்பு திரும்பிப் பார்த்தான். பையன் கை அசைத்தான். நடந்து கொண்டே இட்டூப்பு கூறுகிறான்:

"டேய், நான் நூறு மில்லி அடிச்சிட்டேன்."

சுங்கப் பரிசோதனைக்குப் பிறகு வெளிநாட்டுப் பயணி களுக்கு மட்டுமேயான பாருக்குள் சென்று அவன் குடித்திருக்கிறான். அடப்பாவி!

பையன் கேட்டான்: "சாப்பிடுறதுக்கு ஏதாவது கிடைச்சதாடா?"

"இல்லைடா!"

நூறு கிராம் பன்றிக்கறியையும் கையோடு கொடுத்து விட்டிருக்கலாமே என்று பையன் வருந்தினான்.

☯

ஒன்பதாம் சிம்பனி

ஏற்றம் ஏறி ஒரு பெரிய வளைவில் திரும்பி ஓடத் தொடங்கிய காரிலிருந்து பார்த்தபோது, கீழே மிகவும் தூரத்தில் ஓடுகின்ற ஆற்றிலிருந்து புறப்பட்ட நீண்ட பாதையொன்று செங்குத்தாக இவர்களை நோக்கி ஓடிவந்தது. கார் ஓட்டிக் கொண்டிருந்த, அந்தப் பகுதியில் பிரபலமான எ.எஸ்.பி வேணுவுக்கும், இன்னொரு கதாபாத்திரமாகிய நமது பையனுக்கும் நடுவில் கழுத்துப் பகுதியைச் சேலைத்தலைப்பால் போர்த்தி அமைதியாக அமர்ந்திருந்த பிரியதர்சினி திடீரென்று கூறினாள்:

"நாம பூமியையே சுத்துற மாதிரி தோணுது."

"உன்னோட சிந்தனையெல்லாம் எப்பவும் உலகளவில்தான்" பையன் கூறினான்.

"சிறுமி" வேணு கூறினான்.

சக்கரங்களிலிருந்து எழுகின்ற கீச்கீச் என்ற சிரிப்புச் சத்தத்துடன் சாலையிலிருந்து இடப்பக்கம் திரும்பிய கார் மரங்களுக்கிடையிலூடே செம்மண் பாதையைக் கடந்து டாக் பங்களாவை நோக்கி முன்னேறியது.

இரண்டு அறைகளுடன் வராந்தாவையும் போர்டிகோவை யும் கொண்ட டாக் பங்களா மலைச் சரிவிலுள்ள மரக்குடிலுகளுக் கிடையே ஒளிந்து கிடந்தது. கீழே வலதுபக்கமுள்ள ஒரு வளைவிலிருந்து ஆரம்பித்து இடப் பக்கமுள்ள ஒரு வளைவில் அரைவட்டத்தில் முடிகின்ற ஆறு அந்தி வெயிலில் செம்பு நிறப் பிறைச்சந்திரன் நிலத்தில் விழுந்து கிடப்பதுபோல் காட்சியளித்தது.

பங்களா வேலைக்காரன் காரின் டிக்கியிலிருந்து பெட்டிகள், புத்தகங்கள், டைப்ரைட்டர் முதலியவற்றை வெளியே எடுத்தான். பையன் தனக்குரிய பொருட்களையும் பிரியாவின் பொருட்களையும் வெவ்வேறாகப் பிரித்து அவற்றைத் தனித்தனி அறைகளில் கொண்டுசென்று வைக்குமாறு வேலைக்காரனிடம் கூறி அவனுக்கு உதவி செய்தான்.

பிரம்பு நாற்காலிகள் வராந்தாவுக்கு வந்தன.

"இதுவரைக்கும் சினாரியோவில் குறித்தபடிதான் எல்லாம் நடந்தது" வேணு கூறினான். "இனி?"

"சினாரியோவில் குறிப்பிட்டுள்ள சின்ன முற்றுப்புள்ளிகூடச் சரியாகப் பின்பற்றப்படும்" பிரியா கூறினாள்: "இந்த சினாரியோ என்னுடையது, இயக்குனருடையது அல்ல."

"அப்படீன்னா?"

"ஆய்வேட்டை முடிப்பதற்கான இறுதி வாய்ப்பு. இப்போ எழுதி முடிக்கலைன்னா வேறு எப்பவும் முடிக்க முடியாது."

"அப்படியானால் இவனை அழைச்சிட்டு வந்திருக்க வேண்டாமே" வேணு கூறினான்: "உனக்கு நான் சீக்ரெட் சர்வீஸ் பாதுகாப்புக் கொடுத்திருப்பேனே."

"ஆனால், எழுதி முடிச்ச அத்தியாயங்களை டைப் அடிக்கிறதுக்கும் எழுதி எழுதிப் போரடிக்கும்போது இவனோட டயலாக்கைக் கேட்டுப் புத்துணர்ச்சி பெறவும் இவன் வேணுமே."

பையன் கவனிக்கவில்லை என்பதை அறிந்து கொண்ட பிரியா மேலும் கூறினாள்:

"முதல்ல இவனைக் கூட்டிட்டு வர வேண்டாம்னுதான் நெனச்சேன். அப்புறம் கடைசி நேரத்துல இவனோட நினைப்பு வந்து எப்படியோ எங்கூட ஒட்டிக்கிட்டான்."

கீழே ஓடுகின்ற ஆற்றின்மீது பார்வையைப் பதித்திருந்த பையன் கூறினான்:

"இவளோட கடைசி நேர நினைப்புகளெல்லாம் ரொம்பவும் பிரபலமாம், தெரியுமா வேணு?"

"தெரியும்."

“சரி.” பையன் பிரியாவை நோக்கித் திரும்பினான். “எனது அருகாமையை ஐயத்திற்கிடமின்றி அங்கீகரித்து விட்டாயா?”

“அங்கீகரித்து விட்டேன்.”

“அப்படியென்றால், பிரியாவின் தரிசனம் புண்ணியம் என்ற அந்த முதல் பல்லவியோடு நான் நின்று கொள்கிறேன். தொடுதல், பாவவிமோசனம் என்ற அனுபல்லவியை அனுபவிக்க முதிர மாட்டேன்.”

ஒரு வாரத்திற்கு அதெல்லாம் வேண்டாமென்று வேணு கூறினான்.

“சரி, எ.எஸ்.பி. புறப்படு. நாளைக்குப் பார்க்கலாம்.”

“நாளைக்கு வரமுடியாது” வேணு கூறினான்: “நகரத்துல நாளை போராட்டம். மே பி தி டே ஆப்டர்.”

“வேணு, போராட்டத்தைக் கவனமாக கையாளனும் சரியா” பையன் அறிவுரை கூறினான்: “மவுண்ட் அபுவில் பெற்ற பயிற்சிக்குப் பிறகு, ஜனங்களை நேரடியாக அடக்க வேண்டு மென்ற ஆவல் உனக்கு இருக்கும். அப்படிச் செய்யாதே. சர்க்கிள் இன்ஸ்பெக்டரை அனுப்பி அடிக்காதே. எஸ்.ஐ.களை அனுப்பி அடக்காதே. ஹெட் கான்ஸ்டபிள்களை அனுப்பி அடித்து விரட்டச்சொல். அதுவும் பரமுபிள்ளை என்ற பெயருள்ள ஹெட்கான்ஸ்டபிள்களை அனுப்பி அடிக்கச்சொல். அதுவும் ஆயிரத்து நூற்று எண்பத்தைந்து என்ற எண்ணுள்ள பரமுபிள்ளையை முதல்ல அனுப்பு.”

பழைய உற்சாகம் உன்னிடம் திரும்ப வந்துவிட்டது. வேணு கூறினான்: “எ குட் திங்.”

அவன் எழுந்து படிகளில் இறங்கிச் சென்று காரிலிருந்து ஒரு பாட்டிலில் பிராந்தியை வெளியே எடுத்தான். தம்ளர்களைக் கொண்டுவரச் செய்து இருவருக்கும் ஊற்றினான். தூய தண்ணீரை யும் ஊற்றினான்.

“பிரியா உனக்கு வேண்டாம் தானே?”

“வேண்டாம்.”

“அதைக் கேட்க மறந்துட்டேன். உன்னோட ஆய்வுத் தலைப்பு என்ன?”

"பணவீக்கத்தின் சகட சித்தாந்தம்."

"கருத்துக்களெல்லாம் கச்சிதமா மனசில வெச்சிருக்கியா?"

"இல்லைன்னா சொல்லு" பையன் கூறினான்: "போலீஸ்காரன் சொல்லித் தருவான். இவனை மாதிரி இக்கணாமிக்ஸ் தெரிஞ்சவன் வேற எவன் இருக்கான்?"

"எல்லாத்தையும் காகிதத்துல எழுதி வெச்சிருக்கேன்." ஏளனப் பேச்சுக்கள் தலைக்கு மேலே பறந்து போனபோது பிரியா கூறினாள்: "அதையெல்லாம் கொஞ்சம் விரிவாக நீட்டி எழுதினாலே போதும்."

"இந்த இடத்துலதான் மலையாளப் பண்டிதனாகிய நான் உள்ளே வர்றேன்" பையன் கூறினான்: "குறிலை நீட்டி நெடிலாக்கு வதற்கு."

"அப்படியானால் வாழ்த்துக்கள்!" வேணு தம்ளரை உயர்த்தினான். "பிரியாவின் சக்கர சித்தாந்த ஆய்வேடு வெற்றி பெறுவதற்காக!"

அது உலகளாவிய புகழ் பெறுவதற்காக என்று கூறினான் பையன்.

முற்றத்துக்குச் சென்று காரில் ஏறுவதற்கு முன் வேணு கூறினான்:

"ஏதாவது தேவைப்பட்டால் வாச்மேனை ஸ்டேஷனுக்கு அனுப்பினாப் போதும். நான் எஸ். ஐ. கிட்டச் சொல்லிட்டுப் போறேன்."

"கேட்டைக் கடந்து சென்ற கார், ஒரு வண்டு மூலைக்கு மூலை பறப்பது போல் வளைவுகளில் திரும்பித் திரும்பிச் சென்றது."

கீழே ஆற்றில் இருள் தனது நிறபேதங்களைச் செய்யத் தொடங்கியிருந்தது.

"நான் குளிக்கப் போகிறேன்" பையன் கூறினான்: "நீ வருகிறாயா?"

"நான் வரவில்லை."

"வேற என்ன செய்யப் போற?"

"எழுதத் தொடங்கலாமென்று நினைக்கிறேன்."

"அப்படீன்னா குளிச்சிட்டுத் தொடங்கு. கருத்துக்களெல்லாம் புதுசுபுதுசா வரும்."

"வேண்டாம்."

"இல்லைன்னா நடுராத்திரியில ஒரு மோசமான மணம் குற்றவுணர்ச்சி மாதிரி உன்னைச் சுற்றிச் சுற்றி வரும்."

"லே ஆஃப்!"

பழையதும் பெரியதுமான மண்ணெண்ணெய் விளக்குகளை ஏற்றிப் புத்தகங்களையும் பேப்பர்களையும் மேசைமேல் நிரப்பி வைப்பதற்குப் பையன் உதவி செய்தான்.

"இதையெல்லாம் பார்த்துகிட்டு கொஞ்சநேரம் அப்படியே சும்மா உட்கார்ந்திரு" பையன் கூறினான்: "அப்போது மெதுவாக உற்சாகம் தலையெடுக்கும். அதன் பிறகு உன்னை யாராலும் தடுக்க முடியாது. எண்ணெய் மயமான நீ சுவை மிகுந்த மீன் குழம்புபோல் இதமாக இறங்கிச் செல்வாய்."

இடுப்பில் துண்டு சுற்றி, மலைச்சரிவில் நடந்து பங்களாவுக்குக் கீழே உள்ள ஆற்றங்கரையில் இறங்கினான். வலை எறிந்ததைப் போல் நதியின் மார்பில் நிழல் விழுந்து கொண்டிருந்தது. குளித்து விட்டுத் திரும்புகின்ற கிராமத்துக்காரர்கள் கறுப்புக் கோடுகளாக வயல் வரப்புகள் வழியாக கடந்து கொண்டிருக்கின்றனர்.

பாறைக்குக் கீழே தண்ணீரில் கைவீசி நீந்தினான். ஆழமான பகுதியில் மூழ்கி எழுந்தான், அரை நிர்வாணமாக ஆற்றில் குளித்து மகிழ்ந்தான்.

மீண்டும் டாக்பங்களாவுக்கு ஏறி வரும்போது, சுற்றுப்புறமும் மரத்தின் நுனிக்கிளைகளும் இன்னொரு ஷேட் அடித்தது போல் இருளில் மூழ்கத் தொடங்கியிருந்தன.

சத்தமில்லாமல் வராந்தாவில் ஏறிய பையன் ஓசை எழுப்பாமல் பெருவிரல்களால் நடந்து பிரியாவின் அறையை எட்டிப்பார்த்தான். எவ்வித முன்னறிவிப்பும் இன்றி உற்சாகம் விரல் நுனியில் வந்து உட்கார்ந்து கொண்டதைப் போல் அவள் எழுதிக் கொண்டிருந்தாள். 'உனக்குத் தொடர்ந்து நல்லதே

நடப்பதாக' பையன் மனதுக்குள் ஆசீர்வதித்தான்: 'வார்த்தைகள் உனக்கு வழி விட்டுக் கொடுப்பதாக.'

உடை மாற்றிய பிறகு பையன் வராந்தாவில் இருளில் அமர்ந்து ஒரு சிகரெட்டைப் பற்றவைத்தான். ஆற்றின் மேற்பரப்பிலிருந்து வெளியேறிய காற்று கைநிறையக் குளிரையும் அள்ளிக் கொண்டு மலையேறி வந்தது. தெளித்து எறிந்ததைபோல் துளித்துளியான வெளிச்சம் ஆற்றின் மறுகரையிலுள்ள குடிசைகளுக்கிடையே மின்னியது. இருள் என்ற சுரங்கத்தின் வழியாகக் கடந்து செல்கின்ற இரவின் ஓசையின்மையைப் பையன் உண்ணிப்பாகக் கவனித்தான். ஒலிப்பதிவு அழிந்து போன ஒரு திரைப்படச்சுருள் நழுவுவது போல் உள்ளது என்று நிரூபித்தான்.

இருட்டை மேலும் இருளச் செய்தது போல் வேலைக் காரனின் உருவம் வந்து நின்றது.

"என்ன?"

"சாப்பாடு தயார்."

"அவங்ககிட்டச் சொல்லு."

பக்கத்து அறையிலிருந்து தாழ்ந்த குரலில் பேச்சும் மறு பேச்சும் ஒலித்தன. பிரியா சத்தமாகக் கேட்டாள்:

"சாப்பிடலாமா?"

"முறைப்படி பட்லர் அறிவிக்கட்டும்" பையன் கூறினான்: "ஸர் டின்னர் இஸ் அனவுன்ஸ்டு. பிறகு கண்டாமணி முழங்க வேண்டும். பிரியா, பிரியமானவளே, இப்படியெல்லாம் கூப்பிட்டால் நான் வரமாட்டேன்!"

பின்பக்கம் குசினிக்கு முன்புள்ள வராந்தாவில் கிடந்த சாப்பாட்டு மேசையில் வைக்கப்பட்டிருந்த மண்ணெண்ணெய் விளக்கின் இருபக்கமும் எதிரெதிராகப் பையனும் பிரியதர்சினியும் அமர்ந்தனர்.

"ஆரம்பம் எப்படி இருக்கிறது" பையன் கேட்டான்.

"பரவாயில்லை" பிரியா கூறினாள்: "முதல்ல சில பத்திகள் எழுதும் போது கொஞ்சம் தடையேற்படுமோன்னு நான் நினைச்சேன். ஆனால் அப்படி ஏதுமில்லை."

“சிறிதும் தயங்காமல் குழப்பமில்லாமல் இறுதிவரை எழுதிட்டே போ” பையன் விரலை உயர்த்தினான்: “அப்புறம் அதற்கு ஒரு முன்னுரையும், பொருளுரையும் போட்டாப் போதும்.”

பிரியா முகம் உயர்த்தினாள்:

“எல்லா எழுத்தாளர்களும் அதைத்தான் செய்றாங்க” பையன் கூறினான்: “யூ நோ, தி பெஸ்ட் ஆஃப் தெம், ஐ மீன்.”

மீன் குழம்பு, சோறு, கூட்டு, ஊறுகாய், அப்பளம் அனைத்தும் மேசைக்கு வந்தன. ஆனால் பணவீக்கத்தின் சந்து பொந்துகளில் சிந்தையைச் செலுத்தியிருந்த பிரியா சாப்பிட வில்லை. சாப்பிடுகின்ற சலனங்கள் வழியாகக் கடந்து போய்க் கொண்டிருந்தாள்.

திரும்பி வந்து வராந்தாவில் அமர்ந்தவுடன் பையன் கேட்டான்:

“நீ இனியும் எழுதப் போகிறாயா?”

“அப்புறம்!”

“எவ்வளவு நேரம்?”

“தூக்கம் வரும் வரை.”

“தாட்ஸ் ஸேயிங் ஐ லாட் ஃபார் ஸ்லீப்!”

“நீ என்ன செய்யப் போகிறாய்?”

“படிக்கலாம்னு நினைக்கிறேன்.”

“புதிய புத்தகம் ஏதாவது கொண்டு வந்திருக்கியா?”

“இல்லை, ஒரு பொன்னான பழைய புத்தகம் கொண்டு வந்திருக்கேன்.”

“அது என்ன புத்தகம்?”

“பாரவியின் கிரதார்ஜுனியம்.”

பிரியாவின் உருவம் இருளில் அசைவதைப் பையன் கண்டான். புருவம் உயர்த்தியிருக்க வேண்டும். விஷயம் புரியத் தொடங்கும்போது அவள் வெளிப்படுத்தும் வழக்கமான செய்கை.

அவர்களுக்கிடையே உள்ள இருளைப் பிளக்க ஒரு மின்னல் கீற்றை உருவாக்கிக் கொண்டு பையன் கூறினான்:

“பிரமாண்டமான உனது ஆய்வேட்டில் பொருளாதாரப் பற்றாக்குறைச் செயல்பாட்டைப் பற்றியும் விவரித்திருப்பாயே?”

“ஆமாம். அது நகைப்புக்குரிய பகுதியல்லவா?”

“அப்படியானால் பாரவியின் கிரதார்ஜுனியத்தையும் அதில் கொண்டு வரலாம். பல்லவ காலகட்டத்தை உத்தேசித்துத்தான் நான் சொன்னேன்.”

“அதெப்படி பையா?”

“நரசிம்மவர்ம பல்லவனின் மாமல்லபுரத்துக் குடைவரைக் கோயில்கள் முதல், இராஜராஜனின் தஞ்சாவூர்ப் பிரகதீசுவரர் கோயில், ஷாஜஹானின் தாஜ்மகால் வரை பொருளாதாரப் பற்றாக்குறையினால் எழுப்பப்பட்ட அழகிய கலைப் படைப்புகள்னு எழுது. கூலி கொடுக்காமல் செய்யப்பட்ட வேலை.”

“கருத்தெல்லாம் சரிதான் பையா! ஆனால் அவங்க. இதை ஏத்துக்குவாங்களா?”

“யாரு?”

“ஆய்வேட்டை மதிப்பிடுறவங்க.”

“வேணும்னா ஏத்துக்கட்டும். வெள்ளைக்காரனோ வேறு எவனாவதோ இருந்தா இந்நேரம் பல பாகங்கள் வெளியிட்டு விற்றிருப்பான்.”

பிரியா பேசாமலிருந்தபோது பையன் கூறினான்:

“புரிஞ்சுக்க முடிந்தால் படி என்பது போல் எழுதணும்டீ. கொஞ்சம் தைரியம் வேணும் கேட்டியா?”

“எனக்கு அது இல்லைன்னு சொல்றீயா?”

(இருளிலும் நீ ராட்சசிதான்)

“இருக்கு, உனக்கு தைரியம் இருக்கு.”

“உனது பேச்சில் ஏதோ ஏளனம் தெரிகிறதே?” பிரியாவின் உருவம் நாற்காலி நுனியில் அமர்ந்து கொண்டு கேட்டது. உனது குத்தகை, கேள்விக்கு உள்ளாக்கப்படுவதை போல!

நரம்புகள் புடைக்கப் பையன் கேட்டான்:

"நீ சண்டைக்கு வருகிறாயா? அப்படியானால் சொல்கிறேன். எனது தைரியத்தை கேள்விக்குள்ளாக்கினாய் என்று நான் சொல்லவில்லை. கேள்வி கேட்டாலும் அதனால் எனக்கொன்று மில்லை. ஏன்னா உன்னோட தைரியம் வேறு என்னோட தைரியம் வேறு. இரண்டும் இரண்டு விதம். உன்னுடையது சண்டைக்காரியின் தைரியம். என்னுடையது புத்திசாலியின் தைரியம்."

பிரியா வேதனையில் துடித்துக் கொண்டிருந்தாள். பையன் ஒரு கோழையைப் போல் கடைசி வார்த்தையையும் கொட்டித் தீர்த்தான்:

"பன்முகத் தன்மை கொண்ட ஒருவனின் திறமை போற்றப்பட வேண்டியதாகும்."

பிரியமானவள் திடீரென்று எழுந்து உள்ளே சென்று விட்டாள்.

சிந்தனைகளைச் சேகரிக்க ஒரு சிகரெட்டைப் புகைத்து விட்டு எழுந்து சென்ற பையன் அவளது அறையை எட்டிப் பார்த்தான்.

அவள் எழுதத் தொடங்கியிருந்தாள். பயப்படுவதற்கு ஒன்று மில்லை. சமாதானத்திற்குத் தான் முன்வர வேண்டிய தேவை யில்லை. காலம் வரும்போது பிரியா வருவாள்.

என்ன ஓர் அகங்காரம்! திரும்பி நடக்கும் போது அவன் தன்னைத்தானே திட்டிக் கொண்டான். டேய் நீ பெரிய ஆளாகணும்னு நெனைக்க வேண்டாம். சம ஆற்றல் படைத்த ஒரு படையெடுப்பில் வெற்றி ஏது? தோல்வி ஏது? ஆசை ஏது? நிராசை ஏது? எல்லாம் திரைப்படப் பாடல் மயம்.

பாதிவரை வந்துவிட்ட சிரிப்பைப் பையன் தனது அன்ன நாளத்தில் ரகசியமாகச் சிறை வைத்தான்.

இரவு சாயும் போது அந்தக் காலம் வருகிறது திறந்து வைக்கப்பட்ட ஜன்னலுக்கும் கதவுக்கும் உள்ளே பையன் புராண பாராயணம் செய்து கொண்டிருந்தான். ஆகாய வளைவின் மிகவும் தாழ்ந்த பகுதியில், நதியின் வடிவிலான வெளுத்த ஒரு பிறைச்சந்திரன் பாவமாகக் கொட்டாவி விட்டுக்

கொண்டிருக்கிறது.

மீண்டும்...

பெருங்காப்பியத்தில் இரண்டு சர்க்கங்களும், இரண்டு ட்ரிங்கும் முடிந்தபோது பிரியா உள்ளே வந்தாள். கையில் ஆயுதம் போல் மூடியில்லாத பேனா இருந்தது.

“தைரியத்தைப் பற்றித் தொடர்ந்து பேசவா?” பையன் கேட்டான்.

எங்கும் ஃபோக்கஸ் பண்ணாத கண்களிலிருந்து பிரியா கூறினாள்:

“அதைப்பற்றி நினைத்துக்கூடப் பார்க்கவில்லை, பையா. என் எண்ணப்படி நான் எழுதிக் கொண்டிருந்தேன்.”

“நான் சொன்ன பல்லவ- சோழ- முகலாயப் பொருளாதாரத் தைச் சேர்த்தாயா?”

“எழுதிவிட்டேன்.”

பையன் அமர்ந்திருந்த இருக்கைக்கு எதிரே கட்டிலில் உட்கார்ந்து பிரியா கேட்டாள்:

“பிரசீலியன் இன்டெக்ஸிங் சிஷ்டத்தைப் பற்றி உனக்கு ஏதாவது தெரியுமா?”

“சொல்லப்போனால் அது ஒரு புதிய முயற்சியல்லவா? அதைத் தீண்டாமல் இருக்க முடியாது. பாரீஸிலிருந்து ஆகாய மார்க்கமாக எனக்கு வருகின்ற இன்டர் நேஷனல் ஹெரால்ட் ட்ரைபூனில் அதைப்பற்றி படித்த நினைவிருக்கிறது.”

“உனது சிந்தனைகளைச் சுருக்கமாகச் சொல்.”

“பணவீக்கத்தைத் தடுப்பதற்கு ஒரு வலது ஏகாதிபத்திய நாடு உருவாக்கிய ஏற்பாடுதான் அந்த சிஷ்டம்” பையன் கூறினான்: “மூலதனம், ஸ்டாக், பங்கு இதையெல்லாம் மூணு மாசத்துக்கு ஒரு முறை விலைவாசிக்கேற்ப உயர்த்திப் புதுப்பிக்கணும். குப்பன், சுப்பன் சம்பளத்தை மட்டும் ஆண்டுக்கு ஒரு முறை உயர்த்துனாப் போதும்.”

“அது எனக்குத் தெரியும். எனக்குத் தேவை விளக்கம்தான். அந்தக் கட்டுரை எங்கே கிடைக்கும்!”

“நூறு மைல் போனால் வீட்டுல இருக்கும்.”

“நடக்கிறதைப் பற்றிப் பேசு.”

“உனக்குத் தெரிஞ்சதையும் நான் சொன்னதையும் சேர்த்து எழுதிக்கோ. நான் திருத்தித் தாரேன். ஆய்வேட்டை மதிப்பிடு பவர்கள் சிரசாசனத்தில் நிற்பார்கள்.”

“அவர்கள் அவ்வளவுக்கு முட்டாள்கள் இல்லை.”

“பிரியா நீ ஏட்டில் உள்ளதைப் பற்றி மட்டுமே சிந்திக்கிறாய்..... டீச்சிங் மெட்டீரியல் ஆல் அலாங் தி லைன் இஸ் ஷிட்.”

“டோண்ட் பி ஸில்லி!”

“உன் ஆய்வு வழிகாட்டி டாக்டர் தெற்கு வடக்கேலின் ஒரு மாணவனை எனக்குத் தெரியும். கேரளாவில் முன்னாள் ராணுவத்தினர் நடத்தும் ஒரு கல்லூரியில் பொருளாதாரப் பேராசிரியர். அவருக்கும் மாணவர்களுக்கும் சொல்வதை எழுதுதலில் பயங்கரப் போட்டி. பெரும்பாலான மாணவர்கள் அவன் வேகமாகப் படிக்கும் குறிப்புகளைக் கேட்டு எழுத மிகவும் கஷ்டப்படுவார்கள். அது மட்டுமா அவனுடைய குறிப்பில் உள்ள இலக்கணப் பிழைகளைப் பொறுத்துக் கொள்ளவே முடியாது. திருத்தவே முடியாத அளவுக்குப் பிழைகள் மலிந்திருக்கும். அவனை நான் குற்றஞ் சொல்லவில்லை. அவனுக்குச் கற்றுக் கொடுத்த ஆசிரியர் கொடுத்த குறிப்பை அவனும் அப்படியே காப்பியடித்திருப்பான்.”

பிரியா ஒன்றும் பேசவில்லை.

“முன்னாள் ராணுவத்தினர் எதற்காகக் கல்லூரி நடத்து கிறார்கள் என்று எனக்கு ஆச்சிரியமாக இருக்கிறது” பையன் கூறினான்: “முன்பொரு நாள் போரில் தோற்று மாரத்தான் ஓட்டம் ஓடிய இவர்களுடைய வர்க்கத்தைச் சேர்ந்த ஒருவன் தான் மேற்கு ரோமுக்குச் சென்று ஒரு சாம்ராஜ்ஜியத்தை நிறுவினான். சாம்ராஜ்ஜியம் எப்படி முடிவுக்கு வந்தது என்று நான் சொல்லாமலேயே, வரலாற்றாசிரியர்கள் கூறியதை, பிரியா நீயும் படித்திருப்பாயே.”

“தொடங்கிட்டியா!” பிரியா கூறினாள்: “இனி நீ நிறுத்த மாட்டாயே.”

வார்த்தைகளுக்குக் கட்டுப்பட்டுப் பையன் நிறுத்தியவுடன் பிரியா மௌனம் கலைந்தாள்.

“பையா! என்னவானாலும் பல்கலைக்கழகத்தில் அப்படியெல்லாம் நடக்காது.”

சிலுவைக்குப் பதிலாக தூய ஹிந்து முத்திரையை வரைந்து பையன் கூறினான்:

“கேரளாவில் முன்னாள் ராணுவத்தினர் நடத்துற ஒவ்வொரு கல்லூரியும் ஒவ்வொரு பல்கலைக்கழகமாக மாறவேண்டுமென்று துணை வேந்தர்களிடம் வேண்டிக் கொள்கிறேன்.”

“சரி” பிரியா கூறினாள்: “இனி என்ன செய்யறதுன்னு சொல்லு?”

“நீ பிரசீலியன் முன் மாதிரியைப் பற்றி ஏதாவது எழுதினாயா?”

“நிறைய.”

“அப்படீன்னா கொண்டு வா நான் அதைச் சுத்தம் செய்து ஆன்டிஸெப்டிக்கா மாற்றித்தாரேன்.”

பிரியா காகிதங்களைக் கொண்டு வந்தாள்.

பிரியமானவளை வரவேற்றுக் கட்டிலில் உட்கார வைத்த பையன் போர்ட்டபிள் டைப்ரைட்டரை எடுத்து மேசை மேல் வைத்தான். எதிரகங்காரத்தின் (ஆல்டர் ஈகோ) படைப்பின் மீது கண்களைப் பாயவிட்டான். முழுமையின்றியும் கணபதி நெற்றியாக நீண்டும் கிடக்கின்ற ஒருவருடைய நூலை அவருக்கு முன்பு வேறொரு மனிதர் படிக்கும்போது, மூலகர்த்தா ஒரு விதமான அவமான உணர்வையும் வெறுமையையும் உணர்வார் என்ற யுங் ஸாரின் உளவியல் தத்துவத்தின்படி பிரியா கட்டிலில் திரும்பிப் படுத்தாள்.

வேணு விட்டுச்சென்ற கோந்தியாக் பிராந்தியைக் கையில் எடுத்த பையன் மேலும் இரண்டு பெக் ஊற்றிவிட்டுப் பின் தண்ணீர் ஊற்றினான், ஒரு மடக்குக் குடித்துவிட்டு தீட்சிதரின் அமிர்தவர்ஷிணி ராகத்திலுள்ள பிரபலமான கீர்த்தனையை மனதிற்குள் பாடினான். ஒரு சிகரெட்டையும் எடுத்துப் புகைத்து முடித்த பையன் ஒரு நீலநிறக் காகிதத்தை இயந்திரத்தில் நுழைத்துத் திருகினான். பின்னர் பியானோவில் மிக மென்மையாக

விரல்களை ஓடவிட்டு, பீத்தோவன் தனது ஒன்பதாம் சிம்பனியை உருவாக்கியதைப் போல் டைப்ரைட்டரின் கீபோர்டிலிருந்து எழுத்துக்களைச் சரளமாகப் பொறுக்கியெடுத்தான்.

ஒரு காகிதம்.

இரண்டாவது காகிதம்.

மூன்றாவது காகிதம்.

நான்காவது காகிதம்.

ரோலரின் பல் வட்டங்களுடைய 'அய்யோ' எதிர்ப்பைக் கண்டு கொள்ளாத பையன் கடைசிக் காகிதத்தையும் உருவி யெடுத்து மேசைமேல் வைத்தான். பின்னர் அழகனாகிய அவன் பாத்ரூமிற்குச் சென்று முகம் கழுவி வந்தான். அதன் பின்னர், மேடும் பள்ளமுமாக இயற்கை வடிவில் படுத்துத் தூங்குகின்ற பிரியதர்ஷினியைத் தட்டி எழுப்பி, நூலை அவளிடம் ஒப்படைத்தான்.

"முடிந்ததா?"

"படித்துப்பார்."

முதலில் மெதுவாக, பின்னர் வேகத்தோடு, வேட்கையோடு, வேதனையோடு அவளது கண்கள் வரிகளிலூடே மின்னிக் கொண்டு சென்றன. அவளுடைய கையிலிருந்த காகிதங்கள் நடுங்கின. இறுதியில் முகத்தை உயர்த்தி பிரியா கூறினாள்:

"இதுக்கு நான் மார்க் போட மாட்டேன்!"

சிறப்புச் சொற்களுக்காக ஏங்கிக் கொண்டிருந்த பையன் கேட்டான்:

"எப்படி இருக்குது?"

"சூப்பர்ப்."

"அப்புறம்?"

"ஆனால், இந்தப் பகுதியைப் படித்தால் உன்னை நன்றாகத் தெரிந்து வைத்திருக்கின்ற டாக்டர் தெற்கு வடக்கேல் கூட, இது நான் எழுதியதில்லை என்று கூறிவிடுவார்."

"எப்படிச் சொல்கிறாய்?"

“பிக்சர்ஸ் ஆப் தி பார்மிடபிள் பையன் டச்சஸ்.”

“நீ என்னைப் புகழேந்தியாக்குகிறாய்!”

“என் தங்கப் பையா, நான் எழுதியது அனைத்தையும் நீ திருத்தி முடிக்கும் போது ஆய்வேட்டைக் ஹார்வார்டுக்கு அனுப்பி வைக்க வேண்டிருக்கும்.”

“நிறுத்து” பையன் கூறினான்.

அனைத்துத் தடுப்புகளையும் காற்றுக்குக் கொடுத்த பிரியா கூறினாள்:

“நம் இருவருக்குமிடையே ஏற்படுத்திய அனைத்து நிபந்தனை களையும் விடியும் வரை நான் வாபஸ் வாங்கிக் கொள்கிறேன்.”

வேண்டாமென்று பையன் எதிர்த்தான்.

“இல்லை பையா” பிரியா கூறினாள்: “இந்த இரவுக்கு இனி வார்த்தைகள் இல்லை.”

☯

ஆக்ட் ஒன், சீன் டூ

பிரியதர்ஷினி தனது அக்காவைக் காண மங்களூர் செல்லும் எக்ஸ்பிரஸ் ரயிலின் ஏசி கோச்சில் ஏறும் போது பையனிடம் கூறினாள்:

“பையா, நான் உனக்கு ஃபோன் பண்றேன் எவ்ரிடே.”

“நீ அங்கே எத்தனை நாள் இருப்பாய்?”

“ஒரு வாரம், அட் தி மோஸ்ட். ஆனால், அதற்கிடையே நீ எனது கனவில் தினமும் வருவாயானால் அதற்கு முன்பே நான் திரும்பி வந்தாலும் வந்துடுவேன்.”

“மெதுவா வா” பையன் கூறினான்: “ஒரு வாரத்துக்கு என்னை மறந்துவிடு.”

“அப்புறம் பையா” பிரியா கூறினாள்: “இரவில் தூக்கம் வரவில்லை என்பதற்காக கோழியைப் பிடித்துக் கூவ வைப்பது வரை ஊர் சுற்றாதே. இங்கே உள்ள அண்டர்வேல்டு பற்றி உனக்கு நன்றாகவே தெரியும். நோ நீட் ஃபார் ஃபர்தர் எக்ஸ்ப்லோரிங்.”

ரயிலின் டீசல் குதிரை வேகமெடுத்து தண்டவாளங்கள் மீது ஜாஸ் இசையை முழக்கி, சிக்னல் போஸ்ட்டுகளையும், உயிரினங்களையும் பின்னோக்கித் துரத்துவதைப் பார்த்தவாறு பையன் பிளாட்பாரத்தில் நின்றான்.

இனி என்ன பீரா? காஃபியா? பீர் குடிக்கணும்னா கொளுத்தும் வெயிலில் நகரத்துக்குள் போக வேண்டும். காஃபியென்றால் முதல் நாள் தயாரித்த விஷம் ஸ்டேஷன்லேயே கிடைக்கும். என்ன செய்வதென்று யோசிக்கும் வேளையில் தோளில் ஒரு கை வந்து விழுந்தது. திரும்பிப் பார்த்தபோது ரயில்வே ரண்ணிங் ஸ்டாஃப் ராஜன், மெட்ராஸூக்குச் செல்கின்ற மங்களூர் மெயிலை நல்ல

வார்த்தைகள் கூறிப் பிடித்துக் கொண்டு போக வந்திருக்கிறான். டெய்லர் அழகாகத் தைத்த காக்கி யூனிஃபாமும் பச்சை நிற டையும் அணிந்திருந்தான்.

“மெட்ராஸுக்கா?” ராஜன் கேட்டான்.

“இல்லை, எனது கனவு இப்போதுதான் மங்களூர் சென்றது.”

“வருத்தத்தில் இருப்பாய்.”

“கொஞ்சம், எவர் ஸோ ஜென்ட் மி.”

“அதுக்கு இப்போ என்ன செய்யணும்?”

“ஒரு பீர் குடிக்கணும்.”

“என்னவானாலும் லெட்டஸ் மேக்கிட் எ ஸ்னாப் ஒன். நான் இரண்டரை மணி வண்டியில் ஏறணும்.”

“சரி, வா”

வெளியே அனலில் இறங்கி ஒரு டாக்ஸி பிடித்து ஐந்து நட்சத்திரங்களும் பியூஸாகிப் போன ஒரு ஹோட்டலுக்குச் சென்றனர். ஒரு இஞ்ச் பைப்பு வைத்து உறிஞ்சுகின்ற வேகத்தில் பாட்டில் கணக்கில் பித்த நீரை உள்ளே அனுப்பினர்.

இரண்டே கால் மணிக்கு ராஜன் புறப்பட்டுவிட்டான்.

பாரில் இருந்து வெளியேறி சூனியத்திலூடே தட்டுத்தடுமாறி அதே ஹோட்டலிலுள்ள தனது அறையைச் சென்றடைந்தான் பையன். பிரியா மங்களூரில் இறங்கும் போது ஏழுமணி தாண்டி விடும். அதன்பிறகு ஒருமணி நேரம் கழித்துதான் தொலைபேசி வழியாகச் சுபச் செய்தியைக் கேட்க முடியும். இடைப்பட்ட ஐந்து மணிநேரம் செய்வதற்கு ஒன்றுமில்லை. ஒரு தூக்க மாத்திரையை விழுங்கிவிட்டு நீசன் நீண்டு நிமிர்ந்து படுத்துத் தூங்கிவிட்டான்.

இடைவெளிவிட்டு ராகத்தோடு ஒலிக்கின்ற தொலைபேசி மணி கனவில் ஒலிப்பதுபோல் தோன்றியது. விழித்த பிறகும் வீணாகானம் கேட்டுச் சிறிது நேரம் படுத்திருந்தான். பின்னர் கட்டிலில் திரும்பிப் படுத்து இயந்திரத்தைத் தழுவி எடுத்து முத்தமிட்டான்.

“கால் ஃப்ரம் மங்களூர் சார்” வரவேற்பறைப் பெண் கூறினாள். அவள் சொல்லி முடிப்பதற்குள் பிரியதர்ஷினியின்

குரல் ஒலித்தது:

“நீ தூங்கிட்டிருந்தியா?”

“ஆமாம்.”

“நான் ஏழு மணிக்கு வந்துட்டேன். அப்போதிலிருந்து உனக்கு முயற்சி செய்கிறேன். லைன் கிடைக்கவேயில்லை.”

“நீ இன்டர்நேஷனல் ஸர்க்கீட்டு மூலம் முயற்சித்திருக்கணும். வயா லண்டன் அண்ட் ரோம். எம் பேரைச் சொன்னா அவங்க உடனே கொடுத்திருப்பாங்க.”

“சரி, நான் சிரிக்கறேன். உனக்கு சத்தம் கேட்குமே.”

“லைக் எ பேட் செர்ப்பிங், பேபி.”

“ஃபைன், நீ சாப்பிட்டாயா?”

“இல்லை.”

“சாப்பிட வேண்டாமா?”

“இன்று நான் விரதமெடுக்கவில்லை. அதனால ஏதாவது கொஞ்சம் சிற்றுண்டி...”

“என்னன்னு சொல்லு?”

“பீஸ் அண்ட் பொட்டட்டோஸ் வித் சில்லி ஸாஸ். ஃப்ரைட் சிக்கன், சலாடு.”

“அவ்வளவுதானா?”

“இப்போதைக்கு.”

“அப்புறம் விடியும் வரை என்ன செய்யப் போகிறாய்?”

“பசிக்காதா என்று கேட்கிறாயா?”

“ஆமாம்.”

“ஒரு ப்ரிஜ் நிறைய ஆரஞ்சு இருக்குது.”

“ஓ பையா! ஹவ் லவ் லிஸனிங் டூ யூ லாங் டிஸ்டன்ஸ்!”

“போடீ!”

“சரி, போறேன்.”

“காலைல கூப்பிடு.”

“கூப்பிடுறேன், பட் நோ ஃபொறேயிஸ் இன் தி நைட்.”

“நோவ்.”

“பை.”

காலை பத்துமணிக்குப் பிரியதர்ஷினி மீண்டும் அழைத்தாள்:

“உனக்குத் தெரியுமா? ரொம்பவும் தாமதுமாகத்தான் நான் எழுந்தேன். ரொம்பக் களைப்பு. கிளைமேட் மாறியதால் இருக்குமென்று சொன்னபோது அக்கா ஒரு குண்டைத் தூக்கிப் போட்டாள். நீ கொஞ்சம் வெளுத்த மாதிரி தெரியுதே. சமீபத்துல ஏதாவது ஆனந்தம் அனுபவிக்க முயன்றாயா? என்றாள்.”

“உங்க அக்கா ஹைபர் செக்ஸ்டாக இருப்பாளோ என்று தோன்றுகிறது”

“லிஸன், அன்றிரவு அந்த டாக்பங்களாவில் வைத்து எதாவது ஆகியிருக்குமோ?”

“யூ திங் ஸொ?”

“நாம் முன்னெச்சரிக்கை நடவடிக்கைகள் மேற்கொண்டிருந்தோமல்லவா.”

லட்சத்தில் ஒருமுறை ஒரு பாம்புத்தோல் உருவிப் போகவும் வாய்ப்பிருக்கிறது” பையன் கூறினான்: “நோ ஹாம்.”

“ஒரு பீரிட் புரட்சியின்றிக் கடந்து போனதைப் பற்றி பிறகுதான் நினைத்துப் பார்த்தேன்.”

“அப்புறம்?”

“காலையில் வாந்தியெடுத்தேன்.”

“பயப்படாதே” பையன் கூறினான்: “உனக்கு வேண்டாம்னா நாம அதைக் கலைச்சிருவோம்.”

“எனக்கு இப்போது வேண்டாம் பையா.”

“நீ என்னை வெறுக்கிறாயா?”

தொலைபேசியின் காதோரத்தில் ஒரு விம்மல் எழுந்து அடங்கியது.

“செண்டிமெண்டலாவாதே” பையன் கூறினான்: “ஒரு டாக்டரைப் பார்த்து முதலில் அது உண்மைதானா என்று தெரிந்துகொள். அதன் பிறகு எனக்குப் ஃபோன் பண்ணு. கீப் யுவர் நெர்வ்ஸ்.”

விவாகரத்துப் பெற்ற மனைவியைப் போல் பசி பையனிட மிருந்து விலகிவிட்டது. அதற்குப் பிறகு அன்று அவன் உணவு உண்ணவில்லை. மதுவைத் தொடவில்லை. சிகரெட் புகைக்க வில்லை. அறையின் மூலையில் ஒரு நண்பனைப் போலத் தனக்குக் காவலாக இருந்த தொலைபேசியை நோக்கித் தவமிருந்தான்.

சாயங்காலம் வந்த பிரியாவின் சத்தத்தில் மன அமைதியின் மணம் நிறைந்திருந்தது.

“பையா! விஷயம் நாம நினைச்சதுதான். ஆனால் பயப் படுவதற்கு ஒன்றுமில்லை. சில நேரம் ஓர் இன்ஞ்சஷனில் சரியாகிவிடும். இல்லையென்றால் நாற்பத்தெட்டு மணிநேரம் ஹாஸ்பிட்டலைஸேஷன்.”

“அப்படியானால் நீ முடிவு செய்துவிட்டாய்?”

“ஆமாம். இங்கேயே சரியாக்கி விடலாமென்று அக்கா சொல்கிறாள். எப்படியானாலும் முதலில் சொன்ன ஒரு வாரத்திற்குள் நான் உன்னிடம் வந்திருப்பேன்.”

“அது வேண்டாம்.”

“பிறகு?”

“இதில் எனக்கும் பங்கிருக்கிறது.”

“அதனால்?”

“நீ அடுத்த ரயில் ஏறி உடனே இங்கு வா. அதன்பிறகு நாம் டாக்டரிடம் சென்று ஆலோசனை கேட்டு வேண்டியதைச் செய்யலாம்.”

“நான் அக்காவிடம் கேட்கிறேன்.”

“கேள், பட் டோண்ட் டேக் நோ ஃபார் ஆன் ஆன்ஸர்.”

“ஹோல்டன்.”

ஒரு நிமிடத்திற்குப் பிறகு பிரியா கூறினாள்:

"இன்று இரவு எக்ஸ்பிரஸ் ரயிலில் நான் புறப்பட்டுவர்றேன்."

"நான் ஸ்டேஷனில் இருப்பேன்."

பிளாட்பாரத்தையும் ஜனங்களையும் சுற்றுப்புறத்தையும் கண்டு கொள்ளாமல் குழம்பி நிற்கின்ற நள்ளிரவு நேரத்தில் எக்ஸ்பிரஸ் ரயில் கூவிக் கொண்டே ஸ்டேஷனில் வந்து நின்றது.

ஏர்பேக்கைத் தோளில் தொங்கவிட்டபடி தளர்ந்த முகத்துடன் ரயிலிறங்கி வருகின்ற பிரியதர்ஷினியைப் பையன் பாதி வழியில் எதிர்சென்று வரவேற்றான். பிரியத்திற்குரியவன் கேட்டான்:

"தங்கம் ரொம்பக் களைப்பா இருக்குதாடீ?"

"ஓ... அதெல்லாம் ஒண்ணுமில்லை. நாம இப்போ எங்கே போறோம்?"

"பழைய டாக்பங்களாவுக்கு."

"வேணுகிட்டச் சொல்லிட்டியா?"

"இல்லை."

ஸ்டேஷனிலிருந்து வெளியேறும்போது பிரியா கேட்டாள்:

"இனியும் எதுக்காக டாக்பங்களாவுக்குப் போறோம்?"

"ஒரு காவிய நியதியைப் பூர்த்தி செய்வதற்கு. டூ தி ரவுண்டிங் ஆப் எ பொயட்டிக் ஜஸ்டிஸ்."

"கொஞ்சம் விளக்கமாகச் சொல்."

"அங்கே பக்கத்துல ஒரு எஸ்டேட்டில் எனது நண்பர் டாக்டர் ஆபிரகாம் இருக்கிறார்."

வெள்ளிக் கண்களை நீண்ட தூரத்திற்குப் பிரகாசிக்கச் செய்து டூரிஸ்ட் டாக்சி பாதைகளை வாரியணைத்துக் கொண்டு ஓடியது. சற்று வெளுத்து ஒரு சுற்றுப் பெருத்திருந்தாலும் தளர்வாக இருந்த பிரியா பையனின் தோளில் சாய்ந்து உறங்கினாள். துளியளவும் விருப்பமில்லாத வாழ்க்கையின் பாரத்தைத் தாங்கி நடக்கும் போதும் இன்னொரு ஜீவனை வேண்டாமென்று விலக்க வேண்டிய நிலையில் உள்ள தன்னைப்

பற்றி நினைத்தபோது தன்மீதே அவனுக்கு வெறுப்பாக இருந்தது.

டாக் பங்களாவை நெருங்கியபோது ஒரு பூ மலர்வது போல் பிரியா மெதுவாக உறக்கத்திலிருந்து விழித்தாள். வாட்ச்மேனை அழைத்து அறையைத் திறக்கச் செய்து பிரியப்பட்டவளைக் கட்டிலில் படுக்க வைத்துப் போர்வை போர்த்திவிட்ட பிறகு, பையன் வெளியே வராந்தாவில் வந்து அமர்ந்தான். கீழே நதியில் விடியல் ட்ரெஸ் ரிகர்சல் நடத்திக் கொண்டிருந்தது.

பிற்பகலில் டாக்டரைப் பார்க்கலாம் என்று எண்ணி யிருந்தான். ஆனால் அவ்வளவு நேரம் பொறுத்திருக்க முடியாது. பிரியா காலை உணவை வாந்தியெடுத்தாள். பிரியப்பட்டவளின் வெளிறிய முகத்தில் வியர்வை துளிர்த்திருந்தது.

ரப்பர் மரங்களுக்கிடையில் வளைந்து நெளிந்து செல்கின்ற சாலையில் டாக்சி விரைந்தது.

டாக்டர் ஆபிரகாம் புகார் கூறினார்:

“போனமுறை இங்குவரை வந்துவிட்டு என்னைப் பார்க்காமல் போய்விட்டாயல்லவா.”

“ஸாரி டாக்டர். ஒரு டெட்லைனுக்கு முன்னாடி எழுத்து வேலை.”

“இலக்கியம்?”

“இல்லை, பொருளாதாரம்.”

பிரியாவைக் கூர்ந்து பார்த்தவாறு டாக்டர் கூறினார்:

“இப்போது, இங்கு வந்தே ஆகவேண்டிய நிலை, அப்படித் தானே?”

பிரியா, முதலில் பரிசோதனை செய்த ரசீதுகளை எடுத்து டாக்டரிடம் இயல்பாக நீட்டினாள்.

“உள்ளே வா.”

மீண்டும் ஒருமுறை பரிசோதித்துவிட்டு டாக்டர் கூறினார்:

“ஒரு சதவீதம் ஏதாவது தவறு நடந்தாலும், பெரிய அளவில் ஏதாவது செய்ய வேண்டிய நிலை ஏற்படலாம்.”

“வேறொன்று, எழுதுவதற்காக வந்தால் அதை மட்டும் செய்தால் போதாதா? வாட் வாஸ் தி ஹரி டு கம்பைன் பிஸினஸ் வித் ப்ளஷர்?”

பிரியா கண்ணிமைக்காமல் கூறினாள்:

“தவறு என்னுடையதுதான், டாக்டர்.”

“டேக்கிட்டீஸி, மை டியர்.”

ஊசி போட்ட பிறகு டாக்டர் கூறினார்:

“இந்தப் பெண் நான்கு நாட்கள் இங்கேயே இருக்கட்டும். நீ டாக்பங்களாவுல போய் இரு. ஐ டோண்ட் வாண்ட் எனி எமோஷனல் அப்ஸெட்ஸ் ஹியர்.”

பையன் திரும்பிப் பார்த்தபோது பிரியா கண்மூடிப் படுத்திருந்தாள். பிரிவுத்துயரை வெளிக்காட்டாமல் தாங்க முடியுமென்று பையன் நினைத்தான்.

பையன் காரில் ஏறும்போது டாக்டர் கூறினார்:

“நான் ஆள் அனுப்பும் போது வந்தால் போதும்.”

பையன் மன அமைதி தேடி கிராமங்களின் முதுகெலும்புகள் வழியாக நடந்தான். களைப்பை வலியச் சென்று வரவேற்று இரவுகளில் ஆழ்ந்து தூங்கினான்.

நான்காவது நாள் அந்தி மயங்குவதற்கு முன் டாக்டர் ஆள் அனுப்பியிருந்தார்.

“நீ தப்பித்துவிட்டாய்” டாக்டர் கூறினார்.

சுகமும் துக்கமும் தன்னிடமிருந்து ஒருசேர நீங்கப் பெற்ற பிரியா கட்டிலில் எழுந்து உட்கார்ந்தாள். பையனைப் பார்த்து பழைய ஒரு நிகழ்ச்சியை அசைபோடுவது போல் புன்னகை பூத்தாள்.

“இனி என்ன டாக்டர்?” பையன் கேட்டான்.

“ஒரு நிமிடம் கூட இங்கே நிற்கக்கூடாது, இங்கே என்று சொன்னால் டாக்பங்களாவில்” டாக்டர் கூறினார்: “பட்டணத்துக்கு ஓடி விடு.”

பையனது கை பாண்ட் பாக்கெட்டை நோக்கி நீண்ட போது டாக்டர் கூறினார்:

"கீப்பிட், பில் அனுப்புகிறேன், நான்கு இலக்கம் வருகின்ற தொகை அதற்கிடையில் புதிய பேப்பர் பேக்குகள் கைவசமிருந்தால் அனுப்பி வை."

"நான் அனுப்புகிறேன் டாக்டர்."

அஸ்தமனத்திற்குப் பிறகு ஒரு வடிகட்டியிலிருந்து வடிகட்டப்பட்டு இறங்குகின்ற அந்திப் பொழுதின் அரண்ட வெளிச்சத்தில் வண்டி மலைச்சரிவில் இறங்கும் போது பிரியா குரலைத் தாழ்த்திக்கொண்டு கேட்டாள்:

"நம் இருவருக்கிடையே இந்த சீன்தான் கடைசியா, ஹான்ஸம்?"

பையன் சிரித்தான்:

"அடியேய்! இந்தக் கதையின் பெயர் என்ன தெரியுமா?"

"தெரியாது சொல்லு."

"ஆக்ட் ஒண், சீன் டூ."

☯

சினாரியோ

நீர் சொட்டுகின்ற நீண்ட கூந்தலை அவிழ்த்துவிட்டு, தோகை விரித்த மயிலைப்போல் பையனுக்கு முன் ஒரு பீடத்தில் அமர்ந்து கொண்டு பிரியா கூறினாள்:

"ஒரு கதை எழுது, பையா."

"என்ன கதை?"

"ஒரு நக்சலைட் கதை."

"எனக்குப் பயமா இருக்குதுடி. நக்சலைட் கதை என்றால் நிறைய இரத்தம் சிந்த வேண்டியிருக்கும்."

"அதற்கென்ன?" பிரியா கூறினாள்: "சிவப்பு மை பேனாவால் எழுது."

நினைத்துப் பார்க்காத நேரத்தில் கதைக்கரு வந்து பையனைப் பலாத்காரம் செய்தது. பிரியத்திற்குரியவன் கூறினான்:

"இனியும் உன்னை ஜீனியஸின் பட்டியல் இனத்தில் உட்படுத்தாதவனைக் கொலை செய்யணும்டி. சரி, பேனாவும் பேப்பரும் எடுத்து வா."

இரண்டு

இன்ஸ்ட்ருமென்ட் லான்டிங் சிஸ்டத்தைப் பயன்படுத்தி ஒரு போயிங் விமானம் நாடு சுற்றிய பிறகு வெளிச்சமாகிய சுரங்கப்பாதை மூலம் தரையில் இறங்குவதைப் போல, இரவில் மெட்ராஸுக்குச் செல்கின்ற கேரளா எக்ஸ்பிரஸ் ரயில் ஒற்றப்பாலம் கழிந்து பாலபுரம் வளைவில் திரும்பி அடி வாங்கியதைப் போல் கூவிக்கொண்டு ஓர் அம்பு போல் கிழக்காகப் பாய்ந்து சென்றது. டிரைவரால் கூடக் கட்டுப்படுத்த முடியாத வேகம். அதற்குக் காரணம் வண்டியை இழுத்துக் கொண்டு ஓடுவது வெளிநாட்டில் தயாரிக்கப்பட்ட டீசல்

என்ஜின். வளைவு திரும்பிய சகடம் ஒரு நேர்கோட்டில் ஓடத் தொடங்கியவுடன் என்ஜினுக்கு முன்னால் டைட்டில்கள் வரத் தொடங்கின.

மம்மு ஸாய்ப் வழங்கும் பேசும் படம்:

'மண்ணார்காடு மான்கறி'

கதை	:	மம்மு ஸாய்ப்
உரையாடல்	:	மம்மு ஸாய்ப்
தயாரிப்பு	:	மம்மு ஸாய்ப்
இயக்கம்	:	மம்மு ஸாய்ப்
இசை	:	மம்மு ஸாய்ப்
கதாநாயகன்	:	மம்மு ஸாய்ப்
கதாநாயகி	:	மம்மு ஸாய்ப்
பின்னணி பாடகர்	:	மம்மு ஸாய்ப்
பின்னணி பாடகி	:	மம்மு ஸாய்ப்
கேமரா	:	மம்மு ஸாய்ப்
பிலிம்	:	மம்மு ஸாய்ப்
நட்டு	:	மம்மு ஸாய்ப்
போல்ட்டு	:	மம்மு ஸாய்ப்
வெளியீடு	:	மம்மு ஸாய்ப்
பணம் பிரித்தல்	:	மம்மு ஸாய்ப்
தேசிய விருது	:	மம்மு ஸாய்புக்கு
எட்டுவகை ஆஸ்கார்	:	மம்மு ஸாய்புக்கு

பின்னர், சும்மா ஓர் எஃபக்ட்டுக்காக மட்டும் மேலும் பதினெட்டு மம்மு ஸாய்புகள் ஒருவர்பின் ஒருவராக டைட்டிலில் வந்து சென்றனர்.

தரை டிக்கெட்டில் அமர்ந்திருக்கின்ற ஜனங்களின் கரவொலி. குலவைச் சத்தம்.

கேரளா எல்லை முடிந்து தமிழ்நாட்டுக்குள் நுழைகின்ற வாளையார் கணவாய்க்கு வந்தபோது எக்ஸ்பிரஸின் ஹார்ன் பயங்கரமாக அலறியது. நீண்ட நேரம் கூவிக் கொண்டிருந்தது.

மூன்று

மெட்ராஸ் நகரத்திலும் திருப்பதி வெங்கடாசலபதி கோவிலிலும் சுப்ரபாதம் நிலைத்த நேரம். தூக்கம் கலைந்து ஓலமிடுகின்ற தெருக்கள். பயணிகளை மிரட்டுகின்ற டாக்ஸிக் காரர்கள்.

நுங்கம்பாக்கத்திலுள்ள ஒரு சொகுசு பங்களாவின் போர்ச்சில் பையன் காரிலிருந்து இறங்கினான். காரை அனுப்பி விட்டு சூட்கேசை எடுத்துக் கொண்டு வரந்தாவிற்குச் சென்று காலிங்பெல்லை அழுத்தினான். பிரியதர்ஷினிதான் கதவைத் திறந்தாள். அழகி அப்போதுதான் குளித்திருந்தாள். ஈர முடியை மார்பின் இருபுறமும் போட்டுக் கொண்டு சேலையை அலட்சியமாக மார்பின்மீது சுற்றிக் கொண்டு நின்ற பிரியாவின் கண்கள் பையனை எதிர்பாரதவிதமாகக் கண்டதால் ஆனந்தவர்த்தனின் த்வொனிலோகம் புத்தகத்தைப் போல் விரிந்தது.

“பையா!”

“ஆமாடீ! நானே தான்.”

கலவரம் முற்றி நிற்கின்ற பையனது பெட்டியும், முகமும் கண்டவுடன் சுற்றிலும் நிறையச் சுண்டெலிகள் இருப்பதைப் பிரியா மணம் பிடித்தறிந்தாள்.

“நீ எப்போது வந்தாய்?”

“கேரளா எக்ஸ்பிரஸில்.”

“ஒரு தந்தி கூட அடிக்காமல்.”

“அதற்கு அவசியமில்லை என்று தோன்றியது, ஞாயிற்றுக் கிழமை நீ வீட்டில்தான் இருப்பாய் என்று எனக்குத் தெரியும்.”

“ஐயாம் ஸோ க்ளாட் பையன், வா.”

அவனுக்குப் பின்னால் கதவை மூடினாள். பிரியத்திற்குரியவனைப் பிரியா சோபாவில் பிடித்து உட்கார வைத்தாள். சூட்கேசைத் தூக்கி டிரெஸ்ஸிங் டேபிள்மீது வைத்தாள்.

அவனது காலடியில் கால்களை மடக்கி அமர்ந்து கொண்ட பிரியா கேட்டாள்:

"என்னவாயிற்று பையா?"

"நான் அவனைக் கொன்றுவிட்டேன்."

"யாரை?"

"உன் அப்பாவைக் கொன்று அவருடைய பொருட்களை அபகரிக்க முயன்றதோடு மட்டுமல்லாமல் விலைமதிப்பற்ற உனது நல்லொழுக்கத்திற்குக் களங்கம் கற்பிக்க முயன்றவனுமாகிய அந்தக் குஞ்சுமூஸாவை."

"மண்ணார்காடு குஞ்சுமூஸாவையா?"

"அவனைத்தான்."

"அய்யோ பையா!"

"உனக்குப் பயமா இருக்கா?"

"இல்லை."

"நான் செய்தது சரின்னு புரிஞ்சுக்கிட்டியா?"

"ஆமா. இருந்தாலும்…"

"இருந்தாலும்?"

"நீ போலீஸில் மாட்டிக் கொள்வாயா?"

"மாட்டிக் கொள்ளத்தான் நான் இங்கே வந்தேன்."

ஒரு பந்தத்தை முன்னால் கொளுத்தி வைத்துக் கொண்டு அதையே கண்கொட்டாமல் பார்த்துக் கொண்டிருந்த பிரியா வைப் பார்த்து பையன் கேட்டான்:

"நான் இங்கே வந்தது உனக்கு இடைஞ்சலாக இருக்கிறதா?"

"அய்யோ பையா! நீ என்ன பேசுகிறாய்? நீ இல்லாமல் எனக்கு வாழ்க்கை ஏது? போலீஸ் வந்து பிடித்தால் இருவரையும் பிடிக்கட்டும். நீ மட்டும் போலீஸில் சிக்கிக் கொண்டு நான் தொடர்ந்து வாழ்க்கை நடத்தினால் அதற்குப் பெயர் மரணம்."

பையன் எழுந்தான்.

வசனம் பேசினால் இப்படி பேசணும்டி.

"கை கொடு."

கை கொடுப்பதற்குப் பதிலாகப் பிரியா பையனை கட்டியணைத்துக் கொண்டாள்.

"நீ அந்த நீசனை எப்போது கொன்றாய்?"

"முந்தாநாள் இரவு."

"அப்படீன்னா நேற்றைக்கு எங்கே இருந்தாய்?"

"மாயனூர் காட்டில்."

"நீலியைப் பார்த்தாயா?"

"அவள்தான் எனக்குக் கஞ்சி கொடுத்தாள்."

"கஞ்சிக்குத் தொட்டுக்கொள்ள கூட்டு என்ன கொடுத்தாள்."

"பொரித்த சாளை மீன்."

பிரியதர்ஷினி பெருமூச்சு விட்டாள்:

"பாவம் நீலி, உழைக்கும் வர்க்கத்தைச் சேர்ந்தவள். புரட்சிக்கு முன்னோடியாக இருந்தவள். பாம்புக்காவில் பெண்பூசாரி. அவளுடன் சேர்ந்து உனக்கு மனைவியாக இருப்பதற்கும் நான் தயார்."

"அது வேண்டாம்" பையன் கூறினான்: "நாம் நாயர் என்பதையும் அவள் புலைச்சி என்பதையும் நீ எண்ணிப்பார்."

"ஸாரி! நான் அதை மறந்துவிட்டேன்."

பையன் ஒரு சிகரெட் பற்ற வைத்தான்.

பிரியதர்ஷினி கூறினாள்:

"ஐயோ! உனக்கு ஒரு கிளாஸ் காபி கொடுப்பதற்குக்கூட நான் மறந்துவிட்டேனே!"

அழகி உள்ளே பார்த்துக் கூப்பிட்டாள்.

"அடியேய் சிங்காரி!"

தடித்த உருவத்தில் ஒரு தமிழ்ப்பெண் வெளியே வந்தாள்.

பிரியா கூறினாள்:

“இவர் என் அண்ணன், இப்போதுதான் ஊரிலிருந்து வந்தார். சீக்கிரமா காப்பி கொண்டுவா.”

அம்மாவின் அன்பான அண்ணனைக் கைகூப்பி வணங்கிய சிங்காரி பின் வாங்கினாள்.

பிரியா கூறினாள்:

“சரி, என் அன்பே போய் குளிச்சிட்டு வா. மாற்று ஆடைகள் பெட்டியில் இருக்கிறதுதானே!”

“ம்... இருக்கும்.”

“பரவாயில்லை, இல்லைன்னா நாம வாங்கிக்கலாம்.”

நான்கு

குளித்துக் காலைச் சிற்றுண்டியை முடித்த பையன் பிரியதர்ஷினியின் கட்டிலில் படுத்துச் சுகமாக தூங்கினான். இவனால் எப்படி இவ்வளவு ஆழ்ந்து தூங்க முடிகிறது என்று பிரியா ஆச்சரியப்பட்டுப் போனாள். ஒருவனைத் துடிக்கத் துடிக்க கொலை செய்தவனுக்கு மனசாட்சி உறுத்தாதா? இல்லை யென்றால் மனசாட்சி என்ன மனசாட்சி? பையன் கொலை செய்யவில்லையே, நாட்டை பாதுகாக்கும் வேலையல்லவா செய்தான்? சரிதான். தன் அன்பிற்குரிய பையன் ஒரு குற்றமும் செய்யவில்லை, யாரையும் கொலை செய்யவும் இல்லை. அவன் நிரபராதி. பாவம், ஒரு பச்சைக் குழந்தை போல் தூங்குவதைப் பார்க்கவில்லையா? உயிருக்குயிரானவனைக் கட்டிலின் ஓர் ஓரத்திற்கு உருட்டிவிட்டுப் பிரியாவும் அவனுடன் படுத்துக் கொண்டாள். கொலை செய்யாதவனைக் கட்டிப்பிடித்து மிக அழகாக தூங்கினாள். மலர்களைப் போல் தங்கை உறங்குகிறாள்.

பெட்ரூம் கதவு மூடப்பட்டிருந்ததால் சிங்காரி தனது எஜமானியைக் கதவைத் தட்டி அழைத்தாள்.

“அம்மா! மணி அஞ்சு. டீ டைம்.”

டீ குடிக்கும் போது பிரியா கூறினாள்: “பையா, பட்டணத் தைச் சுற்றிப் பார்த்துட்டு வருவோமே.”

“போகணுமா?”

“வொய் நாட்?”

"போலீஸின் காது கூர்மையாகியிருக்கும் நேரம். ஒருவேளை அவர்கள் நம்மைக் கண்டு பிடிச்சுடலாம். நமது இருப்பிடத்தையும் மணம் பிடிக்கலாம். பொரித்தும் தின்று விடலாம்."

"அதெல்லாம் நடக்காது. ரிஸர்வ் பேங்கின் கிளாஸ் ஒண் ஆபிஸர் ஒருவருடன் உலா வருகின்ற அழகனை அவ்வளவு சீக்கிரத்தில் விசாரணை செய்யறதுக்குப் போலீசுக்குத் தைரியம் வராது. அப்புறம் உன்னோட போட்டோவும் புள்ளி விவரக் கணக்குகளும் இங்க வந்து சேர்ந்திருக்காது. பையா, தே மூவ் ஸ்லோலி டேக்கிங் தெயர் ஒன் ஸ்வீட் டைம்."

"எப்போது வேண்டுமானாலும் அலர்ட் வரலாமில்லையா?"

"அதை, வரும்போது பார்த்தால் போதாதா?"

"போதும்னா போதும்."

பையனது கோப்பையிலிருந்து பாதித் தேநீரை வாங்கிக் குடித்துக் கொண்டு பிரியதர்ஷினி கூறினாள்:

"பையா, ஓர் எல்லை வரை நீ தான் உன்னைப் பாதுகாக்கிறாய்."

"அதெப்படிடீ?"

"நீ எனக்குத் திருத்திக் குதிரைக் குட்டியாக்கித் தந்த அந்த தீஸிஸ்தானே ரிசர்வ் பேங்கில் என்னை ஒரு சிறுதெய்வமாக்கியது? அதனாலதானே பயமில்லாமல் நீயும் என்னுடன் நடக்கலாம் என்ற நிலை ஏற்பட்டுள்ளது?"

"இப்போதைய நிலையில் நீ சொல்வது சரிதான்."

"சரி புறப்படலாம்."

தண்டையார்பேட்டை, சோழமண்டலம், கங்கைகொண்ட சோழபுரம் வழியாக வேண்டிய அளவுக்குக் காற்றையும் வாங்கிக் கொண்டு கடற்கரையை அடைந்தனர்.

அதன்பிறகு பட்டணத்தில் புதிதாகத் திறந்த ஸ்ரீ சக்கரம் ஹோட்டலுக்குச் சென்று சைனீஸ் மெனு ஆர்டர் கொடுத்தனர்.

தலைச்சேரிக்காரன் கணாரன்தான் அவர்கள் மேசைக்குக் காவல் நின்ற படைவீரன். பையன் அவனிடம் கேட்டான்: "உன் பேர் என்னடா?"

"கணாரன்."

"எந்த ஊரு?"

"தலைச்சேரி."

"முதலாளி ஹோட்டல்ல இருக்காரா?"

"இருக்காரு ஸார்."

"அப்படீன்னா கடைசியாக கொண்டு வர்ற காபியை அவனை எடுத்துட்டு வரச்சொல்."

கணாரன் மலைத்துப்போய் நின்றான்.

"பையா! உனக்கு ட்ரிங்ஸ் வேண்டாமா?" பிரியா கேட்டாள்.

"நோ, டியர், தாங்க்யூ."

"வொய்?"

"குஞ்சுமூஸாவைக் கொன்ற போதையே இன்னும் இறங்க வில்லை."

சாப்பிட்ட பின் நுங்கம்பாக்கத்தை நோக்கி நடை. உடற் பயிற்சி செய்தது போலாயிற்றே. உடனே நித்திரை வந்து ஒட்டிக் கொள்ளும். மேலும் போலீசுக்காரர்கள் யாராவது அடையாளம் கண்டு கொள்வார்கள் என்றால் அதற்கும் ஒரு வாய்ப்பு. பையன் ஒத்துழைக்கவில்லை என்ற பேச்சு வரக் கூடாதல்லவா. பிரியா உதவவில்லை என்று சொல்லக்கூடாதல்லவா.

வாழ்நாட்கள் குறுகி வருகிறது என்பதை அறிந்தவுடன் காதல் என்றுமில்லாத அழகையும் ஆனந்தத்தையும் பெற்று விட்டது. இயலாமைகள் வழிமாறிச் சென்றுவிட்டன. நுங்கம்பாக்கம் பங்களாவில் அன்றைய இரவு உறக்கத்திற்கும் உறக்கமின்மைக்கும் இடையே படமெடுத்து ஆடுகிறது. எவ்வளவு இறுக்கமாகக் கட்டிக் கொண்டாலும் திருப்தி வராத பிரியதர்ஷினி பையனது உடம்போடு தன்னைப் பிணைத்துக் கொண்டு தேம்பி அழுகிறாள்.

ஐந்து

மறுநாள் காலையில் பையனுக்கு நாளிதழ்களும் சிகரெட்டும் வாங்கிக் கொடுத்துவிட்டு ஆபீஸுக்குப் புறப்படத் தயாரானாள் பிரியதர்ஷினி.

“என் அன்பே! வெளியில் எங்கேயும் போகாதே!” பிரியா அறிவுறுத்தினாள்: “ஏதாவது தேவைப்பட்டால் சிங்காரிக்கிட்டச் சொன்னாப் போதும்.”

“போரடித்தால்?”

“படுத்துத் தூங்கு. முடிந்தால் மதியத்திற்குப் பிறகு லீவெடுத்து விட்டு வருகிறேன்.”

ஆறு

பிரியதர்ஷினி ஐந்தாம் தளத்திற்கு லிப்டில் செல்கிறாள். உடன் பணிபுரிபவர்கள் வணக்கம் செலுத்துகின்றனர். பதிலுக்கு வணக்கம் கூறுகிறாள். டெபூட்டி சீப் ஆபீஸர் லீனாவுக்கு அருகிலுள்ள தனது இருக்கையில் சென்று இயந்திரம் போல் அமர்கிறாள்.

“ஹவ் ஆர் யூ டுடே, பிரியா?” லீனா கேட்டாள்.

“ஐ ஆம் வெல், தாங்க்யூ லீனா.”

“ரொம்பக் களைப்பா இருக்குற மாதிரி தெரியுதே.”

“அப்படியெல்லாம் இல்லையே.”

பிரியாவின் இருக்கையில் சாய்ந்து கொண்ட லீனா மெதுவாகக் கூறினாள்: “உன்கிட்ட ஒரு ரகசியம் சொல்லணும்.”

“குட் நியூஸ்.”

“அதை நீ தான் முடிவு செய்யணும், வா.”

ஹாண்ட் பேக்கையும் எடுத்துக் கொண்டு லீனா பெண்கள் டாய்லெட்டிற்கு நடந்தாள். கதவை மூடியபின் கேட்டாள்.

“நீ இன்றைக்கு நியூஸ்பேப்பர் பார்த்தியா?”

“இல்லை.”

லீனா பேக்கைத் திறந்து செய்தித்தாளை எடுத்து விரித்துப் பிரியாவிடம் காட்டினாள். முதல் பக்கத்தில் பையனது போட்டோ. அதற்கு கீழே நக்சலைட் பாணியில் அவன் நடத்திய கொலை பற்றிய விவரம்.

பிரியாவின் கையிலிருந்த செய்தித்தாள் நடுங்கியது.

லீனா கேட்டாள்:

"இந்த ஆள்தானே நீ எப்போதும் சொல்லுகிற, என்னிடம் கூட போட்டோ காட்டினாயே உனது உயிருக்குயிரான காதலன்?"

"ஆமாம்."

"நல்ல இளைஞன், இப்போ எங்கே இருக்கிறான்?"

"என்னுடைய ப்ளாட்டில்."

"எப்போ வந்தான்?"

"நேற்று."

"உங்களுக்கிடையே உள்ள நெருக்கம் பற்றி ஊரில் தெரியுமா?"

"தெரியும்."

"அப்படீன்னா வயர்லஸ் மூலம் செய்தி பட்டணத்துக்குப் பறந்து வந்திருக்காதா?"

"வந்திருக்கும்."

"நீ என்ன செய்ய போகிறாய்?"

"பையனை என் கூடவே தங்க வைக்கப் போறேன்."

"யூ ஆர் எ ஃபூல்?" லீனா கூறினாள்: "நீ உன் எதிர்காலத்தைப் பற்றிச் சிந்திக்கவில்லையா?"

"என்ன எதிர்காலம்?"

"இந்த வேலை உனக்கு வேண்டாமா?"

"நான் அதை வேண்டாமென்று சொல்லவில்லை. ஆனால் பையனுக்காக அது போகிறதென்றால் போகட்டும்."

"வேறொரு முடிவும் இல்லையா?"

"இல்லை."

"யூ ஆர் எ ப்ரேவ் கேள்!"

"தாங்க்ஸ்! லீனா இதைப்பற்றி வேறு யாரிடமும் சொல்லி விடாதே."

லீனா கோபப்பட்டாள்:

"என்னைப் பற்றி நீ அப்படியா நினைத்திருக்கிறாய்?"

"மன்னித்துவிடு, பதற்றத்தில் என்ன செய்வதென்று தெரிய வில்லை".

"நீ பதற்றப்பட வேண்டாம், நான் உனக்கு எப்போது வேண்டுமானாலும் உதவி செய்வேன்."

"தாங்க்ஸ் லீனா, நான் லீவெடுத்துவிட்டு வீட்டுக்குப் போகட்டுமா?"

"யூ டுயிட்."

ஏழு

பையன் கட்டிலில் படுத்து ஒரு டிடக்டிவ் நாவலைப் படித்துக் கொண்டிருந்தான். திடீரென்று பிரியா உள்ளே நுழைந்த வுடன் பின்னாலேயே போலீஸ்காரர்களும் வருவார்கள் என்று கொலைகாரன் எதிர்பார்த்தான். நியமபாலகர்கள் வராததால் ஏமாற்றமடைந்தான்.

"என்னாயிற்று?" பையன் கேட்டான்.

பிரியா செய்தித்தாளை எடுத்துப் பிரித்துக் காட்டினாள்.

"சரி" பையன் கூறினான்: "வலை குறுகி வருகிறது. நான் இடத்தைக் காலி செய்கிறேன்."

"எங்கே?"

"எங்கேயாவது."

"நீ எங்கேயும் போகப் போறதில்லை."

"நீ என்னைத் தடுக்காதே."

"நான் தடுப்பேன். நீ எங்கே போனாலும் நானும் கூடவே வருவேன்."

"அப்படியானால்?"

"நீ தனியாகச் சென்று வலையில் விழ நான் ஒத்துக்கொள்ள மாட்டேன். நானும் வீழ்வேன்."

"இப்போது நான் என்ன செய்வது?"

"வரவேண்டியது வழியில் தங்காது. அதுவரை இங்கே என்னுடன் மகிழ்ச்சியாக இரு."

“சரி, நடக்கட்டும் கபட நாடகம்.”

“இன்னமும் கேள். நாம் ஒன்றாகப் பூமியில் பிறந்தோம். ஒருவரையொருவர் காதலித்தோம். இனி நாம் ஒன்றாகவே இறந்து போவோம்.”

“அதையும் நான் ஒத்துக் கொள்கிறேன்.”

“அப்படியானால் என்றைக்கும் போல் சாதாரணமாகச் சிந்தனை செய், சாதாரணமாக இரு.”

எட்டு

சாப்பிட உட்காரும் போது கதவைத் தட்டும் சத்தம் கேட்டது. பிரியா கதவைத் திறந்தாள். அங்கே அழகிக்குத் தரிசனம் கொடுத்தவர் யூனிபார்ம் அணிந்த ஒரு போலீஸ் ஆபீஸர்.

போலீஸ் ஆபீஸர் கேட்டார்:

“நீங்கதானே ரிசர்வ் பேங்க் டெபுட்டி சீஃப் ஆபீஸர் பிரியதர்ஷினி?”

“ஆமா, என்ன வேணும்?”

“நான் உங்கள் வீட்டைச் சோதனையிட வேண்டும்.”

“உங்களுடைய ரேங்க்.”

“ஸர்க்கிள் இன்ஸ்பெக்டர் முருகண்ணன்.”

“ஸாரி எனது பதவியிலுள்ள ஓர் ஆபீஸரின் வீட்டை சோதனையிட சிட்டி போலீஸ் கமிஷனருடைய ரேங்கிலுள்ள ஓர் அலுவலர்தான் வரவேண்டும். அதுவும் ஸெர்ச் வாரண்டின் மூன்று காப்பிகளுடன் வந்தால் மட்டும் தான்.”

முருகண்ணன் பதில் கூறுவதற்குள் பிரியதர்ஷினி அவரது முகத்தில் கதவைச் சாத்தினாள்.

ஒன்பது

சாப்பிட்டு முடித்தவுடன் மீண்டும் கதவு தட்டப்பட்டுத் திறக்கப்பட்டது. இந்தமுறைச் சோதனையிட வந்தவர் டெபூட்டிக் கமிஷனர் ஆப் போலீஸ். ஸெர்ச் வாரண்டின் மூன்று காப்பிகளையும் ஒன்றாக வைத்து ஒப்பிட்டுப் பார்த்துத் திருப்தியடைந்த பிறகு பிரியா அவரை உட்காரச் சொன்னாள்.

டெபூட்டி கமிஷனர் கேட்டார்:

"சமீபத்தில் மண்ணார்காட்டில் நக்சலைட்டுகள் செய்த கொலையை பற்றிக் கேள்விப்பட்டிருக்கிறீர்களா?"

"கேள்விப்பட்டிருக்கிறேன்."

"பையன் என்ற கொலைகாரன்தான் அதைச் செய்தான் என்றும் கேள்விப்பட்டிருக்கிறீர்களா?"

"கேள்விப்பட்டிருக்கிறேன்."

"நீங்கள் நிறையக் கேள்விப்படுவீர்களோ?"

"நிறைய."

"இந்தப் பையன் உங்களது கஸின்களில் ஒருவரா?"

"ஆம்."

"நீங்கள் இருவரும் காதலர்களா?"

"காதலர்களாக இருந்தோம்."

"இப்போது இல்லையா?"

"இல்லை."

"ஏன்?"

"போரடித்ததால் காதலிப்பதை நிறுத்திவிட்டோம்."

"இப்போது வேறு யாரையாவது காதலிக்கிறீர்களா?"

"இல்லை."

"வொய்?"

"சரியான ஆள் கிடைக்கவில்லை."

"கிடைத்தால்?"

"ஒரு கை பார்த்துவிடுவேன்."

"சரி, கொலைகாரனாகிய பையன் இப்போது இந்த வீட்டில் இருக்கிறானா?"

"இல்லை."

"ஆண்கள் யாரும் இவ்வீட்டில் இல்லையா?"

“ஒருவர் இருக்கிறார்.”

“யார் அந்த ராஜபார்ட்?”

“என் அண்ணன், பெயர் ரவி.”

“அவரை வரச்சொல்லுங்கள்.”

பிரியதர்ஷினி அழைத்தாள்:

“ரவியண்ணா இங்கே வாங்க.”

பையன் ஒரு சிகரெட்டைப் புகைத்தவாறு வந்தான். டெபூட்டி கமிஷனர் கதாபாத்திரத்தைக் கூர்ந்து பார்த்தார். மீண்டும் பார்த்தார்.

“இவர் போட்டோவிலுள்ள பையனைப் போல் இருக்கிறாரே!”

பிரியதர்ஷினி சிரித்தாள்:

“எங்கள் குடும்பத்தில் அண்ணன், தம்பி, அக்கா, தங்கை, கசின்கள் அனைவருக்கும் ஒரே முகச்சாயல் தான்.”

“ஆர் யூ ஷுவர்?”

“அப்சல்யூட்லி.”

“இவர் பட்டணத்தில் என்ன செய்கிறார்?”

“கள்ளக்கடத்தல்.”

“ஐட்டம்ஸ்?”

“ஓபியம், கஞ்சா, ஜப்பான் துணி, ஸ்டீரியோ, வாட்ச், ஃபிரிட்ஜ்.....”

டெபூட்டி கமிஷனர் தலையாட்டினார்:

“என்னவோ, இந்த ஆள் பையனில்லை என்று என்னால் முடிவுக்கு வரமுடியவில்லை. நான் இனியும் வருவேன்.”

“ப்லீஸ் டு, அண்ணன் இங்கேதான் இருப்பார்.”

“இப்போது இவருடைய விரல் அடையாளம் எடுத்துக் கொள்ளட்டுமா?”

“அதைவிட நல்லது ஒரு போலீஸ் நாயைக் கொண்டு வருவதல்லவா?”

“ரைட் யூ ஆர். நான் நாயுடன் வருகிறேன்.”

டெபூட்டி கமிஷனர் சென்ற பிறகு பிரியா பையனிடம் கேட்டாள்:

“ஆள் எப்படி?”

இன்டலிஜன்ட், எல்லாம் தெரிந்த பின்பும் தெரியாததுபோல் நடிப்பதைப் பார்த்தாயா? என்றான் பையன்.

பத்து

மறுநாள் அலுவலகத்துக்குச் சென்றவுடனே சீப் ஆபீஸர், பிரியதர்ஷினியை தனது அறைக்கு வரச் சொன்னார். அப்போது டெபூட்டி கமிஷனரும் அந்த அறைக்கு வந்தார். முதல்நாள் நாடகத்தை ஒவ்வொரு காட்சியாக நடித்துக் காட்டிய பிறகு டெபூட்டி கமிஷனர் கூறினார்:

“ரவி என்ற உங்கள் அண்ணன்தான் கொலை செய்த பையன் என்று நான் சந்தேகத்திற்கு இடமின்றிக் கூறுகிறேன். நான் இந்த யூனிபார்ம் அணிந்து கொண்டு சும்மா சுற்றவில்லை என்பதை நீங்கள் புரிந்து கொள்ள வேண்டும்.”

“உங்களுடைய புத்திசாலித்தனத்தைப் பற்றிக் கூறுகிறீர்கள்” பிரியதர்ஷினி கூறினாள்.

“ஆமாம்.”

“அப்படியென்றால் தங்கள் எண்ணம் தவறு. ரவியும் பையனும் ஒருவர் இல்லை, இருவர்.”

சீப் ஆபீஸர் கூறினார்:

“பிரியா உண்மையைச் சொல்லிவிடு. பயப்படுவதற்கு ஒன்றுமில்லை. அண்ட் யூ இர் நாட் இன்வால்வ்டு இன் திஸ், ஆப்டர் ஆல்.”

“நான் உண்மையைத்தான் சொல்கிறேன் சார்.”

சீப், டெபூட்டி கமிஷனரைப் பார்த்தார்.

டெபூட்டி கமிஷனர் கூறினார்:

"கொலைகாரன் நேற்று முன்தினம் மெட்ராஸுக்கு ரயிலேறினான் என்பது எங்களுக்குத் தெரியும். அப்புறம் அவன் இங்கே இல்லாமல் வேறு எங்கு போவான்?"

"ஆனால், அவன் என்னுடைய ப்ளாட்டில்தான் இருப்பான் என்பது என்ன நிச்சயம்?" பிரியா கேட்டாள்.

"ஆம் அந்த முகச்சாயல்..."

"அது எங்கள் குடும்பத்தினர் அனைவருக்கும் பொதுவான முகச்சாயல் என்று நான் ஏற்கனவே சொல்லிவிட்டேன்."

டெபூட்டி கமிஷனர் எழுந்தார்.

"ஒன்றிரண்டு இடத்தில் தேட வேண்டியிருக்கிறது. அது முடிந்தவுடன் அரஸ்ட் ஆவதற்குத் தயாராக இருந்து கொள்ளுங்கள் மிஸ். பிரியதர்ஷினி. நான் குறிப்பிட்டது உங்கள் கசினையும் சேர்த்துதான்."

"இந்த அரஸ்ட் எப்போது நடக்கும்?"

"சினிமாவில் வரும் பாடல்காட்சி போல நாங்கள் ரகசியத்தை வெளியே சொல்ல மாட்டோம்."

போலிஸ் ஆபீஸர் போய்விட்டார். சீப் ஆபீஸர் பிரியா விடம் கேட்டார்:

"நீ ஒன்றையும் மறைக்கவில்லையே மிஸ். பிரியதர்ஷினி?"

"நத்திங் சார்"

"அப்படியென்றால் பயப்பட வேண்டியதில்லை, போ."

"சார், இந்த விசாரணை என் நரம்புகளைப் பாதித்து இரத்த ஓட்டத்தைத் தாறுமாறாக்கிவிட்டது, நான் இன்றைக்கும் லீவு எடுத்துக்கொள்ளட்டுமா?"

"ஷுவர்."

பதினொன்று

பிரியா, லீனாவை டாய்லெட்டுக்கு அழைத்தாள்.

"லீனா, இனி வேறு வழி என்ன?"

"நான் ஒரு வழி சொல்கிறேன். பீச்சில் ஏழு மைல் தூரத்தில், என் டாடிக்கு சொந்தமான ஒரு போட் ஹவுஸ் இருக்கிறது.

அரஸ்ட் செய்யப்படாமல் இருக்க வேண்டுமென்றால் தற்சமயம் ஒரு வாரத்துக்கு அங்கே போய் தங்கியிரு.”

“அதன் பிறகு?”

“அதன் பிறகு மெதுவாகப் பேசிப் பையனை அனுப்பி விடலாம்.”

“எங்கே?”

“போலீஸ் கண்ணில் மாட்டிக் கொள்ளாத ஏதாவது திசைக்கு.”

“எங்கேயானாலும் பையனை நான் தனியாக அனுப்ப மாட்டேன்.”

“பொண்ணு!”- லீனா கூறினாள்: “தற்சமயம் நான் சொன்னது போல் நான்கு நாட்களாவது தலைமறைவாக இரு.”

பிரியா ஒத்துக் கொண்டாள்.

“அட்ரஸ் தருகிறேன். மூன்று மணியாகும் போது அங்கே போ, ஆட்கள் இடத்தையெல்லாம் தயாராக வைத்திருப்பார்கள். அப்புறம், வேலைக்காரர்கள் யாரும் இருக்கமாட்டார்கள். ஆனால் சமையல் செய்வதற்கான வசதிகள் எல்லாம் இருக்கும். போதுமா?”

“போதும்.”

“இனி என்ன வேண்டும்?”

“போலீஸ் மீண்டும் எனது பிளாட்டுக்கு விசாரணைக்கு வந்தால்?”

“நீங்கள் என் வீட்டிற்கு சென்றிருப்பதாக வேலைக்காரியிடம் சொல்லச் சொல்.”

பன்னிரண்டு

மதியம் வீட்டுக்குச் சென்ற பிரியா பையனிடம் கூறினாள்:

“ஹான்ஸம்! நாம் இன்று பீச்சுக்குக் கீழே ஓரிடத்துக்குப் போகிறோம். ஒரு வாரம் பிக்னிக்.”

“இதென்னடீ திடீர்னு ஒரு முடிவு?”

“சும்மா ஒரு சந்தோஷத்துக்கு, வா சாப்பிட்டுவிட்டுப் புறப்படுவோம்.”

“சரி நான் குளித்துவிட்டு வருகிறேன்.”

“நான் குளிப்பாட்டி விடவா?”

“வேண்டாம்.”

“சரி வேகமா வா.”

பையன் குளித்துக் கொண்டிருக்கும்போது பிரியா அவனது பொருட்களைப் பேக் செய்யத் தொடங்கினாள். அப்போது தற்செயலாக கட்டுரை எழுதிய பேப்பர்களுக்கு மத்தியில் பெட்டியில் கிடந்த பிஸ்டலைப் பார்த்தாள். திறந்து பார்த்தாள். இரண்டு குண்டுகள். பிரியா ஒரு நிமிடம் அசைவற்று நின்றாள். பிறகு தனக்குத்தானே ஒரு துயரச் சிரிப்பு சிரித்துக் கொண்டாள். பின் தனக்குத்தானே கூறிக் கொண்டாள். ‘சினிமாதானே? ரெண்டு குண்டு போதும்.’

சாப்பிட்டுவிட்டு ரோட்டுக்கு வந்தனர். டாக்ஸிக்காக காத்திருந்தனர். முதலில் பிரியாதான் பார்த்தாள். ரோட்டின் எதிர்ப்பக்கம் ஒரு போலீஸ்காரன் அவர்களைப் பார்த்துக் கொண்டு நிற்கிறான். அந்தக் காட்சியைப் பிரியா பையனுக்கும் காட்டினாள். பிரியத்திற்குரியவன் கூறினான்:

“அவர்கள் நம்மைச் சுற்றி வளைத்துவிட்டார்கள். இனி யாவது நீ திரும்பி போ. நான் என் ரூட்டில் போகிறேன்.”

பிரியாவுக்கு கோபம் வந்தது:

“நான் உன்னிடம் கடைசியாகச் சொல்கிறேன். இந்தப் பேச்சை இப்போதே நிறுத்திக்கொள்.”

இருவரும் டாக்சியில் ஏறியவுடன் வண்டி வேகமெடுத்தது. ஓட்டுநரின் இடதுபக்கக் கண்ணாடியில் போலீஸ்காரன் வண்டியைப் பின் தொடர்வதை அவர்கள் கண்டனர். சமார்த்தியக் காரர்களானதால் அதைக் கண்டு கொள்ளாத வர்களைப் போல் நடித்தனர்.

பதின்மூன்று

போட்ஹவுஸ் லாட்ஜ் நகரத்தின் அறிகுறிகளிலிருந்து நீங்கி கடலோரத்தில் இருந்தது. முழுவதும் மரத்தாலான அழகிய சிறு பொம்மை. ஓர் அறை. முன்பக்கம் வராந்தா. ஒரு பக்கம் குசினியும் குளியலறையும்.

வெயில் கொளுத்தினாலும் நீலநிற ஆகாயத்தின் எத்தனையோ கோடி ஒளி ஆண்டுகளுக்கு கீழே பறவைகள் வட்ட மிட்டுப் பறந்தன. கடலில் ராட்சத அலைகள் பெரிய வெள்ளி மீன்களைப் போல் புரண்டு புரண்டு வந்தன. வெப்பத்தின் கூர்மையான முனைகளைக் கிளறிவிட்டுக் கொண்டு கடல்காற்று பேயாட்டம் ஆடியது.

பிரியா திடீரென்று ரொமேண்டிக் ஆனாள்: "பையா! வா விளையாடுவோம்."

அவனைப் பைஜாமாவுக்குள் நுழைத்துவிட்டு தானும் பெட்டிகோட்டுக்குள் நுழைந்தாள். கடலையும், படகையும் நீலவானத்தையும் பார்த்துக் கொண்டு அவர்கள் கட்டிலில் படுத்திருந்தனர். பிராவுக்குள் செருகி வைத்திருந்த பிஸ்டலில் பையனின் ஸ்பரிசம் படாமல் கவனமாகப் பார்த்துக் கொண்டாள் பிரியா.

"பையா! ஒரு ஃப்ளாஷ்பேக் போவோமா?" பிரியா கேட்டாள்.

"ஏண்டீ?"

"இது ஒரு சினிமாதானே?"

"சரிதான். தொடங்கு!"

குடும்பத் தலைவியாகப் பாவித்துக் கொண்டு பிரியா தொடங்கினாள்:

"உனக்கு நினைவிருக்கிறதா, மாலையில் நான் கோவிலி லிருந்து திரும்பி வரும்போது நீ எனக்காக நாற்சந்தியில் காத்திருப்பாயே?"

"போடீ!" பையனுக்குக் கோபம் வந்தது: "நீயும் உன்னோட சாமியும்!"

"சரிவேண்டாம் விடு, பள்ளியில் படிக்கின்ற காலத்தில் ஒரு மழை நாளில் நாம் படகில் ஆற்றைக் கடந்த கதை உனக்கு நினைவிருக்கிறதா?"

"நான் உனது அழகிய கணுக்காலை முதன்முதலாகப் பார்த்த நாள் தானே?"

"ஆமாம்."

"அதன் பிறகு, குறுக்குவழியில் ஏறிச் செல்லும்போது அதை முத்தமிடுவதற்காக நான் முட்டிக்காலில் நின்று உன்னிடம் யாசித்தேன்."

"அதற்கு நான் சம்மதிக்கவில்லையா?"

"சம்மதித்தாய், சம்மதித்தாய். ஆனால் அதற்கும் நீ காசு வாங்கிக் கொண்டாயே."

"உன்னிடம் காசு இருந்ததால் தானே கேட்டேன்?"

"ஐந்தாம் ஜார்ஜ் மன்னனின் தலை பொறித்த ஓரணா காசு தானே?"

"ஓரணாவானாலும், இரண்டணாவானாலும் காசு காசு தானே?"

"அது இருக்கட்டும். அரையணா வரை தருகிறேன் என்று நான் கெஞ்சினேன். அப்படியிருந்தும் நீ ஒத்துக்கொள்ளவில்லை. ஓரணா முழுமையாக வேண்டுமென்றாய் அதுவும் ஒரு முத்தத் திற்கு."

"உனக்கு அப்போது பணத்தின் தேவை இல்லை. அதனால் தான் நான் உன்னை கட்டாயப்படுத்தி வாங்கினேன்."

"தேவைப்பட்டிருந்தால் நீ எனக்குக் காசு கொடுத்திருப்பாய் அப்படித்தானே?"

"நிறுத்து! அந்த ஓரணாவுக்காக நீ என் கணுக்காலைக் கடித்துக் குதறிவிட்டாய் அல்லவா?"

திடீரென்று போட்ஹவுஸின் கதவு வேகமாக உதைத்துத் திறக்கப்பட்டது. ஒரு போலீஸ்காரன். ஒரு ரைஃபிள் நீண்டது. போட் ஹவுஸைச் சுற்றிலும் பூட்ஸ் அணிந்த கால்கள் வேகமாகச் சப்தித்தன.

ரைஃபிள் நீட்டிய போலீஸ்காரன் கத்தினான்:

"ஹான்ஸப்!"

பையன் தலையைத் தூக்கிப் பார்த்தான். கையைத் தூக்க வில்லை. பிரியா இடது கையை உயர்த்தினாள். வலது கையால் பிராவுக்குள்ளிருந்த பிஸ்டலை மெதுவாக எடுத்து பையனது மார்பை நோக்கி நீட்டிக்கொண்டு வேதமந்திரம் ஓதினாள்:

"அரசியல் அதிகாரம் ஒரு துப்பாக்கியின் குழலிலிருந்து வளர்வதைப் போல, கண்மூடித்தனமான காதலின் கடைசி மூச்சும் அந்தத் துப்பாக்கியின் குழலிலிருந்துதான் உற்பத்தியானது."

துப்பாக்கி வெடித்தது-

பதினான்கு

ப்ராஸிக்யூட்டர் கேட்பதற்கு முக்கியமாக ஒன்றுமில்லை. பிரியா நீதிபதியிடம் அனைத்தையும் கூறிவிட்டாள்:

"நான் குருதிக்கும் குரூரத்திற்கும் நக்சலிஸத்திற்கும் எதிரானவள். உண்மையான கொலைகாரன் ரவிதான். அவனைத் தான் நான் கொன்றேன். பையன் எனது காதலன். அவன் ஒரு கொசுவைக் கூடக் கொல்லமாட்டான். நானும் அவனைக் கொல்லமாட்டேன். அடுத்து, பரிசீலித்துப் பார்க்க வேண்டியது ரவிக்கும் பையனுக்கும் ஒரே மாதிரியாக அமைந்துள்ள அசாதாரணமான முகத்தோற்றம். அதற்கான பரிகாரம் என்ன வென்று எனக்குத் தோன்றவில்லை. என்னவானாலும் நீதிமன்றம் கூறும் தீர்ப்புக்குத் தலைவணங்குகிறேன்."

உருவ ஒற்றுமை பற்றிய ஆழமான விசாரணைக்குள் கோர்ட் செல்லவில்லை. முக்கியமான குற்றத்திற்கு எளிதான தண்டனை விதித்தது:

"சமூக நோக்குடன் ஒரு நற்செயல் புரிந்ததாகப் பிரியதர்ஷினி யைக் கோர்ட் ஆயுள் முழுவதும் விடுதலை செய்திருக்கிறது. கூடவே பையனையும் விடுதலை செய்கிறது."

பதினைந்து

"பிரியமானவளே, நான் சாயங்காலம் கொச்சி மெயிலில் ஊருக்குப் புறப்படுகிறேன்"- பையன் கூறினான்.

"இன்றைக்கா?"

"இன்றைக்குத்தான்."

"முடியாதுடா கண்ணா! அந்த ஆசையை நீ உன் மனதுக் குள்ளேயே வைத்துக்கொள்."

"பிறகு நான் என்ன செய்வதாம்?"

“நீ மெட்ராஸ் பட்டணத்தில் நுங்கம்பாக்கத்தை மட்டும் தானே பார்த்திருக்கிறாய்?”

“ஆமாம்.”

“அப்படியென்றால் கோடம்பாக்கத்தையும் பார்த்துவிட்டு நான்கு நாட்களுக்குப் பிறகு போனால் போதும்.”

பதினாறு

வெள்ளித்திரையில் மம்முஸாய்பின் க்ளோசப். தலைவர் மம்மு: “உனக்கு மட்டும்தான் படம் எடுக்கிறதுக்கு திறமை இருக்குன்னு நெனைப்பா? போடா போ.”

ஒலிச்சித்திரம்

சமீபத்தில் தண்டனையிலிருந்து தப்பிய திரைப்படம் ஒன்று நன்றாக ஓடுவதற்கான அறிகுறிகள் தென்பட்டன. ஒரு வாரம் ஆன பிறகும் திரையரங்கில் முதலிரவைப் போல் நல்ல கூட்டம். இரண்டாவது வாரம் என்று எழுதி ஒட்டியதற்கு கீழே ஜனத்திரள். கலையம்சம் நிறைந்த படமாக இருக்க வேண்டும், பையன் நினைத்தான். இல்லையென்றால் மக்கள் இவ்வளவு ஆர்வத்துடன் வரமாட்டார்கள். மேட்னி ஷோ என்று சொல்லப்படுகின்ற பகல் மூன்றரை மணிக்காட்சிக்குத்தான் இவ்வளவு கூட்டம். இந்தக் காட்சியில் படத்தை முழுமையாகக் காட்டமாட்டார்கள் என்று தொடர்ந்து இரு காட்சிகளையும் பார்த்தவர்கள் கூறுகின்றனர். அப்படியானால் ஒன்ஸ்மோர் கூச்சல்கள் தொடர்ந்து ஒலிக்கின்ற ஆறரை மணிக்காட்சிக்கும், ஒன்பதரை மணிக் காட்சிக்கும் எவ்வளவு கூட்டம் இருக்கும்!

ஃபர்ஸ்ட் கிளாஸ் டிக்கட் கவுண்டரிலும் நீண்ட வரிசை. கால இடங்களுக்கேற்ப அழகாக ஆடையணிந்த க்யூ. பையன் வரிசையின் பின்னால் நின்றான். வரிசை நகரவில்லை. கவுண்டர் திறக்கவில்லை என்று தோன்றுகிறது. குதிகாலில் மாறி மாறி உடல் பாரத்தைத் தாங்கி நிற்கும்போதுதான் வரிசையில் மூன்று பேருக்கு முன்னால் நிற்கின்ற பிரியதர்ஷினியைக் கண்டான்.

“கண்ணே பிரியா, கதை எழுதுபவளே!” பையன் அழைத்தான்.

பிரியதர்ஷினி திரும்பிப் பார்த்தாள்.

“திரைக்கதை எப்படி எழுதுவதென்று கற்றுக் கொள்ளத் தானே?” பையன் மூன்று தலைகளுக்கு மேலே எட்டிப் பார்த்துக் கேட்டான். சற்று அதிகப் பிரசங்கித்தனமாகப் பேசி விட்டதாகத் தோன்றியது. வரிசையில் நிற்பவர்கள் தன்னை உற்று நோக்குவதைக் கண்ட பிரியதர்ஷினி வரிசையிலிருந்து வெளியேறி தனியாக ஓரிடத்தில் நின்றாள். பையன் வரிசையைக் குறுக்காகக் கடந்து அவளருகே சென்றான்.

ஒன்று, இரண்டு, மூன்று, நான்கு, எட்டு, பதினாறு என்ற நிலக்கணக்கியல் விகிதத்தில் குசல விசாரிப்பு நீண்டு சென்றது. அப்போதும் க்யூ அசையவில்லை. "கவுண்டரில் ஹூமன் ஃபெயிலியரா அல்லது கரண்டு ஃபெயிலியரா?"

இரண்டில் ஒன்றாகத்தான் இருக்க வேண்டுமென்று பிரியா கூறினாள்: "எய்தர் ஆப் தி டூ."

"நாம் போய் ஒரு ட்ரிங் சாப்பிடலாம்" பையன் கூறினான்: "அதன் பிறகு ஃபர்ஸ்ட் ஷோ பார்க்கலாம்."

பிரியா சரி என்றாள். சாலையைக் குறுக்காகக் கடக்கும் போது பையன் அவளது கையைப் பிடிப்பதற்கு முயற்சி செய்தான்.

"இதெல்லாம் கலியாணத்திற்குப் பிறகு" பிரியா கூறினாள்.

ட்ராகன் ரெஸ்ட்டாரண்டில் நுழைந்தனர். வாதம் பிடிபடுவதற்கு வாய்ப்பாக அமைக்கப்பட்டிருந்த தெற்குப் பக்கத்து ஹாலில் மங்கிய வெளிச்சம் நிறைந்த ஒரு மூலையில் சென்று அமர்ந்தனர். ரயில்வே ஸ்டேஷன் பிளாட்பார வியாபாரியின் அரம்போலும் கூர்மையான குரலில் பையன் கேட்டான்:

"டீ ஆர் காஃபி? ஹாட் ஆர் கோல்டு?"

பிரியா அவனை அடித்துப் பஞ்சராக்கினாள். தட்டை முதுகுக்குப் பின்னால் பிடித்துக் கொண்டு குனிந்து நிற்கின்ற வெயிட்டரிடம் அவள் கூறினாள்:

"லுக், ஹாம்பர்கர் அண்ட் ப்ராஸர் பீர்."

பையனுக்குப் பேச்சு திரும்பி வருவதற்கு அரைமணி நேரமானது. அவன் நார்மலாகி விட்டான் என்பதை அறிந்து கொண்ட பிரியா, எமதர்மன் இசையமைத்த வரிகளில் கேட்டாள்:

"நான் ஸ்கிரீன்பிளே எழுதுறதுக்குக் கத்துக்கிறேன்னு உங் கிட்ட யாரு சொன்னது?"

"நான் கேள்விப்பட்டேன். அப்புறம் இன்னொரு விஷயம், ஸ்கிரீன்பிளே இல்லை ஸ்கிரீன் ஸ்டோரிதான் சரி."

"யார் சொன்னது?"

"நான் சொல்றேன்."

“போ, ஒரு ரோஜாப்பூவை இன்னொரு பேர்ல சொல்றதுல என்ன தப்பு?”

“ஸ்கிரீன்பிளேன்னு சொன்னா சினிமாவில் நாடகக் கூறும் கலந்துதான் வரும். இதை முழுமனதோடு கைவிட வேணும்னு எல்லாம் தெரிஞ்ச நான் மீண்டும் சொல்ல வேண்டியதில்லையே.”

பிரியா சிரித்தாள்.

“நான்கு மணியாகிறது, இனி என்ன செய்வது?”

“ஆறரை மணிக் காட்சிக்குப் போகலாம்.”

“அதுவரை?”

“வீட்டில் போய் இருப்போம்.”

“யார் வீட்டில்?”

“பிரியா! சாய்ஸ் உன்னுடையது.” பையன் கூறினான்: “சாதாரணமாக உன்னுடைய வீடென்று நீ சொல்வாய். எனக்கோ அதைவிட மேலான இரக்ககுணம் படைத்த செட்டியார் ப்ரடியூஸர் யாரையும் தெரிஞ்சிக்கிறதுக்கும் வழியில்லை.”

தட்டில் நீலநிறத்தில் கிடந்த பில்லைப் பார்த்துப் பிரியா கேட்டாள்:

“இதை எடுத்து நான் பில்தொகையைக் கொடுக்கும் போது நீ வழக்கம்போல் அந்தப் பக்கம் திரும்பிக் கொள்வாயே?”

“ஆமாம்.”

ரெஸ்ட்டாரன்டிலிருந்து வெளியே வந்தனர். ஸ்கூட்டரில் அவளுடைய இருப்பிடம் சென்றனர். மணிமாளிகை போன்ற சமையலறைக்குள் சமையல் செய்யும் வேகத்தில் நுழைந்த பிரியா கூறினாள்:

“டின்னர் செய்து முடித்த பிறகு ஆறரை மணிக்காட்சிக்கு போவோம்.”

“அது தேவையா? அப்பத்தால் மட்டும்தான் மனிதன் உயிர்வாழ்கிறானா?”

“எனக்கு அப்பமும் வேண்டும்.”

ஸ்டவ் அடுப்பை மூட்டுவதற்கு தீப்பெட்டியை எடுத்தாள். அப்போது பையன் கூறினான்:

“சரி, இதையாவது கேள்.”

“சொல்.”

“சமீபத்தில் ஒரு பிரபலமான நடிகையை நான் சந்தித்த கதையை உங்கிட்டச் சொன்னேனா?”

“இல்லையே.”

“வெல், ஒரு நாள் காலை கன்னிமாரா ஹோட்டலில் டால்பின் ஸ்விம்மிங் பூல் படியிலிருந்து ஒரு மார்ட்டினி வித் டபிள் ஆலீவ் சாப்பிட்டுக்கிட்டிருந்தேன். அப்போது அந்த நடிகை வந்தாள். அன்று அவளுக்கு ஷூட்டிங் இல்லை. முதல் நாள் படப்பிடிப்பில் ஷூட்டிங் குழுவினர் அனைவரும் இறந்து விட்டனர். அவளுடன் அவளது ஏஜெண்டும் லையசன் ஆபீஸரும் ஃபிலிம் ஜர்னலிஸ்டுமான ஒருவன் இருந்தான். தனியொருவனாக அனைத்து வேலைகளையும் செய்வதால் அவனது பெயர் அனேகன். அவன் எனது நண்பன், அவன் என்னை நடிகையிடம் அறிமுகப்படுத்தினான்.”

‘இவரைத் தெரியுமா?’

இல்லையே என்றாள் நடிகை.

‘எனக்கு உங்களைத் தெரியும்’ நான் கூறினேன்: ‘நீங்கள் நடிகையாவதற்கு முன்பு காற்றில் குரலைப் பரவ விடுவதற்கான ஒரு வாய்ப்பை எதிர்பார்த்து வானொலி நிலைய வாசலில் கால்கடுக்க நின்றதை நான் பார்த்திருக்கிறேன்.’

அவமானம். வேறு யாராவது இதைக் காதில் வாங்கினார்களா என்பதை அறிய நடிகை நாலாப்பக்கமும் பார்த்தாள். பின்னர் குரலைத் தாழ்த்திக் கூறினாள்:

‘சரிதான், நாம் இருவரும் ரேடியோ நாடகத்தில் ஒன்றாக நடித்தது நினைவுக்கு வருகிறது.’

அபிநயத்துடன் அனேகன் இடைபுகுந்தான்.

‘இவர் நடிகர் திலகம் இல்லை. கதை, சிறுகதை எழுத்தாளர். ஷார்ட்ஸ்டோரிதான் அதிகம் எழுதியுள்ளார்.’

அப்போது நடிகை கூறினாள்:

'அப்படியானால் உங்களுடைய எல்லாக் கட்டுரைகளையும் நான் படித்திருக்கிறேன்.'

பிரியா பையனின் தோளில் சாய்ந்து சிரித்தாள்: "அப்புறம்?"

பையன் கூறினான்:

"உடனே, இன்ஸ்டன்டாக ஒரு படத்தில் நடிப்பதற்காக ஊர்வசியாகிய அவளுக்கு நான் அழைப்பு விடுத்தேன்."

"உன் வலையில் சிக்கினாளா?"

"விழுந்தே விட்டாள். எனக்கும் கொஞ்சம் பணம் கிடைத்தது."

சப்தம் குறைந்தது பிரியா பையனுக்குள் மூழ்கினாள்.

ஆபத்பாந்தவன் அவளை மெதுவாக தழுவி அணைத்துக் கொண்டான்.

விழித்தபோது ஆழ்ந்த நித்திரையிலிருந்து விடுபட்டதைப் போல் இருந்தது. சாப்பிட்டுவிட்டு ஓய்வெடுத்ததைப் போலவும் மீண்டும் சாப்பிடத் தோன்றுவது போலவும் இருந்தது.

கட்டிலில் கையூன்றி எழுந்து பிரியாவுக்கு அந்தப் பக்கம் மேசையில் கழட்டி வைத்திருந்த கடிகாரத்தை எடுத்துப் பார்த்தான். சிறப்பாக வடிவமைக்கப்பட்ட கடிகாரமானதால் இருட்டிலும் முட்கள் பளபளத்தன.

எட்டுமணி கழிந்துவிட்டது.

கடிகாரத்தைத் திரும்ப வைக்கும்போது பிரியா அசைந்தாள். தூக்கக் கலக்கத்தில் கேட்டாள்.

"மணி என்ன?"

"மணி எட்டைக் கடந்துவிட்டது."

"சரிதான். ஃபர்ஸ்ட் ஷோவும் அவ்வளவுதானா?"

"அதுமட்டுமல்ல" பையன் கூறினான்: "ஒரு பழைய நகைச்சுவையை எண்ணிப் பார்க்கும் போது, படத்தின் மிகவும் முக்கியமான கட்டம் இப்போதுதான் ஓடிக் கொண்டிருக்கும்."

"அதென்ன கட்டம்?"

“இடைவேளை.”

பிரியா நெளிந்தாள்:

“திஸ் கால்ட் ஃபார் எ கிஸ்ஸிஞ்சர்.”

(இதுதான் இப்போது முத்தமிடும் முறை. அமெரிக்க வெளியுறவுத்துறைச் செயலாளரின் பாணி)

பலவிதத்திலும் பல கோணத்திலும் முத்தமிட்டபின் பையன் கேட்டான்:

“விளக்குப் போடட்டுமாடீ?”

“நான் உடையணிந்த பிறகு.”

அப்படிச் செய்தபின் சுவிட்சைத் தட்டினான். பிரியா பையனை வியப்புடன் பார்த்தாள். வியப்புடன் அல்ல வெகு தொலைவிருந்து பார்ப்பதைப் போல வெகுதொலைவி லிருந்து அல்ல முதன்முதலாகப் பார்ப்பது போல.

“பிரியா என்ன பார்வை இது?” பையன் கேட்டான்: “என்றோ கேட்டு மறந்த ஒரு பழிச்சொல்லை நினைவுபடுத்துவதுபோல்.”

அவளது கண்களில் பிரகாசம் ஓடிவந்து நிறைந்தது.

“நீ இப்போது கூறியது டெரிஃபிக் மோகன்.”

“மோகனா?”

“யெஸ்.”

பையன் பெருமூச்சுடன் தொடங்கினான்.

“இறுதியில் இப்படி ஆகிவிட்டாயா? நான் அவன் இல்லடீ?”

பையனைப் பார்த்துப் பிரியா வியப்படைந்தாள்:

“ஹெவன்ஸ்! அண்ட் மீ திங்கிங் ஆல் தி டைம் யூ வேர் ஹிம்.”

“தி அதர் பையன்?”

“யெஸ்.”

“உன் குற்றமல்ல” பையன் கூறினான்: “ஒருவன் ஒரு பெண்ணை எவ்வளவுதான் அதீதமாகக் காதலித்தாலும், கடைசியில் எல்லாம் நீர்மேல் எழுத்தாக முடிந்துவிடுகிறது.”

பிரியா கைவிரல்களால் அவனை அமைதிப்படுத்தினாள்.

நாற்காலியின் மீது கிடந்த உடைகளைப் பார்த்தவாறு பையன் கூறினான்:

"சரி, நான் புறப்படுறேன்."

"எங்கே போகிறாய்?"

"நகரத்தின் நடுப் பகுதிக்கு."

"மோகனிடம் சொல்வதற்காகவா."

"சே! அதெல்லாம் இல்லை, சும்மா..."

"சரி விடு, அவன் நானாக மாறிவிட்ட நிலையில் இனி சொன்னால்தான் என்ன?"

பிரியா கண்களை இறுகமூடித் திறந்தாள்.

"அதற்கில்லை."

"பிறகு?"

"யாரா இருந்தாலும் சரி, காலையில் போனால் போதும்."

சினிமா

சாயங்காலம், விமான நிலையத்திலிருந்து புறப்பட்ட ஜெனரலின் கார் பாதுகாப்பு வாகனத்தைப் பின் தொடர்ந்து ஆர்மி ஹவுஸை நோக்கி விரைந்து கொண்டிருந்தது. அண்ணனும் - ஜெனரல் ஜெயதேவன் - நானும் பின் சீட்டில் அமர்ந்திருந்தோம். முன்சீட்டில் பையனும் டிரைவரும். எ.டி.ஸி அனைவரும் ஜீப்பில் உள்ளனர். நெடுஞ்சாலையில் செல்லும் போது குறிப்பிட்ட இடைவெளிகளில் அமைந்துள்ள நியான் விளக்குகளின் வெளிச்சம் காருக்குள் நுழைந்து மறைந்து கொண்டிருந்தது.

"அண்ணனுடைய பிரிவு உபச்சார விழாவும், பரேடும் இன்றைக்குச் சிறப்பாக நடந்திருக்குமே?" நான் கேட்டேன்.

எனது தோளில் கைவைத்தவாறு அண்ணன் கேட்டார்:

"அப்புறம் என்ன காரணம் சொல்லப் போகிறாய்? நேற்றைக்கே ஏன் புறப்படவில்லை?"

"ராணுவத்திலிருந்து விடைபெறும் தங்களது நிறைவு நாள் நிகழ்ச்சிகளில் கலந்து கொள்வதைப் பற்றி நினைத்தவுடன் ஏனோ துயரமாக இருந்தது"- நான் கூறினேன்: "அது ஒரு காரணம்."

"நீங்கள் தலைநகரிலேயே தங்குவதற்கு தீர்மானித்ததாலும் திருமணம் செய்து கொள்ளாமல் தனியாளாக இருக்கின்ற தங்களுக்கு ஒரு துணையாக இருக்குமே என்பதாலும்....."

நான் சொல்லிமுடிப்பதற்குள் பையன் பின்னால் திரும்பி கூறினான்:

"நாங்கள் உங்களுடன் அஞ்ஞாதவாசம் நடத்த முடிவு செய்து விட்டோம்"

அண்ணன் சிரித்தார்:

"யார் எடுத்த முடிவு இது?"

"நான் எடுத்த முடிவு."

"சாப்பாட்டுக்கெல்லாம் ஏற்பாடு செய்திருக்கிறீர்களா? அல்லது என்னையே சாப்பிடுவதென்று தீர்மானமா?"

"அதெல்லாம் தயார் செய்துவிட்டோம்."

"எப்படி?"

"நான் இங்குள்ள ரிசர்வ் வங்கிக்கு ட்ரான்ஸ்பர் வாங்கி விட்டேன்."

அண்ணன், பையனைச் சுட்டிக்காட்டி:

"இவன்?"

"பையன் இஸ் பிக் க்கை நவ்" நான் கூறினேன்: "வாய்ஸ் ஆஃத நேஷனில் தொலைக்காட்சி அறிவிப்பாளனாக அவன் நடிக்கப் போகிறான்."

அண்ணன் தலையைப் பின்னுக்குச் சாய்த்துச் சிரித்தார்: "ரிமார்க்கபிள்! ரியலி அண்ட் அவுட் ப்ளாங்கிங் மூவ். முதன் முதலாக நீங்கள் என்னை ஒரு போரில் தோற்கடித்து விட்டீர்கள்."

நான் கூறினேன்: "விவேகத்துடனும், துப்பாக்கி எடுத்தும் போர் புரிவதில் தாங்கள் ஒரு நெப்போலியனாக இருந்தாலும் பாடப்புத்தகத்தில் கூறியுள்ளபடி ஒரு சாய்வு நாற்காலியில் அமர்ந்துகொண்டு என்னாலும் யுத்தம்புரிய முடியும்."

அண்ணன் என்னைக் கட்டிப்பிடித்துக் கொண்டார்.

"அண்ணா, சர்வீஸஸ் ஹவுஸுக்குப் போய்க் கொஞ்சம் 'குடித்து' விட்டுத்தானே ஆர்மி ஹவுஸுக்குப் போகிறோம்?" பையன் கேட்டான்.

"வேண்டாம் மகனே" அண்ணன் கூறினார்: "எனக்கான எல்லாக் கொண்டாட்டங்களும் முடிந்துவிட்டன. மீண்டும் ஒரு முறை எல்லோரையும் சென்டிமென்டாக்குவதற்கு என்னால் முடியாது. மாவீரன் மோண்ட்கோமரி கூறியது போல், ஒரு கதாநாயகன் தற்புகழ்ச்சிக்கு முற்றுப்புள்ளி வைக்கவேண்டிய ஒரு கட்டமிருக்கிறது."

“அது நேற்று முடிந்துவிட்டது.”

“பையா, நீ குடிக்க வேண்டும் அவ்வளவுதானே?” நான் கூறினேன்: “வீட்டில் இருப்பதைக் குடித்து குடித்து குடியில் மூழ்கிப் போ.”

“எனக்குப் பட்டைச்சாராயம்தான் வேண்டும்” பையன் கூறினான்.

“அது கிடைக்காது” அண்ணன் கூறினார்: “ஸ்பிரிட் தருகிறேன் குடலுக்கு நல்லது.”

சென்ட்ரி பாக்ஸ் கடந்து உள்ளே நுழைந்த வாகனம் ஆர்மி ஹவுஸுக்கு முன் நின்றது. தான் மிகவும் அன்பு வைத்திருக்கின்ற கர்னல் ஜானகிராமை மட்டும் நிற்கச் சொல்லிய அண்ணன் பிற ஆபீஸர்களை அனுப்பிவிட்டார்.

நாங்கள் வரவேற்பறைக்குள் நுழைந்தோம். ஆர்டர்லிகள் அட்டென்ஷனில் நின்றனர். அண்ணன் ட்ரிங்க்ஸ் வரவழைத்தார்.

சியேர்ஸ் சத்தங்கள் எழுந்து அடங்கின. விஸ்கியை உறிஞ்சத் தொடங்கியபோது நான் அண்ணனிடம் கேட்டேன்.

“அண்ணா நான் ஒன்று கேட்கட்டுமா?”

“நிறையவே கேளுடி?”

“நீங்கள் ஏன் ஒரு ஃபீல்டு மார்ஷலாகப் பணி ஓய்வு பெறுவதற்கு ஒத்துக்கொள்ளவில்லை? அரசாங்கம் ஒரு வெள்ளித் தட்டில் வைத்து உங்கள் முன் நீட்டிய வெகுமதியை ஏன் நிராகரித்தீர்கள்?”

ஸ்காட்ச் தம்ளரைக் கையில் சுழற்றியவாறு அண்ணன் கூறினார்.

“அது என்னுடைய ஒரு ஃபிக்ஸேஷன். ஃபீல்டு மார்ஷல் என்ற ரேங்கில் ஒரு மாவீரனின் தோரணை இருப்பதாக எனக்கு என்றுமே தோன்றியதில்லை.”

“ஜெனரல் என்று சொன்னால் அப்படித் தோன்றுகிறதா?”

“ஆம், பிரசிடெண்ட் ட்ரூமான் மக்கார்தரை டிஸ்மிஸ் செய்தபோது ஜெனரல் கூறிய வார்த்தைதான் என்னை ஆவேசமடையச் செய்கிறது. ஓல்டு ஸோல்ஜர்ஸ் நெவர் டை, தே ப்ட்

அவே.”

“ஓல்டு ஸோல்ஜர்ஸ் என்று சொன்னால் அது ஒரு ஜெனரலைக் குறிக்குமென்றா உள்மனம் சொல்கிறது?”

“யெஸ் பேபி.”

“அண்ட் யூ வாண்ட் டூ ப்ட் அவே தாட் வே?” பையன் கேட்டான்.

அண்ணன் சிரித்தார்.

“அப்படியானால், நாளை உங்களைக் கௌரவிப்பதற்காக அரசாங்கம் கொடுக்கக்கூடிய அந்த நட்சத்திர முத்திரைகூட ஒரு பைவ்ஸ்டார் ஜெனரலாகிச் சிறிது சிறிதாக தேய்ந்து மறைந்துவிடும் என்பதற்காகத்தான் இருக்கும்!” நான் கூறினேன்.

“ஒரு ஃபோர்ஸ்டார் ஜெனரலாக என் பணியை முடித்துக் கொண்டால் ஒருவேளை நான் அழுதுவிடுவேன் இல்லையா?”

“நாளை எத்தனை மணிக்கு நிகழ்ச்சி?” பையன் கேட்டான்.

“காலையில் பத்துமணிக்கு” கர்னல் ஜானகிராம் கூறினார்.

“கவர்ண்மெண்ட் ஹவுஸில் பால்ரூமில்.”

“எனக்கு அழைப்பு இல்லையா?” பிரியா கேட்டாள்.

சர்ட்டன்லி கர்னல் கூறினார்: “நீங்கள் இருவருமே அங்கே இருப்பீர்கள்.”

“தாங்க்ஸ்” பையன் கூறினான்: “ஆனால் எனக்கு அழைப்பிதழ் தேவையில்லை. டிவி. காரனாகத்தானே நான் அங்கே வருகிறேன்.”

“எனி வே.”

அப்புறம் இன்னொரு விஷயம், என்னையும் பையனையும் பார்த்துவிட்டு அண்ணன் கேட்டார்.

“நீங்கள் இருவரும் திருமணம் செய்துகொள்வதாகத் திட்டம் ஏதாவது இருக்கிறதா?”

“இல்லை” நான் கூறினேன்.

“அப்புறம்?”

“அண்ணனைப் போலப் பிரம்மச்சரிய சுகத்தை அனுபவிக்கப் போகிறோம்.”

“அதில் எங்கேயோ ஒரு தவறு இருப்பதாகத் தோன்ற வில்லையா?”

“என்ன தவறு?”

“நான் ஏகன். நீங்களோ கடகத்துக்கு முன்னே இருக்கும் மிதுனங்கள்.”

“மிதுனங்கள் திருமணம் செய்யாமல் வாழமுடியாதா?”

அண்ணன் சிரித்தார்:

“ஸிமோன் தொ போவாவும் ஸார்த்ரரும் போல?”

“அண்ணா இந்த ஒப்புமை கொஞ்சம் கூடுதலாகிவிட்டது போல் இல்லையா?”

மேற்கத்திய பாணியில் அண்ணன் அழகாகத் தோளைக் குலுக்கினார்.

“எனக்குத் தெரியாது. அது உங்கள் தாழ்வு மனப்பான்மையின் ஆழத்தைப் பொறுத்தது.”

காலை ஒன்பது மணிக்குப் பிறகு அண்ணன் சம்பிரதாயப்படி ஜெனரலின் சீருடை அணிந்து வெளியே வந்தார். கர்னல் ஜானகிராமும் ஏ.டி.ஸிகளும் அவருக்குத் துணையாக வந்து நின்றனர். எல்லோருக்கும் பின்னால் நானும் பையனும் தூரமாக நின்றோம். துவைத்து இஸ்திரிபோடப்பட்டு மடிப்பு கலையாத ஆடைகளை அணிந்த உருவங்கள் ஒரு குரூப் போட்டோவுக்குத் தயாராக நிற்கின்றனவோ.

டெலிவிஷன் குழுவினர் கவர்ண்மெண்ட் ஹவுஸுக்கு வந்து சேர்ந்தனர். அலங்காரங்கள் தொடங்கிவிட்டனவா என்பதை அறிந்து கொள்வதற்காகப் பையன் வாய்ஸுக்கு போன் செய்தான். எல்லாம் தயார்.

டைரக்டர் கேட்டார்:

“ஜெனரலுக்கு மேக்கப் ஏதாவது தேவைப்படுமா?”

“பார்க்கலாம்.”

வெளியே வந்து அண்ணனின் முகத்தை உற்றுப் பார்த்த பிறகு பையன் கேட்டான்:

"ஜெனரல், எ லிட்டில் பேஷியல் மேக்கப்?"

"கிட்டே வராதே" அண்ணன் கையை ஓங்கிப் பையனை விரட்டினார். நிகழ்ச்சியின் ஒவ்வொரு பகுதியும் ஒத்திகைப் பார்க்கப்பட்டிருந்தது. ஜெனரல், கர்னல், ஏ.டி ஸிகள் முதலியோர் இரண்டு கார்களில் மோட்டார்பைக் வீரர்களின் பாதுகாப்புடன் கவர்ண்மெண்ட் ஹவுஸுக்குப் பயணமாயினர். கடைசியாகப் புறப்பட்ட காரில் கடைசிப் பெஞ்சுக்காரர்களான நானும் பையனும் மோட்டார்பைக் பாதுகாப்புடன் புறப்பட்டோம்.

கவர்ண்மெண்ட் ஹவுஸின் ராட்சத நுழைவாயிலைக் கடந்த வுடன் அணிவகுத்து நின்ற காட் ஆப் ஆனரை அண்ணன் மேற்பார்வையிட்டார். அதன்பிறகு அவரும் பரிவாரமும் பச்சைப் புல் பட்டுமெத்தை விரித்த லாணைக் குறுக்காகக் கடந்து சென்று மாளிகையில் நுழைந்தனர்.

டெலிவிஷன் குழுவினரும் பையனும் சற்றுதூரம் நடந்தபிறகு அவர்களிடமிருந்து பின்தங்கிப் போன என்னை ஓர் ஆர்மி ஆபீஸர் மரியாதையுடன் தடுத்து நிறுத்தினார்:

"யுவர் கோல்டன் பாஸ், லேடி."

அப்போதுதான் நான் அழைப்பிதழைப் பற்றிச் சிந்தித்தேன். காலையில் கர்னல் என்னிடம் கொடுத்திருந்தார். நான்தான் எடுப்பதற்கு மறந்துவிட்டேன். ஒரு நிமிடம் திகைத்து நின்ற நான் முன்னே நடந்து கொண்டிருந்த பையனை அழைத்தேன்.

அவன் திரும்பிப் பார்த்தான். என்ன நடந்ததென்று புரிந்து கொண்ட அவன் ஓடிவந்து ஆபீஸரிடம் கூறினான்:

"திஸ் இஸ் மிஸ் பிரியதர்ஷினி, தி ஜெனரல்ஸ் சிஸ்டர்."

இடுப்பை வில்லாக வளைத்துக் குனிந்தவாறு மிலிட்டரி எய்ட் கூறினார்:

"அப்போளாஜிஸ், டியர் லேடி. யூ இர் வெல்கம் இன்."

வண்ணமயமாக ஒளிவீசுகின்ற வெல்வெட் திரைச்சீலைகள் தொங்கவிடப்பட்ட பால் ரூமில் ஓர் அதிகாயனைப் போல் அண்ணன் தன் பரிவாரங்களுடன் நுழைந்தபோது அனைவரும்

எழுந்து நின்றனர். அரசுத்துறை செயலாளர்கள், ராணுவம் மற்றும் கப்பல்படை, விமானப்படையின் மேலதிகாரிகள், நகரத்தின் நட்சத்திர அந்தஸ்திலிருந்து கடைந்தெடுக்கப்பட்ட வெண்ணெய் போன்ற பெண்கள், அவர்களின் எதிர் பாலினத்தவரான ஆண்கள் உட்பட அனைவரும் எழுந்தனர்.

பத்துக்கு ஐந்துநிமிடம் இருந்தபோது காபினட் அமைச்சர்கள் அரங்கிற்கு வந்தனர். அதன் பிறகு பிரதமர். அறுபது வயதைக் கடந்த அவர் விறுவிறுவென்று நடந்து வந்து அண்ணனது கைகளைப் பிடித்துக் குலுக்கினார். அண்ணன் அழகாகச் சல்யூட் அடித்தார்.

டெலிவிஷன் கேமராக்கள் செயல்படத் தொடங்கின.

சரியாகப் பத்துமணிக்குப் பால்ரூமின் எதிர்ப்புற வாசலி லிருந்து பாதுகாப்பு வீரர்கள் எழுப்பிய ப்யூகில் ஒலி முழங்கியது. ஜனாதிபதி பிரவேசித்தார். சபையினர் முன் தலைகுனிந்து நின்றபின் மேடையில் ஏறினார். விக்கிரமாதித்தனின் சிம்மாசனம் போல் காணப்பட்ட மூன்று இருக்கைகளில் நடு இருக்கையில் சென்று அமர்ந்தார். அவரது வலது பக்கத்தில் பிரதமரும் இடப் பக்கத்தில் அண்ணனும் அமர்ந்தனர்.

மேடைக்கு முன்னர் கீழே முதல் வரிசையில் அமர்ந்திருந்த காபினட் செயலாளர் கையில் சுருட்டிய காகிதத்துடன் மேடையேறினார். ஜனாதிபதி முன் சென்று தலைகுனிந்து நின்று பாராட்டுப் பத்திரம் வாசிப்பதற்கு அனுமதி கேட்டார். ஒரு சிறு தலையசைப்பின் மூலம் ஜனாதிபதி அனுமதியளித்தார்.

சொற்களை கிரகிக்க வேண்டுமே என்ற பயத்தில் நிற்பதைப் போல் கழுத்தை நீட்டிக்கொண்டு நிற்கின்ற மைக்ரோ போன் களுக்கு முன்னே வந்த காபினட் செயலாளர் காகிதத்தை விரித்துப் படிக்கத் தொடங்கினார்:

"கடந்த மூன்று ஆண்டுகளாக நமது நாட்டின் கிழக்கு மற்றும் மேற்கு எல்லைகளில் நாம் பகைவர்களுடன் போரிட்டுப் பெற்ற வெற்றி அனைத்தும் மிஸ்டர் ஜெயதேவனால் கிடைத்த தேயாகும். அசாதாரணமாகப் படைகளைக் கையாளும் அவரது போர்த்தந்திரம்தான் வெற்றிக்கு அச்சாணி. ஐம்பத்தெட்டு வயதான இந்த ஜெனரல் தன்னையும் நம் தாய் நாட்டையும் தனது புகழால் அலங்கரித்திருக்கிறார்.

நாட்டுக்கு இவர் ஆற்றிய அரும்பெரும் செயலுக்கு நன்றிக்கடனாக ஆயுட்காலம் முழுவதும் இவரை ஒரு ஃபைவ் ஸ்டார் ஜெனரலாகப் பதவி உயர்வு கொடுத்து கௌரவிப்பதாக இதன் மூலம் ஜனாதிபதி அவர்கள் அறிவித்துக் கொள்கிறார்.

இவருடைய சேவை இனிமேலும் நாட்டுக்குத் தேவை. கர்மவீரர்களை நாம் எப்போதும் மறந்துவிடமாட்டோம்."

ஃப்ளாஷ் விளக்குகளின் பிரகாசம். தொலைக்காட்சிகளின் உறுமல். கைகுலுக்கல்களின் இசை. ஜனாதிபதி எழுந்து ஜெனரல் ஜெயதேவனது தோளில் புதியதோர் நட்சத்திர முத்திரையைப் பதிக்கிறார். பின்னர் கைகுலுக்குகிறார். முதலில் ஜனாதிபதிக்கும் அதன்பின் பிரதமருக்கும் சல்யூட், கை குலுக்கல்கள்.

ஜனாதிபதியும் பிரதமரும் மேடையிலிருந்து இறங்கினர். அவர்களைத் தொடர்ந்து அண்ணனும் இறங்கி வந்து விருந்தினர் கூட்டத்தில் கலந்தார். பிரமுகர்கள் பலரையும் கடந்து முன்னே சென்ற பையன் ஜனாதிபதி முன் நின்று கூறினான்:

"கேமராவுக்கு முன் ஒரு நிமிடம், மிஸ்டர் பிரசிடெண்ட்."

"யெஸ்."

மைக்கை அவர் முன்னே நீட்டினான்.

"சார், ஜெனரல் ஜெயதேவனைப் பற்றி ஒரு வார்த்தை."

ஜனாதிபதி கேமராவைப் பார்த்துக் கூறினார்:

"இனிமேல் வார்த்தைகளுக்கு அவசியமில்லை. ஜெனரல் ஜெயதேவன் நமது இதிகாசத்தில் இடம் பிடித்துவிட்டார்."

கேமரா பிரதமரை நோக்கித் திரும்பியது அவர் கூறினார்:

"நாம் நம்மைக் கௌரவப்படுத்திக் கொண்டோம். ஐயாம் ப்ரவுட் ஆப் தி ஜெனரல்."

புது ராணுவத் தளபதி, ஜெனரல் கர்ணிசிங் கூறினார்:

"ஜெனரல் ஜெயதேவனுக்குப் பிறகு தலைமைப் பொறுப்பை ஏற்கவிருக்கின்ற எனக்கு ஒரே உந்துசக்தியாக இருப்பது அவரும் அவர் அரவணைப்பில் வளர்ந்த வீரர்களும்தான், எல்லா ரேங்கிலும் எனது வாழ்த்துகள்."

கூட்டம் இரண்டாகப் பிரிந்தது, தேநீருக்கான சிற்றுண்டி வகைகள் பரப்பப்பட்டிருந்த மார்னிங் அறையை நோக்கி நடந்த ஜனாதிபதி, பிரதமர், அண்ணன் மற்றும் முப்படைத் தளபதிகளுடன் நானும் நகர்ந்தேன். பிற விருந்தினர்கள் அவர்களுக்கென ஒதுக்கப்பட்டிருந்த இடத்துக்கு நகர்ந்து கொண்டிருந்த நேரத்தில் பையன் மட்டும் தயங்கி நின்றான். நான் அவனை என்னருகே வருமாறு அழைத்தேன்.

பிரதமர் என்னை உற்றுநோக்கத் தொடங்கியபோது அண்ணன் கூறினார்:

"எனது சகோதரிதான் சார், மிஸ். பிரியதர்ஷினி. இங்கே ரிசர்வ் பேங்கில் வேலை செய்கிறார்."

"பிரியதர்ஷினி....." பிரதமர் ஏதோ சிந்தனை செய்பவரைப் போல் பேசினார். பிறகு திடீரென்று கேட்டார்:

"பணவீக்கத்தின் சகட சித்தாந்தம்' என்ற நூலை எழுதிய பிரியதர்ஷினி நீங்கள் தானே?"

"ஆமாம் சார்."

"எ குட் பீஸ், நான் அதைப் படித்திருக்கிறேன். யு ஹேவ் நோ டவுட் ஸெட் சம்திங் ஒரிஜினல் தேர்."

பேச்சைக் கவனித்துக் கொண்டிருந்த ஜனாதிபதி கேட்டார்:

"வேர்?"

பிரதமர் என்னை அவருக்கு அறிமுகப்படுத்தினார். நூலைப் பற்றிக் கூறிய ஜனாதிபதி புன்னகைத்தார்.

"ஃபைன், செண்ட் மி தி ஸ்டாப்."

"மோஸ்ட் ஸர்ட்டன்லி, சார்."

அதன் பிறகு, அண்ணன், பையனையும் அறிமுகப்படுத்தினார்.

ஒரு கேக் துண்டை எடுத்துக் கொண்டே பிரதமர் கூறினார்:

"ஓகோ! தி இமேஜ் பில்டர்!"

பையன் என் காதுக்குள் கிசுகிசுத்தான்:

"கேட்டாயா, அதற்கு பொருள் என்ன தெரியுமா? நான் ஒரு முட்டாளாம். வாட் ஏ பிட்டி!"

பிரதமர் திரும்பி நின்று கேட்டார்:

"வாட் டிட் யூ ஸே?"

நான் கூறினேன்: "இமேஜ் பில்டர் என்பதன் அர்த்தம் அடிமுட்டாள் என்று பையன் கூறுகிறார்."

பிரதமர் வாய்விட்டுச் சிரித்தார்.

இறுதி வார்த்தை ஜனாதிபதியினுடையது:

"நோ நோ! இந்த நாட்டில் டி.வி. ஸ்டாரும் புத்திசாலிதான். வொய், நகரத்தில் உள்ள அச்சகங்களில் இருக்கும் இயந்திரங்கள் கூட அறிவாளிகள்தான்."

பையன் பதுங்கிவிட்டான்.

ஜெனரல் ஜெயதேவனை வழியனுப்புவதற்காக கவர்ன்மெண்ட் ஹவுஸின் போர்டிகோவில் இண்டர் சர்வீஸஸ் ஆப் ஹானர் அணிவகுத்து நின்றது. அணிவகுப்பைப் பார்வையிட்ட பிறகு புதுத் தளபதியிடம் பொறுப்பை ஒப்படைப்பதற்காக அண்ணனும் ஜெனரல் கர்ணிசிங்கும் பாதுகாப்புப் படையினர் சூழ்ந்துவர தலைமையகத்தை நோக்கி ஒரு மோட்டார் காரில் வேகமாகப் பறந்தனர்.

சிறப்பு விருந்தினர்கள் சென்றவுடன் திடீரென்று சாதாரணக் குடிமக்களாகிவிட்ட நானும் பையனும் நேருக்குநேர் பார்த்துக் கொண்டு நின்றோம். அவன் கேட்டான்:

"நீ என்ன செய்யப் போகிறாய்?"

"பேங்கிற்குச் சென்று எனது இருக்கையைத் தக்க வைத்துக் கொள்ளப் போகிறேன், நீ?"

"ஸ்டுடியோவுக்கு, இந்த ஃபிலிமையெல்லாம் எடிட் செய்ய வேண்டாமா?"

"அப்படியானால்?"

"சாயங்காலம் சந்திக்கலாம்."

"நான் எப்படிச் செல்வேன்?"

"டாக்சி பிடித்து உன்னை உனது அலுவலகத்தில் இறக்கி விட்டுவிட்டு நான் செல்கிறேன்."

"மிகவும் நல்லது. அப்படியானால் டாக்சி வாடகை நீ கொடுப்பாய் அல்லவா!"

எனது தோளில் கை வைத்து அவன் கூறினான்:

"என் அழகான ராட்சசியே! நீ எப்போதுமுதல் பிச்சைக்காரி ஆனாய்?"

ஒரு சிவிலியன் கார் எங்கள் முன் வந்து நின்றது. டிரைவர் இறங்கி வந்து எனக்கு சல்யூட் அடித்தான்.

"மேம் ஸாப் அலுவலகம் செல்வதற்காகக் கர்னல் ஸாப் அனுப்பினார்."

நான் பையனிடம் கூறினேன்:

"இப்போதும் லாபம் உனக்குத்தான்!"

இரண்டு

செப்டம்பர் மாத இறுதிப் பகுதி. வெப்பம் தணிந்து வருகின்ற காலகட்டம் நானும் பையனும் கர்னலுடன் தேநீர் குடித்துக் கொண்டிருந்தபோது நான் கர்னலிடம் கேட்டேன்:

"அண்ணன் எங்கே போனார்?"

"பிரதமர் அலுவலகத்திற்குச் சென்றுள்ளார். உடனே வந்து தலைகாட்ட வேண்டுமென்று தூதுவன் சொல்லிச் சென்றான்."

"விசேஷமாக ஏதாவது நடக்கப் போகிறதா?"

"தெரியாது. ஆனால், நாளை வெளிவரவிருக்கும் அமெரிக்க நாளிதழ்களின் உட்பக்கங்கள் அனைத்தும் ஜெனரல் ஜெய தேவனைப் பற்றிய செய்திகளால் நிறைந்திருக்கும்."

"அதன் ரகசியம் என்ன?" பையன் கேட்டான்.

"யூ நோ" கர்னல் கூறினார்: "மேற்கு எல்லையில் முதன் முதலாக யுத்தம் மூண்டபோது, அமெரிக்காவின் ஜாயின்ட் சீஃப் ஆஃப் ஸ்டாப் அவர்களுடைய ஜனாதிபதியிடம் யுத்தத்தில் வெற்றி பெறப்போவது நாம்தான் என்று உறுதிமொழி உரைத் திருந்தார். ஜெனரல் ஜெயதேவனின் போர்முறை எதிரிகள் எதிர்பார்க்காத விதத்தில் அமைந்திருக்குமென்று அவர்களுடைய தலைமை அறிவித்தது. ஆனால் அமெரிக்க ஜனாதிபதியும் ஸ்டேட் டிபார்ட்மென்டைச் சார்ந்த ப்யூரோக்ராட்டுகளும்

அதைக் கண்டுகொள்ளவில்லை. நமது எதிரி அவர்களது நண்பர்களல்லவா. நாம் வெற்றி பெற்ற பிறகுதான் அவர்களது ஜெனரல் கூறியது சரி என்று ஜனாதிபதிக்குப் புரிந்தது. அதன் பிறகும் அவர்கள் அதே தவறைச் செய்தனர்.”

“கிழக்கு எல்லைப் போரின்போது, அப்படித்தானே?”

“ஆமாம். அப்போதும் அவர்களுடைய சீஃப் ஆஃப் ஸ்டாப் இம்முறையும் ஜெயதேவன்தான் ஸ்கோர் எடுப்பார் என்று கூறினார். ஜெயதேவன் காய் நகர்த்தத் தொடங்கிவிட்டால் அதற்கு எதிர் நீக்கங்கள் இல்லையென்று பெண்டகனில் ஜெனரல்கள் பேசிக் கொண்டனர். தேர் ஆர் ஜஸ்ட் நோ கவுண்டர் மூவ்ஸ் ஃபார் சம் ஆஃப் ஹிஸ் மூவ்ஸ். இந்த முறையும் ஜனாதிபதியும், வெளியுறவுத்துறைச் செயலாளரும் இவர்களுடைய அறிவுரையைக் காதில் போட்டுக் கொள்ளவில்லை. நம்மை வெற்றி கொள்வதற்கான யுத்த தந்திரங்களும் போர்க்கருவிகளும் நமது எதிரிகளிடம் இருக்கின்றன என்று அவர்கள் கூறினர். அவை என்னவென்று தெரியுமா?”

“என்ன அது?”

“நமது படைகள் முன்னேறிச் செல்லும் போது அவர் களுடைய படைகள் குறுக்காக நுழைந்து சிறு சிறு குழுக்களாகப் படைகளைப் பிரித்தல். இவ்வாறாக ஒரேயடியான முன்னேற்றத்தைத் தடுத்து நிறுத்துதல். இதை முன்கூட்டியே புரிந்து கொண்ட நமது ஜெனரல், அவர்களை முந்துவதற்கான தந்திரத்தைப் பயன்படுத்தினார். கடல் வழியாகச் சென்று கிழக்கு சிட்டஹாங்கில் இறங்கியும், மேற்கிலிருந்து பாதுகாப்பு வாகனங்களில் வந்திறங்கியும் நாம் எதிரிகளை வளைத்து விட்டோம். அதன் பிறகு அவர்களுக்கு இருந்த இரண்டு வழிகளில் ஒன்றை மட்டுமே பின்பற்ற முடியும். ஒன்று அவர்கள் ஒரு லட்சம் பேரும் எதிர்த்துப் போரிட்டு மடிய வேண்டும். இல்லையென்றால் எந்த நிபந்தனையுமின்றிச் சரணடைய வேண்டும்.”

“அந்தி மயங்கும் நேரத்தில் நடைபெற்ற அந்தச் சரணடைதல் சம்பவம் ஒரு வரலாற்றுச் சிறப்புமிக்க நிகழ்ச்சியாக இருந்தது.” பையன் கூறினான்: “உலகில் இதுவரை நடந்த நிகழ்வுகளிலேயே மிகப் பெரிய ஸரண்டர் - ஒரு லட்சம் பேர்.”

"அதன் பின்னர் அமெரிக்காவின் வெளியுறவுத் துறைச் செயலாளர் பெண்டகனில் ஜெனரல்களிடம் கூறினாராம். யூ வேர் ரைட். ஜெனரல் ஜெயதேவன் இஸ் ஏ சூப்பர் ஜெனரல்"

ஆகா இது ஒரு திரில்லர் போன்று இருக்கிறதே என்று நான் கூறினேன்.

"கிழக்கு எல்லையில் நாம் நடத்திய யுத்தங்கள் இப்போது உலகிலுள்ள மிலிட்டரி அகாடெமிகளில் சிறப்பாக வெஸ்பாயிண்டிலும் சாண்ட்ஹேர்ஸ்டிலும் பாடப்பகுதிகளாக வைக்கப்பட்டுள்ளன. ஏனென்றால் இவ்வளவு தந்திரபூர்வமான ஒரு யுத்தம் - கன்வென்ஷனல் ஆயுதங்களைப் பயன்படுத்தி - நூற்றாண்டில் ஒரு முறை மட்டுமே நடைபெறும்."

"நாம் இதைக் கொண்டாட வேண்டும்" பையன் கூறினான்: "வெறும் தேநீர் அருந்திக் கொண்டல்ல ஸ்காட்ச் குடித்துக் கொண்டே."

"ஜெனரல் வரட்டும்" கர்னல் கூறினார்.

"ஓகே சார்."

"இரண்டாம் உலகப்போரில் ஒரு ஹீரோவாக இருந்த ஜெனரல் பாட்டனுக்கும் நம்மோட ஜெனரலுக்கும் நிறைய விஷயங்கள்ல ஒற்றுமை இருந்ததா எனக்குத் தோணுது" கர்னல் கூறினார்.

"ஹவ் ஸோ கர்னல்?" நான் கேட்டேன்.

"யுத்த தந்திரங்களில் பேட்டன் ஒரு அசகாய சூரனாக இருந்தார். யுத்தமும் யூனிபார்மும்தான் அவரது விருப்பத்திற்குரியன. போர் நடைபெறும் போது தனது படைவீரர்களது வீரியத்தின் இறுதி அவுன்சையும் உறிஞ்சி எடுத்துவிடுவார். ஆனால் ஒரு வீரன் காயமுற்று வீழ்ந்து கிடப்பதையோ மரணமடைந்து மண்ணில் கிடப்பதையோ பார்த்துவிட்டால் பாட்டன் கண்ணீர் விட்டு அழுதுவிடுவார். குனிந்து வீரனின் நெற்றியில் முத்தமிடுவார். ஏறத்தாழ நமது ஜெனரலும் இதே குணம் கொண்டவர்தான்."

நான் தேநீர் கோப்பையையே பார்த்துக் கொண்டிருந்தேன்.

ஐந்துமணி கழிந்தபோது பிரதமர் அலுவலகத்திலிருந்து கர்னலுக்கு ஒரு தொலைபேசித் தூது வந்தது. 'உடனே புறப்பட்டு

கவர்ன்மென்ட் ஹவுஸுக்கு வரவும்.'

கர்னல் எழுந்தார்.

"ஐ வண்டர் வாட்டீஸ் ஹாப்பனிங்?"

அப்போது மீண்டும் தொலைபேசி ஒலித்தது. இது டிவி. ஹவுஸிலிருந்து பையனுக்கு வந்த அழைப்பு. 'உடனே கவர்ன்மென்ட் ஹவுஸில் குதித்து இறங்கவும். தொலைக்காட்சிக் குழு அங்கே சென்றுள்ளது.'

"வாட், வாட்டீஸிட் ஆல் அபௌட்?" நான் ஆச்சரிய மடைந்தேன்.

என்னால் ஊகிக்க முடியவில்லை, கர்னல் கூறினார்: "அரசியல் ரீதியாக ஏதோ ஒரு பெரிய சம்பவம் நிகழவிருக்கிறது."

"அதை எப்படி ஊகித்தீர்கள்?"

"ஜெனரலின் சேவை இந்நாட்டிற்குத் தேவை என்ற ஜனாதிபதியின் வார்த்தைகளிலிருந்து....."

"நானும் வரட்டுமா?"

"கம் அலாங்."

கவர்ன்மென்ட் ஹவுஸின் நுழைவு வாயிலைக் கடந்து உள்ளே சென்ற கார் போர்டிகோவுக்கு முன் நின்றது. கர்னல் ஜானகிராமுக்குச் சல்யூட் அடித்த ஒரு கேப்டன் கூறினார்:

"முதலில் பிரஸ் ரூமுக்குச் செல்லுங்கள், சார்."

அறையில் பத்திரிக்கையாளர்கள் நிரம்பி வழிந்தனர். அவர் களுக்கிடையில் கீழே தரையில் டி.வி கேமராக்களின் வயர்கள் நீண்டு வளைந்து கிடந்தன. பையன் தனது குழுவைத் தேடிச் சென்றான்.

சில நிமிடங்களில் கேபினட் செயலாளர் பிரஸ்ரூமுக்கு வந்தார். ஊசி விழுந்தால் ஓசை எழும் அமைதிக்கிடையில் அவர் மைக்ரோபோனில் பேசினார்:

"மரியாதைக்குரியவர்களே! இவ்வளவு குறுகிய நேரத்திற்குள் உங்களை எல்லாம் இங்கே வரவழைத்ததால் நீங்கள் பல அசௌகரியங்களுக்கும் ஆளாகியிருப்பீர்கள். அதற்காக நான் உங்களிடம் மன்னிப்புக் கேட்டுக் கொள்கிறேன். மிக முக்கியமான

இரண்டு அறிவிப்புகளை நான் இப்போது உங்கள் முன் வெளியிடவிருக்கின்றேன்.

ஜெனரல் ஜெயதேவனை செனட் உறுப்பினராக ஜனாதிபதியவர்கள் நாமினேட் செய்திருக்கிறார். அது மட்டு மல்லாமல் அமைச்சரவையில் ஒரு கேபினட் அமைச்சராகவும் அவரை நியமித்திருக்கிறார். இப்போதைக்கு ஜெனரல் ஜெய தேவன் துறையில்லாத ஓர் அமைச்சராக இருப்பார்."

ப்ளாஷ் லைட்டுகள் மின்னுவதற்கிடையே கேபினட் செயலாளர் தொடர்ந்தார்:

"ஜெனரலின் பதவியேற்பு நிகழ்ச்சி மிக விரைவில் நடக்க விருக்கிறது. கேபினட் அறைக்கு உங்களை எல்லாம் அழைப்பதில் மகிழ்ச்சி கொள்கிறேன்."

பத்திரிக்கையாளர்களும் தொலைக்காட்சியாளர்களும் அடுத்த அறைக்கு அணையை உடைத்துக்கொண்டு ஒழுகினர். ஓவல் வடிவிலான ஒரு பெரிய மேசையைச் சுற்றிலும் கேபினட் அமைச்சர்களும் அவர்களுக்கு நடுவே ஜனாதிபதியும் அமர்ந்திருந்தனர். ஜனாதிபதிக்கு வலது பக்கம் பிரதமர், இடது பக்கம் அண்ணன்.

பத்திரிக்கை நிருபர்களும் தொலைக்காட்சி கேமராக்களும் அமைதியானவுடன் ஜனாதிபதியும் அண்ணனும் எழுந்தனர். தனது கையிலிருந்த காகிதத்தைப் பார்த்து ஜனாதிபதி உறுதி மொழி சொல்லிக் கொடுத்தார். மனசாட்சிப்படி புது அமைச்சர் அதை அப்படியே கூறினார்.

தனது அமைச்சரவையில் இடம்பெற்ற புதிய அமைச்சருக்கு ஜனாதிபதி கைகுலுக்கி வாழ்த்துக்கள் தெரிவித்தார். தொடர்ந்து பிரதமரும் வாழ்த்துக் கூறினார்.

பிரதமர் பத்திரிக்கையாளர்கள் நின்ற பகுதியைப் பார்த்தார். அவர் என்னைத் தேடுகிறார் என்று தோன்றுகிறது. பார்த்தவுடன் என்னைக் கைகாட்டி அழைத்தார். பின்னர் அண்ணனுக்கும் அவருக்கும் நடுவே என்னை நிற்கச் செய்து கேமராக்களைப் பார்த்தார்.

கண்களில் நட்சத்திரங்கள் மின்ன நான் மகிழ்ச்சியில் திளைத்து நின்றேன்.

விவரமறிந்தவர் முன்னே வருகின்றனர். பையனது ஸ்கூப்புகளும் வருகின்றன. அமைச்சரவையை மாற்றி அமைப்பதற்கான முதல்கட்ட நடவடிக்கைதான் அண்ணனது பதவியேற்வு விழா. படிப்படியாகத்தான் செயல்படுத்த வேண்டும். நாடுகளுக்கு இடையிலான யுத்தத்தைவிட ஆபத்தானது உள்நாட்டுக் கலவரம்.

வெளியுறவுத்துறை, பண்பாட்டுத்துறை, உள்துறை என்ற இன்டலிஜன்ஸ் ஆகியவற்றைப் பிரதமர் கவனித்துக் கொள்கிறார். பண்பாட்டுத்துறை, உள்துறையுடன் பிரதமர் அனுப்புகின்ற கோப்புகளையும் இனிமேல் ஜெனரல்தான் கவனிப்பார்.

காலையில் இன்டலிஜன்ஸ் சீஃப் சாட்டர்ஜி அண்ணனைக் காண வந்தார். அறுபது வயதை நெருங்கியிருந்தாலும் இளவயதுத் தோற்றமுடைய சாட்டர்ஜி மேல்நாட்டுப் பாணியில் அழகாக ஆடை அணிந்திருந்தார். உடையாத சட்டை, சில்க் சட்டை, அழகிய டை, பேட்டண்ட் லெதர் ஷூ. ஒரு மிகப்பெரிய கம்பெனியின் எக்ஸிகியூட்டிவ் போல் தோற்றமளித்தார்.

குசல விசாரிப்புகளுக்குப் பிறகு அவர் அண்ணனிடம் ஒரு கார்டைக் கொடுத்தார்:

“என்னுடைய தொலைபேசி எண்கள். ஜெனரல், லிஸ்டடு அண்ட் அன்லிஸ்டடு.”

“தாங்க்யூ, மிஸ்டர் சாட்டர்ஜி! தங்களது உதவியை நான் முழுமையாக எதிர்பார்க்கிறேன்.”

“மோஸ்ட் சர்ட்டன்லி, ஜெனரல்.”

அண்ணன் கேட்டுக் கொண்டதற்கிணங்க கர்னல் ஜானகிராம் பிரைவேட் செக்ரட்டரி பொறுப்பை ஏற்றுக் கொண்டார். ஆர்மியிலிருந்து டெபூட்டேஷன்.

ஏக்கர் கணக்கில் பரந்து விரிந்து காலனியாதிக்க பாணியில் அமைந்திருக்கின்ற அமைச்சர் இல்லத்தில் இன்று நாங்கள் குடியேறிவிட்டோம். ஆர்மி ஹவுஸிடமிருந்து பிரியா விடை பெற்றுவிட்டோம்.

இரவு உணவு சாப்பிடும்போது நான் கேட்டேன்:

“பண்பாட்டுத் துறையில் ஜெனரல் என்ன செய்யப்போவதாக உத்தேசம்?”

"நிறைய" அண்ணன் கூறினார்: "புண்ணிய பூமியின் புராதனப் பண்பாட்டை மீட்டெடுப்பது முதல் இங்கே ஒரு புத்தம்புது பண்பாட்டை வார்த்தெடுப்பது வரை உள்ள அனைத்துப் பொறுப்பும் என் தலையில்தான்."

பையன் கலகலவென்று சிரித்தான்:

"இதைத்தான் விதி அதாவது ஃபேட் என்று கூறுவார்கள். பண்பாட்டுத் துறை அமைச்சர் நாளைக் காலையில் பழிச்சொல் என்ற பாவமுகத்தில்தான் கண்விழிக்கப் போகிறார்."

"வாட் டூ யூ மீன்?"

"இன்று அறிவிக்கப்பட்ட தேசியத் திரைப்பட விருதுகளைப் பற்றியா நீ பேசுகிறாய்?" நான் கேட்டேன்.

"ஆமாம்."

"அவச் சொற்களையும் பழிச்சொற்களையும் அவை வரும் போது பார்த்துக் கொள்ளலாம்."

அண்ணன் கூறினார்: "இப்போது அதைப் பெரிது படுத்த வேண்டாம்."

மறுநாள் காலை நாளிதழ்களில் பழிச்சொல் பாகற்காய், கத்தரிக்காய் அளவுகளில் வெளிவந்தன. கடந்த ஆண்டு திரைப் படங்களுக்கான விருதுகள்தான் பரிகாசத்தின் கரு. இடமும் வலமுமாக எண்ணிக்கையில் அடங்காத விருதுகள் அள்ளி வீசப்பட்டிருக்கின்றன. மிகச் சிறந்த நடிகருக்கு, நடிகைக்கு, பாடகருக்கு, பாடலாசிரியருக்கு, கதாசிரியருக்கு, திரைக்கதை ஆசிரியருக்கு, திரைச்சீலை பிடித்தவனுக்கு, விளக்கில் எண்ணெய் ஊற்றியவனுக்கு, திரியை தூண்டி விட்டவனுக்கு, இயக்குநருக்கு, இணை இயக்குநருக்கு, தயாரிப்பாளர் என்ற சிவனும் பிரம்மாவுமாக இருப்பவனுக்கு இப்படி எல்லோருக்கும் விருதுகள். விருதுகள் தடுக்கி வழியில் வீழ்ந்தவர் பலர் என்ற செய்தியும் வந்துள்ளது.

இடையில் நடந்த நாடகத்தைப் பற்றியும் பத்திரிக்கையின் தலையங்கங்கள் அலசியிருந்தன. ஒவ்வொரு மொழியிலிருந்தும் ரீஜினல் கமிட்டிகள் தேர்ந்தெடுத்து அனுப்பிய படங்களில் நேஷனல் ஜூரி உறுப்பினர்களின் மாமியார்களோ, மனைவியரோ, மைத்துனர்களோ, பாடியிருந்தாலோ, நடித்திருந்தாலோ,

கயிற்றின் மேல் நடந்திருந்தாலோ அவர்களுக்கெல்லாம் அவார்டு கிடைத்திருக்கும். அப்படி கிடைக்காதவர்கள் உறுப்பினர்களிடமிருந்து வலுக்கட்டாயமாக விருதைப் பிடுங்கிக் கொண்டார்களாம். எத்தனையோ மொழிகளிலிருந்து எத்தனையோ திரைப்படங்களை வேண்டுமென்றே அல்லது வசதிக்காக வரவழைக்கவில்லையாம்.

ஒரு சிறுபான்மைக் குழு உருவாக்கிய பண்பாட்டிற்கான விதிகள் அனைத்தையும் படித்து முடித்த ஜெனரல் பையனை அழைத்தார்:

"டேய் நீ கூறியது முற்றிலும் சரி, பழிச்சொல் ஏன்ற பாவமுகத்தில் தான் நான் இன்று கண்விழித்திருக்கிறேன்."

"கதை பிரமாதமாக இருக்கிறதா?"

"மிகவும் பிரமாதம். இந்த ஜூரியை நியமித்தது யார் என்று தெரியுமா?"

பிரதமரின் பெயரைப் பயன்படுத்திக் கண்ட அமைச்சர்களும் செயலாளர்களும் செய்த பணியாகத்தான் இருக்கும்."

கர்னல் ஜானகிராம் உள்ளே வந்து சல்யூட் அடித்தார்.

"கலாச்சாரத் துறையின் செக்ரட்டரி யார், கர்னல்?"

"மிஸ்டர். கிஷன்மேத்தா ஜெனரல், ஹி இஸ் கால்டு இன்ஃபர்மேஷன் செக்ரட்டரி."

"அவருடன் தொலைபேசியில் தொடர்பு கொண்டு எல்லா ஃபைல்களையும் எடுத்துக்கொண்டு என்னை வந்து பார்க்கச் சொல்லுங்கள். ஆப்டர் டென். இங்கே வரச் சொல்லுங்கள்."

"யெஸ் ஜெனரல்."

"ஆனால், இது பிரதமரின் கட்டுப்பாட்டில் உள்ள துறை தானே" கர்னல் மேத்தா கூறினார். "சிறு சிறு விளக்கங்கள் எல்லாம் எனக்குத் தெரியாது மிஸ்டர் மேத்தா. பத்துமணிக்கு ஃபைல்களுடன் வாருங்கள். ஜெனரல் உங்களுக்காக இங்கே காத்திருப்பார்."

"எனக்குத் தெரியாது, வென்....."

"இங்கே வரும்போது தெரியும்."

"இது என்ன மிரட்டலா?"

கர்னல் சிரித்தார்.

"யு ஆர் டூ ஸ்மால் எ ஃப்ரை ஃபார் த ஜெனரல் டூ த்ரெட்டன் யூ."

தொலைபேசி நிசப்தமானது.

மேத்தா பத்துமணிக்குப் ஃபைல்களுடன் வந்தார். ஜெனரலுக்கு எதிரே மேசையில் கர்னலும் மேத்தாவும் அமர்ந்தனர். மேத்தா ஃபைல்களை ஜெனரலுக்கு நேரே நீட்டிய போது அவற்றைக் கர்னலிடம் கொடுக்குமாறு ஜெனரல் கைகாட்டினார். அதன் பின் கேட்டார்:

"உங்களுக்கு ஜூனியர்களாக எத்தனைபேர் இருக்கிறார்கள் மிஸ்டர் மேத்தா?"

"ஸெவன், ஜெனரல்."

"அவர்களைத் தேர்ந்தெடுத்தது யார்?"

"மினிஸ்ட்ரி. அப்புறம்....."

"அப்புறம்?"

"மேலும் அமைச்சர்கள் சிலரின் விருப்பப்படியும்....."

"ஜூரியின் சேர்மேன் யார்?"

"மிஸ்டர் தினேஷ் தாக்கூர்."

ஜெனரல், ஏற்கனவே தனக்குத் தெரியும் என்பது போல் கூறினார்:

"ஓ... தாட் மேன். ஹூ ரைட்ஸ் மிஸரபிள் பாலிடிக்ஸ்!"

மேத்தா நிலைகுலைந்தவராக நாற்காலியில் நிமிர்ந்து உட்கார்ந்தார்.

ஜெனரல் கேட்டார்:

"உங்களது நாமினி யாராவது ஜூரியில் இருக்கிறார்களா?"

"ஒருவர் இருக்கிறார், மிஸ்டர் வெங்கடாச்சலம்."

"அவருக்கு என்ன தகுதி?"

"தொழிலதிபர், சினிமாவுடன் தொடர்புள்ளவர்."

"அவருக்கு எழுத்தறிவு உண்டா?"

"கேள்வி புரியவில்லை, ஜெனரல்."

"அவர் கையொப்பமிடுவது பெருவிரல் அடையாளத்திலா? கையெழுத்திலா என்பதுதான் எனது கேள்வி."

"திஸீஸ் டூ மச், ஜெனரல்."

"ஃபர்கெட்டிட், பட் ஆன்சர் மி?"

"மிஸ்டர் வெங்கடாசலம் எழுதித்தான் கையெழுத்திடுவார்."

"சரி, நல்லது."

"பிற உறுப்பினர்கள் எப்படி?"

"அறிஞர்கள், சமூக சேவகர்கள்..."

"சமூக சேவகர்களில் பெண்களும் இருப்பார்களே?"

"இருக்கிறார்கள்."

"மீதியை எல்லாம் என்னால் புரிந்து கொள்ள முடியும்" ஜெனரல் கூறினார்: "ஆனால், ஜூரியில் உறுப்பினரான ஒரு வியாபாரியின் மனைவி கணபதியின் கரம்போல் ஒரு படத்தில் தோன்றி மறைந்துவிட்டு பின்னர் ரம்பை திலோத்தமை விருதைப் பறித்தெடுத்து..."

"ஆனால், ஜெனரல் அவர் டேலண்டடாக இருந்தாலோ?"

"வேறுவழியில்லை" ஜெனரல் கூறினார்: "விபச்சாரத்தைப் போலவே உலகில் மிகவும் பழைமையான தொழில்தான் கலை அறிவும்."

மேத்தா அதற்குப் பதில் கூறவில்லை.

ஜெனரல் கேட்டார்:

"நேற்றைய ஜூரி மீட்டிங்கில் தாங்களும் கலந்து கொண்டீர்கள் தானே?"

"ஆமாம்."

"இன்றைய செய்தித்தாள்களை வாசித்தீர்களா?"

“வாசித்தேன்.”

“ஜூரி உறுப்பினர்களின் உறவினர்களுக்கெல்லாம் விருதை உறுதிப்படுத்தியதில் தங்களுக்கும் பங்கு இருக்கிறதல்லவா?”

“இந்த வார்த்தைகளுக்கு நான் கண்டனம் தெரிவிக்கிறேன்.”

“கண்டனம் தெரிவிப்பதற்குப் போதுமான வாய்ப்பு தங்களுக்கு வழங்கப்படும். இந்த ஃபைல்கள் இங்கேயே இருக்கட்டும். எப்போது விருது வழங்கும் நிகழ்ச்சி?” கேட்டார் ஜெனரல்.

“ஜனவரியில்.”

“ஸோ தேர் இஸ் டைம்.”

“மே ஐ டேக் யுவர் லீவ், ஜெனரல்?”

“சரி, தங்கள் வருகைக்கு நன்றி.”

மேத்தா சென்றவுடன், ஜெனரல் ஜானகிராமிடம் சொன்னார்: “கீழேயிருந்து மேலே இருப்பவர்கள் அனைவருக்கும் முக்கியத்துவம் கிடைக்கத்தக்க வகையில் இந்த சம்பிரதாயத்தை மாற்ற வேண்டியிருக்கிறது. அதற்கிடையில் ஜூரியைக் கலைக்கு மாறும் விருதுப்பட்டியலை ரத்து செய்யுமாறும் கோரி, பிரதமருக்கு ஒரு பரிந்துரைக் கடிதம் தயார் செய்யுங்கள்.”

“ஒரு சூறைக்காற்று சுழன்றடிக்கும், ஜெனரல்.”

“அதுதான் வேண்டும். லெட்டஸ் ஃபயர் தி பஸ்ட் ஷாட்.”

ஒரு நிமிடம் ஆலோசித்துவிட்டு ஜெனரல் கூறினார்:

“கிஷன் மேத்தாவை இன்ஃபர்மேஷன் மினிஸ்ட்ரியிலிருந்தும் மாற்ற வேண்டும்”

மூன்று

‘தாமரைக்கண்ணனின் மஞ்சத்தின் கீழே
தாங்கி நிற்பவனைத் தூக்கிச் சுமக்கின்ற
வம்பனின் கொம்பனின் கொம்பொன்றை முறித்தவனின்
தலைவனுக்கஞ்சி நாட்டை விட்டோடியவனின்
தீமையாம் கூட்டின் கோட்டத்தைப் போக்கியவன்...’

மேற்கோளுக்காக ஒரு மேற்கோள் எடுத்துக்காட்டவில்லை. அரசியல் விமர்சகனும் ஆர்யாவர்த்தம் டைம்ஸின் பத்திரிக்கை

ஆசிரியருமான விதுரர் எழுதிய செய்தியைப் படித்தவுடன் குஞ்சன் நம்பியாரை நினைத்துவிட்டேன். அமெரிக்காவிலும் வெளிநாடுகளிலும் வால்டர் லிப்மேன் பெயரும் புகழும் பெற்றதைப் போல இந்தியத் துணைக்கண்டத்தில் விதுரருக்கும் சிறப்பும் கீர்த்தியும் இருக்கிறது. (இதை எழுதிக் கொண்டிருக்கும் போதுதான் லிப்மேன் இறந்த செய்தி வருகிறது. பெட்ரண்ட் ரஸ்ஸல் பிரபுவுக்குப் பிறகு மிகவும் தெளிவான உரைநடை எழுதியிருக்கின்ற அவரது ஆத்மா சாந்தியடைய வேண்டுகிறேன்). அறிவியல்பூர்வமான விதுர வாக்கியங்களை வாசிக்காத எழுத்தறிவுள்ளவன் ஒருவன் கூட இருக்கமாட்டான் என்பது எழுத்தறிவற்றவர்களும் தலையசைத்து ஒத்துக்கொள்ளும் சங்கதியாகும். அவர் தொடாத துறை ஒன்றும் இல்லை. எக்கணாமிக்ஸ் முதல் நியூக்ளியர் பிஸிக்ஸ் வரை என்று வைத்துக் கொள்ளுங்கள். நடமாடும் கலைக்களஞ்சியத்தின் ஒரு நகலாக விதுரர் விளங்குகிறார் என்று சொன்னால் அதில் ஏதோ குறைவு இருப்பதாகப் பையன் கூறுகிறான்.

“சரி வேறு விதத்தில் கூறு.”

“ஊன்றுகோலுக்குப் பதிலாக அவர் கலைக் களஞ்சியத்தைத் தான் கையில் எடுத்துச் செல்கிறார்.”

“சிரிக்கட்டுமா?” நான் கேட்டேன்.

“என்ன சொல்கிறீர்கள், ஜெனரல்?” பையன் இலக்கை மாற்றினான்.

“போதும்” ஜெனரல் கூறினார்: “ஒரு டோஸ் இம்சையும் கூடக் கலந்தால் நீ கூறியது நகைச்சுவைதான் என்று முடிவு செய்யலாம்.”

அப்படியானால் மீண்டும் சதுரங்கப் பலகையின் முதல் கட்டம். திரைப்பட விழாவைப் பற்றி விதுரர், நிகழ்ச்சியில் பங்குபெற்ற ஜூரி உறுப்பினர்களின் கவர்ச்சிகரமான முகபாவனை களையும், ஆலகால விஷம் போன்ற சொல்லாடல்களையும் டயலாக்குகளையும் அப்படியே படம் பிடித்திருந்தால் அது ஓர் உலகத் திரைப்படமாக அமைந்திருக்கும் என்கிறார். ஜஸ்ட் ஷூட்டிங் கம் ரெக்கார்டிங். நோ எடிட்டிங் நோ நத்திங். அப்படியே அந்தப் படத்தைக் கடல் கடந்து அனுப்பியிருந்தால் அது அந்நியப் பணத்தை வாரிச்சுருட்டிக் கோதுமை, க்ரூட், உப்பு, மிளகாய்,

உரம் முதலியவற்றையெல்லாம் அள்ளிக் கொண்டு வந்து நமது மண்ணில் வாரி இறைத்திருக்கும். தூரத்திலாவது படத்திற்கொரு சாப்ளின் மார்க் கிடைத்திருக்கும். அனைத்தும் போய்விட்டது. சிந்திய பாலைப் பற்றி இனி சிந்தித்துப் பயனில்லை. யாரையும் குற்றம் சொல்லவும் முடியாது. நினைத்துப் பார்க்காத நேரத்தில் இப்படியொரு த்ரில்லர் நடக்குமென்று எந்தக் கேமராமேன் கனவு கண்டிருப்பான்.

இந்த நாடகத்தில் முக்கிய நடிகனான இன்பர்மேஷன் சீஃப் மேத்தா, பெட்ரோலியத் துறை, அமைச்சரின் அலுவலகத்துக்கு நாடு கடத்தப்படுவார். செய்தி மற்றும் ஒளிபரப்புத் துறையை ஓரளவு மாற்றியமைத்துச் செயல்பட வைப்பதற்கு ஜெனரலுக்குக் கிடைத்த வாய்ப்பு இது. எஸ்டாப்ளிஷ்மென்ட் உட்பட அனைத்தையும் அழித்தொழிப்பதற்கான எரிபொருள் மேத்தாவின் கமாண்டில் இருக்கிறது.

தனக்கெதிராகத் திரண்டு சதித்திட்டம் தீட்டுபவர்களின் பட்டியலையும் எடுத்துரைத்து விதுரர் ஜெனரலுக்கு எச்சரிக்கை விடுத்திருக்கிறார். அரசியல்வாதிகளும், கலாச்சாரக் கழுகுகளும், பியூரோக்ரஸியும் அவருக்கு எதிராகச் செயல்பட வாய்ப்பிருக்கிறது. பாஷிஸம் கலாச்சாரத்தைக் காலுக்கடியிலிட்டு நசுக்கத் தொடங்கிவிட்டது, என்று முதல் குற்றச்சாட்டை முன் வைப்பார்கள்.

முதலில் விருது அறிவித்துவிட்டுப் பின்னர் ரத்து செய்து விட்டார்களே என்று பொறுத்துக்கொள்ள முடியாத ஆத்திரத்தில் ஊர்வசிக்குட்டி செய்தி ஒளிபரப்புத்துறை அலுவலகத்திலுள்ள ஒவ்வொரு அறையிலும் உள்ளே புகுந்து தனது அவமான பாரத்தைப் பங்கிட்டுக் கொண்டிருந்தாள், என்று பையன் கூறினான். அந்த அழகி கன்னங்களில் வழியும் கண்ணீருடனும் வாய் நிறைய வசவுச் சொற்களுடனும் தொலைக்காட்சி ஸ்டுடியோக்களுக்கும் சென்றிருந்தாளாம்.

'எனக்கு நடிகையாவதற்கு விருப்பம் இல்லை.'

'புரோக்ராம் எக்ஸிக்யூட்டிவ் ஆவதுதான் மோகமா?'

'இல்லை. ஒரு பாடகி ஆக வேண்டுமென்றுதான் ஆசை.'

'பின்னணி?'

‘கேளுங்க பாயிஸாப், என்னைக் கட்டாயப்படுத்தி நடிக்க வைத்து நடிகையாக்கிவிட்டார்கள். ஆனால் நான் நிறையப் படங்கள் நடிக்கவில்லை. அப்படியிருந்தும் எனக்கு அனைவரின் ஆதரவோடு ஊர்வசி அவார்டு கிடைத்தது. ஆனால் அதை ரத்து செய்துவிட்டார்கள். என்ன சொல்கிறீர்கள்?”

‘ஒன்றும் சொல்வதற்கில்லை. வார்த்தைகள் இங்கே ஊமையாகின்றன.’

‘நெடுஞ்சாண் கிடையாக விழுந்து நான் இதை வாங்கப் போவதில்லை. ஐயாம் நாட் கோயிங் டூ டேக் திஸ் லயிங் டௌன்.’

தொலைக்காட்சி நட்சத்திரங்கள் கூறினர்:

“பெகன்ஜீ, அக்கா, சேச்சீ, சகோதரி, அம்மணிக்குட்டி! விரும்பியதை வெறுத்துவிடாதே! இன்னொரு ஜூரி வரும். அவர்களுடைய பார்வையிலும் அம்மணிக்குட்டியே ஊர்வசியாக இருந்தால்...?”

“இன்டீட், தென் யூ கேன் டேக் எவரி ஒண் ஆப் தெம். லயிங் டௌன்! நோ?”

‘என்னைக் கேலி செய்யாதீர்கள் சகோதரிகளே! சகோதரர்களே! நான் இனிமேல் எப்படி இந்திர சபைக்குச் செல்வேன்? மேனகை - ரம்பை - திலோத்தமை இவர்களின் முகத்திலெல்லாம் எப்படி விழிப்பேன்? ஃபோக் டான்ஸ் ட்ரூப்பில் அவர்கள் இனி என்னைச் சேர்த்துக் கொள்வார்களா? தகழி அண்ணனின் ஒரு கதாபாத்திரத்தைப் போல, போ துடைப்பக் கட்டையே! என்றுதானே முகத்தில் அறைந்தது போல் கூறுவார்கள்?”

‘இந்திரன் உதவிக்கு வரமாட்டாரா?”

‘இல்லை, அவர் முகத்தைத் திருப்பிக் கொள்வார். கோடி ஒளியாண்டுகளைத் தாண்டி நீ பூமிக்குச் சென்று எந்தவொரு செட்டியாரின் படத்திலும் நடிக்க வேண்டாமென்று பலமுறை அவர் என்னிடம் கூறியிருக்கிறார். நான்தான் கேட்கவில்லை.’

‘சபலம் என்று வைத்துக்கொள். சகோதரி, அழகிய பெண்களைப் பொறுத்தவரை இதொரு குற்றமில்லை. நல்ல பெண்ணல்லவா! அடுத்த ஜூரிக்காகக் காத்திரு.’

'அவர்கள் என்னை ஊர்வசியாகத் தேர்ந்தெடுக்காவிட்டால் என்ன செய்வது, பாயி?'

'இந்திர சபைக்குத் திரும்பிச் சென்று, பழைய இருக்கையைப் பிடித்துக் கொள்ள வேண்டியதுதான். எத்தனை பேர் அகாதெமி அவார்டுகளைக் கேட்டு பெறுகிறார்கள்? இதெல்லாம் பெரிய விஷயமா? இங்கே பார் பெண்ணே, இதில் பிரம்ம வித்தையெல்லாம் ஒன்றும் கிடையாது.'

'மொழி தெரியாதவனும் எழுதலாம். விருது வாங்கலாம். அதைப்போன்றதா நடிப்பும், ஊர்வசிப் பட்டமும்?'

'இருந்தாலும் கொஞ்சம் பொறுமையாக இரு கண்ணே! டீ, காபி.'

'குடிப்பதற்கு எனக்கு எதுவும் வேண்டாம். குறிப்பாக இந்தப் பட்டாளத்துக் காரனுக்குக் கீழே வேலை செய்பவர்கள் கொடுப்பது வேண்டவே வேண்டாம்.'

'தொண்டை வரண்டுவிடும்.'

'பரவாயில்லை, முன்பொருவர் ஒரு கட்டுரையில் எழுதிய வரியொன்றை நான் கூறினால் அதை அப்படியே ஜெனரலிடம் சென்று சொல்வதற்கு உங்களில் யாருக்காவது தைரியம் இருக்கிறதா?'

'அக்கா, அது என்ன தத்துவ வரி?'

'வீரத்தைப் பெண்களிடம் காட்டாதீர்கள்.'

'சொல்லிவிடுகிறேன். இந்த வார்த்தைகள் ஜெனரலுக்கு இதமாக இருக்கும். சரி, இனிமேல் ஏதாவது குடிக்கலாமே.'

'ஒன்றும் வேண்டாம். இங்கே கோபாலயம் இருக்கிறதா?'

'கோபாலயமா?'

'ச்சே!' ஊர்வசி கோவைப்பழ உதடுகளைச் சுழித்தாள். 'பட்டாளத்துக்காரனுக்குக் கீழே வேலை செய்வதற்கு பொருத்தமான ஊழியர்கள்தான். அஞ்ஞானத்தின் அரங்கேற்றம்!'

தங்களது அஞ்ஞானத்தை எண்ணித் தொலைக்காட்சி கலைஞர்கள் நாணினர்.

'தொலைக்காட்சி நிலையத்தில் கோபாலயமா, எதற்கு?'

'விளக்கமாகச் சொல், சகோதரி.'

'உங்களில் யாராவது ராமாயணம் படித்திருக்கிறீர்களா?'

கேட்டிருக்கிறேன் என்று பையன் கூறினான். அதுமட்டுமல்ல, 'ராமலீலாவில் ராமன் என்ற ஹீரோ ராவணனை அம்பெய்து எரித்துச் சாம்பலாக்குவதையும் பார்த்திருக்கிறேன், இதே கண்களால். காதோடு காதாகக் கேட்டதல்ல என்று பொருள்.'

'நான் ராமாயணம் என்ற காப்பியத்தைப் பற்றிச் சொல்கிறேன்.'

'தொடர்ந்து சொல் சகோதரி.'

'அதில் அயோத்தியா காண்டம் என்றொரு பகுதி இருக்கிறது.'

'அது எனக்கு மிக நன்றாகத் தெரியும். டேராடூன் எக்ஸ்பிரஸில் ஏறினால் அயோத்தியில் இறங்கலாம். அது உத்திரப்பிரதேசத்திலுள்ள பைசாபாத் மாவட்டத்தில் இருக்கிறது.'

'அது எனக்குத் தெரியாது.'

'சகோதரி நீ நம்ப வேண்டும், டேக் மை வேர்ட் ஃபாரிட்.'

'நான் சொல்வது வரலாறு. ராமனுக்கு முடி சூட்டுவிழா முடிவு செய்யப்பட்டவுடன், தனது புதல்வன் பரதனை இளவரசனாக்கவில்லை என்பதற்கு எதிர்ப்புத் தெரிவித்துக் கொண்டு, கைகேயி கோபாலயத்திற்குள் நுழைந்து கட்டாந் தரையில் ஆதங்கத்தோடு படுத்திருக்கின்ற ஒரு சீன் இருக்கிறது.'

'எங்கே?'

'அயோத்தியா காண்டத்தில்.'

'கைகேயி எதற்காக அப்படியொரு சீன் சிருஷ்டித்தாள்'?

'தசரதனின் டெஸிஷனை மாற்றுவதற்கு.'

'சரி, காரியத்தை நிறைவேற்றிக் காட்டினாளா?'

'காட்டாமலா! வாங்க பாயி, இங்கே உள்ள கோபாலயத்தைக் காட்டுங்கள்.'

'இங்கே சீன் சிருஷ்டிக்கவா?'

'ஆமாம்.'

‘இந்திரனை வரவழைத்து ஜெனரலைக் கொலை செய்தாலோ.’

‘இந்திரன் வரமாட்டான். பட்டாளத்துக்காரன் வரட்டும்!’

‘ஸாரி! சகோதரி இங்கே கோபாலயம் இல்லை. நமது தொலைக்காட்சி துறை - இப்போதும் பாலகாண்டத்தில்தான் உள்ளது.’

‘சரி, அப்படியென்றால் நான் இங்கே கட்டாந்தரையில் படுத்துக் கொள்கிறேன். அழுக்கு உடைகளும் புழுதி மண்ணும் கொண்டு வாருங்கள்.’

சின்னத்திரைக் கலைஞர்கள் அது வேண்டாமென்றனர். ‘நகரத்தில் ஓர் அழகான மருத்துவக் கல்லூரி இருக்கிறது. அங்கே பெயர் பெற்ற ஒரு சைக்யாட்ரி துறை இருக்கிறது. டீப் ஹோம் கௌச்? ஸோபா ஸெட்டி. ஸ்பெஷலிஸ்டுகள், இன்ஞ் ஜக்சன் எல்லா வசதியும் இருக்கிறது. சகோதரி நீ அங்கே போ இப்போதே போன் செய்து சொல்லிவிடுகிறோம். தங்கையே நீ காரில் செல்ல விரும்புகிறாயா ஆம்புலன்ஸிலா?’

தொலைக்காட்சி நட்சத்திரம் ஒன்று தொலைபேசியை நோக்கி நகர்ந்ததைக் கண்டவுடன் காற்றாகப் புறப்பட்டு வந்த ஊர்வசி பனியாக உருகிப் பக்கத்திலிருந்த வாயில் வழியாக வெளியேறினாள். மாநகரமாகிய கோபாலயத்தை நோக்கி நடக்கத் தொடங்கினாள்.

“நல்ல கதை” நான் கூறினேன்.

“கதையில்லை மிஸ் பிரியதர்ஷினி” பையன் கூறினான்: “உண்மைக் கதை. எதார்த்த வாழ்க்கையில் நடந்த நாடகத்தின் ஒரு காட்சி.”

“ஒத்துக் கொள்கிறேன். நடக்காத சம்பவத்தை யாரும் கதை யென்று சொல்லமாட்டார்கள்.”

மாலைநேரம் கர்னல் ஜானகிராம் ஜெனரலிடம் கூறினார்: “கலைந்துவிட்ட ஜூரியின் சேர்மேன் தொலைபேசி மூலம் என்னிடம் பேசினார், ஜெனரல்.”

“சரி”

"தங்களிடம் பேசவேண்டுமென்று கூறினார். நான் பேசிய பிறகு கட்டாயப்படுத்தவில்லை."

"என்ன புகார் கூறினார்?"

"ஜூரியைக் கலைத்திருக்க வேண்டாம். ஒரு சமிக்ஞை கிடைத்திருந்தால் நாங்களே ராஜினாமாக் கடிதம் எழுதிக் கொடுத்துவிட்டுப் போயிருப்போமே என்றார்."

ஜெனரல் சிரித்தார்:

"நீங்கள் என்ன கூறினீர்கள்?"

"முன்னறிவிப்பு, ராஜினாமா போன்ற நடவடிக்கைகள் நேரத்தை வீணடிப்பன என்று கூறினேன். மேலும் காகிதத் தட்டுப்பாடு. ஒவ்வொருவரும் தனித்தனியாக ராஜினாமாக் கடிதம் எழுத வேண்டி வரும். கமிட்டியைக் கலைப்பதற்கு ஒரு துண்டுக் காகிதம் போதும். பேனாவில் ஒரு ஸ்ட்ரோக் போதும்."

"இந்தப் பதவியிழப்பு எதிர்காலத்தில் அவருக்குக் கிடைக்க விருக்கும் பதவி உயர்வுகளைப் பாதிக்காது என்பதையும் தாங்கள் சொல்லியிருக்க வேண்டும்."

"அதை நான் யோசிக்கவில்லை."

"அவமானப்படுத்துகிறோம் என்பதை அவர் புரிந்து கொண்டாரா?"

"அதற்கான அறிவெல்லாம் அவரிடம் இருக்கிறது ஜெனரல். அதை நாம் பாராட்டியே ஆக வேண்டும். வொய், இது திட்டமிட்டு அவமானப்படுத்திய செயல் அல்லவா என்று கூட அவர் கேட்டுவிட்டார்."

"அதற்கென்ன கூறினீர்கள்?."

"நான் ஓர் உத்தியைக் கையாண்டேன். ஐ வென்ட் ஆன் தி டிபன்ஸிவ். ஜெனரலுடன் நேருக்கு நேர் பேசுவதற்கு அழைப்பு விடுத்தேன். அவர் வேண்டாமென்று கூறினார். ஆனால் உங்களுக்கு ஓர் அழைப்பு விடுத்துள்ளார். நமது மொழியில் அவர் அதைக் கூறியபோது நான் புளகாங்கிதமடைந்தேன்."

"அது என்ன சேதி?"

"யுத்தம் இப்போதுதான் தொடங்கியிருக்கிறது."

"நன்றி கூறவில்லையா?"

"இல்லை. அதையே இன்னொருமுறைக் கூறச் சொன்னேன். அப்போது அதிர்ஷ்டம் எனக்குக் கைகொடுக்கவில்லை. மறுபக்கத்தில் தொலைபேசி அடங்கிவிட்டது."

"யூ ஸைலண்ஸ்டு ஹிம்."

"நோ, ஜெனரல், அவருக்கும் தொலைபேசிக்கும் இடையே உள்ள தூரம் அதிகரித்ததன் காரணமாகத் தொலைபேசி அடங்கி யிருக்கலாம்."

ஜெனரல் பையனிடம் திரும்பினார்:

"கேட்டாயா, சற்று முன்பு நீ விதுரரைப் பற்றிக் கூறினாயே அதுவல்ல நகைச்சுவை, இதுதான் நகைச்சுவை. தாட் என்சைக்ளோப்பீடியா ஸ்டஃப் ஐ மீன்."

ஓம்!

பிரியமுள்ள பிரியதர்ஷினி!

நீ என்னை மெட்ராஸுக்கு வரச்சொல்லி எழுதிய கடிதம் கிடைத்து இன்றோடு ஒரு மாதம் ஆகிவிட்டது. நான் பதில் எழுதவில்லை. தண்ணீருக்குள் சுண்ணாம்பைப்போல தண்ணீருக்கு வெளியே மீனைப் போல, நான்கு வார விரகத்தில் நீ வெதும்பிக் கொண்டிருப்பாய்.

மீண்டும் உனது கடிதங்களும் தந்தியும் வந்திருக்கலாம். எனக்குத் தெரியாது. எனென்றால் எனது தலைமுடி வளர்ந்து பழைய நிலையை அடைவதற்காக நான் இப்போது வேறு ஊருக்கு வந்து வாசம் புரிகிறேன்.

முடி வளரவேண்டுமா? உன் தலைமுடிக்கு அப்படி என்ன நேர்ந்தது? தோள்பட்டை வரைத் தொங்குகின்ற முடியைக் காற்றில் அலையவிட்டவாறு என் பின்னே அலைவதுதானே உன் பழக்கம். நீண்டு சுருண்டு அடர்ந்து வளர்ந்த உன் நீள் கூந்தலுக்கு என்ன ஆயிற்று? இதென்ன கதை, இல்லையென்றால் குறுநாவல் என்றெல்லாம் நீ புருவத்தை உயர்த்தி ஆச்சரியப்படுவாய்.

அந்தக் கதையைத்தான் இப்போது நான் கூறப்போகிறேன்.

மெட்ராஸுக்கு வரச்சொல்லி நீ அனுப்பியிருந்த கடிதத்தில், பணம் தேவைப்பட்டால் தந்தியடிக்கத் தயங்க வேண்டாம். தந்தி மூலமாகவே திரவியத்தை அனுப்பி வைக்கிறேன் என்றெல்லாம் அடிக்குறிப்பும் எழுதியிருந்தாய். நீ நல்லவள், சொன்னதைச் செய்பவள். ஆனால் சேவைக்குப் பிரதிபலனாக இருந்தால்கூட உன்னிடமிருந்து பணத்தைப் பெறுவதற்கும் ஓர் அளவு வேண்டாமா? நான் ஓர் ஆண்மகன் அல்லவா? என்றாவது ஒருநாள் சொந்தக்காலில் நிற்க வேண்டாமா? உன்னையே எப்போதும் ஊன்றுகோலாகப் பிடித்துக் கொண்டு நடந்தால் இறுதியில் எனக்குக் காலில்லாமல் போய்விடாதா? கைகளை மட்டும் வைத்துக் கொண்டு ஒரு மனிதனால் வாழ்க்கை

நடத்த முடியுமா? இத்தகைய சிந்தனைகளால் மனந்தெளிந்து இனியொருபோதும் உன்னிடம் பணத்தையோ, நெல்லையோ, தேங்காவையோ தந்து உதவுமாறு கேட்டுக் கடிதமோ, தந்தியோ, அன்னப் பறவையோ அனுப்பப் போவதில்லை என்று சபதம் செய்துவிட்டேன்.

உனது இருப்பிடத்திற்கும் வரவேண்டும். அதற்கென்ன வழி? குறுக்குப்பாதை, ஆகாய மார்க்கம்? சிந்தித்தேன்...! என் முன்னே ஒரு பிரதான வழி தென்பட்டது. நண்பர்கள் யாரிடமாவது கடன் வாங்கி உன்னிடம் வந்து சேர வேண்டும் என்பதே அது. மனதிற்கு இதமாகும் விதம் உன்னுடன் சில நாட்களைக் கழித்தபின் திரும்பிவர வேண்டும். பல் நொறுங்குமளவு தின்று எலும்பு நொறுங்குமளவு பணி செய்து சேர்க்கும் தொகையில் ஒரு பகுதியை மிச்சம்பிடித்துக் கொஞ்சம் கொஞ்சமாகக் கடனை அடைக்க வேண்டும்.

மேலே சொன்னபடி செய்ய முடிவெடுத்துக் கடன் வாங்கப் புறப்பட்டேன். முதலில் கடன் கொடுத்தவன் என்ற புண்ணியத்தைப் பெறப்போகும் நண்பன் யார்? என்பதை பரிசோதிப்பதற்காக மிட்டாய்க் கடைத் தெரு வழியாக நடந்தேன்.

பத்தடி நடக்கவில்லை. அதோ பன்னிரண்டடி தூரத்தில் திக்கு வருகிறான். பூஜையை முடித்துக் கொண்டு வருகிறான் போலும். திக்குவை உனக்குத் தெரியாதா? நம்ம திக்கு முன்னர் கதகளியில் ஹனுமத் பகவத் பாதருடைய வேடம் பூண்டு நடிப்பானே, ஹனுதிக் என்று நாம் கூட அழைப்போமே! அவனே தான். ஆம்! திக்குவை உனக்குத் தெரியும்.

நான் அவனிடம் நூறு ரூபாய் கடன் கேட்டேன்.

“எதுக்குடா?” அவன் கேட்டான்.

“மெட்ராஸுக்கு வரச்சொல்லி பிரியதர்ஷினி கடிதம் எழுதி யிருக்கிறாள். வண்டிச் செலவுக்கும் வழியில் பிஸ்கோத்து வாங்கித் தின்னவும் காசு வேணும்.”

“அதுக்கு அவகிட்டயே கேக்க வேண்டியதுதானே?”

“எத்தனை முறைதான் வாங்குறது? யாராயிருந்தாலும் கொஞ்சம் வெட்கம் மானமெல்லாம் இருக்காதா?”

“வெட்கமா... உனக்கா?”

"அவமானம்னு சொல்லு."

"ஒத்துக்கறேன்."

"சரி! நூறு ரூபா தா."

"டேய்" திக்கு கூறினான்: "மெட்ராஸ் போய்ச் சேர்றதுக்கே நூறு ரூபா வேணும். அதுக்கப்புறம் நீ என்ன பண்ணுவ? அவக்கிட்டக் கடன் கேட்பியா? பிச்சை எடுப்பியா? ரயில் வண்டியில் வயித்தில் அடிச்சுப் பாட்டுப்பாடி சம்பாதிப்பியா? சொல்லு."

அப்போதுதான் நிறையப் பணம் வேண்டுமென்ற உண்மை எனக்குள் உதயமானது. திக்கு தீர்க்கதரிசிதான்.

நான் கேட்டேன்:

"அப்படீன்னா குறைஞ்சது இருநூறு ரூபாயாவது வேணும் இல்லையாடா?"

என்னை மேலிருந்து கீழாக ஒரு பார்வை பார்த்துவிட்டுத் திக்கு கூறினான்:

"டேய், வேணும்னா ஒரு வாரத்துல இரு நூறு என்ன இருபதாயிரம் ரூபா கூட உன்னால சம்பாதிக்க முடியும். இந்தத் திறமையெல்லாம் வெச்சுக்கிட்டு நீ எங்கிட்ட இருநூறு ரூபா கடன் கேக்கிறியே? உனக்கென்னடா ஆயிற்று?"

"என்னடா திறமை?"

"டேய், நீ ஏழடி உயரம் இருக்கிற. அதுக்கேத்த கட்டுமஸ்தான உடற்கட்டும் இருக்குது. ரொம்ப அழகாகவும் இருக்கிற."

"அதுக்கு நான் பொண்ணாப் பிறக்கலையே."

"அதுக்கில்லடா கொஞ்ச நாளைக்கு நீ ஒரு சன்னியாசியா வேஷம் போடு. துறவியா இரு. நீண்ட காலத்துக்கு வேண்டாம். சிறிது காலம் மொட்டையடிச்சு தலையிலயும் நெற்றியிலயும் சந்தனத்தைப் பூசு. கொட்டாங்கச்சி அளவுக்கு இருக்கிற ஒரு உத்திராட்சத்தை வாங்கி கயிற்றுல கட்டிக் கழுத்துல தொங்க விடு. மஞ்சக் கலர்ல பட்டுத்துணி வாங்கி ஒரு கோவணம் மட்டும் கட்டிக்கோ. மரக்காலணியில் ஏறிக்கோ. ஒரு கையில கமண்டலத்தையும் இன்னொரு கையில தண்டையும் ஏந்திக்கோ. அப்புறம் மண் இடிஞ்சு விழுற மாதிரிக் குரல்ல ஓம்னு

கூவிக்கிட்டு குஜராத்தி வீதிகளில் நட. அதற்கப்புறம் ரெண்டு நாள் போன பிறகு என்னை வந்து பாரு. அப்புறம் உன்னைக் கையில பிடிக்கமுடியுமா?"

இந்தத் திட்டத்தால் கவரப்பட்ட நான் திக்குவைக் கட்டிப் பிடித்துக் கொண்டேன். வேடம் பூணுவதற்கு ஆகும் செலவுத் தொகையை அவன் அந்த நிமிடமே என் கையில் வைத்தான்.

பொருட்களைச் சேகரித்துக் கொண்டு நான் என் இருப்பிடம் வந்தேன். தலைமுடியை மழித்து மொட்டையடிப்பதற்காக, ஒரு சவர மன்னன் இரவில் வருவதற்கான, ரகசிய ஏற்பாடுகளைச் செய்தேன்.

முற்றிலும் மழித்த தலையைத் தடவிப் பார்த்தேன். பெல்ஜியம் கண்ணாடிபோல வழுவழுப்பாகவும், கோவில்புறாவின் தூவல் போன்று மென்மையாகவும் இருந்தது. துஷ்டனாகிய நான் கோழி கூவுவது வரையிலும் படுத்துத் தூங்கிவிட்டேன்.

சேவலின் கூவலோசைக் கேட்டு எழுந்த நான், பல்துலக்கி முகம் கழுவினேன். மஞ்சள் பட்டினால் பெரிதாகக் கோவணம் கட்டிக் கொண்டேன். சந்தனம் பூசினேன். உத்திராட்சம் தரித்தேன். காலணியில் ஏறி நின்றேன். கமண்டலத்தில் திருநீறு நிரப்பிக் கொண்டேன். கையில் தண்டை ஏந்தினேன். அதன் பிறகு எட்டுத்திக்கும் அதிருமாறு பெருங்குரலெடுத்துக் கூவினேன்:

"ஓம்!"

பக்கத்து அறைகளில் படுத்துத் தூங்கிக் கொண்டிருந்தவர்கள் பதறியடித்துக் கொண்டு எழும் சத்தம். விளக்குகள் ஒளிர்கின்றன.

அவர்களது கண்களில் அகப்படாமல் நான் சாலைக்கு வந்தேன். குஜராத்தி வீதிகளை நோக்கி நடக்கத் தொடங்கினேன். மரங்களின் தலைக்குமேல் பதுங்கியிருந்த விடியல் என்னைப் பார்த்துப் புன்னகைத்தது.

"ஓம்!"

வீட்டு முற்றங்களில் பேச்சுக் குரல்கள் ஒலித்தன. பெருங் கதவுகளும் சாளரங்களும் திறக்கப்பட்டன. முதன்முதலாகக் கண்ணில்பட்ட 'சேட்'டைப் பார்த்து வேதமந்திரம் கூறினேன்:

'ஓம் தமஸா ஜோதிர்கமயா
தமஸாஸே தனமும் கமயா.'

நாணய ஓசைக்குப் பதிலாகத் தெய்வீகக் குரலைக் கேட்டவுடன் சேட்டு ஓடிவந்து எனது காலடியில் விழுந்தான். நான் அவனை ஆசீர்வதித்தேன். சிறிது நேரத்திற்குப் பிறகு, சித்திரவதை செய்கிறாய் என்றேன். அப்படியிருந்தும் அவன் என்னை விடவில்லை. அவனது வீட்டிற்குள் என்னை வழி நடத்தினான். புலித்தோலை எடுத்து விரித்தான். நான் அதில் அமர்ந்து பாலும் பழமும் புசித்தேன். சமஸ்கிருத மொழியிலான எனது உரையாடலைக் கேட்ட சேட்டு பக்திப் பரவசத்தில் மயங்கிவிட்டான்.

'காசாம்ஸே ஆகதோஸ்ம்ருஹம் குர்ஜாரதேசே பூஜாதவான். ஜாம்பவஸ்யே அத்தைபுத்ரா குல்குலுதாஸ் திக்தகதாஸ் இதிநாம:'

இதுதான் எனது பல்லவி.

நான் குஜராத்காரன் என்பதையும் காசியிலிருந்து வருகிறேன் என்பதையும் ஓரளவுக்குப் புரிந்து கொண்டவுடன் வீட்டில் உள்ளவர்களுக்குத் தலைகால் புரியவில்லை. சேட்டும் அவனது மனைவியும் குழந்தைகளும், தாய் தந்தையும் எனது காலடியில் வந்து விழத்தொடங்கினர்.

'மகாராஜ் கீ ஜெய்!'

நான் அவர்களைத் திருநீரால் அபிஷேகம் செய்தேன். அப்போது வெற்றிலையில் நூற்று ஒரு ரூபா காணிக்கை வைத்து என் முன்னே நீட்டப்பட்டது.

மூன்று வீடுகள் ஏறி இறங்குவதற்குள் வீதியில் ஜனங்கள் கூடிவிட்டனர். நான் கர்ஜித்தேன்.

"ஓம்!"

ஆயிரம் கண்டங்களிலிருந்து எழுந்த அந்த ஆதிமந்திரம் ஆகாயத்தைப் பிளந்து கொண்டு உயர்ந்தது:

"ஓம்!"

மக்கள் வெள்ளத்தில் நீந்தியபடி நான் நான்காவது வீட்டை நோக்கி நடந்தேன். அப்போது அந்தத் தெருவில் மிகவும் செல்வந்தனாகிய சேட்டு, சேட்டுகளுக்கெல்லாம் சேட்டு, எஜமானுக்கெல்லாம் எஜமான் ஓடி வந்து எனது காலடியில் விழுந்து கெஞ்சினான்:

"மகாராஜ் எனது இல்லத்திற்குச் செல்வோம். அனைத்து வசதிகளும் உள்ளன. வாருங்கள் பிரபு!"

நடந்து செல்லவில்லை. நிறைய சேட்டுகள் சேர்ந்து என்னைத் தூக்கிக் கொண்டுபோய் பணக்கார சேட்டு வீட்டில் இறக்கினர். வீட்டினுள் குளிர்ச்சியான அறையில் அவர்கள் என்னைப் பிரதிஷ்டை செய்தனர்.

பணக்கார சேட்டும் அவனது அழகிய மனைவியும் என் கால்களைத் தொட்டு வணங்கியபின் காணிக்கையைக் கொடுத்து விட்டுப் பின்வாங்கினர். அதன் பிறகு இடைநிலை சேட்டுகளின் வரிசை நீண்டு வந்தது. திருநீறு தீர்ந்துவிட்டது. கமண்டலம் கரன்சியால் நிறைந்தவுடன் நான் சமஸ்கிருதத்தில் கூறினேன்:

"பக்தர்களே! இனி கடைசியாக பரமாத்மாவுடன் லயிக்க விருப்பதாலும் இந்த தேகத்திற்குச் சற்றே ஓய்வு தேவைப் படுவதாலும் மாலைநேரத்திற்குப் பிறகு இங்கே வாருங்கள் பஜனை நடை பெறும்."

பக்தர்கள் கூட்டம் கலைந்தது. நான் பெரிய சேட்டுவிடம் கூறினேன்:

"பக்தா! ஒரு துண்டு மஞ்சள் நிறப் பட்டுத்துணி வேண்டும்."

சில நிமிடங்களில் ஒரு மீட்டர் மஞ்சள்பட்டு எனது காலடி களில் வந்து சேர்ந்தது.

கரன்சி நோட்டுகளைப் பத்திரமாகப் பொதிந்து வைப்பதற்காகத்தான் இந்தப் பட்டுத்துணி. காணிக்கையை எண்ணிப் பார்த்தேன். ஆயிரம் ரூபாய்க்கும் மேலே இருந்தது. அபாரமான தொடக்கம்.

"ஓம்!"

பிச்சை என்று வகைவகையாக உணவு பரிமாறி, நான் பள்ளி கொள்வதற்காகப் பட்டுமெத்தைகளைத் தயார் செய்தபின் பெரிய சேட்டு பண்டகசாலைக்குப் புறப்பட்டுச் சென்றான்.

சேட்டுவின் மனைவி எனது அறைக்குள் வந்து கேட்டாள்:

"பகவான்! நான் தங்களுடைய கால்களைப் பிடித்து விடவா?"

"வா, பக்தையே!"

பக்தை எனது கணுக்கால்களிலிருந்து தொடங்கினாள். அவளது கைகள் எனது முட்டிக்காலை வந்தடைந்தவுடன் நான் கூறினேன்:

“வேண்டாம் பக்தையே! யாம் பிரம்மச்சாரி.”

பக்தையின் கண்களில் நீர் ததும்பியது.

“இப்படிக் கூற வேண்டாம். பகவான் பாமாவையும் ருக்மணியையும் ஒரே தராசின் இரு தட்டுகளிலும் வைத்துச் சரிசமமாகக் காதலித்த பிறகு ராதையின் மீதும் காதல் கொண்ட சச்சிதானந்த வடிவமாகிய தாங்கள், என்மீதும் இரக்கங் கொள்ள வேண்டும்.”

“பக்தையே! அப்படியென்றால் ஒன்று செய், காசி விசுவநாதனுக்குப் பிராயசித்தமாகத் தங்கம் கொண்டுவா, ஒரு கை பார்க்கலாம்.”

பக்தை தனது வளையல்களையும் சங்கிலிகளையும் கழற்றத் தொடங்கினாள்.

நான் விலக்கினேன்:

“வேண்டாம் பக்தையே! தங்க பிஸ்கட்டுகள் இருக்கிறதா?”

“இருக்கிறது பிரபு!”

“கொண்டு வா.”

“எத்தனை வேண்டும் பகவான்?”

“பத்து பிஸ்கட்டுகளை உடனே எடுத்துவா, பதிவிரதையே.”

பக்தை பிஸ்கட் எடுக்க எழுந்தபோது நான் கூறினேன்:

“இன்றைய காலகட்டத்தில் தங்கத்தைக் கையில் வைத்துக் கொண்டு நடப்பது ஆபத்தானது.” மிஸா, கஸ்டம்ஸ், கொள்ளைக் கூட்டம் ஆகியவற்றைப் பற்றிக் கூறினேன்.

“சரிதான், மகராஜ்.”

“பக்தையே பத்து பிஸ்கட்டுகளின் மதிப்பு எவ்வளவு இருக்கும்?”

“இருபதாயிரம் ரூபாய் இருக்கும் பகவான்!”

“அப்படியென்றால் அதை ஆயிரம் ரூபாய் கரன்சிகளாகக் கொடுத்துவிடு பக்தையே!”

நோட்டுக் கட்டுடன் பக்தை வந்தாள்.

நான் கூறினேன்:

“பணமோகத்தைத் தூண்டுகின்ற இந்தக் காகிதத் துண்டுகளை அந்தப் பட்டுத்துணியில் சேமித்து வை.”

பக்தை அவ்விதம் சேமித்தாள்.

“பகவான், இனி என்னை ஆசீர்வாதம் செய்யுங்கள்.”

நான் மயிற்தோகை சூடிக் கிருஷ்ணனானேன், பக்தை டாப்லெஸ் ராதையானாள். நாங்கள் பிருந்தா வனத்திற்குள் பிரவேசித்தோம்.

(பின்னணியில் ராதையின் நெஞ்சமே கண்ணனுக்குச் சொந்தமே... பாடல் ஒலித்தது)

மாலையில் பெரிய சேட்டு வந்து நித்திரையிலிருந்த என்னை எழுப்பினான். குண்டனாகிய அவன் கூறினான்:

“பகவான்! நாம் வீதி வலம்வர வேண்டும். இது பக்தர்களின் எளிமையான வேண்டுகோள். மறுத்துக் கூற வேண்டாம். யானை யைத் தயாராக வைத்திருக்கிறோம். தாங்கள் அதன் மீது ஏறி அமர்ந்து கொண்டால் மட்டும் போதும்.”

நான் ஒத்துக்கொண்டேன். கை கால் கழுவினேன். சந்தனம் பூசினேன். லட்டும் பழமும் சாப்பிட்டேன். பால் அருந்தினேன். வெளியே வந்து யானையின் மீது ஏறினேன். எனக்குப் பின்னால் ஒரு சிறுவனும் ஏறினான்.

நான் அவனிடம் ரகசியமாகக் கேட்டேன்:

“நீ எதற்காக ஏறுகிறாய்?”

“பக்தர்கள் எறிகின்ற காணிக்கையில் ஒரு பைசாக்கூட கீழே விழாமல் பிடித்துக் கொள்வதற்காகத்தான் சுவாமி.”

“நீ அதிலிருந்து தெரியாமல் ஏதாவது எடுப்பாயா?”

“மாட்டேன் பிரபு.”

"சபாஷ் அப்படியானால் ஒரு காரியம் செய். காணிக்கையாக எறியப்படும் சில்லறைகளை நோட்டுகளாக மாற்றிக் கொண்டு வந்து கொடு. நான் உனக்கு ஐந்து ரூபாய் இனாமாகத் தருகிறேன்."

சிறுவன் சத்தமாகக் கத்தினான்:

"மகராஜ் கீ ஜெய்!"

பக்தர்கள் அப்படியே திருப்பிச் சொன்னார்கள். மேல் வானத்தில் ஓர் ஓட்டை விழுந்தது.

பாகன் யானையை நடத்திச் சென்றான். முன்னும் பின்னும் பக்தஜனம். நாணய மழை என்மீது பொழிந்ததால் உடம்பு சற்றே வலித்தது. ஆனால் ஒரு துட்டுக்கூடக் கீழே விழாமல் சிறுவன் பிடித்துக் கொண்டான்.

ஊர்வலம் இரண்டுமுறை வீதியுலா வந்தது. அதற்குள் கட்டுப்படுத்த முடியாத அளவுக்குக் கூட்டம் பெருகிவிட்டது. இறுதியில் சி.ஆர்.பி. வந்து லத்திகம்பைச் சுழற்றி பக்தர்களைக் கட்டுக்குள் கொண்டு வந்தனர்.

அந்தி சாய்ந்தவுடன் பணக்கார சேட்டுவின் வீட்டு முற்றத்தில் யானையிலிருந்து இறங்கினேன். நேராக எனது தனி அறைக்குச் சென்றேன். ஐந்து ரூபாயை ஒதுக்கிவிட்டு மீதித் தொகையை நோட்டுகளாக மாற்றிச் சிறுவன் என்னிடம் ஒப்படைத்தான். அதையும் நான் பட்டுத் துணியில் சுற்றி வைத்தேன்.

வெளியே நடைபாதையில் பஜனைக்குரிய ஏற்பாடுகள் எல்லாம் தயாராக இருக்கின்றன என்று சேட்டு வந்து கூறினான். நான் அவ்விடம் புறப்பட்டேன்.

இசைக்கருவிகள் அனைத்தும் அணிவகுத்திருக்கின்றன. துந்துபி, உடுக்கை, வீணை, மிருதங்கம், மூர்ஸிங், எலக்ட்ரிக் கித்தார் இவற்றை இயக்குகின்ற இசைக் கலைஞர்களும் ஆஜர். நேர்முக வருணனை நடத்துவதற்கு ஆகாசவாணி அங்கத்தினர்களும் தயார்.

முதலில் யாம் காசி விசுவநாதனைப் புகழ்ந்து ஒரு கீர்த்தனை பாடினோம். சேட்டுகள் பின்பாட்டுப் பாடினர். பின்னர் ஸ்ரீராம கிருஷ்ணன்மார் முதல் குட்டிச்சாத்தான் வரையிலும் உள்ள கதாப்பாத்திரங்களின் கீர்த்தியை நாம் தொண்டை களிப்பில் பாடிப்பாடி ஆனந்த லகரியில் ஆழ்ந்து போனோம்.

விழித்தபோது எனது தனியறையிலுள்ள பட்டு மெத்தையில் இருந்தேன். அங்கிருந்தபடியே இரவு உணவையும் உண்டேன். பொரித்த கோழி அங்கே பூஜ்யமாக இருந்தது. நான் யோக்கியனாக இருந்தேன்.

புசித்து முடித்தபின் சேட்டையும் அவனது மனைவியையும் பார்த்து நான் கூறினேன்:

"யாம் இன்று இரவே இவ்விடம் விட்டுப் புறப்பட வேண்டும்."

ராதையின் முகம் வாடியது.

சேட்டு கேட்டான்:

"எங்கே செல்கிறீர்கள், பகவான்?"

"காசி ராமேசுவரத்துக்குத்தான்."

"நான்கு நாட்கள் கழித்துப் போனால் போதாதா சுவாமி."

"போதாது ஒரு நாள் உதயத்தில் யாம் இங்கே வந்தோம். அஸ்தமனத்தையும் கண்டோம். அடுத்த உதயத்திற்கு முன்பு இடம் மாற வேண்டுமென்று சன்னியாசி புராணம் அறிவுறுத்துகிறது."

"எந்த வழியாகச் செல்கிறீர்கள், பகவான்?"

"தாமரைச் சேரிக் கணவாயைக் கடந்தால், சுல்தான் பத்தேரி வழியாகக் காசிக்கு ஒரு குறுக்கு வழி இருக்கிறது. அந்த வழிதான் யாரும் நம்மைப் பழிக்காமல் இருப்பதற்கான சிறந்த வழி."

"தாங்கள் இனிமேல் இங்கே எழுந்தருள மாட்டீர்களா, பிரபு?"

"புண்ணியத்தலங்களில் தர்ப்பணம் செய்த பிறகு உடனே திரும்பி விடுவேன்."

"திரும்பி வருவதற்கு எவ்வளவு காலமாகும் சுவாமி?"

"கூடிப்போனால் மூன்று மாதம்."

"வரவேண்டும் மகராஜ்."

"நிச்சயமாக."

நள்ளிரவில் விழித்துக் கொள்ளும் விதமாக நாம் படுக்கைக்குச் செல்லும் நேரத்தில் காலைப் பிடித்துவிடுவதற்காக வந்த ராதை வருந்தினாள்:

"பகவானே! இன்னொரு நாள்கூட இந்தக் கூரையின் கீழ் தங்கிச் செல்லமாட்டீர்களா? நான் என்ன தவறு செய்தேன்?"

நான் பாடினேன்:

"ராதை உனக்குக் கோபம் ஆகாதடி...."

" நீ அதிஷ்டக்காரி" நான் கூறினேன்: "விரகம் என்ற காதல் அமிழ்தம் நீ."

"தாங்கள் இனி வரமாட்டீர்களா?"

"கண்டிப்பாக வருவேன். பக்தையே உன்னை மறக்க முடியுமா?"

"அப்படியென்றால் என்னை இன்னொருமுறை ஆசீர்வதி யுங்கள் பிரபு!"

"அதற்கேதும் தடையில்லை பக்தையே!"

நள்ளிரவுக்குப் பின் பட்டுத் துணியில் சுற்றிய மூட்டையைத் தூக்கிக் கொண்டு குறுக்கு வழிகளைக் கடந்த நான் நகரத்தின் நடுவிலூடே சஞ்சரித்து திக்குவின் வீட்டையடைந்து அவனைத் தட்டி எழுப்பினேன்.

சம்பவத்தின் ஆழமறிந்த அவன் என்னைப் பாராட்டினான்.

நான் கூறினேன்:

"திக்கு நீதான் எனக்குக் குரு. உனக்குத் தேவையான பணத்தை மூட்டையிலிருந்து நீயே எடுத்துக்கோ."

திக்கு சிரித்தான்:

"டேய், வெட்டியா அலைஞ்சிட்டிருந்த உனக்கு ஒரு வேலைக்கான வழியைச் சொன்னேன். அதை நீ பின்பற்றினாய் இல்லையா? அதுவே எனக்கு நீ கொடுத்த பிரதிபலன்."

"பணமாக ஏதாவது..."

"ஒரு பைசா கூட வேண்டாம். நீ அடுத்த ரயில் வண்டியி லேயே மெட்ராஸுக்குப் போ. பணத்தை வங்கியில் போடு. அது செலவாகும் வரை வாழ்க்கையை அனுபவி அதன் பிறகு திரும்பி வா."

“ஓம்!”

நான் உடனடியாக அவ்வாறு செய்யவில்லை. முடிவளர் வதற்காக ஊருவிட்டு ஊருவந்து இங்கே தங்கியிருக்கின்றேன். இந்தத் தலையையும் வைத்துக் கொண்டு என்னால் மெட்ராஸுக்கு வர முடியாது. இடைக்கால மனிதனைப் போல் இருப்பேன். இல்லையென்றால் தொப்பி அணிய வேண்டியிருக்கும். தி.மு.க தொப்பி அல்லது அதிமுக தொப்பி இரண்டும் எனக்கு இஷ்ட மில்லை. நான் ஒரு பௌதீகவாதியென்று உனக்குத்தான் தெரியுமே. பாண்டிய சோழ வேடங்களெல்லாம் எனக்கு ஒத்து வராது.

அதனால் பிரியமானவளே பிரியதர்ஷினி! இன்னும் இரண்டு வாரங்கள் காத்திரு. தலை வாருவதற்கு வசதியாக முடி வளர்ந்தவுடன் உனக்குத் தந்தியடிக்கிறேன். கன்னிமாரா ஹோட்டலில் அறையெடுத்து நாம் அழகாக வசிக்கலாம்.

அதற்குமுன் இத்துடன் இணைத்துள்ள இருபதாயிரம் ரூபாய்க்கான டிராப்டை, ஏமாற்றாத ஏதாவதொரு வெளிநாட்டு வங்கியில் என் பெயரில் வரவு வைத்துவிடு.

இப்படிக்கு,
உன் பிரியத்திற்குரிய,
பையன்.

பூர்வீகக் கதை

பையன் வேலைக்காரனாகத்தான் வாழ்க்கையைத் தொடங்கினான். அதற்கு முன்பே பூமியில் மனிதனாகப் பிறந்துவிட்டான்.

இப்படிச் சொல்லவில்லையென்றால் கதை, சட்டப்படி தடைசெய்யப்பட்டு விடுமல்லவா.

ஒரு வயதாகும் போது அம்மா இறந்து விட்டாள்.

பின்னாலேயே அப்பாவும் போய்ச் சேர்ந்துவிட்டார்.

சத்துணவுக் குறைபாடு காரணமாகத்தான் அம்மா மரணமடைந்தாள்.

புண்ணிய பூமியில் பட்டினிச் சாவுகள் தடை செய்யப் பட்டிருந்ததால், அந்த மனுஷிக்கு அது ஒன்றுதான் வழி.

வளர்ந்த பிறகு அப்பாவின் இறப்பைப் பற்றி இரண்டு விதமாகக் பேசிக் கொண்டார்கள். அப்போது ஆளுங்கட்சி, எதிர்க்கட்சி என்று இரண்டு விதமான கட்சிகள் தொடங்கப் பட்டிருந்தன. டெமாக்ரஸிதான் இறப்புக்கு மூல காரணம்.

பக்கவாதத்தால் தந்தை இறந்து போனார் என்று ஆளுங்கட்சியும், பாரபட்சம் காட்டியதால் இறந்துபோனார். என்று எதிர்கட்சியும் பரஸ்பரம் குற்றம் சுமத்தின. செத்துப் போனவன் கதை கூறக் கூடாது என்று சட்டம் இருப்பதால் தந்தை ஒன்றும் சொல்லவும் இல்லை.

பையனை யாரெல்லாமோ எடுத்து வளர்த்தார்கள். விவரம் தெரியும் போது பையன், கால் வயிற்றுப் பழைய சோற்றுக்காகக் கண்டகண்ட வீடுகளின் வடக்குப் பக்க வாயிலில் கையேந்தி நிற்கிறான். நாயர் சமுதாயம் நாசத்தை நோக்கிச் சென்று கொண்டிருந்தாலும் ஒரு வேளை உணவுக்கான வழிவகை பல வீடுகளிலும் இருந்தது. அதன் மீதி பெரும்பாலான நாட்களில்

அவனுக்கும் கிடைத்து வந்தது.

எட்டு வயதாகும் போது மாடுபூட்டத் தொடங்கினான். மண் வெட்டுபவர்களும் மற்றவர்களும் அழைப்பதையும் பேசுவதையும் செவிமடுத்தல் என்ற வித்தையையும் வசமாக்கியிருந்தான். அதனால் ஒருவேளை மட்டுமல்ல இரண்டு வேளையும் உணவு கிடைக்கத் தொடங்கியது.

அப்படியிருந்தும் பசி அடங்கவில்லை. சிவனே மனிதனுக்கு தாகம்மிக உண்டோ என்ற செய்யுள் அடிகளை இன்னும் கொஞ்சம் விரிவாகப் பாடிக் கேட்ட பிறகு வாய்ப்புக் கிடைக்கும் போதெல்லாம் உண்ண வேண்டும் என்ற பேராசை எழுந்தது.

ஊரில் இதற்கு வழியில்லை. அதனால் கிழக்கே போகத் திருட்டுரயில் ஏறினான். பல இடங்களிலும் பிடித்து இறக்கி விட்டார்கள். மீண்டும் ஏறினான். இறுதியில் கொடுமுடி என்ற ஊரை வந்தடைந்தான்.

அப்போது அவனுக்கு வயது பன்னிரண்டு. ஒரு பிராமணர் வீட்டில் வேலை கிடைத்தது. கடைவீதிக்குச் சென்று வருதல், கூப்பிட்ட குரலுக்கு மறுபேச்சுப் பேசாதிருத்தல், துணி துவைத்தல் முதலிய வினோதமான செயல்களைச் செய்ய வேண்டும். அவ்வளவுதான். அவை நிறைவேற்றப்பட்டன. பிராமணர் பெரிய பணக்காரர். மூன்று வேளை உணவும், பிரதிமாதம் பத்து ரூபாய் சம்பளமும் கொடுத்தார்.

குடும்பத்தில் உள்ளவர்களுக்கு வேலைக்காரனை மிகவும் பிடித்துப் போய்விட்டது. அதனால் குழந்தைகளும் பெரியவர் களும் அவ்வப்போது சில்லறைகளையும் கையில் கொடுத்தனர். எல்லாவற்றையும் ஐயரிடம் கொடுத்து வைத்தான். அவர் அதையெல்லாம் சேர்த்து வைத்து அஞ்சலகத்தில் வேலைக் காரனின் கணக்கில் போட்டு வைத்தார்.

நான்காண்டுகளுக்குப் பிறகு ஐயரின் மூத்த மகளுக்குத் திருமண ஆலோசனை வந்தது. திருச்சிராப்பள்ளிக் கலெக்டரின் மகன்தான் வரன். நான்கு நாள் திருமண விழா மிகவும் கோலாகலமாக நடந்தது. துணியாகவும் பணமாகவும் வேலைக்காரனுக்கும் நிறைய அன்பளிப்புகள் கிடைத்தன. இதற்கெல்லாம் மேலாக மாப்பிள்ளையின் அப்பா, திருச்சிராப்பள்ளிக் கலெக்டருக்கு வேலைக்காரனை மிகமிகப் பிடித்துப் போய்விட்டது.

கறியும் முட்டையும் சமைக்கத் தெரியுமா என்று அவர் கேட்டார். தெரியுமென்று கூறினான். அப்படியானால் நீ என்னுடன் வருகிறாயா என்று கேட்டார். டூர் செல்லும் போது மீன், மாமிசம் முதலியன சமைப்பதற்குதான். அவர் கொஞ்சம் மது அருந்துவாராம்.

கொடுமுடி ஐயர் சொன்னால் வருகிறேன் என்றான். அவரிடம் கேட்டபோது, அவனுக்கு விருப்பம் இருந்தால் கூட்டிச் செல்லுங்கள் என்றார்.

வேலைக்காரனுக்கு தர்மசங்கடத்தை ஏற்படுத்த கூடிய சூழ்நிலை. கந்தனும், ஸ்கந்த மிஸ்ராவும் துணையிருந்ததால் அப்படியொரு நிலை வரவில்லை. திருச்சிராப்பள்ளிக்குச் செல்கிறேன் என்று கூறினான். சரி, அப்படியானால் நான்கு நாட்களுக்குப் பிறகு புறப்படு என்று கொடுமுடி ஐயர் உத்தரவு பிறப்பித்தார்.

மாப்பிள்ளையும் பெண்ணும் மற்றவர்களும் புறப்பட்டுச் சென்றபின் சில நாட்களுக்குப் பிறகு வேலைக்காரன் திருச்சிராப் பள்ளிக்குப் புறப்பட்டான். துணிமணியெல்லாம் எடுத்து வைத்துக்கொள். வண்டிச் செலவுக்குப் பணம் தருகிறேன். போஸ்டாபீஸில் இருக்கின்ற தொகையை திருச்சிக்கு மாற்றிக் கொடுக்கிறேன் என்று ஐயர் கூறினார். ஆயிரம் ரூபாய்க்கும் மேல் இருந்தது. பணத்தை மாற்றுகின்ற வித்தை வேலைக்காரனுக்கு இஷ்டமில்லை. பணமாகவே கொண்டு செல்ல வேண்டுமென்று அடம்பிடித்தான். உனது விருப்பம், என்று கூறிய ஐயர் போஸ்டாபீஸிலிருந்து பணத்தை எடுத்து எண்ணிக் கையில் கொடுத்தார். பரிசாகக் கிடைத்த பட்டுத்துணிகளுக்கும் வேட்டிக்கும் இடையில் பணத்தைப் பத்திரப் படுத்திப் பெட்டியைப் பூட்டிக்கொண்டு ரயில் வண்டியில் ஏறினான். பெட்டியை சீட்டுக்கடியில் வைத்தான். துணைக்கு ஒரு ரயில்வே போலீஸ் காரன் கிடைத்தான்.

ரயில் ஈரோட்டை வந்தடைந்தது. ரயில் நிற்பதற்குள் ஒரு கிழவி ரயில் பெட்டியிலிருந்து பிளாட்பாரத்திற்குத் தாவி இறங்கினாள். பிளாட்பாரத்தைத் தொடவில்லை. நடுவே கீழே தண்டவாளத்தில் விழுந்து ரயில் சக்கரம் ஏறி இறந்துபோனாள். அதைப் பார்ப்பதற்கு பயணிகள் நெருக்கியடித்துச் சென்றனர். பிணத்தை எடுத்து, மேல் நடவடிக்கைகளுக்குப் பின் வண்டி

அரைமணி நேரம் தாமதமாகவே புறப்பட்டது.

வேலைக்காரன் திரும்பி வந்து சீட்டுக்கடியில் பார்த்தான். பெட்டியைக் காணவில்லை. பக்கத்திலிருந்த போலீஸ்காரனிடம் புகார் கூறினான். கவனமாகப் பயணம் செய்யவில்லையென்றால் இப்படியெல்லாம் நடக்குமென்று அவன் பவ்வியமாகத் தமிழில் பதில் கூறினான்.

நாசமாப் போன வேலைக்காரன் அடுத்த ஸ்டேஷனில் இறங்கினான். ஸ்டேஷன் மாஸ்டரைக் கண்டவுடன் சற்றே நிம்மதியடைந்தான். அவர் கொடுமுடிக்குத் திருமணத்துக்கு வந்திருந்தார்.

அவரிடம் சென்று வணங்கினான்.

நீ இங்கே ஏன் வந்தாய்? என்று கேட்டார்.

நடந்த சம்பவத்தை கூறினான்.

சரி வா, என்று கூறிய அவர் வேலைக்காரனிடமிருந்து புகார்மனு ஒன்றை எழுதி வாங்கிக் கொண்டார். பின்னர் வீட்டிற்குக் கூட்டிப் போனார். குளித்து வருமாறு கூறி மாற்றுடைகள் கொடுத்தார். உண்ண உணவும் கொடுத்தார்.

பின்னர், அவர் விவரம் கூறுவதற்காகக் கொடுமுடிக்கும் திருச்சிராப்பள்ளிக்கும் மாறி மாறி போன் செய்தார். மிகவும் சத்தமான குரலில் அழைத்ததால் பலரும் அதைக் கேட்டனர். சாப்பிட்டுக் கொண்டிருந்த நாயருக்கு ஓர் அழைப்பு சென்றதையும் அவர் தொலைபேசியில் கூறினார்.

கொடுமுடிக்காரர்கள் திரும்பி வா என்று கூறினர். கலெக்டர் திருச்சிராப்பள்ளிக்கு வருமாறு உத்தரவு போட்டார்.

நீ எங்கே செல்ல விரும்புகிறாய் என்று ஸ்டேஷன் மாஸ்டர் கேட்டார்.

திருச்சிராப்பள்ளிக்கு என்றான் வேலைக்காரன்.

ஸ்டேஷன் மாஸ்டர் சற்றும் தாமதிக்காமல் அடுத்த ரயில் வண்டியிலேயே ஒரு மூன்றாம் வகுப்பு டிக்கெட் எடுத்துக் கொடுத்து கொஞ்சம் பணமும் கொடுத்து வேலைக்காரனை திருச்சிராப்பள்ளிக்கு அனுப்பினார். ஸ்டேஷனில் இறங்கி கலெக்டரின் பங்களாவுக்குச் சென்றான்.

நீ வந்து விட்டாயா என்றார் அவர்.

அடியேனுக்கு உத்தரவு என்று அவன் கூறினான்.

சிறிது நேரத்திற்குப் பிறகு ரயில்வே போலீஸ் சூப்பிரண்ட் பங்களாவுக்கு வந்தார். வேலைக்காரனை விசாரணை செய்தார். பக்கத்திலிருந்த போலீஸ்காரனின் நம்பரைக் கவனித்தாயா என்று கேட்டார். அந்த விஷயத்தில் மட்டும் அறிவைக் கடன் கொடுக்கவில்லை என்று கூறி 1763எ என்று அவரிடம் ஒப்பித்தான்.

பயப்படாதே சிலவேளை பொருட்கள் திரும்பக் கிடைக்கும் என்று சூப்பிரண்ட் வேலைக்காரனுக்கு ஆறுதல் கூறினார்.

நிம்மதியாக இருந்தது. இறைச்சி மீன் முதலியவற்றைச் சமைத்துக் கொண்டு கலெக்டருடன் சுற்றுப்பயணம் செல்லத் தொடங்கினான் வேலைக்காரன்.

இவ்வாறாக ஆறேழு மாதங்கள் கடந்த பிறகு ஒரு நாள் சக பயணியான போலீஸ்காரன், களவு போன பெட்டியைத் தலையில் சுமந்து கொண்டு மற்றொரு போலீஸ்காரனுடன் கலெக்டர் பங்களாவிற்கு வந்தான். பாதிப் பணத்தையும் துணியையும் எடுத்திருந்தான். விலை உயர்ந்த பட்டணிந்து இவனது பொம்மனாட்டி தண்ணீர் எடுப்பதற்காகப் போலீஸ் காலணியிலுள்ள கிணற்றடிக்குச் சென்றதால் பிற போலீஸ் காரர்களின் இல்லத்தரசியருக்கிடையே இந்த விலையுயர்ந்த பட்டு விவாதப் பொருளானது. அதன் பின்னர் சி.ஐ.டியால் அந்தப் போலீஸ்காரன் பிடிக்கப்பட்டான் என்று எஜமான் கூறினார். பிறகு போலீஸ்காரனுக்கு ஓர் ஆண்டு கடுங்காவல் தண்டனை விதிக்கப்பட்டதென்றும், தூக்கு தண்டனை விதிக்கப் பட்டதென்றும் பேசிக் கொண்டார்கள். வேலைக்காரனுக்குப் படிப்பறிவு இல்லாததால் உண்மையில் என்ன நடந்ததென்று சரிவரத் தெரியவில்லை.

அதன் பிறகு, சுருக்கமாகச் சொல்லவேண்டுமென்றால் களவு போன தொகையைக் கையிலிருந்து எடுத்து வேலைக்காரனின் மூலதனத்தை முன்பிருந்த அளவிலேயே போஸ்டாபீஸில் போட்டு வைத்தார் கலெக்டர்.

அடுத்த சுற்றுப்பயணத்தின் போது ஒரு நாள் இரவு பொரித்த இறைச்சியை கொறித்தவாறு ஸ்காட்ச் விஸ்கியை விழுங்கிக்

கொண்டிருக்கும் போது கலெக்டர் அவர்களுக்கு மாரடைப்பு வந்து இறந்துவிட்டார் என்ற செய்தியை வேலைக்காரன் மிகவும் வேதனையுடன் வெளியிட்டான்.

மர்கடங்களுக்கிடையிலும் முஷ்கரமுள்ளவை உண்டு என்று கூறுவதைப் போல ஐயர்களுக்கிடையிலும் நல்லவர்கள் உள்ளனர்.

வேலைக்காரன் அவரை படுக்கையில் படுக்க வைத்தான். உதவியாளர்கள் வருவதற்குள் வேலைக்காரனின் எஜமான் இறந்துவிட்டார். இருந்தாலும் சர்க்கார் காரியங்கள் முறை போல நடக்கவேண்டுமல்லவா? மீதியிருந்த கோப்புகளைத் தானே பரிசோதித்து ஆவன செய்தான். அதன் பிறகு வேண்டியவர் களுக்கு விபரம் தெரிவித்தான்.

உறவினருடன், இன்னொரு மாவட்டத்தில் சுற்றுப் பயணத்தில் இருந்த மதிப்பிற்குரிய ரெவன்யூபோர்டு மெம்பர் காட்டன்துரை அங்கே வந்து சேர்ந்துவிட்டார். இறுதிச் சடங்குகள் எல்லாம் முடிந்த பிறகு அவர் டெஸ்பாச் பாக்ஸைத் திறந்தார். கோப்புகளில் வேறு கையெழுத்தையும் சில பல கட்டளைகளையும் கண்டவுடன் துரை கேட்டார்:

"இது யாருடைய கை வண்ணம்?"

வேலைக்காரன் குற்றத்தை ஒத்துக் கொண்டான்.

அப்படியானால் நீ இறைச்சியும் மீனும் சமைத்து வாழ்க்கையைப் பாழாக்க வேண்டியவனல்ல என்று வேலைக்காரனை மெட்ராஸூக்கு அழைத்துச் சென்றார். செக்ரட்டரியேட்டில் ஒரு டெபூட்டி செக்ரட்டரியாக நியமித்து உத்தரவுக் கடிதத்தையும் கையில் கொடுத்தார்.

மாமிசத்தையும் மீனையும் மிக்க சுவையுடன் சமைக்கின்ற அதே ஆர்வத்துடன் அரசாங்க வேலையிலும் ஈடுபட்டதால், காலப்போக்கில் பையன் ஜாயின்ட் செக்ரட்டரியாகவும், அடிஷனல் செக்ரட்டரியாகவும், ஃபுல் செக்ரட்டரியாகவும் இறுதியில் சீஃப் செக்ரட்டரியாகவும் பதவி உயர்வு பெற்றான். வேறு என்ன சொல்வது, கவர்னர் பதவி காலியானவுடன் கவர்னராகவும் பதவியேற்றான்.

ஐந்தாண்டு கால கவர்னர் பதவி முழுமையடைவதற்கு முதல் நாள்தான் 1947 ஆகஸ்டு பதினைந்து வருகிறது. மறுநாள்

பணியிலிருந்து ஓய்வு பெற வேண்டும். ஆனால் திறமையான கவர்னரை வீட்டுக்கு அனுப்ப அரசு அனுமதிக்கவில்லை. பஞ்ச கர்ம சிகிச்சை நடத்திப் பையனை ரோவிங் அம்பாசடராக்கி உலகம் சுற்ற அனுப்பிவைத்தது.

பையன் சுருக்கமாகக் கூறினான்: “பிரியதர்ஷினி அப்போது தான் உனக்கு நல்ல நேரம் வந்து எனது கழுத்தை வலிய வந்து சுற்றிக் கொண்டாய்.”

அவளது முகம் வெறுப்பை உமிழ்ந்தது:

“அப்படியானால் நீ வெறும் வேலைக்காரப் பையனாகத்தான் இருந்தாயா”

“ஆமாம்.”

நீண்ட அமைதிக்குப் பிறகு பிரியா கூறினாள்:

“இறந்த காலத்தை மற, இப்போது நீ மதிப்பிற்குரிய மனிதனல்லவா!”

“அதனால் நீ என்னிடம் அட்டையைப் போல் ஒட்டிக் கொள்வாய், அப்படித்தானேடீ?”

“நடந்ததையெல்லாம் மறந்து விடு.”

“மறக்க முடியாது.”

“ப்ளீஸ்.”

“அதுமட்டுமல்ல, உண்மையை நான்கு பேர் தெரிந்து கொள்ள வேண்டும் என்பதற்காகத்தான் இந்தக் கதையை எழுதினேன்.”

“உண்மையாகத்தான் சொல்கிறாயா?”

“ஆமாம். அப்படியாவது நீ என்னைவிட்டு விலகி விடுவா யல்லவா!”

“நான் உன்னை விடமாட்டேன்.”

“அப்படியென்றால் நான் உன்னைக் கைவிடுகிறேன். உன் இனத்தின் தற்பெருமையை நான் இன்று கண்டேன். இனிமேல் ஒரு கதையிலும் உன்னைப் பற்றி எழுதமாட்டேன்.”

பிரியதர்ஷினி பையனுக்கு முன்னே குனிந்து அமர்ந்தாள்.

"மன்னித்துவிடு பையா! தெரியாமல் சொல்லிவிட்டேன்."

"என்னைத் தொடாதே" பையன் பின்னால் நகர்ந்தவாறு கூறினான்: "நான் உன்னை டைவேர்ஸ் செய்திருக்கிறேன். காரணத்தையும் கேள் கிளாஸ் இன்கம்பாட்டிபிலிற்றி, இனப் பொருத்தம் இல்லாமை."

"நம்மிடையே உள்ள பிற பொருத்தங்களை நீ மறந்து விட்டாய்" பிரியதர்ஷினி கூறினாள்.

"வாத்சாயனின் சூத்திரத்தைக் கையில் வைத்துக் கொள்" பையன் கூறினான்: "மாமிசப் பிண்டமல்ல காதல்."

☯

குசேல மாளிகை

அமைச்சரவை, பஞ்சமகா பாதகர்களால் உருவாக்கப்பட்ட முச்சந்திக்கு வந்து முணங்கிக் கொண்டிருக்கிறது. மரண ஓலம் தூரத்திலிருந்தே கேட்கிறது. ஆகையால் மந்திரிகுமாரியாகத் தன்னைக் காண வேண்டு மென்றால் முடிந்தளவு வேகமாக வரவேண்டுமென்று பிரியதர்ஷினி பையனுக்குக் கடிதம் எழுதினாள். 'அமைச்சர் இல்லமாகிய திருவாந்தக புராந்தகத்திற்குச் செல்ல வேண்டாம். கேரளாவின் மையப் பகுதியில் உள்ள அப்பாவின் வீட்டிற்கு வரவும். இப்போது நான் அங்குதான் வசித்து வருகிறேன்.'

ராஜபதவி கைநழுவிக் கொண்டிருக்கின்ற கடைசி நிமிடங்களில், சிறப்பு அழைப்பு விடுத்த பின்பும் நான் அவளைச் சென்று பார்க்கவில்லை என்று பிற்கால வரலாற்றில் பொன்னெழுத்துக்களால் பொறிக்கப்பட்டுப் பிரிட்டீஷ் அருங்காட்சியகத்தில் பாதுகாக்கப்பட வேண்டாம் என்று கருதிய பையன் பயணத்தைத் தொடங்கினான்.

முன்பு பலமுறை சென்ற இடம்தான், வீடுதான். நகரத்தைச் சென்றடைந்தான். ரயிலிலோ, பேருந்திலோ, காரிலோ சென்று இறங்கி ஒரு பர்லாங் தெற்காக நடந்து வலதுபக்கம் திரும்புகின்ற குறுக்குச் சந்தில் முதல் வீடு.

வீடு என்று கூறலாமா? முடியாது. எந்நேரமும் - முன்பிறவியில் கூட - மக்கள் தொண்டனாக இருந்து இறுதியில் அமைச்சராக்கப்பட்ட ஒருவரின் சிறிய வீடு. இரண்டு அறைகள் கொண்ட வீடு. சிறிய முற்றம், புளிய மரம், ஓடு வேயப்பட்டுள்ளது என்ற சிறப்புச் செய்தியை வேண்டுமானால் சேர்த்துக் கொள்ளலாம். இல்லை என்றால் விட்டுவிடலாம். வீடு அங்கேதான் இருக்கும்.

பேருந்திலிருந்து இறங்கித் தெற்குநோக்கி நடந்து வலப்பக்கம் திரும்பினான். வழி தவறிவிட்டது. ஒரு பிரமாண்டமான ஏழு மாடிக் கட்டிடம் வந்து நிற்கிறது.

புத்தம் புதிய கட்டிடங்கள்-வளர்ச்சிக்கும் வளமைக்கும் எடுத்துக்காட்டாய் எழும்பியவை-எல்லா இடங்களிலும் உயர்ந்து கொண்டிருக்கின்ற நகரத்தில், யாராக இருந்தாலும் வழி தவறத்தான் செய்யும். இதில் குற்றம் கூறுவதற்கு ஒன்றுமில்லை. கேஸ் கொடுத்தாலும் வெற்றி பெற முடியாது.

பையன் திரும்பி பஸ் ஸ்டாண்டுக்கு நடந்தான். ஒரு டீ குடித்துவிட்டு கண்களை நன்றாகக் கசக்கிவிட்டுக் கொண்டு மிகவும் நன்றாகப் பழக்கப்பட்ட அந்தப் பாதை வழியாக மீண்டும் தெற்காக நடந்து வலப்பக்கம் திரும்பினான்.

ஐயோ! கஷ்ட காலம். மீண்டும் அதே ஏழுமாடி பங்களாவுக்கு முன்னர்தான் வந்து நிற்கிறான். பக்கத்தில் எங்குமே தண்ணீர் இல்லை. பதற்றமடைந்த பையன் சிந்தித்துப் பார்த்தான். நாம் பாதையை மறந்துவிட்டோமோ?

இப்படிப்பட்ட கட்டங்களில் ஒரு வழிப்போக்கன் அங்கே தோன்றுவானே. அதோ வருகிறான். அவனிடம் பையன் கேட்டான்:

"சார், அமைச்சர் ஹரிச்சந்திர மேனோனின் வீடு இங்கே இருந்ததே?"

"ஆமா."

"இப்போ அது எங்கே?"

வழிப்போக்கன் கூறினான்:

"விளையாடாதீங்க சார்."

"விளையாடவில்லை, சொல்லுங்க சார்"

"அப்படியா! இதுதான் வீடு."

"இந்த ஏழுமாடி மாளிகையா?"

"ஆமா."

சுவர் சிற்பங்கள் செதுக்கப்பட்ட கேட்டைக் கடந்து, அல்ஸேஷன் நாயை ஏமாற்றிவிட்டு, பூந்தோட்டத்தை

உரசியவாறு நடந்து, எல்லையற்ற செல்வத்தை உள்ளடக்கிய மொஸைக் வராந்தாவில் ஏறி நின்ற பையன் அழைப்பு மணியில் கைவைத்து அழுத்தினான்.

வேலைக்காரன் கதவைத் திறந்தான்.

“யாரு?”

“வடக்கேயிருந்து.”

“என்ன வேணும்?”

“பிரியதர்ஷினியைப் பார்க்கணும்.”

“பேர் என்ன?”

“குசேலன்.”

பைத்தியக்காரன் என்று எண்ணிய வேலைக்காரன் கதவைச் சாத்துவதற்கு முனைந்தபோது பிரியதர்ஷினி ஓடிவந்தாள்:

“பையனா! வா என் தங்கமே! கம் இன்.”

“அதுக்கு முன்பு எனக்கு ஒரு விஷயம் தெரியணும்” பையன் கேட்டான்:

“என்ன?”

“இந்தக் குசேல மாளிகை எப்படி உருவானது?”

“வீட்டைப் பற்றி கேட்கிறாயா?”

“ஆமா.”

பிரியா புருவத்தைச் சுழித்தாள்:

“பொதுமக்கள் பணம் பிரித்து வயதான காலத்தில் அப்பாவுக்கு ஒரு வீடு கட்டிக் கொடுத்திருக்கிறார்கள், இதுல தெரிந்து கொள்ள என்ன இருக்கிறது.”

“அப்படியா?”

“வேறு எப்படியாம்?”

“சரி நட” பையன் கூறினான்: “இதில் எனது பங்கும் இருக்கிற தல்லவா?”

☯

ஓர் இரவு

பையனும், பிரியதர்ஷினியும் செல்லவிருந்த வெளிநாட்டுப் பயணத்தை விழுங்கிய பணவீக்கம், அவர்களை விரோதியாகப் பாவித்துப் பின் தொடர்ந்தது. நல்ல ஹோட்டலுக்குச் சென்று சாப்பிட முடியவில்லை. ஒரு டபிள்ரூம் எடுத்து நிம்மதியாக அமர்ந்து பரஸ்பரம் ஒரு நல்ல புத்தகத்தை படித்துக் காட்டவோ, மேக்ரோ எக்கனாமிக்ஸைப் பற்றி பேசவோ வழியில்லை. ஒரு மிடில்கிளாஸ் ஹோட்டலுக்குச் செல்லலாமென்றால் அங்கே எழுகின்ற சத்தத்திற்கும், நாற்றத்திற்கும் இடையில் ஒன்றும் செய்யமுடியாது. டாக்பங்களாக்கள் எதுவும் காலியில்லை. பணவீக்கத்தின்மீது பந்தயம் வைத்துதான் ப்யூரோக்ராஸிகள் பெருகுகின்றன. அலுவலர்களுக்கு எப்போதும் டூர்தான். டூர் என்று சொன்னால் இரவில் ஓய்வெடுக்கும் இடமோ டாக்பங்களா. குறைந்த பணத்தில் சிறப்பான முறையில் உண்பதற்கும் உறங்குவதற்கும், ராஜபோக வாழ்க்கையிலிருந்து சற்றே விலகிக் கிராமப் புறங்களில் பதுங்கியிருக்கும் பங்களாக்களுக்குச் செல்ல நினைத்தால் அங்கே உணவு கிடைக்காது. மனிதன் உயிர் வாழ்வது ரொட்டியினால் மட்டுமல்ல என்ற சித்தாந்தம் பாடப் புத்தகத்தோடுநின்றுவிடுகிறது. உடல்ரீதியாகவும் அறிவுப் பூர்வ மாகவும் செய்யக்கூடிய வேலைக்கு வெண்ணெய் இல்லை யென்றாலும் ரொட்டி வேண்டும்.

"நமக்கு மிடில்கிளாஸ் ஒத்துவராது" பிரியதர்ஷினி கூறினாள்: "துருவப்பகுதிதான் சரி, ஒண்ணு ஐந்து படுக்கை அறைகளும் வேலைக்காரர்களும் இருக்கிற பெரிய மாளிகை. இல்லையானால் ஓலைக் குடிசை."

சூட்சுமம் பையனுக்குப் புரிந்துவிட்டது. அதனால்தான் நகரத்திலுள்ள குடில்களுள் ஒன்றான உஸ்மானியா ஓட்டலுக்குச் சென்றார்கள். ஒரு நாள் வாடகை மூன்று ரூபாய். ஒற்றை அறை.

மாலையில்தான் அறை எடுத்தார்கள். எட்டு மணி வரை தென்னிந்திய ரயில்வேயின் ரயில் வருகை, புறப்பாடு பற்றிய கால அட்டவணையைப் படித்துக் கொண்டிருந்தனர். சாயங்காலம் விளக்கைப் போட்டவுடன்தான் ஷண்டிங் என்ஜின்கள் போல மூட்டைப் பூச்சிகள் படுக்கையில் ஊர்வதைப் பார்த்தனர்.

"இனி என்ன செய்யறது" பிரியா கேட்டாள். "செய்வதற் கொன்றும் இல்லை" பையன் கூறினான்: "படிக்கிறதுக்கும் பேசுறதுக்கும் மட்டுமா நாம இந்த அறையை வாடகைக்கு எடுத்தோம்?"

ஒன்பது மணிக்குக் குறைந்த விலையில் உணவை வரவழைத்து உண்டனர்.

"இனியென்ன?" பிரியா கேட்டாள்.

"நாடகம்" பையன் கூறினான்: "லாங் நைட்ஸ் ஆக்ட் இன்று டான்."

விடியலுக்கான நீண்ட இரவில் நடிக்கின்ற நடிப்பு.

ஒன்றிரண்டு காட்சிகள் முடிந்தபோது கதவு தட்டப்பட்டது. வந்தது போலீஸ்காரர்கள். நகரத்தில் ரோந்து சுற்றுகின்ற ஹெட்கான்ஸ்டபிளும் குழுவினரும்.

விபச்சாரம் என்ற குற்றச்சாட்டைச் சுமத்தி ஹெட்கான்ஸ்டபிள் விசாரணையைத் தொடங்கியவுடன் பையன் அதற்கு எதிர்ப்புத் தெரிவித்தான்.

தாங்கள் இன்னாரென்று கூறினான்.

"ஆதாரம்?"

போலீஸ்காரர்களுக்கு நன்றாகத் தெரிந்த, நகரத்திலுள்ள ஒரு வக்கீலின் பெயரைக் கூறினான்.

"அவர் உங்களுக்குத் தெரிந்தவர் என்பது எனக்கு எப்படித் தெரியும்?" ஹெட் கேட்டார்.

"ஸ்டேஷனுக்குப் போகலாம், அங்கே ஃபோன் இருக்கு மல்லவா வாங்க."

வண்டியில் ஏற்றி ஸ்டேஷனுக்குக் கொண்டு சென்றார்கள். வக்கீலைத் தொலைபேசியில் அழைக்க வேண்டிய அவசியமில்லை. இன்ஸ்பெக்டரும் தெரிந்தவர்தான்.

ஏதோ புகாருடன் வந்திருப்பதாக எண்ணிய அவர் கேட்டார்?

"என்ன நடந்தது?"

ஹெட்கான்ஸ்டபிள் விவரத்தைக் கூறினார்.

இன்ஸ்பெக்டருக்கு ஆச்சரியம்.

"இண்டர்நேஷனல் ஹோட்டல்ல இருந்து உஸ்மானியாவுக்கு வந்திட்டியா? ஏன் இப்படி ஒரேடியாக இறக்கம்?"

ஹெட்கான்ஸ்டபிள் வந்து பிடிப்பது வரையிலும் எழுதிய கதையைப் பையன் இன்ஸ்பெக்டரிடம் கொடுத்தான். கட்டுரையை வாசித்த அவர் கூறினார்:

"நான்வருத்தப்படுறேன். நீங்க உஸ்மானியாவுக்குப் போயிருக்கக் கூடாது. அது நாங்க வழக்கமாக ரெய்டு போற இடம்."

"வேற வழியில்லாமதான் நாங்க அங்கே போனோம்" பையன் கூறினான்.

"சரி, நீங்க ரெண்டு பேரும் கல்யாணம் செய்துக்க வேண்டியது தானே?"

"நாங்க திருமணம் ஆனவங்கதான்."

"ரியலி! பிறகு எதுக்கு இந்த வேஷம்?"

"கிடைக்கிற வருமானம் வீட்டு வாடகைக்கும், சாப்பாட்டுக்கும் போதுமானதா இல்லை" பையன் கூறினான்.

"அப்புறம், எங்கே தங்கியிருக்கீங்க?"

"பிரியா பெண்கள் விடுதியில், நான் மென்ஸ் லாட்ஜில்."

"சரி, அங்கே கொண்டுபோய் விடட்டுமா?"

"வேண்டாம். இனி அடுத்தவாரம்தான் நாங்க சந்திக்க முடியும்."

"அப்படின்னா நான் என்ன செய்யறது?"

"மீதி இருக்கிற இந்த இரவுக்கு மட்டும் எங்களுக்கு லாக்கப்புல இடங்கொடுங்க அது போதும்" பையன் கூறினான்: "கொஞ்சம் கருணை காட்டுங்க."

இன்ஸ்பெக்டர் கனிந்தார். ஹெட்கான்ஸ்டபிளையும் குழுவினரையும் மீண்டும் ரோந்து சுற்ற அனுப்பினார்.

நரியும் நாரியும் மற்றும் பிறவும்...

சர்வதேசப் பெண்கள் ஆண்டாகிய இந்த மழைக்காலத்தில், பாவம் பாரதப்பெண்கள் அனுபவிக்கின்ற துயரங்களின் புள்ளி விவரப் பட்டியலைப் பார்த்துப் பிரியதர்ஷினி கண்ணீர் சிந்தினாள்.

இந்தியத் துணைக்கண்டத்தின் பெண்களாகிய நமது நிலைமை மிகவும் பரிதாபகரமாக உள்ளது. மேற்கத்திய நாட்டுப் பெண்களுக்கு ஐம்பத்தெட்டு சதவீதம் சுதந்திரம் உள்ளபோது இந்தியாவில் அது வெறும் பதினெட்டு சதவீதம்தான்.

பாவம் பெண், கைக்குட்டை எடுத்துக் கண்களில் ஒற்றி யெடுக்கும் போது பையன் கூறினான்:

"கிளிசரின் போடுறதுக்கு முன் கொஞ்சம் பொறு, இல்லைன்னா என் மடியில் வந்து உட்கார்."

"வேண்டாம், என்னால நிற்க முடியும்" பிரியா உதட்டைச் சுழித்தாள்: "நான் சொன்னதை நீ மறுக்கிறாய் அப்படித்தானே?"

"இல்லடா தங்கம்."

"அப்புறம்?"

"நம்ம நாட்டுப் பெண்களோட நிலைமை ரொம்ப மோசமானது அல்ல. ஒரு உதாரணம் சொல்லவா!"

"கதை சொல்வாய்."

"நடந்த கதை, டிராமா இன் ரியல் லைஃப். வாழ்க்கையில் அசல் நாடகம்."

"சரி சொல்."

"மத்திய கேரளாவில் ஓர் ஊரில் மிருகக்காட்சி சாலைக்குப் பக்கத்துல உள்ள ஒரு வீட்டில ஒரு குடும்பப் பெண் கூட்டு தாளிச்சிக்கிட்டு இருந்தா."

"என்ன கூட்டு! "

"அவியல்."

"சரி, அப்புறம்."

"கவனத்துடன் கடுகு தாளிக்கிற இந்தக் குடும்பத் தலைவிக்கு இடிவெட்டும் வண்ணம்....னு தொடங்குற எழுத்தச்சனோட ராமாயணத்தில டீ வரீஸ் மனப்பாடமாகச் சொல்லத் தெரியுமே தவிர எழுதத் தெரியாது. கூட்டெழுத்துன்னா அவ்வளவுதான் தரையிலேயே விழுந்துடுவா."

"பெண்களை ரொம்ப இழிவாப் பேசாதே."

"சரி, உடனே புகழ்ந்து தள்ளிடறேன். சட்டியில் கடுகு வெடிச்சிட்டுருக்கிற இந்த நேரத்துல, பக்கத்திலிருந்த மிருகக் காட்சி சாலையிலயிருந்து நரி ஒண்ணு கூண்டை உடைச்சிக்கிட்டு வெளியே தாவி, முதல்ல சொன்ன அந்த பெண்ணோட வீட்டுச் சமையலறைக்குள்ள குதிச்சுது. மனிதர்களைத் தின்னுற நரியை வழியில் கண்ட ஆண்கள் ஐயோ நரி வருதுன்னு அலறியபடி நாலாதிசையிலும் சிதறி ஓடினாங்க. இந்த சத்தத்தைக் கேட்ட தாலோ என்னவோ கடுகு தாளிச்சிட்டு இருந்த பெண் தற்செயலாத் திரும்பிப் பார்த்தா."

உடனே நெருப்பை உமிழ்கின்ற கண்களுடன் தன்னைத் தின்பதற்காக வாயைத் திறந்து கொண்டு நிற்கின்ற துஷ்ட மிருகத்தைப் பார்த்துக் கத்தினாள்:

"காட்டுப் பூனையே, ஒழுங்கா ஓடிடு, நாயே!"

பின்னர், கையிலிருந்த சட்டுவத்தைத் தலைகீழாகத் திருப்பிப் பிடித்து நரியின் நெற்றியில் ஓர் அடி!

"சபாஷ்!" - பிரியா துள்ளினாள்.

"கொலைகார நரி நிலைதடுமாறியது" பையன் தொடர்ந்தான்: "நரி ஐஸ் மாதிரி உறைஞ்சுபோச்சு, சோடாவில் எடுத்துப் போட்டுக்கலாம்."

"இவ்வளவு காலமாக எங்கூட மனிதர்களும் மனிதர்கள் கூட நானும் இப்படியா பழகினோம். இவளென்ன நாரியா, இல்லை இன்னொரு நரியா?' அப்படீங்கற எண்ணம் நரியோட சிந்தையில் ஒரு ஓரமா ஓடிக்கிட்டு இருந்ததுன்னு நான் உனக்கு

விளக்கமாகச் சொல்லணுமா?"

"வேண்டாம்."

"தாங்கிக் கொள்ள முடியாதபடி அடி வாங்கிய பிறகும் நரி அங்கிருந்து நகரவேயில்லை, அதுமட்டுமா, அது அவளையே முறைச்சு பார்த்துக்கிட்டு நிக்குது, அதைப்பார்த்த அந்த நாரி மீண்டும் நரியின் பிடரியில் ஓங்கி ஒண்ணு கொடுத்தா."

"டும்."

"ஐயோ அம்மா! என்று வெளியில் கேட்காதவாறு அலறிக் கிட்டே வேலிதாண்டி வந்த நரிமேன் மிருகக்காட்சி சாலையின் பாதுகாப்பிற்குள் வாலைத் தூக்கிக் கொண்டு ஒரே ஓட்டமா ஓடினான். அங்கே போய் மயக்கமடைஞ்சு விழுந்திட்டான்."

"உண்மையாகவா" ஆவேசமடைந்த பிரியா கண்களை அகலத் திறந்தாள்.

"நம்பிக்கை இல்லைன்னா, போய் விசாரிச்சிக்கோ" பையன் கூறினான்.

"அப்படீன்னா பாரதப் பெண் உலகப் பெண்கள் வரிசையில் முன்னே நிற்கிறாள்" பிரியதர்ஷினி மகிழ்ச்சியில் துள்ளினாள்: "பாரதப்பெண் நூறு சதவீதம் சுதந்திரமானவள்."

"தற்சமயம் தொண்ணூற்றொம்பது சதவீதம்னு வெச்சுக் கோடீ!"

"நீ எதுக்கு ஒரு சதவீதம் குறைச்சுச் சொல்ற."

"பொறுடீ" பையன் கூறினான்: "அந்த நரிமேன் சாவட்டும்."

☯

புளித்தண்ணி

கோடைக்காலத்தில் வாசம் புரிவதற்காகக் கிராமப் புறத்தில் கட்டப்பட்டுள்ள வீட்டில், விடியலுடன் பையனும் விழித்துக் கொண்டான். பாலில்லாக் காப்பியையும் நியூயார்க் டைம்ஸையும் அவனிடம் கொடுத்தவாறு பிரியதர்ஷினி கேட்டாள்:

"காலை உணவையும் மதியச் சாப்பாட்டையும் ஒன்றாக்கிப் பிரஞ்சாகத்தானே சாப்பிடப் போறோம்?"

சந்தேகமே இல்லாமல் பையன் கூறினான்: "அதிலென்ன சந்தேகம். நாம் இனியும் ஒரு வாரத்தில் வெளிநாடு யாத்திரை செல்ல விமானத்தின் சிறகில் ஏறணும். அதற்கிடையே என்ன வெல்லாம் செய்ய வேண்டியிருக்குது."

"உலகிலுள்ள வியாதிகள்ல இருந்து தப்பிக்க மூன்று விதமான ஊசி போட்டுக் கொள்ள வேண்டாமா?" பிரியா கேட்டாள்.

"அது ஒன்று" பையன் கூறினான்: "அப்புறம் பிஃபாம்."

"எவ்வளவு பணம் கேட்டு விண்ணப்பம் கொடுத்திருக்கோம்."

"ஆயிரம் பவுண்ட் ஸ்டெர்லிங்."

"அது போதுமா?"

"போராதுன்னா" பையன் கூறினான்: "விவரம் தெரிஞ்ச எழுத்தாளர் ஒருத்தர் சில நாட்களுக்கு முன்பு சொன்னது போல், இதில் இந்த நியூயார்க் டைம்ஸில் கட்டுரை எழுதி டாலர்களைச் சம்பாதிக்கலாம். பெட்ரோ டாலரானாலும் சரி, வெறும் டாலரானாலும் சரி."

"ஒரு கதைக்கு அம்பது ரூபாய் கிடைக்குமா?"

"கருமம்!" பையன் தலையில் அடித்துக் கொண்டான்: "அமெரிக்காவில் இலக்கியத்திற்கான கூலியைப் பற்றி உனக்கு ஒரு சுக்கும் தெரியாது. நீ நினைப்பது மாதிரியெல்லாம் இல்லை!"

“அது சரி. நீ எல்லாம் அறிந்த வித்துவான்! தலைக்குப் பின்னால் ஒளிவட்டம் தெரியுதே!”

“அப்புறம் நான் ஒன்றும் பெரிய ஞானி இல்லை.”

“இல்லையா, மாட்டிக் கொண்டாயா?”

“அதில்லடீ” பையன் பணிவாகக் கூறினான்: “டைம்ஸில் ஒரு மீட்டர் கட்டுரைக்கு ஆயிரம் டாலர் சம்பளமா கிடைக்கும்?”

பிரியா கலகலவென்று சிரித்தாள்:

“உனது அபாரமான பொது அறிவுக்கு ஒரு ஸல்யூட்!”

“வொய், என்னவாயிற்று?”

“அடப் பையா, ஸ்டேட்ஸில் நாணயத்துக்குத்தான் மெட்ரிக் முறை. அளவு கெஜக் கணக்கில் தான்.”

“உனக்கு நல்லாத் தெரியுமா?”

“ரொம்ப நல்லாத் தெரியும்.”

“என்னவோ” பையன் கூறினான்: “ஐ வில் ஹேவ் டூ செக் அப்பான் தாட்.”

“ஒரு கவுண்டர் செக்கும் வேண்டாம். எனக்கு நல்லாத் தெரியும்.”

“அப்படீன்னா, மீட்டருக்கும் கெஜத்துக்கும் எவ்வளவு வேறுபாடு இருக்கும்?”

“சில அங்குல அளவுதான்.”

“ஒரு கெஜத்துக்கு எண்ணூறு டாலர் கிடைக்காதா?”

“கிடைக்குமாக இருக்கலாம். ஆனால் ரெவன்யூ ஸ்டாம் போட விலையை அதிலிருந்து குறைச்சுக்கணும்.”

“பரவாயில்லடீ! ரெவன்யூ ஸ்டாம்போட விலையைக் குறைச்சாக் கூட, எண்ணூறு டாலருக்கு இந்திய ரூபாயில் ஏழாயிரத்துக்கும் மேலே கிடைக்காதா?”

“பணம் தீர்ந்துவிட்டால் என்ன செய்யறது?”

“தொடர் எழுதுவதா இருந்தால்? எப்படி பணம் காலி யாகும்?”

"அப்படியானால் நாம் விடுமுறை நாட்களில் எங்கேயும் கஷ்டப்படமாட்டோம்னு சொல்லு."

"அப்படியேதான்."

பிரியா கேட்டாள்:

"நீ சிட்னியிலா தங்கப் போறே?"

"நாம்னு சொல்லு."

"ஆஸ்திரேலிய நாடு எனக்கு ஒத்துவராது" பிரியா கூறினாள்.

"ஐ ஹேட் த ப்லேஸ்."

"அப்புறம்?"

"நான் சிங்கப்பூரைச் சுற்றிப் பார்க்கப் போறேன்."

"அங்கே என்ன சிறப்பு?"

"சிட்னியில் என்ன சிறப்பு?"

"டெஸ்ட் கிரிக்கெட்" பையன் கூறினான்: "அப்புறம் நாவல் லோரீட்டும், பிரபல ஸ்வீடிஷ் சமூக அறிவியல் அறிஞருமான குன்னர்மிர்தலின் 'ஆசியன்டிராமா' ங்ற நூலை விமர்சனம் செய்து 'ஆஸ்த்ரலேசியன் ட்ராஜடி'ன்னு ஒரு நூல் எழுதலாம்னு திட்டம் போட்டிருக்கேன்."

"அப்படீன்னா, சிங்கப்பூரிலிருந்து நானும் ஏதாவது எழுதுவேன்."

"எதைப்பற்றி?"

"முதலில் சூயஸ் கால்வாய்க்குக் கிழக்கே சிங்கப்பூர் எல்லையைத் தொடலாம், அதன் பிறகு அதைப்பற்றி ஆலோசிக்கலாம்."

"உன்னைச் சிங்கப்பூருக்கு அனுப்புவதில் எனக்கொன்றும் ஆட்சேபணை இல்லை," பையன் கூறினான்: "ஆனால், ஃபௌல் விளையாட்டு விளையாடக் கூடாது."

"இந்த நிபந்தனை சிட்னிக்குப் போற உனக்கும் பொருந்தும். நோ ரொமான்ஸ்!"

"சியேர்ஸ்!" பாலில்லா காப்பிக் கிளாஸை உயர்த்திக் கொண்டு பையன் கூறினான்: "மீ சிட்னி, யூ சிங்கப்பூர். பரஸ்பரம்

ஃபௌல் விளையாடினால் காதோடு காது வச்ச மாதிரி நாம் அதைத் தெரிஞ்சிக்குவோம். உடனே நான் சிங்கப்பூருக்கு வந்து உன்னைத் தூக்கிக்கிட்டுப் பாங்காங்குக்குப் போய் மீதியுள்ள விடுமுறை நாட்களை அங்கே ஏதாவது ஓரிடத்தில் மகிழ்ச்சியாகக் கொண்டாடுவோம்."

ஒப்பந்தத்தை ஏற்றுக் கொண்டதன் அடையாளமாகப் பிரியா பையனின் கிளாஸை வாங்கி ஒரு மடக்குக் பாலில்லா காப்பியைக் குடித்துவிட்டுத் தம்ளரை அவனிடம் கொடுத்தாள்.

"இனி நான் சென்று பிரஞ்சுக்கான வேலையைத் தொடங்குறேன்."

"ஒரு நிமிஷம்" பையன் கூறினான்: "பயணத்திற்கான துணிமணிகளை எல்லாம் வண்ணாத்தி வெளுத்துக் கொண்டு வந்து தந்துட்டாளா?"

"ஐயோ இல்லை" பிரியா அலறினாள்: "நான் அதை மறந்தே போயிட்டேன்."

"அவ்வளவுதான்" பையன் கூறினான்: "எல்லாத் துணிகளை யும் இன்னைக்கே கொண்டு வரும்படியா அவளுக்கு தூது அனுப்பு, போ."

"இதோ இப்போதே அனுப்பிடுறேன்."

கட்டன்காப்பியை உறிஞ்சியவாறு பையன் பத்திரிக்கையைப் படிக்கத் தொடங்கினான். முதல் பக்கத்தில் உள்நாட்டு வெளிநாட்டுச் செய்திகளைப் படித்தான். இரண்டாம் பக்கத்தில் விளம்பரங்களையும், மூன்றாம் பக்கத்தில் மாநிலச் செய்திகளையும் வாசித்தான். நான்காம் பக்கத்தில் தலையங்கத்தை மனப்பாடம் செய்தான்.

அதன் பிறகு, திடீரென்று ஐந்தாம் பக்கத்திலிருந்து ஆபத்து தலைதூக்கியது. அரேபியர்கள் மீண்டும் கச்சா எண்ணெய் விலையைக் கூட்டிவிட்டனர். விமானக் கட்டணம் முப்பது சதவீதம் வரை அதிகரிக்கப்பட்டுள்ளது. சிட்னியிலும் சிங்கப்பூரிலும் ஐந்து நட்சத்திரச் சின்னம் பதித்த தங்கும் விடுதிகளில் வாடகை இருபத்தைந்து சதவீதம் உயர்ந்துவிட்டது. சுற்றுலாப் பயணிகள் கையோடு எடுத்துச் செல்லும் உணவை விடுதியில் அமர்ந்து சாப்பிடுவதற்குத் தனிக் கட்டணம்.

பையன் பிரியமானவளை அழைத்தான்: "புதுக் கணக்கு களைக் கேட்டவுடன் அழகி, மயங்கித் தரையில் அமர்ந்து விட்டாள்."

"அப்படியானால்?" பாவம் அழத்தொடங்கினாள்.

"மாற்றியமைக்கப்பட்ட கட்டணங்களின் அடிப்படையில் பார்த்தால் ஆயிரம் பவுண்டுக்கு மூன்றில் ஒரு பகுதித் தூரம்தான் பயணம் செய்ய முடியும்" பையன் கூறினான்: "ஆம், மூன்றிலொரு பகுதித் தூரம் பயணம் செய்த பிறகு நம்மை நடுவழியில் கடலில் இறக்கி விட்டுவிடுவார்கள்."

பிரியா அழுதாள்:

"உனக்கு நீச்சல் தெரியும். நான் என்ன செய்வேன்?"

அவளது தலைமுடியைக் கோதிவிட்டவாறு பையன் கூறினான்:

"பொறுமையா இரு" நாம் பயணத்தைத் தள்ளிப் போடுவோம். "எப்போ?"

"அடுத்த ஆண்டுக்கு."

முடிந்துபோன யாத்திரையின் பிணத்திற்கு மேல் தலைமுடியை அவிழ்த்துப் போட்ட பிரியா, வாய்விட்டுப் புலம்பி மார்பில் அடித்துக் கொண்டு, தசரதன் முன் நின்று கதறிய கைகேயி போல் ஓவென்று அழுதாள்.

நீண்ட நேரத்திற்குப் பிறகு அவளது துயரத்தின் உயரம் சற்றே குறைந்ததைக் கண்ட பையன் கூறினான்:

"ஆளைத் திரும்பி வரச்சொல். வண்ணாத்தி துணிகளை அவளது விருப்பம் போல் கொண்டு வரட்டும். இன்னைக்கே வந்துட்டா வெளுத்ததற்கு கூலி கொடுக்கக் காசு எங்கே இருக்குது?"

பிரியா தொலைதூரத்தில் கண்ணை நட்டுவிட்டு அமைதியாக இருந்தாள். அவளை இயல்பு நிலைக்குக் கொண்டு வருவதற்காகப் பையன் கேட்டான்:

"சரி விடு, லஞ்சுக்கு என்ன இருக்குதுன்னு சொல்."

தூரத்தில் நட்ட கண்ணை எடுக்காமல் பிரியா கூறினாள்:

"சோறும் குழம்பும்."

"என்ன குழம்பு என் கண்ணே?"

"முருங்கைக்கீரையில்வர மிளகாய் கிள்ளிப் போட்ட குழம்பு."

"ஜஸ்ட் முருங்கை?"

"வேறென்ன வேணும்?"

"அடியேய், ஒரு துவையலாவது அரைச்சிருக்கக் கூடாதா?"

திடீரென்று தூரத்திலிருந்து பார்வையைத் திருப்பினாள். தள்ளிப் போடப்பட்ட யாத்திரையை மறந்து தரையிலிருந்து எழுந்த பிரியா தலைமுடியைச் சேர்த்துக் கொண்டையிட்டவாறே வாய்விட்டுச் சிரித்தாள்:

"நீதான் உண்மையான காதலன், கணவன், சம்பந்தக்காரன், என் இனிய நாயர்."

"என்னடி?"

"கச்சா எண்ணெய் விலை, ஹோட்டல் வாடகை, விமானக் கட்டணம் இதையெல்லாம் இரண்டு மடங்கா உயர்த்தின பிறகும், உனக்கு முருங்கைக்கீரை குழம்புக்கு மேல் இன்னொரு துவையலும் கேட்குதோ?"

எப்படியெல்லாமோ அடக்க முயன்ற சின்னப்பையனும் சிரித்துவிட்டான்.

"சரிவிடு, டின்னர் என்னவாம்?"

"சோறும் குழம்பும்."

"என்ன குழம்பு."

"பட்டிக்காட்டு பாஷையில சொல்லவா? இல்லை செம்மொழியில் செப்பவா?"

"இரண்டிலும் இயம்பு."

பிரியதர்ஷினி கொஞ்சும் குரலில் கூறினாள்:

"வத்தல் மிளகாய் கிள்ளிப்போட்ட புளித்தண்ணி."

சித்திரங்கள்

மனதிற்குள் பையனை முன்நிறுத்தி ஒரு மகிழ்ச்சி நாடகத்தைச் சத்தமின்றி அரங்கேற்றிய பிரியா, அந்தக் களைப்பில் மெதுவாகப் பழைய நினைவுகளை அசைபோடத் தொடங்கினாள்...

முதுகலைப் பட்டப்படிப்பின் போதுதான் பையனை முதன் முதலாக சந்தித்தேன். அப்போது, நான் விடுதியில் தங்கி யிருந்தேன். அவன் எங்கிருந்தானோ, அதை நான் விசாரிக்க முனையவில்லை. ஆனால் அவனிடமிருந்து என்னால் தப்பிக்க முடியவில்லை. துறைமுக நகரத்திலுள்ள முக்கியமான சாலையில் ஒரு நிழல்போன்று அவன் என்னைப் பின்தொடர்ந்தான். அருகாமை அருவருப்பாகத் தோன்றும்போது நான் சற்றே திரும்பிப் பார்த்தேன். அப்போது பார்க்க வேண்டுமே அவனது சிரிப்பை. புத்தகத்தில் சொல்லியிருப்பதைப் போல நான் அவனைக் காதலிக்கிறேன் என்று எண்ணிக் கொண்டிருக்கிறானா? அப்படி யானால் நான் அவனைக் காதலிக்கவில்லை. அப்படியோர் எண்ணம் அன்றுவரை என் மனத்தில் துளிர்விடவில்லை.

தொந்தரவு வகுப்பறையிலும் தொடர்ந்தது. அவனது சிரிப்பையும் பார்வையையும் வேண்டுமென்றே தவிர்க்கப் பார்க்கிறேன் என்பதை அவன் புரிந்து கொண்ட நிமிடத்தில் நான் தோற்றுவிட்டேன். என்னையறியாமலே எனது சாயங் காலப் பயணத்தின் வேகம் குறைகிறது. அவன் என்னை நெருங்குவதற்காக நான் என் காலடிச் சுவடுகளைக் கிட்டப் போடுகிறேன். இப்போது இன்னும் கொஞ்சம் தைரியத்துடன் அவன் என்னருகே வந்து எனது தோளை உரசிக் கொண்டு நடக்கத் தொடங்குகிறான்.

அதன் பிறகு கடற்கரை, ரெஸ்ட்டாரண்ட், திரையரங்கு என எல்லா இடங்களிலும் கைகளை இறுகப் பற்றியவாறு நெடுநேர இருத்தல். எப்போதாவது உரையாடல். நெருங்கிப்

பழகிய பின் பேசுவதற்கு இதற்குமேல் என்ன இருக்கிறது என்ற மனோபாவம். தானாகவே உருவெடுத்த அந்தப் பிரயாணத்தில் அதிகம் பயணம் செய்தது விடுதிக்கு திரும்பும் வேளையில்தான். சாலை மருங்கிலுள்ள நிழல் மரங்கள் இருட்டில் உயர்த்திய நிழலின் மார்பில் ஏறிநின்று அவசரமாகப் பரிமாறிக் கொண்ட முத்தங்கள்.

எப்போதாவது சில சாயங்காலப் பொழுதுகளில் நன்றாகப் படிக்கின்ற வேணுவும் உடன் வருவான். வேணு சாந்தமானவன், தனிமை விரும்பி. இறுதியில் அவன் ஒரு போலீஸ் ஆபீஸராகி விட்டான். செக்கிழுப்பவனைப் பிடித்துவந்து நெசவாளி ஆக்கியதைப் போல என்று பையன் கூறுவான். பேச்சு விஷயத்தில் நான் மிகவும் பெருமையோடு அவனுக்குத் தலைவணங்குவேன். பெரும்பாலும் விதுரவசனங்கள்தான்.

அடுத்தடுத்து மலர்ந்தன அழகழகான நாட்கள். இடையில் எப்போதோ பையன் படிப்பை நிறுத்தினான்.

“இப்படிக் கோபப்படுமளவுக்கு என்ன நடந்தது, பையா?”

“ஒண்ணுமில்லை, படிச்சது போதும்.”

“இருந்தாலும், ஒரு காரணம் இருக்கணுமே!”

“இனிமேலும் வகுப்புக்கு வந்தால், இன்னைக்கு வரை கிடைச்ச அறிவும் கைவிட்டுப் போயிடும்.”

“இப்பவே ஒரு லோடு அறிவு தலையில் இருக்குதுன்னு சொல்றியா?”

“ஆமா.”

“நாட் எ ரிப்ளெஷன் ஆன் தி புரபஸர்ஸ், ஐ சப்போஸ்?”

“நாட் அட்டால் எ ட்ரிபியூட் தெம் ராதர்.”

“அதனால நீ ஊரைவிட்டுப் போகிறாயா?”

“இல்லை நான் இந்த ஊருலதான் இருப்பேன்.”

அவன் என்னை வஞ்சிப்பதுபோல் தோன்றியது. என் மனவோட்டத்தை அவன் அறிந்திருக்க வேண்டும். அவன் கூறினான்:

"நீ படி, பெரியவங்க சொல்ற மாதிரி படிச்சுப் பெரிய ஆளா வா."

நான் ஒன்றும் பேசவில்லை. அவன் பேசினான்: "நான் இந்த ஊர்லதான் இருக்கப் போறேன். நீ எதுக்கு கவலைப்படுறே?"

ஆரம்ப நாட்களில் வகுப்பும் மனமும் சூனியமாகத் தோன்றின. அதன் பிறகு மனம் தனக்கென ஒரு யுக்தியை வகுத்துக் கொண்டது. வகுப்பில் இருக்கும்போது மனதில் பையனுக்கு ஒரு ஹாலிடே கொடுத்துவிட்டு மாலை நேரங்களுக்காகக் காத்திருந்தேன்.

நாட்கள் நகர நகர நிகழ்வுகள் அதனதன் இடங்களில் வீழ்கின்றன. நானும் நகரமும் பையனுக்காகக் காத்திருந்தோம். சப்ஜெக்ட் முக்கியமற்றதாகி விட்டது.

இரண்டு ஆண்டுகளுக்குப் பிறகு நாங்கள் இடம் மாறினோம். நான் வங்கியிலும் பையன் டி.வி ஹவுஸிலுமாகப் போதுமான வருமானத்தில் வேலையைக் கைப்பற்றிக்கொண்டோம். மூன்று படுக்கை அறை உள்ள வீடெடுத்துக் கூடடைந்தோம்.

இரண்டு பிரசவங்களும் நர்சிங் ஹோமில் நடைபெற்றன. நோ காம்பிலிக்கேஷன்ஸ். எத்தனை குழந்தைகள் என்று கேட்ட நண்பர்களிடம் பையன் கூறினான்:

"ஒண் ப்ளஸ் ஒண்"

"முதலாவது?"

"ஊகிக்க முடியுதா?"

"ஆண்?"

"அவனே தான். அப்புறம், பையனுக்கு முதல்ல பெண் குழந்தை பிறந்ததா உலகத்துல எங்காவது கேட்டதுண்டா?"

நான் கூறினேன்:

"இவனோட வார்த்தைகள் இருக்குதே... ஒவ்வொண்ணும் திருவாசகம்தான் போங்க....."

"மாணிக்க வாசகர்னு சொல்லுடீ. ஹாவ் எ ஸென்ஸ் ஆஃப் ஹிஸ்டரி."

வார இறுதியில் நண்பர்கள் வந்தார்கள், டி.வி. ஆர்ட்டிஸ்டுகள், வங்கி ஊழியர்கள், கல்லூரி ஆசிரியர்கள், எழுத்தாளர்கள்.

இரவு ஒரு மணி ஆகும்போது பார்ட்டி முடிந்துவிட்டதாக நான் அறிவித்தேன். விருந்தினர்கள் அவசர அவசரமாகக் கலைந்து சென்றுவிட வேண்டும். கண்டிப்பாகக் கலைந்து சென்றிருக்க வேண்டும். இல்லையென்றால், அடுத்த வாரக்கடைசி இல்லை.

இரண்டு சனிக்கிழமைகளுக்கு இடையே உள்ள பகல் பொழுதுகள் வீட்டிற்குள்ளும் வெளியிலும், உள்ளத்திலும் அழகழகாகப் பரிணமித்துக் கடந்து சென்றன.

வேலைக்காரி குழந்தைகளை வெளியே அழைத்துச் சென்றிருந்தாள். பையன் எனது மடியில் தலை வைத்துப் படுத்திருந்தான். சூரியனுக்கு மேலே இருக்கின்ற பொருள்களைப் பற்றி அவனுக்குச் சரியாகத் தெரியாது. கீழேயுள்ள அனைத்தையும் அவன் அறிவான். அதைப் பற்றிப் பாப்புலர் சயின்ஸின் மொழிநடையில் இடைவிடாமல் பேசுவான். அவனது தலைமுடியைக் கோதியும், மீசையைத் தடவியும் அவன் கூறுவதைக் கேட்டுக் கொண்டிருக்கும் நான் அவனது வார்த்தைகளுக்குள் லயித்துவிடுவேன்.

அந்தி மயங்கி குழந்தைகள் திரும்பி வரும்போது காட்சி மறைகிறது. பயங்கரமான பெருமழைக்குப் பிறகு தோன்றும் குளுமையின் சுகமான உணர்வு.

அலையில்லா நதியின்மீது துடுப்பில்லாப் படகில் புறப்பட்ட அமைதியான பயணம் போன்று, குழந்தைகள் வளர்ந்ததும் பள்ளிப்படிப்பை முடித்ததும் யாரும் அறியவில்லை என்பதுபோல் ஆரவாரமின்றி நடந்தேறியது. விழுந்துவிடாதவாறு, கலக்க மடையாதவாறு, கவலைப்படாதவாறு காலம் அவர்களைக் கைப்பிடித்து அழைத்துச் சென்றது.

ஒரு நாள் காலை உணவு நேரத்தில் பையன் பிள்ளைகளிடம் கேட்டான்:

"என் சராசரித் தங்கக் கட்டிகளே இனி என்ன செய்வதாக உத்தேசம்?"

மகன் உரைத்தான்:

"அப்பா பேசுவது வெங்கடேஷ்வர ஐயர் சொல்ற மாதிரி இருக்குது."

"அவர் என்ன சொன்னார்?"

"வெங்கடேஷ்வர ஐயர் படிக்கிற காலத்தில் ஏழாம் வகுப்பிலேயே மேக்பெத்தை படித்திருந்தாராம். இப்போது சேக்ஸ்பியரைத் தொட்டுப் பார்க்கணும்னாலே கல்லூரிக்குப் போகணும்."

"நீ சொல்லுகிற கதையின் நீதி என்ன?"

"வெங்கடேஷ்வர ஐயருடன் ஒப்பிடும் போது எனது தந்தை ஒரு சராசரி மனிதர்தான்."

"கங்கிராஜுலேஷன்ஸ்! நான் முதல்ல சொன்னதை வாபஸ் வாங்கிக்கிறேன். நீ சராசரிக்கும் மேலானவன்தான்."

"அதனால சேக்ஸ்பியரைத் தொடுறதுக்கு நான் காலேஜுக்கு போறேன்"

"எந்த காலேஜ்?"

"யூனிவர்சிட்டி காலேஜ்."

"தாட் மீன்ஸ் ஹாஸ்டல் லைஃப்."

"யெஸ்."

"மகளே நீ?"

"செயின்ட் தெரஸா மேலதான் எனக்குக் கண்."

"அங்கேயும் ஹாஸ்டல்!"

"போர்டிங் எனக்குப் பிடிக்கும்."

"அப்போ நாங்க தனியாகிடுவோமே."

"கோ த்ரு எ செகண்ட் ஹனிமூன் ஃபாதர்."

"முயற்சிக்கிறேன்" பையன் கேட்டான்: "மேடம் பிரியதர்ஷினி நீ என்ன சொல்ற?"

"லெட் தெம்."

எனக்கு நாற்பது முடிந்துவிட்டது. என் விலாப் பகுதிகள் புடைக்கத் தொடங்கிவிட்டன. விலா எலும்புகளின் குறுக்காகவும்

அடிவயிற்றிலும் வயது என்ற பாம்பின் சுருக்கங்கள் வந்து விழுந்து விட்டன. ரவிக்கைகளைப் பிரித்துத் தைக்கும் நிலை வந்துவிட்டது. புதியவைகளுக்குப் பத்து செண்டி மீட்டர் துணி அதிகமாக வேண்டுமென்று தையல்காரன் கூறுகின்றான். ஆபத்து முத்திரைகளைப் போல் முன் நெற்றியில் வெள்ளி நரை.

என்னைவிட ஒரு வயது மூத்தவன் என்று சொல்லமுடியாத பையனை இவையொன்றும் பாதிக்கவில்லை. காலம் அவனைக் கண்டு அஞ்சுவதாகத் தோன்றியது.

நான் உணவைக் குறைக்கத் தொடங்கிய போது பையன் கூறினான்:

“நீ முட்டாள் தனமா எதையாவது செய்யாதடீ, உடம்புல ரெண்டோ மூணோ கிலோ கூடுனதாலே நீ அழகி இல்லைன்னு சொல்லிட முடியுமா என்ன?”

“கள்ளன்!” கோபத்துடன் நான் கூறினேன்.

“அழகுக்காகவெல்லாம் நான் டயட் இருக்கவில்லை.”

“அப்புறம்!”

“உன்னோட உடம்புல இதைப்போல எந்த மாற்றமும் ஏற்படலையே ஏன்?”

அவன் சிரித்தான்:

“அதெல்லாம் சிலரோட உடல் இயற்கைடீ.”

“உன் முடி நரைக்கலியே ஏன்?”

“டை எடுத்துட்டு வா. உன் முடியையும் கறுப்பாக்கிக் காட்டுறேன்.”

அழவேண்டுமென்று தோன்றியது. பின்னர் முட்டாள் தனமாகப் பேசியதை நினைத்துச் சிரித்து அவனிடம் கூறினேன்:

“ஸாரி, டியர், நான் கோபப்பட்டிருக்கக் கூடாது.”

“நீ தான் கோபப்படலியே.”

நான் ஒன்றும் பேசவில்லை.

“பிள்ளைகள் அருகில் இல்லாததால் நீ ஏதோ தனிமையை உணர்கிறாய் போலும்” பையன் கூறினான்: “பரவாயில்லை, காலம்

உனக்கும் கை கொடுக்கும்."

இப்படியெல்லாம் கூறியவன், நான் தனிமைச் சூழலில் சிக்கித் தவித்துக் கொண்டிருக்கிறேன் என்பது தெரிந்தும், மறுநாள் மாலை அவன் வழக்கத்தை விடவும் தாமதமாக வந்தான். கூடவே ஏதோ ஒரு மணமும் வந்தது.

"நீ எங்கே போயிருந்தாய்."

"எங்கேயும் போகலியே."

"உன்னிடமிருந்து ஏதோ மணம் வருகிறதே?"

"ஓ! அதுவா வர்ற வழியில தலைக்கு ஷாம்பு போட்டேன். பொடுகுத் தொந்தரவு. ரொம்ப நாளாப் போடணும்னு நினைச்சிட்டிருந்தேன்."

"இங்கேயே போட்டிருக்கலாமே!"

"சலூன் கடைப் போர்டைப் பார்த்தேன். ஏ.சி யில உட்கார்ந்து ஷாம்பு போட்டுடலாம்னு உள்ளே போயிட்டேன்."

"சரி, முடி வெள்ளையாக இருக்குதே, டையும் அடிச்சிருக்க வேண்டியதுதானே."

அவன் எனது தோளில் கை வைத்தான்.

"உன் எண்ணங்களில் நஞ்சு கலந்திருக்குது. பிரியா! உனக்கு என்மீது அப்படி என்ன வெறுப்பு?"

நான் நிறையச் சந்தேகிக்கிறேன் ஒன்றிற்குக் கூட ஆதார மில்லை. ஆதாரத்தைத் தேடி அலையவும் விரும்பவில்லை.

நான் கூறினேன்:

"இன்னைக்கு ஒரு சினிமாவுக்குப் போகலாமா?"

"பிரியா! ப்ளீஸ்... நாளைக்குப் போகலாமே, இன்னைக்கு எனக்கு மூட் இல்லை."

"ஆபீஸுல ஏதாவது....."

"ஏ... நத்திங். நாளைக்கு நாம கண்டிப்பா சினிமாவுக்குப் போறோம்."

"நாளைக்கு வேண்டாம். அடுத்த வாரம் போவோம்."

“அது ஏன்?”

“நான் கூப்பிடுற நாள்ல உனக்கு சௌகரியம் இல்லைன்னா, நீ சொல்ற நாள்ல எனக்கும் மூடு இல்லை.”

“சரி, அப்படின்னா அடுத்த வாரம்.”

இன்னொரு நாள் மீண்டும் அவன் வரத் தாமதமானபோது, நான் டி.வி. ஹவுஸுக்குப் ஃபோன் செய்தேன். அவனது பி.ஏ. தான் ஃபோன் எடுத்தான்.

‘சார், ஒரு மணி நேரத்துக்கு முன்னமே கிளம்பிப் போயிட்டாரே. ஏதோ பார்ட்டி இருக்கும்னு தோணுது.’

‘எங்கே?’

‘அது எனக்குத் தெரியாது மேடம்.’

சிவந்த கண்களோடும், சிலிர்த்து நிற்கும் தலைமுடியோடும் பதினோரு மணிக்குப் பிறகு பையன் வந்தான். நான் இயல்பாகக் கேட்டேன்:

“பார்ட்டி எப்படி இருந்தது?”

“ஸாரி, அதைப் பற்றி உங்கிட்டச் சொல்றதுக்கு மறந்துட்டேன். ஃபோன் செய்யலாம்னு நினைச்சேன். பார்ட்டிக்கு இடையில் அதுவும் முடியலை.”

“ஃபர்கெட்டிட், ஹாட் பிளேட்ல சாப்பாடு இருக்கு எடுத்து வரட்டுமா?”

அவன் ஒரு நிமிடம் தயங்கி நின்றான். அவனுக்குப் பசி இல்லை. சாப்பிட்டிருப்பான் இருந்தாலும் சொன்னான்.

“சரி.”

“சாப்பிட்டிருந்தா வேண்டாம். டோண்ட் ஓவர் இட்.”

“சாப்பிடவில்லை, ட்ரிங்ஸ் மட்டுந்தான் இருந்தது. ஒரு ஸ்டாப் பார்ட்டி.”

அதற்கடுத்தவாரம் சினிமாவுக்குச் சென்றபோது பார்ட்டி யின் முழுக்கதையும் தெரிய வந்தது. டிக்கெட் எடுத்த பின் வராந்தாவில் நின்று கொண்டிருந்தோம். இரண்டு இளம் பெண்கள் பையனருகே ஓடி வந்தனர். பெரியவள் கூறினாள்:

"இவள் என்னோட தங்கை மீனு. அன்றைய பார்ட்டிக்கு வரமுடியலையே வரமுடியலையேன்னு ஆயிரம் முறை சொல்லி வருத்தப்பட்டிருப்பாள்."

அதன் பிறகு தான் அவர்கள் என்னைக் கவனித்தனர்.

பையன் கௌரவமான தோரணையில் நின்று கொண்டு பேசுவதைப் பார்ப்பதற்குப் பெருமிதமாக இருந்தது.

"பிரியா, இவங்கதான் சுலோசனா, எங்க ஸ்டாப் ஆர்டிஸ்ட்- இவங்க..."

நான் சுலோசனாவிடம் சாமர்த்தியமாகக் கூறினேன்:

"நான் உங்களை ஸ்கிரீனில் பார்த்திருக்கேன்."

அவள் மெதுவாகப் பின்வாங்கினாள்.

இரண்டு மணி நேரம் எங்கும் திரும்பாமல் திரையையே பார்த்துக் கொண்டிருக்க என்னால் முடிந்தது.

நான் அவன் மீது கோபம் கொள்ளவில்லை. கோபம் மட்டுமல்ல என்னிடமிருந்து எந்த விதமான எதிர்ப்பும் எழவில்லை. அப்படியிருந்தும் என்னைச் சமாதானப்படுத்த, எல்லாமே பழையது போலத்தான் என்று நான் திருப்தியடைவதற்காக அவன் கூறிய வார்த்தைகளும், அனுபவித்த நரக வேதனைகளும் என்னைச் சோர்வடையச் செய்துவிட்டன. தொட்டுப்பேசியும், கட்டியணைத்தும் அவன் என்னைக் கண்கலங்கச் செய்து விடுவானோ என்று தோன்றியது.

"பிரியா, போன வாரப் பார்ட்டிக்கு முன்பு ஒருபோதும் நான் உனக்கு நம்பிக்கைத் துரோகம் செய்யவில்லை."

"நான் நம்புகிறேன், பையா."

"இனிமேலும் வஞ்சிக்கமாட்டேன்."

"அதையும் நான் நம்புகிறேன்."

அவன் சிகரெட்டுகளைப் புகைத்து, மௌனியாக இருந்தான்.

பின்னர், மெதுவாகக் காலநிலை மாற்றமடைந்தது. தான் கூறிய வார்த்தைகளைக் காப்பாற்றவும் எனது நம்பிக்கையைப் பெறும் விதமாகவும் வழக்கத்தைவிடச் சீக்கிரமாக அவன் டி.வி ஹவுஸிலிருந்து வந்துவிடுவான். இப்போது இதுதான் வழக்கம்.

டீ குடித்து, செடிகளுக்குத் தண்ணீர் ஊற்றித் தானும் ஒரு பெக் குடித்துவிட்டு புத்தகங்கள் வாசிக்கத் தொடங்குவான்.

பிள்ளைகளின் கடிதத்தை எதிர்பார்த்து அவர்களுக்கும் பதில் எழுதுவான். கிறிஸ்துமஸ் விடுமுறை நாட்களை எண்ணி, இரவு உணவுக்குச் சமையல் செய்து நான் அவனுக்குத் துணையாக நின்றேன்.

ஒரு நாள் கேட்டேன்:

"பையா! சமீபகாலமா நம்ம வீட்டுக்கு நண்பர்கள் அதிகமாக வர்றதில்லையே, என்னவாயிற்று?"

"அவங்களுக்கும் வயசாகிவிட்டதல்லவா? அப்புறம் நாமும் யார் வீட்டுக்கும் போறதில்லை இல்லையா!"

சில இரவுகளில் அவன் என்னை சற்றே இறுக்கமாகப் புணரும்போது நான் கூறினேன்:

"என்னை மன்னிச்சிடு பையா, ஐ ஹேவ் நோ அப்பீட்டைட்..."

கூறிய வார்த்தைகளுக்குக் கட்டுப்பட்டு நடக்கும் சிறு குழந்தைபோல் அவன் திரும்பிப் படுத்துக்கொள்ளும் சலனங்கள்.

மயக்கத்திலிருந்து திடீரென்று விழித்தபோதுதான் இரவு முழுவதும் தூங்கவில்லை என்ற உணர்வு பிரியாவுக்கு வந்தது.

விடியல் படர்ந்து கொண்டிருந்தது.

பிரியா கட்டிலில் எழுந்து உட்கார்ந்தாள். மூடப்பட்ட கண்ணாடிச் சன்னலில் பார்வையைச் செலுத்தினாள். சன்னலின் நடுவே முழுவதும் மூடாமல் கிடந்த கர்ட்டனின் இடைவெளியில் ஓர் உருவம், பையன்!

பிரியா ஜன்னலருகே ஓடினாள். உருவமும் ஓடி வந்தது.

புலரியின் பரிபூரண வெளிச்சம் காண்பித்த தனது நிழலைக் கண்ட பிரியா நிராசையடைந்தாள்.

திரும்பி நடந்து, படுக்கை அறையின் கதவைத் திறந்து கொண்டு சாப்பாட்டு அறைக்குச் சென்றாள்.

தேநீர்க் கோப்பைகளுடன் வேலைக்காரி வந்தாள்:

"சின்னம்மா, நேத்து ராத்திரி அய்யா ஃபோன் பண்ணியிருந்தார்."

"எப்போ?"

"பத்துமணி இருக்கும்."

"என்ன சொன்னார்?"

"இன்னைக்கு சாயங்காலம் பொருட்காட்சிக்குப் போறதுக்கு டிக்கெட் வாங்கிட்டதாச் சொல்லச் சொன்னார்."

"நீ என்னைக் கூப்பிட்டிருக்க வேண்டியதுதானே?"

"சின்னம்மா, தூங்கிட்டிருந்தீங்க."

தேநீரை உறிஞ்சிக் குடிக்கும் போது ஒரு சிறு புன்முறுவலோடு பிரியா முணுமுணுத்தாள்:

'நான் எதிர்காலத்தை வெத்தலையில் மை தடவிப் பார்த்திட்டிருந்தேனா? கிரிஸ்டல் கேடிங்?'

நடக்கத் தொடங்கிய வேலைக்காரி திரும்பி நின்று கேட்டாள்:

"சின்னம்மா எதாவது சொன்னீங்களா?"

இல்லையென்று பிரியா தலையாட்டினாள்.

அக்கினி

பிரியதர்ஷினியின் தந்தை பங்குண்ணிமேனோன் கடந்த ஆண்டு ஓர் அசுவமேதயாகம் நடத்தினார். அறுசுவை உணவும் படைத்தார். நிகழ்ச்சிக்கு ஊரிலுள்ள செல்வந்தர்களுடன் பையனும் சென்றிருந்தான். இதர உயிர்கள் பங்குண்ணியைத் தங்களது தலைவனாக ஏற்றுக் கொண்டு உறுதிமொழிப் பத்திரம் வாசித்தபோது பையன் மட்டும் அப்படிச் செய்யவில்லை. மாறாக, 'போடா புண்ணாக்கு' என்று மனதிற்குள் பங்குண்ணியைத் திட்டினான்.

பங்குண்ணி உள்ளுக்குள் பொருமினார். உடனே, பையன் தனக்கு விரோதி என்று அறிக்கை வெளியிட்டார். கவிழ்த்து விடுவதாக அச்சுறுத்தினார்.

குதிரையும், உணவும் தகிப்பதற்குள் பையன் அதை மறந்து விட்டான். பிரியதர்ஷினியின் மீது கொண்ட காதல், குண்டன் பங்குண்ணிக்குத் தெரியாமல் இடையூறின்றித் தொடர்ந்தது.

பங்குண்ணிக்குப் பதினாறு பெண்குழந்தைகள். பதினைந்து பேருக்கும் திருமணம் முடிந்து விட்டது. கன்னிப் பெண்ணாக, நிந்திக்கப்பட்டவளாகப் பிரியா மட்டும்தான் இப்போது வீட்டில் இருக்கிறாள்.

அசுவத்தை இம்சித்த கையோடு பிரியதர்ஷினிக்கும் திருமணத்தை முடித்துவிடப் பங்குண்ணி முடிவு செய்தார். மகள் பையன் மீது கொண்டிருக்கும் காதலைப் பற்றி அந்தக் கொடியவனுக்குத் தெரியும். என்னவானாலும் அவனுக்குத் தன் மகளைக் கொடுக்கப் போவதில்லை என்று விருந்துக்குப் பிறகு விசேஷமாகச் சபதமும் செய்திருந்தார். ஐ.ஏ.எஸ், ஐ.பி.எஸ், ஐ.எப். எஸ், டாக்டர், இன்ஜினியர், தந்தி ஊழியன் ஆகிய இந்த ஆறு இனங்களுக்குட்பட்ட யாருக்காவது பெண்ணைத் திருமணம் செய்து கொடுக்க வேண்டும். அதன் பிறகு தான் நிம்மதியாக முதுகை நிமிர்த்தி நிற்க வேண்டும். சாவாமல் உயிரோடு வாழ வேண்டும்.

பிரியதர்ஷினிக்கு எழுதப்பட்ட ஜாதகத்தின் பேப்பர் பேக்குகளுடன் புரோக்கர்கள் எட்டுதிக்கிற்கும் பறந்தனர். திரும்பி வரும்போது ஒவ்வொருவரின் தலையிலும் ஒரு மூட்டை மாப்பிள்ளை ஜாதகங்கள். தரம்பிரிக்கப்பட்டு அவற்றில் ஞானசிகாமணிகள் தனியாகக் கட்டப்பட்டனர். வீடு முழுவதும் ஜோதிடர்களின் கூட்டம். நட்சத்திரப் பொருத்தம், அஷ்டமாங்கல்யம், திங்கள் செவ்வாய் தோஷம் முதலியன பனையோலைகளில் இருக்கிறதாவென்று அவர்கள் அலசி ஆராய்ந்தனர். கேள்விகளை முன் வைத்தனர். சோழிகளை உருட்டினர். வாக்குவாதம் நடத்தினர். வராகமிகிரரையும் ஆரியப்பட்டரையும் அவ்வப்போது கூவி அழைத்தனர். இலகு பாஸ்கரீயம் என்ற ஜோதிட நூலைக் கவர்ந்து வருவதற்காகக் கேரளப் பல்கலைக்கழக நூலகத்திற்குத் தூதனை அனுப்பினர்.

வெப்பம் அதிகரித்துக் கொண்டே வருகிறதென்றும் அதற்குள் தான் அகப்பட்டு மடிவேனோ என்றும் பிரியா அச்சமடைந்தாள். பையனது அன்லிஸ்ட்டடு நம்பருக்குப் ஃபோன் செய்தாள்.

சங்கதி தலைக்குமேல் போய்விட்டதை அறிந்த பையன், அன்று நள்ளிரவில் காருடன் வந்து பிரியாவைத் தூக்கிக் கொண்டு காலையில் கச்சேரியைச் சென்றடைந்தான். தீப்பெட்டிக் குச்சியை ஊரசி அக்கினிசாட்சியாகப் பாசமான காதலியைப் பதிவுத் திருமணம் செய்து கொண்டான். அப்போது விடியல் புன்னகை பூத்தது. நகரத்திலுள்ள வீட்டிற்குச் சென்று தேனிலவு என்ற சரவெடியின் திரியில் தீயிட்டான்.

கோபத்தில் இரண்டாகப் பிளந்த பங்குண்ணி மேனோன் கைக்கெட்டிய தூரத்திலிருந்த ஆண், பெண் ஜாதகங்கள் அனைத்தையும் நெருப்புக்கு இரையாக்கினார். சாம்பலில் தாண்டவம் ஆடினார். தக்ஷன் தனது மகளுக்கு அனுப்பியதைப்போல் மகளுக்குத் தந்தியடித்தார்.

'ஒழுக்கங்கெட்டவளே! நீ அந்தப் பொறுக்கியுடன் ஓடி விட்டாய் அல்லவா? அப்படியே நாசமாப் போ. இனி இங்கே வராதே. உனக்கு நான் ஒன்றாம் வகுப்பில் பனை என்ற பாடத்திலிருந்து கற்றுக் கொடுக்கப்போகிறேன்.' தந்தியைத் தரையில் போட்டு அதன் மீது பையனும் பிரியதர்ஷினியும் கட்டிப்பிடித்தவாறு மகிழ்ச்சியில் உருண்டு புரண்டனர்.

பின்னர் ஒன்றாம் பாடத்தின் விரிவான விளக்கங்கள் வந்தன. பங்குண்ணி மேனோன் ஓர் *அதிராத்திரம் நடத்தப்போகிறார். பதினான்கு நாள் யாகம் அசுவமேதயாகத்தைவிட உக்கிரமானது. யாகத்தின்போது எஜமானனின் மனைவி இரண்டு நாட்கள் வீட்டிலிருந்து விலக்கி வைக்கப்படுவாள். இடைவேளைக்குப் பிறகு காட்சி தொடரும். பதினான்காம் நாள் மாலை விளக்கு மேஜிக் முடிந்தால் யாகசாலைக்கு நெருப்பூட்டப்படும். அப்போது மழை பெய்யும். மேலே கருடன் பறக்கும். அதே நிமிடம் பையனும் பிரியதர்ஷினியும் மரணமடைவார்கள்.

"பையா, அதிராத்திரம்னா என்ன?" பிரியா கேட்டாள்.

"விடியாத இரவுடீ" பையன் கூறினான்: "உன் அப்பனுக்கு இருட்டுதானே ரொம்பப் பிடிக்கும்."

"பாவம் அம்மா!" பிரியா கூறினாள்.

பையன் ஒன்றும் பேசவில்லை. "யாகம் முடிந்தவுடன் நாம் செத்துப் போவோமா?" அச்சத்துடன் கேட்டாள் பிரியா.

"செத்துப் போகாதவங்க யாரு?" பையன் கேட்டான்.

"ஆனால், இந்தக் கண்கட்டு வித்தையெல்லாம் காட்டி நம்மைச் சாகடிக்க முடியாது. அதுக்கு நம்மோட ஸ்வீட் டைம் வரணும்."

"கருடன் வந்தால், மழை பெய்தால்?"

"ரெண்டும் நடக்காது."

"என்னது!"

"அதுமட்டுமல்ல, இந்த அசம்பாவிதமெல்லாம் செய்ற உன் அப்பா செத்துப் போயிடுவார்."

"அப்படீன்னா ரொம்ப நல்லது."

அக்கினி தொடங்கியது. சொல்லி வைத்தவாறு இரண்டு நாட்கள் கடந்த போது எஜமானின் மனைவி இரண்டு நாட்களுக்கு வீட்டிலிருந்து விலக்கி வைக்கப்பட்டாள். ஒரு மினி பெர்ஃபாமன்ஸ்.

---

*அதிராத்திரம் - ஒரு வகையான யாகம் (சோமயாக வகையினது)

இந்திரஜாலம் தொடர்ந்தது. பங்குண்ணி மேனோன் தினமும் சோமபானம் குடித்துவிட்டு மயங்கிக் கிடந்தார்.

பையனும் ஒழுக்கங்கெட்டவளும் செத்து மடிவதைப் பார்க்க ஆவலுடன் காத்திருந்தார் பங்குண்ணி. மண்டையோட்டிற்குள் சோமபானம் வேதிவினைகள் நடத்தத் தொடங்கியபோது இரண்டு பையனும் இரண்டு பிரியதர்ஷினியும் செத்து விரைத்துக் கிடப்பதைக் கண்டு ஆரவரித்து மகிழ்ந்தார்.

யாகம் பூர்த்தியடைவதற்கு நான்கு நாட்கள் முன்பு பையன், சிகாகோவில் உள்ள தனது நண்பன் சார்லியைத் தொடர்பு கொண்டு சரித்திரத்தைக் கூறினான்.

"யாகசாலைக்குக் கிழக்கே ஐம்பது மைல் தொலைவில் மேகங்களின் மீது மழைவிதையைத் தூவ வேண்டும். அங்கே ஐந்து சதுரமைல் பரப்பளவில் வெயில் கொளுத்த வேண்டும்."

"ஓ.கே ஹான்ஸம்" சார்லி கூறினான்: "சரியான நேரத்தில் ஒரு பி.52 போம்பர் விமானத்துடன் வந்து வேண்டியதைச் செய்திடுறேன்."

அதன் பிறகு விளையாட்டு நடக்கின்ற மைதானத்தில் ஒற்றர்களை நியமித்தான். பையன் ரகசியமாக ஒரு வயர்லெஸ் செட் நிறுவினான். தெற்கே பத்து மைல்களுக்கு அந்தப் பக்கம் வயல்வெளியில் பத்துப் பாம்புகளைப் பிடித்து கட்டிப் போடச் செய்திருந்தான்.

பிரளயத்தன்று யாகசாலைக்கு நெருப்பூட்டிய போது ஐம்பது மைலுக்குக் கிழக்கே குடங்குடமாக மழை பெய்தது.

ஒற்றன் வயர்லெஸ்ஸில் க்ராக் செய்தான்:

"இங்கே பயங்கரமான நெருப்பு, அதைவிடப் பயங்கரமாக வெயில்."

"குட்" பையன் கூறினான்: "கருடன்?"

"கருடனும், கழுகுகளும் ஒரு காகம் பறப்பது போல் ஒரே நேர்கோட்டில் நமது பாம்புகள் இருக்கும் இடம் நோக்கிப் பறக்கின்றன."

"நீலவானம்?"

"முற்றிலும் சூனியம்."

"மக்கள்?"

"குழம்பி நிற்கிறார்கள்."

"பங்குண்ணி?"

"அவனது மண்டையோட்டிற்குள் சோமபானம் இறங்கிக் கொண்டிருக்கிறது."

"எழுந்து விடுவாரா?"

"இப்போது அவனுக்கு மயக்கம்."

அப்போது பையன் ஜெனரல் மக்கார்தருடரின் அளவெடுத்து வெட்டிக் குறைத்த மொழியில் கட்டளையிட்டான்:

"ரிங் டௌண் த கர்ட்டன் ஆன் ஹிம் இன் எ லைட்னிங் மூவ்."

(மின்னல் வேகத்தில் ஒரே இழுப்பில் காலத்திரையை அவனுக்கு முன்னே போடுங்கள்.)

பின்னர், பிரைவேட் ஆதிராத்திரப் பொழுதில் பையனை இறுக்கி அணைத்தவாறு பிரியதர்ஷினி கூறினாள்.

"ஐயாம் எவர் ஸோ கிரேட்புல் டூ யூ ஃபார் பாலிசிங் ஆஃப் தி ஓல்டு டெவில் ஹான்ஸம்!"

(பிரியமானவனே! தகப்பன் சாத்தானை ஒடுக்கியதற்காக உனக்கு நான் என்றென்றும் நன்றியுடையவளாக இருப்பேன்.)

☯

பையனது ஃபர்ஸ்ட் லேடி

ஒன்று

An Onion is an onion is an onion is a stein is a stone is a rock is a boulder is a pebble.

-Ernest Hemingway

கணாதனுக்குப் பிறகு நிறுவப்பட்ட அணுசக்தி நிலையம் ஏழு மாடிகளைக் கொண்டது. எண்ணிலடங்கா அறைகள், ஆய்வுக்கூடங்கள், தாழ்வாரங்கள் அனைத்தும் ஏர் கண்டிஷன்டு. நிலையத்தின் தலைமை விஞ்ஞானியாக அமர்ந்து பையன் அணுக்களை ஆட்சி செய்கிறான்.

இன்று காலை மூன்றாவது தளத்திலுள்ள தனது சேம்பரில் அமர்ந்து பிரம்மாண்ட சூனிய பௌதீகம் பற்றிய ஒரு சமப்படுத்தல் சூத்திரத்தைக் கணித்துக் கொண்டிருந்தான். ஒண் ஹெல்லோஅப் ஆன் ஈக்வேஷன்.

கனத்த கதர்பட்டாலான திரைச்சீலை விலக்கப்பட்ட பெரிய ஜன்னல் கம்பிகளுக்கிடையே நுழைந்து வந்த குளிர்காலச் சூரியனின் பளிங்கு வெளிச்சம் சேம்பரில் பிரளயத்தை உருவாக்கிக் கொண்டிருந்தது. பையன் இடது கையை நெற்றியில் ஊன்றியவாறு மேசையின் மீது கோடு போடாத வெள்ளை நிற லூஸ் லீப் நோட்டில் ஒரு பக்கத்தில் குவிந்திருந்த எண்களைக் கண்கொட்டாமல் பார்த்துக் கொண்டிருந்தான். அப்போது இருக்கையின் இடது புறத்திலுள்ள சைடுடேபிளில் இருந்த வெள்ளைநிற அன்லிஸ்ட்டடு டெலிபோன் பையனைப் பார்த்து மணியடித்தது.

பையன் ரிசீவரை எடுத்தான்.

"605947?"

எண்கள் தீர்ந்துவிட்டனவா?"

எதிர் முனையில் சிரிப்பு.

"பி ஒன்?"

"ஆமாம்."

"திலீப், குட்மார்னிங்."

"மார்னிங்."

"புண்ணியவான் பிரசிடெண்ட் தங்களைப் பார்க்க வேண்டுமாம்."

"எப்போது?"

"இப்போதே."

"என்ன ஆவசரம்."

"இன்டலிஜன்ஸ் சீஃப் இருவரும் இங்கே வந்துள்ளனர்."

"இதோ வருகிறேன்."

ரிசீவரை வைத்துவிட்டு, இன்டர்காமை நோக்கிக் கை நீட்டும் போது, கை நிறையக் காகிதங்களுடனும், உதட்டில் புன்னகையுடனும் செக்ரட்டரி சின்னம்மு உள்ளே நுழைந்தாள்.

"என்ன வேலை நடக்கிறது சின்னம்மு?"

"ரொட்டீன், நடந்து முடிந்த விபத்தின் புள்ளி விவரக் கணக்குகள்."

"புண்ணியவான் அரண்மனைக்கு அழைத்திருக்கிறார். டின்றடு கிளாஸூம் புல்லட் புரூஃபும் கொண்ட ஒரு ஸ்டாப் காரைக் கொண்டு வந்து நிறுத்தச் சொல்."

காகிதங்களை மேசைமீது வைத்துவிட்டுச் சின்னம்மு திரும்பி நடந்தாள். கதவருகே சென்றவள் திரும்பி நின்றாள்.

"காபி வருகிறது."

"நேரமில்லை, யூ ஹாவிட்."

வராந்தாவில் எங்கேயோ கண்காணாத இடத்தில் வைக்கப் பட்டிருந்த ஃபோன்மூலம் வாகனத்தை வரச் சொல்லிவிட்டுச் சின்னம்மு திரும்பி வந்தாள்.

பையன் ஓவர்கோட் அணிந்து கொண்டிருந்தான். சின்னம்மு பின்பக்கமாக வந்து தனது சீஃப் ஆபீஸருக்கு உதவி செய்தாள்.

மேசையின் டிராவை இழுத்துத் திறந்து ஆறுமூச்சில் ஆறு எதிரிகளை வதம் செய்யும் ஆற்றல் கொண்ட மேட் இன் ஜப்பான் கைத்துப்பாக்கியை எடுத்து இடதுபக்கக் கோட்டுப் பாக்கெட்டில் செருகிக் கொண்டான். ஒரு ஃபினிஷிங் டச்சில் ஆடையின் மீது படிந்திருந்த கண்ணுக்குத் தெரியாத தூசியைத் தட்டி அகற்றினான்.

“புள்ளி விவரத்தை அலமாரியில் வை” பையன் கூறினான்.

பின்னர் தான் கணித்துக் கொண்டிருந்த சமப்படுத்தல் சூத்திரம் எழுதிய காகிதத்திலிருந்த புள்ளி கமா எண் ஆகியவற்றை ஒரு நோட்டம் விட்டபின் ஆதாரத்தை ஆஷ்ட்ரேயில் சுருட்டி வைத்து அடியில் தீப்பெட்டிக் குச்சியை உரசி வைத்தான்.

ஒரு யானையின் கம்பீரத்துடன் பையன் நடந்து செல்வதற்காக சின்னம்மு கதவைத் திறந்து பிடித்துக் கொண்டாள். அவளது தோளில் இலேசாக உரசி, நீண்ட வராந்தாவில் நடந்து சென்ற பையன், ஃபார் தி எக்ஸ்க்ளூஸிவ் யூஸ் ஆஃப் பையன் என்று எழுதப்பட்டிருந்த எலக்ட்ரானிக் லிஃப்டில் கீழே இறங்கினான்.

வெளியே பிரசிடெண்ட் ஷிராஸினுடைய ஒரு மிலிட்டரி எய்டும், சீக்ரெட் சர்வீஸ் பணியிலுள்ள ஒரு ஷோஃபரும் பையனைப் பார்த்து ஸல்யூட் அடித்தனர்.

விரல்களை நெற்றியில் வைத்துக் கொண்டு பையன் பதில் மரியாதை செலுத்தினான்.

லிமௌசின் முன் கதவை ஷோபரும், பின் கதவை மிலிட்டரி எய்டும் ஒரே நேரத்தில் திறந்தனர். பையன் பின்பக்கம் ஏறினான். வண்டியை முன் பக்கமாகச் சுற்றிவந்த ஷோபர் கதவைத் திறந்து கொண்டு ஸ்டியரிங்குக்குப் பின்னால் ஏறி உட்கார்ந்தான். மறுபுறம் மிலிட்டரி எய்டு ஏறிக் கொண்டான்.

இன்ஸ்டியூட்டின் பெரிய பூந்தோட்டத்தைக் கடந்து நெடுஞ்சாலையை அடைந்தவுடன் பையன் மிலிட்டரி எய்டிடம் கேட்டான்:

“எப்படிப் போகிறது, கேப்டன் மக்காடோ?”

“நன்றாகப் போகிறது, சார், தாங்க்யூ” ராணுவ மரியாதை யுடன் ஆர்தர் மக்காடோ பதில் கூறினார்.

குழிந்து மென்மையாக இருந்த சீட்டில் சாய்ந்து உட்கார்ந்து கொண்டு ஒரு சிகரெட்டைப் பற்ற வைத்தான் பையன். அசம்ளி லைனிலிருந்து வந்த வாகனத்தின் முன்சீட்டுக்குப் பின்னால் உள்ள பித்தளைக் கஸ்டம் பில்ட் ஆஷ்ட்ரேயில் தீப்பெட்டிக் குச்சியை அணைத்துப் போட்டான். குளிர்காலப் பூக்கள் வண்ணங்களை வாரி இறைத்திருக்கின்ற பூங்காக்களை ஒரு சன் கிளாஸ் மூலம் காண்பது போல வண்டியின் உயர்த்தி வைத்துள்ள கண்ணாடி வழியாகப் பார்த்தான். பையனுக்குள்ளிருந்த பொட்டானிஸ்ட் ஒவ்வொரு மலரையும் அதன் உற்பத்தியையும் பிரித்தறிந்தது.

உயர்ந்தோங்கிய கோனிபெரஸ் மரங்கள் இருபுறமும் வரிசையாக நிற்கின்ற ட்ரைவை நோக்கி வண்டி திரும்பியது. தூரத்தில், ஒரு சாம்ராஜ்யம் அளவுக்கு விரிந்து கிடக்கின்ற குளிர்நிழலுக்கு நடுவே ஆயிரம் அறைகளைக் கொண்ட பிரசிடெண்டின் மாளிகை அலிபாபாவின் விண்டர் ரிசார்ட் போன்று அலட்சியமாக எழுந்து நிற்கிறது. ஈட்டி முனைகள் வரிசையாக நிற்கின்ற பெரிய நுழைவு வாயிலை நெருங்கிய போது ஷோபர் வண்டியின் வேகத்தைக் குறைத்தான். இருபுறமும் நின்ற சென்ட்ரிகள் சல்யூட் அடித்தனர். ரதம் அரண்மனையை நோக்கி விரைந்தது. செயற்கை நீர்வீழ்ச்சிகளைச் சுற்றிக் கொண்டு நம்பர் பிளேட் இல்லாமல் நின்ற இரண்டு கார்களுக்கு அருகே சென்று நின்றது.

பையன் சிகரெட்டை ஆஸ்ட்ரேயில் அமுழ்த்தினான்.

கேப்டன் மக்காடோ திறந்து வைத்த, கதவு வழியாக இறங்கிய பையன் மாளிகைப் படிகளில் ஏறினான்.

முதல் வாயிலில் காத்து நின்ற திலீப், பையனைப் பார்த்துப் புன்னகைத்தான். கை குலுக்கினான். காளிதாசனுடைய ஹீரோவின் பெயரை அபகரித்த பிரசிடெண்ட் ஷிராஸினுடைய செக்ரட்டரியை மன்னித்துவிட்டதைப் போன்று பையன் அவன் முதுகில் தட்டினான்.

“எப்படி இருக்கிறீர்கள், சார்?” செக்ரட்டரி கேட்டான்.

“மிதவெப்பம் வா.”

அவர்கள் முன்னேற முன்னேற வாயில்களின் இருபுறமும் துப்பாக்கிகளை ஏந்தி நின்ற பிரசிடெண்டின் பாதுகாவலர்கள் துப்பாக்கிகளைப் பின்னிழுத்துக் கொண்டு அட்டேன்ஷனில்

நின்றனர்.

அரைநிலா வடிவில் உள்ள பெரிய மேசைக்குப் பின்னால் பிரசிடெண்ட் ஷிராஸ் என்ற குள்ளமான மனிதர் நேரான பார்வையுடன் முன்னால் பார்த்தபடி அமர்ந்திருந்தார். பையனும் திலீப்பும் தன்னை நோக்கி வருவதைக் கவனிக்கவில்லை. பார்வை மட்டும் அவர்களைத் துளைத்துச் சென்றது. மேசைக்கு பக்கவாட்டில் நின்றவாறு பையன் தலை வணங்கினான்.

"குட்மார்னிங் மிஸ்டர் பிரசிடெண்ட்."

பிரசிடெண்டின் உதடுகள் சிரிப்பை மறந்துவிட்டதாகத் தோன்றியது.

தனது முக்கியமான 'அணுத் தலைவன்' அமர்வதற்காக எதிரே கிடந்த இருக்கையைப் பார்த்தவாறு அவர் தலையசைத்தார்.

திலிப் வெளியேறினான்.

தன்னருகே அமர்ந்திருந்த சிவில் மிலிட்டரி இன்டெலிஜன்ஸ் தலைவர்களுக்குப் பையன் வணக்கம் கூறினான்.

"ஹலோ ஜான், முஸ்தபா!"

"ஹலோ பையன்."

பிரசிடெண்ட்டைத் தனிப்பட்ட முறையில் குறைகூறுவதை ரசித்துக் கொண்டு பையன் கேட்டான்:

"வாட்டீஸ் குக்கிங்?"

"ஆதாரத்தைப் பையனிடம் காட்டுங்கள்" சிவிலியன் தலைவரிடம் பிரசிடெண்ட் கூறினார்.

கிறிஸ்டல் பேப்பர் வெயிட்டுக்கு அடியிலிருந்து தட்டச்சு செய்யப்பட்ட ஒரு பேப்பரை எடுத்த ஜான் அதைப் பையனிடம் நீட்டினான்.

ஒரு பிரதி மட்டும்.

மிஸ்டர் பிரசிடெண்ட் ஷிராஸ்.

ஷேர்,

சார்,

நமது தலைமை அணுவிஞ்ஞானி ஒரு சமன்பாட்டைக் கண்டறிந்து, அந்தச் சித்திரத்தை டிராயிங் போர்டில் வரைந்து, பின்னர் அதற்கு உலோக உருவம் கொடுத்து, லாஞ்சிங் பேடில் ஏற்றி நிறுத்தியுள்ள அறிவியல் அரங்கத்திற்குத் தங்களின் கனிவான கவனத்தைத் திருப்புமாறு கேட்டுக் கொள்கிறேன். கடல் கடந்து, நாடுகள் கடந்து, பிற கோள்களுக்குச் செல்லும் ஆற்றல் மிக்க ஏவுகணைகளைப் பற்றித்தான் நான் கூற வருகிறேன். பக்கத்து நாட்டுப் பிரசிடெண்ட் ஹோய்ஷனுடைய விஞ்ஞானிகளும் இப்படியொரு ஏவுகணை தயாரிக்கும் திட்டத்திற்கு அடிக்கல் நாட்டியுள்ள ரகசியம் தங்களுக்குத் தெரிந்ததுதானே.

ஆனால், நமது ஏவுகணையை நடுவானில் தடுத்து நிறுத்தி, அழிக்கவல்ல ஏவுகணையைத் தயாரிப்பதற்கான சமன்பாட்டை ஹோய்ஷனுடைய விஞ்ஞானிகள் கணித்து விட்டனர் என்று இப்போது தெரியவந்துள்ளது.

நமது அணு விஞ்ஞானி பரிசோதித்தால் மட்டுமே இது உண்மையா அல்லது கணக்குப் பிழையா என்று தெரியவரும்.

வேத விஞ்ஞானத்தின் சமன்பாடு இதுதான்.

O - O = O

இப்படிக்கு
ஏ - திரி

மேசையின் மீதுள்ள கண்ணாடியில் வலதுகை விரல்களால் மெதுவாகக் கோடுகள் இழுத்து, சமன்பாட்டைக் கவனித்த பையன் கூறினான்:

"மிஸ்டர் பிரசிடெண்ட் இது வேதகாலம் அளவுக்கு மிகவும் பழமையானது, சமன்பாடு சரிதான்."

"ஹோய்ஷன் நமது கவனத்தைத் திசை திருப்புகிறானோ?"

"இல்லை, ஆனால் இதன் வேகத்தைக் கணித்துப் பார்க்க வேண்டியுள்ளது."

"அந்த நுட்பத்தை எப்போது கூற முடியும்?"

"இரண்டு மணி நேரத்தில் சொல்லிவிடுகிறேன், மிஸ்டர் பிரசிடெண்ட்!"

சந்தனக் கட்டையில் சித்திர வேலைப்பாடுகள் செய்யப்பட்ட சிகரெட் பெட்டியைத் திறந்து அவர்களுக்கு நேரே நீட்டினார் பிரசிடெண்ட்.

"தாங்க்யூ ஜென்டில்மேன். காட் ஹெல்ப் யூ!"

இவரைத் தவிர்ப்பதுதான் நல்லது, சிகரெட்டை எடுத்துக் கொண்ட பையன் மனதிற்குள் சொல்லிக் கொண்டான்.

இரண்டு

"உனக்கு இது எப்படிக் கிடைத்தது?" வெளியே கோர்ட் யார்டில் வைத்துப் பையன் ஜானிடம் கேட்டான்.

"ஆகாயத்திலிருந்து விழுந்ததென்று வைத்துக் கொள்ளேன்."

"கொஞ்சம் விளங்கும்படிச் சொல்."

நாம் அங்கேதான் போய்க் கொண்டிருக்கிறோம்.

"எங்கே?"

"ஈக்வேஷனுடைய ஸோர்ஸ்க்கு"

மூவரும் மிலிட்டரி இன்டெலிஜென்ஸ் சீஃப் முஸ்தபாவின் காரில் ஏறினர். பிற வாகனங்கள் வழி கொடுத்துவிட்டுப் பின் தொடர்ந்தன.

"நேற்று மாலை காவியாடை தரித்த ஒரு மனிதன் ஒரு துண்டுப் பேப்பருடன் என்னை வந்து சந்தித்தான்" ஜான் கூறினான்.

"காவியாடை மனிதனா?" பையன் கேட்டான்.

"தூய காவி நிறம்."

"அப்புறம்?"

"பிரசிடெண்டைப் பார்க்க வேண்டுமென்று கூறினான்."

"யார் அந்தச் சாமியார்?"

"ஹோய்ஷனின் குடிமகன்."

"பெயர்?"

"ஹோய்ஷனுடைய சிறப்புப் பெயர், ஹோய்ஷானந்தன்."

"திருடன், ஏதாவது மிஷன் நடத்துகிறானா?"

"விசாரணை நடந்து வருகிறது."

முஸ்தபா கூறினான்:

"நாடகத்தின் ஆரம்பக் காட்சிகளில் நான் சிரித்தேன், ஈக்வேஷன் சரிதான் என்று பையன் கூறியவுடன் சிரிப்பு நரியின் உதட்டுக்குச் சென்றுவிட்டது."

"பழைய லிமெரிக்கின் படி அப்படித்தானே?"

"யா..."

"ஜான், அவனுக்கு என்ன வயதிருக்கும்?"

"நாற்பதுகளின் பிற்பகுதி."

"வேறு சிறப்புகள்?"

"பலமொழி அறிந்த பண்டிதன், முனிவன்."

"முனிவனா?"

"ஆனந்தனின் தலையை மழித்து மொட்டையடித்த ஆர்ட்டிஸ்ட் மீது நான் பொறாமை கொள்கிறேன்."

"சிவனுடைய கலெக்ஷனில் மண்டையோடு போல் இருக்கிறது அப்படித்தானே?"

"ஃபெர்பெக்ட்"

சிவில் ஸ்டேஷன் வளாகத்தில் ஓர் ஓரமாக அமைந்துள்ள விருந்தினர் மாளிகையின் வரவேற்பறையில் தானே உடம்பால் உருவாக்கிக் கொண்ட பத்மாசனத்தில் ஹோய்ஷானந்தன் இருந்தருள்கின்றான். சீடர்களிடம் கூறுவதைப் போல அலுவலர்களைப் பார்த்து ஆன்மீகப் புன்னகையை உதிர்த்தான். அபய முத்திரையைக் காட்டினான்.

"இவர் அந்த முனிவனைப் போலத்தான் இருக்கிறார்" அவனுக்கு எதிரே நாற்காலியில் அமர்ந்தவாறு பையன் கூறினான்.

"ஹூ? முஸ்தபா."

"முனிவன்-ஞானி. முனிவருக்கு வருத்தமேதும் இல்லையே."

"நாம் சாந்தமாக இருக்கிறோம். தாங்கள் தானே பிரபல இயற்பியல் விஞ்ஞானி?"

"அப்படி வெவ்வேறு வேடம்! பையன்" ஒரு மதப்பிரசங்கத்தின் குரலில் கூறினான்.

"நலம் தானே?"

"நலம் நாடித்தானே நாமெல்லாம் நானிலத்தில் பிறப்பெடுத்திருக்கிறோம்."

ஞானி அமைதியாகச் சிரித்தான்.

வேதாந்தியின் கண்களில் பொலிவும் பிரகாசமும் தென்பட்டன. உடம்பு உடற்பயிற்சி ஆசிரியனை நினைவூட்டியது.

"இது எங்கிருந்து கிடைத்தது?" பையன் கேட்டான்.

"சமன்பாட்டுக் கோட்பாடு பற்றியா தாங்கள் வினவுகிறீர்கள்?"

"ஆமாம்."

"அதை நாம் சொல்லிவிட்டோமே."

"மீண்டும் சொல்லுங்கள்."

"ஹோய்ஷனின் மேசையிலிருந்து."

"அரண்மனைக்குள் செல்லுமளவுக்கு அதிகாரம் உண்டா?"

"ஹோய்ஷன் ஓர் ஆன்மீக வாதி, எனது சீடன்."

" சரி, அப்புறம்?"

"ஷிராஸின் ஏவுகணைகளைத் தடுப்பதற்குத் தனது அணுவிஞ்ஞானிகள் ஒரு புது சமன்பாட்டின்படி பஸ்மாசுராஸ்திர சித்தாந்தம் ஒன்றைக் கண்டுபிடித்திருக்கிற கதையை அவர் என்னிடம் கூறினார். ஆதாரத்தையும் காட்டினார்."

"உடனே தாங்கள் அதை களவாடிவிட்டீர்கள்?"

"ஆமாம்."

"இதைக் கணித்த விஞ்ஞானியின் பெயர் தெரியுமா?"

"தெரியாது."

"அணு இயற்பியலைப் பற்றி ஏதாவது?"

"விஞ்ஞானம் நமக்கு அஞ்ஞானம்."

"பிறகு?"

"எதற்காகத் திருடினேன் என்று கேட்கிறீர்களா?"

"எதையாவது சொல்லுங்கள்."

ஹோய்ஷானந்தன் சொன்னான்:

"உலக நன்மைக்கு இணையான ஒருலக நலத்தின்மீது நமக்கு நம்பிக்கை உள்ளது."

"அதனால்?"

"ஒவ்வொரு வினைக்கும் ஓர் எதிர்வினை இருப்பதால் இதை இங்கே கொடுக்க வேண்டுமென்று முடிவு செய்தேன்."

"ஏன்?"

"ஹோய்ஷனின் ஏவுகணையை எதிர்க்கும் ஆற்றலுள்ள இன்னோர் ஏவுகணையைத் தாங்கள் உருவாக்க வேண்டும் என்பதற்காகத்தான்."

பையன் சிரித்தான்:

"நன்றி குருவே! தொடர்ந்து கூறுங்கள்."

"இதை அழித்தால் அதை அழிக்க ஹோய்ஷனின் விஞ்ஞானிகள் மீண்டும் இன்னொரு வலிமையான ஏவுகணையை உருவாக்குவார்கள். தொடர்ந்து இங்கும்....."

"அழிவு வளையச் சிந்தாந்தமா?"

"இல்லை, பயங்கரவாதத்திற்கு இணையானது."

"பாலன்ஸ் ஆஃப் டெரர்?"

"அப்படியும் கூறலாம்."

"வேறென்ன?"

"யாரும் யாருக்கெதிராகவும் ஏவுவதற்கு அஞ்சத்தக்க அளவுக்கு அணு ஆயுதங்கள் தயாரிக்கப்பட வேண்டுமென்று நாம் விரும்புகிறோம்."

“அது ஏன்?”

“பூமித்தாய் அழியாமல் நிலைத்திருக்க வேண்டும் என்பதற்காகத்தான்.”

“அப்படியென்றால் ஹோய்ஷனுடைய நாடு அழிக்கப் படுவதைத் தடுப்பதற்காக இல்லையா?”

“இல்லை.”

“சுவாமி! சூத்திரம் அபகரிக்கப்பட்ட செய்தி ஹோய்ஷனுக்குத் தெரியாதா?”

“நாமும் தலைமறைவானதால் கண்டிப்பாகத் தெரிந்திருக்கும்.”

“ஆனால், சமன்பாட்டின் அனேகப் பிரதிகள் ஹோய்ஷனு டைய அணு விஞ்ஞானிகளிடம் இருக்குமே.”

“அப்படி எண்ணிக் கொண்டுதான் யாம் இதை அபகரித்துக் கொண்டு இங்கே வந்தோம்.”

“காம்லிமென்டரி காப்பி கொடுத்ததற்கு நன்றி. இதை அங்கேயே எங்களுடைய அம்பாஸிடரிடம் கொடுத்திருக்க வேண்டியது தானே? ஏன் வீணாக நாடு கடந்து வந்தீர்கள்?”

முனிவர் சிரித்தார்:

“அந்த வழிமுறையையும் நாம் சிந்திக்காமல் இல்லை.”

“ஏன் வேண்டாமென்று முடிவெடுத்தீர்கள்?”

“ஹோய்ஷனுடைய சதுரங்க சேனையின் ஒரு பகுதி அவருக்கு எதிராகச் செயல்படுகிறது என்பது தெரியுமல்லவா?”

“எங்கேயோ படித்ததாக நினைவு.”

“அடிப்படைவாதிகளான இவர்கள் எப்போதும் நம்மையே பின்தொடர்ந்து வருகின்றனர். நமது தொலைபேசி உரையாடலைக் கூடப் பதிவு செய்கிறார்கள்.”

“டூ பேட்.”

“இப்படியொரு சூழலில் ஆதாரத்துடன் நேரில் வருவதுதான் நலமென்று தோன்றியது.”

“ராணுவம் தங்களை நிழலாகத் தொடர்வது ஏன்?”

"அணு ஆயுதங்களுக்கு எதிரான நிலைப்பாட்டை எடுக்க ஹோரய்ஷனை நாம் தூண்டிவிடுவோம் என்று அவர்கள் அஞ்சுகின்றனர்."

"எப்படி வந்தீர்கள்?"

"ஹோரஷ் - ஷிரா எக்ஸ்பிரஸில் ஒரு சிலீப்பர் கோச்சில் வந்தேன்."

பையன் மற்றிருவரையும் நோக்கினான்.

"சுவாமி, வேறு ஏதாவது நாட்டிற்கு இதை விலை பேசினீர்களா?"

"இல்லை."

"எப்படி நம்புவது?"

"நாம் விரும்புவது பொருளை அல்லவே."

"தாவர உணவா?"

"இல்லை."

"அப்படியானால் வேதாந்தம் இம்சை நிறைந்ததா?"

ஹோரய்சானந்தன் கூறினார்:

"இம்சைக்கும் உணவு முறைக்கும் தொடர்பில்லை. காலநிலை தான் அன்ன ஆகாரத்தையும் உடல் தூய்மையையும் கட்டுக்குள் வைத்திருக்கின்ற காரணி."

"அது என்ன காரணி?"

"காஷ்மீர் கால நிலையில் தினந்தோறும் பிரம்ம முகூர்த்தத்தில் எழுந்து தூய நீரில் நீராடினால் மனித இயந்திரம் எவ்வளவு காலம் இயங்கும்?"

"குருவே தாங்கள் ஒரு ரியலிஸ்ட்."

பையன் எழுந்து மீண்டும் இன்ஸ்டிடியூட்டுக்குப் போவதற்கு முன்பு மற்றவர்களிடம் ரகசியமாகக் கூறினான்:

"இனி, சில நாட்களுக்கு அவனிடம் விசாரணை ஏதும் நடத்த வேண்டாம். உயிரோடு பாதுகாத்து வாருங்கள், போதும்."

முனிவர் இங்கே வந்து விழுந்த விவரத்தை ஹோய்ஷன் அறிந்துவிட்டான் என்று முஸ்தபா கூறினான். ஹோய்ஷனுடைய எம்பஸியிலுள்ள ஆட்கள் அசாதாரண வேளைகளில் இங்கே நகரத்தைச் சுற்றிக் கொண்டிருக்கிறார்கள். வேதாந்தியின் இருப்பிடம் அறிவதற்காக இருக்கலாம்.

"அவரைக் கண்காணிக்கிறீர்களா?"

"ஆமாம்."

"பிரசிடெண்டைப் பார்ப்பதற்கு முன்பு நான் உன்னைத் தொலைபேசியில் தொடர்பு கொள்கிறேன்."

"எப்போது?"

"இரண்டு மணிக்கு முன்பு."

விஞ்ஞானியின் மேல்கோட்டைக் கழற்றி ஹேங்கரில் தொங்கவிட்டுக் கொண்டு சின்னம்மு கேட்டாள்:

"சாப்பிட்டீர்களா?"

"இல்லை."

"கொண்டுவரச் சொல்லட்டுமா?"

"சிற்றுண்டி ஏதாவது கொண்டுவரச் சொல், ஒரு தெர்மோஸ்காஃபியும்."

கோட்டுப் பாக்கெட்டிலிருந்த துப்பாக்கியை எடுத்து மேசை டிராயரில் வைத்தாள் சின்னம்மு.

அவள் அறையிலிருந்து வெளியேறத் தொடங்கும் போது பையன் கூறினான்: "சின்னம்மு ட்ரேயை வாங்கி நீயே கொண்டு வா. வேறு யாரும் இந்த அறைக்குள் வரவேண்டாம்."

"சரி."

கதவு அதன் லாக்கில் கூச்ச ஒலியெழுப்பி ஒட்டிக் கொண்டது.

பையன் இன்னொரு கோட்டையும் கழற்றினான். டையையும் உருவினான். சட்டையின் வலது கையை முட்டி வரை சுருட்டிவிட்ட பின் பென்சிலைக் கையில் எடுத்தான்.

மூன்று

ஒன்றரை மணிக்கு, பையன் இண்டர்காம் மூலமாகச் சின்னம்முவை அழைத்தான்.

சின்னம்மு உள்ளே நுழைந்தபோது விஞ்ஞானியின் மேசை மீதிருந்த ஆஷ்ட்ரே நிறைந்து உயிருள்ள சிகரெட் துண்டுகள் மேசையின் கண்ணாடியில் புகைந்து கொண்டிருந்தன.

"நீங்கள் இந்தக் கட்டிடத்தைத் தீக்கிரையாக்கிவிடுவீர்கள்." ஆஷ்ட்ரேவுக்கு உள்ளேயும் வெளியேயும் குவிந்து கிடந்த சிகரெட் துண்டுகளை ஒரு வேலைக்காரியின் கைங்கரியத்துடன் மேசைக்கு அடியிலிருந்த மெட்டல் குப்பைத் தொட்டியில் போட்ட சின்னம்மு அதில் சிறிது தண்ணீரையும் ஊற்றினாள்.

தனக்கு முன் கிடந்த காகிதங்களையே கூர்மையாகக் கவனித்துக் கொண்டிருந்த பையனுக்கு அவள் கூறியது கேட்கவில்லை.

சின்னம்மு பையனின் தோளைத் தட்டினாள்.

"நீங்கள் இன்னும் சாப்பிடவில்லை."

பையன் ட்ரேயைப் பார்த்தான். ஒரு சாண்ட்விச்சை மட்டுமே சாப்பிட்டிருக்கிறான். மூன்று மீதமிருக்கிறது.

"உனக்குத்தான் தெரியுமே, நான் சிந்தையில் மூழ்கியிருந்தேன், பிளாஸ்கில் காஃபி இருக்கிறதா?"

ஒரு கப்பில் காஃபியை ஊற்றிக் கொடுத்தாள்.

காஃபி குடிக்கும் போதும் சிந்தனையாகிய வாகனத்தில் பயணத்தைத் தொடர்ந்து கொண்டே பையன் கூறினான்:

"பிரசிடெண்டின் செக்ரட்டரியைக் கூப்பிடு."

திலீப் டெலிபோனில் வந்தான்.

"புண்ணியவான் என்ன செய்கிறார்?" பையன் கேட்டான்.

"தூங்குகிறார்."

"எழுப்பிவிடு."

"மூன்று மணிக்குத்தான் கண்விழிப்பார்."

“எழுப்பி விடுடா. இன்டெலிஜன்ஸ் தலைவர்களிடம் நான் இரண்டு மணிக்கு வருவதாகச் சொல்லியிருக்கிறேன்.”

“அப்படியானால் நான் உங்களைச் சற்று நேரத்தில் தொடர்பு கொள்கிறேன்.”

எண்கள் எழுதப்பட்ட காகிதங்களைப் பையன் ஒவ்வொன்றாக எடுத்து ஆஸ்ட்ரேயில் இட்டுத் தீ வைத்தான். தீ நாக்குகளுக்கு நடுவே அவை உயிருக்கு போராடிக் கரிந்து கருநிறச் சாம்பலாயின.

திலீப் தொலைபேசியில் வந்தான்:

“பிரசிடெண்ட் தங்கள் வருகையை எதிர்பார்த்து காத்திருக்கிறார். தங்களை மட்டுமே சந்திக்க விரும்புகிறார்.”

“மோப்பம் பிடித்துக் கொண்டு நடப்பவர்களை அழைத்து வர வேண்டாமா?”

“வேண்டாம்.”

“சரி, நான் இதோ வந்துவிடுகிறேன்.”

மீண்டும் ஓவர்கோட்டுக்குள் நுழைந்து துப்பாக்கியையும் எடுத்துக்கொண்டு செல்லும் போது பையன் சின்னம்முவிடம் கூறினான்:

“ப்ளீஸ் வெயிட் ஃபார் மீ.”

அனைவரும் போற்றும் தனது அணு விஞ்ஞானியைப் பிரசிடெண்ட் ஷிராஸ் பெட்ரூமில் வைத்து வரவேற்றார். ஃபுல் ஸ்லீவ்ஸும், ட்ரவுசரும் அணிந்திருந்த அவர் கட்டிலில் சாய்ந்து அமர்ந்திருந்தார்.

ஒரு நாற்காலியை கட்டிலுக்கு அருகில் இழுத்துப் போட்டுக் கொண்டு பையனும் அமர்ந்தான்.

திலிப் வெளியே சென்ற பின் கதவு மூடிக்கொண்டது.

“வேகத்தைப் பற்றி என்ன சொல்கிறீர்கள்?” ஷிராஸ் கேட்டார்.

“ஹோய்ஷனுடைய விஞ்ஞானிகள் சரியாகத்தான் செய்திருக்கிறார்கள் மிஸ்டர் பிரசிடெண்ட். அவர்கள் நம்மையும் தாண்டி ஓடிக் கொண்டிருக்கிறார்கள்.”

“இனி நாம் என்ன செய்ய வேண்டும்?”

“எதிர் விதிகள் உருவாக்க வேண்டும்.”

“சூத்திரம் மனதில் இருக்கிறதா?”

“ஓரளவு.”

“சொல்லுங்கள்.”

இருக்கையிலிருந்து சற்று முன்னே குனிந்த பையன் ஷிராஸின் காதில் கூறினான்:

“நமது ஏவுகணை விண்வெளியில் ஒரு குறிப்பிட்ட உயரத்தில் பறக்கும் போதுதான் அதை வதம்புரிய ஹோய்ஷனது ஏவுகணை வரும்.”

“அது வருவது என் கண்களுக்குத் தெரிகிறது.”

“அதனுடைய அதிர்வலைகளின் காரணமாக நமது ஏவுகணையிலிருந்து மற்றொரு துணை ஏவுகணை இறங்கிச் சென்று எதிரியின் ஏவுகணையை பால்வெளியில் வைத்துப் பாழாக்க வேண்டும்.”

“அது முடியுமா?”

“முடியும்.’

“ஃபாளவுட்?”

“அற்பம்.”

“நாம் இப்போது லாஞ்சிங் பேடில் ஏற்றி நிறுத்தி வைத்திருக்கின்ற ஏவுகணைபோல் ஹோய்ஷனிடமும் மற்றவர்களிடமும் இல்லையென்று நிச்சயமாகத் தெரியுமா?”

“அது தானே நமது இன்டலிஜன்ஸ்.”

“இந்தப் பதிலி மாற்று ஏவுகணை எப்போது தயாராகும்?”

“ட்ராயிங் போர்டில் தயாராக ஆறு வாரங்கள் ஆகும்.”

“அவ்வளவு காலம் நீட்டிக் கொண்டு செல்ல வேண்டுமா?”

“சமன்பாட்டைக் கணிப்பதற்கே பல நாட்களாகும் மிஸ்டர் பிரஸிடெண்ட், இதற்காக நான் இன்றைக்கே கிராமத்திற்குச் செல்லவிருக்கிறேன்.”

எதிர்ச்சுவரில் தனக்கு முன்னே பிரசிடெண்டாக இருந்தவரின், எண்ணெய்ச் சாயப் படத்தைப் பார்த்தவாறு பிரசிடெண்ட் கூறினார்:

"இயன்றவரை வேகமாகக் கணித்து விடுங்கள்."

"அப்படியே செய்கிறேன்."

"அதற்கிடையில், வெளியுறவுத்துறை மூலம் அம்பாஸடர்களை வைத்து அணுஆயுத ஒழிப்புத் தீர்மானம் என்றொரு போலியான பேச்சுவார்த்தையை ஹோய்ஷனுடன் தொடங்கலாம்."

அது தனக்குச் சம்பந்தமில்லாத விஷயமானதால் பையன் பதிலேதும் கூறவில்லை.

"இந்த ரகசியத்தை ஏந்தி வந்த ஆளைப் பார்த்தீர்களா?" பிரசிடெண்ட் கேட்டார்.

"பார்த்தேன்."

"அவனிடமிருந்து அதிகப்படியான விஷயம் ஏதாவது கிடைத்ததா?"

"இல்லை, ஆனால், நாம் ஏதாவது கண்டுபிடிப்பதுவரை அவனை விசாரணைக்கு உட்படுத்த வேண்டாம் என்பதுதான் என் கருத்து."

"இன்டெலிஜன்ஸிடம் கூறிவிட்டீர்களா?"

"சொல்லிவிட்டேன்."

சந்திப்பு முடிந்துவிட்டது என்பதைத் தெரிவிப்பது போல் பிரசிடெண்ட் தலையணையில் உயர்ந்து கால்களைக் கீழே செருப்பின் மீது வைத்தார்.

பையன் எழுந்தான்.

"முதலில் சொன்னதைப் போல் நான் சில நாட்கள் கிராமத்திற்குப் புறப்படுகிறேன் சார்."

"பெஸ்ட் ஆஃப் லக்."

"தாங்க்யூ சார்"

திலீபின் அறைவழியாக டாய்லெட்டை நோக்கி நடந்த பையன் கூறினான்:

“நான் இதோ வந்துவிட்டேன்.”

கதவை மூடிவிட்டு இடது கை கோட்டையும் சட்டை யையும் இழுத்து மேலேற்றினான். கைக் கடிகாரத்தை 000.1 கிலோ ஹெர்ட்ஸூக்குத் திருப்பிக் காதில் வைத்தான். சில நிமிடங்களில் ஒரு தாழ்ந்த குரல் கேட்டது:

“சார்,”

“மிட்டாய்த் தெரு?”

“சார்.”

“பாலன்?”

“சார்.”

“பாலா, நான் இன்று மாலை அஃபெயருக்குச் செல்கிறேன்.”

“கோழிக்கோடு செல்லும் போது வழக்கமாகத் தங்கிச் செல்லும் கூட்டுக்கா சார்?”

“ஆமாம், ஒரு வாரத்துக்கு கோஸ்ட்டைக் கிளியராக வைக்கச் சொல்.”

“சார்.”

“அதன் பிறகு என்னைத் தொடர்புகொள், நான் வழியில் காரில் வந்து கொண்டிருப்பேன், தனியாகத்தான்.”

“சார்.”

“ரோஜர்.”

திலீபுக்கு எதிரே ஓர் இருக்கையில் அமர்ந்து கொண்டு பையன் கூறினான்:

“கெட் மி சின்னம்மு.”

“சின்னம்மு, திஸ் இஸ் பையன்.”

“யெஸ், பையன்?”

“ப்ளோரஸென்ட் சாக்லேட் பத்மினி அங்கே இருக்கிறதா?”

"ஆமாம்."

"அதில் ஏறி பிளாட்டுக்குச் சென்று ஒரு வீக் எண்டர் பேக் பண்ணு."

"ஆடைகளோடு வேறென்ன வேண்டும்?"

"வழக்கமாக வைப்பதெல்லாம்."

"பிராந்தி, ஸிகார்..."

"சோமபானம் கூடாதென்றல்லவா அவர்கள் கூறுகின்றனர்."

"யார்?"

"செய்தித் தாளில் தலையங்கங்கள் தீட்டுபவர்கள்."

"ஆனால், அதற்குப் பக்கத்திலேயே பிராந்தி விளம்பரத்தைப் படத்தோடு போடுவதும் அவர்கள்தானே, தி-பிரஸ் இடியட்ஸ்."

"தாட்ஸெ ஃபைன் ப்ரெய்ஸ்."

"எடுத்து வைக்கட்டுமா?"

"அப்புறம்? தலையங்கம் எழுதுகிற கழுதைக்கு அணு இயற்பியல் பிடிக்காதல்லவா."

சின்னம்மு சிரித்தாள்:

"பணம் வேண்டாமா?"

"பணம் இல்லை."

"வேண்டுமா?"

"கடன்?"

"எப்படியானாலும் பரவாயில்லை."

"நீ என்னைக் காதலிக்கிறாயா?"

"அதுவும் வேண்டுமா?"

"ஒருவேளை, தேவைப்பட்டால்."

"ஆஸ் யூ ஸே, அடுத்து என்ன?"

"மூன்று மணிக்குப் பத்மினியில் மெட்ரோ சினிமாவுக்கு வா. டாக்சியில் திரும்பிச் சென்றுவிடு."

“எங்கே செல்கிறீர்கள்?”

“பிஸினஸ் ஆஃப் ஸ்டேட்.”

“மேடம் நிராசையால் நொந்து போவார்களே.”

“இல்லை, பிஸினஸ்ஸில் மேடத்துக்கும் பங்குண்டு.”

“தாட்ஸ் குட், எனது ஊகங்களையும் வசந்த கால வாழ்த்துக் களையும் அவரிடம் தெரிவியுங்கள்.”

“தெரிவிக்கிறேன்.”

நான்கு

கோழிக்கோடு செல்லும் வழியில் வயலுக்கு நடுவே உயர்ந்து நின்ற தங்கத்தின் மாளிகையை ஒரு பர்லாங் தூரத்திலிருந்தே பார்த்துவிட்ட பாலன் தனது இருசக்கர வாகனத்தை நிறுத்தி விட்டு வீட்டை நோக்கி நடந்தே சென்றான். முற்றத்தில் நின்றிருந்த ஒரு லெப்ட் ஹேண்ட் ட்ரைவ் ஷவர்லெட் காரின் பின்சீட்டில் முட்டிக்காலை மடக்கியவாறு டிரைவர் தூங்கிக் கொண்டிருந்தான்.

பாலன் கதவுக் கண்ணாடியைத் தட்டி அவனை எழுப்பினான்.

“என்ன வேண்டும்?” டிரைவர் கேட்டான்.

“முதலாளி வீட்டில் இருக்கிறாரா?”

“இருக்கிறார், நீங்கள் யார்?”

பதிலொன்றும் சொல்லாமல் பாலன் சமையல்கட்டை நோக்கி நடந்தான். வேலைக்காரியின் கண்கள் மலர்ந்தன.

“வாங்க பாலன்.”

“சின்னம்மா எங்கே?”

“மேலே இருக்காங்க.”

“இரும்பு முதலாளியுடனா?”

“இல்லை, பையன் ஸாரின் ஏதோ ஒரு புத்தகத்தை வாசித்துக் கொண்டிருக்கிறார்கள் என்று தோன்றுகிறது.”

“முதலாளி என்ன செய்கிறார்?”

"தூங்குகிறார்."

"எப்போது வந்தார்?"

"நேற்று."

"எத்தனை நாள் இருப்பார்?"

"ஃபேக்டரி லாக்கவுட் செய்யப்பட்டுள்ளது என்று கேள்விப் பட்டேன்."

"சின்னம்மாவை வரச்சொல்."

வேலைக்காரி படியேறி மேலே செல்ல நினைப்பதற்குள் தங்கம் கீழே இறங்கி வந்தாள். தனக்குப் பின்னால் வந்த வேலைக்காரியை வெளியே செல்லுமாறு கண் ஜாடை காட்டினாள்.

"என்ன பாலன்?"

"இன்று மாலை சார் இங்கே வருகிறார்."

துள்ளலுடன் கேட்டாள்:

"பையனா?"

"ஆமாம்."

"அழைத்திருந்தாரா?"

"வயர்லெஸ் ரேடியோ மூலம் செய்தி வந்தது?"

"உட்காருங்க பாலன்."

"இல்லை, நான் புறப்படுகிறேன். முதலாளியை அனுப்பி விடுங்கள்."

"இப்போதே அனுப்பி விடுகிறேன்."

"கோஸ்ட் கிளியராகிவிட்டால் ரேடியோவில் தொடர்பு கொள்ளச் சொல்லியிருக்கிறார். இப்போது வந்து கொண்டிருப்பார்."

"கிளியராகிவிட்டதென்று சொல்லிவிடுங்கள்."

"முதலாளியைத் தெற்குத் திசையில் போகச் சொல்லுங்கள். சார் நேஷனல் ஹைவேயில் வந்து கொண்டிருக்கிறார்."

"சரி."

"நான் புறப்படுகிறேன்."

"கொஞ்சம் காஃபி?"

"இப்போது நேரமில்லை, இன்னொரு நாள் வருகிறேன்."

"சரி."

தங்கம் அவசர அவசரமாக ஒரு கப் காஃபியை எடுத்துக் கொண்டு படியேறினாள். லுங்கி வேட்டியும், பானை வயிறுமாக வறுத்த வேர்க்கடலையைக் கொறித்துவிட்டு உறங்குகின்ற நாற்பது வயதுடைய முதலாளியைத் தட்டி எழுப்பினாள்.

பாலன் திரும்பிச் செல்லும்போது சீக்ரெட் வேவ்பேண்ட்டை ஆன் செய்தான்.

"சார், சார்,"

ஒரு நிமிடத்திற்குப் பிறகு பதில் வந்தது.

"யாரு?"

"சார், நான்தான் பாலன்."

"ம், என்னவாயிற்று பாலா?"

"நான் திரும்பிக் கொண்டிருக்கிறேன் சார்."

"வண்டியை நிறுத்திவிட்டுப் பேசு, ஒன்றும் கேட்கவில்லை."

பைக்கை வழியோரத்தில் நிறுத்தி இரண்டு கால்களையும் தரையில் விரித்து வைத்துக் கொண்டு பாலன் கூறினான்:

"கோஸ்ட் கிளியராகிக் கொண்டிருக்கிறது சார்."

"யார்?"

"இரும்பு முதலாளி."

"வரும் வழியில் அவன் என்னைப் பார்த்து விடுவானா?"

"இல்லை சார், தெற்குப் பாதை வழியாக அனுப்பச் சொல்லி யிருக்கிறேன்."

"ஸ்லோடவுடன் செய்ய வேண்டுமா?"

"வேண்டாம் சார், நார்மல் ஸ்பீடில் வாருங்கள்."

"தாங்க்ஸ் பாலா."

"சார்"

"தேவைப்பட்டால் மீண்டும் தொடர்பு கொள்கிறேன், வேவ் லெங்த்தைத் துண்டித்து விடுகிறேன்."

சிறிது நேரத்திற்குப் பிறகு, தங்கத்தின் வீட்டிலிருந்து வெளியேறிய ஷவர்லெட் தூசியைக் கிளப்பிக் கொண்டு தெற்கு நோக்கிப் பறந்தது.

பகல் முடிய இன்னும் சிலமணி நேரங்கள் இருக்கின்ற நேரத்தில் பையன் பாலத்திற்கு அந்தப் பக்கம் உள்ள ரயில் நிலையத்தை நெருங்கும் போது முன்னே இருந்த லெவல் கிராஸ் மூடப்பட்டிருந்தது.

காரை நிறுத்திவிட்டு ஒரு சிகரெட்டைப் பற்ற வைத்தான். ஸ்டியரிங்கை இறுகப் பற்றியவாறு அமர்ந்திருந்தான். தூரத்தில் ஆற்றுக்கு அந்தப் பக்கம், பாலத்தைக் கடந்து வலது பக்கம் திரும்பித் தங்கத்தின் வீட்டை நோக்கி நீள்கின்ற செம்மண் பாதை வயலுகளுக்கிடையே ஒரு ரிப்பனைப் போல் நீண்டு சென்று மரக்குடில்களுக்குள் மறைந்தது.

பதினாறு பெட்டிகளைக் கொண்ட ஒரு விரைவு ரயில் லெவல் கிராஸிங்கில் தடதடத்துச் சென்றது. சாம்பல் நிறத்தில் தூசி உயர்ந்தது.

ரயில் அந்த ஸ்டேஷனில் நிற்கவில்லை. இந்த ஸ்டேஷனைப் பற்றி முன்பு படித்தது நினைவுக்கு வந்தது.

'தி மெயில் ஸ்டாப்ஸ் அட் - பிக்காஸ் ஃபீமெயில் ஃப்ரம் தி பிளேஸ் இஸ் இன் பார்லிமெண்ட்.'

இப்போது இங்குள்ள யாரும் மக்களவையில் உறுப்பினர்களாக இல்லை. அதனால் ரயிலும் இங்கே நிற்பதில்லை.

செக்ஸுக்கும் பொலிட்டிக்ஸுக்கும் உள்ள தொடர்பைப் பற்றி, தான் எழுதிய குறிப்புகளைத் தொகுத்து ஒரு நூல் எழுதி விட வேண்டியதுதான் என்று பையன் முடிவு செய்தான்.

வயதான இரண்டு கிழவர்கள் கைத்தடியை ஊன்றி எழுவதைப் போல லெவல் கிராஸிங்கிலுள்ள இரும்புத் தூண்கள் ஆடியாடி

மேலெழுந்து முனை மழுங்கிய ஈட்டிகளைப் போல் வானத்தை நோக்கி நின்றன.

பின்னால் நின்ற வாகனமொன்று ஒலியெழுப்பியது.

பத்மினி கியரிலேயே இருந்தது. சாவியைத் திருப்பியவுடன் உருமியவாறு முன்னே பாய்ந்து சென்றது. பாலத்தில் ஏறி மேற்குத் திசையில் திரும்பிய போது மாலைநேரச் செங்கதிரவன் அச்சமின்றி ஆற்றின் ஆழத்தை நோக்கிக் குதித்துக் கொண்டிருந்தான்.

'கான் ஃபார் தி டே.'

பையன், செம்மண் பாதையில் காரைத் திருப்பினான். சமன்பாட்டை அதன் போக்கில் தீர்வு காண்பதற்காக அடிமனத்தில் ஆறப்போட்டுவிட்டுக் காருடன் மேட்டில் ஏறி பள்ளத்தில் விழுந்து முன்னேறிச் சென்றான்.

பரந்து கிடக்கின்ற நிழலில் உயர்ந்து நிற்கின்ற மாளிகை மரங்களுக்கிடையே காணப்படுகின்ற பெரிய பெரிய சுண்ணாம்புப் பொட்டுகள்.

சிமெண்டால் ஆன மதிலுக்கு நடுவே திறந்து கிடந்த இரும்புக் கேட்டைக் கடந்து, தாழ்வாகப் படர்ந்திருந்த மாங்கிளைகளுக்கு இடையிலூடே ஊர்ந்து சென்ற கார் முற்றத்தில் நின்றது.

இறங்கவில்லை, ஸ்டியரிங்கைப் பிடித்தவாறு உட்கார்ந் திருந்தான்.

நடுவயதிற்குச் சவால் விட்டு, சுருக்கம் விழாமல் செழிப்பாகக் காணப்படும் மினுமினுப்பான முகத்துடன் தங்கம் படியிறங்கி வந்தாள். சிரித்தவாறு கார் கதவைத் திறந்துவிட்டாள்.

"இறங்கப் போவதில்லை" பையன் கூறினான்.

"அப்புறம்?"

"பத்மினியை யாரும் பார்க்காதவாறு பின்பக்கம் நிறுத்த வேண்டும்."

"யாருக்கும் தெரியாமலா வந்தாய்?"

ஆமாமென்று பையன் தலையாட்டினான்.

"என்னவாம் விசேஷம்."

"திரில் செய்திகள் அதிகமாகப் படிப்பதால் ஒரு ஜேம்ஸ் பாண்ட் பூதம் பிடிபட்டிருக்கிறது."

செம்பருத்திக் கன்னங்களுடன் தங்கம் புன்னகை பூத்தாள்.

பையன் கூறினான்:

"தங்கம் உன் முகம் விக்டோரியா காலத்துக் காதல் கதைப் புத்தகங்களில் வருவது போல் இருக்கிறது."

ஒரு ரிஃப்லெக்ஸில் அவள் மேலாடையின் ஒரு நுனியால் முகத்தைத் துடைத்தாள்.

"ஹேங்ஙோவர்?" பையன் கேட்டான்.

"இனிமேல் வரும், போதை ஏற்றுவதற்குத்தான் நீ வந்து விட்டாயல்லவா?"

காலம் உன்னை ஆக்ரமித்துக் கொண்டிருக்கிறது. பையன் அவளைப் பார்த்து நினைத்துக் கொண்டான்.

"அந்தப் பக்கம் வா" பையன் கூறினான்.

முன்பக்கமாக வந்து காரின் முன்பக்கக் கதவைத் திறந்து உள்ளே ஏறிய தங்கம் பையனை உரசிக் கொண்டு உட்கார்ந்தாள். வீட்டைச் சுற்றி வந்து வேறொரு மாமரத்தின் கீழ் காரை நிறுத்தினான் பையன்.

வெள்ளை டெரிகாட்டன் காலரும், கருப்பு நிற வார் செருப்பும் விலையுயர்ந்த கதர் சில்க்சட்டையும் அணிந்த பையனை அடிமுடி நோக்கிவிட்டுத் தங்கம் கூறினாள்:

"இந்த வெள்ளைக்கார வேஷம் நன்றாக இருக்கிறதே. ஒரு விஞ்ஞானி என்றே எண்ணத் தோன்றும்."

"என்ன விஞ்ஞானி?"

உதட்டில் சிரிப்பை நிறைத்துக் கொண்டு டிக்கிச் சாவிக்காகக் கைநீட்டினாள் தங்கம்.

அவனது இதயச் சாவியையும் கொடுத்த பையன் கூறினான்:

"லுக் அட் ஹேர் ப்ளஷிங்"

மாடிப்படி ஏறும்போது மீண்டும்:

"முழுவதும் உருக்கித் தீரவில்லையா?"

"ஏன் என்னவாம்?"

"பச்சை இரும்பின் மணம் மிச்சம் இருக்கிறதே."

ஐந்து

முற்றுப் பெறாது என்று தோன்றிய ஓர் அணைப்பிலிருந்து பையனை ஜாமீனில் அனுப்பிய தங்கம் கேட்டாள்:

"காப்பி கொண்டு வரட்டுமா?"

"உனது கர்டன்ரெய்ஸரே இப்படி உருக்கின் உறுதியோடு இருந்தால் வெறும் காப்பியால் மட்டும் ஆரோக்கியத்தை மீட்டெடுத்துவிட முடியுமென்று தோன்றவில்லை."

"வேறென்ன வேண்டும்?"

"ஒரு காயகல்ப சிகிச்சை."

"அதைச் சொல்ல வேண்டுமா, சிகிச்சை வழக்கமானதுதானே."

"ஆமாம்."

அவனது இரண்டு கைகளையும் பிடித்துக் கொண்டு தங்கம் கேட்டாள்.

"நீ இங்கிருந்து செல்லும்போதெல்லாம் நான் உனக்கு ஒரு புதுத் தெம்பைத் தருவேனல்லவா?"

"அதை இப்படியும் சொல்லலாம். உனது உயிரின் ஓர் பங்கை எடுத்துக் கொண்டுதான் ஒவ்வொரு முறையும் நான் இங்கிருந்து செல்கிறேன்."

தங்கம் கண் மூடினாள்.

"ஃப்ளாட்டேட்?" பையன் கேட்டான்.

"ஃப்ளாட்டேட் அடுத்த கேள்வி."

"ஷுட்"

"நீ வருவதற்கு முன்பு அவர் இங்கே இருந்தார் என்பதை எண்ணி அருவருப்பு அடைகிறாயா?"

அவளைத் தன்னிடமிருந்து அகற்றி நிறுத்திக் கொண்டு பையன் கூறினான்:

"தயவு செய்து நீ எனக்கு இந்த மணிப்பிரவாளம், கொண்டு கூட்டல், கலப்பினம், கடலை உருண்டை இதையெல்லாம் கொடுக்க முயற்சிக்காதே."

தங்கம் அலறினாள். (ரோர்டு)

"இதென்ன புதுப்புது மந்திரங்கள்?"

"எழுத்தை மறந்த நிகண்டு ஆசிரியர்களின் ஒரு பானல் காம்ப்ளெக்ஸ் என்ற வார்த்தைக்கு இப்படித்தான் பொருள் எழுதி வைத்திருக்கிறார்கள். புத்தக வடிவில் அச்சடித்து அவர்கள் அதை வெளியிட்டிருக்கிறார்கள்."

"யார்?"

"சங்க இலக்கிய ஞானிகள்."

"அப்படியானால் பி காம்ப்ளெக்ஸ் தரட்டுமா?"

"நிறையக் கொடு."

"உடனே தருகிறேன்"

"ஒரு நிமிடம், நான் உன்னிடம் ஒரு சிறு விஷயம் கேட்க வேண்டும்."

"என்ன விஷயம்?"

"இரும்பு முதலாளியின் பெயரை ஏன் என்னிடம் கூறினாய்?"

"ஒரு ஆறுதலுக்காக."

"யாருக்கு ஆறுதல்?"

"எனக்கு."

"அப்படியென்றால் நாடகத்தின் இன்னொரு வரியையும் சொல்லிவிடு."

"எந்த வரி?"

"நான் முதலில் உன்னைப் பார்த்திருந்தால் அவரை என் வாழ்க்கைக்குள் வரவேற்றிருக்க மாட்டேன்."

தங்கமானவள் கோபித்துக் கொண்டாள்:

"என்னைக் கிண்டல் செய்கிறாயா?"

“நீ எப்போதும் சொல்வதுதானே.”

“நீ என்னை நம்பவில்லையா?”

ஜன்னலருகே சென்று அவளுக்கு முதுகைக் காட்டி நின்றவாறு பையன் கூறினான்:

“நம்பிக்கை, மன்னிப்பு இதெல்லாம் ஒன்றும் வேண்டாம். உன்னுடைய அவனுக்கும் எனக்கும் ஒட்டுமில்லை உறவுமில்லை.”

பதில் ஒன்றும் வராததால் பையன் திரும்பி நின்றான். தங்கம் கண்ணியில் அகப்பட்டவளாக நின்றிருந்தாள்.

“நீ இந்த நாளை வீணாக்கிவிடுவாய்” பையன் கூறினான்: “இப்படியே போனால் நிகண்டு ஆசிரியரின் இன்னொரு வார்த்தையால் உன்னை அச்சுறுத்த வேண்டியிருக்கும்.”

திறந்துவிடப்பட்ட வாசல் வழியாகத் தங்கம் வெளியே குதித்தாள்.

“அது என்ன மந்திரம்?”

“கவித்துவம். சிரித்துவிட்டாயா? குட்! சாயங்கால வேளையைக் காப்பாற்றியதற்கு நன்றி. காஃபி கொண்டு வா. ஹாட் வாட்டரைத் திருகி விடு. அண்ட் டோண்ட் பி ஸென்டிமென்டல் நவ் அண்ட் எகென்.”

தங்கம் மகிழ்ச்சியாகக் கீழே சென்றாள்.

அவளுக்கு அவளைப் பற்றியே சரியாகத் தெரியவில்லை என்பதை எண்ணிய பையன் உளவியல் ரீதியாக வருந்தினான்.

பெட்டியைத் திறந்து பிராந்தியையும் சிகரெட்டையும் வெளியே எடுத்தான். குளித்து முடித்த பிறகு அணிவதற்கான ஆடைகளையும் வெளியே எடுத்தான். அணிந்திருந்த ஆடைகளைக் களைந்துவிட்டு அணுவை அழிப்பவன் இடுப்பில் ஒரு டவலைச் சுற்றிக் கொண்டான்.

காஃபி எடுத்துக் கொண்டு மேலே வந்த தங்கம் பையனைப் பார்த்துக் கூறினாள்:

“அத்லெட்!”

“தாங்க்ஸ் ஃபார் தி நிகண்டு ஆசிரியரின் காம்ப்ளிமெண்டுக்கு இணையான ஆசீர்வாதம், ஆனால் டெஸ்ட் மேச்சுக்கு இன்று

விடுமுறை தினம்."

"ரெஸ்ட் டே வேண்டுமா?"

"ஆல்கஹாலைப் போலப் பச்சை இரும்பின் அம்சமும் சம்பிரதாயப்படி அழிந்துபடுவதற்கு இருபத்து நான்கு மணிநேரம் வேண்டும்."

"என் உடம்பில் இப்போது ஒன்றும் இல்லை."

"ஹவ் கம்?"

"பொன் உருக்கல் நேற்றே முடிந்துவிட்டது."

"இருபத்து நான்கு மணிநேரம் முடியப் போகிறதா?"

"ஆமாம்."

காஃபி குடித்தவாறு பையன் கூறினான்:

"அப்படியானால் காஃபி குடித்து முடித்த பிறகு பிட்சைப் பரிசோதித்துப் பார்க்கலாம்."

நோயாளியை மேசைமேல் படுக்கவைத்து, குனிந்து நின்று பரிசோதனை நடத்திய பிறகு பையன் கூறினான்:

"ட்ரயல் ஓவரில் சிக்கல் ஒன்றும் இல்லை. பிட்ச் பௌன்ஸ் ஆகிறது."

தங்கம் மூச்சு வாங்கினாள்.

"டின்னருக்குப் பிறகு இன்னொருமுறைப் பரிசோதிக்கலாம்."

"அது வரையிலும்?"

"குளித்துவிட்டுச் சந்தியாவந்தனம் சொல்லுவோம்."

"வா."

"தள்ளி நட" பையன் கூறினான்: "தொட்டு அசுத்தப்படுத்தி விடாதே."

உணவுக்குப் பின், இரண்டு தலையணைகளின் மீது கை பின்னுக்கு மடக்கி வைத்து கட்டிலில் படுத்திருந்த பையன், தனது மார்பில் முகம் புதைத்து படுத்திருக்கின்ற தங்கத்தின் முடியைப் பார்த்துவிட்டு கேட்டான்:

"கேசத்தை ஏன் கருமையாக்குகிறாய்?"

முகமுயர்த்தி தங்கம் கேட்டாள்:

"யார் சொன்னது?"

"சரி, வேறுமாதிரிக் கூறுகிறேன். நான் இங்கே வந்த பிறகு உனது தலையிலிருந்த நரைமுடிகள் அனைத்தும் களவு போய்விட்டன."

தங்கம் அவனது மார்பிலிருந்து எழுந்து கட்டிலில் சாய்ந்து அமர்ந்தாள்.

"எதைத் தெளிவுபடுத்துவதற்காக நீ இவ்வளவு நுட்பமாகப் பரிசோதிக்கிறாய்?"

"பரிசோதிக்கவில்லை, பளிச்சென்று இருந்ததை மறைத்த போது இன்னும் கொஞ்சம் தெளிவாகத் தெரிகிறது."

"அதற்கு நான் என்ன செய்வது?"

"சுகமாக இரு, வழக்கம் போல் நான் ஓய்வெடுக்கிறேன் என்று எண்ணிக்கொள். அதுவே போதும்."

"பையா, தயவுசெய்து விடுகதைகளிலிருந்து வெளியே வா."

"தலைமுடிக்கு டை அடிக்க வேண்டிய அவசியம் என்ன வென்று எண்ணி ஆச்சரியப்படுகிறேன்."

"ஓ... சும்மா."

"அப்படிச் சும்மா டை அடித்தால் என் வயதுக்கு உன்னால் இறங்கி வந்துவிட முடியுமா?"

"எனக்கு வயதாகி விட்டதென்பதைச் சுட்டிக் காட்டுகிறாயா?"

"இல்லையே."

"வேறு என்னவாம்?"

"அப்பா சொன்ன வார்த்தைகளை நினைத்துப் பார்க்கிறேன். மரணத்தை விட அளவில் சிறியதுதான் வாழ்க்கை."

"உனது மீசையிலும் நரை முடிகள் தென்படுகின்றனவே."

"அப்படியிருந்தும் நான் சாயம் பூசவில்லையே."

"நான் சாயம் பூசுவது மட்டும் உனக்குப் பிடிக்கவில்லை."

அவளுடைய கைகளை எடுத்துத் தனது மார்பின் மீது வைத்துக் கொண்டு பையன் கூறினான்:

"அடியேய்! நாம் இந்துக்கள். ஆணும் பெண்ணும் ஆர்பிட்டிரி ஆவது முடியின் நிறத்தால் அல்ல."

"வேறு எதனால்?"

"ஆராய்ச்சி நடத்தவில்லை."

"ஊகம்?"

"ஊகிக்கவுமில்லை."

"யூ வான்ட் எ ஃபைட்!"

எளிமையான சவாலை அப்படியே ஏற்றுக் கொண்டு பையன் கூறினான்:

"பையனாக இருந்தபோது நடுத்தர வயதுப் பெண்களின் மீது நாட்டமிருந்தது. இப்போது நீ கண்டுபிடித்தது போல் மீசை நரைத்தவுடன் மற்றவர்கள் தான் வசீகர வட்டத்திற்குள் வருகின்றனர்."

"யார்?"

"இருபது முப்பது வயதுப் பெண்கள்."

"ஓகோ!"

"ஒருவேளை, நான் இதுவரை அவர்களைக் கவனிக்காமல் இருந்திருக்கலாம்."

"சரிதான், உனக்காக வரிசையில் காத்திருக்கும் பெண்களை நீ கண்டுகொள்ளாமல் இருந்திருப்பாய்."

"இல்லையென்றால், உன்னைப் போன்ற சம்பூர்ணப் பெண்கள் என் கவனத்தைத் திருப்பியிருக்கலாம்."

"இல்லையென்றால், நீ சம்பூர்ணமாகக் கற்றுக் கொள்ள எங்களது சிறகுகளுக்கடியில் வந்திருக்கலாம்."

"இப்போது நீ அறிவுப்பூர்வமாகப் பேசுகிறாய்."

"எத்தனை இளம் பெண்கள் உன் பின்னே இருக்கிறார்கள்?"

"பலர்."

"சரியாகத் தெரியாதா?"

"எண்ணிக்கை விடுபட்டுவிட்டது."

"வரிசையில் சின்னம்மு நிற்கிறாளா?"

"தெரியாது, பை தி வே அவள் உன்னிடம் வசந்த கால வாழ்த்துக்களைத் தெரிவிக்கச் சொன்னாள்."

"நன்றி, நீ அவளைக் காதலிக்கிறாயா?"

"தெரியாது."

"அவள் உன்னை?"

"தெரியாது."

"நீங்கள் இருவரும் பரஸ்பரம் காதலிக்கவில்லை என்று வைத்துக்கொள்."

"வைத்துக் கொண்டேன்."

"ஒரு வாய்ப்பு கிடைக்கும் பட்சத்தில் நீ அவளைத் திருமணம் செய்து கொள்வாயா?"

"தாட்டீஸ் தேர்."

"அப்படியானால் நான் பிக்சரிலிருந்து மறைந்து விடுவேனா?"

"நீ எப்போதும் பிக்சருக்குள் இருக்க வேண்டும் என்பதுதான் எனது விருப்பம்."

"அப்படியானால் சின்னம்மு மீது உனக்கு ஒரு கண் இருக்கிறது."

"தினந்தோறும் பார்க்கிறேனல்லவா?"

"பையா!"

"யெஸ்"

"கவித்துவப்பொழுதின் இடைவேளைகளில், நீ என்னைத் தடுக்கவில்லையென்றால்....."

அவன் தடையேற்படுத்தினான். அவளைத் தன்னிடம் இழுத்துக் கொண்டு பையன் அழைத்தான்.

"தங்கம்!"

"சம்மதிப்பாயா?"

"நான் சொல்கிறேன்."

"சரி."

"இருளை வரவழைப்பாயா?"

"யாரிடம் மறைப்பதற்கு"

"ஒரு நூலின் பெயர் சொல்லப் போகிறேன்."

"நூலா?"

அவளைக் கட்டிப்பிடித்துக் கொண்டு பையன் கூறினான்:

"ஐ டேக் திஸ் வுமன்."

(நான் இந்தப் பெண்ணைச் சொந்தமாக்கிக் கொள்கிறேன்)

ஆறு

ஓர் அழகிய டைவ் அடித்து உறக்கத்திற்குள் விழுந்த பிறகு ஆழத்தில் உள்மனம் விழித்துக் கொண்டது. கூடவே ஒரு பூதத்தைப்போல் ஈக்வேஷனும் எழுந்து நின்றது. மாத்த மாட்டிக்கா. ஹோராய்ஷனது அணுவிஞ்ஞானிகளின் கணக்கைத் தலைகீழாக்கினால் அவனது ஏவுகணையை அடியோடு வீழ்த்து கின்ற அஸ்திரத்திற்கான ஃபார்முலாவாகிவிடும்.

"தங்கம்!"

எட்டிப்பிடிப்பதற்காகக் கைவீசித் திரும்பினான் பையன். அவள் எழுந்து சென்றிருந்தாள்.

திறந்து கிடந்த ஜன்னல் வழியாக வெளியே பார்த்தான். கிழக்கு வெளுத்திருந்தது. இன்னும் சற்று நேரத்தில் சூரியன் உதித்து விடும்.

கணக்கிற்குச் சரியான பதில் கிடைத்துவிட்ட மகிழ்ச்சியில் பையன் படுக்கையிலிருந்து எழுந்தான். மாடிப்படிகளுக்குக் கீழே எரிகின்ற விளக்கு வெளிச்சம் மேலே வராந்தாவையும் பிரகாசிக்கச் செய்து கொண்டிருந்தது.

அறிவியல் அன்பளிப்பாகக் கொடுத்த எண்களை மீண்டும் மனத்தில் ஒரு தொடர்கதையின் பெயரில் 'நம்பர்களாக' அடுக்கி வைத்தான். ஸ்லிப்பருகளில் ஏறி நின்று தங்கத்தின் பஜகோவிந்தத்தில் லயித்து விடுவதற்காக ஓட்டைப் பிரித்துக் கொண்டு சமையல் கட்டுக்குள் இறங்கினான்.

காமினி கட்டன் காப்பி தயாராக்கிக் கொண்டிருந்தாள்.

"நீ இவ்வளவு சீக்கிரமாக எழுந்து விட்டாயா?" குலமகள் வினவினாள்.

"தூங்கியதும் தெரியவில்லை. எழுந்ததும் தெரியவில்லை."

"ஒரு ஹாட்ரிக்கில் மூன்று விக்கட்டுகள் வீழ்த்திய பிறகுமா?"

"ஓ யெஸ்."

"நான் இவ்வளவு சீக்கிரத்தில் எழுந்து வந்திருக்கக்கூடாது."

"இல்லையென்றால் நான்" பையன் கூறினான்.

"காப்பியுடன் வந்து உன்னை மீண்டும் படுத்துத் தூங்க வைக்கலாமென்று நினைத்திருந்தேன்."

"இனி வேண்டாம் நேரமாகிவிட்டது."

"அப்படியொன்றுமில்லை."

"மீண்டும் தூங்குவதற்கு எனக்கு விருப்பமில்லை."

"காரணம்?"

"உன் சமையலறைப் பயிற்சியை நான் பார்க்க வேண்டும்."

"நான் காப்பி போடுவதையா?"

"அதில் நெய் ஊற்றுவதை, அப்புறம் குருணைக் கஞ்சி வைப்பதையும்..."

காப்பியை ஊற்றிக் கொண்டு தங்கம் கேட்டாள்:

"அதிலும் செக்ஸ் இருக்கிறதா?"

"ஏதோ ஒரு மகிழ்ச்சி."

"விசித்திரமாக இருக்கிறது."

"உன் வேலைக்காரி எங்கே?"

"தூங்குகிறாள்."

"இவள் மேற்கத்திய பாணியில் நேரம் சென்று எழும் பெண்ணா?"

"ஆமாம்."

"பிரேக் ஃபாஸ்ட் இன் பெட்?"

"ஆல்மோஸ்ட்."

மேசைக்கு இருபுறமும் அமர்ந்துகொண்டு இன்றைய பொழுதை எப்படிக் கழிப்பது என்று ஆலோசித்தனர். பகலில் ஒன்றும் செய்வதற்கில்லை பரஸ்பரம் கைகளைப் பிடித்துக் கொண்டு அமர்ந்திருக்கலாம், கொஞ்சிப் பேசலாம், சிரிக்கலாம், ஆற்றலை மீண்டும் சமநிலைக்குக் கொண்டுவரப் பெருமூச்சு விடலாம். வெங்காயம் என்ற செமி வெஜிடபிளை தங்கம் விலக்கினாள் என்றால் ஒரு முத்தம் கொடுக்கலாம். மூட் இருந்தால் லஞ்சுக்குப் பிறகு ஒரு லிமிட்டட்டு ஓவர் மேச். ஆனால் விக்கெட் விழுமென்று தோன்றவில்லை.

"முயற்சித்துப் பாரேன்" தங்கம் கூறினாள்.

"முயற்சிக்கலாம்" பையன் கூறினான்: "இன்னொன்று கேள் அறிவியல் சரிதான், ஆனால் கதையில்தான் குழிகள் உள்ளன தெரியுமா?"

"அப்படியென்றால்?"

"எடீ, ஓர் ஆண்டுக்கு முன் நான் எழுதி நீ கூறிய தாட் பர்ட்டிகுலர்லி நாஸ்டி ஸ்டோரி இருக்கிறதல்லவா?"

"ஆமா."

"அது, நமது கிரிட்டிக்குகளின் தன்மான உணர்ச்சியைத் தட்டியெழுப்பியதையும் நீ படித்திருக்கிறாயா?"

"படித்திருக்கிறேன்."

"அதில் ஒரு கிரிட்டிக்கின் மனைவி எனக்குக் கடிதம் எழுதியிருந்தாள்."

"யார் அவள்?"

"அவள் அவளாகவே இருக்கட்டும் பெயர் வேண்டாம்."

"என்ன எழுதியிருந்தாள்."

'இன்ன இதழின் இன்ன பதிப்பில் தாங்கள் ஒரு கதை யெழுதியதாக இங்கே சொன்னீர்கள். நான் கதைகள் படிப்ப தில்லை. ஆனால் அதுபோன்ற கதைகளை எழுதாதீர்கள். உங்களது நண்பராகிய எனது வீட்டுக்காரர், அந்தக் கதையில் இது போலத்

தான் என்று கூறி என்னை ஏகமாகத் துன்புறுத்துகிறார்.'

தங்கம் மேசைமேல் முகம் புதைத்தாள். அவளது விலாப் பகுதிகள் குலுங்கின.

"இப்படித்தான் நமது ஆட்கள்" பையன் கூறினான்: "கதையைப் படித்த பின் கால்மேல் கால் போட்டு எதிர் விமர்சனம் எழுதிவிட்டு நேராகப் படுக்கை அறைக்குச் செல்வது மனைவியின் மேற்பார்வையில் அடுப்பில் அரிசி வெந்தாலும், சரி வேகாவிட்டாலும் சரி அவனுக்கு அதைப்பற்றிக் கவலையில்லை. உடனே செயலில் இறங்க வேண்டும்."

"லௌசி பிக்!"

"ஒழுக்கமற்ற பன்றி!"

"கோழை!"

"நிறுத்து" தங்கம் கூறினாள்: "எழுத்தோடு ஒட்டுறவு இல்லாதவர்களைத் தகாத வார்த்தைகளால் திட்டாதே."

பையன் அனுசரித்தான்.

வேலைக்காரி பெயரளவில் எழுந்து நடந்து வரும் ஓசை கேட்டது.

தங்கம் பையனை குளிப்பாட்டிக் கொண்டிருக்கும்போது கர்னல் முஸ்தபா பாலனை வயர்லெஸ் ரேடியோவில் தொடர்பு கொண்டார்.

"000.1?"

"சார்."

"யார்?"

"பாலன்?"

"முஸ்தபா."

"சார்."

"பையனைத் தொடர்பு கொள்ள முடியவில்லையே பாலா!"

"சார் வேவ்லெங்த்தைத் துண்டித்திருப்பதாகச் சொல்லி யிருந்தார்."

"பாலா நீ உடனே சென்று அவரைப் பார்க்க வேண்டும்."

"சார்."

"ஒன்பதரை மணிக்குப் பையனுடைய பாயிண்டிலிருந்து இரண்டு கிலோமீட்டர் கீழே ஆறு திரும்புமிடத்தில் ஒரு ஹெலிகாப்டர் வந்து இறங்கும். அவரை உடனே திரும்பி வரச் சொல்."

"சார்."

"காரை அங்கே விட வேண்டாம், எடுத்து வந்து விடு."

"சார்."

"எங்கேயும் தவறு நேர்ந்துவிடக் கூடாது."

"சரி, சார்."

டோஸ்ட் ஆன் தங்கத்துடன் காலையுணவை முடித்துவிட்டு, வரலாற்று நாயகன் நீக்ரோ பிரதர் எழுதிய ஒரு நாவலைப் பையன் மாடியறையிலிருந்து படித்துக் கொண்டிருந்தான். முதல் பக்கம் முடிவதற்குள் ஒரு மோட்டார் பைக்கின் உறுமலைக் கேட்டுக் கிழக்கு பக்கமாகப் பார்த்தான்.

பைக் பிரதான சாலையிலிருந்து செம்மண் பாதையில் திரும்பியது.

பாலன் வருகிறான்.

புத்தகத்தை மூடிவைத்த பையன் கீழே இறங்கி முன்னறையில் வந்து நின்றான்.

"பாலன்!" தங்கம் பின்னால் நின்று கொண்டு கூறினாள்.

தன்னைக் குளிப்பாட்டிய மாதாவிடம் 'கோ டு ஹெல்' என்று இரக்கமேயின்றி மனத்திற்குள் கூறிவிட்டு, பைக்கிலிருந்து இறங்கி வரும் பாலனுக்காகக் கைகட்டிக் காத்து நின்றான்.

மோட்டார் பைக்கை ஈட்டிமுனைக் கேட்டில் சாய்த்து நிறுத்திய தூதன், உள்ளே வந்து சல்யூட் அடித்தான். பின்னால் நின்றிருந்த தங்கத்தைத் தொழுதான்.

பையன் திரும்பிப் பார்த்தான்.

தங்கம் உள்ளே போய்விட்டாள்.

பாலன் சொன்னான்:

"முஸ்தபா சார் அழைத்திருந்தார்."

"என்ன நடக்கிறது?"

"உங்களை உடனே திரும்பி வரச் சொன்னார்."

"எப்போது?"

"இப்போதே, ஒன்பதரைக்குச் சந்தனக் கிண்ணம் பாயிண்டுக்கு ஹெலிகாப்டர் வரும்."

"அவ்வளவு சீக்கிரத்திலா?"

"சார், காரைக் கொண்டு செல்ல என்னைப் பணித்திருக்கிறார்."

பையன் வாட்சைப் பார்த்தான். ஒன்பது மணி. முஸ்தபாவை அழைக்கலாமா? வேண்டாமா? வேண்டாம். ஏதாவது அவசரமாக இருக்கும். நகரம் புகுவதுதான் நல்லது.

மேலே செல்லும் போது கூப்பிட்டான்:

"தங்கம்!"

"ஷிராஸ் புண்ணியவான், உடனே திரும்பி வரும்படியாக எனக்குக் கட்டளை இட்டிருக்கிறார்."

"இதென்ன தொந்தரவு?"

"ஹஸார்ட்ஸ் ஆஃப் தி ஜாப், பேபி."

"இன்றைக்கே திரும்பி வந்துவிடுவாயல்லவா?"

"இந்தக் கேள்வி, வட்டத்திற்கு வெளியே தான். உனது இரண்டாம் நபரை பிடித்துச் செல்ல ஒரு சோப்பர் வருகிறது."

"ஹெலி?"

"பெரிய சுண்டெலி."

"அடுத்த வாரக் கடைசியில்?"

"பாதி... பாதி. விரலோடு விரல் சேர்த்துக் காத்திரு."

"இது ஒன்றும் கிரிக்கெட் இல்லை."

"ஷிராஸுக்கு எந்த விளையாட்டிலும் ஈடுபாடு இல்லை."

"அடுத்த வார இறுதியில் எப்படியாவது இங்கே வா."

"வெள்ளிக்கிழமை பாலன் உன்னை வந்து சந்திப்பான். அதன் பொருள் நான் சென்ற அடுத்த நிமிடம் முதல் கோஸ்ட் கிளியராக்கி வைக்க வேண்டும் என்பதல்ல."

"பையா!"

"ம்... கோபித்துக் கொள்ளாதே!" அவளை வாரி அணைத்து, அளந்து எடுத்து கொண்டு பையன் கூறினான்: "இனி பேசினாய் என்றால் நிகண்டிலுள்ள இன்னொரு வார்த்தையைக் கூறி உன்னைக் கெட்ட வார்த்தைகள் பேச வைத்துவிடுவேன். அது கீழே பாலனுக்குக் கேட்கும். ஜனம் கூடிவிடும்."

தங்கம் சிரித்தாள்:

"அப்படியானால் நீ சனிக்கிழமை வருவாய்."

"அடியேய்! ஒரு சிறு துவாரம் கிடைத்தால் கூடப் பாழாக்க மாட்டேன் என்று உனக்குத் தெரியாதா?"

"தெரியும்."

"சரி, அப்படியானால் பார்ட்டிங் முத்தம் ஒரு பிரதியை முத்திரையிட்டு ஒன் ஃபார் தி சோப்பர் இடு - காஃபி."

நெஸ்கஃபேயின் வீரியமுள்ள முத்தம், நீண்டு செல்வதற் கிடையில் உதறிக் கொண்டு வெளியேறிய பையன், நின்றுபோன மூச்சைத் திரும்ப கொண்டு வந்தபின் கூறினான்:

"இன்றைக்கு இனிமேல் உனக்குச் சாப்பாடு வேண்டாம். சோப்பரில் எனக்காக ஒரு ஆக்ஸிஜன் சிலிண்டர் வைத்திருப்பார்கள் என்று நம்புகிறேன்."

அதன் பிறகு தங்கம், பையனும் பாலனும் வயல் வரப்புகள் வழியாக ஆற்றை நோக்கி நடந்து செல்வதைப் பார்த்தாள், பறவை கிழக்கிலிருந்து வந்து ஆற்றில் இறங்குவதைப் பார்த்தாள், பறந்து உயர்வதைப் பார்த்தாள், பாலன் திரும்பி வருவதைப் பார்த்தாள், மோட்டார் பைக்கை விட்டுவிட்டு பத்மினியில் ஏறிப் பயணித்ததைப் பார்த்தாள், அதன் பிறகு... அதன் பிறகு -

ஏழு

நகரத்துக்கு வெளியே ஹெலிபேடில் மூடி வைக்கப்பட்டிருந்த

கருப்பு நிறக் காரில் கர்னல்முஸ்தபா பையனை அவனது அப்பார்ட்மென்டுக்கு அழைத்துச் சென்றார்.

"ஜான் எங்கே?" பையன் கேட்டான்.

"எல்லா விசேஷங்களையும் நான்கு சுவர்களுக்குள் பேசிக் கொள்வோம்" முஸ்தபா கூறினார்.

"தலைவர் உயிரோடு இருக்கிறாரா?"

"வெரிமச்."

வீட்டில் சின்னம்முவும் இருந்தாள்.

"ஆக்கிரமிப்புக் குடியேற்றமா?" பையன் கேட்டான்.

"நோ. ஹவுஸ் கீப்பிங்."

"செக்ரட்டரிக்கு நன்றி. எனக்கு ஒரு மார்டினி எடுத்து வை. கர்னல் ஸாபுக்கு உப்பிட்ட எலுமிச்சை நீர்."

"ஓ.கே. மேடம் எப்படி இருக்கிறார்கள்?"

"உலையில் காய்ச்சி எடுத்தது போல் எண்ணெய் மயம் ஆஸ் எவர்."

"எனது வாழ்த்துக்களைத் தெரிவித்தீர்களா?"

"தெரிவித்தேன்."

"என்ன சொன்னார்கள்?"

"ஓட்டைவாயில் வந்ததெல்லாம் கூறினாள்."

சின்னம்மு புறப்படத் தயாரானபோது பையன் கேட்டான்:

"கையில் என்ன புத்தகம்?"

"கவிதை."

"யாருடையது?"

"மெட்ரோபொலிட்டன் ஃபயர் சீஃபினுடையது."

"அவர் இந்தப் பணியையும் செய்கிறாரா?"

முஸ்தபா கூறினான்:

"முதலில் அவர் ஒரு கவிஞர், பின்னர் ஒரு மாற்றத்தை

விரும்பி மட்டுமே தீயணைப்புத் துறையை ஏற்றுக் கொண்டார்."

"சரி, கவிதை மட்டும் போதாதா?"

"பணப்பற்றாக் குறையின் காரணமாகத்தான் தீயில் குதித்தா ரென்று 'டாக் ஆஃப் தி டவுண்'."

"சின்னம்மு, நூலுக்குப் பெயர் வைத்தாகிவிட்டதா?"

"துரதிர்ஷ்டவசமாக."

"என்னவாம் ரகசியம்?"

"கூட்டு விடுதலை."

பையன் சிரித்தான்:

"வெல் - வெல் - தாட் வுட் ட்ரான்ஸ்லேட் டூ எ டி ஆஸ் 'ஜெயில் டெலிவரி."

"சரிதான்" முஸ்தபா கூறினார்: "பார்சிக்காரர்கள் ஆராதி கின்ற தேவனை ஃபயர்சீஃப் நம்பவில்லை."

"அதை இப்படிக் கொடு."

பக்கங்களைப் புரட்டிய பையன், முதல் பக்கத்தை மேலோட்டமாகப் படித்தான். பெண்ணிய வர்க்க விஞ்ஞானியின் கண்கள் விரிந்தன.

"படித்து முடித்துவிட்டாயா, சின்னம்மு?"

"இப்போதுதான் தொடங்கியிருக்கிறேன்."

"நான் படித்துவிட்டுக் கொடுக்கட்டுமா?"

"சரி, லுக் மார்டினியில் ஆலிவ் வேண்டுமா?"

"சமாதானத்தின் அடையாளங்கள் எதுவும் வேண்டாம்?"

ஃபயர்ப்லேசுக்கு அருகில் நாற்காலிகளை இழுத்துப் போட்டுக் கொண்டு பையனும் முஸ்தபாவும் நிலக்கரி அடுப்புக்கு எதிரே அமர்ந்தனர்.

சின்னம்மு பானங்கள் நிரப்பிய ட்ரேயுடன் வந்தாள்.

ஒரு ஸிப் குடித்துவிட்டுப் பையன் கூறினான்:

“எங்களது பேச்சுக்குரல் கேட்காத தூரத்தில் சென்று அமர்ந்துகொள். யூ டோண்ட் மைண்ட்?”

“ஓ, நோ.”

எலுமிச்சை நீரைப் பார்த்துக் கொண்டு கர்னல் கூறினான்:

“நேற்று மாலை ஹோய்ஷனின் அம்பாஸடருக்குப் பிரசிடெண்ட் அழைப்பு விடுத்திருந்தார்.”

“வெளியுறவுத் துறையை ஏவி ஹோய்ஷனது கவனத்தைத் திசை திருப்ப ஏதோ தந்திரம் செய்யப் போவதாகப் பிரசிடெண்ட் என்னிடம் சொல்லியிருந்தார்.”

“தந்திரம் நமக்கு எதிராகத் திரும்பிவிட்டது.”

“எப்படி?”

ஹோய்ஷனது அம்பாஸடரை எதிர்பாராதவிதமாக அரண்மனைக்கு அழைத்துச் சென்றதை அறிந்தது முதல் நானும் ஜானும் ஜாக்கிரதையுடன் நடக்கத் தொடங்கினோம் என்று முஸ்தபா கூறினார். உடனே பிரசிடெண்டின் ஸ்டடி அறையில் குரல் பதிவு கருவிகளை ரகசியமாக கட்டித் தூக்கினோம்.

கர்னல் தனது பாக்கெட்டில் இருந்த மினி டேப்பை இயக்கினார்.

அம்பாஸடர்:	எக்ஸலென்ஸி, வேதாந்தி கூறிய ஏவுகணை வேதத்தின் ஃபார்முலாவை எங்களது அணு விஞ்ஞானிகள் கண்டுபிடித்திருப்பது உண்மை தான். ஆனால் அதை உருவாக்கும் உத்தேசம் தற்போது எங்களுக்கு இல்லை.
பிரசிடெண்ட்:	இங்கேயுள்ள லாஞ்ச் பேடில் இருப்பது போன்ற ஒன்றை உருவாக்கிய பிறகுதானே, இரண்டாவதாக அதை அழிப்பதற்கு ஒன்று உருவாக்க முடியும்.
பிரசிடெண்ட்:	முதல் ஏவுகணை இல்லை என்பதற்கு என்ன ஆதாரம்.
அம்பாஸடர்:	தங்களிடம் இன்டெலிஜன்ஸ் இருக்கிறார்கள் தானே. இல்லையென்றால் ஒரு ஏவுகணையை அங்கே அனுப்பிப் பாருங்கள்.

பிரசிடெண்ட்: அனுப்பினால் என்ன நடக்கும்?

அம்பாஸடர்: எதிர்ப்பதற்கு ஏவுகணை இல்லாத காரணத்தால் எங்கள் நாடு எரிந்து சாம்பலாகிப் போகும்.

பிரசிடெண்ட்: அப்புறம் ஏன் எதிர் ஃபார்முலா கண்டு பிடித்தீர்கள்?

அம்பாஸடர்: நட்பு ரீதியிலான பேச்சுவார்த்தை மூலம், இங்குள்ள அணு ஆயுதப்பெருக்கத்தை முடிவுக்குக் கொண்டுவர, அங்கே அஸ்திரம் ஒன்றும் இல்லையல்லவா!

பிரசிடெண்ட்: பேச்சுவார்த்தைக்கு நாங்கள் தயார். ஆலோசகர்களிடம் கலந்தாலோசித்து விட்டுக் கூறுகிறோம்.

அம்பாஸடர்: அதற்கிடையில், தங்களது இன்டெலிஜன்ஸ் சீஃபுகள் காவலில் வைத்திருக்கின்ற எங்களது வேதாந்தியை தாங்கள் இன்னொருமுறை வரவழைத்து விசாரிக்க வேண்டுமென்று வேண்டிக் கொள்கிறேன்.

பிரசிடெண்ட் : எதற்காக?

அம்பாஸடர் : பிரசிடெண்ட் ஹோய்ஷனின் மனத்தை உள்ளங்கை நெல்லிக்கனி போல அறிந்து வைத்திருக்கின்ற அவரால் இந்த விஷயத்தைப் பற்றி இனியும் என்னவெல்லாமோ சொல்ல இயலும்.

பிரசிடெண்ட் : சொல்வதற்கு இனி என்ன இருக்கிறது?

அம்பாஸடர் : இந்தச் சாமியார் அணுவை விட ஆற்றல் மிக்க பரம பண்டிதராவார்.

பிரசிடெண்ட் : அப்படியா?

அம்பாஸடர் : சந்தேகமில்லை, வேதாந்த விஷயத்திற்காக வரும் ஆண்டு வழங்கப்படவிருக்கும் நோபல் பரிசுக்கான பட்டியலில் இவரது பெயரும் இடம்பெற்றுள்ளது.

பிரசிடெண்ட் : உண்மையாகவா?

அம்பாஸடர் : தங்கள் பெயருக்கு சற்றுக் கீழே.

பிரசிடெண்ட் : அவரது திருநாமம்?

அம்பாஸடர் : நாமத்தையும் தேகத்தையும் அவர் என்றோ கைவிட்டுவிட்டார். ஆனால் வேதாந்தி என்று அழைத்தால் ஆனந்தமடைவார். உலக நன்மைதான் அவரது உயிர்மூச்சு.

பிரசிடெண்ட் : மிக முக்கியமான இந்த விஷயங்களை எல்லாம் இன்டெலிஜன்ஸ் மேதாவிகள் என்னிடம் எடுத்துரைக்கவில்லையே.

அம்பாஸடர் : அவர்களுக்குத் தைரியமில்லை மிஸ்டர் பிரசிடெண்ட்.

பிரசிடெண்ட் : அறிவாற்றலும் இல்லை.

அம்பாஸடர் : நான் அப்படிக் கூறமாட்டேன். ஆனால், மன்னிக்க வேண்டும், எங்களது குட்டி நாட்டில் இவர்களது பெயர்கள் ஐந்து நிமிடங்களுக்கு ஒருமுறை தேசிய அளவில் சிரிப்பலையை ஏற்படுத்துகின்றன.

முஸ்தபா டேப்பின் குரல்வளையை நெரித்தார்.

ஒரு சிரிப்பைவிட மேலான ஒன்று தேவைப்படுகின்ற சந்தர்ப்பமானதால் பையன் சிறிது நேரம் மயங்கிவிட்டான்.

விலா எலும்புகள் வலிக்கத் தொடங்கியவுடன் கேட்டான்:

"அப்புறம்?"

"சாமியாரை அரண்மனைக்கு அழைத்துச் செல்ல வேண்டுமென்று ஆணை வந்தது."

"அவர்கள் பேசியது என்ன?"

"கிராப், இதிகாசம் தொடர்பான சம்பந்தமற்ற பேச்சு. ஆனால் அவன் ஷிராஸை வீழ்த்திவிட்டான்."

"ஏவுகணை வேலாயுதத்திலா?"

"மெதுவாக இங்கிருந்து போனால் போதுமென்று பிரசிடெண்ட் கேட்டுக்கொண்டாராம். காவிச் சாமியார் இப்போது ஷிராஸின் கெஸ்ட்."

பையன் எழுந்து ஜன்னலுக்கு அருகே சென்று நின்று வெளியே பார்த்தவாறு கேட்டான்:

"சாமியாரைக் கண்காணிக்கிறீர்களா?"

"கேமராவும் டேப்பும் வைத்து....."

"ஜான் ஹோய்ஷத்துக்குச் சென்றிருக்கிறானா?"

"யெஸ்."

"எப்போது?"

"காவிச்சாமியார் அரண்மனையில் அடைக்கப்பட்டவுடனே."

"என்ன தோன்றுகிறது."

"வெளியுறவுத் துறையில் பெண்கள் இல்லாததால் விபச்சாரம் இல்லை. வேதாந்தம் இருப்பதால் அபசாரம் இருக்கலாம் என்று தோன்றுகிறது."

"அப்படியானால் இன்பர்மேஷன் அம்பாஸடரின் இரவுநேர சவாரி ஒரு கவர் அப் ஆக இருந்தது அப்படித்தானே?"

"நேற்று மாலையிலிருந்து நமது நிழல்கள் அவரைக் காணவில்லை."

"ஜான் எப்போது வருவான்?"

"தாமதிக்க வழியில்லை. அங்குள்ள காட்சிகள் ஜான் வந்தால்தான் தெளியும். நமது சேனல்களால் முடியாது. ஹோய்ஷன் அனைத்தையும் அடைத்துவிட்டான்."

"சீஃப் ஆஃப் ஸ்டாபை ப்ரீஃப் செய்தீர்களா?"

"தொடங்கி வைத்துள்ளோம். அடுத்த செஷனில் அமர்வதற்காகத்தான் தங்களை வரவழைத்தோம்."

பையன் திரும்பி வந்து நிலக்கரி அடுப்புக்கு முன்னே உட்கார்ந்தான்.

"புண்ணியவானைப் பொறுத்தவரை போற்றுபவராகவும் தூற்றுபவராகவும் இருப்பதால், ஜெனரல் ருத்திரனே மாஸ்டர்

ஆஃப் ஸெரிமணிஸ் ஆக இருக்கட்டும்."

"கண்டிப்பாக. கவுண்டர் ஃபார்முலா தயாராகிவிட்டதா?"

"மூளையில் உறைந்திருக்கிறது."

முஸ்தபா எழுந்தான்.

"நான் சீஃப் இருக்குமிடம் செல்கிறேன்."

"போய்?"

"மீசையின் நிலைமையைப் பார்த்துவிட்டு அழைக்கிறேன்."

"டெலிபோன்?"

"நோ, ரேடியோ."

எட்டு

பாரக்ஸ் ரூம் வெர்ணாகுலரின் பிரவாகத்தில் - ராணுவ பாஷையில் மொரால் பூஸ்டர்கள் என்று சொல்லப்படுகின்ற கெட்டவார்த்தைகளுக்கு நடுவே-முகம் நிறைய மீசை கொண்ட ஜெனரல் ருத்திரன் பையனைத் தனது தலைமையகத்துக்கு வரவேற்றார். ஆஜானுபாகு என்ற பதத்தைப் பிற்கால மலையாள மொழிக்குப் பரிசாக வழங்கிய ருத்திரனுடைய அறையின் சுவர்கள் முழுவதும் கிறிஸ்துவுக்கு முன்பிருந்து தற்காலம் வரை உலகளவில் பிரபலமான ஜெனரல்களின் எண்ணெய்ச்சாய ஓவியங்கள் தொங்கவிடப்பட்டிருந்தன. ஃப்ரம் ஹானிபல் டூ மக்கார்தர்.

"சுருட்டு புகைக்கலாமா?" ஜெனரல் கேட்டார்.

"புகைக்கலாம்."

முஸ்தபாவுக்கும் பையனுக்கும் ஆளுக்கொரு ஹவானாவைப் பரிசாக வழங்கிய ருத்திரன் தானும் ஒன்றை எடுத்துப் பற்ற வைத்துக் கொண்டார். புகைபோக்கியிலிருந்து வெளியேறுவது போல் அறை முழுவதும் புகை சூழ்ந்தது.

"விஞ்ஞானி என்ன சொல்கிறீர்கள்?" ஜெனரல் கேட்டார்.

"ஹோராய்ஷனைப் பற்றியா?"

"பையன் விரும்புவதைப் பேசலாம். இதைப் பற்றித்தான் பேச வேண்டுமென்ற கட்டாயம் இல்லை. ஒன்லி திங் ஈஸ் தி டயலாக்

ஷூட் ஃப்ளோ."

"தாங்க்யூ, முஸ்டாஷ். முஸ்தபாவின் பிரீஃபிங்கினைப் பற்றித் தங்களது அபிப்பிராயம்?"

"ஃபயர் பவர் நிர்ணயம் செய்வதைப் பற்றி ஜான் திரும்பி வந்தபிறகு பேசலாமே, என்ன சொல்கிறீர்கள்."

"உங்கள் கருத்தை ஆமோதிக்கிறேன்."

"அதுவரை இவ்விடம் அனைத்தும் சாந்தம் என்று நாம் அமைதியாக இருப்போம்."

"ஃபைன், சார்."

"அதற்கிடையில் பையன் சிறிது காலத்திற்குப் பொழுது போக்கிற்காக எங்கும் செல்ல வேண்டாம்."

பையன் முஸ்தபாவைப் பார்த்தான். முஸ்தபா ஜெனரலைப் பார்த்தான்.

ஹெட் குவார்ட்டர்ஸ் சுவர்கள் குலுங்கும்படியாக ஜெனரல் சிரித்தார்.

"அந்தளவுக்கு மேக்னெட்டிக் பெர்சனாலிட்டியா அந்தப் பெண்மணி?"

"ஒன்றும் சொல்வதற்கில்லை."

"ஆளைப் பார்த்தால் சொல்லிக் கொள்ளும்படியாக இல்லை என்றல்லவா பேசிக் கொள்கிறார்கள்."

"ஜெனரல் விடுவதாகத் தெரியவில்லையே."

"யுத்தம் இல்லாத ஓய்வுப் பொழுதுகளில் ஓர் ராணுவவீரனின் பணி என்ன?"

"வாக்குவாதம்."

"அதைத்தான் நானும் செய்து கொண்டிருக்கிறேன்."

"தங்கத்தைச் சுற்றிலும் அசாதாரணமாக ஒன்றும் இல்லை யென்று யார் கூறியது?"

ஜெனரல் முஸ்தபாவைச் சுருட்டால் சுட்டிக் காட்டினார்.

“டேய்!” பையன் நாற்காலில் திரும்பி உட்கார்ந்தான்: “நீ இந்த வேலையும் செய்வாயா?”

முஸ்தபா பையனின் தோளைத் தட்டினான்.

“பையா! சீஃப் ஆபீஸர் கேட்கும் போது எனக்குத் தெரிந்ததைச் சொல்லாமல் இருக்க முடியுமா?”

“கதை சொல்லச் சொல்லிக் கேட்பதும் போர்க்கால ஓய்வுப் பொழுதின் ஒரு பகுதியா?” பையன் மீசையிடம் கேட்டான்.

“டேய்!” ஜெனரல் கூறினார்: “ரகசிய விசாரணை என்ற இயந்திரம் இயங்கத் தொடங்கிவிட்டால் அப்புறம் அதை நிறுத்த முடியுமா?”

“முடியாது.”

“தேவையானது தேவையற்றது என அனைத்தையும் விசாரித்து எண் இட்டுக் குறித்துக் குறித்து டாஸியர்கள் குவிந்து விட்டன. என்னையும் உன்னையும் தங்கத்தையும் பற்றி முஸ்தபா கட்டுரைகள் எழுதத் தொடங்கிவிட்டான். ஷிராஸையும் முஸ்தபாவையும் பற்றி ஜான் வால்யூம்ஸ் இறக்கத் தயாராகி வருகிறான். ஃபிராங்கன் ஸ்டீன்களை ஹோல்ட் செய்வதற்கு உனது மூளையில் ஈக்வேஷன் இருக்கிறதா?”

“இல்லை சார்” விளையாட்டைக் - கௌரவமாக எடுத்துக் கொண்டு பதிலுரைத்தான்.

“சரி, இப்போது சொல் தங்கத்திடம் அப்படி என்னதான் இருக்கிறது?”

“ஒன்றும் இல்லைதான்.”

“நீ ஏன் உன் செக்ரட்டரியை விட்டு வைத்திருக்கிறாய்.”

“வேறு பல காரணங்களுக்காக.”

“நீ அவளை ஒரு சினிமாவுக்கோ, சர்க்கஸுக்கோ ஒரு காப்பி குடிக்கவோ வெளியே கூட்டிக் கொண்டு போகக் கூடாதா?”

“கூட்டிக்கொண்டு போகவில்லை என்று யார் சொன்னது?”

“முஸ்தபா!” ருத்திரன் இடியாக முழங்கினார்: “இதையெல்லாம் தெரிந்து கொள்ளாத நீயெல்லாம் என்ன இன்டெலிஜன்ஸ் மேன்?”

"ஸாரி, ஜெனரல்."

"இன்றைக்கு இந்த யுத்தம் போதும் ஜெனரல்" பையன் கூறினான்: "நாம் இப்போது ஒரு சீஸ் ஃபயர் அறிவிப்போம்."

"கோ இன்."

"கவுண்டர் ஃபார்முலா தயாராகிவிட்டது."

"முஸ்தபா வாஸ் டெல்லிங் மீ."

"ஒரு தூண்டிலில் கோர்த்து ஷிராஸிடம் கொடுக்கட்டுமா?"

"உடனே செய்."

மேசையின்மேல் கிடந்த ப்ளாங் லெட்டர்பேடில் பையன் எழுதினான்.

ஒரு பிரதி மட்டும்.

மிஸ்டர் பிரசிடெண்ட் ஷிராஸ்,

ஷேர்.

சார்.

நமது ஏவுகணையை நடுவானில் அழிப்பதற்காக ஹோய்ஷனின் அணு விஞ்ஞானிகள் கணித்த ஈக்வேஷனுக்கு மாற்றாக அவனது கணையை அடித்து வீழ்த்துவதற்கான ஃபார்முலாவைக் கீழே கொடுக்கிறேன்.

$0 + 0 = 0$

இப்படிக்கு,
உண்மையுள்ள,
பி.ஔண்.

ஜெனரல் ருத்திரனும் கர்னல் முஸ்தபாவும் ஈக்வேஷனைக் குறித்துக் கொண்டனர்.

பையன் வெளியேறும்போது ஜெனரல் கூறினார்:

"மாலை எட்டுமணிக்கு டிபன்ஸ் கிளப்"

"வருகிறேன் ஜெனரல்."

பிரசிடெண்ட் ஷிராஸின் ஸ்டடி அறைக்கு, திலீப் பையனை அழைத்துச் சென்றான்.

“தாங்கள் சீக்கிரமாகத் திரும்பி வந்து விட்டீர்களே?” பிரசிடெண்ட் கேட்டார்.

“ஈக்வேஷன் உடனே கிடைத்துவிட்டது மிஸ்டர் பிரசிடெண்ட்.”

“நல்லது, ஆனால் விடுமுறை இல்லை.”

“இன்னொருமுறை எடுத்துக் கொள்ளலாமல்லவா.”

பரம ரகசியமான கடிதத்தைப் பையன் பிரசிடெண்டிடம் நீட்டினான்.

ஷிராஸ் அதைப் படித்துவிட்டு மேசை மேல் வைத்து அதன் மீது பேப்பர் வெயிட்டை வைத்தார்.

“ஏவுகணை விஷயம் சுபமான முடிவுக்கு வந்து விட்டது” பிரசிடெண்ட் கூறினார்.

“எப்படி, சார்?”

“ஹோய்ஷன் ஏவுகணை நிர்மாணிக்கவில்லை.”

“காவிச்சாமியார் கூறினாரா?”

“ஹோய்ஷனுடைய அம்பாஸடரும்.....”

“சாமியார் எங்களிடம் கூறியது.....”

“என்னைக் காண்பதற்காகத்தான் அவர் நமது நாட்டுக்கு வந்திருக்கிறார். அச்சத்தின் காரணமாக உங்கள் மூவரிடமும் வேறுவிதமாகக் கூறியிருக்கிறார்.”

“மன்னிக்கவும் மிஸ்டர் பிரசிடெண்ட். ஹோய்ஷனுக்கு என்னதான் வேண்டுமாம்?”

“ஆயுத ஒழிப்பு.”

“ஆனால், நமது ஏவுகணையை அழிப்பதற்கு அவர்கள் கண்டுபிடித்த கணக்கு சரியானதல்லவா.”

“இருந்தாலும் அவற்றை உருவாக்குவதற்கான எண்ணம் ஹோய்ஷனிடம் இப்போது இல்லை. அதற்கான பணமும் இல்லை.”

“இது காலம் கடந்த கண்டுபிடிப்பல்லவா?”

"காலம் கடந்துவிட்டாலும் கண்டு பிடித்துவிட்டோம் என்பதுதானே முக்கியம். ஈக்வேஷனுக்குப் பிறகுதான் ஹோய்ஷன் கருவூலத்தைத் திறந்து பார்த்தாராம். காசு இல்லையென்பதை அறிந்தாராம்."

"அதனால் மனம் வருந்தியிருப்பான்."

"மிக அதிகமாகவே. தான் ஒரு நெர்வஸ் பிரேக்டவுணின் விளிம்பில் நிற்பதாக உணர்ந்தபோதுதான் மஹாஞானியாகிய வேதாந்தியை இங்கே அனுப்பியிருக்கிறார்."

"இப்போது ஹோய்ஷன் பழைய நிலையை அடைந்திருப்பாரா?"

"அன்றாடக் கடமைகளை அந்நியர் துணையின்றி ஆற்ற முடியும் என்ற நிலையை அடைந்திருக்கிறார்."

"பிழைத்துக் கொள்வார்."

"அவர் நீண்ட ஆயுள் பெற வேண்டும். ஹோய்ஷனிடமிருந்து நமக்கு வேண்டியது ஒரு நல்ல செய்திதானே."

"தாங்கள் கருணையுள்ளம் படைத்தவர், மிஸ்டர் பிரசிடெண்ட்."

"நன்றி! அதனால் நீங்கள் இமாலயம் சென்று சிறிது காலம் ஓய்வெடுங்கள். மிகவும் கடினமான இந்தச் சமன்பாட்டைக் கணித்து உருவாக்கிய தங்களுடைய மூளைக்குக் கண்டிப்பாக ஓய்வு தேவை."

"நான் இங்கேயே ஓய்வெடுத்துக் கொள்கிறேன் மிஸ்டர் பிரசிடெண்ட்."

"அப்படியானாலும் சரி."

"வேதாந்தியை நான் பார்க்கலாமா?"

"கண்டிப்பாக."

"எப்போது?"

"ஒரு வாரத்துக்குப் பிறகு."

கால இடைவெளியின் வருத்தம் பையனின் முகத்தில் தென் பட்டது.

பிரசிடெண்ட் ஷிராஸ் கூறினார்:

"காரல்மார்க்ஸும் குஞ்சன் நம்பியாரும் என்ற தலைப்பில் நாங்கள் ஒரு பிரபந்தம் இயற்ற விவாதித்துக் கொண்டிருக்கிறோம். வாதம் முடிய இன்னும் ஒரு வாரமாகும்."

"வெற்றி பெறுபவர் யார், சார்?"

"அதிகமான வாய்ப்பு நம்பியாருக்குத்தான்."

"ஓஹோ!"

"இதற்கிடையில் மூன்றாவதாக மகாஞானி என்று பெயர் பெற்ற தாங்களும் வந்துவிட்டால் காவிச்சாமியார் கதிகலங்கிப் போய்விடுவார்."

"அதுவும் சரிதான், சார்."

"இன்னொன்று தெரியுமா?"

"என்ன?"

"அடுத்த ஆண்டு வேதாந்தத்துக்காக நோபல் அகாதெமி வழங்கப் போகும் 1500 க. வையும் தா. பத்திரத்தையும் பெறுவதற்குத் தகுதியானவர்களின் பட்டியலில் எனக்கும் வேதாந்திக்கும் இடையேதான் கடும் போட்டி."

பையன் எழுந்து ஷிராஸைத் தொழுதான்:

"அப்படியானால் பரிசுத்தொகை தங்களுக்குத்தான்."

ஷிராஸ் மிக்க மகிழ்ச்சியடைந்தார்.

"வேதாந்தியிடம் நான் உரையாடியிருக்கிறேனே" பையன் கூறினான்: "கருத்துக்களை சாதுர்யமாகத் தொடுத்து விடும் தங்களது அமானுஷ்ய ஆற்றலுக்கு முன் அவரால் உங்களது ஒரு விரலின் நிழலைக் கூட வீழ்த்த முடியாதென்பதை அவருடன் பேசியதிலிருந்து புரிந்து கொண்டேன்."

ஷிராஸ் மென்மையாகப் புன்னகைத்தார்.

பையன் கேட்டான்:

"சார், நான் ஒரு எதிர் ஏவுகணை தயாரிக்கட்டுமா?"

"டிராயிங் போர்டிலா?"

"அதன் பிறகு கொல்லனை வரவழைத்தும்....."

"அது வேண்டாம்" ஷிராஸ் கூறினார்: "முதலில் வாட்டர் கலரில் தயார் செய்யுங்கள். இல்லையென்றால் அதுவும் வேண்டாம். முதலில் நீங்கள் ஓர் ஆரம்ப சுகாதார நிலையத்தில் போய் ஓய்வெடுங்கள். அதன் பிறகு..."

புண்ணியவானின் வார்த்தைகளுக்கு ஓய்வு கொடுக்க எண்ணிய பையன் இடுப்பை வளைத்து முன்பக்கம் குனிந்து அவரை வணங்கி விடைபெற்றான்.

ஒன்பது

மாலையில் கிளப்புக்குச் செல்வதற்காக உடைமாற்றிக் கொண்டிருக்கும் போது சின்னம்மு உள்ளே வந்தாள்.

"எங்கே செல்கிறீர்கள் பையன்?"

"ஜெனரல் கிளப்புக்கு வரச்சொல்லியிருக்கிறார்."

சின்னம்மு தயங்கி நிற்பதைக் கண்டவுடன் பையன் கேட்டான்:

"விசேஷம் ஏதாவது இருக்கிறதா?"

சின்னம்மு சிரித்தாள்:

"அதைத் தெரிந்து கொள்ளத்தான் நான் இங்கே வந்தேன்."

"உட்கார், என்ன தெரிந்து கொள்ள வேண்டும்?"

"என்னவெல்லாமோ நடக்கிறதல்லவா!"

"ஏதேதோ நடக்கிறது"

"என்னவென்று சொல்ல முடியுமா?"

"சின்னம்மு ஏதாவது ஊகித்திருக்கிறாயா?"

"மேலோட்டமாகச் சில, அதுவும் அரை குறையாக"

அவளது தோளில் தட்டிய பையன் கூறினான்:

"எல்லாம் உடனே முடிந்துவிடும்."

"பையனுக்கும் பங்கிருக்கிறதா?"

"நம் எல்லோருக்கும் இருக்கிறது."

"அனைத்தும் பாதுகாப்பில்தானே?"

"இரும்பைப் போல், சிலவேளை திரும்பி வரும்போது ஏதாவது சொல்வதற்கு முடியும், காத்திருப்பாயா?"

"எப்போது திரும்பி வருவீர்கள்."

"பத்துமணிக்குப் பிறகு."

"அப்படியென்றால் நான் டின்னர் முடித்துவிட்டு வருகிறேன், சாவியைத் தாருங்கள்."

"இங்கேயே ஏதாவது ஏற்பாடு செய்து கொள்ள முடியாதா? கெஸ்ட் ரூமில் படுத்துக்கொள். நாளை போனால் போதும்."

"உங்களுக்கு டின்னர்?"

"அட் தி கிளப்."

கிளப்பின் புல்வெளியில் வெளிச்சம் குறைவாக இருந்த ஓர் ஓரத்தில் இடப்பட்டிருந்த காஃபி டேபிளில் எதிரெதிராக அமர்ந்தவாறு ஜெனரல் ருத்திரனும் கர்னல் முஸ்தபாவும் சீட்டு விளையாடிக் கொண்டிருந்தனர். ஜெனரலின் மீசையால் சுற்றுப்புறம் அமைதியாக விளங்கியது. பையனுக்குப் பின்னால் ஒரு பிரம்பு நாற்காலியுடன் ஸ்டுவேர்ட் வந்து கொண்டிருந்தான்.

"தக்காளிச்சாறும் ஜூசும்" ஜெனரல் கூறினார்.

"சார், ஜின்?"

"இரண்டு லார்ஜ்."

சீட்டைக் கலைத்து மூன்று பேருக்கும் வீசிக்கொண்டு ஜெனரல் கேட்டார்:

"புண்ணியவானைப் பார்த்தாயா?"

"பார்த்தேன்."

"என்ன சொன்னார்?"

"ஈக்வேஷன் அருமையாக இருக்கிறதென்றார்."

"அப்புறம்?"

"அவருக்கு நோபல்பரிசு வேண்டுமாம்."

"எதற்காம்?"

"தென்கிழக்கு வேதாந்தத்திற்காக."

"நாம்தான் கொடுக்க வேண்டுமா?"

"ஷிராஸுக்கு வேறு யார் இருக்கிறார்கள்?"

டிரிங்ஸ்ஸை வைத்துவிட்டு ஸ்டுவேர்ட் சென்று விட்டான். ஜெனரல் கூறினார்:

"டெல் ஹிம் முஸ்தபா."

"வர்மன் எம்பஸி மூலம் ஜான் கோடட் செய்தி அனுப்பி யிருக்கிறான்" முஸ்தபா பையனிடம் கூறினான்: "நமது ஏவுகணை யைப் போல் ஆறு ஏவுகணைகளைக் ஹோராய்ஷன் லாஞ்சிங் பேடில் ஏற்றி வைத்திருக்கிறான், நெருப்பும் தயார்."

பையன் ஸ்பேட் ஆஸைப் பார்த்தவாறு அமர்ந்திருந்தான்.

"நமது இன்டலிஜன்ஸ் கண்டுபிடித்ததெல்லாம் தவறா?"

"ஸாரி, உடனே ஏதாவது செய்தாக வேண்டும். ஜான் அங்கே இருப்பதை ஹோராய்ஷனின் வேட்டை நாய்கள் மோப்பம் பிடித்துவிட்டன. உடனே திரும்பி வந்தால் குழப்பமாகிவிடும். அவர்கள் அனைத்து வழிகளிலும் காவல் ஏற்பாடுகளைச் செய்திருப்பர். அதனால் ஜான் அங்கேயே தங்க வேண்டிய சூழல் ஏற்பட்டுள்ளது."

சீட்டு வீசுகின்ற சலனங்களினிடையே மூவரும் உரையாட லைத் தொடர்ந்தனர்.

பையன் கேட்டான்:

"அங்கே லொகேஷன் முதல்...?

"அனைத்தும் கிடைத்துவிட்டன."

"ஆர்மி எல்லையை நோக்கி ஏவப்பட்டுள்ளது" ஜெனரல் கூறினார்.

"பார்டரில் சீல் வைக்கிறீர்களா?"

"ஆமாம்."

"ஏர்ஃபோர்ஸ்?"

"எரிபொருள் நிரம்பிக் கொண்டிருக்கிறது."

“நேவி?”

“எதிரியின் கோஸ்ட்லைன் முழுவதும் நீர்மூழ்கிக் கப்பல்கள் தான்.”

“அப்படியானால் ஒரு ஷோடௌண் கண்டிப்பாகத் தேவைப்படுமல்லவா?”

“பையா!”

“யெஸ் ஜெனரல்.”

“ஒரு ஃபஸ்ட் ஸ்ட்ரைக்கிற்கு எத்தனை ஏவுகணைகள் வேண்டும்?”

“ஆறு.”

“அத்தோடு முடிந்து விடுமா?”

“பெரும்பாலும்.”

“முடியவில்லையென்றால்.”

“செகண்ட் ஸ்ட்ரைக்.”

“அதற்கான வாய்ப்பு இருக்கிறதா?”

“இருக்கிறது.”

“அப்படியானால் காலை எட்டுமணிக்கு நாம் ஷிராஸை சந்திக்கிறோம்.”

“சுப்ரீம் காமாண்டரை?”

“நமக்கெல்லாம் கடவுளை.”

“ஹோய்ஷனின் வேதவித்தை எதுவரை முன்னேறி இருக்கிறது?” பையன் முஸ்தபாவிடம் கேட்டான்.

“ட்ராயிங் போர்டில் பூர்த்தியாகிவிட்டது.”

“ஜானிடமிருந்து இன்னும் எதையாவது எதிர்பார்க்கிறாயா?”

“இல்லை.”

அத்துடன் காட்சி மங்கலானது. சீட்டு விளையாட்டும் குடியும் அதன் பிறகும் தொடர்ந்ததென்றாலும் அவர்களின் உரையாடலைத் தெளிவாகக் கேட்க முடியவில்லை. ஏதோ

தலை போகிற காரியத்திற்காக பையனை ஜெனரல் உடன்படச் செய்வது போலவும் பையன் மறுத்துத் தலையாட்டியது போல் இருந்ததென்றும் பார்த்த சிலர் கூறுகின்றனர்.

நடு இரவில் பையன் வீட்டுக்குத் திரும்பினான். சின்னம்மு காத்துக் கொண்டிருந்தாள்.

"தாமதமாகிவிட்டது" பையன் சொன்னான்: "மன்னித்துவிடு"

"அது கிடக்கட்டும், வேறு என்ன புதிய செய்தி?"

"வா."

படுக்கை அறைக்குச் சென்று கோட்டு, டை, ஷூவெல்லாம் கழற்றிவிட்டு கட்டிலில் மல்லாந்து படுத்தான்.

"தொலைபேசியை இந்தப் பக்கம் எடுத்து வை."

"யாரை அழைக்க வேண்டும்?"

"யாரையுமில்லை. யாராவது நம்மை அழைப்பார்கள்."

"தொலைபேசியை எடுத்து வைத்த சின்னம்மு, ஒரு நாற்காலியைக் கட்டிலுக்கருகே இழுத்துப் போட்டாள்.

பையன் கேட்டான்:

"நான் ஒரு வேலை சொன்னால் நீ செய்வாயா?"

"செய்வேன்."

"நாளை நீ ஒரு தீர்த்த யாத்திரை மேற்கொள்ள வேண்டும்."

"எங்கே?"

"தங்கத்தின் வீட்டுக்கு."

"எதற்காக?"

"அவளை அழைத்து வர வேண்டும்."

"ஏன்?"

"ஹனிமூன் நடத்துவதற்கு."

சின்னம்மு கேட்டாள்:

"நீங்கள் தங்கத்தைத் திருமணம் செய்து கொண்டீர்களா?"

"இல்லை."

தொலைபேசி ஒலித்தது.

சின்னம்மு எடுத்துக் காதில் வைத்தபோது பையன் கூறினான்:

"என்னிடம் கொடு."

"செய்தி அனுப்பப்பட்டுள்ளது" முஸ்தபா கூறினான்.

"லிமிட்?"

"முப்பது நிமிடங்கள், மீண்டும் தொடர்பு கொள்கிறேன்."

"ப்ளீஸ்."

ரிசீவரைச் சின்னம்முவிடம் கொடுத்தவாறு பையன் கூறினான்:

"முஸ்தபா பேசினான், இனியும் அழைப்பான், நான் பேசிக் கொள்கிறேன்."

"சரி மேடத்தைப் பற்றிச் சொல்லுங்கள்."

"சொல்லி விட்டேனே?"

"நான் போக வேண்டுமா?"

"எனது விருப்பமும் அவளது விருப்பமும் அதுதான்."

"எப்போது செல்ல வேண்டும்?"

"நாளை."

"சரி."

"தாங்க்ஸ், சின்னம்மு சென்று படுத்துக்கொள். நான் சற்று நேரம் கண்ணயர்கிறேன்."

"விளக்கை அணைக்கட்டுமா?"

"எறிந்து உடைத்துவிடு."

ஒரு மணி நேரத்திற்கு பிறகு மீண்டும் தொலைபேசி ஒலித்தது. ரீடிங் லாம்பின் சுவிட்சைப் போடாமல் ரிசீவரைத் தடவியெடுத்துக் காதில் வைத்தான்.

"முஸ்தபா."

"யெஸ்?"

"அண்ரோலிங்"

"குட்."

"கால் யூ எகெய்ன்."

விடியும் வேளையில் இறுதியாக ஒரு கால் வந்தது.

"ஆல் கிளியர்."

"ஹூரா!"

"எட்டு மணிக்கு அரண்மனைக்கு டாண் என்று வந்து விடுகிறேன்."

"புத்தகம் எடுக்க மறக்க வேண்டாம்."

"சரி."

"குட் மார்னிங்!"

"ஓஹோ! நான் இன்னும் சற்று நேரம் தூங்க வேண்டும்."

பத்து

எட்டு மணிக்கு ஓர் ஆர்மேட் கார் பிரசிடெண்ட் மாளிகையின் முகப்பில் வந்து உருமிக் கொண்டு நின்றது. ஒரு ஹவானவிற்கு நெருப்பைக் கொடுத்தபின் ஜெனரல் ருத்திரன் காரில் இருந்து கீழே இறங்கினார். தொடர்ந்து கர்னல் முஸ்தபாவும் பையனும் ஒரு டாக்டரும் நிலத்தைத் தொட்டுத் தலையில் வைத்தனர். காரைப் பின்தொடர்ந்து ஜீப்பில் வந்த எஸ்கார்ட்டுகளும் அவர்களைத் தொடர்ந்து அரண்மனைப் படிகளில் ஏறினர்.

திலீப் முதல் வாயிலில் காத்திருந்தான்.

"டாக்டருக்கு வழிகாட்டு" ஜெனரல் ருத்திரன் அவனிடம் கூறினார்.

ஆயுதம் ஏந்திய இரண்டு வீரர்கள் டாக்டருடன் திலீபைப் பின்தொடர்ந்தனர்.

மாளிகையின் பூஜை அறையில் பிரெஞ்சுச் சாளரத்தின் வழியாகக் கிழக்கிலிருந்து புகுந்த ஒளி வெள்ளத்தில் காவிச்சாமியார் சூரிய நமஸ்காரம் செய்து கொண்டிருந்தார். வீரர்கள் பின்னால் சென்று சாமியாரின் வாயையும் கைகளையும் துணியால் வரிந்து கட்டி அவரைக் கீழே தள்ளிக் குப்புறப் படுக்க வைத்தனர். டாக்டர், முனிவரின் முதுகில் மயக்க மருந்தை ஊசிமூலம் செலுத்தினார்.

அதன் பின்னர் அவர்கள் பிரசிடெண்டின் ஸ்டடிக்கு வலது பக்கத்திலுள்ள ஆன்டிரூமில் சத்தமின்றிக் காத்திருந்தனர்.

ஷிராஸ் தனது அரியணையை நோக்கி நடந்து வரும்போது, அவரது சீஃப் ஆஃப் ஸ்டாஃபும், மிலிட்டரி இன்டெலிஜன்ஸ் சீஃபும், சீஃப் டிபன்ஸ் சயன்டிஸ்டும் எழுந்திருக்கவில்லை. பிரசிடெண்டும் பாதி வழியில் நின்றுவிட்டார். அவரது முகத்துக்கு நேராக ஒரு சிம்னியளவில் புகைவிட்டுக் கொண்டு ஜெனரல் ருத்திரன் கூறினார்:

“வா ஷிராஸ் வந்து உட்கார்.”

பதற்றத்தை வெளியே காட்டிக் கொள்ளாமல் ஷிராஸ் தனது சிம்மாசனத்தில் வந்து அமர்ந்தார். பையனைப் பார்த்துக் கூறினார்:

“ம்... இதுதானா சேதி.”

“எது?”

“நான் காலையில் சீக்ரெட் தொலைபேசியில் உங்களை தொடர்பு கொண்டேன், கிடைக்கவில்லை.”

“யூ வோண்ட் கெட் மி.”

“காரணம்?”

“அரண்மனையிலுள்ள அனைத்துச் செய்தித் தொடர்புகளும் துண்டிக்கப்பட்டுள்ளன.”

“ஏன்?”

“தங்களை நாடு கடத்தப் போகிறோம்” ஜெனரல் ருத்திரன் கூறினார்.

“எதற்காக?”

"ஒரு பஞ்சாயத்துப் பிரசிடெண்டாகி வார்டுகளை வலம் வருவதற்குக் கூடத் தங்களுக்குத் தகுதி இல்லை."

ஷிராஸ் மேசையில் ஓங்கி அடித்தார்:

"என்னடா சொன்னாய், சீஃப் ஆஃப் ஸ்டாப்?"

"அசையாதேடா ஷிராஸ், உன் சாயம் வெளுத்துவிட்டது."

ஷிராஸ் பையனைப் பார்த்தார்.

"தாங்கள் இங்கே லலித சஹஸ்ர நாமத்தையும், வேதாந்தத் தையும் ஓதிக் கொண்டிருக்கும் வேளையில், அங்கே ஹோய்ஷன் ஆறு ஏவுகணைகளை ஏவி இந்த நாட்டைத் தகர்க்கத் தயாராக நிற்கிறான்."

"அது எனக்குத் தெரியாது!"

"ஆம் உனக்குத் தெரியாது!" மீசை கூறினார்.

"பன்னிரண்டு பாணங்களை ஏவி அவனது நாட்டை பஸ்பமாக்கி விடுவோம் என்று நாங்கள் ஹோய்ஷனை மிரட்டினோம்," முஸ்தபா கூறினான்: "இல்லையென்றால் கணக்கில் வராத ஆறு ஏவுகணைகளைப் பிரித்து எடுத்து நமது அம்பாஸடரிடம் ஸ்பேர்பார்ட்ஸ்களை எண்ணிக் காட்ட வேண்டுமென்று இறுதி எச்சரிக்கை விடுத்தோம்."

"இரண்டாவதாகச் சொன்னதை இன்று அதிகாலை அவன் நிறைவேற்றியிருக்கிறான்" பையன் கூறினான்.

"அப்படியானால் அனைத்தும் வெற்றிகரமாக முடிவுக்கு வந்து விட்டதல்லவா?"

"அனைத்தும் முடிவுக்கு வந்துவிடும்" ருத்திரன் கூறினார்: "நீ மாளிகையிலிருந்து வெளியேறினால்....."

ஷிராஸ் அஞ்சவில்லை.

"ஜனநாயக முறைப்படி ஓட்டுப் பெட்டி மூலம் பிரசிடெண்டாக வந்தவன் நான், நீ சொல்லி வெளியேற வேண்டியதில்லை."

"உன்னைக் கொலை செய்தால்?"

"நான் சாகமாட்டேன், ஆதித்தியனின் தசாகந்தியில் இனியும் ஆறு ஆண்டுகளுக்குப் பிறகுதான் காரிய லாபம் உண்டாகும்."

"ஒரு வேளை அது சரியாகவும் இருக்கலாம்" ஜெனரல் கூறினார்: "மிருகங்களின் நடவடிக்கைகளை வைத்து நிலநடுக்கம் வருவதைக் கண்டுபிடிக்கலாம் என்று நிறுவப்பட்டுவிட்ட நிலையில் ஜோதிடம் தவறென்று அறிவுப் பூர்வமாகச் சொல்லி விட முடியாது."

"நீ என்ன சொன்னாலும் நான் போகமாட்டேன்."

"அப்படியானால் உனக்கு உயிர்மேல் ஆசை இருக்கிறது!"

"உனக்கு இல்லையா?"

"என்னை விடு. ஆதித்தனோ அந்தோணியோ அஸ்தமிப்பது வரை நீ உயிரோடு இருந்துகொள். ஆனால் இங்கே வேண்டாம்."

"அப்புறம்?"

"சுவிட்சர்லாந்துக்குச் சென்று விடு."

"நான் எங்கும் செல்லப் போவதில்லை" ஷிராஸ் கூறினார்: "அது மட்டுமல்ல, என் முன்னேயிருந்து இப்போதே சென்று விடுங்கள், இல்லையென்றால் மூவரையும் ஆன் தி ஸ்பாட் டிஸ்மிஸ் செய்து விடுவேன்."

முஸ்தபா கூறினான்:

"பையா புத்தகத்தை வெளியே எடு."

ட்ரவுசரின் ஹிப்பாக்கெட்டிலிருந்து புத்தகத்தை வெளியே எடுத்துக் கொண்டு ஷிராஸிடம் கூறினான் பையன்:

"இது மெட்ரோ பொலிட்டன் ஃபயர் சீஃப் எழுதிய கவிதைப் புத்தகம்."

"அதற்கு நான் என்ன செய்ய வேண்டும்?"

"ஒன்றிரண்டு கவிதைகளைப் படிக்கப் போகிறேன்."

"படி.."

பையன் படித்தான்:

'ஆறு கோழி

நூறு கோழி

ஆக மொத்தம்

முப்பத்தாறு கோழி

சகித்துக் கொள்ள முடியாமல் முகஞ்சுளித்த ஷிராஸ் இரண்டு விரல்களால் காதுகளை அடைத்துக் கொண்டார்.

முஸ்தபா மேசையை வலம் வந்து ஷிராஸின் விரல்களைப் பலமாக பிடித்திழுத்தான்.

ஜெனரல் கூறினார்:

"பையா, ம்... படி."

பையன் தொடர்ந்தான்:

'இன்று ரொக்கம்

நாளைக் கடன்

என்னவானாலும் காசோடு வா.'

ஐயோ! ஷிராஸ் பொறுமையின்றித் துடித்தார்.

ருத்திரன் கேட்டார்:

"மானம் மரியாதையோடு ராஜினாமா செய்துவிட்டுப் போகிறாயா இல்லை..."

"போய்விடுகிறேன்."

"அப்படியானால் அரசியல் அமைப்புச் சட்டப்படி உனது கைப்பட ஒரு ராஜினாமாக் கடிதம் எழுதிக்கொடு."

"எழுதுகிறேன்."

"தூவலையும் காகிதத்தையும் எடு."

ஷிராஸ் எழுதுகோலும், பேப்பரும் எடுத்தார்.

ருத்திரன் டிக்டேட் செய்தார்:

டியர் ஜெனரல் ருத்திரன்,

இந்த நிமிடம் முதல் ஷேர் சாம்ராஜ்யத்தின் பிரசிடெண்ட் பதவியிலிருந்து நான் விலகிக் கொள்கிறேன்.

நாள்:	உண்மையுள்ள,
நிமிடம்:	ஷிராஸ்.

முஸ்தபா வேறொரு காகிதத்தில் எழுதினான்:

செய்தி வெளியீட்டுத் துறைச் செயலாளருக்கு,

மெட்ரோ பொலிட்டன் ஃபயர் சீஃப் எழுதிய கவிதைத் தொகுப்பின் அனைத்துப் பிரதிகளையும் ஒரே கட்டாகக் கட்டி நேரில் வந்து என்னிடம் கொடுக்கவும் நூலை அச்சிட்ட அச்சகத்தின் முத்திரையையும் பதிக்கவும்.

இன்டெலிஜன்ஸ் (ஆர்மி).
முஸ்தபா (கர்னல்),

"இது எதற்கு?" பையன் கேட்டான்.

"ஒப்புதல் வாக்குமூலம் பெறுவதற்கு இதைவிட வலிமையான ஆயுதம் வேறு எந்த நாட்டிலாவது உருவாக்க முடியுமா?"

"தாட்ஸ் ட்ரூ" பையன் கூறினான்

"திலீப்!" ஜெனரல் அழைத்தார்.

செக்ரட்டரி ஆஜரானான்.

"யெஸ், சார்."

"கிழவனின் துணிமணிகளையும், நாம சங்கீர்த்தனப் புத்தகங் களையும் மூட்டை கட்டிவிட்டாயா?"

"கட்டிவிட்டேன், சார்"

சற்று முன்புவரைத் தனது செக்ரட்டரியாக இருந்த திலீபைப் பார்த்து ஷிராஸ் கூறினார்:

"நீயுமா திலீப்? யூ டூ புரூட்டஸ்!"

திலீப் எதிர்பக்கம் பார்த்தான்.

"நாடக வசனமெல்லாம் பேச வேண்டாம்டா ஷிராஸ்," ருத்திரன் கண்டனம் தெரிவித்தார்.

ஷிராஸ் விடவில்லை.

"டூ கோ ஆர் நாட் டு கோ இஸ் தி கொஸ்டின்."

"எந்த நாட்டுக்கு நாடு கடத்தப்படுகிறாயோ அங்கே சென்று இதை மனப்பாடம் செய்."

"சம்திங் இஸ் ரோட்டன் இன் ஷேர்."

"விமானம் தயாராகிவிட்டதா, திலீப்?" ருத்திரன் கேட்டார்.

"நான்கு இன்ஜினுகளும் அலறிக் கொண்டு நிற்கின்றன, ஜெனரல்."

ஆன்டி ரூமைப் பார்த்து ஜெனரல் ருத்திரன் கை காட்டினார்.

இரண்டு ராணுவ வீரர்கள் பெய்யனெட் பொருத்தப்பட்ட துப்பாக்கிகளுடன் வெளிவந்து சல்யூட் அடித்தனர்.

"ஆர்டர் ஆஃப் தி டே" - சீஃப் ஆஃப் ஸ்டாஃப் கூறினார்:

"ஷிராஸைப் பத்திரமாக விமானத்தில் ஏற்றி அனுப்பி விடுங்கள்."

"கிளிக்."

"மலையடிவாரங்களில் நான் எப்படித்தான் உயிர்வாழப் போகின்றேனோ?" ஷிராஸ் புலம்பினார்.

"ஒரு வேளைச் சோற்றுக்கும், தொட்டுக் கொள்வதற்கும் தேவையான பத்துமரக்கால் விதைப்பாடு நிலம் உனக்காக அங்கே காத்திருக்கிறது."

திண்ணை காலியாகிச் சுற்றுப்புறம் தூய்மையான போது பையன் கூறினான்:

"சிம்மாசனத்தில் ஏறி அமர்ந்து பிரசிடெண்டாகப் பதவி யேற்றுக் கொள்ளுங்கள் ஜெனரல்."

"ஷட்டப்! நான் பட்டாளத்துக் காரனாகவே இருந்து விடுகிறேன்."

"அதென்ன ஜெனரல்; இப்படிச் சொல்விட்டீர்கள்?"

"டேய்! பத்துப் பதினைந்து அத்தியாயங்களே மீதி இருக்கின்றன. அதன் பிறகு கதை முடிந்துவிடும். கண்டவனெல்லாம் வந்து திட்டுவதை என்னால் கேட்டுக்கொண்டிருக்க முடியாது."

"அப்படியானால்?"

"நீ பிரசிடெண்ட் பதவியை ஏற்றுக்கொள்!"

முஸ்தபா கூறினான்:

"இதெல்லாம் நேற்றே நாம் முடிவு செய்ததல்லவா?"

"விஞ்ஞானத்தையும் பிரசிடெண்ட் பதவியையும் இந்த நாட்டில் ஒருவரே வகித்துக் கொள்ளும் அளவுக்குத்தான் பணிகள் உள்ளன." ஜெனரல் கூறினார்: "அதனால் பையனே அந்தப் பணியை ஏற்றுக் கொள்ளட்டும். இரண்டு பதவிகளுக்குச் சம்பளம் கொடுப்பதற்குக் கஜானாவில் பணம் இல்லை."

"பதவியை ஏற்றுக் கொள்வதில் எனக்கு ஆட்சேபணை இல்லை" பையன் கூறினான்: "ஆனால் ஒரே ஒரு நிபந்தனை."

"என்ன சொல்."

"தங்கம் எனக்கு மனைவியாக வரவேண்டும்."

"கட்டிக்கொள்! ஆனால் வாரக் கடைசியில் வேறுயாரும் வந்து செல்லக் கூடாது. என்ன சொல்கிறாய் முஸ்தபா?"

"அதுவும் சரிதான்" கர்னல் முஸ்தபா கூறினான்: "பதவியும் இடமும் ரொம்ப முக்கியம்."

"தங்கம் அப்படி நடந்து கொள்ள மாட்டாள்" பையன் கூறினான்: "நான் எழுதி வேண்டுமானால் தருகிறேன்."

"அதொன்றும் வேண்டாம்" ஜெனரல் கூறினார்: "நீ சொன்னால் போதும். வீ டேக் யுவர் வேட் ஃபாரிட்."

"நன்றி!"

"சரி, இப்போதே காரை அனுப்பி அவளை இங்கே அழைத்து வரச்சொல்."

"சின்னம்முவை ஒரு மோட்டார் கேடில் அனுப்பினால் என்ன என்று ஆலோசிக்கிறேன்."

"பழங்காலத்து நாயரைப் போல் கூட்டிக் கொண்டு வந்து விருந்துக்குப் பிறகு விஷயத்தைத் தொடங்குவதற்கு அப்படித் தானே?"

"ஆமாம்."

"சரி, உன் விருப்பப்படியே நடக்கட்டும்."

உமன்ஸ் லிப்

கணவன் லண்டனில் இருக்கிறான். அப்படி இருந்தும் தொடர்ந்து மூன்று நாட்கள் பையன் வராததால் மோகினிக்கு அழுகை வந்தது. உடம்பெல்லாம் கொதித்தது. நான்காம் நாள் முன்அந்தி மாலைப்பொழுதில் அவளால் பொறுத்துக்கொள்ள முடியவில்லை. தனது மத்தியப்பிரதேசத்தில் கத்தியால் குத்தியதைப் போல் தோன்றியது.

அவள் தொலைபேசியை எடுத்துச் சுழற்றினாள்:

“பையா! நீ எங்கே இருக்குறே?”

“நான் இங்கதான் இருக்கிறேன், பேபிகின்ஸ்!”

ஆவலும் கோபமும் ஒருசேரப் பொங்கியெழ, அழும் குரலில் பேசினாள் மோகினி:

“மூணுநாளாச் சாயங்கால நேரங்கள்ல நீ எங்கே போனேன்னு கேக்கறேன்?”

“ஆர்ட் கேலரிகள்ல சுத்தியிட்டிருந்தேன்.”

மோகினியின் உதடுகள் துடிப்பதைப் பையன் தொலைபேசி வழியாகக் கண்டான்.

“உன்னோட கலாரசனை! இப்பவெல்லாம் உன் கண்ணுக்கு நான் ஒரு கலைப்படைப்பாத் தெரியாமப் போயிட்டேன் அப்படித்தானே?”

“அய்யோ அப்படி இல்லை! வேறு நூல்களைப் பார்த்திட்டிருந்தேன்.”

மோகினியின் அழகிய உதடுகளில் ஒரு புன்னகை மலர்வதைப் பையன் தொலைபேசி மூலம் பார்த்தான்.

“சரி பார்த்தது போதும், உடனே வா!”

"என்ன விஷயம்?"

"பண்டாரியோட பொண்டாட்டி டின்னர் விஷயமா கூப்பிட்டிருக்கா, நான் கண்டிப்பா போகணும்."

"நல்லபடியாகப் போயிட்டு வா."

"மகள் மிமி வீட்டுல தனியா இருக்கா. நீ வந்து துணையா இருக்கணும். வருவியா?"

"மோர் தருவியா?"

"நீ முதல்ல வா"

"நான் இதோ வந்திட்டேன்."

நடுத்தர வயதிற்குரிய முழுமையான அழகுடன் மோகினி புறப்படத் தயாராக நிற்கிறாள். ஃபெமினா வாசித்துக்கொண்டு பதினாறு வயது மிமி சோபாவில் அமர்ந்திருக்கிறாள்.

பையனது முதுகைத் தட்டி மோகினி கூறினாள்:

"மிமிக்குத் துணையா இரு!"

"கவலைப்படாதே பேபி, நான் இருக்கிறேன்."

"ஒன்பது மணிக்குள்ள வந்திடுவேன்."

"பாதையோட இடதுபக்கம் ஒதுங்கி மெதுவா வா."

"நேரமாச்சுதுன்னா நீயும் மிமியும் சாப்பிட்டுருங்க. உனக்காக சிக்கன் மசாலா ரெடி பண்ணி வச்சிருக்கேன்."

"கோயினா கோயி?"

"என்னது?"

"ம்... ஒண்ணுமில்லை."

நடுத்தரவயதுக்காரி படியிறங்கிச் சென்றவுடன் பையன் பதினாறு வயதுக்காரி மிமியருகே சென்று அமர்ந்தான்.

"சொல்லு தங்கம்! காலேஜெல்லாம் எப்படிப் போகுது?"

"குஷியாப் போகுது, அங்கிள்."

பையனது தோளைத் தன் கைகளால் சுற்றிக் கொண்ட மிமி கூறினாள்:

"அங்கிள், நாம போய் ஐஸ்கிரீம் சாப்பிட்டு வரலாமா?"

"சரி போலாம். அதுக்கு முன்னாடி ஓர் உண்மையைச் சொல்லு."

"என்ன சொல்லணும்?"

"உங்க மம்மி எங்க போயிருக்காங்க?"

"அதான் சொன்னாங்களே, பண்டாரி வீட்டுக்கு."

"இன்னொரு பொய் சொல்லு."

மிமி சிரித்தாள்:

"சர்மா கூட்டிட்டுப் போயிருக்கார்."

(என்னைப் பழிவாங்குகிறாள். அதைச் செய்ய நீ யாருடி? நடத்தை கெட்டவளே!)

"சரி வா. ஐஸ்கிரீம் சாப்பிடுவோம்."

மிகவும் இயல்பாகப் பையனின் இடுப்பில் கை சுற்றி, தோளோடு தோள் உரசி, சிரித்து, ஆடியசைந்து காணாட்டு பிளாசாவை வலம் வந்து, குவாலிட்டிக்குச் சென்று ஐஸ்கிரீம் சாப்பிட்ட பின்னர் திரும்பி வந்தனர்.

சோபாவில் அமர்ந்து மிமி தனது தோளில் தலைசாய்க்கத் தொடங்கியவுடன் பையன் கூறினான்:

"தங்கம்! மணி எட்டு, எழுந்து சாப்பிடு."

"அங்கிள் சாப்பிடலையா?"

"மம்மி வரட்டும்."

"அப்படீன்னா நானும்."

"நீ இப்போ சாப்பிடலைன்னா மம்மி வந்தாலும் நான் சாப்பிடமாட்டேன்."

"அதென்ன, அங்கிள்?"

"பிடிவாதம் அப்படிங்ற ஆயுதம்."

பையன் சமையலறையைப் பார்த்துச் சத்தமிட்டான்:

"தாத்தா, தாத்தாவுக்குத் தாத்தா மிமி கண்ணுக்குச் சாப்பாடு எடுத்துட்டு வாங்க."

சாப்பாட்டு மேசையில் உணவுப் பண்டங்கள் பரப்பி வைக்கப்பட்டன. பையன் மிமிக்கு உணவு பரிமாறினான்.

அடுத்த காட்சியில் துப்பட்டாவைத் தூக்கியெறிந்துவிட்டு பைஜாமாவும் கம்மீஸுமாக வந்த மிமி பையனது தோளில் கைகளைச் சுற்றியவுடன் பையன் கூறினான்:

“குழந்தாய்! போய்த் தூங்கு.”

“எனக்குத் தூக்கம் வரலை.”

“ஒரு வழியும் இல்லை கண்ணு, அங்கிள் கொஞ்சம் எழுதணும், நீ போய் படும்மா.”

முகத்தைத் தூக்கி வைத்துக் கொண்டு மிமி சென்றுவிட்டாள்.

ஸ்காட்லாந்திலிருந்து வந்த திராவகத்தை இரண்டு ஸ்மால் அடித்துவிட்டுப் பையன் காத்திருந்தான்.

ஒன்பதரைக்கு மோகினி வந்தாள்.

“பார்ட்டி எப்படி இருந்துச்சு?”

“ரொம்ப நல்லா இருந்துச்சு, நீ சாப்பிட்டியா?”

“இல்லை.”

“மிமி?”

“சாப்பாடு கொடுத்துத் தூங்க வெச்சிட்டேன்.”

“சரி வா, நான் உனக்கு பரிமாறுறேன்.”

கோயியைக் கொன்று கொண்டிருந்தபோது பையன் கேட்டான்:

“நீ எதுக்காக மிமியை எங்கிட்ட விட்டுட்டுப் போற?”

“எனக்கு உம்மேல நம்பிக்கை இல்லை பையா! நீ என்னைக் கைவிட்டுடுவே.”

“காசியில் போயி மாலை மாத்துன பிறகும் உனக்கு எம்மேல நம்பிக்கை வரலியா?”

“இல்லை.”

“அப்படீன்னா நீ காசி விசுவநாத ஐயங்காரெக்கூட நம்பலை.”

"நம்பலை."

"பண்டாரியோட பொண்டாட்டியையும் நீ நம்பலை."

"நீ என்ன சொல்ல வர்ற?"

"இன்னைக்கு நீ சர்மாவோட வீட்டுக்குத்தானே போனாய்?"

"மிமி சொன்னாளா?"

"கோபப்படாதே; உண்மையை ஒளிச்சு வைக்க முடியாது."

"நான் போனது நீ நினைக்கிற விஷயத்துக்கு இல்லை."

"ரொம்ப நல்லது."

"முதல்ல சாப்பிடு. படுக்கும் போது சொல்றேன்."

"இன்னைக்கு முடியாது."

"காரணம்?"

"பழிவாங்குற நெருப்பு எங்கிட்டயும் இருக்கு."

"அதனால?"

"இன்னைக்கு என்னோட படுக்கை வெளியிலதான்."

வர்க்கப் போராட்டம்

பையன் உஜ்ஜையினியைச் சுற்றினான். மஹாகாள கோயில் சென்று வணங்கினான். மேகசந்தேசத்தின் செய்யுள்களை மொழிந்தான். மாலையில் அரசு விருந்தினர் மாளிகைக்குத் திரும்பி வந்தான். அதிகம் தாமதிக்காமல் ஐ. ஏ.எஸ் ஆபீஸரான பையனும் வந்து சேர்ந்தான். இவன் கூறினான்:

"நம்மளோட பார்ட்டியை நாளைக்கு வெச்சிக்குவோம்."

"ஏண்டா?"

"சீஃப் செக்ரட்டரி ரெசிடன்சியில இருக்காரு. எப்போ வேணும்னாலும் கூப்பிடுவார்."

"ராவ்பகதூரா?"

"தெரியுமா?"

"ரொம்ப நல்லாவே தெரியும், போன நூற்றாண்டு முதல் நாங்க நல்ல நண்பர்கள்."

முகத்தில் கௌரவத்தை வரவழைத்துக் கொண்டு ஐ.ஏ. எஸ். பையன் உட்கார்ந்தான். அப்போது ஒரிஜினல் பையன் கூறினான்:

"வா, நாம் ராவ்பகதூர் ஐ.சி.எஸ்.ஸைப் போய்ப் பார்த்துட்டு வருவோம்."

கார் ஓட்டிக் கொண்டு செல்லும்போது ஐ.ஏ.எஸ். பையன் கூறினான்:

"நான் உள்ள வரமாட்டேன். நீ போயிப் பார்த்துட்டு வந்தாப் போதும். நான் வெளியிலேயே இருக்கிறேன்."

அகல்யாபாய் உருவாக்கிய அந்த நகரத்தில் அழகே உருவான வெள்ளிமாளிகைகள் வரலாற்றைப் பறைசாற்றி நிற்கின்றன. தலைமையகத்தின் முன்பக்கம் சிற்பங்கள் மலிந்த மரக்கதவுகள் இரண்டும் அகலத் திறந்து பின்பக்கமாகச் சாய்ந்து மண்ணோடு இறுகி நிற்கின்றன.

விலையுயர்ந்த சூட் அணிந்த செக்ரட்டரி வெள்ளை நிறத்தில், மெலிந்து நடுவயதைக் கடந்த பிறகும் அழகப்பனாக அமர்ந்திருக்கிறார், இலக்கிய மேதை.

சைடுபோர்டில் ஸ்காட்லாந்திருந்து வந்த சர்பத். கிங் ஆஃப் கிங்ஸ். ராஜாதிராஜா, சோழன். சேர - சோழ நூற்றாண்டு யுத்தம். ஹோல்கார், சர்க்கார், குஞ்ஞாலி மரைக்கார்.

பையன் வணங்கினான். கைகுலுக்கினான். உட்கார்ந்தான்.

“நீ எப்போ வந்தே?”

“நேத்து”

“வந்த காரணம்?”

“காளிதாசனுக்கு அஞ்சலி செலுத்த.”

“ரொம்ப சந்தோஷம். எங்கே தங்கியிருக்கிற?”

“விருந்தினர் மாளிகையில்.”

“நான் இங்கே தான் இருக்கிறேன்னு யாரு சொன்னது?”

“ஸ்ரீவாஸ்தவா, ஜில்லா கலெக்டர்.”

“அவருடம் கூட வந்திருக்காரா?”

“ஜீ ஹஜூர்.”

“கூப்பிடு.”

ராமராஜ்ஜியத்தைச் சேர்ந்தவனிடம் ராவ்பகதூர் கேட்டார்:

“ஏன் உள்ளே வரலை?”

“அது... ஒண்ணுமில்லை சார்.”

“உட்காருங்க.”

ராவ்பகதூர் சைடுபோர்டைப் பார்த்தார். பையனைப் பார்த்தார். ஸ்ரீவாஸ்தவாவைப் பார்த்தார். பின்னர் எதார்த்தமாகக்

கட்டளை பிறப்பித்தார்:

"பேரர், காஃபி."

சைடுபோர்டை மட்டும் மிகவும் நுட்பமாக உற்று நோக்கிய பையன் உறுதியாகக் கூறினான்:

"எனக்குக் காஃபி வேண்டாம்."

எவ்வித விகாரமுமின்றி ராவ்பகதூர்:

"பரவாயில்லை, நானும் குடிக்கிறேன்."

காஃபி வந்தது. அமைதியாகக் காஃபி அருந்தினர். முந்திரிப் பருப்பைக் கொறித்தனர். உரையாடல் மட்டும் பெயரளவில்.

புறப்படத் தயாரானபோது ராவ்பகதூர் கட்டளையிட்டார்:

"ஸ்ரீ வஸ்தவா நீங்க புறப்படுங்க அப்புறமா நான் இவரைக் கொண்டுவந்து விட்டுடுறேன்."

இதென்ன நாகரீகம் என்று பையன் புருவத்தை உயர்த்திய போது ராவ்:

"நான் உங்கக்கிட்ட கொஞ்சம் தனியாப் பேசணும்."

வெளியே கலெக்டரின் கார் தூக்கத்திலிருந்து எழுகின்ற ஓசை.

ராவ்பகதூர் சிரித்தார்:

"பேரர், ட்ரிங்க்ஸ்."

பையன் எதிரிப்புத் தெரிவித்தான்:

"இதற்காகத்தான் என்றால் நீங்க என்னோட ஆருயிர் நண்பனை அனுப்பியிருக்க வேண்டாம்."

மன்னிப்புக் கோரும் மனநிலை கூட இல்லாத ராவ்பகதூர்:

"மேலானவர்களிடம் எப்படிப் பழகுறதுண்ணு இந்த ஐ.ஏ.எஸ். காரனுங்களுக்குத் தெரியாது. தாழ்வு மனப்பான்மை. ஸோ டிஸ்கஸ்டிங்லி மிடில் கிளாஸ்!"

முளைக்குருத்து

கிராமத்துக் கொட்டகைக்கு எம்ஜிஆர் படம் வந்த போது அ.தி.மு.க தொண்டனாகிய பையன் அந்தப் படத்தைப் பார்க்கச் சென்றான். தரை டிக்கெட் எடுத்து உட்கார்ந்தான்.

வாள் சண்டை தொடங்கியது. கடைசிக் கட்டத்தில் மடியப் போகின்ற எம்ஜிஆரின் எதிரியைப் பார்த்துப் பையன் கூறினான்:

"வேண்டாம்; உனக்குக் கிடைக்க வேண்டியது இப்போக் கெடைக்கும்." மேலும் உணர்ச்சி வசப்பட்ட பையன், ஒரு பீடியைப் பற்ற வைத்தான். தெரியாமல் இருமிவிட்டான்.

கவனம் சிதறியதால் எம்ஜிஆருக்குக் கோபம் வந்தது. அவர் சண்டையை நிறுத்திவிட்டுத் திரைக்கு அருகில் வந்து பையனுக்கு நேராக வாளை நீட்டிக் கொண்டு கூறினார்:

"போடா வெளியே!"

விரக்தியடைந்த பையன் வில்லில் இருந்து புறப்பட்ட அம்பாக வெளியேறி நேராகச் சென்று மீண்டும் தி.மு.க.வில் இணைந்துவிட்டான்.

இரண்டு

நிமிடத்திற்கு நிமிடம் பையன் பீடி இழுப்பதைக் கண்ட அவனது அப்பா மிகவும் வருந்தினார். இறுதியில் அவர் அவனிடம் கூறினார்:

"என்னோட மரணப்படுக்கையிலயும் நீ பீடி இழுத்துட்டுத் தான்டா இருப்பே!"

காலப்போக்கில் முதுமையின் காரணமாக ஏற்பட்ட நோயினால் அப்பா இறந்துவிட்டார். பையனும் மேலும் மூவரும் சேர்ந்து அவரைப் பாடையில் ஏற்றி சுடுகாட்டுக்குச் சுமந்து சென்றனர்.

செல்லும் வழியில் பையன் மற்ற மூவரிடமும் கூறினான்:

"கொஞ்சம் இறக்குங்க. ஒரு பீடி இழுத்துக்குறேன்."

பையன் புகைவிட்டுக் கொண்டிருக்கும்போது பாடையில் எழுந்து உட்கார்ந்த அப்பா கூறினார்:

"மரணப்படுக்கையை விடு; என்னோட பொணத்து மேலே நின்னுகிட்டும் நீ பீடி குடிக்கிறியாடா?"

பையன் பணிவாகக் கூறினான்: "அப்பா ஒரு நிமிஷம் அப்படியே படுங்க, இதோ இப்போப் புறப்பட்டுடலாம்."

"வேண்டாம், நீ பீடி குடிச்சுமுடிச்சுட்டு மெதுவா வா, நான் போய்க்கிறேன்"

அவர் வேகமாகச் சுடுகாட்டை நோக்கி நடந்தார்.

☯

இருபத்தொன்றாம் நூற்றாண்டு

பதினைந்து நூற்றாண்டுகளுக்குப் பிறகு இருபத்தொன்றாம் நூற்றாண்டில் சீனப் பாதிரியார் பாஹியானும் பையனும் இரண்டாவது முறையாகப் பாரத நாட்டில் சுற்றுப்பயணம் மேற்கொண்டனர். காஷ்மீர் முதல் கன்னியாகுமரி வரை சஞ்சரித்தனர். நாட்டு மக்களிடம் நலம் விசாரித்தனர். லண்டனில் உள்ள ஒரு புத்தக வெளியீட்டு நிறுவனம் இவர்களுடைய யாத்திரைக் குறிப்புகளை ஒரு பெரிய புத்தகமாக அச்சிட்டு இப்போது வெளியிட்டுள்ளது. வரலாற்றுத் துறை மாணவர்களுக்கு இந்தப் புத்தகம் மிகவும் பயனுள்ளதாக இருக்குமென்பதை இங்கே தனியாகச் சுட்டிக்காட்ட வேண்டிய தேவையில்லை.

ஆறாம் நூற்றாண்டில் பின்பற்றப்பட்ட ஆசாரங்கள் அனைத்தும் இருபத்தொன்றாம் நூற்றாண்டிலும் பாரத மக்களிடையே பழக்கத்தில் இருப்பதாகப் பாதிரியார்கள் குறித்துச் சென்றுள்ளனர். மத்தியில் பாரம்பரிய வழக்கப்படி முடியாட்சிதான், மாகாணங்களில் முதலமைச்சர்கள் ஆட்சி புரிகின்றனர். அவர்களுக்கு உதவ எதிர்க்கட்சி என்றொரு கட்சி இருக்கிறது. மக்களது வாழ்க்கை சகித்துக்கொள்ள முடியாத நிலையை எட்டும் போது உறவினர்கள் மூலமாகத்தான் பாரத்தைக் குறைத்தார்களாம்.

உலகில் உள்ள எந்தவொரு நாடும் பாரதத்திற்குக் கடன் கொடுப்பதில்லை. கொடுத்தவர்கள் எல்லாம் நலிந்து நாசமாகி விட்டனர். போன நூற்றாண்டில் இங்கே புரட்சியைக் கொண்டு வருவதற்கான ஒரு முயற்சியும் பாழாகிப் போய் விட்டதாம். புரட்சி என்று சொல்லி இங்கே வந்தபோது அது வேறொன்றாக மாறிவிட்டதாம். இங்கு எதைக் கொண்டு வந்தாலும் அதை உடைத்து ஒன்றுமில்லாதாக்கித் தூக்கி வீசுகின்ற இந்தப் பாரதநாட்டின் பண்பாட்டுப் பழைமையைப் பையனும் பாதிரியாரும் வானுயர வாழ்த்துகின்றனர்.

இருபத்தைந்து ஐந்தாண்டுத் திட்டங்கள் முடிந்த பிறகும் நாட்டில் பஞ்சமும் பட்டினியும்தான் மிச்சமாம். வளர்ந்து வரும் நாட்டில் இதெல்லாம் சாதாரணமென்று ஜனங்கள் நம்புகிறார்கள். பசியைச் சகித்துக் கொள்ள முடியாதபோது கொஞ்ச நேரத்திற்குக் கோஷமிடுவார்களாம். மீண்டும் பட்டினியை நோக்கித் திரும்பி விடுவார்களாம்.

போராட்ட குணம் கொண்டவர்களும் இருக்கத்தான் செய்தார்கள் என்றும் புத்தகம் கூறுகிறது. கண்டிப்பாகப் புரட்சி வெடித்தே தீரும் என்பதுதான் இவர்களுடைய நம்பிக்கை. அதற்காக அவர்கள் பணம் வசூலித்துப் பிரச்சாரம் செய்கின்றனர். பணம் தீர்ந்துவிட்டால் போலீசில் சரணடைந்து விடுவார்கள். எமகிங்கரர்கள் கேட்பதற்கு முன்பே இவர்கள் தங்கள் பூர்வ கதையைக் குயில் பாட்டாகக் கூறிவிடுவர்.

கையூட்டும், கள்ளச் சந்தையும் அழகாக வழக்கத்தில் இருக்கின்றன. ஒப்பீட்டளவில் வட மாநிலங்களில் இவை குறைவாக உள்ளனவாம். ஆனால் கேரளத்திலோ சோஷியலிஸ்ட் அடிப்படையில்தான் இந்தச் சம்பிரதாயமாம். திருச்சூர் கலெக்டரைக் காணச் சென்ற கதையைப் பாதிரியார்கள் கூறுகின்றனர். கலெக்டரைக் காண்பதற்காக முதலில் கஷ்டப் பட்டு உழைக்கின்ற மனித வர்க்கத்திற்குட்பட்ட கிளாஸ் ஃபோர் ஊழியன் சிப்பாயி பரமு பிள்ளையைச் சமீபித்தனர். வரவேண்டியது வரட்டும் என்றான் பரமு. விசாரித்ததில் அது டீயும் பருப்பு வடையும் என்று புரிந்தது. ஈயென இரந்தது கொள்ளெனக் கொடுக்கப்பட்டது. இருந்த போதும் பரமு கனியவில்லை. மேலும் விசாரித்தபோது ஊதுவத்தி கொளுத்திக் காணிக்கை செலுத்த வேண்டுமென்பது புரிந்தது. சங்கதி என்னவென்றால் ஒரு காஜாப்பீடி கையில் கொடுக்க வேண்டுமாம்.

அதுவும் கொடுக்கப்பட்டவுடன் பரமு இறங்கி வந்தான் என்றும் தாங்கள் விரும்பியபடி கலெக்டரிடம் தங்களை அழைத்துச் சென்றான் எனவும் பாதிரியார்கள் கூறுகின்றனர்.

சத்தியம்

அந்தி வெளிச்சத்தில் பையன் நடக்கத் தொடங்கினான். ஆகாய வளைவில் பிரகாசமாக நின்ற பூமரங்களுக்குக் கீழே குறுக்குப் பாதையைக் கடந்து சாலைக்குச் சென்றான். மாட்டுவியாபாரி கிருஷ்ணன் எழுத்தச்சன் எதிரே வந்தார். பையனைக் கண்டவுடன் நின்றார்.

“எப்போ வந்தே?”

பையன் நிற்கவில்லை. நடந்து கொண்டே பதிலுரைத்தான்:

“ரெண்டு நாளாயிருச்சு.”

தனியொருவனாகிய எழுத்தச்சன் எல்லாருக்கும் பிரதிநிதியாகிவிட முடியாது. அப்போது விறகுவெட்டி சாமி வந்தான். குசலம் விசாரிப்பதற்காகக் குழிக்குள் இறக்கி விடப் பட்டவனைப் போல் நின்றான். பையன் நிற்கவில்லை.

“எப்போ வந்தீங்க?”

“நேத்து.”

“எப்போ திரும்பிப் போவீங்க?”

“இனி போகப் போறதில்லை.”

சாமி சத்தமாகச் சொன்னான்:

“ரொம்ப நல்லது. நம்ம ஊர்ல கெடைக்கிற சுகம் வேறெங்கியும் கெடைக்காது.”

பையன் திரும்பிப் பார்க்கவில்லை. நடந்தான். சாலையின் வளைவில் ஓடு வேய்ந்து, மொட்டரும்பி, பூ மலர்ந்து நிற்கின்ற சிறிய வீட்டின் முன் நின்றான். வெளியே யாரையும் காணவில்லை. உற்றுக் கவனித்தபோது உள்ளே யாரோ இருப்பது தெரியவந்தது.

படியேறி முற்றத்துக்குச் சென்ற பையன் கிளாஸிக் பாணியில் கேட்டான்:

“கொஞ்சம் நெருப்பு கிடைக்குமா?”

"யாரது?"

இளமைப் பருவத்தின் மத்தியானத்திலிருந்து இறங்கி சத்தியபாமா வராந்தாவுக்கு வந்தாள், குனிந்து முற்றத்தைப் பார்த்தாள்:

"யாரு பையனா?"

"ஆமா."

சத்தியபாமா, முற்றத்துக்கு வந்து மேல்முண்டின் முந்தானையால் மார்பை மறைத்துக் கொண்டு, உறுதியான குரலில் கேட்டாள்:

"இவ்வளவு சீக்கிரத்திலா?"

"இருட்டின பெறகு பாம்புத் தொந்தரவு இருக்கும்னு சொன்னாங்க."

"சரி வாங்க."

சத்தியபாமாவைப் பின் தொடர்ந்து பையன் வராந்தாவில் ஏறினான். திண்ணையிலிருந்து ஒரு பனங்கிடுகை உருவித் தரையில் போட்ட சத்தியபாமா கூறினாள்:

"பையன் சார் உட்காருங்க."

"என்னைப் பையன்னு கூப்பிட்டாப் போதும்."

"அய்யோ! பெரிய வீட்டுப் பிள்ளையை முகத்தைப் பார்த்துப் பையான்னு எப்பிடிக் கூப்பிட முடியும்?"

"பாவம் பழி, இப்பிடி எதையாவது சொல்லிராதே பையன்னு சொன்னாதான் நான் உட்காருவேன்."

சுவரில் சாய்ந்து நின்று, தளர்வுடன், ஆர்வத்துடன் வேறு வழியின்றிச் சத்தியபாமா கூறினாள்:

"உட்காருங்க, பையா!"

"தரையில் வேண்டாம், நான் இங்கே படியிலேயே இருந்துக்கறேன்."

"பாதையில் போறவங்க பார்க்க மாட்டாங்களா?"

"நாலுபேரு பார்க்கட்டுமே."

பையன், படியில் அமர்ந்தான். இரண்டு மீட்டர் தள்ளி சுவரில் சாய்ந்து நிற்கின்ற சத்தியபாமாவைத் துயரத்துடன் பார்த்தான்.

"இதுக்காக நான் எத்தனை நாள் ஆசைப்பட்டிருப்பேன்!"

"எதுக்காக?"

"சத்தியபாமாவை இவ்வளவு பக்கத்துல தனியாப் பார்க்கறதுக்காக."

"எப்போ வேணும்னாலும் வந்திருக்கலாமே?"

பையன் தலையாட்டினான்:

"எங்கே வரமுடிஞ்சது? பள்ளிக்கூடம், காலேஜ், படிப்பு, விஷ சிகிச்சை. கழுகு மாதிரிக் கண் இருக்கிற வீட்டுப் பெரியவங்க. நான் என்ன செய்யறது?"

"எனக்குத் தெரியும்."

"சத்தியம்! நீ, ரெண்டாம் உலகப்போர் காலத்துல பட்டாளத்துச் சிப்பாயிங்க கொடுத்த கூலிங் கிளாஸும் சோடக்கிராஸையும் மாட்டிக்கிட்டுத் தெரு வழியா கூரை போட்ட சினிமா கொட்டகைக்கு முதல் காட்சி பார்க்கப் போறது இப்பவும் என் கண்ணுக்குள்ளேயே இருக்குது."

தூரத்தில் எங்கோ நோக்கியவாறு சத்தியபாமா கூறினாள்:

"பி.யூ. சின்னப்பாதான் அப்போ என்னோட ஹீரோவா இருந்தாரு."

"நான் உன்னைப் பார்க்கறதுக்காக ரெண்டு தடவை படம் தொடங்குறதுக்கு முன்னாலயும், கதை முடியும்போதும் கொட்டகைக்கு வெளியில் கால்கடுக்கக் காத்திருந்தேன் தெரியுமா?"

சத்தியபாமா பெருமூச்சு விட்டாள். பையன் கேட்டான்:

"சத்தியம் நீ படம் பார்க்கும்போதும் கூலிங் கிளாஸைப் போட்டிருப்பியா?"

"கழட்டறதுக்கு அவரு ஒத்துக்க மாட்டார். சரி நான் ஒரு கிளாஸ் டீ கொண்டு வாரேன்."

"வேண்டாம், சத்தியம் இங்கேயே நில்லு."

சத்தியபாமா முந்தானையைக் கீழே விட்டாள். கொசுவத்தை லோ வெய்ஸ்டாக்கினாள். முதுகுக்குப் பின்னால் கைகளைக் கட்டிக் கொண்டு கூறினாள்:

"பிராவோட எலாஸ்டிக் போகத் தொடங்கிருச்சு."

"ஆர். பிரவேர் திவாப் வாலாவோட தாராங்ற கதாப்பாத்திரம் சொல்றதும் இதுதான், பரவாயில்ல. நான் திருச்சூருக்குப் போய் வாங்கிட்டு வந்துடுறேன்."

"யாருக்காவது தெரிஞ்சுதுன்னா?"

"யாருக்குத் தெரிஞ்சாலும் எனக்குக் கவலையில்லை."

"என்னவெல்லாமோ பேசுறீங்க பையா!"

"உண்மைதான் பேசுறேன் சத்தியம்."

சத்தியபாமா உதடுகளில் நாவைப் புரட்டிக் கொண்டு ஆர்வத்துடன் கேட்டாள்:

"கல்கத்தாவுலதானே வேலை?"

"ஆமா."

"நல்ல சம்பளம் கெடைக்குமா?"

"ஓரளவுக்கு."

"முத முதலா லீவில வந்திருப்பீங்க?"

"ஆமா."

"எத்தனை நாள் லீவு?"

"அப்புறம் சொல்றேன், முதல்ல, சத்தியம் நீ இப்போ எப்படி வாழ்க்கை நடத்துறன்னு சொல்லு?"

"எருமையைக் கறக்கிறேன். அப்புறம்.... பையனுக்குத்தான் தெரியுமே."

"எவ்வளவு! கறப்பே!"

"ரெண்டு நாழியும் ஒரு உரியும்."

"சரி அது இருக்கட்டும், ரெண்டாம் உலகப்போர் காலத்துப் பட்டாளத்துக்காரங்க யாரும் இப்போ வர்றதில்லையா?"

"பையா! நிறையபேர் போய்ச் சேர்ந்துட்டாங்க. மிச்சமிருக்கிறவங்க காலனுக்காக காத்துட்டிருங்காங்க."

முற்றத்திலும் பாதையிலும் நாற்சந்தியிலும் இருள் கவியத் தொடங்கியது. பையன் கூறினான்:

"தீபம் ஏத்து, சத்தியம்."

"அதுக்கப்புறம்தான் பையன் புறப்படுவீங்களா?"

"நான் இன்னிக்குப் புறப்படுறதா இல்லை."

"வீட்டுக்காரங்களுக்குத் தெரிஞ்சா?"

"யாருக்குத் தெரிஞ்சாலும் எனக்குக் கவலையில்லேன்னு நான் ஏற்கனவே சொல்லிட்டேன்."

"இருந்தாலும்....."

"சத்தியம்!"

இரண்டு மீட்டர் முன்னே வந்து அவனுக்கு முன்னால் முட்டிக்காலில் நின்று கொண்டு சத்தியம் கேட்டாள்:

"என்னவாயிற்று பையா?"

"உனக்குப் பையன் வேணுமா, அவனோட வீட்டுக்காரங்க வேணுமா?"

"பையன்தான் வேணும்."

"அப்படீன்னா ராத்திரிச் சாப்பாட்டுக்கு இன்னொரு ஜீவனும் இருக்குங்கறதை மனசில வெச்சிக்கிட்டு அந்தக் காரியத்துல மட்டும் மனசை வை!"

உணவுக்குப் பின்னர் உள் அறையில் சத்தியபாமாவுடன் படுத்திருந்தான் பையன். திண்ணையின் மூலையில் எரிந்து கொண்டிருந்த லாந்தர் விளக்கின் சுடரைப் பார்த்தவாறு, சத்தியபாமாவின் உடல் சூட்டின் சுகத்தில் தன்னை மறந்து தூங்கத் தொடங்கினான். அப்போது சத்தியம் உலுக்கிக் கூப்பிட்டாள்.

"என்ன இது, தூங்கிட்டீங்களா?"

சற்றே அசைந்து நெளிந்து அவளுக்குள் சுருண்டு படுத்துக் கொண்டு பையன் முணுமுணுத்தான்:

“சத்தியம்! இன்னைக்காவது நான் கொஞ்சம் நிம்மதியாகத் தூங்கிக்கிறேன்.”

பாமாவுக்குக் கோபம் வரத் தொடங்கியபோது, வெளியே தாழ்ந்த குரலில் ஒருவன் கூவினான்:

“சத்தியபாமா ஊய்!”

முட்டிக் கைகளின் உதவியால் முகம் உயர்த்திய பையன் அவளிடம் கேட்டான்:

“அது யாரு, சத்தியம்?”

“படகோட்டி முஸ்தபா.”

“வரச்சொல்லு, நான் தாவாரத்துல போய்ப் படுத்துக்கறேன்.”

“இதுக்கா இங்க வந்தீங்க?”

அவளுடைய தலையில் தனது தலையை தன்மயத்துடன் முட்டிக் கொண்டு பையன் கூறினான்:

“உன்னை எனக்கு ரொம்ப இஷ்டம்டீ!”

பாயைச் சுருட்டி எடுத்துக்கொண்டு பின்வாசல் வழியாகப் பையன் தாழ்வாரத்துக்குச் சென்றான், படுத்தவுடன் தூங்கி விட்டான்.

அதிகாலையில் துயிலுணர்ந்தபோது அடுத்த அறையில் முஸ்தபா புறப்படுவதற்குத் தயாராகும் ஓசை கேட்டது.

“கண்ணு, போயிட்டு வரட்டுமா?”

“போயிட்டு வா.”

“இன்னைக்கு ராத்திரி நான் வரட்டுமா?”

“இன்னைக்கு ராத்திரி அவிராச்சனோட முறை”

“சரி, அப்போ நாளைக்கு வாரேன்.”

“உனக்கு மங்கலம் உண்டாவதாக, முஸ்தபா.”

பையன் மீண்டும் தூங்கிவிட்டான். எட்டுத்திக்கிலும் வெளிச்சம் பரவியபோது எழுந்தான்.

உடனே ஒரு தம்ளர் தேநீருடன் சத்தியபாமா வந்தாள்.

"இதைக் குடிங்க. நான் போய் செட்டியார் கடையில பால் கொடுத்துட்டு வந்துடுறேன்."

"நான் கொண்டுபோறேன், சத்தியம்."

"உங்களுக்குக் கஷ்டமா இருக்காதா?"

"இருக்காது."

"அப்ப சரி."

"அப்புறம் சத்தியம், ஹவ் வாஸ் தி நைட்?"

"ச்சோ"

செட்டியார் கடையில் எதேச்சையாக அவிராச்சனைப் பார்த்தான். அவனிடம் பையன் ரகசியமாகக் கூறினான்:

"இன்னிக்கு ராத்திரி சத்தியம் உங்களை எதிர்பார்த்துக் காத்திட்டிருப்பா, தயவு செய்து வந்துருங்க."

அவிராச்சன் கேட்டான்:

"சார் இப்போ அங்கேதான் இருக்கீங்களா?"

"ஆமா."

"சரி போ, நான் வந்துடுறேன்."

"மறந்துறாதீங்க."

"மறக்க மாட்டேன்."

காலை உணவுக்குப் பிறகு, பையன் எருமையைக் குளிப்பாட்டித் தொழுவத்தில் கட்டினான். தானும் குளித்தான். நேரத்தை உண்டு இல்லையென்று ஆக்கிவிட்டான். மனம் முழுவதும் அவிராச்சன்தான்.

அஸ்தமனத்திற்குப் பிறகு, இரவு உணவை உண்ட பின் சத்தியபாமாவை உரசிக்கொண்டு படுத்திருந்தான்.

முஸ்தபாவின் நேரத்தில் வெளியே கூவலோசை கேட்டது:

"அடியேய் சத்தியம், விசுவாசமான கிறிஸ்தவக்காரி!"

பையன் அவசர அவசரமாக எழுந்து கதவைத் திறந்தான்.

"அவிராச்சனா?"

"நானே தான், சார் ராத்திரியிலயும் இங்கேதான் தங்குறீங்களா?"

"ஆமா, வாங்க அவிராச்சன்."

மாவீரன் வராந்தாவில் ஏறினான், முற்றத்தில் நின்ற உருவத்திடம் கூறினான்:

"சரி, அண்ணே நீங்க புறப்படுங்க, பிரச்சினை ஒண்ணு மில்லை."

பையன் கேட்டான்:

"அது யாரு?"

"பாடி கார்ட் வர்கீஸ் அண்ணன்."

"அவரும் வர்றாரா?"

"சே, இல்லை. சார் ஏதாவது அடிதடிக்கு ஏற்பாடு செய்திட்டீங்களோன்னு நெனைச்சுத் துணைக்கு அவரைக் கூட்டிட்டு வந்தேன்."

பையனுக்குத் தொண்டை இடறியது. அவிராச்சனைக் கட்டிப் பிடித்துக் கொண்டு கூறினான்:

"சத்தியம் கொடுக்கிற சோறைச் சாப்பிட்டுட்டு அவளுக்கு நன்றிக்கடன் பட்டிருக்கிற நான் அவிராச்சன்கிட்ட அப்படி யெல்லாம் நடந்துக்குவேனா?"

அவிராச்சன் சிரித்தான்:

"சார் ரொம்ப உணர்ச்சி வசப்படாதீங்க. சாரோட படுக்கை எங்கேயாக்கும்."

"இங்க தாவாரத்துல."

"சரி, போய் படுத்துத் தூங்குங்க."

பையன், தாழ்வாரத்தில் இருந்த சிறிய அறைக்குள் நுழைந்து கதவை மூடிவிட்டு விரித்து போட்டிருந்த பாயில் அமர்ந்து லாந்தர் விளக்கை எடுத்து அருகில் வைத்தான். பிரான்ஸிஸ் ஸ்டேஷனரியில் வாங்கிய நோட்டிலிருந்து ஒரு தாளைக் கிழித்து வயலெட் பென்சிலை நாக்கில் தொட்டு எழுதினான்:

'மேனேஜிங் டைரக்டருக்கு,

தொழில் ரீதியான சில காரணங்களால் சிந்து மோட்டார்ஸில் நான் வகித்து வந்த டைரக்டர் பதவியை ராஜினாமா செய்கிறேன்.'

பூர்ஷ்வாசி

இறுதிக் காட்சியில் கதையில் திடீர் திருப்பம் ஏற்பட்டுக் கதாநாயகி வெற்றிபெற்றவுடன் பையன் வெள்ளித்திரையை நோக்கி விசிலடித்தான். கையில் சூடான பிடி இறுகும்போதுதான் பக்கத்து சீட்டில் இருந்த அவளைக் கண்டான். தனது கையைப் பிடித்து நெரித்துக் கொண்டிருக்கின்ற அவளது மென்மையான கைவிரல்களை மறுகையால் வருடும்போது பையனுக்கு வியப்பு மேலிட்டது 'படம் முடியும் வரையிலும் இவள் எப்படி என் கவனத்திற்குள் வராமல் போனாள்?'

இலேசான இருளின் நிழலில் அவளது முகத்தைச் சரியாகப் பார்க்க முடியவில்லை.

கட் இன் டு ஃபோயர். சுற்றிலும் பெருகி முட்டிமோதி வெளியே செல்கின்ற மனிதர்களுக்கு மத்தியில் இரண்டு தீவுகளாக நின்று கொண்டு அவர்களிருவரும் ஒருவரையொருவர் பார்த்தனர். அவளது புன்னகையை அவன் தொடர்ச்சியாகத் திருப்பி அனுப்பினான். தாய்மையின் புகழ் மாலைகள் அணிந்து பாம்பு வடிவில் பள்ளி கொள்கின்ற அவளது மத்தியபிரதேசத்தைக் கண்டவுடன், பையன் தன்னை ஈன்றெடுத்த புண்ணியவதியை நினைத்துக் கொண்டான்;

கண்களின் அழைப்பை ஏற்ற பிறகு தோளோடுதோள் உரசிக் கொண்டு வெளியே நடந்தனர்.

வேலை செய்யும் இடங்களிலிருந்து வசிப்பிடங்களை நோக்கி அணை உடைத்துப் பாய்கின்ற வெள்ளைக் காலர் பிரவாகத்தில் எதிர் நீச்சலடித்தனர். பார்க் வழியாக, நடைபாதைக் கடைகள் வழியாக, அஸ்தமித்துக் கொண்டிருக்கின்ற பகலினது மறைந்து கொண்டிருக்கின்ற வெளிச்சத்தினூடே நடந்தனர்.

முதல் மாடிக் கிளிக்கூட்டில் மின்னல் கீற்று.

"சீக்கிரம்."

காவல் மாடங்கள் தகர்ந்த கோட்டை. துர்க்கத்தைக் கைப்பற்றப் பையன் அவசரம் காட்டவில்லை. அவன் புன்னகைத் தான், அவள் கேட்டாள்:

"என்ன?"

"ஒண்ணுமில்லையே."

"சரி, சீக்கிரம்."

அப்படியிருந்தும் அவன் நிதானத்தையே கடைப்பிடித்தான். இறுதியில் ஒரு வழியாகத் தாளவரிசை ரூபம் கொண்டபோது, அவனது மார்பில் மோதியவாறு அவள் தலையை உயர்த்தி ஒருவசமாகச் சாய்ந்து உற்றுக் கவனித்தாள்.

"என்ன?"

"மாடிப்படியில் காலடியோசை."

"வீட்டில் பூனை இருக்கா?"

"அவர்தான்னு நெனைக்கிறேன்."

"யாரு?"

"என் கணவர்."

எல்லா மனைவியருக்கும் எப்போதும் ஒரு சாக்குப்போக்கு கணவன்தான்.

ஊர் மரியாதைக்காக உடைகளை அணிந்து கொண்ட பிறகு அவள் கூறினாள்:

"ஸாரி."

"பரவாயில்லை."

"பின்பக்கம் வழியாப் போயிடுங்களேன்."

"ஓகோ."

அந்திமாலை நேரத்தில் ஆவேசத்துடன் தொலைபேசியில் ஓர் அழைப்பு:

"எனக்கு அப்படித் தோன்றிதோ என்னவோ, நேத்தைக்கு அந்த நேரத்துல யாரும் வரலை."

"உண்மையாகவா?" பையன் கேட்டான்.

"உடனே வாங்க."

"இன்னிக்கு அவர் வரமாட்டாரா?"

"வரமாட்டார்."

"சரி, இப்போ நான் சொல்றேன். அவர் தினமும் வருவார்."

அவளது சிரிப்பில் ஒரு நடுக்கம், விழுந்து புரளுகின்ற வார்த்தைகள்:

"நான் நெனைச்சேன், நீங்க புதுசுன்னு!"

டிப்பணி

புரட்சி வெடித்த மறுநாள் மக்கள் நீதிமன்றம் பையனை விசாரணை செய்தது:

"சுனந்தா எப்.ஆர்.ஸி.எஸ் என்ற பெயரில் எழுதிக் கொண்டிருந்தது நீங்கள் தானே?"

"ஆமாம்."

"யார் அந்த நசிகேதஸ் எம்.எஸ்.ஸி?"

"வேறு யாருமல்ல. நான்தான்."

"வேறு பல பெயர்களிலும் எழுதியிருக்கிறீர்களா?"

"எழுதியுள்ளேன்."

"எத்தனை பெயர்களில்?"

"சரியாகச் சொல்வதென்பது கடினம். நூல்கள் முழுமையும் கைவசம் இல்லை, நிறைய நூல்கள் களவு போய்விட்டன."

"உங்களது உண்மையான பெயர் என்ன?"

"வி.சி.எஸ். நாவலிஸ்ட்."

"ஆணா, பெண்ணா?"

"தெக்கத்திக்காரன்."

"நீங்கள் ஒரே நேரத்தில் சோசியலிசத்திற்கும் முடியாட்சிக்கும் அனுகூலமாக எழுதியிருக்கிறீர்களே?"

"எழுதியிருக்கிறேன்."

"ஏன் எழுதினீர்கள்?"

"பிழைப்பதற்காக."

"பிழைப்பதற்காகவா?"

பையன் என்ற இலக்கியவாதி விளக்கினான்:

"என்னிடம் வேறு கைத்தொழில் ஒன்றும் இல்லை. எழுதுவதன்றி வேறொன்றும் எனக்குத் தெரியாது."

"இந்த ஒருமுறை மன்னிப்பு வழங்கினால் எழுதுவதை நிறுத்தி விடுவீர்களா?"

பையன் கூறினான்:

"தானே வாடி உதிர்வதற்கு முன்பு நாடு எனக்குப் பென்ஷன் வழங்குவதாக இருந்தால் எல்லா வேலைகளையும் நான் நிறுத்தி விடுகிறேன். இதுவரை எழுதியவற்றையெல்லாம் கூட வாபஸ் வாங்கிக் கொள்கிறேன்."

என் (கணவனின்) கதை

இரவு உணவுக்காகச் சாப்பாட்டு மேசை முன்பு அமர்ந்திருந்த போது எங்கள் இருவருக்குமிடையே மௌனத்திரை விழுந்திருந்தது. நான் அதைக் கிழித்தேன்:

"பையா நான் உங்களுக்கு ரொம்பத் துரோகம் பண்ணியிருக்கேன்."

அவர் கேட்ட பாவம் காட்டவில்லை. ஒரு கொட்டாவியை விடுதலை செய்துவிட்டுச் சாப்பிடுவதைத் தொடர்ந்து கொண்டேயிருந்தார், ஒரு சோம்பேறியைப் போல.

நான் கூறினேன்:

"பையா! நான் ஒரு மாட்டுவண்டிக்காரனை வளைச்சுப் போட்ட கதையை உங்கக்கிட்டச் சொல்லியிருக்கேனா?"

"இல்லையே!"

"அவன் ரொம்ப அழகா இருந்தான். நல்லாக் கொழுத்துத் தடிச்ச திடகாத்திரமான உடம்பு. கார்த்திகை மாச இளவெயிலில் அது அப்படியே மின்னித் துலங்கியது. நான் அவனைப் பார்த்து கண்ணடிச்சேன். மாண்டுவண்டிக்காரன் மயங்கிட்டான்....."

எனது வருணனைக்கு இடையில் புகுந்த பையன் கூறினார்:

"மைனா..."

"என்ன பையா?"

"அடியேய்...."

"ம்.... சொல்லுங்க."

"இன்னுங் கொஞ்ச நேரத்தில் ஒரு செங்குத்து ரேகையிலிருந்து நான் உன்னை சூலாயுதத்தில் குத்தி நிறுத்தப் போறேன்."

"நீங்க என்ன சொன்னாலும் அத அப்படியே அனுசரிச்சு நடப்பேன் பையா."

பாத்ரூமிலிருந்து படுக்கை அறைக்கு நடக்கும்போது நான் சொன்னேன்:

"பையா? காரியம் ஆயிரமிருந்தாலும் நான் எப்பவும் உங்களுக்குக் கட்டுப்பட்டு நடக்கிற நாய்தான்."

அவர் என்னுடைய தோளில் கைபோட்டுக் கொண்டு கொஞ்சினார்.

"வா நாயே."

ஒரு செங்குத்துரேகையில் மல்லாந்து படுத்துக்கொண்டு, என்னைத் தனது சூலத்தில் குத்தி எடுத்துக் கொண்டு அவர் கேட்டார்:

"மைனா! நீ இந்தப் போஸில எனக்குத் துரோகம் செய்திருக்கியா?"

"புரியலையே பையா!"

"ரெண்டு சூலாயுதங்கள் ஒரே நேரத்துல உன்னைத் துளைச்சிருக்குதா?"

"இல்லை பையா."

"உடல் ரீதியா சாத்தியமற்ற செயல் இல்லையா?"

"ஆமா, பையா."

இப்போது முழுமையாக என்னைச் சூலத்தால் துளைத்துக் கொண்டு பையன் கூறினார்:

"எப்போதாவது ஒரு தடவை உண்மை பேசுறியே அதுக்கு நன்றி. சரி அப்ப விஷயத்துக்கு வா."

மூன்றாவதும் காக்கை

பையனது பெயர் அழைக்கப்பட்டவுடன் கிழக்கு அரண்மனையின் சின்னத்தம்பி ராஜாவாகிய நான் உள்ளே சென்றேன். விசாரணை அறையில் இரண்டு பேர் இருந்தனர். ஒருவர் கொம்பு மீசையுடன் கிரீடமும் வலது தோளில் ஒரு காக்கையுமாக அமர்ந்திருந்த ராஜபார்ட். ரோலிங் சேரில் அமர்ந்து வட்டம் சுற்றிக் கொண்டிருந்தார். சற்றுத் தள்ளி ஒரு மேசையின் பின்னால் முடி மட்டும் வளர்த்து கிரீடம் சூடாமல் இன்னொரு ராஜபார்ட்டும் அமர்ந்திருந்தார். அவரது மேசையின் மேல் புத்தகம், கம்பியூட்டர், பென்சில், பஞ்ச் கார்டு முதலிய பொருட்கள் இருந்தன. காக்கையைத் தோளில் சுமந்திருக்கும் கிரீடமணிந்தவர் என்னை முறைத்துப் பார்த்தார். நான் பயப்படவில்லை. அது மட்டுமல்ல, எல்லோரும் அரசர்கள் என்பதை அறிந்த பிறகு உறுதியான வார்த்தைகளில் கள்ளங்கபடமில்லாமல் கேட்டேன்:

"நான் அமர்வதில் உங்களுக்கு ஏதேனும் ஆட்சேபணை உள்ளதா?"

காகம் தரித்தவரின் கண்களில் பச்சை மற்றும் சிவப்பு விளக்குகள் மாறிமாறி எரிந்தன:

"ஆம். இப்படி கூறிவிட்டால் நிற்கத்தான் வேண்டும் என்று பொருள்."

பின்னர், முடிசூடா மன்னனிடம் திரும்பினேன் அவர் கூறினார்:

"தொடங்குங்கள், குப்தாஜி."

அப்போது பையனென்ற சின்னத்தம்பி ராஜாவாகிய நான் கேட்டேன்:

"இவர் எந்தக் குப்த வம்சத்தைச் சார்ந்தவர்?"

"தம்புரானுக்கு எத்தனை வம்சத்தைப் பற்றித் தெரியும்?"

"நான்கு."

"கோட்டைக்கல், கடந்தமண்ணா, ஆயிரநாழி, நிலம்பூர் இவைகள் தானே?"

"இல்லை."

"அப்புறம்?"

"சந்திரகுப்த மௌரியன், சந்திரகுப்த விக்கிரமாதித்தன், நாணு குப்த கடம்பழிப்புறவன், நீசகுப்தசித்திரன்."

"இன்னும் சில குப்த நம்பூதிரி வம்சமும் இருக்கிறதே?"

"அது மிகவும் இரகசியமானது."

காக்கையரசர் உரக்கச் சிரித்தார்:

"கிழக்கு அரண்மனையில் பிறப்பெடுத்து சிற்றேனிப்பாடத்து புத்தன் வீட்டில் பெண்ணெடுத்த சின்னத்தம்பி ராஜா - நமது பிரியமான பையன் - இந்தளவு ரசனை மிக்கவர் என்று யாம் அறிந்திருக்கவில்லை. அந்தக் குப்தரகசியமானத்துவம் அப்பெயர் இல்லையென்றால் அது என்னவோ அது, மிகவும் நன்று, உட்காருங்கள்."

ராஜவம்சத்தைச் சேர்ந்த நான் அமர்ந்தேன். கதர் துண்டை எடுத்து முகம் துடைத்தேன்.

காக்கையரசர் முடிசூடா மன்னனை ப்ராம்ட் செய்தார்:

"கேளுங்கள், குப்தாஜி."

அவர் கேள்வி பதில் பகுதியைத் தொடங்கினார்:

"1946-48 காலகட்டத்தில் தாங்கள் எங்கே இருந்தீர்கள்?"

"புரட்சிக் கட்சியில்."

"வாசம் புரிந்தது?"

"அண்டர் கிரவுண்டில்."

"வேஷம் பூண்டது?"

"காக்கி டவுசர், கட்டாரி, மீசை."

காக்கையரசர் கலகலவென்று சிரித்தார்.

"பையன் மீசையும், கட்டாரியுமாகவா?"

சின்னத்தம்பி ராஜாவாகிய நானும் சிரித்தேன்.

"பலவேஷம் போட வேண்டி வந்தது."

முடிசூடா மன்னனின் அடுத்த கேள்வி:

"சரி, கட்டாரி என்று கூறினீர்கள் அல்லவா?"

"ஆமாம்."

"இந்த அபாயகரமான ஆயுதத்தால் எத்தனை ஈக்களைக் கொன்றீர்கள்?"

"வதம்புரிவதற்கான வாய்ப்புக் கிடைக்கவில்லை."

"ஏன்?"

"கொலை செய்ய வேண்டிய இக்கட்டான கட்டம் வரும் போது மனம் ஒத்துக் கொள்ளாது."

"இதற்கிடையில் சிற்றேணிப்பாடத்து புத்தன் வீட்டுக்கும் போய் வருவீர்களா?"

"ஆமாம்."

"அங்கே அண்டர்கிரவுண்ட் மச்சின் மீது இருந்ததோ?"

"ஆமாம்."

"அப்போது மூலவியாதிக்காரனாக மூலைமுடுக்கெல்லாம் வலம் வந்தீர்களா?"

"அப்படிச் சொல்ல முடியாது. பயம் கொஞ்சம் அதிகமாக இருந்தது அவ்வளவுதான்."

"அப்படி இருக்கும் வேளையில்தான் சரோஜினியம்மாவைச் சந்தித்தீர்களா?"

"ஆமாம்."

"அப்புறம் என்னவானது?"

"காதல் மலர்ந்தது."

"பிறகு?"

"திருமணம், குழந்தை குட்டிகள்."

“மிகவும் துயரத்துக்கு உள்ளானீர்கள், அப்படித்தானே?”

“நிச்சயமாக.”

“அதன் பிறகு புரட்சிக் கட்சியிலிருந்து விலகியதற்கான காரணம் என்ன?”

“யாரையும் கொலை செய்ய வாய்ப்புக் கிடைக்காததால்.”

“அதற்கப்புறம் என்ன செய்தீர்கள்?”

“சர்வோதயாவில் இணைந்து விட்டேன்.”

“புரட்சியை வெளியிலிருந்து ஒரு கை பார்ப்பதற்காக?”

“ஆமாம்.”

“சரி, அப்புறம்?”

“அது இருக்கட்டும். இதையெல்லாம் யார் கூறியது? ராமச்சந்திரனா, இல்லையென்றால் மகன் ரவீந்திரன் நாயரா?”

“அவர்கள் மட்டுமல்ல. எங்களிடம் இன்டெலிஜன்ஸ் பலர் உள்ளனர்.”

காக்கையரசர் அனைத்தையும் கேட்டவாறே சேரில் சுற்றிக் கொண்டிருந்தார். நான் கேட்டேன்:

“எனது மனைவியின் தாயார் ஜானகியம்மா இங்கே வந்து ஏதாவது...”

“இல்லை, அந்தம்மா வரவில்லை.”

“சரோஜினி...”

“வந்து சேரவில்லை ஏன் இங்கேயும் பொழுது போக்கு வேண்டுமா?”

“அப்படியில்லை...”

“அப்படியென்றால் கேளுங்கள். பார்வதிக்குட்டி என்ற பேபியம்மாவால் வரமுடியவில்லை. மத்திய அரசு ஊழியனாகிய அந்த வித்துவானும் இன்னும் வந்து சேரவில்லை.”

“அவர் வர ஏன் தாமதம்?”

“சீதனமாக டின் கணக்கில் வந்த முறுக்குகளை எல்லாம் தின்று தீர்க்க வேண்டுமாம்.”

“பவனவேகர் என்னவானார்?”

“அவரை எத்தனை முயன்றும் தொடர்பு கொள்ள முடிய வில்லை. கீழே உறவுகளை ஒன்றிணைப்பதற்கான நிறைய வேலைகள் அவருக்காக காத்திருக்கின்றனவாம்.”

சின்னத்தம்பி ராஜாவாகிய நான் சிரித்தேன்.

காக்கையரசர் சுற்றுவதை நிறுத்தினார்.

“பையன் ஏன் சிரித்தீர்கள்?”

“பவனவேகரை அழைக்க முடியவில்லை என்பதுதானே அதன் பொருள்”

“ஏன் முடியவில்லை?”

“அழைத்தால் இருபதாண்டு நட்பு ரீதியிலான ஒப்பந்தத்திற்கு விபரீதமாகிவிடும். அப்போது மேலிடத்து சக்திகள் எல்லாம் தலையிட வேண்டியிருக்கும். அனைத்தும் குழப்பமாகிவிடும்.”

தாங்கள் கண்டுபிடிக்கப்பட்டு விட்டதால் ஏற்பட்ட நடுக்கத்துடன் காக்கையரசனும் முடிசூடா மன்னனும் பரஸ்பரம் பார்த்துக் கொண்டனர்.

முடிசூடாதவர் கூறினார்:

“நாம் விசாரணையைத் தொடரலாம். தம்புரானுக்கு குடிக்க ஏதாவது வேண்டுமா?”

“ராமச்சந்திரனை உபசரித்தது வேண்டாம்.”

“அதென்ன பொருள்?”

“கோமூத்திரம்.”

“வேறு என்ன வேண்டும்.”

“கொஞ்சம் மோர்.”

தடித்த, கிரீடம் சூடிய ஒரு குண்டன் ஒரு செம்பு நிறைய மோருடன் வந்தான். பையன் அதைக் குடித்தான்.

“யாரென்று தெரிகிறதா?” காக்கையரசன் கேட்டார்.

“இல்லை.”

“விஜயநகரத்துக் குப்தன், கிருஷ்ண தேவராயன்.”

"சின்னத்தம்பி ராஜாவாகிய நான் உற்சாகமடைந்தேன்: "இங்கே வந்த பிறகு மனிதர்களைப் பார்க்க முடியவில்லை. தம்புரான்களைத்தான் தரிசிக்க முடிகிறது."

காக்கையரசன் கூறினார்:

"இந்த கிருஷ்ணதேவராயன் ஆள் ரொம்ப சாமர்த்தியசாலி. இசைக் கலைஞர், கவிஞர், மாமல்லன். காலையில் எழுந்தவுடன் இரண்டு நாழி நெய் குடிப்பார். பின்னர் அது மயிர்க்கால்கள் வழியாக வெளியேறும் வரை கதை அல்லது வாள் எடுத்துப் பயிற்சி மேற்கொள்வார். அதன் பிறகு நீராடல், உணவு, காவியம் இயற்றுதல், அரசியல் விவகாரங்கள். அந்தி மயங்கிவிட்டால் அதன் பிறகுள்ள வித்தைகள் அனைத்தும் தெலுங்கில்தான். சந்திரிகா சர்ச்சிதராத்ரிலு, விஜயநகர சாம்ராஜ்ய வீதிலு, சப்தஸ்தம்பரமியாகர்மியாலு, சுந்தரி நாரீசமேதலு, கிரீடை சைஸ்தாலேலு மஞ்சில் புக்கு சயனித்திடுவாருலு."

"சகிக்கவில்லை" நான் கூறினேன்: "ஆள் அதிர்ஷ்டசாலிதான்."

ராயன் சென்றுவிட்டார். விசாரணை தொடர்வதற்கு முன்பு நான் கேட்டேன்:

"எங்கே ராமச்சந்திரன்?"

மன்னாதி மன்னன் கூறினார்:

"காக்கையின் ரூபத்தில் இங்கிருந்து விடைகொடுத்து அனுப்பினோம். திரும்பி வரவில்லை."

"அப்படியானால் இனிமேல் திரும்பி வரமாட்டான்."

"அது ஏன் அப்படி?"

"ராமச்சந்திரன் அப்படித்தான். தேடல் குணமுடையவன். அனேக காலம் மனிதனாக இருந்து பார்த்தான். ஒன்றும் பிடிகிடைக்கவில்லை. இனி சிறிது காலம் காகமாக இருந்து பார்க்கலாம் என்று எண்ணி பறந்து சுற்றிக்கொண்டிருப்பான்."

"எவ்வளவு தூரம் பறந்தாலும் இறுதியில் இங்குதானே வர வேண்டும்."

"வேண்டாமே. அனந்த சூனியப் பிரமாண்டப் பால்வெளியில் வேறு ஏதாவது கிரகத்துக்குப் போனாலும் போதுமே."

முதல் சுற்றில் தோல்வியடைந்த முடிசூடா மன்னன் பென்சிலைக் கீழே வைத்தார்.

நான் கேட்டேன்:

"என் மகன் ரவீந்திரன் எங்கே?"

"இதோ அவன்."

மன்னாதிமன்னன் காக்கையை எடுத்து மேசை மேல் வைத்தார்.

எனது புதல்வன் பாதுகாப்பாகத் தோளில் வீற்றிருக்கிறான் என்பதைக் கண்டவுடன் பையன் என்ற சின்னத்தம்பி ராஜாவாகிய நான் ஆறுதலடைந்தேன்.

"இவன் வெளியே எங்கும் செல்வதில்லையா?"

"செல்வதற்கு அனுமதிப்பதில்லை."

"ஏதாவது காரணம்....."

"காரணமா? நாங்கள் இவனை வெளியே விடுவோமா?"

"குற்றம் ஏதாவது....."

"குற்றம் இல்லாமலா! இரண்டு முறை, காகத்தின் சுயசரிதம் எழுதிக் காசு சம்பாதித்துவிட்டான்."

நான் சிரித்தேன்:

"என் மகன் திறமைசாலி, ஒன்று கிடைத்துவிட்டால் கடைசி வரை அதை விடமாட்டான்."

"ஆம், நாங்களும் விடுவதாக இல்லை. நீச குணம் படைத்தவனை நாங்கள் விசாரணைக்கு உட்படுத்தப் போகின்றோம்."

"சார்ஜ் என்ன?"

"காக்கை அவமதிப்பு, கன்டெம்ப்ட் ஆஃப் க்ரோ."

"தண்டனை உண்டா?"

"கட்டாயம்."

"என்ன தண்டனை?"

"தூக்கு."

நான் ஏளனமாகச் சிரித்தேன்:

"அது நடக்காது, சட்டத்தில் இடமில்லை."

"சட்டத்தில் இடமில்லையா?"

"ஆம், யாராலும் ஒருவனை இரண்டுமுறைக் கொல்ல முடியாது. தெரியாதா?"

மன்னாதி மன்னனும் முடிசூடா மன்னனும் பரஸ்பரம் பார்த்துக் கொண்டனர். சிறிது நேரத்தில் இருமல் வராமலேயே இருவரும் மாறிமாறி இருமத் தொடங்கினர். அத்துடன் உணவு இடைவேளை என்ற போலிப்பெயரில் -விசாரணை நிறுத்தப்பட்டு நீதிமன்றம் தற்காலிகமாகக் கலைந்தது.

☯

தேங்காய்

பையன் சிறுவனாக இருந்தபோது வேசுதான் வீட்டின் வேலைக்காரி. மினி ஸ்கர்ட்டும் காலர் வைத்த பிளவுஸும் அணிந்து வெள்ளை நிறத்தில் கொலுகொலுவென்று உடல் வாகு கொண்ட பதினான்கு வயதுக்காரிதான் வேசு. கான்வென்டில் படிக்கும் மாணவியைப் போலவே இருப்பாள். இங்கிலீசுதான் பேசுவாள். சிகரெட்தான் புகைப்பாள். ஸ்காச்சுதான் குடிப்பாள்.

அரிசி - உழுந்து ஆட்டும் போதும், பால் கறக்கும் போதும், பாத்திரம் தேய்க்கும் போதும், முற்றம் பெருக்கும் போதும் பையனை ஒளிந்தும் மறைந்தும் கடைக்கண்ணால் பார்ப்பாள் வேசு. அவளது கண்ணில் தூது இலக்கியம் இருந்தது. அப்படி யிருந்தும் பையனுக்கு அது புரியவில்லை.

அதன் பிறகு, கிராமப் பொதுநூலகத்திலிருந்து எடுத்த 'வினோதினி அல்லது கண்ணின் கருவிழி' என்ற புத்தகத்தை வாசித்தபோது பொருள் ஐந்தும் புரிந்துவிட்டது. அடுத்த சந்தர்ப்பத்தைப் பயன்படுத்திக் கொண்ட பையன் வேசுவை வசனங்களால் வீழ்த்தினான். விறகு ஷெட்டில் எரிபொருளும் இயற்கை எரிவாயுவும் சேகரித்துக் கொண்டிருந்தாள் குமரி.

பையன் கூறினான்:

"உன்னோட தூது எனக்குப் புரிஞ்சுப் போச்சு."

"தூதா?"

"ஆமா, நீ என்னைக் காதலிக்கிற!"

"அய்யே....."

"பரவாயில்லை. நானும் உன்னைக் காதலிக்கிறேன்."

நாலாபுறமும் கண்களை ஓடவிட்ட வேசு கேட்டாள்:

"சத்தியமாவா?"

"சத்தியமா."

“சரி அப்படீன்னா மச்சிலயிருந்து ஒரு தேங்காயை எடுத்துட்டு வா.”

“இப்போ?”

“உடனே.”

“இப்ப முடியாது, அப்பா மேலே இருக்கார்.”

“சரி நாளைக்கு.”

“எங்கே வந்து தரணும்?”

“இங்கதான்.”

“எத்தனை மணிக்கு?”

“இதே மணிக்கு, நாலுமணி பூ விரிஞ்ச உடனே.....”

“சரி.”

இரவுச் சாப்பாட்டின் போது பையன் அப்பாவின் அருகில் அமர்ந்திருந்தான். பெரிய சோற்று உருண்டைகளைப் பச்சடியில் தொட்டுதொட்டுத் தொடர்ச்சியாக ஸ்பின் பௌலல் செய்து கொண்டே ஓல்டுமேன் அம்மாவிடம் கூறினார்:

“அடியே, கெ. சரோஜினி, ஒரு நாள் விட்டு ஒரு நாள் மட்டும் குழம்புல தேங்காய் சேர்த்தாப் போதும் கேட்டியா.”

“அது ஏன்?”

“தேங்காவுக்கு இப்போப் பயங்கர விலையாக்கும். ஒரு தேங்காய் ஒண்ணரை ரூபாய், தெரியுமா உனக்கு.”

அம்மா மூக்கில் சட்டுவத்தை வைத்தாள்.

“உண்மையாகவா?”

“அதோ பேப்பரு, சந்தை நிலவரத்தைக் கொஞ்சம் பாரு.”

பையனுக்கு முகம் சிவந்தது.

“செந்நிறம் பூத்த அதே முகத்தோடு மறுநாள் நான்கு மணிக்குப் பையன் விறகு ஷெட்டுக்கு சென்றான். காதலனின் வெறுங்கையைக் கண்டவுடன் வேசுவின் முகம் வாடியது.”

“தேங்கா எங்கே?”

பையன் பேசவில்லை.

வேசு உதட்டைச் சுழித்தாள்:

"இதுதான் உன்னோட காதலா?"

அவளது புருவங்களுக்கு மத்தியில் விரலைச் சுட்டிக்கொண்டு பையன் கோபமாகக் கூறினான்:

"நீ என்னை ஏமாத்தப் பார்த்தாய். ஒரு தேங்காய் என்ன விலைன்னு உனக்குத் தெரியுமா? நீ சந்தை நிலவரத்தை வாசிச்சிருக்கியா? பச்சைத் தேங்காய் ஆயிரத்துக்கு 1500 ரூவா. திருவனந்தபுரம் பாண்டி 1510 ரூவா 30 காசு. ஆலப்புழை அஞ்சுதெங்கு 1521 ரூவா. கொட்டாரக்கரை ரெடி 2000 ரூவா புல்தைலம் குவிண்டாலுக்கு....."

வேசு காதைப் பொத்தினாள்:

"சரி, அப்போ ஓர் அடைக்காய் எடுத்துட்டு வா."

☯

நோபல் பரிசு

டாக்டர் ஸ்ரீகிருஷ்ணதாஸ் என்ற சிறப்புப் பெயரில் மருத்துவப் பயிற்சி மேற்கொண்டிருந்த அந்த நாட்களைப் பையன் அசைபோட்டுக் கொண்டிருந்தார். டாக்டர் ஸ்ரீகிருஷ்ணதாஸ் எம்எ, எம்டி, எம்ஆர்ஸிபி, ஒரு பிரபலமான மருத்துவராக மட்டுமல்லாமல் உத்தமமான கடவுள் பக்தனாகவும் விளங்கினார். நோயாளிகள் அவரை ஆனந்தமடையச் செய்ததால் அவருடைய புகழ் அணையுடைந்து ஒழுகியது. ஆனால் டாக்டர் கிருஷ்ணதாஸுக்கு பணத்தின் மீது மட்டுமல்ல உலகளவில் பிரபலமடைய வேண்டுமென்பதிலும் ஒரு கண் இருந்தது. ஆம், மருத்துவத்தில் நோபல் பரிசு வாங்கிவிட வேண்டுமென்று மோகம், மோகம் வளர்ந்து வைராக்கியமானது. நோபல் பரிசைக் கண்டிப்பாக வாங்கியாக வேண்டும்.

அதற்கான உபாயத்தையும் டாக்டர் கண்டுபிடித்தார். இன்று வரையிலும் குணமாகாத ஒரு நோயைக் கண்டறிய வேண்டும். அதைக் குணப்படுத்த ஒரு மாற்று மருந்து தயாரிக்க வேண்டும். அதன்பிறகு இரண்டையும் சேர்த்து சுவீடனில் உள்ள நோபல் அகாதெமிக்கு அனுப்ப வேண்டும். பரிசு கிடைக்கும். கிடைக்காமல் இருக்காது என்று கூறுவதுதான் மிகவும் சரியாக இருக்கும்.

குணப்படுத்த வேண்டிய நோயைப் பற்றி அவர் இரவு பகலாகச் சிந்தித்தார். அவ்வேளையில் கார்த்திகையும் மார்கழியும் ஒன்றாகச் சேர்ந்து டிசம்பரை வந்தடைந்தன. காலைநேரப் பனியிலும் குளிரிலும் பலரும் இருமத் தொடங்கினர். அப்போதே டாக்டர் கிருஷ்ணதாஸுக்குச் சுக்கிரதிசை தொடங்கிவிட்டது. அவர் இருமலுக்கு ஒரு லேகியம் தயாரித்தார். அதைச் சேவித்தவர்களுக்கெல்லாம் இருமல் நின்றது. பனிக்காலம் முடிந்த பின் இருமியவர்களின் சுவாசத்திற்கும் லேகியம் முற்றுப்புள்ளி வைத்தது. நாய்களுக்கு அம்மருந்து செலுத்தப்பட்டது. அவற்றின் இருமலும் நின்றது.

டாக்டர் ஸ்ரீ கிருஷ்ணதாஸ் திருப்தியடைந்தார்.

நீண்ட பெருமூச்சு விட்டார். குளித்து முடித்துக் குலதெய்வ மாகிய வேட்டைக்கொருமகனைக் கும்பிட்டு வணங்கினார். குடும்ப சோதிடராகிய பாடூர் பணிக்கரைப் பார்த்து விவரம் கூறினார்.

பணிக்கர் சோழி உருட்டினார். சுலோகம் சொன்னார். நற்பலன்கள் உரைத்தார்:

"கண்டுபிடிப்பை வெளிநாட்டுக்கு அனுப்பலாம். பரிசு கிடைக்கும். பதினொண்ணு பூஜ்யம் அஞ்சில் இருக்கிறான் சுக்கிரன்."

"வேற ஏதாவது செய்யணுமா?"

"பரிசு அறிவிக்கறதுக்கு முதல் நாள் வேட்டைக்கொரு மகனுக்கு நூற்றியொருமுறை கதினாவெடி வெடிச்சிருங்கோ."

"அப்படியே செய்துடுறேன்."

டாக்டர் கிருஷ்ணதாஸ் எம்.ஏ.எம்.டி.எம்.ஆர்.ஸி.பி. தனது கண்டுபிடிப்பைச் சுவீடனுக்கு அனுப்பினார். கேரளா சாகித்திய அகாதெமியிலிருந்து வாங்கிய ஒரு சிபாரிசுக் கடிதத்தையும் அத்துடன் இணைத்திருந்தார். பரிசு அறிவிப்பு வெளிவருவதற்கு முதல்நாள் மாலை வேட்டைக்கொரு மகனுக்கு நூற்றொரு கதினா வெடி வெடித்து வெடிவழிபாடும் நடத்தி முடித்தார். அதன் பிறகு மறுநாள் காலைச் செய்தித்தாளுக்காக இரவு முழுவதும் கண்விழித்துக் காத்திருந்தார்.

செய்தித்தாள் வந்தவுடன் டாக்டர் ஸ்ரீகிருஷ்ணதாஸ் சுக்குநூறாக வெடித்துச் சிதறிவிட்டார். மருத்துவத்திற்கான நோபல் பரிசைப் பெற்றவர்களாக மூன்று வெள்ளைக்காரர்கள் அறிவிக்கப்பட்டிருந்தனர்.

'ஏமாத்திட்டாங்களே!' என்று கதறிக் கூத்தாடி மார்பில் அடித்துக் கொண்ட டாக்டர் ஸ்ரீகிருஷ்ணதாஸ் பாடூருக்கு ஓடினார்.

பணிக்கர் மீண்டும் சோழி உருட்டினார்.

"நாம் ஒரு சின்ன தவறு செய்துவிட்டோம். வேட்டைக்கொரு மகனுக்கு நாம நூற்றியொரு கதினா வெடி தானே வெடிச்சோம்?"

"ஆமா."

“ஆனா, வெள்ளைக்காரங்க மூணுபேரும் யேசு கிறிஸ்துவுக்கு முன்னால தலா ஆயிரத்தொரு மெழுகுவர்த்தி ஏத்தி வெச்சிருக்கா.”

“அப்படினா?”

“நாமளும் ஆயிரத்தொரு கதினா வெடி வெடிச்சிருக்கணும்.”

“இனி?”

“அடுத்த தடவை அப்படிச் செய்வோம்.”

“பணிக்கரே! ஆயிரத்தி ஒண்ணு இல்லை. விடியற வரைக்கும் கதினாவெடி வழிபாடு நடத்துறேன். ஆனால் பரிசு கிடைக்குமா?”

“கண்டிப்பா கிடைக்கும், இந்த தடவை நம்ம புத்தி கொஞ்சம் குறைஞ்சுட்டுது. பரவாயில்லை, அடுத்த ஆண்டு அது வளர்ந்துடும்.”

“அப்படி ஏதாவது பிரமாணம் இருக்குதா?”

பணிக்கர் கூறினார்:

“இல்லாமலா? புத்திசாலி பலசாலியாவான்.”

டாக்டர் ஸ்ரீகிருஷ்ணதாஸ் என்ற பையன் கூறினார்:

“தாங்க்ஸ், பணிக்கரே. நான் இப்பவே போயி மேலும் ஆராய்ச்சி செய்யறேன்.”

☯

ஜீவாத்மா

நகரத்தின் நடுவே எண்ணற்ற நட்சத்திரக் குறியீடுகள் கொண்ட அந்த ஹோட்டலை நோக்கிப் பையன் நடக்கின்ற வேளையில் பாதி வழியில் யாரோ ஒருவன் பின்தொடர்ந்தான். வெகுதூரம் தன்னை ஒருவன் நிழல் போலப் பின் தொடர்வதைக் கண்ட பையன் கேட்டான்:

"யார் நீ?"

"நான் ஒரு கதாப்பாத்திரம்."

"அதற்கு நான் என்ன செய்ய வேண்டும்?"

"தங்களுடைய கதையில் எதாவது ரோல் தருவதாக இருந்தால்..."

"இந்த நகரத்தில் வேறு ஏதாவது எழுத்தாளர்களை அணுகினாயா?"

"ஆமாம்."

"அவர்கள் என்ன சொன்னார்கள்?"

"வழியொன்றும் இல்லையாம், அவர்களது பேனாவும் மனதும் நிறைகுடங்களாம். தளும்பாதாம்."

ஹோட்டலின் நுழைவுவாயிலை அடைந்தபோது பையன் கூறினான்:

"நீ இங்கேயே நில், நான் இதோ வந்துவிடுகிறேன்."

"சார் ஏதாவது ஒரு கதைக்குள் என்னையும் புகுத்தி விடுங்கள்."

"முயற்சி செய்து பார்க்கிறேன்."

"அப்படிச் சொன்னால் போதாது."

"இயன்றவரை என்பதையும் சேர்த்துக்கொள்."

"இது போதும் சார்."

நுழைவு வாயிலில் காத்து நிற்கின்ற கதாப்பாத்திரத்தை எங்கே பிரதிஷ்டை செய்யலாம் என்ற சிந்தனையுடன் எண்ணற்ற

நட்சத்திரக் குறியீடுகள் கொண்ட ஹோட்டலின் புல்பரப்பை நோக்கி நடந்தான் பையன். அவ்விடம் கதாப்பாத்திரங்களால் நிரம்பி வழிந்தது. உத்தியோகஸ்தர்கள், வணிகர்கள், யவனர்கள், துஷ்ட பிரபுக்கள், எழுத்தாளர்கள், பத்மவிபூஷணர்கள், தாமிர பத்திரம் நேடியவர்கள், வேத இதிகாசக்காலம் முதல் சோமபானமும் சுராபானமும் காய்ச்சுபவர்கள்.

அவர்களுக்கிடையில் வழக்கமான செனாரியோவை வாசித்துவிட்டு, நீண்டகாலத் திட்டங்களையும் அண்மைக்காலப் பார்வைகளையும் பற்றி விவரித்தபின்னர் பையன் அங்கே சுற்றி நடந்தான். தீய கதாபாத்திரங்கள் நிறைந்த புராணத்தில் மூழ்கி கோள்களுக்கிடையிலூடே சஞ்சரித்தான்.

பின்னர் வெள்ளைத் தொப்பி அணிந்த விடியல் என்ற வேலைக்காரன் விரைவாகச் சென்று சுக்கிரனின் சுவிட்சைத் தட்டி ஒளிபெறச் செய்தபோதுதான் ஹோட்டலிலிருந்து வெளியே வந்தான். காலநேரம் மறந்து நடக்கின்ற பையனது போக்குக்கு நுழைவாயிலில் தடைபோடப்பட்டது.

கடைசி பீடியையும் இழுத்து முடித்த கதாப்பாத்திரம் அப்போதும் அங்கேயே நிற்கிறான்.

“என்னவாயிற்று சார்?”

“ஸாரி” பையன் கூறினான்: “இப்போது எழுதி முடித்த கதையில் உன்னைச் சேர்க்க முடியவில்லை.”

“அப்படியானால்?”

“அடுத்த இதழில் பார்க்கலாம்.”

“மறந்து விடாதீர்கள்!”

“சரி.”

* * *

பெட் காஃபி குடித்து முடித்த பின் தொலைபேசிக் கருவியைப் பார்த்தபோது அது முதல் முறையாக மணியடித்தது. பையன் கருவியை எடுத்துக் காதில் வைத்தான்.

இயந்திரம் கூறியது:

“நான்தான், பதிவு செய்யப்பட்ட நேரம்.”

"சரி, அப்புறம்?"

"எட்டுமணி... பீப்... பீப்... பீப்."

"சரி... நன்றி."

குளியலறையிலிருந்து வெளியேறும் போது இயந்திரம் இரண்டாவது முறையாக ஒலித்தது.

பையன் கேட்டான்:

"ஹலோ! யாருங்க?"

"நான்தான் பையன்."

"நாயே, அப்போ நான் யாருடா?"

"ஸாரி, ராங் நம்பர்."

காலை உணவை முடித்துக் கொண்டு வெளியே புறப்படுவதற்கு முன் மீண்டும் கருவியின் மீது கண்களைச் செலுத்திய போது பாவம் அது மூலையிலிருந்து நடுங்கத் தொடங்கியது ஏதாவது எழவுச் செய்தி வருகிறதோ, பையன் நினைத்தான். கருவி கவலையால் நிலை தடுமாறுகிறது. பின்னர் நடுக்கத்திற்கிடையே அது திடீரென்று மணியடிக்கத் தொடங்கியது.

பையன் கருமத்தை எடுத்துக் காதில் வைத்தான். அது தன் மனைவியின் விளம்பரம்: "அன்பே! எங்கே இருந்தாலும் உடனே திரும்பி வாருங்கள். இனிமேல் தங்கள் கண்மறைவில் நான் எனது கள்ளத்தொடர்பை வைத்துக் கொள்கிறேன்."

☯

வர்க்கம், வர்ணம்

எட்டாம் வகுப்பில் பூகோள அறிவியல் கற்றுக் கொடுத்த யக்னேஷ்வர ஐயர் சார், ஓய்வுபெற்ற பிறகு ஒரு நாள் பாதையில் உள்ள வாய்க்கால் பாலத்தில் உட்கார்ந்து காற்று வாங்கிக் கொண்டிருந்தார். விடுமுறையில் ஊருக்கு வந்திருந்த சீடனாகிய பையன் அவ்வழியாக வந்தபோது குருவுக்கு வணக்கம் கூறினான். குருநாதர் கேட்டார்:

"நீ இப்போ எங்கே இருக்கே?"

"டெல்லியில் சார்."

"என் மகள் தைலாம்பாளோட வீட்டுக்காரரும் டெல்லியில் தான் இருக்கார்."

"டெல்லியில் எங்கே சார்?"

"டிஃபன்ஸ் மினிஸ்டிரியில அண்டர் செக்ரட்டரி."

"பேரென்ன சார்?"

"முத்துராமலிங்க ஐயர், பரத்வாஜ கோத்திரம்."

"இன்டியன் அட்மினிஸ்ட்ரேட்டிங் சர்வீஸில இல்லை, அப்படித்தானே சார்?"

"அதையெல்லாம் விடப் பெரிய பதவி சுதந்திரம் கெடைச்ச காலத்துல ஸர்தார் பால்தேவ் சிங்கிட்ட ஸ்டெனோகிராஃபரா இருந்தார்."

"ரொம்ப சந்தோஷம் நான் உங்களைப் பார்த்த விவரத்தை முத்துராமலிங்கத்துகிட்டச் சொல்றேன்."

"உங்களுக்கு ஏன் கஷ்டம், ஹி இஸ் எ பிஸிமேன்."

"சார் பரவாயில்லை, நான் கூப்பிட்டுப் பேசிக்கிறேன்."

"டெலிபோன்லயா?"

"இல்லை, நேரில்."

"அதெப்படி? நீ....."

“நான் முத்துராமலிங்கத்தோட ஜாயின்ட் செக்கரட்டரிதான் சார்.”

* * * *

பிரின்ஸ்டன் பல்கலைக்கழகப் பேராசிரியையும் நாயர் சமூகத்தைச் சேர்ந்தவளுமாகிய அந்தப் பெண் தன் கணவனுடன் பிறந்த வீட்டுக்கு வந்திருந்தாள். சுற்றத்தாரும் நண்பர்களும் அவளிடம் நலம் விசாரிக்கச் சென்றிருந்தனர். அவர்களுள் ஒருவனாகிய கள்ளங்கபடமற்ற பையன் அந்தப் பெண்ணிடம் கேட்டான்:

“அக்கா இப்போ போனா இனி எப்போத் திரும்பி வருவீங்க?”

“இனிமேல் வரமாட்டோம்னுதான் நினைக்கிறேன்.”

“ரிட்டையர் ஆனப் பிறகும் வரமாட்டீங்களா?”

“இல்லை ஸ்டேட்ஸ்லயே ஸெட்டில் ஆயிடுவோம்.”

“அண்ணன் எங்கே?”

“தூங்குறாரு.”

அண்ணன் மகாராஷ்டிராகாரர்தானே?

உக்கிர மூர்த்தியான சிவனது சீமந்த புத்திரி சத்தமாகப் பையனை எடிட்டிங் செய்தாள்:

“மகாராஷ்ட்டிராப் பிராமணர்.”

கருப்புப் பணம்

பையன் வார இதழின் ஆசிரியரைச் சந்தித்து விட்டு நேராக நிதியமைச்சரின் அலுவலகத்துக்குத்தான் சென்றான். அமைச்சர் அன்றைய வியாபாரத்தை முடித்துவிட்டுக் கடையைப் பூட்டிக் கொண்டிருந்தார். சில்லரையையும் நோட்டுக் களையும் பைக்குள் பத்திரப்படுத்தியிருந்தார்.

"பகல் வியாபாரம் முடிஞ்சுதா?" பையன் கேட்டான்.

"முடிஞ்சுது," நிதியமைச்சர் கூறினார்: "நீ வந்த நோக்கம் என்னவோ?"

"அவசரமாக ஒரு ஐம்பதாயிரம் ரூவா தேவைப்படுது."

"என்ன அவசரத்துக்காம்?"

"தற்காலப் பொருளாதார நிலவரத்தைப் பற்றி வார இதழுக்கு ஒரு தொடர்கதை எழுதித் தருவதாக வாக்குக் கொடுத்துட்டேன். அது சம்பந்தமா ஆராய்ச்சி செய்ய டப்பு வேணும்."

"வாரப் பத்திரிக்கை கொடுக்காதா?"

"வார இதழ் மக்களுடையது, மக்கள்கிட்டப் பணம் கிடையாது. ஆட்சியதிகாரமும் மக்கள் கையிலே இல்லையே."

"இருந்தாலும்" நிதியமைச்சர் கூறினார்: "ஐம்பதாயிரம் ரூபாய் எதுக்கு?"

"நான் ஆளுங்கட்சியச் சேர்ந்தவனா இருக்குறதுனாலத்தான் இவ்வளவு பிரச்சனைகளும்" பையன் கூறினான்: "கண்ணுல படுற வெள்ளைத் தொப்பிக் காரனுக்கெல்லாம் டீ வாங்கிக் கொடுக்கணும், மதுவென்றால் அது. மாதென்றால் அதுவும். அப்புறம் நமது கட்சியின் ஸ்டேட்டஸ்க்குத் தகுந்த மாதிரி நானும் நடந்துக்க வேண்டாமா? அதுக்கிடையில் ஆராய்ச்சி....."

பையனது முகத்துக்கு நேராக விரலை நீட்டி, குரலைத் தாழ்த்தி, நிதியமைச்சர் கூறினார்:

"என்னவானாலுஞ் சரி ஸ்டேட்டஸை மட்டும் விட்டுக் கொடுக்கக் கூடாது."

“அது எனக்குத் தெரியாதா வைசரவன்ஜி? அதுக்காகத்தானே இப்போ அம்பதாயிரம் ரூவா வேணும்னு கேட்டேன்.”

“ஆனால் எங்கையில இப்போப் பணம் இல்லையே.”

“அப்படியெல்லாம் சொல்லலாமா.”

பையன் கிண்டலாக பதிலுரைத்தான்:

“நாசிக்கிலயும் தேவர்ஸியிலயும் இருக்கிற செக்யூரிட்டி பிரஸ்ஸுகள்ல வேலை நிறுத்தப் போராட்டம் நடக்கிறதா? இல்லைன்னா எந்திரத்தில் கோளாறா?”

நிதியமைச்சர் விளக்கம் கூறினார்:

“டேய்! பற்றாக்குறை பணம் அச்சடிப்பதெல்லாம் உண்மை தான். அது பட்ஜெட்ல உள்ள பற்றாக்குறையைப் போக்கறதுக்கு. நான் லோக்சபாவுல கணக்குக் காட்டணும்.”

பையன் பொறுமை இழந்துவிட்டான்:

“உங்களால பணம் தரமுடியுமா? இல்லை, நான் பிரதமர் கிட்டப் போகவா?”

நிதியமைச்சர் அரண்டுபோனது போல் தோன்றியது. அவர் கூறினார்:

“இதுக்கெல்லாமா? இந்த ஐம்பதாயிரத்துக்கு”

“சரி அதுக்கு நானே ஒருவழி கண்டுபிடிச்சுக்கவா?”

“ஓஹோ!”

“சரி, மின்னல் பரிசோதனை நடத்திக் கருப்புப் பணத்தைக் கண்டு பிடிக்கிற ஆபீசருக்கு ஒரு ஃபோன் பண்ணுங்க, வேற ஒண்ணுமில்ல எங்கூட வந்து கொஞ்சம் திரவியத்தை வெளியே எடுக்கறதுக்குத்தான்.”

அமைச்சர் தொலைபேசியில் தூதனுப்பினார்.

பையன் காரில் ஆபீசருடைய வீட்டுக்குச் சென்றான். மாலை நேரம். அதிகாரி வர்க்கம் பையனை எதிர்பார்த்துக் காத்திருந்தது.

“வாங்கோ வாங்கோ, நான் கிளப்புக்கு போறதுக்கு ரெடியாயிண்டிருந்தேன். காஃபி?”

“வேண்டாம் ஐயரே” பையன் கூறினான்: “டெலிஃபோன் எங்கே இருக்குன்னு காட்டுங்க. முதல்ல கருப்புப் பணம் வெளியே வர்றதுக்கான ஒரு கிளைமேட்டை உருவாக்குவோம்.”

நகரத்திலுள்ள ஒரு பழைய வணிகரான லாலாவுக்கு எமகண்டன் ஃபோன் செய்தான்:

“லாலா, நான் தான்.”

“நமஸ்தேஜி!”

“அதெல்லாம் அப்புறம். ஐம்பதாயிரம் ரூவா வேணும்.”

“எப்போ?”

“இப்போ, இதோ நானும் ஆபீசரும் வந்துட்டிருக்கோம்.”

“சரி, சின்ன ஸேஃப் போதுமா?”

“போதும்.”

“வேற, கானா, டின்னர்?”

“அதெல்லாம் இன்னொரு நாள்.”

“சரி, வாங்க மகராஜ்! ராம், ராம்; பீம்! லஷ்மண்சிங்!”

“வாங்க என்னோட காரிலேயே போகலாம்” பையன் ஆபீசரிடம் கூறினான்.

“போலீஸ் பந்தோபஸ்து?”

“ஒரு அவஸ்தையும் வேண்டாம் ஐயரே.”

“ஒரு கைத்துப்பாக்கியாவது?”

“பென்சில் கூட எடுத்துட்டுப் போகக்கூடாது.”

மாலை மயங்கிய நேரத்தில் லாலாவின் மாளிகையை அடைந்தனர். மின்னல் பரிசோதனையாளர்களை வரவேற்பறையில் உட்கார வைத்து உபசரித்தார் லாலா.

ஒரு சமிக்ஞை கிடைத்தவுடன் இரண்டு வேலையாட்கள் ஒரு சேஃபைத் தூக்கிக் கொண்டு வந்து அதிகாரிகள் முன் வைத்தனர்.

“இது போதுமா பையன்ஜி?” லாலா கேட்டார்.

“திறங்க.”

ஒரு லட்சத்து எண்பதாயிரம் ரூபாய் இருந்தது. பையன் ஐம்பதாயிரம் எடுத்தான். திடீரென்று ஐயருக்கு முப்பதாயிரம் தேவைப்பட்டது. ஒரு லட்சம் மீதி. லாலாஜியிடமிருந்து இன்னொரு சமிக்ஞை கிட்டியவுடன் இன்னொரு வேலைக்காரன் இன்னும் ஒரு லட்சம் ரூபாய் கொண்டு வந்து சேஃபில் வைத்தான்.

"இப்போ எப்படி, பையன்ஜி?" லாலா கேட்டார்.

"ஒண்ணும் ஒண்ணும் ரெண்டு லட்சம்" பையன் கூறினான்.

"சரிதான், ஐயராம் ஜீ கீ! கணக்கு நோட்டு கொண்டு வரட்டுமா?"

"கொண்டு வாங்க."

நோட்டை ஆபீசரிடம் நீட்டிக் கொண்டு பையன் கூறினான்: "எழுதுங்க ஐயரே, மின்னல் பரிசோதனையின்போது இரண்டு லட்சம் ரூபாய் பணமாகக் கண்டுபிடிக்கப்பட்டது. ஆனால் அதற்கான ஆவணங்கள் சரியாக இருக்கின்றன. ஆகையால் வெள்ளைப் பணம்."

ஐயர் தலையைச் சொரிந்தார்:

"ரெண்டு லட்சத்தை வெள்ளையாக்குறதுக்கு வெறும் முப்பதாயிரம் தானா?"

பையன், இந்திய அரசியலமைப்புச் சட்டத்தின் முக்கியமான பிரிவை மனப்பாடமாகச் சொன்னான்:

"தேவைக்கு அதிகமான திரவியத்தின் மீது ஆசை கொள்கின்ற துஷ்டனாகிய அரசு ஊழியன்....."

ஐயர் கை கூப்பினார்:

"சரி சார்."

"வேறென்ன வேணும் ஸாப் ஜி?" லாலா கேட்டார்.

"ஒரு கெய்ஸ் ஸ்காச்சையும், ஒரு கார்ட்டன் ஃபில்டர் சிகரெட்டையும் கார்ல கொண்டு போய் வைக்கச் சொல்லுங்க."

"ஐயர் ஜீக்கு?"

"நான் குடிக்க மாட்டேன், புகையும் போட மாட்டேன்."

"சரி."

"அதுக்கான திரவியமும் சேர்த்துக் கொடுத்தா....."

"வேண்டாம்" பையன் கூறினான்: "அதுக்குப் பதிலா ஒரு பீப்பா தயிரு கொடுங்க."

"ரொம்ப நல்லது."

"லாலா ஃபோன் கொடுங்க" பையன் சொன்னான்: "மின்னல் பரிசோதனையைப் பற்றிப் பதிரிக்கைக்கு செய்தி சொல்லிடுறேன்."

"என்னோட பேர் வருமா, ஸாப்ஜி?"

"ச்சே, உங்க பேரு யாருக்கு வேணும்? உங்களுக்கெல்லாம் பெரிய பிரதம மந்திரின்னு நினைப்பு."

"அதுக்கில்லை, ஸாப்ஜி."

"அப்படீன்னா பேசாம இருங்க."

"ராம் ராம்!"

மின்னல் பரிசோதனையில் ஒரு பிரபல வியாபாரி சிக்கிக் கொண்ட கதையைச் செய்தி ஏஜென்சியிடம் விவரித்தான். அதைக் குறித்துக் கொண்ட சிட்டி ரிப்போர்ட்டரின் யாசிக்கும் குரல்:

"பையன் சார் மாதக் கடைசி ஆயிட்டது."

"அதுக்கு..."

"ஒரு இருபத்தஞ்சு ரூவா கிடச்சா..."

"டேய்! தரித்திரம் பிடிச்சவனே, என்னை இவ்வளவு கேவலமா எடைபோடாதே....."

"சார்!"

"காலைல வீட்டுக்கு வந்து என் சர்வண்ட்கிட்ட நூறுரூபா வாங்கிக்கோ."

"சரி சார்."

"என்னை எழுப்பித் தொந்தரவு கொடுக்கக் கூடாது."

"சரி சார், நன்றி சார்."

"வாலாட்டினது போதும். நான் இப்போ மகிழ்ச்சியா இருக்கேன்."

☯

கிஷ்கிந்தா காண்டம்

பறக்கும் கோழியைப் பிடித்துக் கட்டிப் போடுவது மட்டுமல்ல, அதற்கு மாறாகவும் செய்யக்கூடிய திறமை படைத்தவன்தான் பையன் என்று பெயர் கொண்ட சமையல்காரப் பெரிய கிட்டுண்ணி நாயர். இவன் ஒரு மகாமந்திரவாதி. அசகாய சூரன், ஜமீன்தார். செல்வாக்கு மிக்க ஒரு நம்பூதிரியைக் காரியஸ்தனாக வைத்திருக்கும் செல்வச் சீமான். அறுபத்தைந்து சினக்கத்தூர் பூரங்கள் கண்ட ஆன்மீகவாதி, இப்படிப்பட்ட யுகபுருஷனிடம், போருக்கு வாடா வாலி! என்பது போல், மந்திரவாதத்துடன் கிஷ்கிந்தையில் வந்து குடியேறிய தாடிக்காரன் யுக்திவாதி யுத்தத்திற்கு அறைகூவல் விடுக்கிறான். யுகங்கள் சகிக்குமா? வரலாறு பொறுக்குமா?

சாத்தான் இருக்கிறான் என்பதுதான் பையனது மதம். மதமல்ல நம்பிக்கை. அவன் கண்களுக்குச் சாத்தான் புலப்படுவான். அவனால் பாதிக்கப்பட்ட எத்தனையோ பேய், பூதம், பிசாசு முதலியவற்றுக்கு பையன் முக்தி அளித்திருக்கிறான். மேலும் மேலும் அற்புதங்களை நிகழ்த்திக் கொண்டிருக்கிறான். அப்படிப் பட்ட நேரத்தில்தான் யுக்திவாதத்தைத் தொழிலாகக் கொண்ட தாடிக்காரனின் கடிதம் கிஷ்கிந்தையிலிருந்து வருகிறது:

அன்புள்ள, பெரிய கிட்டுண்ணி நாயர் என்ற சமையல்காரப் பையன் அவர்களே.

> தங்களிடம் நிறைந்திருக்கின்ற அற்புத சக்திகளைப் பற்றிய செய்திகள் கர்ணகடோரமானவைகளாக இருக்கின்றன. தாங்கள் சாத்தானை வழிபடுகிறீர்கள் என்பதைச் சாத்தானுக்கு வைரியாகிய நான் எதிர்க்கிறேன். தாங்கள் பொய்யர், வேடதாரி, சாதாரணச் சமையல்காரக் கிட்டுண்ணி நாயர், பையன் அவ்வளவு தான்.
>
> சாத்தான் பிடித்திருக்கிறான் என்று மூட ஜனங்கள் நம்புகின்ற ஒரு முப்பது வயது இளைஞன் இப்போது என்னிடம் சிகிச்சை பெற்று வருகிறான். அவனுக்கு வந்திருக்கும் நோய் ஹிஸ்டீரியா. உங்களது மந்திர சக்தியால் அவனைக் குணப்படுத்த முடியுமா? நான் உங்களிடம் சவால் விடுகிறேன். குணப்படுத்தினால் ஒரு லட்சம் ரூபாய் நான் தருகிறேன்.

இல்லையென்றால் நீங்கள் எனக்கு ஒரு லட்சமும் கொடுத்து நோயாளியும் நானும் வந்து போவதற்கான விமானப் பயணக் கட்டணத்தையும் தங்கும் செலவையும் ஏற்றுக்கொள்ள வேண்டும்.

இது நான் தங்களுக்கு விடுக்கும் சவால். ஏற்றுக் கொள்ளுமாறு வேண்டுகிறேன். இதிலிருந்து விட்டு விலகக் கூடாதென்றும் நான் உங்களுக்கு அறைகூவல் விடுக்கிறேன்.

பெட்ரண்ட் ரஸல் பிரபுவுக்குப் பிறகு மீமாம்ஸத்தில் நோபல் பரிசு பெறத் துடிப்பவன் நான் என்பதையும் இதன்மூலம் தங்களுக்குத் தெரியப்படுத்திக் கொள்கிறேன்.

இப்படிக்கு,
கிஷ்கிந்தைத் தாடிக்காரன்,
நிலையான யுக்திவாதி.

சமையல்கட்டுப் பெரிய கிட்டுண்ணி நாயர் என்ற பையன் உரக்கச் சிரித்தான்:

"ஜாடவேடா!"

காரியஸ்தன் நம்பூதிரி வினயத்துடன் ஓடி வந்தார்.

"செல்லம் எடுக்கட்டுமா"

மனதை ஒருமுகப்படுத்திய நாயர் வெற்றிலையை மென்று எட்டித் துப்பி விட்டுக் கடிதத்தைக் காரியஸ்தனிடம் நீட்டினான்.

முக்காலமும் உள்ளங்கையில் நெல்லிக் கனியைப் போலக் கண்டு கொண்டிருக்கின்ற மகாமந்திரவாதி, தனது ஜமீன்தார், அவரைச் சவாலுக்கு அழைக்கின்ற தாடிக்காரனின் கதையில்லாக் கதையை வாசித்தபோது காரியஸ்தனுக்கும் சிரிப்பு வந்தது.

"பதில் எழுது."

"இதோ."

"குட்டிச்சாத்தானின் விஸ்வரூப தினமாகிய அடுத்த சனிக்கிழமை, வியாதிக்காரனுடன் தாடிக்காரனை இங்கே வரச் சொல்."

"அப்படியே எழுதி விடுகிறேன்."

காலையில் கொச்சி விமான நிலையத்தில் தரை இறங்கிய தாடிக்காரனும் வியாதிக்காரனும், மதியவேளையில் ஒரு டூரிஸ்ட்

காரில் சமையல் கட்டை வந்தடைந்தனர்.

பத்தாய அறையின் வராந்தாவில் அமர்ந்து பையன் அவர்களை வரவேற்றான்:

"வாருங்கள், கிஷ்கிந்தை தாடியே வாருங்கள்! வந்து தாடியைத் தடவி ஆசனத்தில் அமருங்கள்."

கண்கள் மேல்நோக்கி நிலைக்கத் தொடங்கியிருந்த நோயாளியின் கையைப் பிடித்தவாறு யுக்திவாதி நாற்காலியில் அமர்ந்தான்.

"ஒரு லட்சம் தயார்தானே?"

"தயாராக இருக்கிறது. அப்படித்தானே ஜாடவேடா?"

"லண்டன் பார்க்லேய்ஸ் வங்கிக்குச் செக்காக....."

"அது போதும், அது போதும்."

நோயாளியை அருகில் நிறுத்தி, யுக்திவாதி கேட்டான்:

"சாத்தான் பிடித்திருக்கிறானா?"

குடுமியை அவிழ்த்துக் கட்டிவிட்டுக் கோவணத்தை இறுக்கிக் கொண்ட பையன் நோயாளியை அரிமா நோக்கு நோக்கினான்:

"அவனே தான்."

"நான் ஹிஸ்டீரியா என்கிறேன்."

"இரண்டும் ஒன்றுதான், அனைத்தும் ஒன்றே."

"அப்படியானால் சவாலை ஏற்றுச் சாத்தானிடமிருந்து வியாதிக்காரனை விடுவியுங்கள்!"

பையன் சைகைப் பிரயோகம் நடத்தினான். நோயாளி தரையில் செங்குத்தாக விழுந்தான். சாத்தானின் பீடையால் கண்களை உருட்டினான். கைகால்களை உதறினான்.

பையன் கனிவுடன் குனிந்து பாவப்பட்டவனாகிய வியாதிக்காரனின் செவியில் மந்திரம் ஓதினான். உடம்பைப் பிடித்து உலுக்கினான். மெதுவாக அழைத்தான்:

"ஜெர்ம ஜெர்மமேயதி சாத்தஹ."

அடுத்த கணம் நோயாளியிடம் சலனமேதும் இல்லை.

மதிய உறக்கம் உறங்கி எழுபவனைப் போல் அழகாகக் கொட்டாவி விட்டவாறு எழுந்தான்.

பையன் டு தாடி:

"போதுமா?"

ஹிப்னோட்டைஸ் செய்வதைப் போலத் தாடி மந்திர வாதியைப் பார்த்தான்.

பையன் சிரித்தான்:

"பார்வையால் பதம் பார்க்க வேண்டாம். உலகக் கண்கள் அனைத்தும் ஒன்று சேர்ந்தாலும் என்னை ஹிப்னோட்டைஸ் செய்ய முடியாது."

"இவனுக்கு இனிமேல் வியாதி வந்தால்?"

"வராது."

"எவ்விதமானாலும் தற்காலிகமாக இவனது நோயைக் குணப்படுத்தியது கூடத் தாங்கள் இல்லையென்றுதான் நான் கூறுவேன்."

"புரியவில்லையே."

"எனது சிகிச்சையின் பலன்தான் இந்த முக்தி. தங்களது துர்மந்திரம் அத்துடன் சேர்ந்து கொண்டது அவ்வளவுதான்."

"அப்படியானால் ஒரு லட்சம் தரமாட்டீர்கள்?"

"இனியும் ஒருமுறை நிரூபிக்க வேண்டும்."

பையன் கண்களை மூடினான். தியானத்தில் ஆழ்ந்தான். சுவாசத்தைக் கட்டுப்படுத்தினான். மகாமந்திரம் உச்சரித்தான்.

"யுக்திவாதியே! இப்படியொரு முகூர்த்தம் வருமென்று எனக்கு முன்பே தெரியும். இன்னும் இரண்டு நிமிடத்தில் தங்களுக்கு மரணம் சம்பவிக்கும். யாராலும் தடுக்க முடியாது."

யுக்திவாதி, தாடியைத் தடவிக்கொண்டு சிரித்தான்:

"மந்திரவாதி! நான் நேற்றுதான் மெடிக்கல் செக்கப் செய்தேன். ஹார்ட்டில் ஏதும் கோளாறு இல்லை."

மனம் நொந்து வாசற்படியைப் பார்த்துப் பையன் மகாமந்திரத்தைத் தொடர்ந்தான்:

“குட்டிச்சாத்தானே! உனக்கான நேரம் வந்துவிட்டது. எமனாலும் தடுக்க முடியாது. எது விதியோ அதைச் செய்வாயாக.”

திடீரென்று வானவீதியில் இடி முழங்கியது. மழை பெய்தது.

அவ்வளவுதான் அதுவரை யாருக்கும் யாதொரு இடையூறுமின்றி, அரூபமாக அவ்வீட்டின் வாசற்படியில் யுகயுகமாக நித்திரையில் மூழ்கியிருந்த குட்டிச்சாத்தான் திருவடிகள் பிடரியைச் சிலிர்த்துக் கொண்டு எழுந்து நின்றது. வாயுவேகத்தில் உள்ளே புகுந்து பத்தாய அறைக்குள் பாய்ந்தது. ‘பூ’ என்று கிஷ்கிந்தா தாடிக்காரன் மீது ஓர் ஊது.

யுக்திவாதி பஸ்பம்.

பையன் மந்திரித்தார்:

“க்ரீம் க்ரீமாத்மக...”

குட்டிசாத்தான் இன்னொருமுறை ஊதியது.

அத்தோடு பஸ்பமும் மறைந்துவிட்டது.

அதன் பிறகு குட்டிச்சாத்தான் திருவடிகள் தன் இருப்பிடம் அடைந்து மீண்டும் நீண்ட நித்திரைக்குள் இலயித்துவிட்டது.

மாவீரன்

நீலிமாவிடமிருந்து ஃபோன் வரும்போது பையன், தார்மீகக் கோபத்தால் கொதித்துக் கொண்டிருந்தான். ரோவிங் அம்பாஸடராக உலக நாடுகளின் தலைநகரங்கள் நடுங்கும்படிச் சுற்றுப் பயணம் மேற்கொண்டிருக்கின்ற தனது ஊர்க்காரன் உக்கிரமூர்த்தியை, ஒரு நாலாந்தர நகைச்சுவை வாரஇதழ் குரங்கை விட மோசமாகச் சித்தரித்துள்ளது. வெறுப்பையும் விரோதத்தையும் உமிழ்கின்ற கேலிச்சித்திரம், கோபப்படாமல் என்ன செய்வது?

பையன் ரிசீவரில் மொழிந்தான்:

"கொஞ்சம் பொறு நீலிமா என் கோபம் கொஞ்சம் குறையட்டும்."

"உனக்கு என்னவாயிற்று?"

"நமது உக்கிரமூர்த்தியை அவன் உருக்குலைத்து விட்டான்."

"யாரு?"

"அவன்தான்; ஜனங்கெல்லாம் ஆகா ஓகோன்னு புகழ்ந்து பேசுற அந்த நகைச்சுவை வாரப்பத்திரிக்கையோட ஆசிரியன். போன வாரம் வரைக்கும் உக்கிரன் அவனுக்கு ஹீரோ இந்த வாரம் பரம விரோதி."

"டேக்கிட் ஈஸி."

"வரையரதுக்கும் ஒரு அளவும் தரமும் இருக்குது. நான் அவனைக் கொல்லாம விடமாட்டேன்."

நீலிமா சிரித்தாள்:

"ரொம்ப அசிங்கமா வரைஞ்சிருக்கானா?"

"அந்தப் படத்திலே உக்கிரமூர்த்தி மனுஷன மாதிரியே தெரியலை."

"இப்படி ஏதாவது நடக்கும்னு எனக்கு ஏற்கனவே தெரியும்."

"அவன் உங்ககிட்ட ஏதாவது சொன்னானா?"

"யாரு?"

"இப்போ ஓவியனாகவும் அவதாரமெடுத்திருக்கிற அந்தப் பத்திரிக்கை ஆசிரியன்"

"ஓ. நோ."

"அப்புறம்?"

"முந்தாநாள் ராத்திரி மாவீரன் உக்கிரமூர்த்தி பத்திரிக்கை ஆசிரியரை லேசாகப் பதம்பார்த்தார்."

"எங்கே வெச்சு?"

"பத்திரிக்கை ஆசிரியன் தன்னோட கிழிஞ்ச துணிப் பத்திரிக்கையில தேவையில்லாத எதையாவது செய்துவைப்பான்னு அதுக்கு அப்புறம்தான் நான் நினைச்சேன்."

பையன் பொறுமையுடன் கேட்டான்:

"எங்கே? என்ன நடந்ததுன்னு சொல்லு?"

திராவிடமும் உத்கலயும் தாண்டி வங்கதேசத்திலிருந்து வந்த அழகியின் குரல் அமைதியாக ஒலித்தது:

"கதையைக் கேட்டா உன்னோட இரத்த ஓட்டம் சாதாரண நிலைக்கு வந்துடும்."

"அப்படீன்னா சொல்லித் தொலை."

"போன்ல சொல்ல முடியாது."

"அப்புறம்?"

எனக்கான கப்பத்தோட நீ இங்க வா."

"எங்கே? ஃபோல்க்லோர் கவுன்சிலுக்கா? உன்னோட வீட்டுக்கா?"

"வீட்டுக்கு."

சற்றே ஆலோசித்துவிட்டுப் பையன் கேட்டான்:

"மணி அஞ்சு. உங்கப்பா அரண்மனைக்கு வர்ற நேரமா யிற்றே?"

"இன்றைக்கு ஒரு கேபினட் மீட்டிங் இருக்குதுன்னு தோணுது, என்னவானாலும் ஏழுமணிக்கு முன்னே வரமாட்டார்."

"அப்படியானால் வர்றேன்."

நீலிமா பெருமிதத்துடன் கேட்டாள்:

"உனக்கு எங்கப்பாக்கிட்ட இவ்வளவு பயமா?"

"அந்தப் பயம் இல்லை. நேர்ல பாத்தா சாங்கிய தத்துவத்தைச் சொல்லி என்னை வீழ்த்திடுவாரோன்னு பயம்."

"சரி, நீ வரீயா?"

"நீ காத்திருப்பியா?"

(பதில் இல்லை)

"அப்போ சோகப்பாட்டுப் பாடுவாயா?"

(டெலிபோன் டெட்)

வார இதழைச் சுருட்டிக் கையில் எடுத்துக் கொண்டு பையன் புறப்பட்டான். மாவீரனுக்கு எழுத்தறிவில்லாதவன் இழைத்த அநீதியைப் பற்றி எண்ணியவுடன் நரம்புகள் எல்லாம் மீண்டும் புடைத்தன. டாக்ஸிக்கு வேகம் போதாதென்று தோன்றியது. மனத்தோன்றல்கள் எல்லாம் எண்ணத்திற்கு மாறானவை என்று தோன்றியவுடன் சித்தத்தைச் சமப்படுத்த ஒரு பான்பீடா போட வேண்டுமென்றும் தோன்றியது. டாக்ஸியை நிறுத்தி ஒரு பான் வாங்கி வாயில் குதப்பிக் கொண்டான்.

நீலிமா வாசிப்பு அறையில் தனியாக வீற்றிருந்தாள். பையன் பீடாவை மென்று கொண்டே வார இதழை அவளிடம் நீட்டினான். பின்னர் ஒரு சிகரெட்டைப் பற்ற வைத்தான்.

கேட்கும்போதே அழகியின் குரலில் கோபம் கொப்பளித்தது:

"இது எப்போ தொடங்கின பழக்கம்?"

"எது?"

"பான் போடுற பழக்கம்?"

நீண்டநாள் வெற்றிலை போட்டு அனுபவம் வாய்ந்தவன் போல் முகத்தை உயர்த்தி வெற்றிலை எச்சிலை 'க்ரா' என்ற சத்தத்தோடு வாயின் ஓர் ஓரத்தில் ஒதுக்கிக் கொண்டு அதற்கிடையிலூடே புகையை இழுத்து ஊதிக் கொண்டு பையன் கூறினான்:

"ம்... அப்பப்போ பான் போஜனமும் உண்டு."

அவளுக்கு அது கிஞ்சித்தும் பிடிக்கவில்லை. பற்களைக் கடித்துக் கொண்டு கூறினாள்:

"ஒண்ணு நீ வெற்றிலை போடு, இல்லைன்னா புகைப்பிடி."

திமிர் பிடித்த பையன் கூறினான்:

"அதுவும் இல்லைன்னா உனக்கு விருப்பமான மவுத்வாஷோ டூத்பேஸ்டோ நீ எனக்கு வாங்கித் தா."

நாரிமணியின் நா அசையவில்லை. பாரதப் பெண் கோபத்தில் இருக்கிறாள் என்பதை அறிந்த பையன் வாஷ்பேஸினுக்குச் சென்று வாய் கொப்பளித்துக் கொண்டு திரும்பி வந்தபோது நீலிமா வார இதழில் இருந்த மாவீரனின் கேலிச்சித்திரத்தை உற்று நோக்கிக் கொண்டிருந்தாள்.

பையன் கூறினான்:

"அந்த மூக்கும் முடியும் வரஞ்சு வச்சிருக்கிறதைப் பார்த்தியா? என்னவொரு வெறுப்பு!"

நீலிமா தலையாட்டினாள்.

"கொயட் அன்ஃபெயர்டு ஹிம், இட்ஸ் நாட் டண்."

(அநியாயம், அது செய்யக்கூடாத வேலை)

பத்திரிக்கையை மடக்கிக் கொண்டு நீலிமா சிரித்தாள்.

"உக்கிரமூர்த்தி சொன்ன வார்த்தையைக் கேட்டால், சாதாரண மனுஷனா இருந்தால் ஒரு வருஷத்துக்கு அவன் யாரு கூடயும் எதுவும் பேசமாட்டான். இவனுக்குச் சூடு சொரணை இல்லாததால் உடனே போய் கேலிப்படம் வரஞ்சுட்டான். பரவா யில்லை உக்கிரனுக்கு ஒண்ணும் நேராது."

பையன் பொறுமையாகக் கூறினான்:

"அது இருக்கட்டும். நடந்தது என்னன்னு சொல்லு."

குமாரி நீலிமா தன் பொற்பாதங்களைத் தூக்கிப் பிரம்பு நாற்காலியின் மீது வைத்துச் சாய்ந்து அமர்ந்து கொண்டு சுவாரஸ்யமாகக் கூறத் தொடங்கினாள்:

"முந்தாநாள் இலங்கைப் பிரதமர் இங்கே வந்திருந்தார். அவரது வருகையை முன்னிட்டு இலங்கை ஹை-கமீஷன்ல ஒரு

வரவேற்பு நிகழ்ச்சி நடந்தது. அங்கே உன்னைப் பார்க்க முடியலியே. எங்கே போனாய்?"

"அழைப்பிதழை வேறொரு தடியன் தட்டிட்டுப் போயிட்டான். அவன் நாசமாப் போக, பார்ட்டி எப்படி இருந்தது?"

"சொல்ல வேணுமா? நிறைஞ்ச சபை. ரெண்டு நாட்டுப் பிரதமர்கள், வெளியுறவுத்துறைப் பிரதிநிதிகள், உயர்ந்த குடிமகன்கள், நாட்டாமைகள், சமூகத்தின் மேல் மட்டத்து வெளிச்சங்கள், பத்திரிக்கையாளர்கள், வேலிதாண்டி வந்தவர்கள், இப்படி அனைத்து தரப்பு மக்களும் அங்கே இருந்தாங்க. அங்கே நடந்ததையெல்லாம் அப்படியே சொல்லிட முடியாது. சொன்னாலும் உனக்குப் புரியாது, நீ வந்திருக்கணும்."

பையன் கூறினான்:

"எனக்குப் பதிலாகத்தானே நான் உன்னை அனுப்பினேன்? வேற யாரு உன்னைக் கூப்பிட்டாங்க?"

"கவுண்சிலுக்கு அழைப்பிதழ் வந்தது, சேர்மேன் என்னைப் போகச் சொன்னார்."

"நீயும் உடனே போயிட்ட, அப்படித்தானே?"

"வேறென்ன செய்வதாம்?"

பெருமூச்சு விட்டுப் பையன் கூறினான்:

"உன்னோட வெள்ளை உள்ளம் கொடூரமானது."

"கொடூரமா?"

"யாரு கேட்டாலும் முடியாதுன்னு சொல்ல முடியாத உன்னோட பெரிய..."

நீலிமா தலையாட்டிச் சிரித்தபோது சாண் நீளமுள்ள பட்டுப்போன்ற அவளது தலைமுடி வளர்ப்பு நாகங்களைப் போல் கழுத்தைச் சுற்றிச் சுருள் அவிழ்ந்து விளையாடியது.

பையன் கேட்டான்:

"அப்புறம்?"

ரகசியம் ஒளிந்திருக்கும் நீரோடிய கண்களுடன் நீலிமா முகம் உயர்த்தினாள்:

“நானும் அப்பாவும்தான் போனோம். நாங்கள் நுழையும் போதே வெளியுறவுத் துறை அலுவலகத்தின் முற்றம் நிரம்பி வழிஞ்ச வண்ண விளக்குகளோட வெளிச்சத்தில் சாயம் பூசிய புன்னகையோட கையில் தக்காளி சூப்பையும் விஸ்கியையும் பிடித்து உறிஞ்சிக்கிட்டே பெண்களெல்லாம் அங்கேயும் இங்கேயும் நடந்திட்டிருந்தாங்க.

முற்றத்தின் நடுவே போட்டிருந்த ஸோபாவுல சிறப்பு விருந்தினர்கள் எல்லாம் உட்கார்ந்திருந்தாங்க. தேசியகீதம் பாடி முடிஞ்ச பிறகு அமைச்சர்களும் வெளியுறவுத்துறை பிரதிநிதிகளும் ரெண்டு நாட்டுப் பிரதமர்கள்கிட்டப் போய் மென்மையான குரல்ல குசலம் விசாரிக்கத் தொடங்குனாங்க.

நானும் எங்கப்பாவும் வேற நண்பர்கள்கிட்டப் பேசிக்கிட்டிருக்கும் போதுதான் அந்தப் பத்திரிக்கை ஆசிரியர் எங்க கூட வந்து சேர்ந்தார். அதே நேரத்துல தூரமா ஓர் இடத்தில் உக்கிரமூர்த்தியின் உருவமும் தென்பட்டது. மாவீரன் அப்போதுதான் வந்து இறங்கியிருக்க வேண்டுமென்று தோன்றியது.

வெள்ளை ஜிப்பா போட்டு வேட்டி கட்டின மாவீரன் கழுத்தில் கரையிட்ட துண்டை நாலுவிரல் அகலத்துக்கு மடிச்சுப் போட்டிருந்தார். வாக்கிங் ஸ்டிக்கை சுழற்றியபடியே பிரதமர்களை நோக்கி நடந்தார். மகான்களைத் தலை தாழ்த்தி வணங்கினார். வாக்கிங் ஸ்டிக்கில் ரெண்டு கைகளையும் ஊன்றிக் கொண்டு நலவிசாரிப்புகளை நிகழ்த்தினார். அந்த நேரத்துல அங்கிருந்த அத்தனை பேரோட கண்களும் அவர் மேலதான் இருந்துச்சு.

இங்லீஷ், ஹிந்தி ரெண்டு மொழிகளையும் சரியாப் பேசத் தெரியாத பத்திரிக்கை ஆசிரியன் அப்பாகிட்ட சொல்லறது கேட்டது:

‘மிஸ்டர் கெ. இஸ் கிரேட்மேன்!’ (மிஸ்டர் கெ. ஒரு மகான் ஆவார்)

‘அதிலென்ன சந்தேகம்’ அப்பா சிரித்தார்.

அடுத்த காட்சியில் உக்கிரமூர்த்தி ஊன்றுகோலைச் சுழற்றிய படியே ஜனத்திரளுக்குள்ள நுழைஞ்சு வர்றார். ரெண்டு பக்கமும் தென்பட்ட அறிமுகமான முகங்களைப் பார்த்து

தலையாட்டியவாறு ஒரு யானை கம்பீரமாக நடந்து வருவது போல் வர்றார். அப்பாவைப் பார்த்தவுடன் ஒரு நிமிஷம் நின்றார்.

'ஹலோ, ஹலோ'

'ஹலோ, ஹலோ'

அறிமுகம் கை குலுக்கல். அப்பா பத்திரிக்கை ஆசிரியரையும் மாவீரனுக்கு அறிமுகப்படுத்தி வைத்தார். அந்த நேரத்துலதான், ரெண்டு பெக் விஸ்கி அடிச்சிட்டு தலைகால் புரியாம நின்ற அந்தப் பத்திரிக்கை ஆசிரியன் தன்னோட முட்டாள் தனமான கேள்வியைக் கேட்டான்: 'மிஸ்டர் கெ. விச் போஸ்ட் ஆர் யூ கோயிங் நெக்ஸ்ட்?" (அடுத்ததா சுற்றுப்பயணம் எங்கே?)"

பையனுக்குப் பதற்றம்.

"அப்புறம்?"

நீலிமா கூறினாள்:

"கடவுள்கிட்டயாக்கும் கேள்வி. அமெரிக்காவில் திக்கு விஜயம் முடிஞ்சு, அதிகாலையில் கெய்ரோ ஏர்போர்ட்ல தனக்காகக் காத்திருந்த எகிப்து நாட்டுக் காபினெட் அமைச்சர்களுக்கு அரசியல் ஆலோசனைகளை வழங்கிட்டுத் திரும்பி வர்ற மாவீரனைப் பார்த்து கேக்குற கேள்வி, அடுத்த பயணம் எங்கேன்னு?"

நீலிமா எழுந்து நின்று அபிநயத்துடன் கூறினாள்:

மாவீரன் ஸ்டிக்கைத் தரையில் ஊன்றி முன்பக்கமாகக் குனிந்து பத்திரிக்கைக்காரன் மீது ஒரு பார்வையைப் ஃபிக்ஸ் செய்தார். அதுக்குப் பிறகு இடம் வலம்னு பார்க்காம நேரடியா ஒரு வதம்;

'லாம்ப் பாஸ்டாடு.'

☯

ஹர் ஹைனஸ்

பையன் உள்ளே செல்லும்போது, மேசைக்கு முதுகைக் காட்டியவாறு நீலிமா செய்தித்தாள் வாசித்துக் கொண்டிருந்தாள். வாசிப்பிலும் வகை பல உண்டு. சுழல் இருக்கையில் கால்களைக் கர்ணக் கோடாக நீட்டி அமர்ந்தவாறு அழகாகப் பத்திரிக்கைப் பாராயணம். ஒரு கையில் சிகரெட், மறு கையில் நான்காக மடக்கப்பட்ட நாளேடு, ஹோல்டரில் செருகிய சிகரெட்டிலிருந்து உயர்கின்ற புகை ரிப்பன்கள் அவளது தலைக்குமேல் கனவின் உருமாதிரிகளாக வலம் வருகின்றன.

காட்சியை நுகர்ந்த பையன் கைவிரல்களை மடக்கி மேசையில் கொட்டினான். திடுக்கிட்ட நீலிமா இருக்கையில் அரைவட்டமடித்து பையனுக்கு முன்பாக வந்தாள். செம்புநிறம் மேவிய மனம் கவர்ந்த அழகியை வணங்கியவாறு பையன் கூறினான்:

"உன் கட்டளைப்படி நான் என்னை இதோ ஆஜராக்கி விட்டேன்."

மேன்மை மிகுந்த தனது புன்னகை மின்ன நீலிமா கூறினாள்:

"தாங்க்ஸ்! உட்காரு."

"அப்புறம்?"

"நல விசாரிப்புகளைத் தொடங்கு."

பையன் கூறினான்:

"சத்தியம் கொஞ்சம் மிச்சமிருக்கணுமே. உனது பாவனை களைப் பார்க்கும் போது ஒரு பழைய தோழியின் உருவம்தான் நினைவுக்கு வருகிறது."

"யார் அந்த விரோதி?"

"சாட்சாத் சரஸ்வதி தேவி."

"அப்படியா!"

பையன் கூறினான்:

"நீ தேவியின் மறுவடிவம். ஒரு கையில் வீணைக்குப் பதிலாகச் சிகரெட். இன்னொரு கையில் ஏட்டுக்குப் பதிலாக நாளேடு. மீதி இரண்டு கைகளுக்குப் பதிலாக இரண்டு கைகள் இல்லை. இயந்திர யுகத்தில் ஸ்ட்ரீம்லைன்டு சரஸ்வதி."

நீலிமா கூறினாள்:

"நாட் எ பேட் ஸ்டார்ட்."

(தொடக்கம் மோசமல்ல)

சிகரெட்டை ஆஸ்ட்ரேயில் அடக்கம் செய்த நீலிமா ஹோல்டரைத் திருப்பி வைத்து மீதிப் புகையை ஊதி வெளியேற்றினாள். கருப்பு வெள்ளை நிறம் கொண்ட வெளிநாட்டுப் பொருளை மேசைமேல் வைத்தாள். சிகரெட் பாக்கெட்டைப் பையனிடம் நீட்டினாள். திமிர் பிடித்தவன் சீட்டி அடித்தான்:

"அடியேய்! இது எகிப்து தேசத்துச் சரக்கல்லவா. கிளியோபாட்ரா புகைத்த விலை உயர்ந்த சிகரெட்டல்லவா."

"என்னை யாரென்று நினைத்தாய் நீ?"

"வெளியுறவுத்துறை மந்திரவாதிகள் மூலமாக் கெடச்சதா யிருக்கும்."

"அது உனக்குத் தெரிய வேண்டிய அவசியமில்லை."

"இந்த ஒரு பாக்கெட்டுதான் இருக்குதா?"

"ஒரு கார்ட்டன் இருக்குது, வேணுமா?"

பையன் உற்சாகத்துடன் கூறினான்:

"ஐ ஸே, லெட்டஸ் ஸ்பிலிட் த லூட்."

(கொள்ளையடிச்சதப் பங்கு போட்டுக்குவோம்).

பங்கிட்டுக் கொள்ள நீலிமா சம்மதித்தாள்.

மேற்கு ஆசியப் புகையிலையின் வாசனையை விழுங்கிக் கொண்டு புகையை ஊதிக் கொண்டிருக்கின்ற பையனைப் பார்த்து நீலிமா கூறினாள்:

"ரிதம் சினிமாவுல ஒரு புதுமை."

"அப்படி என்ன ஆச்சரியம்?"

"டாக்டர் சிவாகோ மீண்டும் வந்திருக்கிறார்."

"ஸோ?"

"நாம் போகலாமா?"

"போகணுமா?"

"அந்தப்படத்தோட இசைக்காக வேண்டியாவது..."

ஆறுமணிக் காட்சிக்குச் செல்ல வேண்டியிருப்பின் பத்திரிக்கை அலுவலகத்தில் செய்ய வேண்டிய மாற்று ஏற்பாடுகளைப் பற்றிப் பையன் சிந்தித்துக் கொண்டிருந்தான். அப்போது வாயிலில் தொங்கிய திரைச்சீலைக்குப் பின்னாலிருந்து ஒரு பெண் குரல் ஒலித்தது:

"மே ஐ கம் இன்?"

இருக்கையில் முன்பக்கம் சாய்ந்தவாறு நீலிமா கூறினாள்:

"யெஸ் ப்ளீஸ்."

திரைச்சீலையை நீக்கிக்கொண்டு உள்ளே வந்த பெண்ணைக் கண்டவுடன் நீலிமா எழுந்து நின்றாள்.

"யுவர் ஹைனஸ், திஸ் இஸ் எ ஸர்ப்பரைஸ்."

(இதென்ன ஆச்சரியம் ராணி!)

நடுத்தர வயது ராணிக்குத் தாழம்பூவும், நிலையான மிதவெப்ப நிலையிலுள்ள ராஜசுகபோகங்களும் கலந்த நிறம். சதைப் பற்றுள்ள மேனி. வளர்ச்சிப்பணிகள் ஏதுமின்றிச் செழிப்பாகத் திகழ்கின்ற மத்தியப்பிரதேசம். செம்பு நிறத்தில் பாப் செய்யப்பட் தலைமுடி. நெற்றியில் ஒரு ரூபாய் நாணயம் போன்று வட்டமான செந்தூரப்பொட்டு. அப்போதுதான் அழுது முடித்தனவோ என்று தோன்றும் விதத்தில் அவளது கலங்கிய பெரிய கண்களுக்குக் கீழே கருவளையங்கள் கரையமைத்திருந்தன. ஃபோக்கஸில் வராதவண்ணம் ராஜபார்வை தொலைதூரத்தில் நிலைத்திருந்தது. அவள் நீலிமாவைப் பார்த்தபோது அவளையல்ல அவளிலூடே பார்ப்பது போல் தோன்றியது.

நீலிமா அறிமுகப்படுத்தினாள்:

"ஹர் ஹைனஸ், பாபா அரண்மனையின் கிரண் ராஜகுமாரி.

பூம்பையன், பத்திரிக்கை நிருபர்."

விக்டோரியா மகாராணி முதல் உலகின் அனைத்து அரச குடும்பங்களுடனும் ஆழமான உறவு பூண்டு அவர்களை அண்டி வாழ்க்கை நடத்துபவனாகிய பையன், அரசகுமாரியை தன் இடுப்பை வளைத்து முன்னே குனிந்து வணங்கினான். மனதிற்குள் இருபத்தொரு ஆசாரவெடிகளை முழங்கச் செய்தான்.

பையனின் கண்களினூடே வெளிநாட்டைப் பார்த்துக் கொண்டு பாபாவின் கிரண் அரசகுமாரி ஸாஹிப் முணு முணுத்தாள்:

"க்ளாட் டு மீட் யூ."

அரச முறைப்படி பதிலுரைப்பதற்குப் பதிலாகப் பையன் மீண்டும் குனிந்து வணங்கினான்.

பிரெஞ்சு ஷிஃபான் சேலைத் தலைப்பைத் தலை வழியாக இழுத்து விட்டவாறு சூரிய வம்சத்துப் பெண் ஓர் இருக்கையில் அமர்ந்தாள். பொன்னிறத்தில் அரசு முத்திரை பொறிக்கப்பட்ட மென்மையான கருப்புக் கைப்பையை மேசைமேல் வைத்தாள். அருவருப்போடு அறை முழுவதையும் நோட்டம் விட்ட பின் நீலிமாவிடம் கேட்டாள்:

"நீலிமா! இதுதான் உன்னோட நாட்டுப்புறப் பாட்டு களோட கவுன்சிலா?"

"ஆமாம், யுவர் ஹைனஸ்."

"டிஸ்ரபியூட்டபிள், தரவ்லி டிஸ்ரபியூட்டபிள்."

(அவமானம், பெரிய அவமானம்)

நீலிமா சிரித்தாள்:

"கவுண்சிலுக்கான கட்டட வேலை இப்போதான் நடந்துட்டிருக்கு ஸாஹிப். அது வரையிலும் இந்தப் பழைய பட்டாளக் கொட்டடிதான் கூடு."

"இந்த ஓர் அறை மட்டுந்தானா?"

"இல்லையில்லை. இந்த விங் முழுவதுமே கவுண்சிலுக்குத் தான். இது ஆராய்ச்சித் துறை. அந்தப் பக்கம் ஆபீஸ், மொழி பெயர்ப்பாளர்கள்..."

உன் விதி என்று அரசகுமாரி தோளை உலுக்கினாள். பெருமூச்சுவிட்டாள். லாவண்டரின் நறுமணம் அறைமுழுவதும் படர்ந்தது.

சிறப்பு விருந்தாளிக்கு நீலிமா சிகரெட்டை நீட்டினாள். அகலமான இருபதின் பாக்கெட்டைப் பார்த்துவிட்டு அரசகுமாரி கூறினாள்:

"தாங்ஸ் நீலிமா, என்னோட பிராண்ட் இருக்குது."

ராணி ஸாஹிப் ஹேண்ட் பேக்கைத் திறந்தாள். பையன் கள்ளக் கண்களால் பார்த்தான். அதோ கிடக்கின்றன, க்ரேவண் எ சிகரெட்டின் கிங் சைஸ் பாக்கெட்டுகள். அந்தப்பக்கம், அப்போதுதான் அச்சடித்து வந்த பத்து அழகான நூறு ரூபாய் நோட்டுக்கள்.

தூம கேதுவின் பெட்டகத்தைத் திறந்த அரசகுமாரி, நீலிமாவுக்கும் பையனுக்கும் ஆஃபர் அளித்தாள். அரசகுமாரியின் தளிர்க்கரம் ஜப்பான் லைட்டரை அழுத்தியபோது வெளியே தாவிய நெருப்புச் சுடரை வணங்கிய பையன் வெளிநாட்டுப் பீடிக்குத் தீ வைத்தான்.

நீலிமா கேட்டாள்:

"ஷாப்பிங் செய்யப் புறப்பட்டீங்களா யுவர் ஹைனஸ்?"

"யெஸ்."

"சீஸன் துணி வகைகள் ஏதாவது....."

"ஓ, நோ ஃபுட் பாஸ்கட் வாங்குறதுக்காகப் புறப்பட்டேன்."

"வாரத்துக்கு ஒரு தடவை வழக்கமா வாங்குறது அப்படித் தானே?"

புகைக்குள்ளிருந்து ராஜகுமாரி தலையாட்டினாள்.

பையனுக்குப் புரியவில்லை. 'என்னடா அது ஃபுட் பாஸ்கட்?'

உணவைப் பொறுத்தவரை நடமாடும் கலைக்களஞ்சியம் என்று ஒன்றாம் வகுப்பிலேயே பட்டம் வாங்கிய தனக்குத் தெரியாத ஃபுட் பாஸ்கட்டா? அறியாமையை வெளிக்காட்டாமல் பையன் கேட்டான்:

"வாங்கிட்டீங்களா?"

அதற்கிடையில் அரசகுமாரி பெரும் பாதகச்செயல் செய்து விட்டாள். பில்டர் டிப்பனிலிருந்து நான்குமுறை மட்டுமே புகை இழுத்திருந்தாள். அப்படியும் நான்கு இஞ்சுக்கும் கூடுதல் நீளமுள்ள அதை ஆஸ்ட்ரேயில் அழுத்தி அணைத்து விட்டாள். அச்செயல் தன் நெஞ்சாங்கூட்டில் நிகழ்ந்ததாகப் பையனுக்குத் தோன்றியது. திட்டினான். 'ஊதாரி! அரசகுமாரி என்பதால் உனக்குப் பணம் இவ்வளவு இளக்காரமாகப் போய்விட்டதா? ச்சே!'

புறப்பட்டு வந்த கொட்டாவியை விரல்களை நொடித்து விரட்டிய சூரியகுமாரி கூறினாள்:

"வாங்காமல் என்ன செய்வது? வசந்தகாலம்ங்ற நாசமாப் போன சீசனுக்காகத்தான் டெல்லிக்கு வர்றோம். இங்கேயோ எல்லாப் பொருள்களுக்கும் தலைபோற விலை."

ஒரு பேச்சுக்காகத்தான் நீலிமா கேட்கிறாள் என்பது தெளிவாகத் தெரிந்தது:

"அப்படியா?"

அரசகுமாரி கூறினாள்:

"உனக்குத் தெரியுமா நீலிமா. உலகத் தலைநகரங்களிலேயே அதிகம் செலவு பிடித்த நகரங்கள்ல டெல்லிக்கு மூணாவது இடம்."

புள்ளி விவரக் கணக்கில் புலியான பையனால் பொறுமையாக இருக்க முடியவில்லை. கேட்டு விட்டான்:

" யுவர் ஹைனஸ், பாபாவின் கிரண் அரசகுமாரி ஸாஹிப், முதலிரண்டு நகரங்கள் எதெல்லாம்?"

நீலிமா சிரிப்பை அடக்குவதைப் பையன் கவனித்தான். திமிர் பிடித்தவனை உற்றுப் பார்த்துப் பசும்புல் போல, பச்சைத் தண்ணீர் போல அரசகுமாரி பதிலுரைத்தாள்:

"நியூயார்க்கும் ஸ்டாக்ஹோமும்."

பயங்கர ஆக்ஸன்டுடன் பையன்: "ஓ ரியலி!"

“யெஸ், ஆனா? டெல்லியை விட லண்டன் பரவாயில்லை.”

அடுத்ததாகத் திமிர் பிடித்தவன் சிரிக்க வேண்டிய தருணமாகையால் நீலிமா உள்ளே புகுந்தாள்:

“பாஸ்கட்டுக்கு இங்கே என்ன விலை யுவர் ஹைனஸ்?”

“முந்நூறு ரூவா.”

“தலைபோற விலை மட்டுமல்ல, குடல்மாலை வெளி வர்ற விலை” என்று நீலிமா புருவம் ஊயர்த்தினாள்.

‘இனிமேலும் பொறுக்க முடியாது’ பையன் தனக்குத்தானே கூறினான்: ‘நான் இவளை விசாரணை செய்யப்போகிறேன்’ அகங்காரம் பிடித்த பையன் குரல்வளையைச் சரிசெய்து கொண்டு ஆரம்பித்தான்:

“யுவர் ஹைனஸ்! முதல்ல இருந்த அதே ஸ்டேண்டர்டு ஐட்டங்கள்தான் இப்பவும் ஃபுட் பாஸ்கட்ல இருக்குதா?”

அரசகுமாரி தானாகச் சிரித்தாள். இருக்கையில் தலையைச் சாய்த்தவாறு கண்களை மூடினாள். அரண்மனைத் தங்கக் கூண்டில் கொஞ்சிப் பேசுகின்ற பச்சைக் கிளியைப்போல் தப்பில்லாமல் பேசினாள்:

“ஆல்மோஸ்ட் தி ஸேம், மை பாய். ஒரு கிலோ ஸ்டீக், ரெண்டு கிலோ சிக்கன், பன்னண்டு முட்டை, ரெண்டு கிலோ உருளைக் கிழங்கு, ஒரு கிலோ அரிசி, ஒரு கிலோ வெண்ணெய், ஒரு லிட்டர் எண்ணெய், ஒரு கிலோ சர்க்கரை, ஒரு பெரிய ரொட்டி, நூற்றி இருபத்தஞ்சு கிராம் இன்ஸ்டன்ட் காஃபி, ஐநூறு கிராம் சாதாரணக் காஃபி, ஒரு லிட்டர் பால், ஒரு பாட்டில் பீர், ஒரு பாட்டில் ஸ்காச்விஸ்கி, அரைக் கிலோ பீன்ஸ், ஒரு டூத் பேஸ்ட், ஒரு கேக், ஒரு வாசனை சோப்பு, ஒரு பாக்கெட் வாஷிங் பவுடர், ஒரு பாக்கெட் டிஷ்யூ பேப்பர், அரை கிலோ டேபிள் சால்ட், நூறு ஆஸ்பிரின் மாத்திரை, அவ்வளவுதான்.”

‘அவ்வளவுதானா?’ பையன் நினைத்தான்: “அப்படீன்னா அந்தக் கடவுள் இருக்கானே முருகன் அவனுக்குத்தான் வெளிச்சம். கடைசியாச் சொன்னதுல ரெண்டு மட்டும் உடனே கிடைச்சா நல்லா இருக்கும். ஆஸ்பிரின், அப்புறம் அந்த ஸ்காச் விஸ்கி பாட்டிலைத் திறந்தா ரொம்ப நல்லது. சரி அது கிடக்கட்டும். இவ யாரு? அரச குமாரியா? அல்லது மளிகைக் கடை வேலைக்காரியா?”

நீலிமா கேட்டாள்:

“இளவரசி ஸாஹிப், இதெல்லாம் இப்போதான் வாங்குனீங்களா?”

“யெஸ், மை டியர்.”

“எதுக்காக இவ்வளவு கஷ்டப்படுறீங்க? அரண்மனையில சொன்னாப் போதாதா?”

“வாரத்துல ஒரு நாள் காலார நடந்து போய் ஒரு ஃபுட் பாஸ்கட் வாங்கிட்டு வர்றது எனக்குப் பிடிக்கும், நீலிமா. நியூயார்க்கிலயும், ஸ்டாக் ஹோமிலயும் லண்டன்லயும் இருக்கும் போது இதுதான் என்னோட பழக்கம்.”

“இதைவிட” பையன் கூறினான்: “நியூயார்க்கிலயோ ஸ்டாக்ஹோமிலயோ போய் தங்குவதுதான் நல்லது. பாஸ்கட் விலை கொஞ்சம் கூடுதலா இருக்கும். இருந்தாலும் நாடும் மக்களும் மிடுக்கானவர்கள் இல்லையா?”

இளவரசி கூறினாள்:

“லண்டனா இருந்தாலும் பரவாயில்லை. நீலிமா, நான் அடுத்த பிப்ரவரியில லண்டனுக்குப் போறேன்.”

“ஓஹோ!”

“கென்ஸிங்டன் பாலஸ் கார்டன்லதான் அவரோட அரண்மனை, தெரியுமில்லையா.”

“எனக்குத் தெரியும்.”

“ரெண்டு வருஷத்துக்குப் பிறகுதான் திரும்பி வருவேன்.”

“தாட்ஸ் குட், யுவர் ஹைனஸ்.”

பையன் கூறினான்:

“நீலிமா, நாமும் லண்டனுக்குப் போயிடுவோம். இந்தப் பாழாப்போன டெல்லி! ஒரு ஃபுட் பாஸ்கட்டுக்கு லண்டன்ல கொடுக்கிற பணம்தான் இங்கேயும். ஆனால் வசதிகளோ ஒண்ணுமே இல்லை.”

நீலிமா கண்களால் ஏதோ ஜாடைக் காட்டிக் கூறுகிறாள். புரியவில்லை.

அரசகுமாரி சொன்னாள்:

“சரிதான், டெல்லியை லண்டனோட ஒப்பிடவே முடியாது.”

பையன்: "நீலிமா நாமளும் அங்கேயே போயிருவோம்."

அதைக் காதில் வாங்கிக்கொள்ளாமல் நீலிமா கூறினாள்:

"யுவர் ஹைனஸ், கேலார்டுக்குப் போய் ஒரு காப்பி குடிப்போமா?"

அரசகுமாரி எழுந்துவிட்டாள்.

"ஸாரி, நீலிமா, இன்னொரு நாள் போகலாம். அரண்மனைக்கு விருந்தினர் சிலர் வர்றாங்க, நான் உடனே போகணும்."

சூரியகுலப் பெண்மணியின் முடிவை மறுபரிசீலனைக்கு உட்படுத்த முடியாது என்று தெரிந்தவுடன் பையன், திரைச் சீலையை இழுத்துப் பிடித்து வெளியேற வழி கொடுத்தான். அரசகுமாரிக்குப் பின்னால், நீலிமாவுக்குப் பின்னால் வெளியே பாதையை நோக்கி நடந்தான்.

பாபா 17 என்று எழுதப்பட்ட பித்தளை நம்பர் பிளேட் பதித்த ரோல்டு ராய்ஸ் காரின் பின் கதவை யூனிபார்ம் அணிந்த டிரைவர் திறந்து பிடித்தான். பின் சீட்டில் எங்காவது ஃபுட் பாஸ்கட் இருக்கிறதா என்று பையன் பார்வையை ஓட விட்டான். இல்லை, டிக்கியில் இருக்கலாம்.

சூரியவம்சம் ரதத்தில் ஏறி நகரும் போது கையசைத்துக் கொண்டே பையன் கூறினான்:

"அடுத்தமுறை லண்டன்ல பார்ப்போம்....."

கார் மறைந்தவுடன் நீலிமா கூறினாள்:

"இந்த வார்த்தையை நீ சொல்லியிருக்கக் கூடாது."

"எந்த வார்த்தை?"

கடைசியா சொன்ன வார்த்தை."

"காரணம்?

நீலிமா கூறினாள்:

"அரசகுமாரி ஒரு பாவம். அவள் இந்தியாவை விட்டு வேறெங்கும் போனதே இல்லை."

பையன் கண்களை இறுக மூடித்திறந்தான்:

"புரியலையே."

"அவள் தன் கணவன் கிட்டேயிருந்து விவாகரத்து வாங்கித் தனியா வாழத் தொடங்கி ரொம்ப நாட்களாயிட்டது" நீலிமா கூறினாள்: "குழந்தைங்க இல்லை. கணவன் ஏதோ ஒரு பகுதியில் சிற்றரசனா இருந்தவன். இப்போ அவன் ஒரு வெள்ளைக்காரியைக் கட்டிகிட்டு லண்டன்ல செட்டிலாயிட்டான். பரிதாபத்துக்குரிய ஒரு மெண்டல் கேசுதான் இந்த அரசகுமாரி. அவளுக்கு இதெல்லாம் தெரியாது. இப்போதும் கணவனின் கைப்பிடித்து உலக நாடுகளை எல்லாம் சுற்றிவந்து மகிழ்ச்சியோடு இருப்ப தாகத்தான் மனதளவில் வாழ்ந்திட்டிருக்கா. லேடீஸ் ஹோம் ஜர்னலில் சொல்ற ஃபுட் பாஸ்கட்டையும் வாங்கிக்கிட்டு அமெரிக்காவுக்கும் ஐரோப்பாவுக்கும் கனவிலேயே போயிட்டு வந்திட்டிருக்கா."

பையன் கேட்டான்:

"கடைசியில கதாப்பாத்திரம் அரசகுமாரியா? அதுவும் இல்லையா?"

நீலிமா கூறினாள்:

"அந்த இடத்திலதான் ஆன்டி கிளைமாக்ஸ். கிரண் பாபா அரண்மனையில் அரசகுமாரிதான்."

பையன் தன்மீதே சினங்கொண்டான்: "ஸாரி, நான் அவங்களைக் கேலி செய்திருக்கக்கூடாது."

"அவளுக்குப் புரிந்திருக்காது. இருந்தாலும் நான் உனக்குக் கண்ஜாடை காட்டினேனே?"

"நான் நினைச்சேன்....."

"என்ன நினைச்ச?"

"வழக்கம் போல நீ என்னைக் காதலிக்கிறேன்னு நினைச்சேன்."

"இப்போ எனக்குச் சிரிப்பு வரலை" நீலிமா கூறினாள்: "சரி சினிமா புரோகிராம்?"

பையன் கூறினான்:

"டாக்டர் ஷிவாகோ வேண்டாம், வேற ஏதாவது காமெடி படத்துக்கு போவோம்."

☯

அவுட்

எலும்பு நொறுங்குமளவுக்கு வேலையும், பல் நொறுங்குமளவுக்கு தீனியுமாக நாட்கள் நகர்ந்து கொண்டிருக்கும் போது திடீரென்று ஒருநாள் பையனுக்குக் கள்ஸ் குடிக்க வேண்டுமென்று ஆசை எழுந்தது. மாலையில் நகரத்தின் ஓர் ஓரத்தில் விசாலமான இடத்தில் அமைந்திருந்த டோடி பார்லரை நோக்கி நடந்தான். அவ்விடம் காலியாக இருந்தது. பார்லரின் டெபூட்டி ஜெனரல் மேனேஜர் கூறினான்:

"சரக்கு இல்லை."

பையன் கேட்டான்:

"எல்லாம் தீர்ந்திடுச்சா?"

"சரக்கு வரவேயில்லை."

"ஏன்?"

"கள் இறக்குற தொழிலாளர்கள் போராட்டம் பண்றாங்க."

அவனுடைய பாணியில் லஞ்சம் கொடுத்துக்கொண்டு பையன் கேட்டான்:

"சார், கொஞ்சம் கள் குடிக்க ஏதாவது வழி இருக்கா?"

டெபூட்டி ஜெனரல் கூறினான்:

"கிராமத்துக் கள்ளுக் கடைக்குப் போய்ப் பாருங்க. ஏதாவது கெடைக்கும்."

பட்டணம் விட்டுப் பட்டிக்காட்டுக்கு நடந்தான். கடைக்குச் செல்கின்ற பாதையில் திரும்பியபோது இருளில் மறைந்து நிற்கின்ற ஒருவன் அசரீரிபோல் கூறினான்:

"அங்கே போயிட்டுப் பிரயோஜனம் இல்லை."

"ஏன் அப்படி?"

"கள்ஸ் இல்லை."

"காரணம்?"

"கள் இறக்குற தொழிலாளர் போராட்டம் தொடருது."

பையன் கேவினான்:

"ஒரு வழியும் இல்லையா?"

"இல்லடா!"

"அப்படீன்னா நான் திரும்பி நடக்கட்டுமா?"

பெரிய மீசையை முறுக்கிக் கொண்டு அசரீரி கூறியது:

"நட, நட."

பதினெட்டாம் படிக்குச் சரணம் சொல்லிக் கொண்டு திரும்பித் திரும்பிப் பார்த்தவாறே நடந்தான். ஓலை சூடிய குடிசையை வந்தடைந்தபோது மாலை மயங்கி இருள் கவிந்திருந்தது. காவி மெழுகிய திண்ணையில் ஏறி உட்கார்ந்தான். அடுப்பங் கரையிலிருந்த சுனந்தாவை அழைத்தான்:

"அடியேய்..."

அடுத்த நிமிடம் உத்தம பத்தினி ஓடி வந்து முன்னே நின்றாள், பையன் கேட்டான்:

"கஞ்சித் தண்ணி இருக்குதாடீ?"

சுனந்தா சோகமானாள்:

"என் அன்புப் பையனுக்குக் கள்ஸ் கிடைக்கலியா?"

"இல்லடீ."

"சரி உட்காருங்க, கஞ்சித் தண்ணி இப்போத் தாரேன்."

அவள் உள்ளே செல்ல அடியெடுத்து வைத்தபோது பையன் கேட்டான்:

"சாப்பிடறதுக்கு ஏதாவது இருக்குதாடீ?"

"இருக்குதே."

"என்ன இருக்கு?"

சுனந்தா கூறினாள்:

"மீன் இருக்கு, கிழங்கு இருக்கு, தொடர்கதை இருக்கு."

பையனால் சகித்துக் கொள்ளமுடியவில்லை.

“தொடர்கதையும் இருக்குதாடீ?”

“இருக்குதே.”

“சரி, சீக்கிரம் கொண்டுவாடீ.”

சுனந்தா கூறினாள்:

“கொஞ்சநேரம் பொறுங்க, மீன் அடுப்புல இருக்குது. அதுக்கிடையில கொஞ்சம் கஞ்சித் தண்ணி குடிங்க.”

“சரிடீ.”

உப்புப் போட்டு ஆற்றிய கஞ்சித் தண்ணியை உறிஞ்சிக் கொண்டு பையன் திண்ணையில் உட்கார்ந்திருந்தான்.

அடுப்பங்கரையில் மீன் பொரித்து முடியப் போகும் நேரத்தில் காதல் கணவனின் சத்தம் சுனந்தாவின் காதில் வந்து விழுந்தது.

“ஹழியேய்ய்...”

கையில் சட்டுவத்துடன் தர்மபத்தினி திண்ணைக்கு ஓடி வந்தாள். அங்கே அவள் கண்ட காட்சி உள்ளத்தை உலுக்கி விட்டது. அரைக்கிளாஸ் கஞ்சித் தண்ணியைக் குடித்து விட்டுப் பையன் மட்ட மல்லாக்கப் படுத்துக் கிடந்தான்.

சட்டுவத்தை நெஞ்சில் அழுத்திக் கொண்டு சுனந்தா வாய்விட்டுக் கதறினாள்:

“கடவுளே! எம்பையன் அவுட்டு!”

நிலை நிற்பியல்

வழக்கத்திற்கு மாறாகாமல் ஏழு மணிக்குப் பையன் எழுந்து விட்டான். ஒன்றரைக் கிளாஸ் டீயைக் குடித்துவிட்டு ஒரு பீடியையும் இழுத்துவிட்டு வெளிக்கிருக்கக் கிளம்பினான். டெல்லி மாநகரத்திலிருந்து முதல்நாள் தபாலில் வந்த மாதப் பத்திரிக்கைகளை இன்னும் படித்து முடிக்கவில்லை. எல்லாவற்றையும் மேலோட்டமாக ஒரு பார்வை பார்த்துவிட்டு ஒரு மணி நேரத்திற்கு முன்பாகவே வயிற்றுக்குள் பாராயணம் தொடங்கி விட்டதால் வெளியேறினான்.

நெல் வயல்கள் வழியாக நடந்தான். பயிரெல்லாம் கதிராகி யிருந்தது. நல்ல விளைச்சல். ஆவணி மாத இறுதியில் அறுவடை செய்து விடலாம். தண்ணீர் வடிவதற்காக வாய்மடைகள் திறந்து வைக்கப்பட்டுள்ளன.

வீட்டிற்குத் திரும்பினான். பல் துலக்கிய பின் காலை உணவு. ஆவியில் மலர்ந்த ஆம்பல் பூ இட்லிகள். இரண்டு இட்லியைச் சட்னியில் முக்கிச் சாப்பிட்டான். இரண்டு இட்லியைப் பொடியில் தொட்டுச் சாப்பிட்டான். இரண்டை மிளகாய் சட்னியில் தோய்த்துச் சாப்பிட்டான். இரண்டு இட்லியைச் சர்க்கரை சேர்த்துச் சாப்பிட்டான். இரண்டு தம்ளர் காப்பி குடித்தான்.

சிகரெட் பீடி தீப்பெட்டியுடன் வாசிப்பு அறைக்குள் நுழைந்து, வாசலை மூடினான். ரஸல் பிரபு எழுதிய சுயசரிதையின் மூன்றாம் வாக்கியத்திலிருந்து வாசிக்கத் தொடங்கினான். வழக்கம் போல் பதினோரு மணிக்குத் தேநீர் அருந்தினான். வாசிப்பு தொடர்ந்தது.

ஒரு மணிக்குச் சாப்பாடு, பழையரிசிச் சாதம். வெண்டைக்காய் சாம்பார். வெள்ளைப் பூசணியும் பச்சை மிளகாயும் சேர்த்து வைத்த கூட்டு. கத்தரிக்காயுடன் வெங்காயம் சேர்த்த பொரியல், வடுமாங்காய் ஊறுகாய், அப்பளம், மோர். சாப்பிட்டான்; மூக்கு முட்டச் சாப்பிட்டான்.

அழகாகத் தாம்பூலம் தரித்தான். டிரான்சிஸ்டரை எடுத்துக் கொண்டு படுக்கை அறைக்குச் சென்றான். ரேடியோவைத் தலைக்கு வைத்துப்படுத்தான். திருவனந்தபுரம்- திருச்சூர் நிலையங்கள் ஒளிபரப்புகின்ற மாநிலச் செய்திகள் கேட்டான். தொழிலாளி மண்டலம் தொடங்கியபோது மயக்கம் வந்தது. இரண்டு மணிக்கு ஒலிபரப்பு முடிந்தபோது மயக்கம் தெளிந்தது. மூன்று மணிவரைப் படுத்துத் தூங்கினான்.

மூன்றரைக்கு டீ, பலகாரம். அரிசியும் உளுந்தும் மிளகாயும் வெங்காயமும் உப்பும் சேர்த்து பதமாக அரைத்து முருங்கை இலையும் சேர்த்துச் செய்த அப்பம். மூன்று அப்பம் தின்றான். சோர்வடையும் வரை டீ குடித்தான்.

சாயங்கால நேரம் காலார நடந்துவிட்டுவரலாமென்று புறப்பட்டான், வெகுதூரம் நடந்தான். வழியில் யாரிடமும் யாதொரு வார்த்தையும் பேசவில்லை.

இருட்டிய பிறகு வீட்டுக்கு வந்தான். அசன ஏலாதி எண்ணெயும், வாசனைச் சோப்பும் தேய்த்துக் குளித்தான். எட்டு மணிக்கு இரவு உணவு. சப்பாத்தி, உருளைக்கிழங்கு, பால்.

வெற்றிலை போட்டான். பீடி குடித்தான், சிகரெட் புகைத்தான். ரஸல் பிரபுவைப் படித்து முடித்தான்.

பத்து மணிக்குப் படுக்கைக்குச் சென்றான். வாழ்க்கையில் திருப்தியை உணர்ந்தான். செய்ய வேண்டியதெல்லாம் செய்தாகி விட்டது. சாப்பிட வேண்டியதெல்லாம் சாப்பிட்டாயிற்று. இனி இறப்புதான். இது ஒரு வாய்ப்பு.

மரணிப்பதற்காகப் படுத்தான். சரியான நேரத்தில் மரணமடைந்தான்.

பொழுது புலர்ந்தபின் பிணத்தை எடுத்தார்கள்.

வீட்டுக்காரர்களுக்குக் கேட்காத தூரம் சென்ற பிறகு பாடையைச் சுமந்து செல்பவர்களிடம் பையன் கேட்டான்:

"அங்கேயும் காலையில் இட்லிதானா?"

☯

கூடா நட்பு

பகல் முழுவதும் கடினமாக வேலை செய்த சாத்தன்ஸ், பகல் முடிந்த பிறகு பல் நொறுங்கச் சாப்பிடும் பொருட்டுக் குடிலைச் சென்றடைந்தான். அப்போது, திரவ வடிவில் சிறிதளவு அபிடைசரை உள்ளே அனுப்பினால் உணவுக்குக் கொஞ்சம் சுவை கூடுமென்று தோன்றியது. அதனால் படிஞ்ஞாற்றுமுறி கிராமத்திலுள்ள கள்ளுக்கடை எல்.92க்கு வண்டியைத் திருப்பினான்.

கடை வெறிச்சோடிக் கிடந்தது. கடைக்காரன் சைமன் கமிஷன் மட்டுமே அங்கே ரோந்து சுற்றிக் கொண்டிருந்தான். ஒரு நல்ல பெஞ்சாகப் பார்த்துச் சாத்தன்ஸ் உட்கார்ந்தான். ஒரு பாட்டில் பனங்கள்ஸ் வாங்கினான். ஐந்து பைசாவுக்கு ஒரு ஊறுகாய் பாக்கெட் வாங்கினான். கிராமத்தில் விதவையான கோதைநாயகியின் கடையிலிருந்து ஓர் இலைப் பொட்டலத்தில் கொள்ளு வாங்கினான். எல்லாம் சேர்த்து மொத்தம் 97 காசு. இடுப்பிலிருந்து ஒரு ரூபாய் உருவிக் கொடுத்தான். மீதியைப் பத்திரமாக வாங்கினான். எதற்கும் போதாத மூன்று பைசாவை எதிரே வந்த புத்தபிக்குவுக்குத் தானமாகக் கொடுத்தான் சாத்தன்ஸ்.

ஊறுகாய் பாக்கெட்டைப் பிரித்து உள்ளடக்கத்தை லேசாக நாக்கால் ஸ்பர்சித்தான். அரைக்கிளாஸ் கள்ஸ் குடித்தான். புளித்த கள். இனி அது சற்றும் தாமதிக்காமல் வயிற்றில் பென்சிலின் உற்பத்தியையும் தொடங்கும். நல்லதுதான் சாத்தன்ஸ் நினைத்தான். பூச்சிக் கொல்லி தெளித்த நெற்பயிர்போல் தேகம் செழித்து வளரும். வளரட்டும், பெருக்கட்டும், புரட்சி வெல்லட்டும்.

இன்னொரு அரைக் கிளாஸ்கூட குடித்து விட்டுச் சாத்தன்ஸ் கொள்ளை மெல்லத்தொடங்கினாள். இடையில் எப்போதோ ஒரு கல்லைக் கடித்தான். அப்போதுதான் தனது குதிரையையும் கொண்டு வந்திருக்கலாம் என்று தோன்றியது.

இவ்வாறாக, உண்டும் பருகியும் உணவுப்பொருள்கள் எல்லாம் தீர்ந்து விட்டன. சாத்தன்ஸ் மட்டும் மிச்சம். அது

மட்டும் அவனுக்குப் புரியவில்லை. தான் மட்டும் எஞ்சியிருக்கும் ரகசியம். கணக்கில் தவறு நேர்ந்திருக்கலாம் என்று ஊகித்துக் கொண்டான்.

வெளியே வந்தான். பாதையின் வளைவுக்கு வந்தபோது, இருட்டான பிறகு கடைக்குள் நுழையலாம் என்ற எண்ணத்துடன் மறைவான இடத்தில் வேட்டியைத் தலைக்கு முக்காடிட்டவாறு பையன் சார் அதோ நிற்கிறான்.

"சாத்தா, வீட்டுக்குத் திரும்பிட்டியா?"

"ஆமா."

"கள்ஸ் குடிச்சிட்டியா?"

"குடிக்கிறதை விட்டுட்டேன்."

"விட்டுட்டியா?"

"நம்பூதிரி சொன்னது போலத்தான், விட்டுட்டேன்."

"சாத்தன்ஸ், அதென்ன கிளைக்கதை?"

"நம்பூதிரி தினமும் எண்ணெய் தேய்ச்சுக் குளிப்பாரு" சாத்தன்ஸ் கூறினான்: "ஒருநாள் எண்ணெய் தேய்க்காம குளிக்கப் போனாரு. அதைக் கண்டு பிடிச்ச வேறொரு நம்பூதிரி கேட்டார்: 'இன்னைக்கு என்ன எண்ணெய் தேய்க்கலியா?'

'இல்லை, விட்டுட்டேன்.'

'ஏன்?'

'எண்ணெய் தீர்ந்து போயிடுத்து.'

"அது போலத்தான் என் கதையும்" சாத்தன்ஸ் கூறினான்: "காசு தீர்ந்திருச்சு, கள்ளு குடிக்கிறதை விட்டுட்டேன்."

பையனால் பொறுத்துக் கொள்ள முடியவில்லை. தயாள குணம் படைத்த அவன் ஒரு ரூபாயை எடுத்துச் சாத்தனிடம் நீட்டினான். அவனது தோளைப் பிடித்துத் திருப்பி நிறுத்தி மீண்டும் அவனைக் கடைக்குத் திருப்பி அனுப்பினான்.

அதற்குப் பிறகுதான் சாத்தன்ஸ் முழுநேரக் குடிகாரனாக மாறினான். அதைப்பற்றிக் கேட்கும் போது சாத்தன்ஸ் கூறு கிறான்: "கூடா நட்பு."

தாகூர்

ஆண்டுகளுக்கு முன்பு ஒரு கோடைக்காலம். அறுவடையெல்லாம் முடிந்திருந்த நேரம். சலித்துப்போன கிராமத்து வாழ்க்கையிலிருந்து ஒரு நாளாவது தப்பிக்கலாமே என்ற எண்ணத்துடன் சாத்தன்ஸும் பையனும் திருச்சூருக்குப் புறப்பட்டனர். படிஞ்ஞாற்றுமுறி கிராமத்தி லிருந்து திருச்சூர் வரையுள்ள முப்பது நாழிகை தூரத்தைச் சாலையின் இருமருங்கிலும் அமைந்திருந்த இயற்கைக் காட்சிகளை ரசித்தவாறு பார்கோ எந்திரம் பொருத்தப்பட்ட பேருந்தின் ஜன்னலோர இருக்கையில் அமர்ந்து பயணித்தனர். ஒன்பது மணிக்கு சிவபுரியை அடைந்தனர். பிறவற்றையெல்லாம் தொடங்குவதற்கு முன்பு உயிரையும், உடலையும் கட்டிப் போடுவதற்காக ஒரு சைவ ஹோட்டலுக்குச் சென்று காலைச் சிற்றுண்டி சாப்பிட்டனர். அதன் பிறகு வடக்குக் குளத்திற்குச் சென்று முங்கிக் குளித்தனர். வடக்குநாதர் கோயிலை வலம் வந்து தொழுதனர். அப்பமும், பாயசமும் வழிபாடு செய்வதாக நேர்ந்து கொண்டனர். இலஞ்சித்தரை மேளத்தை ரசித்தனர். கடைசியாக ராமவர்மா திரையரங்கத்திற்கு முன்புள்ள அரவிந்தாக்ஷமேனோனின் அப்பன் திருமேனி மகாராஜாவின் சிலைக்கு முன்பாகத் தண்டநமஸ்காரம் செய்தனர்.

மதியம் கொக்காலாவுக்குச் சென்றனர். ஆளுக்குக் கொஞ்சம் சரக்கு அடித்தனர். அதற்குமேல் அசைவ வகைகளுடன் உணவை ஒரு பிடி பிடித்தனர். அழகாகத் தாம்பூலம் தரித்தனர். தூக்கம் வந்தவுடன் நாய்க்கன் ஆலமரத்தடிக்குச் சென்று துண்டை விரித்துப் படுத்துத் தூங்கினர்.

மாலை நேரம் அவர்களுக்குரிய நேரம். நாய்க்கர்கள் ஆலமரத்திலிருந்து இறங்கினர். ராமண்ண நாய்க்கன் சாத்தன்ஸை யும் பையனையும் தொட்டு எழுப்பிவிட்டு மறைந்து விட்டான்.

படிஞ்ஞாற்றுமுறி கிராமத்தைச் சேர்ந்த இருவரும் கண் விழித்துப் பார்த்தபோது அந்தி மயங்க இன்னும் ஐந்தாறு நிமிடங்களே உள்ளன. கொஞ்சம் போனால் அதுவும் இருக்காது என்ற நிலைமை.

பையன் சாத்தன்ஸிடம் கேட்டான்:

“ஊருக்குத் திரும்ப வேண்டாமா?”

“போகணும்.”

“அதுக்கு முன்னாடி ஒரு டீ குடிக்க வேண்டாமா?”

சாத்தன்ஸ் கூறினான்:

“டீ மட்டுமல்ல, கொஞ்சம் சரக்கும் அடிக்கணும்.”

பருப்பு வடையுடன் டீயையும் குடித்தபின், தேக்கின்காடு மைதானத்தைக் குறுக்காகக் கடந்து பேருந்து நிலையத்தை நோக்கி நடந்தனர். வழியில் மின் விளக்குகளால் அலங்கரிக்கப்பட்ட ஒரு கூடாரத்தைக் கண்டனர், அதற்குள்ளிலிருந்து பக்கமேளத்துடன் பாட்டுச் சத்தம் எழுவதையும் கேட்ட சாத்தன்ஸ் கேட்டான்:

“அங்கே என்ன நடக்குது!”

பையன் கூறினான்:

“தாகூர் பிறந்தநாள் நூற்றாண்டு விழா.”

“அப்புறம்?”

“நாடகமும் இருக்கும்னு நினைக்கிறேன்.”

“என்ன நாடகம்?”

“சொப்பன வாசவதத்தை.”

“யாரு எழுதினது?”

“தாகூர்தான்.”

“நாமளும் போய்ப் பார்க்கலாமா?”

“பார்க்கணும்னா பார்க்கலாம்.”

சாத்தன்ஸ் கேட்டான்:

“அவர் நடிக்கிறாரா!”

“யாரு?”

“தாகூர்.”

பையனுக்கு அதைப்பற்றிச் சரியாகத் தெரியாததால் எதிரே வந்த ஆட்டோமேட்டிக் அந்தோணியிடம் கேட்டான்:

“நாடகத்துல தாகூரும் நடிக்க வர்றாரா?”

ஆட்டோ கூறினான்:

“இல்லைன்னுதான் கேள்விப்பட்டேன்.”

சாத்தன்ஸ் மார்பில் கை வைத்தான்:

“ஐயோ! படுபாவி ஏமாத்திட்டானா?”

அந்தோணி கூறினான்:

“ஏகதேசம் அப்படித்தான்.”

அப்போது சாத்தன்ஸ்:

“அப்படீன்னா நாம் அவனோட நாடகத்தைப் பார்க்க வேண்டாம். வாடா ஊருக்குப் போவோம்.”

பூர்வீகம்

குடும்பத் தலைவனாகிய பையன் என்ற மூத்தநாயர், வராந்தாவில் மரச் சட்டங்களால் ஆன சாய்வு நாற்காலியில் படுத்துச் சுவாரஸ்யமாக வெற்றிலை மென்று கொண்டிருந்தான். கணக்குப் பிள்ளை ஜாடவேடன் நம்பூதிரி சற்றுத் தள்ளி வாய்பொத்தி நின்றார். ஆலோசனைகளுக்கிடையே மூத்தநாயர் ஒரு நகைச்சுவையை எண்ணிக் கொண்டான். கணக்குப் பிள்ளையின் பெயர் ஆங்கிலத்தில்தான் ஜாடவேடன். மலையாளத்திலென்றால் ஜாதவேதன் என்றுதான் உச்சரிக்க வேண்டும். மிலேச்ச மொழிக்கு எவ்வளவு சிறப்பு.

"ஹா ஹா!"

"மூத்த நாயரே, என்ன சிரிக்கறீங்க?"

"ஒண்ணுமில்லை, நினைச்சேன் சிரிச்சேன்."

"ம்... சரிதான்."

ஜமீன்தார் விஷயத்துக்கு வந்தான்.

"சரி, புரட்டாசியில் மிச்சவாரமெல்லாம் வந்துடுமா?"

"எல்லாம் ஏற்பாடு செய்துவிட்டேன், ஒரு நெல்மணிகூட பாக்கியில்லாம வந்து சேர்ந்துடும்."

மூத்தநாயர் அடுத்த கேள்வியைத் தொடுப்பதற்காக வாய் திறப்பதற்குள் எட்டுக்கட்டு வீட்டின் உள் பங்களாவில் ஒரே சத்தம்.

"என்ன அங்கே! காலையிலேயே சத்தம்?"

"மருமக்கள் பாட்டுப் பாடுவார்களாக இருக்கும்."

"ஹூம்?"

"ஒரு புதுப்படம் வெளிவந்திருக்கிறதாக் கேள்விப்பட்டேன், அந்தப் பாட்டா இருக்கும்."

"ஜாட வேடனுக்கு அது புரியுதா?"

"நல்லப் புரியுது எஜமான்."

"சரி, பாடு பார்க்கலாம்."

நாதமென்னும் சிறகில் ஏறி கணக்குப்பிள்ளை நம்பூதிரி பாடினார்:

"முத்து விதைக்கயிலே வானத்தில் மின்னுகின்ற

செட்டீ, செட்டிச்சீ, கட்டிச் சட்டினீ..."

மூத்தநாயர் வயிறு குலுங்கச் சிரித்தான். வாயிலிருந்து எச்சில் மழை தூறியது. மழைச்சாரல் மேனியைத் தீண்டாதபடி கணக்குப்பிள்ளை பின்வாங்கி நின்றார். பட்டால் பாதகமாகி விடும். ஜாடவேடன், துப்பன் நம்பூதிரியாகிவிடுவார்.

வெளியே முற்றத்தில் ஒரு குடுமிக்காரன் ஓலைக்குடையைக் கீழே வைத்து விட்டு வணங்கி நின்றான்.

"யாரது?"

"தச்சன் வந்திருக்கேன், எஜமான்."

"எங்கேயிருந்து?"

"பெருமுடியூர், ஆடியில் அம்மனைத் தொழுறதுக்காக இங்கே வந்தேன். திரும்புற வழியில் மலைமேலிருந்து பார்த்தேன், இந்த வீடு அசையிற மாதிரி இருந்தது. ஒரு நடுக்கம்."

"இந்த வீடா?"

"ஆமா இந்த வீடுதான்."

"மூத்தநாயர் எழுந்து சென்று திண்ணையிலிருந்து வளையை இழுத்துப் பிடித்தான்."

"இப்போ?"

"ம்... ஆட்டம் அடங்கியிருச்சு எஜமான், ஆனா ஒரு விஷயம்: உங்க காலத்துக்குப் பிறகு திரும்பவும் ஆட்டம் தொடங்கும், வீடு இடிஞ்சு விழும்."

"எல்லாம் நாசமாப் போவும் அப்படித்தானே?"

"ஆமா எஜமான்."

"ரொம்ப சந்தோஷம், ஜாடவேடா தச்சனுக்கு என்ன வேணுமோ கொடுத்து அனுப்பு. சாப்பிட்டிட்டுத்தான்

போணும்னு சொல்லு. நாயை வா வான்னும் கூப்பிடு. அது வாயைத் தொறந்துட்டு வந்ததும் பார்த்துட்டு நில்லு."

"அப்படியே செய்திடுறேன்."

இரண்டு

உள்வராந்தாவில் இளந்தலைமுறையினர் கூச்சலிட்டனர்.

காலேஜ் தொறக்கலைன்னா தொறந்த காலேஜில கொண்டு போய் சேர்க்கணும். மருமகன் இளைய கிட்டுண்ணி நாயர் கடிந்து கொண்டார்:

"ச்சே, என்னதான் இருந்தாலும் கொஞ்சமாவது ஜாதிப்பற்று வேண்டாமா? நம்ம நாயர் சமுதாயம் நடத்துற எத்தனையோ காலேஜ் இருக்கும்போது ஈழவனோட குடிசையில் போய்த்தான் பாடம் படிக்கணுமா! இது நால்லாயிருக்குதே! சுரேந்திரா சுந்தோபசுந்தா, சுமதி, பிரேம் நவாஸு உங்களுக்கெல்லாம் வெட்கமா இல்லையாடா?"

"நம்ம காலேஜூ தொறக்கலியே அதனாலத்தானே கேக்கறோம்."

"தொறப்பாங்க."

"எப்போ?"

"எப்போ தொறக்கணுமோ அப்போ."

"அதுக்கப்புறம் படிச்சாப் போதுமா?"

"போதும்."

"அது எங்களால முடியாது!"

இளைய கிட்டுண்ணிநாயர் கோபாவேசத்துடன் எழுந்தார். அப்படியே நின்றார். அதற்குமேல் அசைய முடியவில்லை. மதியச் சாப்பாடு அவ்வளவு சுவையாகச் சமைக்கப்பட்டிருந்தது.

மருமகப்பிள்ளைகளை அடித்துத் திருத்த முடியாத வருத்தத்துடன் இளைய மூத்தார் கூறினார்:

"சரி, அப்படீன்னா நீங்கெல்லாம் போயிப் பெரிய மாமாவைப் பாருங்க, அதுதான் நல்லது."

மூன்று

மூத்தநாயர், உடம்பெல்லாம் காய்ச்சிய மருந்து பூசி, உச்சிகுளிர எண்ணெய் தேய்த்து, இடுப்பில் துண்டு கட்டி, வெற்றிலை மென்று, குடுமியைக் கோதிவிட்டவாறு வெளித்திண்ணையில் உலாத்திக் கொண்டிருந்தான்.

மருமகப்பிள்ளைகள் வரிசையாக வந்து நின்றனர்.

"உம்?"

"உங்கக் கிட்டக் கொஞ்சம் பேசணும்?"

"என்ன?"

மூத்தநாயரின் அனைத்து ரோம கூபங்களிலுமிருந்தும் மண்டூகங்கள் ஒவ்வொன்றாக எழுந்து நின்றன. ஒரே தவளை மயம். (ரோம கூபங்களையும் மண்டூகம் என்றே சொல்ல வேண்டுமென்று மலையாளப் பண்டிதர்கள் கற்றுக் கொடுப்பர். அதுதான் மிகவும் சரியா? இல்லை. ஒருமையும் பன்மையும் கலந்து கூறுவதுதான் அதைவிட நல்லது. இலக்கணமல்ல ஓசைதான் மொழிக்கு உயிர்).

"கிட்டுண்ணி!"

எட்டுகட்டின் தூண், உத்திரம், சுவர் முதலியவற்றிலெல்லாம் மோதிய சுக்ரீவ கட்டளை முழுப்பலத்துடன் திரும்பி வந்தது.

"இளைய கிட்டுண்ணி!"

ஸ்மால் கிட்டுண்ணி அதோ தரையில் மூத்தாரின் காலடியில்.

"என்னடா! இந்த வீட்டுக்கு மேல ஒரு செங்கொடி பறக்குதா? இவங்கெல்லாம் ஒண்ணாச்சேந்து என்னை வெலபேச வந்திருக்காங்களா? கலிகாலம்னு தெரியும். அதுக்குனு இப்படியா?"

மருமகப்பிள்ளைகள் பயத்தில் நடுங்கினர்.

இளைய கிட்டுண்ணி வாய்பொத்திக் கூறினார்:

"இவங்களுக்கெல்லாம் படிக்கப் போகணுமாம்."

"இங்கிலீஷ்தானே?"

"ஆமா."

"இப்போப் படிக்கிறதோ?"

“அதே தான், ஆனா காலேஜு தொறக்கலையே.”

“உம்? ஏன் தொறக்கலை.”

“தெக்கே இருக்கிற நம்ம ஆளுங்களுக்கு இப்போ வேண்டாமாம். அவங்களுக்குப் பாதிரியார்கள் கூட இருக்காங்களாம்.”

“இந்தக் காரணத்துக்காகத்தான் தொறக்கலியா?”

“இப்போ ஆட்சி நடத்துற கீழ்சாதிக்காரங்களோட அடாவடின்னும் பேசிக்கிட்டாங்க.”

“ஓகோ, அப்படீன்னா தொறக்க வேண்டாம்னு சொல்லி யிருக்க வேண்டியதுதானே?”

“சொல்லியாச்சு.”

பெரிய மூத்தார் நடு முற்றத்துக்கு நீட்டித் துப்பினான்.

“சரி, இவங்களுக்கு இப்போ என்ன வேணுமாம்?”

“ஈழவங்க நடத்துற காலேஜுல போய்ப் படிக்கணுமாம்.”

பெரிய மூத்தார் நிமிர்ந்து நின்றான்: “அவ்வளவுதானே! இப்பவே ஏற்பாடு செய்துடுறேன். அந்தப் பிரம்பு எங்கே இருக்குனு பாரு. தலைக்கு ரெண்டு கொடுக்கட்டும்.”

மூத்த சாத்து, சுரேந்திரனுண்ணி விக்கினான்:

“பெரியமாமா மன்னிச்சிடுங்க, தெரியாமப் பேசிட்டோம். அடி வேண்டாம் அறிவுரை சொல்லுங்க, அதுவே போதும்.”

என்ன செய்வதென்று மூத்தநாயர் குழம்பினான்:

“டேய், நாயர் ஜாதியில பிறக்காத மடச்சாம்பிராணிகளா! அந்தக் கடைசி மெய்யை உயிர் மெய்யா நீட்டி ஒலிக்கிறதுக்கு எவ்வளவு காலம் கஷ்டப்பட வேண்டியிருந்ததுன்னு கொஞ் சமாவது சிந்திச்சுப் பார்த்திருக்கீங்களா? ‘ரே’ ரே’ங்கற அந்த ஒரேயோர் எழுத்துக்கு இருக்குற மரியாதை என்னன்னு உங்களுக்குத் தெரியுமா?”

“தெரியும், பாட்டி சொல்லியிருக்காங்க.”

“சரி ஒண்ணு, செய்யுங்க. எப்போதாவது புத்திபேதலிக்கும்

போது, சிந்தை குழம்பும் போது, நான் நாயர், நான் நாயர்னு நூத்தியொரு தடவைச் சொல்லுங்க. அதுக்கப்புறம் தேவை யில்லாத எதுவும் சிந்தையில் தோணாது."

"அப்படியே செய்யறோம்."

"சரி, கிட்டுண்ணி நாம ஒண்ணு செய்வோம். இவங்கெல்லாம் படிச்சது போதும். அந்தத் தாமரைக்குளத்துக்கு வடக்கே உள்ள நூறு மரக்கா விதைப்பாட்டை மூத்தவன் பார்த்துக்கட்டும். தக்குறிச்சிக்களத்தை இளையவன் கவனிக்கட்டும். மூணாவதா உள்ளவனே குட்டப்பணுண்ணி நீ இவங்களுக்கு ஒத்தாசைய இரு கேட்டியா?"

"ஓ... சரி."

"அப்புறம் பொம்பளப்பிள்ளை, அதோ அவ, அவள் இங்க இருக்கட்டும். ஒரு வழி கண்டுபிடிப்போம்."

மருமகப்பிள்ளைகள் நீண்ட நேரம் ஆச்சரியப்பட்டு நின்றனர். ஒருவருக்கொருவர் தொட்டும் தடவியும் மகிழ்ச்சியில் திளைத்தனர்.

மூதாதையர்களை மனத்துள் எண்ணிப் படுத்துத் தூங்கிய அவர்களுக்குப் பொழுது புலர்ந்தபோது உச்சிக் குடுமி நீண்டிருந்தது. கடுக்கண் மின்னியது, கோவணம் முளைத்து விட்டது.

நான்கு

எட்டுகட்டு வீட்டின் குடும்பத் தலைவர், பையன் என்ற பெரிய மூத்தார், மூத்தநாயர் மரச்சட்டமிட்ட சாய்வு நாற்காலியில் சாய்ந்து படுத்தான்.

"ஜாட வேடன் எங்கே?"

"அடியேன் இதோ இங்கதான், எஜமான்."

"நீ இங்கே தான் இருந்தியா?"

"என்ன வேணும் எஜமான்."

"இந்த வீட்டுல ஒரு பொம்பளப்பிள்ளை இருக்காளே, படிக்கிறவ, அதான் விலாசினி பெத்தெடுத்த முத்து."

"சுமதிக்குட்டி....."

"ஆமா அவளேதான்... அவளுக்கு ஒரு மாப்பிள்ளை....."

"பார்த்திடுவோம்."

"அப்படிச் சொன்னா மட்டும் போதாது."

"கொஞ்சம் சீக்கிரமாவே பார்த்திடுவோம்."

"நான் சொல்ல வந்தது அது இல்லை. உனக்கு அவளைக் கட்டிக்கிறதுல எதாவது ஆட்சேபணை இருக்குதா?"

"அப்படியெல்லாம் ஒண்ணுமில்லை."

"அப்படின்னா நீ தான் மாப்பிள்ளை, ஆசாரமான ஆள் தானே நீ?"

"ஆமா, எஜமான்."

"அப்படின்னாச் சரி, உடனே முடிச்சிருவோம்."

ஐந்து:

*வடக்கினியில் சுமதிக்குட்டி:

"எனக்குன்னா ஒண்ணு, வெறும் ஒண்ணு. அதுவும் ஒரு நம்பூதிரி. முன்னே உள்ளவங்களுக்கெல்லாம் ரெண்டும் மூணும். செருப்புக்கூட ரெண்டு ஜோடி ஒண்ணாத்தான் வாங்கித் தருவாங்க. இதுன்னு சொன்னா மட்டும் ஒண்ணு. பூஜ்யம் யீ.. யீ... (விசும்புகிறாள்).

❦

----

*வடக்கினி - நாலுகட்டு, எட்டுக்கட்டு வீடுகளின் வடக்குப்பகுதி.

சௌந்தர்யலகரி

போனில் இருந்து இந்தியாவுக்குத் திரும்புகின்ற பயணத்தின் போது பாரீசை வந்தடைந்தவுடன் பையனது மனம் உற்சாகத்தில் கும்மியடித்தது:

"இங்கே பொழுதுபோக்குகள் ரொம்ப விசேஷமாம், போகணுமா?"

பாரீசில் இப்போதெல்லாம் விபச்சாரம் ஒரு முறைப்படுத்தப் பட்ட தொழிலாகவே மாறிவிட்டது. பார்க்கிலோ முச்சந்தியிலோ போய் ஓரமாக நின்றால் போதும். அழகிகள் அவர்களது குட்டிக்கார்களை அழகாக ஓட்டி வருவர். அப்படியே அலாக்காக அள்ளியெடுத்துக் கொண்டு பிளாட்டுக்குச் செல்வர். சாராயமா, சாப்பாடா எது வேண்டுமோ அது. அதன் பிறகு இன்பத்தில் மூழ்கலாம். கடைசியாகப் பில். எல்லாம் சேர்த்து மொத்தமாகக் கொடுத்தால் போதும்.

"சரி இன்றைக்கே போகலாம். இனியொருமுறை வாய்ப்புக் கிடைக்குமென்று தோன்றவில்லை."

பையன் லத்தீன் குவார்ட்டருக்குச் சென்று நின்றான்.

பிரிட்டீஷ் சானலில் அரச வம்சத்தின் கல்லறைத்தோட்டம்.

அந்திமாலைப் பொழுது.

சிறிய பெகோ கார் ஒன்று முன்னே வந்து நின்றது. இளம்பெண் கீழே இறங்கினாள். அழகிய பெண். பையன் கேட்டான்:

"பதினேழாகுமா?"

"அதே தான்."

"அப்போப் போவோமா?"

“சரி.”

“சாப்பாடும், குடியும் எல்லாம் அங்கே தானே?”

“ஆமாம்.”

“எல்லாம் முடிந்து பில்லு வந்த பிறகு கூலி கொடுத்தாப் போதுமா?”

“தாராளம்.”

மேம்பார்ணயில் ஒரு பழைய எட்டுகட்டு வீடு அது. சிற்பங்கள் நிறைந்த மரத்தூண்கள். ஆளுயரக் குத்து விளக்குகள். ஆடம்பரம் சொல்லி மாளாது. அழகி கேட்டாள்:

“பிரசாதம் சாப்பிடுவீங்களா பையன்?”

“சாப்பிடலாமே.”

“வழக்கமாகச் சாப்பிடுவது?”

“கோந்தியக்தான், ஆனால் ரொம்ப வேண்டாம். நாழியளவு செம்பில் ஒரு செம்பு போதும்.”

வின்றாஸ் திராட்சையின் இனிமை. முறுக்கேறிய நரம்புகள். பிரெஞ்சுக்காரி தேவி வடிவில் முன்னே வந்து வணங்கி நின்றாள்: “திருவமுதுக்குப் பிறகுதானே திருச்சயனம்?”

“பார்க்கலாம்.”

பையன் ஆன்மீகவாதியானான். சௌந்தர்யலகரியில் சக்தி தேவியின் முன்னே கண்களை மூடி நின்றான்.

“தேவி அதோ அந்த டைனிங் டேபிளுக்கு மேல், அதோ அங்கே குழந்தை வடிவில் பள்ளிகொள். நிர்மலமான சௌந்தரியத்துடன் ஒரு வழிபாடு நடத்த வேண்டும்.”

தெளிவான ஓசையில் மந்திரங்கள். எழுத்துக்கள் இல்லாத செயல் விதிகள். நாவின் ஓசையில்லா மாயாஜாலங்கள்.

பிரெஞ்சு தேவியின் ஆனந்த முனங்கல்கள். அழகை ஆராதிக்கும் சொற்களின் அணிவகுப்பு.

“ஊய்! பதினான்காம் லூயி ஷார்மா!”

பையன் ஆதிசங்கரரின் சுலோகத்தைக் கூறி நிறுத்தினான்:

'மதுக்ஷீரதிராக்ஷா மதுரமதுரீணாஃபணிதய.'

தேவி பக்தையானாள், பக்தன் தேவனானான்.

"இனி இங்கே அமர்ந்து திருவமுது செய்யலாமே?"

"வேண்டாம். இதுவே மிகுதி. திருப்தி. மகிழ்ச்சி."

"பில் கொண்டு வா."

பக்தையின் கண்கள் கண்ணீர் சொரிந்தன:

"தவறாக எண்ண வேண்டாம், அடியவள் பில் தர மாட்டேன்."

"பிறகு?"

"ஒரு வரம் அருள வேண்டும்."

"கேள்."

பக்தை கை கூப்பினாள்:

"இனி, இவ்வழியாகச் செல்லும் போது இங்குதான் உணவருந்த வேண்டும்."

பானோபசாரம்

தை மாத அறுவடையெல்லாம் முடிந்தபிறகு பையன் பாரீசு வழியாக மீண்டும் போனுக்குப் பயணம் மேற்கொண்டான். லத்தீன் குவாட்டரைச் சென்றடைந்தான். பழைய பிரான்சு அழகியின் வரவை எதிர்நோக்கிக் காத்திருந்தான். அப்போது சிலி நாட்டு அம்பாசிடர் மகாகவி பாப்ளோநெருதா அவ்வழியாக வந்தார். பையனைக் கண்டவுடன் காரிலிருந்து இறங்கிவந்து குசலம் விசாரித்தார்:

"ஊரிலிருந்து இப்போதுதான் வருகிறீர்களா?"

"ஆமாம்."

"பொழுதுபோக்கை எதிர்நோக்கிக் காத்திருக்கிறீர்கள்."

"அப்படி இல்லை. வாய்ப்புக் கிடைத்தால்....."

"வீட்டுக்கு வருகிறீர்களா? ஒரு ட்ரிங் அருந்திவிட்டுத் திரும்பி வரலாம்."

"எக்ஸலென்ஸி. மன்னித்து விடுங்கள், இப்போது வேண்டாம்."

"சரி, நான் வரட்டுமா?"

"இருங்கள், என்ன அவசரம்."

பையன் தனது வலது கக்கத்திலிருந்து வெள்ளிச் செல்லத்தை வெளியே எடுத்தவாறு ஃபுட்பாத்தில் உட்கார்ந்தான். மகாகவி பாப்ளோவுக்குத் தாம்புலம் மடக்கிக் கொடுத்தான்.

வீதியெல்லாம் வெற்றிலை எச்சிலைத் துப்பியவாறு அம்பாசிடர் புறப்பட்டுச் சென்றார். சிறிது நேரத்தில் அவள் பெகோ காரில் வந்தாள். பழைய பதினேழு வயதுக்காரி, பிரெஞ் சுக்கட்டை, பெயர் இவோண்.

பையனைக் கண்டவுடன் பிரான்சுக்காரி காரிலிருந்து இறங்கினாள். உரக்க வியந்தாள்:

'பொன்னாரம் பூவாரம் கண்ணோரம் சிருங்காரம் பொழுதுகள் கோடி புதுமைகள் தேடி, வா வெண்ணிலா... ஒரு தேர் கொண்டு வா.....'

பையன் காரில் ஏறி உட்கார்ந்தான். அவனைக் கட்டிப் பிடித்தவாறு இவோண் காரை ஃபிளாட்டுக்கு விரட்டினாள்.

இங்கே, அந்த அந்திமாலைப் பொழுதில் முன் வாசலில் நின்றுகொண்டு இவோண் கேட்டாள்:

"குடிப்பதற்கு என்ன வேண்டும்? நாழியளவு செம்பில் ஒரு செம்பு கோந்தியாக் தானே?"

"இல்லை."

"ஷாம்பெய்னா?"

"இல்லை."

"வேறென்ன ஷெரியா?"

அவளது பரந்த மார்பைச் சுட்டிக்காட்டி பையன் கூறினான்:

"பெண்ணே! பிராவால் பிணைக்கப்படாத உனது குசகலசங்களில் மாறி மாறிப் பானம் அருந்த வேண்டும் அதுவே எனது விருப்பம்."

"ஐயோ!"

"என்ன?"

"கடந்த முறை நாபா மகாராஜா இவற்றில் பானம் அருந்தும் போது எனது கலசநேத்திரங்களைப் பதம் பார்த்து விட்டார். அந்த நோவு இன்னமும் தீரவில்லை."

"நாம் அவ்விதம் துவம்சம் செய்யத் துணிய மாட்டோம்."

"அதற்கு என்ன உத்தரவாதம்?"

"பானம் அருந்திய பிறகு பார். அப்புறம் தெரியும்."

"அடியவளுக்குத் தைரியம் போதாது. கோந்தியக் போதாதா?"

"போதாது."

இவோண் சற்றுநேரம் சிந்தனையில் ஆழ்ந்தாள்:

"அப்படியென்றால் ஒரு நடுநிலையான தீர்மானம்."

"என்ன வென்று கூறு."

"கண்டிப்பாகப் பானம் அருந்தியே ஆகவேண்டுமென்றால் கொக்ககோலா போல் ஒரு ஸ்ட்ரா போட்டுக் குடித்துக் கொள்ளுங்களேன்."

பையன் கதகளி முத்திரை காண்பித்தான்:

"அப்படியே ஆகட்டும்."

பையன்

மதியவெயில் மெதுவாகக் குறையைத் தொடங்கிய ஒரு வசந்த தினத்தில் நான் பேருந்தில் பயணம் செய்து கொண்டிருந்தேன். சிவப்பு நிறப் பெரிய லைலேண்ட் பேருந்து. எத்தனையோ குதிரை சக்தி கொண்ட என்ஜினின் உறுமல் ஓசையைச் சக்கரங்கள் வாயிலாகக் கேட்டவாறு பயணம் செய்யும் நேரத்தில் எப்போதும் இல்லாத பாதுகாப்பு உணர்வை அப்போது அனுபவித்தேன். கான்கிரீட் சாலையின் கணக்கற்ற தூரங்கள் பேருந்துக்கு அடியில் அலறிக் கொண்டே நழுவிச் சென்றிருந்தன. தாளத்திற்கு ஏற்றவாறு துடிக்கின்ற என்ஜினுடைய கவிதைக்குரலின் பின்னணியில் நான் சீட்டில் அமர்ந்தபடி பாஷாநைஷதம் சம்புவைப் படித்துக் கொண்டிருந்தேன். ஓடுகிற பேருந்தில் அதுவும் பெரிய சிவப்பு நிறப் பேருந்தில் அமர்ந்து பாஷா நைஷதம் சம்பு வாசித்திருக்கிறீர்களா? ஜெட் விமானத்தில் பயணம் செய்வது போல் இருக்கும்.

வழியில் ஏதோ ஒரு நிறுத்தத்தில் எனது பக்கத்து இருக்கையில் ஏதோ ஒன்று வந்து விழுந்தது. ஒரு பையன். ஏறக்குறைய இருபது வயதும், இரண்டு கை, கால், கண் ஆகிய அவயவங்களையும் கொண்ட ஒரு பையன். ஒரே பார்வையில் மனிதனென்று தெரிந்து கொள்ளலாம்.

ஒளி வீசும் கண்கள் படைத்த பையன்! எண்ணெய் மின்னும் முகத்தில் எப்போதும் ஒரு தியாகியின் பாவம். ஒவ்வொரு நிமிடமும் அவசியமின்றி மரணிப்பது போலவும் எத்தனை முறை மரணித்தாலும் அதைப் புரிந்து கொள்ளமுடியாதது போலவும் ஒரு பாவனை. கற்பனையில் ஓர் இரும்புச் சிலுவையைத் தூக்கிச் சுமப்பதுபோல ஓர் உணர்ச்சி வெளிப்பாடு. மலையாள வார மாத இதழ்களை மலைபோல் கைகளில் குவித்து வைத்திருக்கிறான்.

நான் நைஷதத்துக்குத் திரும்பிச் சென்றவுடன், பையனது பார்வை என் முகத்தின் மீதும் சம்புவின் மீதும் மாறி மாறிப்

பதிவதை என்னால் அறிய முடிந்தது. அவன் திடீரென்று தோளோடு தோள் உரசியவாறு கேட்டான்: "சார் நீங்க மலையாளியா?"

சம்பு வாசிப்பதை நிறுத்திவிட்டுப் பையனது முகத்தைப் பார்த்தேன். திறமைசாலி! நிமிட நேரத்தில் கண்டுபிடித்து விட்டானே! ஒற்றனாகவோ வேறொரு சித்தனாகவோ இருப்பானோ?

"பார்த்தா தெரியலை, இல்லையா?"

"ஆமா சார், உங்களைப் பார்த்தா அப்படித் தோணலை."

"ஆமா, எல்லாரும் சொல்றது சரிதான். தமிழன், தெலுங்கன், வங்கன், உட்கலன், எஸ்கிமோ இப்படியெல்லாந்தான் எண்ணத் தோன்றுமாம் மலையாளின்னு கனவில கூடத் தோணாது. சம்புவினால் செம்பு வெளியே வந்து விட்டது. இவனது கண்கட்டு வித்தையைக் கைதட்டிப் பாராட்ட வேண்டும். ஒரு பேச்சுக்கு வைத்துக் கொள்வோம். புத்தகத்தின் மொழியை மாற்றிவிட்டால், ஹிந்தியிலோ தேவநாகரியிலோ, அப்போது பையன்கள் என்ன செய்வர்? எது எப்படியோ இனிமேல் மலையாளப் புத்தகத்துடன் பயணம் மேற்கொள்வது பாதுகாப்பானதல்ல."

"நீ யாருன்னு நானும் கண்டுபுடிச்சுட்டேன்" நான் கூறினேன்.

"எப்படி சார்?"

"ஜோசியம் தெரியும்; கணக்கு வித்தையும் தெரியும்."

"அப்படியா!" பையனது கண்களில் தீப்பொறி பறந்தது. அவன் எழ முற்பட்டான். நான் அவனைப் பிடித்து உட்கார வைத்தேன். இரண்டாயிரம் மைல்கள் கடந்து இங்கே வந்து ஓடுகிற பேருந்திலிருந்து கீழே குதித்து வரலாறு படைப்பதற்கான யாதொரு தேவையும் இப்போது எழவில்லை.

"கணித்துப் பார்த்தால்" நான் கூறினேன்: "யார் மலையாளி, யார் மாடுன்னு என்னால கண்டுபிடிக்க முடியும். அப்புறம் எண் கணிதம், மாநிலத்தில் வசிப்பவர்களின் எண்ணிக்கையையும் வேலை இல்லாதவர்களின் எண்ணிக்கையையும் மக்கள் நெருக்கத் தையும் வச்சுக் கணக்குப் போட்டுப் பார்த்தால், இன்ன நாளில் இத்தனையாவது ஆள் இன்ன மாநிலத்திலிருந்து வருவான்

என்பதையும் என்னால் சொல்ல முடியும்."

பையன் சிரித்தான்.

"இன்னுங் கொஞ்சம் நுணுக்கமாகக் கணித்தால் மாவட்டம், தாலுகா, கிராமம், வீட்டுப்பேர், நம்பர், ஸர்வே நம்பர் இதை யெல்லாங்கூடச் சொல்ல முடியும்."

"பரவாயில்லையே!"

"மெதுவாப் பேசு. மலையாளின்னு வேற யாருக்கும் தெரிஞ் சிடக்கூடாது."

"தெரிஞ்சா என்ன? அவங்களுக்குத்தான் மலையாளம் புரியாதே."

"யார் சொன்னது? சில நேரங்கள்ல பஸ்ல இருக்குற எல்லாரும், டிரைவர் உட்பட சக்கரம் வரை எல்லாம் கேரளா வைச் சேர்ந்ததா இருக்கும்."

பையன் தொடர்ந்து சிரித்தான்.

"சாதாரணமா" நான் கூறினேன்: "வேற மாநிலத்துல ஒரு மலையாளத்துக்காரனைக் கண்டுபிடிக்கிறதுல எந்தச் சிரமமும் இல்லை. எல்லாத்தையும் நெத்தியில எழுதி ஒட்டி வெச்சிருக்கிற மாதிரி இருப்பான். முகத்தைப் பார்த்தாலே போதும். ஏதாவது ஒரு நாள் சாயங்காலம் அஞ்சுமணிக்கும் ஆறுமணிக்கும் இடையில ஏதாவது ஒரு நகரத்துல ஏதாவது பஸ் ஸ்டாப்புல ஏதாவது கியூவில போய் ஏழாம் நம்பர்காரனை நெருங்கி, குன்னம்குளம் குமாரனா? ஜோனம்பாறை ஜோர்ஜ்தானே?ன்னு கேட்டால் அப்படியே நிலை குலைஞ்சு போயிருவாங்க. எப்போதாவது தான் கணிப்புத் தவறும். அப்படித் தவறுகிற கேசு கூட மதம் மாறுன மலையாளத்துக்காரனாத்தான் இருப்பான்."

"சார், நீங்க எதுவும் எழுதுறதில்லையா?"

"படிக்கும் போது பரீட்சை எழுதியிருக்கேன், இங்கிலீஷ், கணக்கு, வரலாறு, புவியியல்....."

"இலக்கியம்?"

"எழுதுனா யார் திருத்துவாங்க?"

“அதென்ன அப்படிக் கேட்டுட்டீங்க?”

“இந்த நகரத்துல இருக்குற எழுத்தாளர்கள் எல்லாம் கொஞ்சம் வித்தியாசமானவங்க. டெபுட்டி செக்ரட்டரி ரேங்குக்குக் கீழே இருக்குற யாரும் புத்தகம் எழுத மாட்டாங்க. அண்டர் செக்ரட்டரி நூல் எழுதினாலே கருணையோடதான் பார்க்கப்படுவார். இப்படி இருக்குற நிலையில் நான் ஏதாவது எழுதுனா துக்க வெள்ளிதான், அவங்க என்னைக் கிளப்புல பூட்டிப் போட்டுக் கொன்னுடுவாங்க.”

“சார் உங்களுக்கு அண்டர் செக்ரட்டரியோட கிரேடுகூட இல்லையா?”

“தம்பி, அது இருந்ததுன்னா நான் இவங்களை எல்லாம் ஒரு வழி பண்ணியிருக்க மாட்டேனா? அண்டர் செக்ரட்டரி ஆயிடலாம்னு ஊர்ல இருந்து வந்து இப்போ அண்டர் டாக்கா அலைஞ்சிட்டிருக்கேன். ஆனா பிறந்த நாட்டை மட்டும் இன்னும் மறக்கலை, இப்பவும் கேரளம்னு பேரு கேட்டா என் நாடி நரம்பெல்லாந் துடிக்கும்.”

பேச்சுக்கிடையே பையன் மிகச் சிறந்த எழுத்தாளன் என்று தெரியவந்தது. இலக்கியத்தின் பல்வேறு பிரிவுகளை வளப்படுத்துவதற்காக பத்தாண்டுகளுக்கு முன்பே தயாராக்கிய விரிவான திட்டத்தோடுதான் இங்கே வந்து முகாமிட்டிருக்கிறான். வேலை தேடுகிறேன் பேர்வழி என்று நகரத்துக்கு வந்து மைத்துனனுடன் தங்கியிருக்கிறான். முக்கிய நோக்கம் இலக்கியம் படைப்பதுதான்.

இதழோரம் இரண்டு வரிக் கவிதையுடன் நடுத்தர வகுப்புப் பெற்றோருக்கு வாரிசாகப் பிறக்கிறான் பையன். மூன்றாவது வயதில் தாயின் தாலாட்டுப் பாடலில் கவித்துவம் இல்லையென்று கருதித் தானாகவே ஒரு தாலாட்டுப் பாடலைப் பாடித் தூங்குகிறான். நான்காவது வயதில் மனதிற்குள் கவிதை எழுதத் தொடங்குகிறான். ஐந்தாம் வயதில் நெடுங்கவிதை. ஆறாம் வயதில் வியோகினி விருத்தத்தில் ஒரு விரககவிதை. ஏழாம் வயதில் பெருங்காப்பியம். எட்டாம் வயதில் அறிவியல் கலைக்களஞ்சியம். முதல் நூல் எப்போது வெளிவந்தது என்று சரியாக நினைவில்லை. நீண்ட காலத்திற்கு முன்பாக இருக்கலாம்.

பள்ளிக் கூடத்தையும் ஒரு கலக்கு கலக்கிவிட்டுத்தான் வெளியேறினான். மலையாளப் பண்டிதர்கள் ஏதாவதொரு செய்யுளின் ஒரு வரியைக் கூறினால் பையன் அந்த வரிக்குப் பத்து பாட பேதங்களைக் கூறுவான். பண்டிதர்கள் சங்கோஜதத்துடன் பின்வாங்குவார்கள். பால மகாகவியை வணங்காத தலைகள் இல்லை. ஆசிரியர்களுக்கும் கவிஞன் மீது அன்பு அதிகரிக்கிறது. பத்தாம் வகுப்புத் தேர்ச்சிபெறப் பத்தாண்டுகள் போதுமானதாக இருக்கும்போது அவனுக்கு மட்டும் இவர்கள் பதின்மூன்று ஆண்டுகளை எடுத்துக் கொள்கின்றனர். பையன் வெளி உலகிற்குக் கட்டவிழ்த்து விடப்பட்டான். மீதமிருப்பது ஷார்ட் ஹாண்டும் டைப் ரைட்டிங்கும் மட்டும்தான். அதையும் பயில்வதற்குப் பையன் செல்கின்றான். ஆனால் எல்லையில்லா நீலவானில் வெள்ளிச்சரம்போல் பாய்ந்து செல்வதற்குத் தயாராகப் பையனுக்குள் எழுந்து நிற்கும் கவி உள்ளத்திற்குச் சிறகு அணிவிக்க இந்தக் கலைகளால் இயலவில்லை. சுருக்கெழுத்தின் சாய்ந்த கோடுகளிலும், தட்டச்சு இயந்திரத்தின் நாக்குகளிலிருந்து வந்து விழுகின்ற எழுத்துகளின் அச்சடித்த வடிவங்களிலும் கவிதைகள் பூத்துக் குலுங்குகின்ற இன்னொரு உலகத்தை அவன் கண்டான். கண்டு கொண்டே இருக்கிறான்.

கையில் கொத்தாகப் பிடித்திருந்த இதழ்களிலிருந்து ஒரு கவிதையைத்தான் முதலில் எடுத்து நீட்டினான். சிபிஎஸ் எழுதிய 'படமெடுத்துச் சீறும் இரவு' என்ற கவிதை. கொத்தி விடுமோ என்று பயந்து வேகமாகப் படித்து முடித்தேன். இரவைப் போலவே இந்தக் கவிஞனுக்கும் எதிர்காலம் இருக்கிறது.

"சி.பி.எஸ். ங்கற பேரிலதான் எழுதுறீங்களா?"

"கவிதை எழுதுறது அந்தப் பேரிலதான்."

அடுத்து வருவது ஏகாங்கம், பி.டி. குரியன் எழுதியது.

"யார் இந்த ஆரிய புத்திரன்?"

"யாரு?"

"ஸ்ரீ.பி.டி. குரியன்?"

"நான் தான், சார்."

இதோ ஓர் இளம் எழுத்தாளன். பல பெயர்களில் எழுதிப் பன்முகத்திறமைகள் மூலம் தனக்கே உரிய தனித்தன்மையை வார்த்தெடுக்க முனைகின்ற அவனைப் புகழ்ந்து பாடியவாறு நான் அவனது வெவ்வேறு படைப்புகளின் மீது பார்வையை ஓட விட்டுக்கொண்டிருந்தேன். சொற்பொழிவுகள், கதைகள், விமரிசனங்கள், கவிதைகள், செய்யுள்கள், ஷார்ட்ஹாண்ட் கவிதைகள், எழுதவிருக்கின்ற கவிதைகள், ஒரு போதும் எழுதப் படாத கவிதைகள், எல்லாம் வெவ்வேறு பெயர்களில்.

"பி. பூ. தொம்மன் யாரு?"

"நான்தான்."

"சௌவர்ணபௌமன்?"

"நான்தான்."

"அன்னதான சிவன்."

"நான்தான்."

"பீர்பிக்ராஷா?"

"நான்தான்."

"பத்திரிக்கை ஆசிரியருக்கு ஆளைத்தெரியுமா?"

"பத்திரிக்கை ஆசிரியருக்கு ஆளைத்தெரியாம இருக்குமா?"

இது என்னை ஏமாற்றமடையச் செய்தது. நான் எதிர்பார்த்தது பத்திரிக்கை ஆசிரியரும் நான்தான் என்ற பதிலைத்தான்.

பையனுக்கு இன்னும் பல பெயர்களைச் சூட்டிவிட்டு நௌஷதத்துக்குத் திரும்பினேன்.

"இப்போது சில நாட்களாக நகைச்சுவை பக்கம் கொஞ்சம் போனால் என்னன்னு சிந்திக்கிறேன்" பையன் கூறினான்.

அதுவும் சரிதான்! ஒரு ரைவல் நட்சத்திரம் உதயமாகப் போகிறது!.

திரும்பிக் கொள்ளுங்கள், சவால் விடுக்கப்பட்டுவிட்டது.

திரும்பியாயிற்று.

அய்யோ!

"ஒரு கதை எழுதினேன். இந்த நகரத்து அனுபவத்தை வச்சு எழுதுன கதைதான், அதை அவங்க உடனே பிரசுரிச்சிட்டாங்க."

"யாரு?"

பையன் ஒரு வார இதழை எடுத்து நடுப்பக்கத்தைத் திறந்து காட்டினான். 'சிறுகதை - நகரத்தில் - வி.கெ.என்.'

"வி. கெ. என் யாரு?"

" நான்தான்."

உள்ளத்தை அமைதிப் படுத்துவதற்காகவும், ஆசாபாசங்களை அடக்கிக் கொள்வதற்காகவும் நான் கண்களை மூடிக்கொண்டு அறுபதுவரை எண்ணினேன், அதன் பிறகு கூறினேன்:

"டேய்!"

"என்ன!"

"நீ கடவுளைப் பார்த்திருக்கியா?"

"இல்லை."

"நான்தான்."

☙ ☙